രാമസങ്കല്പം കേരളത്തിൽ

ചീഫ് എഡിറ്റർ - കെ. വനജ

എഡിറ്റർ - സജി ആർ. കുറുപ്പ്

അയോദ്ധ്യ ശോധ സംസ്ഥാൻ, ലക്നൗ

&

ഭാരതീയ സാഹിത്യ പ്രതിഷ്ഠാൻ, കൊച്ചി

പ്രസാധകർ

വാണി പ്രകാശൻ, ന്യൂഡൽഹി

Vani Book Company

An imprint of Vani Prakashan Group

4695, 21-A, Daryaganj, New Delhi 110 002

Phone: +91 11 23273167 Fax : +91 11 23275710

India

Branches

Ashok Rajpath, Patna 800 004, Bihar

Coffee House Campus, Mahatma Gandhi Marg, Allahabad 211 001, Uttar Pradesh

Mahatma Gandhi International Hindi University, Wardha 442 001, Maharashtra

Motia Park Opp. Water Tank, Sultania Road, Bhopal 462 001, Madhya Pradesh

Goripur Taliya Para, 313, R.B.C. Road 24- Parganas (North) Kolkata 743 166, West Bengal

www.vaniprakashan.com

marketing@vaniprakashan.in

sales@vaniprakashan.in

In Association with

ESTD.-1986

Ayodhya Research Institute

presents

BHARTIYA BHASHAON MEIN RAMKATHA : MALAYALAM BHASHA

Chief Editor Dr. Yogendra Pratap Singh

Editor Ramasankalpam Keralathil

Visualisation Dr. Yogendra Pratap Singh

ISBN : 978-93-5229-533-3

Religion/Culture

First Impression 2021

Page layout : Pularmani Sudheer

Price : ₹ 495

Based on a research project co-sponsored and partly funded by the Ayodhya Research Institute, an autonomous organization of the Department of Culture, Government of Uttar Pradesh, *Bhartiya Bhashaon Mein Ramkatha : Malayalam Bhasha* is published by Vani Book Company and copyrighted in 2021 to Ayodhya Research Institute.

Printed at City Press, Delhi-110 095 (India)

Vani Prakashan's signature motif is created by Artist Maqbool Fida Husain

ഉൾത്താളുകളിൽ

സമയത്തോട് സംവദിക്കുന്ന രാമായണങ്ങൾ

ഭാരതത്തിന്റെ വിചാരധാരകളെ അഗാധമായി സ്വാധീനിച്ച രണ്ടു കൃതികളാണ് രാമായണവും, മഹാഭാരതവും. അവ നമ്മുടെ ജീവിതത്തേയും അറിയാതെ തഴുകിത്തലോടി. സഹസ്രാബ്ദങ്ങൾ താണ്ടി വന്ന സംസ്കാരമാണ്, ഒരു മഹാ പാരമ്പര്യത്തിന്റെ പേരാണ് ഇവ. വാമൊഴിയായും വരമൊഴിയായും, ദൃശ്യകഥാപാഠങ്ങളായും നൂറുകണക്കിന് വ്യത്യസ്തരൂപങ്ങളിൽ ജനഭാവനയിൽ നിന്നുള്ള പാരമ്പര്യം. തലമുറകളുടെ സർഗ്ഗസങ്കല്പത്തിൽ ഇപ്പോഴും 'സ്പാർക്ക്' ഉണ്ടാക്കുന്നു കൃഷ്ണനും, രാമനും. ജന്മം മുതൽ തന്നെ ഈ രണ്ടുപേരോടും സംവദിച്ചാണ് നമ്മൾ വളർന്നത്. ഭാരതം ജീവിക്കുന്നതുതന്നെ ഈ രണ്ടുപേരുടെ വൈപുല്യത്തിലാണ്.

രാമായണം പല സ്ഥലങ്ങളിൽ പല കാലങ്ങളിൽ രാമകഥയ്ക്കു ചുറ്റും നെയ്തെടുത്ത ഒട്ടേറെ പാഠഭേദങ്ങളിലാണ്ടുകിടക്കുന്ന ഒരു ചരിത്രമാണ്. ഭിന്ന സമൂഹങ്ങൾ, വർഗ്ഗങ്ങൾ ആ കഥ സ്വന്തമാക്കി. അവരുടെ അഭിലാഷങ്ങൾക്കും, സ്വപ്നങ്ങൾക്കും, പ്രത്യയശാസ്ത്രങ്ങൾക്കും രൂപം നൽകുന്ന പാഠഭേദങ്ങൾ അവർ ആവിഷ്കരിച്ചു. വാമൊഴിയായും വരമൊഴിയായും കാലദേശഭേദത്തെ മറികടന്നുകൊണ്ട്, അന്നന്നത്തെ ആവശ്യങ്ങൾക്ക് അനുസരിച്ച് മനുഷ്യജീവിതത്തിന്റെ എല്ലാ രംഗത്തും എല്ലാ കലകളിലും, സാഹിത്യത്തിലും, സാംസ്കാരിക വൈവിദ്ധ്യങ്ങളെ വിളിച്ചോതുന്നതിനായി രാമകഥകളെ ഉപയോഗപ്പെടുത്തി. അത് വാല്മീകി രാമായണത്തിനു മുമ്പു തന്നെ സാധാരണ ജനജീവിതത്തിന്റെ ഭാഗമായിരുന്നു. ഒരു ആദിവാസികഥയനുസരിച്ച് ഹനുമാനാണ് ആദ്യമായി രാമായണം എഴുതിയതെന്ന് സൂചിപ്പിക്കുന്നു. ഹനുമാനെഴുതിയ രാമായണം ഒരു കുന്നിന്റെ മുകളിൽ നിന്ന് നാലുപാടും ചിതറിപ്പോയി. അവയെല്ലാം കൂടി ഒരുമിപ്പിച്ച് വാല്മീകി രാമായണം എഴുതി. അതിൽ നിന്നും വ്യക്തമാകുന്നത് രാമൻ എന്ന കഥാപാത്രം വളരെ മുമ്പു തന്നെ നമ്മുടെ നാടൻ ജീവിതത്തിൽ ഇഴുകിച്ചേർന്നിരുന്നു എന്നാണ്. അതൊരു ദീർഘ പാരമ്പര്യത്തെ പ്രതിനിധാനം ചെയ്യുന്നു. എം.കെ. രാമാനുജം ഒരു ജനകഥയെ ഇങ്ങനെയാണല്ലോ ഉദ്ധരിക്കുന്നത്. രാമന്റെ മോതിരം ഒരു ദ്വാരത്തിൽക്കൂടി താഴെ വീണ് അപ്രത്യക്ഷമായപ്പോൾ ഹനുമാൻ അത് അന്വേഷിച്ചന്വേഷിച്ച് പാതാളം വരെ എത്തുന്നു. അവിടെ ആത്മാക്കളുടെ ചക്രവർത്തി ഹനുമാനോട് പറഞ്ഞു അനേകം രാമന്മാർ അവതരിച്ചിട്ടുണ്ട്, നിങ്ങൾ ഏതു രാമന്റെ മോതിരം അന്വേഷിച്ചാണ് വന്നതെന്ന്. എന്തെന്നാൽ ഒരു അവതാരം വന്നു മറഞ്ഞു പോകുമ്പോൾ തന്നെ അടുത്ത അവതാരം ജന്മമെടുക്കുന്നു. എന്റെ ഈ പാത്രത്തിൽ ധാരാളം മോതിരങ്ങൾ ഉണ്ട്. അവ ഓരോന്നും രാമന്റെ തന്നെയാണ്. ഇതിൽ നിന്നും തെരെഞ്ഞെടുക്കാം. നിന്റെ

രാമൻ ലവനും, കുശനുമായി രാജ്യം നൽകി സരയൂ നദിയിൽ അപ്രത്യക്ഷനായി.

മലയാളത്തിൽ എഴുത്തച്ഛന്റെ അദ്ധ്യാത്മരാമായണം കിളിപ്പാട്ടിൽ സീത പറയുന്നുണ്ട് "രാമായണങ്ങൾ പലതും കവി വരർ ആമോദമോടെ പറഞ്ഞു കേൾപ്പുണ്ടു ഞാൻ" തുളുപോലെ പ്രചുരപ്രചാരമല്ലാത്ത ഭാഷയിലെന്നപോലെ ഭിൽ, സന്താളി ഭാഷകളിലും രാമായണം ലഭിക്കുന്നുണ്ട്. അതുപോലെ തന്നെ ചൈനീസ്, ജാപ്പാനീസ്, ലാവോസിയൻ, മലേഷ്യൻ, തായ്, തിബറ്റ്, ബാലിനീസ്, കംബോഡിയൻ മുതലായ ഭാഷകളിലും രാമായണം എഴുതപ്പെട്ടിട്ടുണ്ട്. സംസ്കൃതത്തിൽ തന്നെ ഇരുപത്തഞ്ചു പാഠഭേദങ്ങളുണ്ട്. ഫാദർ കാമിൽ ബുൽക്കെ 'രാമകഥ' യിൽ ബുദ്ധ-ജൈന പാഠങ്ങളെയും കൂട്ടി ആകെ മുന്നൂറു രാമായണങ്ങൾ ഉള്ളതായി പറയുന്നുണ്ട്. ഇങ്ങനെ നോക്കുമ്പോൾ രാമകഥയുടെ ഫ്ളെക്സിബിലിറ്റി തന്നെയാണ് രാമായണത്തിന്റെ മഹത്വവും. ഭാരതത്തെ മുഴുവനും ഒരുമിപ്പിക്കുവാൻ ഗാന്ധിജി 'രാമനെ'യാണ് ഉപയോഗിച്ചത്. വടക്കേ ഇന്ത്യയിൽ പരസ്പരം വണങ്ങുന്നതിനുവേണ്ടി 'രാമ-രാമ' ഉപയോഗിക്കുന്നു. അതിന്റെ അർത്ഥം നീയും ഞാനും ഒന്നാണ്. ആ രാമശബ്ദം അദ്വൈതസൂചകമാണ്. ഗാന്ധിജിയോട് ഒരിക്കൽ ആരോ ചോദിച്ചു, നിങ്ങൾക്ക് എന്തുകൊണ്ട് രാമന് പകരം ഈശ്വരൻ എന്ന് ഉപയോഗിച്ചുകൂടാ. എന്നാൽ ഗാന്ധിജി പറഞ്ഞതും പ്രത്യേകദേശകാലങ്ങളിൽ ജീവിച്ച രാമനെ എല്ലാവരും മനസ്സിലാക്കുന്നു, തിരിച്ചറിയുന്നു എന്നാണ്. ആ നാമം ഒരു ഔഷധഗുണമുള്ളതാണ്.

മലയാളത്തിൽ രാമനെ അടിസ്ഥാനമാക്കിയുള്ള സാഹിത്യത്തെ മൂന്നു കാലങ്ങളിലായിത്തന്നെ വിഭജിക്കാം. അത് എഴുത്തച്ഛനെ അടിസ്ഥാനപ്പെടുത്തി ആണെന്ന് കാണാം. ഒന്ന് എഴുത്തച്ഛനു മുൻപും രണ്ട് എഴുത്തച്ഛന്റെ കാലവും, മൂന്ന് എഴുത്തച്ഛനു ശേഷവും, അതായത് ആധുനിക കാലത്തിന്റെ ഉപജ്ഞാതാവായ എഴുത്തച്ഛനു മുൻപ് ഇവിടെ ജനകീയ രാമകഥകൾ പ്രചാരത്തിൽ ഉണ്ടായിരുന്നു. പല നാടൻ പാട്ടുകളിലും അതുപോലെ തന്നെ കർഷകരുടെ ഇടയിലും ഇവിടുത്തെ ആദിവാസികളുടെ ഇടയിലും രാമനും സീതയും ഉണ്ടായിരുന്നു. ആ സമയത്തും കേരളത്തിലെ വരേണ്യ വർഗ്ഗത്തിനിടയിൽ വാല്മീകിയുടെ സംസ്കൃതത്തിൽ രചിച്ച രാമായണം വായിക്കുകയും പഠിക്കുകയും ചെയ്തിരുന്നു. ഈ ഗ്രന്ഥം സാഹിത്യത്തിന്റെ സഹിതഭാവം ഉൾക്കൊണ്ടിരുന്നു. അതായത് ഇതിൽ ആര്യന്മാർ മാത്രമായിരുന്നില്ല, എല്ലാ പ്രദേശങ്ങളിലേയും പലവിധത്തിലുള്ള മനുഷ്യസമൂഹങ്ങൾ, മൃഗങ്ങൾ, വൃക്ഷലതാദികൾ, ചരാചരങ്ങൾ എല്ലാം രാമായണത്തെ സാഹിത്യമാക്കി. മനുഷ്യരുടെ അധികാരത്തിനായിട്ടുള്ള ദുരാഗ്രഹങ്ങൾ, അഹങ്കാരം, അസൂയ മുതലായവ എല്ലാ ബന്ധനങ്ങളേയും പൊട്ടിച്ചെറിഞ്ഞുകൊണ്ട് ഇതിൽ പ്രവർത്തിക്കുന്നുണ്ട്. വഞ്ചനയുടേയും ക്രൂരതയുടേയും കഥകളും ഇതിൽ കാണാൻ കഴിയും.

കേരളത്തിലെ ഗ്രാമീണ ജീവിതത്തിൽ രാമകഥകൾ കൃഷിയുമായി ച്ചേർന്ന് പലയിടത്തും കാണപ്പെടുന്നു. കൃഷിയിടങ്ങളിൽ നെല്ലു മെതിച്ചെടുക്കുമ്പോൾ ഒരുമിച്ച് ചേർന്ന് പാടുന്നു. – "ജനകന്റെ മകളല്ലോ സീതപ്പെണ്ണ്, ഓറയല്ലേ രാവണൻ കട്ടോണ്ടു പോയി." മലയാളത്തിൽ എഴുത്തച്ഛന്റെ രാമായണത്തിന് മുമ്പായി നാലുരാമായണങ്ങൾ ഉണ്ടായി. അതിൽ ആദ്യത്തെ രാമായണം പതിമൂന്നാം നൂറ്റാണ്ടിൽ ചീരാമനെഴുതിയ 'രാമചരിതം' ആണ്. മലയാളം ഒരു സ്വതന്ത്രഭാഷയായി രൂപപ്പെടുന്നതിനുമുമ്പ് ഇത് എഴുതപ്പെട്ടു. അതിനാൽ ഈ കൃതിയുടെ ഭാഷയിൽ തമിഴ് പദങ്ങൾ ധാരാളം കടന്നുകൂടിയിട്ടുണ്ട്. കവി ചീരാമൻ തന്നെ പറഞ്ഞിട്ടുണ്ട്. ഇത് വിദ്വാന്മാർക്കല്ലാ സാധാരണ ജനങ്ങൾക്കായി എഴുതിയതാണ് എന്ന്. ഇതിൽ മുഖ്യമായ പ്രതിപാദ്യം യുദ്ധകാണ്ഡം ആയിരുന്നു. അന്നത്തെ കേരളത്തിലെ അധികം ജനങ്ങളും സേനാനികളാണെന്നു മനസ്സിലാക്കിയാവണം ഇത്തരത്തിൽ വീരരസപ്രധാനമായ കൃതി രചിക്കപ്പെട്ടിട്ടുള്ളത്. ഇത് സംഗീത പ്രധാനമായ ഒരു ഭക്തി കാവ്യമെന്ന നിലയ്ക്ക് എന്തുകൊണ്ടും അതിന്റെ പ്രാധാന്യം മാനിക്കാവുന്നതാണ്. അതിനുശേഷം എഴുതപ്പെട്ട കണ്ണശരാമായണത്തെ മലയാളത്തിലെ ആദ്യത്തെ സമ്പൂർണ്ണ രാമകാവ്യമായി കരുതപ്പെടുന്നു. രാമപ്പണിക്കർ എഴുതിയ ഈ രാമായണത്തിന്റെ ഉപജീവ്യം വാത്മീകി രാമായണമാണ്. അദ്ദേഹം തന്നെ ഇതിന്റെ ആരംഭത്തിൽപ്പറയുന്നത് പാമരന്മാർക്കു വേണ്ടി ഒരു പാമരകവി എഴുതിയതാണ് ഈ കൃതി എന്നാണ്. പിന്നീട് എഴുതിയ 'രാമകഥപ്പാട്ട്' പതിനാലാം ശതകത്തിൽ കോവളം ദേശക്കാരനായ അയ്യപ്പിള്ളി ആശാന്റേതാണ്. അദ്ദേഹം മലയാളത്തിലെ ഹോമർ എന്നു പുകൾപെറ്റയാളാണ്. ശ്രീപത്മനാഭക്ഷേത്രത്തിൽ 'ചന്ദ്രവലയം' എന്ന വാദ്യോപകരണത്തിന്റെ കൂടെ ഉത്സവങ്ങളുടെ അവസരത്തിൽ ഇത് പാടാറുണ്ടായിരുന്നു. കവിതയുടേയും ഗീതങ്ങളുടേയും പൂർണ്ണയോഗമായ ഈ കൃതിയെ തമിഴിലെ ചിലപ്പതികാരവുമായി താരതമ്യം ചെയ്തിട്ടുണ്ട്. അതിനുശേഷം എഴുതപ്പെട്ട 'രാമായണ ചമ്പു'വും എഴുത്തച്ഛനുമുമ്പുള്ള രാമകാവ്യങ്ങളിൽ ശ്രദ്ധ പിടിച്ചുപറ്റിയിട്ടുള്ളതാണ്. പൂനം നമ്പൂതിരി എഴുതിയ ഈ കൃതി സംസ്കൃതത്തിലെ അനേകം ചമ്പുക്കളെ അധികരിച്ചിട്ടുള്ളതാണ്. ഇത് ചാക്യാർ കൂത്ത്, പാഠകം എന്നിവയ്ക്ക് യോഗ്യമായിട്ടുള്ളതാണ്.

എഴുത്തച്ഛന്റെ രാമായണം അരികുവൽക്കരിക്കപ്പെട്ടവർക്കായി എഴുതിയതാണ്. എഴുത്തച്ഛൻ തന്നെ പറയുന്നത്, 'ഋതുവായ പെണ്ണിനും, ഇരപ്പനും, ദാഹകനും' എന്നാണ്. അതും മലയാളഭാഷയുടെ പരിഷ്കരിച്ച രൂപത്തിൽ 'അദ്ധ്യാത്മരാമായണം' കിളിയാൽ പാടിച്ചുകൊണ്ട് എഴുത്തച്ഛൻ മലയാളഭാഷയുടെ പിതാവായി. എഴുത്തച്ഛനുമുമ്പ് രാമായണത്തിന്റെ പൂർണ്ണ പാഠം കേരളത്തിൽ ഉണ്ടായിരുന്നില്ല. ഫോക്‌ലോർ പഠനം അനുസരിച്ച് ഏറ്റവും കുറവ് രാമായണപാഠം ഉള്ള സ്റ്റേറ്റ് കേരളമാണ്. ആദിവാസിരാമായണം അതായത് വയനാടൻ രാമായണം ചിലഗോത്രവർഗ്ഗങ്ങളിൽ മാത്രം ഒതുങ്ങുന്നതാണ്. അതും പ്രദേശപര

മായ കഥകളാണ് കൂടുതൽ. അവിടെ കാലവും വർഗ്ഗവും, ദേശവും അനുസരിച്ച് പാഠഭേദങ്ങൾ നിർമ്മിക്കപ്പെട്ടിട്ടുണ്ട്. അശുദ്ധം-ശുദ്ധം എന്ന വിഭജനം ഈ പാഠഭേദങ്ങളിൽ പാടില്ല എന്ന് നിഷ്കർഷിക്കുന്നു. സീതയിൽ കേന്ദ്രീകരിച്ചാണ് വയനാടൻ രാമായണങ്ങൾ. അവിടങ്ങളിലെ സ്ഥലപ്പേരുകൾ സീതയുടെ ജീവിതത്തിൽ നടന്ന സംഭവഗതികളിൽ ഊന്നിയുള്ളതാണ്. ഇവിടെ പ്രത്യേകം ശ്രദ്ധിക്കപ്പെടേണ്ട ഒരു കാര്യം വാമൊഴിയായി വയനാട് ആദിവാസികളുടെ ഇടയിൽ പല കഥകളും പ്രചരിക്കുന്നത് മൊഴിവഴക്കങ്ങളിൽ വേണ്ടവിധം പരിഗണിച്ചില്ല എന്നുള്ളതാണ്. വയനാട്ടിൽ സ്ഥലത്തിന്റെ പേരുകൾ സീതമടി, ശിശുമല, രാംപള്ളി, ജടയറ്റകാവ്, ഇത് സീതായനം തന്നെയാണ്. എന്തെന്നാൽ 'ജടയറ്റകാവ്' എന്ന സ്ഥലത്ത് സീത അന്തർധാനം ചെയ്തു എന്നാണ് പറയുന്നത്. കാക്കയെ കണ്ടാൽ ഏഴുതവണ കുളിക്കണമെന്നാണ് അവരുടെ ഇടയിൽ പ്രചലിതമായ ഒരു വാമൊഴി. എന്തെന്നാൽ കാക്ക സീതയുടെ മുലക്കണ്ണു കൊത്തിക്കൊണ്ടു പോയി എന്നാണ് അവർ വിശ്വസിക്കുന്നത്. രാമകഥ അടിയർക്കിടയിൽ വട്ടക്കളിക്കും, കോൽകളിക്കും ഉപയോഗിക്കപ്പെടുന്നുണ്ട്.

മുള്ളുക്കുറുമരുടെ രാമായണവും സാധാരണ രാമായണവുമായി വ്യത്യാസം ഇല്ല. എന്തെന്നാൽ അവർ ഏതോ സമയത്ത് രാജവംശത്തിന് അടിമപ്പെട്ടവരാണ്. കൃഷിക്കാര് 'ഏറുമാടം', കാവൽപ്പുര എന്നിവിടങ്ങളിൽ കാവൽപ്പാട്ടായും രാമകഥ ഉപയോഗിക്കുന്നു. എന്നാൽ കേട്ടുകേൾവികളായ കഥകളായി സീതാപരിത്യാഗം ലഭിക്കുന്നുണ്ട്. വാല്മീകി കുശപ്പുല്ലുകൊണ്ട് കുശനെ ഉണ്ടാക്കിയ കഥകളും അവരുടെ ഇടയിൽ പ്രചാരത്തിലുണ്ട്. ഇടുക്കി അണക്കെട്ട് നിർമ്മിച്ചിരിക്കുന്നത് കുറവൻമലയും കുറത്തിമലയും യോജിപ്പിച്ചാണ്. ഇവിടെ കേട്ടുവരുന്ന കഥയാണ് സീത കുളിക്കുന്നത് നോക്കി നിന്ന കുറവനെയും കുറത്തിയേയും ശപിച്ചപ്പോൾ അതു മലകളായി രൂപപ്പെട്ടു എന്നത്.

ഫോക്‌ലോർ പഠനം അനുസരിച്ച് രാമായണം ഉണ്ടായത് ഉത്തരേന്ത്യയിൽ ആണ്. കേരളത്തിൽ രാമൻ ആരംഭകാലങ്ങളിൽ ഒരിക്കലും ഈശ്വരൻ ആയിരുന്നില്ല. "യത്ക്രൗഞ്ചമിഥുനം' - രാമായണത്തിന്റെ കേന്ദ്രീയസ്വരമാണ്. അതായത് സാമൂഹിക ജീവിതത്തിൽ ഇണയായി ജീവിക്കുക എന്ന സന്ദേശമാണിതു തരുന്നത്. കേരളത്തിൽ പണ്ടേ ഏകപത്നീവ്രതം അനുഷ്ഠിച്ചുപോന്നിരുന്നു. അതിൽ മാറ്റം വരേണ്യ വർഗ്ഗത്തിനുമാത്രമായിരുന്നു. അതിനാലായിരിക്കും രാമായണത്തിൽ ആദ്യകാലങ്ങളിൽ പാഠങ്ങളുണ്ടാകാതിരുന്നത്. ഉണ്ടെങ്കിൽ തന്നെ സീതയിൽ കേന്ദ്രീകൃതമായിരുന്നു.

എഴുത്തച്ഛന്റെ രാമായണം ഭക്തിയിലും വിഷാദത്തിലും ചാലിച്ചെഴുതിയതാണ്. ഇത് കേരളക്കാർ വളരെ ഇഷ്ടപ്പെടുന്നു. അതുകൊണ്ടാണല്ലോ വള്ളത്തോൾ പാടിയത് "കാവ്യം സുഗേയം കഥ രാഘവീയം കർത്താവു തുഞ്ചത്തുളവായ ദിവ്യൻ." എഴുത്തച്ഛന്റെ രാമായണത്തിൽ പ്രഭാവിതമായി അർണ്ണോസുപാ

തിരി പുത്തൻ പാന എഴുതി. അത് പോലെ തന്നെ ഉത്തരകേരളത്തിൽ പ്രത്യേ കിച്ചും കടത്തനാടൻ പ്രദേശങ്ങളിൽ 'മാപ്പിള രാമായണം' മുസ്ലീംങ്ങളുടെ ഇട യിൽ പ്രചരിച്ചുവന്നിരുന്നു. ടി.എച്ച്. കുഞ്ഞിരാമൻ നമ്പ്യാർ ഇവയെ എഡിറ്റു ചെയ്തിട്ടുണ്ട്. ഇത് വെളിപ്പെടുത്തുന്നത് ഒരു സമൂഹം ഈ രാമകഥയെ എങ്ങിനെ സ്വീകരിച്ചു എന്നുള്ളതാണ്.

> "പണ്ടു താടിക്കാരനൗലി പാടിവന്ന പാട്ട്,
> കേട്ടതല്ലേ നമ്മളീ രാമായണം കഥപ്പാട്ട്.
> കാർക്കിടകം കാത്ത് കാത്ത് കുത്തിരിക്കും പാട്ട്
> കാത് രണ്ടിലും വിരല് ചൊല്ലി ചോര് കൂടും പാട്ട്"

തികച്ചും സാധാരണക്കാരായ മുസ്ലീംങ്ങളുടെ ഭാഷയിൽ ഇത് പഴകിപ്പതിഞ്ഞ പാട്ടാണ്.

ആധുനിക കാലഘട്ടത്തിൽ സാഹിത്യത്തിലെന്നപോലെ മറ്റു കലക ളിലും സീതാ-രാമന്മാർ സജീവമായി കണ്ടു തുടങ്ങി. സാഹിത്യത്തിൽ ചോദ്യശ രങ്ങളുടെ ഇടയ്ക്ക് ഉത്തരം കൊടുക്കുവാൻ വിഷമിക്കുന്ന രാമനാണ് ഉള്ളത്. സാമൂഹ്യ സമവാക്യങ്ങൾ കൊണ്ടാണ് സാഹിത്യം രാമനെ സമീപിക്കുന്നത്. മാത്രമല്ല രാമൻ പൂർണ്ണനല്ല എന്ന് തിരിച്ചറിയുകയും തന്മൂലം പവിത്രീകരണ ത്തിൽ നിന്നും മാറ്റപ്പെടുകയും ചെയ്യുന്നു. വാല്മീകിയെ ആണ് മലയാളികൾ സ്വീകരിച്ചത്, എഴുത്തച്ഛനെയല്ല. കേരളം എന്നും അടിച്ചമർത്തപ്പെട്ടവരുടെ കൂടെ യാണ്, മഹാബലിയുടെ കൂടെയാണ്, വാമനനൊപ്പമല്ല. അതിനുദാഹരണങ്ങളാണ് കുമാരനാശ്ശാന്റെ ചിന്താവിഷ്ടയായ സീതയും, എൻ. ശ്രീകണ്ഠൻനായർ എഴു തിയ നാടകത്രയവും, നശിക്കാത്ത പ്രകൃതിയായ സീതയെ അവതരിപ്പിച്ച അര വിന്ദനും. രാമായണത്തിനു പകരം 'സാറായണം' രൂപപ്പെടുത്തിയ സാറാ ജോസഫും എന്നു വേണ്ട ഒട്ടനവധി പ്രതിരാമായണങ്ങൾ ഇവിടെ രൂപപ്പെട്ടു.

സാഹിത്യേതര കലകളിലും രാമായണം വ്യാപകമായി പ്രയോഗിച്ചിട്ടു ണ്ട്. ക്ലാസിക്കൽ കലകളായ കൂടിയാട്ടം, കഥകളി എന്നിവയിൽ ഉപയോഗിക്കപ്പെ ട്ടു. ഭക്തിപ്രസ്ഥാനങ്ങളിലൂടെയാണല്ലോ രാമായണം ജനകീയമാകുന്നത്. കഥക ളിയും കൂടിയാട്ടവും ക്ഷേത്രകലകളായാണ് വളർച്ച പ്രാപിക്കുന്നത്. നമ്മൾ മുൻപ് പറഞ്ഞു കഴിഞ്ഞല്ലോ പത്മനാഭസ്വാമി ക്ഷേത്രത്തിൽ രാമകഥപ്പാട്ടുകൾ പാടി ക്കൊണ്ടിരുന്നു. സോപാന സംഗീതത്തിനു മുമ്പ് നാടൻ പാട്ടുകൾ ഉണ്ടായിരു ന്നു. രാമനാട്ടം പൂർണ്ണമായും രാമകഥകളിലായിരുന്നു ചിട്ടപ്പെടുത്തിയിരുന്നത്. രാമനാട്ടത്തിൽ രാമകഥയാണ്. സ്വാതിതിരുനാളും ശ്രീരാമകൃതികൾ എഴുതി. എന്നാൽ പഴയകാല നൃത്തത്തിൽ രാമൻ തെളിഞ്ഞു കാണുന്നില്ല. പുതിയ രൂപ പ്പെടുത്തലുകൾ മാത്രമാണ് ഉള്ളത്. രാമൻ ഏറ്റവും കൂടുതൽ സ്ഥാനം പിടിച്ചി ട്ടുള്ള ഒരു കലയാണ് ചിത്രം. ചിത്രരാമായണം ഇതിന് ഉദാഹരണം തന്നെയാ ണ്. സാത്വികമൂർത്തിയായ രാമന് പച്ചകലർന്ന നീലനിറം കൊടുത്ത് ക്ഷേത്രങ്ങ

ളിലെ ചുവർചിത്രകലയെ പോഷിപ്പിച്ചു. മുഴുവൻ രാമായണവും ചിത്രരൂപേണ നമ്മുടെ മുമ്പിൽ വന്നിട്ടുണ്ട്. മൂർത്തികളായും രാമായണകഥയ്ക്ക് പ്രസക്തി വർദ്ധിപ്പിച്ചിട്ടുണ്ട്. രാമായണ കഥയെ അടിസ്ഥാനമാക്കി സിനിമകളും, അതു പോലെ തന്നെ സിനിമാ ഗാനങ്ങളും ധാരാളം രൂപപ്പെട്ടിട്ടുണ്ട്.

കേരളീയ മനസ്സിനെ രാമനേക്കാൾ ആകർഷിച്ചത് കൃഷ്ണനാണെന്ന് പറയാതെ തരമില്ല. ഇന്ന് രാമൻ ചോദ്യം ചെയ്യപ്പെടുമ്പോഴും മാതൃകാപരവും അഭിജാതവുമായ ധർമ്മനിഷ്ഠ ഉൾക്കൊള്ളുന്ന രാമനെ പൂർണ്ണമായി തിരസ്കരിക്കുന്നത് ഉചിതമാണോയെന്നും ചോദ്യങ്ങൾ ഉയരുന്നു. രാമനെ രാഷ്ട്രീയത്തിന്റെയും മതത്തിന്റെയും വേലിക്കെട്ടുകളെ തകർത്തു കൊണ്ട് സ്വതന്ത്രമായ ഒരു യാത്രയ്ക്കു തയ്യാറാക്കണം. എങ്കിൽ മാത്രമേ രാമനും, രാമായണവും നമ്മുടെ സാഹിത്യത്തിലും കലകളിലും ജീവസ്സുറ്റതും, പ്രേരണപ്രദവും ആയ നൂതന പന്ഥാവുകൾ വെട്ടിത്തുറക്കുകയുള്ളൂ.

2018 മെയ്മാസം 'മലയാളത്തിൽ രാമസങ്കല്പം' എന്ന വിഷയത്തെ അധികരിച്ചു നടന്ന സെമിനാറിൽ അവതരിപ്പിച്ച ഈ പ്രബന്ധങ്ങൾ എന്തു കൊണ്ടും വിലപ്പെട്ടതാണ്. ആദ്യമായി രാമായണത്തെ കേന്ദ്രീകരിച്ചും അതിന്റെ സൂക്ഷ്മതലങ്ങളെ സാഹിത്യാദികലകളിൽ രൂപപ്പെടുത്തിയതിനെക്കുറിച്ചും വിശദവും ആഴത്തിലും ജനപ്രീതി കൈവരിച്ചതുമായ ഒരു സെമിനാർ നടത്താൻ സാധിച്ചതിൽ ഉത്തർപ്രദേശ് അയോദ്ധ്യാശോധ സംസ്ഥാനത്തോടും, അതിന്റെ ഡയറക്ടർ ആയ വൈ. പി. സിംഗിനോടും പ്രത്യേകം നന്ദി രേഖപ്പെടുത്തുന്നു. ഇത് പുസ്തകരൂപത്തിൽ തയ്യാറാക്കുന്നതിനും, അതുപോലെ ഹിന്ദിയിൽ ഇതിനെ പ്രകാശിപ്പിക്കുന്നതിനും ആവശ്യമായ എല്ലാ ധനസഹായങ്ങളും നൽകി ഞങ്ങളെ പ്രോത്സാഹിപ്പിക്കുന്ന അയോദ്ധ്യാശോധ സംസ്ഥാനത്തോടൊപ്പം ഈ പുസ്തകത്തിന്റെ പ്രസാധകകർമ്മം നിർവ്വഹിക്കുന്ന വാണി പ്രകാശൻ, ദില്ലിയോടും, അരുൺ മഹേശ്വരിയോടും പറഞ്ഞാൽ തീരാത്ത കടപ്പാട് ഇവിടെ രേഖപ്പെടുന്നു.

എന്ന്

പ്രൊഫ. കെ. വനജ
ചീഫ് എഡിറ്റർ

പ്രസ്താവന

ഉത്തർപ്രദേശിലെ അയോധ്യയിൽ പ്രവർത്തിക്കുന്ന അയോധ്യാ ശോധ സംസ്ഥാനും കേരളത്തിലെ കൊച്ചിയിൽ പ്രവർത്തിയ്ക്കുന്ന ഭാരതീയ സാഹിത്യ പ്രതിഷ്ഠാനും ചേർന്ന് 2018 മെയ് 24, 25, 26 തീയതികളിൽ കൊച്ചി സർവ്വകലാശാലയിലെ സെമിനാർ കോംപ്ലക്സിൽ സംഘടിപ്പിച്ച 'രാമസങ്കല്പം കേരളത്തിൽ' എന്ന സെമിനാറിൽ അവതരിപ്പിച്ച പ്രബന്ധങ്ങളുടെ സമാഹാരമാണ് ഈ പുസ്തകം. കേരളത്തിലെ കലാ-സാഹിത്യ സാംസ്കാരികരംഗങ്ങളിലും ജനജീവിതത്തിലും ഒന്നാകെ രാമകഥയുടെ പ്രചാരവൈവിധ്യങ്ങൾ അന്വേഷിച്ചവതരിപ്പിക്കപ്പെട്ട ഈ പ്രബന്ധങ്ങൾ അവയിലടങ്ങിയ ജ്ഞാനഗരിമ കൊണ്ടും വിശാലമായ സംവാദാത്മകതകൊണ്ടും സവിശേഷതയാർന്നവയാണ്. ഓരോ മേഖലകളിലേയും ഏറ്റവും പ്രഗത്ഭരായ പണ്ഡിതരെയും പ്രയോക്താക്കളെയും തന്നെ ലഭിച്ചതിനാൽ സമഗ്രവും ആധികാരികവുമായ പഠനങ്ങൾ തന്നെയാണിവയിലുള്ളത് എന്ന് ചാരിതാർത്ഥ്യത്തോടെ പറയുവാൻ കഴിയും.

അയോധ്യാ ശോധ സംസ്ഥാൻ ലോകത്തിലാകമാനം തന്നെ ശ്രീരാമകഥകളുടെ ചരിത്രപരവും സൈദ്ധാന്തികവും സാമൂഹികവുമായ ഇടപെടലുകളെക്കുറിച്ച് ഗവേഷണം നടത്തുകയും ഗവേഷണ ഫലങ്ങൾ പ്രസിദ്ധീകരിച്ച് ജനനന്മയ്ക്കായി സമർപ്പിക്കുകയും ചെയ്യുന്ന ഒരു സ്ഥാപനമാണ്. ഭാരതത്തിലെന്നു മാത്രമല്ല ഹൈന്ദവസംസ്കാരം പ്രചരിച്ചിട്ടുള്ള ദേശങ്ങളിലെല്ലാം തന്നെ ശ്രീരാമനും രാമകഥകളും മനുഷ്യജീവിതത്തെ സ്വാധീനിച്ചിട്ടുണ്ട്. കേവല സ്വാധീനത്തിനുപരി ജീവിതക്രമങ്ങളെയും സാമൂഹിക വ്യവസ്ഥയെയും രൂപപ്പെടുത്തുന്ന മാതൃകാ സങ്കല്പങ്ങളെന്ന തരത്തിൽ സ്വീകരിക്കപ്പെട്ടവയാണ് രാമകഥകൾ.

ദൈവികമായ വിശ്വാസങ്ങളിലും താത്വിക ദർശനങ്ങളിലും ഊടും പാവും നെയ്ത ഒരു മതമെന്ന നിലയ്ക്ക് മറ്റു മതങ്ങളെ അപേക്ഷിച്ച് വൈവിധ്യങ്ങളും പരപ്പും കൂടുതലുണ്ടായിട്ടും ഏറ്റവും കുറച്ച് മാത്രം പഠിക്കപ്പെടുകയും വിശകലനം ചെയ്യപ്പെടുകയും ചെയ്യുന്ന ഒരു മതമാണ് ഹിന്ദുമതം. രാമകഥകൾ അതിന്റെ ഇഴകളിൽ ചിലതുമാത്രമാണ്. ശാസ്ത്രാധിഷ്ഠിതമായ പുരോഗമനത്തെ സ്വീകരിക്കുമ്പോഴും സാധാരണ ജന മനസ്സുകളെ കണ്ടെത്തുന്നതിനു സഹായകമായ ചരിത്രപരവും പൗരാണികവുമായ സ്വാധീനങ്ങൾ കണ്ടെത്തേണ്ടതാവശ്യമാണെന്ന തിരിച്ചറിവ് അയോധ്യാ ശോധ സംസ്ഥാൻ മുന്നോട്ടു വയ്ക്കുന്നുണ്ട്. ആ തിരിച്ചറിവിന്റെ അടിസ്ഥാനത്തിൽ ലോകമെമ്പാടും രാമകഥാഖ്യാനങ്ങളുടെ സ്വാധീനവും പ്രചാരവും അന്വേഷിക്കുന്ന സെമിനാറുകൾ നടത്തപ്പെടുകയുണ്ടായി. അതിലൊന്നായിരുന്നു 'രാമസങ്കല്പം കേരളത്തിൽ' എന്ന മലയാളം സെമിനാർ.

ഭാരതീയ സാഹിത്യ പ്രതിഷ്ഠാൻ കഴിഞ്ഞ 25 വർഷമായി കൊച്ചി ആസ്ഥാനമാക്കി പ്രവർത്തിക്കുന്ന സംഘടനയാണ്. ഹിന്ദിയിലെയും മലയാളത്തിലെയും സാഹിത്യ സാംസ്കാരിക വിനിമയങ്ങളും ചർച്ചകളും നടത്തുകയും പുസ്തകങ്ങൾ പ്രസിദ്ധീകരിക്കുകയും ചെയ്യുന്നതിലുപരി അംഗങ്ങളുടെ സമഗ്രമായ വളർച്ചയ്ക്ക് കൈത്താങ്ങാവുകയും ചെയ്യുന്നു പ്രതിഷ്ഠാൻ. കേരളത്തിന്റെ സാഹിത്യ സാംസ്കാരിക മേഖലകളിൽ രാമകഥകളെ അന്വേഷിച്ചറിയുന്ന സെമിനാർ ഏറ്റെടുത്ത് നടത്തുകവഴി അനിതര സാധാരണമായ ഒരു സാംസ്കാരിക വിശകലനത്തിന് നേതൃത്വപരമായ സാക്ഷ്യം വഹിക്കുകയായിരുന്നു ഭാരതീയ സാഹിത്യ പ്രതിഷ്ഠാൻ. ഡോ. എൻ. മോഹനൻ പ്രസിഡന്റായും, ഡോ. കെ. വനജ സെക്രട്ടറിയായും നിലവിലുള്ള എക്സിക്യൂട്ടീവ് കമ്മറ്റിയുടെ അശ്രാന്തപരിശ്രമം ഈ സെമിനാറിനെയും അതിന്റെ പരിണതഫലമായി ഈ പുസ്തകത്തെയും സാക്ഷാത്കാരത്തിലെത്തിച്ചു.

മലയാളത്തിലെ വിഖ്യാതരായ എഴുത്തുകാരും കലാകാരന്മാരും മറ്റ് പ്രബന്ധാവതാകരും അങ്ങേയറ്റം ആത്മാർപ്പണത്തോടെ വിഷയാവതരണം നടത്തുകയുണ്ടായി. തികച്ചും ശാസ്ത്രാധിഷ്ഠിതവും വസ്തുനിഷ്ഠവുമായ വിശകലനങ്ങളോടെ രാമനും രാമകഥകളും കേരളീയ ജനജീവിതത്തിൽ നൂറ്റാണ്ടുകളായി എങ്ങനെ പ്രതിഫലിക്കപ്പെട്ടു എന്ന അന്വേഷണം തികച്ചും സഫലവും സാർത്ഥകവുമാണ്. അതു തന്നെയാണീ ഗ്രന്ഥത്തിന്റെ മൂല്യവും വിജയവും. എല്ലാവർക്കും ഒറ്റവാക്കിൽ നന്ദി പറയുന്നു.

ഭാരതത്തിലെ മാറിയ രാഷ്ട്രീയ സാഹചര്യങ്ങളിൽ രാമസങ്കല്പത്തിന്റെ വർഗ്ഗീയവത്കരണങ്ങളും സാമൂഹിക ധ്രുവീകരണങ്ങളും ശക്തിപ്രാപിക്കുന്ന ഒരു കാലമാണിത്. എന്നാൽ തികച്ചും അക്കാദമികമായ പശ്ചാത്തലത്തിൽ നിന്നുകൊണ്ടുതന്നെയാണ് സെമിനാർ പൂർത്തിയാക്കിയതെന്നതിന് ഈ പ്രബന്ധസമാഹാരം സാക്ഷ്യമായി മാറുന്നു. ഭാരതത്തിലെ ഏറ്റവും മികച്ച സാമൂഹിക പരിഷ്കർത്താവും കവിയുമായിരുന്ന കബീർദാസും രാഷ്ട്രപിതാവായ ഗാന്ധിയും ആത്മാവിലേറ്റിയ രാമശബ്ദത്തിന്റെ ലോകഹിതകാരകമായ വിശ്വരൂപം ഇവിടെ അനാവരണം ചെയ്യപ്പെടുന്നുണ്ട്. അതു തന്നെയാണീ ഗ്രന്ഥത്തിന്റെ സാഫല്യം.

നന്ദി

ഡോ. സജി.ആർ. കുറുപ്പ്
എഡിറ്റർ

രാമായണാനുഭവങ്ങൾ

സി. രാധാകൃഷ്ണൻ

രാമായണം എന്ന കാവ്യത്തെക്കുറിച്ചും രാമൻ എന്ന ബിംബത്തെക്കുറിച്ചും രണ്ട് അറ്റങ്ങളിലുള്ള അനുഭവങ്ങളുണ്ട് എനിക്ക്. അതിൽ രണ്ടാമത്തേത് ആദ്യം പറയാം. സാധാരണഗതിയിൽ വടക്കേ ഇന്ത്യയിലെ രണ്ടാൾക്കാർ തമ്മിൽ കാണുമ്പോൾ റാം റാം എന്ന് പറയും. അവിടുത്തുകാർ ആദ്യമായി ഒരാളെ കാണുമ്പോൾ അഭിവാദ്യം ചെയ്യുന്നതങ്ങനെയാണ്. എന്തിനാണ് രണ്ടുതവണ റാം റാം എന്ന പറയുന്നതെന്ന് എനിക്ക് ആദ്യം മുതലേ സംശയമുണ്ടായിരുന്നു. അങ്ങനെയിരിക്കെ ഒരു ദിവസം വാരണാസിയിൽ പോയപ്പോൾ അവിടെയുള്ള ഒരു പണ്ഡിതനോട് ഞാൻ ചോദിച്ചു, എന്തിനാണ് രണ്ടുതവണ റാം റാം എന്ന് പറയുന്നത്. ഒരു തവണ പറഞ്ഞാൽ പോരേ, എന്ന്. അദ്ദേഹം പറഞ്ഞു, പോരാ, കാരണം രണ്ട് റാം പറയുന്നത് വളരെയേറെ ദാർശനികമായ അർത്ഥത്തിലാണ്. പറയുന്ന ആൾ റാം, കേൾക്കുന്ന ആൾ റാം. രണ്ടും ഒന്നിന്റെ സൂചകമാണ്. നമ്മൾ ഒന്നാണ് എന്നാണ് ആ പറയുന്നതിന് അർത്ഥം. അതോടൊപ്പം ഒന്നായ ആളെ ഞാൻ നമസ്കരിക്കുന്നു എന്നു കൂടി ഒരർത്ഥം അതിനുണ്ട്. ഇതായിരുന്നു രാമശബ്ദത്തെക്കുറിച്ച് എന്റെ അറിവിന്റെ ഒരനുഭവം. പക്ഷേ ആദ്യം അതായത് കുട്ടിക്കാലത്ത് ഉണ്ടായ അനുഭവം ഇതിൽ നിന്നൊക്കെ വളരെ വ്യത്യസ്തമാണ്. വീട്ടിൽ രാമായണം വായിക്കുന്നത് കേട്ടിട്ട് അതൊരു നല്ല കവിതയാണ്, താളമുണ്ട്, രാഗമുണ്ട്, കേൾക്കാൻ സുഖമുണ്ട് എന്ന് കൊച്ചുന്നാളിലേ അറിയാം. പക്ഷേ രാമൻ എന്ന വാക്ക് നാട്ടിൽ വളരെ നന്നായിട്ടല്ല ഞാനെന്റെ കുട്ടിക്കാലത്ത് കേട്ടിട്ടുള്ളത്. ഏതോ ഒരമ്മായിയുടെ കുട്ടിയ്ക്ക് പേരിടാനന്വേഷിച്ചപ്പോൾ രാമൻ എന്നാവാം എന്ന് ഒരു ബന്ധു പറഞ്ഞപ്പോൾ അന്നത്തെ കാരണവർ പറഞ്ഞു വേണ്ടാ എന്ന്. രാമൻ എന്ന് ഒരിക്കലും പേരിടരുത്. എന്താണ് കാര്യമെന്ന് ചോദിച്ചപ്പോൾ അദ്ദേഹം പറഞ്ഞ വിശദീകരണം, രാമൻ എന്ന ആൾ ജീവിതകാലം മുഴുവൻ ദുഃഖം അനുഭവിച്ച ഒരാളാണ്. തന്നെയുമല്ല, ചുറ്റുപാടും നോക്കിയാൽ മനസ്സിലാവും. ഏതെങ്കിലും തറവാട്ടിലെ ഏതെങ്കിലും ഒരു രാമൻ ഗുണം പിടിച്ചിട്ടുണ്ടോ എന്ന്. ഇല്ല എന്നു മാത്രമല്ല, മലരാമൻ എന്നൊരു പരിഹാസപ്പേര് കൂടിയുണ്ട്. ഒന്നിനും കൊള്ളാത്ത ആളെ മലരാമൻ എന്നാണ് വിളിച്ചിരുന്നത്. പണ്ട് കുരങ്ങിനെ കളിപ്പിക്കുന്ന ഒരു ഏർപ്പാടുണ്ടായിരുന്നു. അതിലും കുരങ്ങാവുന്ന ആളെ കുഞ്ചിരാമൻ എന്നാണ് വിളിച്ചിരുന്നത്. കയറിൽ കെട്ടിയിട്ട് 'അങ്ങോട് ചാടെടാ കുഞ്ചിരാമാ, ഇങ്ങോട്ട് ചാടെടാ കുഞ്ചിരാമാ!' എന്ന് കളിപ്പിക്കും. കുരങ്ങുകളിപ്പിക്കാനുള്ള ഒരു പേരാണ് രാമൻ എന്നുള്ളത്. ഇങ്ങനെയൊരു പേര് ഒരാളെ വിളിക്കാൻ പാടില്ല എന്നൊരു ധാരണ കുട്ടിക്കാലത്ത് എന്റെയുള്ളിലുണ്ടായിരുന്നു.

പിന്നീട് കുറച്ചുകൂടി വലുതായിക്കഴിഞ്ഞ് ഇതിനെക്കുറിച്ചൊക്കെ ആലോചിക്കാൻ തുടങ്ങിയപ്പോൾ ധാരണകൾ മാറി വന്നു. ഗ്രന്ഥങ്ങളോ പഠനങ്ങളോ ഒന്നും ആധാരമാക്കാതെ തികച്ചും വ്യക്തിനിഷ്ഠമായി ഞാൻ മനസ്സിലാക്കിയ കാര്യങ്ങളാണ് ഇനി പറയാനാഗ്രഹിക്കുന്നത്. അതിന് അക്കാദമിക് പ്രതലം ഒന്നും ഉണ്ടാകുകയില്ല. പറയുന്നത് ഭോഷ്ക്കാണെന്ന് തോന്നിയാൽ അങ്ങനെ കരുതാം.

അറിവുകളുടെ പിൽക്കാലത്ത് ഞാൻ മനസ്സിലാക്കിയത് ഒരു ഇതിഹാസത്തെ നമുക്ക് പല തരത്തിൽ കാണാം എന്ന് ആണ്. ഒരു നല്ല കഥയായി കാണാം, ആ അർത്ഥത്തിൽ അതിനെ ആസ്വദിക്കുകയും വായിച്ചും കേട്ടും രസിക്കുകയും ചെയ്യാം. പിന്നെ അവതാരങ്ങളുടെ കഥയായിട്ട് കാണാം. വിശ്വാസത്തോടും ഭക്തിയോടും കൂടി കേൾക്കുകയും രസിക്കുകയും ചെയ്യാം. മൂന്നാമതായി അതൊരു ചരിത്രസംഭവമാണെന്നു കരുതി പിൻതുടർന്ന് അതിന്റെ കാലവും അന്നത്തെ ലോക സ്ഥിതിയുമൊക്കെ അറിയാൻ ഗവേഷണത്തിന് പോകാം. നാലാമതായി ഇതിനെ ഒരു ദാർശനിക പാഠമായി കണ്ട് ആ അർത്ഥത്തിൽ മനസ്സിലാക്കാം. ഞാൻ നോക്കിയപ്പോൾ നമ്മുടെയാളുകൾ ഇത് മുഴുവൻ കൂട്ടിക്കുഴച്ച ഒരവസ്ഥയിലാണ്. കുറച്ചൊരു ദാർശനികം, കുറച്ചൊരു ചരിത്രപരം, കുറച്ച് ഭക്തിപരം, കുറച്ച് സങ്കല്പ കഥാപരം എന്നൊക്കെ ഇതിനെ തുണ്ടം വെട്ടി അവിയലാക്കി എവ്വിധമാണ് എന്താണ് എന്നറിയാൻ വയ്യാത്ത അവസ്ഥയിൽ കൊണ്ടെത്തിച്ചിട്ടുണ്ട്.

മറ്റൊരനുഭവം, ഏറ്റവും വലിയ രാമഭക്തനായിരുന്ന ഹനുമാന്റെ പേരിൽ എന്റെ നാട്ടിലൊരാൾ ജീവിച്ചിരിപ്പുണ്ട്. ഹനുമാൻ കൊച്ചപ്പൻ എന്നാണയാൾ അറിയപ്പെടുന്നത്. ഞങ്ങളുടെ കുട്ടിക്കാലത്ത് നാട്ടിൽ രാമായണം നാടകം കളിച്ചപ്പോൾ ഹനുമാൻ വേഷം കെട്ടിയ കൊച്ചപ്പനെ സീതയുടെ മുന്നിൽ അവതരിപ്പിക്കുന്നതിനായി മുകളിൽ ഒരു ഊഞ്ഞാൽപ്പടിയിൽ ഇരുത്തി കപ്പിയുയർത്തി വലിച്ച് കെട്ടി നിർത്തിയിരിക്കുകയായിരുന്നു. അശോകവനിയിൽ വളർന്നു ക്ഷീണിതയായി ദുഃഖിതയായി മുഷിഞ്ഞ വസ്ത്രവുമായി രാമചിന്തയിൽ മുഴുകി രാമനാമം ജപിച്ചിരിക്കുന്ന സീതയുടെ മുന്നിലേക്ക് ഹനുമാൻ അവതരിക്കണം. സ്റ്റേജ് മാനേജർ രംഗം മാറുന്ന സമയം കണക്കാക്കി വിസിലടിച്ചപ്പോൾ ഹനുമാനെ കെട്ടിനിർത്തിയ കയർ കർട്ടന്റെ കയറാണെന്നു കരുതി വലിച്ചഴിക്കുകയും നിലത്തേക്ക് പൊടുന്നനെ വീണ കൊച്ചപ്പന്റെ കാൽ മുടന്തിപ്പോവുകയും ചെയ്തു. ചികിത്സിച്ചിട്ടും ഭേദമാകാതെ ആയുഷ്കാലം മുടന്തും ഹനുമാൻ എന്ന പേരുമായി ജിവിക്കുന്ന കൊച്ചപ്പൻ എന്റെ രാമായണ അനുഭവങ്ങളിലൊന്നാണ്. ജീവിച്ചിരിക്കുന്ന ഒരു രാമായണകഥാപ്രതീകം.

ഇത്തരം വ്യത്യസ്തമായ അനുഭവങ്ങളുടെ പശ്ചാത്തലത്തിലാണ് രാമായണകഥയുടെ പൊരുൾ അന്വേഷിക്കാനുള്ള ശ്രമം നടത്തുന്നത്. അതിന് പ്രേരകമായത് സ്കൂളിൽ പഠിപ്പിച്ച ഒരു മാഷ് ക്ലാസ്സിലെ ഒരു പാഠത്തിന് അധികവാ

യന എന്ന നിലയ്ക്ക് ഉള്ളൂരിന്റെ ഭാഷാസാഹിത്യചരിത്രം എടുത്ത് വായിക്കാൻ തന്നതാണ്. അത് വായിച്ചപ്പോഴാണ് എത്ര രാമായണങ്ങൾ ഉണ്ട്, എങ്ങനെയൊക്കെയാണ് ഇതിന്റെ കഥകൾ, എവിടുന്നൊക്കെയാണ് വന്നത് എന്നൊക്കെ മനസ്സിലായത്.

നാട്ടിൻപുറത്ത് വയലിൽ കൊയ്ത്തുകഴിഞ്ഞ് ചവിട്ടുകളി എന്നൊരു കളിയുണ്ട്. കർഷകത്തൊഴിലാളികളുടെ കളിയാണ്. നിലാവുള്ള രാത്രിയിൽ അവര് ആണും പെണ്ണും ചേർന്ന് വട്ടമിട്ട് നിന്നിട്ട് നൃത്തം ചെയ്ത് പാട്ടുപാടിയുള്ള ഒരു കളിയാണത്. എല്ലാവരും പാടും, എല്ലാവരും ചുവട് വയ്ക്കും. ആ പാട്ടിന്റെ കഥ രാമായണ കഥയാണെന്ന് പിന്നീട് എനിക്ക് മനസ്സിലായി.

ജനകന്റെ മകളല്ലോ സീതമ്പട്ട്യാര്
ഓറെയല്ലോ രാവണച്ചൻ കട്ടുകൊണ്ടോയി....

ഒരേ താളത്തിൽ ധും... ധും... ധൂം... എന്നമർത്തിച്ചവിട്ടുമ്പോൾ ഭൂമി കുലുങ്ങുന്നതുപോലെ തോന്നും. എല്ലാവരും ഒരുമിച്ചാണ് ചവിട്ടുന്നത്. ഈ പാട്ടിൽ രാമായണം കഥ മുഴുവൻ ഉണ്ട്. ഇതോടെയാണ് കൊയ്ത്തുത്സവം സമാപിക്കുന്നത്.

മറ്റൊരു രാമായണകഥ കേട്ടിട്ടുള്ളത് ഭഗവതിക്കാവിലെ പത്ത് ദിവസത്തെ കൂത്തിന്റെ സമയത്താണ്. കൂത്ത് കൂറയിടുക എന്ന് പറയും. അതായത് ഉത്സവത്തിന് പത്ത് ദിവസം മുൻപ് ഉത്സവത്തിന്റെ അറിയിപ്പ് പോലെ ഒരു കൊടിക്കൂറ കയറ്റി കെട്ടും. അന്ന് മുതൽ പത്ത് ദിവസം കൂത്ത് ഉണ്ട്. വളരെ ചെറിയൊരു കുടിൽ പോലെയൊരു കൂത്തമ്പലം ഉണ്ടാക്കും. അതിൻ മുന്നിൽ ജനൽ പോലെ ശീല കെട്ടി മറച്ച ഒരു ഭാഗവും പിന്നിലൊരു മുറിയും ഉണ്ടാകും. ശീലയ്ക്ക് പിന്നിൽ ഒരു വലിയ നിലവിളക്ക് ഒറ്റത്തിരിയിട്ട് കത്തിച്ച് വയ്ക്കും. തോല്പാവകളാണ് രംഗത്ത് വരുന്ന കഥാപാത്രങ്ങൾ. ശീലയിൽ തോല്പാവകളുടെ നിഴലുകൾ തെളിയും. അതിൽ രാമനുണ്ട്, സീതയുണ്ട്, ലക്ഷ്മണനുണ്ട്, രാവണനുണ്ട്, അങ്ങനെ ഒരുപാട് കഥാപാത്രങ്ങൾ. ഈ സംവിധാനത്തിലൂടെ രാമായണം കഥ പത്ത് ദിവസം കൊണ്ട് മുഴുവൻ അവതരിപ്പിക്കപ്പെടും. അങ്ങനെയാണ് രാമായണം കഥ ദൃശ്യമായിട്ട് കാണാൻ കുട്ടിക്കാലത്ത് അവസരം കിട്ടിയിട്ടുള്ളത്.

പിന്നെ കുറച്ച് കൂടി വലുതായപ്പോൾ ചമ്പൂകാവ്യങ്ങൾ. വിശേഷിച്ചും രാമായണം ചമ്പു, തോറ്റം പാട്ടുകൾ മുതലായതൊക്കെ ശ്രദ്ധയിൽ പെടുകയുണ്ടായി.

കേരളത്തിലെ രാമായണ പാഠങ്ങൾ ഇങ്ങനെ പല രൂപത്തിലാണെന്നുള്ളതുകൊണ്ട് മലയാളിക്കുള്ള രാമായണ അനുഭവം ഏകതാനമല്ല എന്ന നേര് തെളിയുന്നു. ശ്രീരാമസങ്കല്പം എന്താണെന്ന് ചോദിച്ചാൽ ഒരു വെറും കഥയെന്ന നിലയ്ക്ക് ഒരു സങ്കല്പമുണ്ട്. ആ വെറും കഥയ്ക്ക് ഒരു പാട് പ്രശ്നങ്ങളും ഉണ്ട്. വളരെ വലിയ ഒരു വാലുള്ള ഹനുമാനെങ്ങനെ ഷഡ്ഡിയിടും? പത്തുതലയുള്ള

രാവണൻ എങ്ങനെ ഉറങ്ങും? എങ്ങനെ ചരിഞ്ഞ് കിടക്കും? പത്തു തലകളെ എങ്ങനെ ബാലൻസ് ചെയ്യും? ഏതാണ് നടുവിലെ തല? ഇങ്ങനെ ബാലിശമായ ഒത്തിരി സംശയങ്ങൾ എനിക്ക് കുട്ടിക്കാലത്തുണ്ടായതുപോലെ എന്റെ പേരക്കിടാങ്ങളും ഇന്നെന്നോട് ചോദിക്കുന്നുണ്ട്. അതായത് ഇത് യക്ഷിക്കഥപോലെ ഒരു കഥ തന്നെയാണ്. ചരിത്രമാണെന്ന് പറഞ്ഞാൽ പിന്നെ നിൽക്കക്കള്ളിയില്ല.

ഗാന്ധിജിയുടെ രാമരാജ്യം എന്ന് ഭാവനയിലെ രാജ്യം, ശരിക്ക് പറഞ്ഞാൽ, ഭരതന്റെ രാജ്യത്തോളം നന്നായിരുന്നില്ല. രാമൻ കാട്ടിലേയ്ക്ക് പോയപ്പോൾ ഞാനല്ല ഭരിക്കേണ്ടതെന്ന് തീരുമാനിച്ച ഭരതൻ രാമനെ തിരഞ്ഞ് കാട്ടിലേക്ക് ചെല്ലുകയും ഒരു ഏറെ അപേക്ഷയും, വലിയ വാഗ്വാദമൊക്കെ കഴിഞ്ഞിട്ടും രാമനെ തിരികെ കൊണ്ടു വരാൻ കഴിയാതെ രാമന്റെ പാദുകവുമായി അയോധ്യയിലേക്ക് മടങ്ങി വരികയും, താൻ ആ സിംഹാസനത്തിലിരിക്കാൻ യോഗ്യനല്ല എന്ന് തീരുമാനിച്ച് ജ്യേഷ്ഠന്റെ പാദുകങ്ങൾ സിംഹാസനത്തിൽ വച്ചിട്ട് രാജ്യം ഭരിക്കുകയും ചെയ്യുന്നുണ്ട്. അങ്ങനെ ഭരതൻ രാജ്യം ഭരിച്ച 14 വർഷങ്ങളിലെ ഭരണമാണ് ഭൂമിയിലെ ഏറ്റവും നല്ല ഭരണം എന്നാണ് ഞാൻ കേട്ടിട്ടുള്ളത്. ഡമോക്രസി എന്നതിന് പകരം ചെരിപ്പോ ക്രസി (Footweare-o-gracy) ആയാലാണ് ഏറ്റവും നന്നായിരിക്കുക എന്ന ബാലപാഠം രാമായണത്തിന്റെ ഒരു പാഠമായി എന്റെ മനസ്സിലുണ്ട്.

എന്തിനാണ് വാല്മീകി മഹർഷി രാമായണമെഴുതിയത്? ഞാനൊരു കഥയെഴുതുന്ന ആളാണ്. ഒരു കഥയെഴുതുന്ന ആർക്കും തീർച്ചയായും എന്തിനാണതെഴുതുന്നത് എന്ന് മനസ്സിൽ ഒരു ചിന്തയുണ്ടാകും. ആ മനസ്സ് വച്ചിട്ട് എന്തിനാണ് മഹർഷി ഈ കഥയെഴുതിയതെന്ന് എന്നോടുതന്നെ അന്വേഷിച്ചപ്പോൾ എനിക്കു കിട്ടിയ മറുപടി അനീതിക്കെതിരെയുള്ള ഒരു ആഖ്യാനമാണിതെന്നാണ്. അതിന് പല ന്യായങ്ങളുമുണ്ട്. ശ്രീരാമൻ രാമരാവണയുദ്ധം കഴിഞ്ഞ് സീതയോട് ആദ്യം പറഞ്ഞ കാര്യം നിന്റെ ശുദ്ധി തെളിയിക്കാൻ തീയിൽ ചാടി വരണമെന്നാണ്. എനിക്കത്ഭുതം തോന്നിയത് അത്രയേ വിശ്വാസമുണ്ടായുള്ളൂ കൂടെ കഴിഞ്ഞ ആളെ എന്നാണ്. എന്തായാലും പരബോധ്യത്തിനു വേണ്ടിയാകട്ടെ എന്ന് കരുതി സീത അത് ചെയ്തു. അത് കഴിഞ്ഞ് അവരെയും കൂട്ടി അയോധ്യയിൽ വന്ന് അവർ ഗർഭിണിയായിരിക്കുന്ന കാലത്ത് ഏതോ അലക്കുകാരൻ എന്തോ ഒരു പരാതി പറഞ്ഞപ്പോൾ രാമൻ എന്താണ് ചെയ്തത്? വാല്മീകി കൃത്യമായി പറഞ്ഞിട്ടുണ്ട്, ശ്രീരാമനറിയാം യാതൊരു കളങ്കവുമില്ലാത്തയാളാണ് തന്റെ പത്നി എന്ന്. അപ്പോൾ പിന്നെ എന്തൊക്കെ ഓപ്ഷനുകളുണ്ട് രാമന്റെ മുന്നിൽ? ഈ പത്നിയുടെ കൂടെ രാജ്യമുപേക്ഷിച്ച് തപസ്സിനോ റിട്ടയർമെന്റിലേക്കോ പോകാം. രാജ്യം ഭരിക്കാൻ ആളില്ലാഞ്ഞിട്ടൊന്നുമല്ല. നേരത്തെ പറഞ്ഞതുപോലെ ആ പതിനാലുകൊല്ലക്കാലം ഏറ്റവും നല്ല ഭരണം നടത്തിയ ഭരതൻ അപ്പുറത്ത് ഇരിക്കുന്നുണ്ട്. ഇന്ദ്രജിത്തിനെ വരെ ജയിച്ച ലക്ഷ്മണനും കൂടെ

യുണ്ട്. 'കുട്ടികളെ, നിങ്ങളാരെങ്കിലും ഈ രാജ്യം ഒന്ന് ഭരിക്കൂ' എന്നു പറഞ്ഞ്, "ഇവൾക്ക് ദോഷമൊന്നുമില്ലാത്തത് കൊണ്ട് ഞാനിവളുടെ കൂടെ പോകുകയാണ് എന്ന് പറയാനല്ല തോന്നിയത്. മാത്രമല്ല, എന്തിനാണ് കാട്ടിൽ കൊണ്ട് കളയാനാണ് കൊണ്ടു പോകുന്നതെന്നു പോലും പറയാതെ, ഗർഭിണിയായ ധർമ്മപത്നിയെ കാട്ടിൽ ആരുമില്ലാത്തൊരിടത്ത്, വല്ല മൃഗവും പിടിച്ച് തിന്നാലും വിരോധമില്ല എന്ന മട്ടിൽ ഉപേക്ഷിച്ച് പോരാനാണ് ലക്ഷ്മണനോട് പറയുന്നത്. ഇത് അനീതി നംബർ ഒന്ന്. രാമൻ അങ്ങനെ ചെയ്യാൻ പാടില്ല. മനുഷ്യനാണെങ്കിൽ ചെയ്യാൻ പാടില്ലായിരുന്നു. അത് കഴിഞ്ഞ് വാല്മീകി ആശ്രമത്തിൽ ഇവർ പ്രസവിച്ച് കുട്ടികളുണ്ടായി. അവരെ വളർത്തി, വാല്മീകി മഹർഷി ഈ രാമകഥ ഇവരെ പാടിപ്പഠിപ്പിച്ചു. നാടുനീളെ അവർ അതു പാടി നടന്നു. അവസാനം അയോധ്യയിലും ചെന്ന് പാടി. കാര്യം അപകടമായി എന്ന് ശ്രീരാമന് മനസ്സിലായിക്കാണും. കാരണം ഇതിലൊരു ജനപക്ഷാഭിപ്രായത്തിന്റെ പ്രശ്നമുണ്ടല്ലോ. അതുകൊണ്ട് കുട്ടികളെ വിളിച്ച് വരുത്തി അയോധ്യയിലിരുത്തി പാടിച്ച് കുട്ടികളോട് ചോദിക്കുന്നുണ്ട്, 'നിങ്ങൾക്ക് ഞാനെന്താ തരേണ്ടത് പാരിതോഷികമായിട്ടെന്ന്. അപ്പോൾ അവർ പറയുന്നു 'മഹർഷി പറഞ്ഞിട്ടുണ്ട് ഒന്നും വാങ്ങരുത് എന്ന്.' (സാഹിത്യത്തിനെന്താണ് പ്രതിഫലം എന്നുള്ളതിന്റെ ഉത്തരം കൂടിയാണ് മഹർഷി അവതരിപ്പിക്കുന്നത്. അത് വേറെ കാര്യം അതവിടെ ഇരിക്കട്ടെ.) എന്നിട്ട് രാമൻ അവരോടൊപ്പം കാട്ടിലെ വാല്മീകി ആശ്രമത്തിലേക്ക് പോകുകയാണ്. അവിടെ ചെന്ന് വാല്മീകിയെ കണ്ട് വിവരമൊക്കെ അന്വേഷിച്ചറിഞ്ഞ് സീതയെ വിളിച്ച് മുന്നിൽ നിർത്തീട്ട് വീണ്ടും സീതയോട് പറയുന്നതെന്താണ്? എല്ലാവർക്കും അറിയാം! 'നീയെന്തായാലും ഒരു പുരുഷന്റെ കൂടെയല്ലേ ഇത്രനാൾ കഴിഞ്ഞത്! അതുകൊണ്ട് വീണ്ടും ഒരു അഗ്നിപ്രവേശനം കഴിഞ്ഞ് ശുദ്ധി തെളിയിക്കണം'! ആരാണ് ആ പുരുഷൻ? വാല്മീകി മഹർഷി! അപ്പോഴാണ് സീത രണ്ടു കൈയ്യും തലയിൽ വെച്ച് എന്റമ്മേ എന്നെ കൊണ്ടുപോകൂ! എന്ന് നിലവിളിക്കുന്നത്. അപ്പോഴാണ് അമ്മയായ ഭൂമിദേവി നെഞ്ചു പിളർന്ന് സീതയെ ഏറ്റു വാങ്ങുന്നത്. തിരിച്ച് അയോധ്യയിലെത്തിയ രാമന് തന്റെ സ്വന്തക്കാരെ ഒരോരുത്തരെയായി തള്ളിപ്പറഞ്ഞ് ഉപേക്ഷിക്കേണ്ടിവന്നു. അവസാനം ഏകനായി ദുഃഖിതനായി അദ്ദേഹം സരയൂ നദിയിലിറങ്ങി അത്മഹത്യ ചെയ്യുന്നു. ഇതാണ് കഥ. ഞാൻ മനസ്സിലാക്കിയ സത്യമായ കഥ ഇങ്ങനെയൊരു കഥയെ എന്തിനാണ് ആളുകൾ ലോകം മുഴുവൻ പാടിപ്പാടി നടന്നത്? ഇനിയൊരിക്കലും ഇങ്ങനെയൊന്നും സംഭവിക്കരുത് ഈ ഭൂമിയിലെന്നാണ് മഹാകവി വാല്മീകിയുടെ അടിസ്ഥാനപരമായ ലക്ഷ്യമെന്ന് നാം മനസ്സിലാക്കാതിരിക്കാൻ പാടില്ല. അതു മനസ്സിലായില്ലെങ്കിൽ എല്ലാ അപകടവും സംഭവിക്കുമെന്ന് മാത്രമല്ല, ഒരു കഥ, ഒരു ദൃഷ്ടാന്തകഥ, ആ ദൃഷ്ടാന്തകഥയെ യാഥാർത്ഥ്യമാക്കി നമ്മളതിന്റെ പരിസരം അന്വേഷിച്ച് നടക്കുമ്പോൾ ഉണ്ടാകാവുന്ന മറ്റ് അപകടങ്ങളും സംഭവിക്കുമെന്ന് മാത്രമല്ല, ആ കഥയുടെ ആസ്വാദനീയത, രസനീയത, പാടെ നഷ്ടപ്പെട്ട് അത് ഒരു സാഹിത്യസൃഷ്ടി

എന്ന നിലയ്ക്ക് ഉപയോഗശൂന്യമായി തീരുകയും ഒരു ധാർമ്മിക കൃതി എന്ന നിലയ്ക്ക് അതിന്റെ സന്ദേശം പൂർണ്ണമായും നഷ്ടപ്പെടുകയും ചെയ്യുന്നു.

പിന്നീട് രാമരാമേതി മന്ത്രജപം വളരെ ആവശ്യമായി ഭാരതഭൂമിയിൽ അനുഭവപ്പെട്ട കാലത്ത് ഭക്തി പ്രസ്ഥാനത്തിന്റെ കാലത്ത്, എന്താണ് ഉണ്ടായത്? തുളസീദാസ്, കമ്പരാമായണാദി രാമായണ രചയിതാക്കൾ തുടങ്ങി എഴുത്തച്ഛ നടക്കം ഈ കഥയെ ഭക്തി കാവ്യമാക്കി മാറ്റി. രാമനെ അവതാരപുരുഷൻ തന്നെ യാക്കി മാറ്റി. മാതൃകാരാജാവ്, മാതൃകാ പുത്രൻ, മാതൃകാ സഹോദരൻ, മാതൃകാ ഭർത്താവ് ഇതൊക്കെയാക്കി മാറ്റി. ഉത്തരരാമായണം അപ്പുറത്ത് മാറ്റി വച്ചിട്ട് നമുക്ക് വേറെയൊരു പാഠം തരികയാണ് ചെയ്യുന്നത്. അദ്ധ്യാത്മരാമായണം വാല്മീകിരാമായണം അല്ലേയല്ല. നിർദ്ദേശത്തിലല്ല, ഉപദേശത്തിലല്ല, താത്ത്വിക മായി അല്ല, ദാർശനികമായി അല്ല, ഒരു കഥയെന്ന നിലയ്ക്കു പോലും അല്ല. അത് തന്നത് രണ്ടുമൂന്ന് കാര്യത്തിനാണ്. ഒന്ന് വേദാന്തം എന്ന ദാർശനിക പീഠ ഭൂമിയെ ഭക്തി എന്ന പ്രത്യേക വികാരവുമായി ബന്ധപ്പെടുത്തി ജനമനസ്സിൽ പ്രതിഷ്ഠിക്കാൻ വേണ്ടി ചെയ്ത വിദ്യ. റാം റാം എന്ന് നാം അങ്ങോട്ടുമിങ്ങോട്ടും പറയുന്നതിലെ ഈ രണ്ട് രാമന്മാർ തമ്മിലുള്ള ഐക്യരൂപ്യത്തെ അനുഭവമാക്കി തീർക്കാൻ ചെയ്ത വിദ്യയാണ് ഭക്തി പ്രസ്ഥാന രചനകൾ. കേരളം പോലൊരു നാട്ടിൽ, അന്ന് എഴുത്തച്ഛൻ ജീവിച്ചിരുന്ന കാലത്ത് ഒരു പാട് നാട്ടുരാജ്യങ്ങൾ, ഒരുപാട് അടിപിടി, ഒരു പാട് നികുതി, യുദ്ധം, പട്ടിണി, ദുരന്തങ്ങൾ ഇതൊക്കെ യുണ്ടായിരുന്ന ഒരു കാലത്ത്, ഒരു രാജാവ് എന്തായിരിക്കണം എന്ന കാര്യം അന്ന് നിലവിലുണ്ടായിരുന്ന രാജാക്കന്മാരെ സാമൂതിരിയായാലും വെട്ട അരച നയായലും വള്ളുവക്കോനാതിരിയായാലും, വേണാട്ടരചനായാലും, ശക്തൻ തമ്പു രാനായാലും, ആരായാലും ആ രാജാവെങ്ങനെയായിരിക്കണം എന്ന കാര്യം മുൻപിൽ കണ്ണാടി പിടിച്ചെന്ന പോലെ കാണിച്ചു കൊടുത്തിരിക്കുകയാണ് എഴു ത്തച്ഛൻ. ഇത് തന്നെയാണ് മറ്റ് ഭക്തകവികളൊക്കെ തന്നെ അക്കാലത്ത് രാമാ യണം കൊണ്ട് സാധിച്ച കാര്യം എങ്ങനെയാണ് നാട് ഭരിക്കേണ്ടത് എന്നതിന് ഉദാത്തമായ ഒരുദാഹരണം മുന്നോട്ട് വയ്ക്കുന്നു. തന്നെയല്ല, ഭരിക്കപ്പെടുന്നവർ അച്ഛനായും മക്കളായും അമ്മാവന്മാരായും ആങ്ങളമാരായും, ഭർത്താക്കന്മാരായും എങ്ങനെയാണ് പെരുമാറേണ്ടത് എന്ന് മാതൃകാപരമായി മനസ്സിലാക്കി കൊടു ക്കുകയാണ് രാമന്റെ രൂപത്തിലൂടെ സാധിച്ചെടുത്തത്. അതിനൊക്കെ പുറമേ, അടിസ്ഥാനപരമായി 'ഏകം സത്' എന്ന ആശയം ശക്തിയിലൂടെ മനസ്സിലാ ക്കാൻ ഒരു കുറുക്ക് വഴിയും. അങ്ങനെ എല്ലാം കൂട്ടിച്ചേർത്താണ് എഴുത്തച്ഛൻ നമുക്ക് രാമായണം ഉണ്ടാക്കി തന്നിട്ടുള്ളത്. ഇങ്ങനെയുള്ള എല്ലാ കഥനങ്ങളു ടെയും ചിന്തകളുടെയും അനുഭവങ്ങളുടെയും ആശയങ്ങളുടെയും ഒക്കെ ആകെത്തുകയാണ് മലയാളിയുടെ മനസ്സിൽ ഇന്നുള്ള രാമായണ അവബോധം. കൃത്യമായി ഇന്നതാണ് എന്ന് പറയാൻ നമുക്ക് സാധ്യമേയല്ല. പ്രതിജനഭിന്ന മായ അനുഭൂതിയാണ് രാമായണം കേരളത്തിൽ അവശേഷിപ്പിച്ചിട്ടുള്ളത്. ഇതിനെ

നാളെ എങ്ങനെയാണെടുക്കേണ്ടതെന്ന് ചോദിച്ചാൽ എങ്ങനെയാണോ ഇഷ്ടം, അങ്ങനെയെടുക്കാം! ഒരു യക്ഷിക്കഥയായിട്ടെടുക്കാം. സ്വാഭാവികമായും യക്ഷിക്കഥ എന്നേ വാല്മീകിരാമായണത്തെ പറയാൻ പറ്റൂ. പത്തു തലയുള്ള ഒരു രാവണൻ, ഇത്രയും അമാനുഷിക അഭ്യാസങ്ങൾ കാണിക്കാൻ പറ്റുന്ന ഒരു ഹനുമാൻ, രാക്ഷസരിലും ജ്ഞാനിയായി വിഭീഷണൻ, കുംഭകർണനെന്നൊരു അതീഭീമകായൻ. ആയിരം ഭാരമിരുമ്പുകൊണ്ടാണയാളുടെ ശൂലം. അയാളുടെ ഒരു കൈ രാമനെയ്ത് മുറിച്ചപ്പോൾ അത് വീണിട്ട് അനേകായിരം വാനരന്മാർ ചത്തുപോയി! ഇയാളേത് മുറിയിലാണ് കിടന്ന് ഉറങ്ങിയിരുന്നത്. ഏത് കട്ടിലിലാണ് കിടന്നിരുന്നത് എന്ന് ചോദിക്കരുത്. ഇയാൾ കാലു വച്ചാൽ വയ്ക്കുന്നിടം ഭൂമി എത്ര അടി കുഴിഞ്ഞ് പോയിരുന്നെന്ന് ചോദിക്കരുത്. ഇയാളെ എങ്ങനെയാണ് അമ്മ പ്രസവിച്ചതെന്ന് ചോദിക്കരുത്. കഥയിൽ ചോദ്യമില്ല. ഇങ്ങനെ അസംഭാവ്യങ്ങളായ കഥാപാത്രങ്ങളുടെ നാടകീയ സംവിധാനം കൊണ്ട് മനോഹരമായ ഒരു യക്ഷിക്കഥയുണ്ടാക്കി. അതിനകത്ത് ഈ ഭൂമിയിൽ മനുഷ്യൻ അധികാരം എന്ന ലഹരിപദാർത്ഥത്തിന്റെ ഉപയോഗത്തിൽ ആചരിക്കേണ്ട ധർമ്മം കൃത്യമായി നിഗൂഹനം ചെയ്ത് മനസ്സിലേക്ക് നമുക്ക് പാകപ്പെട്ട പായസമാക്കി തരുന്ന വിദ്യയാണ്, വാത്മീകി മഹർഷി ചെയ്തിട്ടുള്ളതെന്ന കാര്യത്തിന് ഒരു സംശയവുമില്ല. അതിനെ അങ്ങനെ തന്നെ പഠിക്കുന്നതായിരിക്കും നല്ലത് എന്നും ജീവിതത്തിന്റെ കാൽ വയ്പുകളുമായി, വഴികളുമായി, ഇടങ്ങളുമായി കൂട്ടിക്കലർത്തി അതിനെ ബുദ്ധിമുട്ടുണ്ടാക്കുന്ന തരത്തിൽ വ്യാഖ്യാനിക്കാൻ ശ്രമിച്ചാൽ ജനജീവിതം ദുഷ്കരമായി പോകും എന്നുള്ളതിന് സംശയമില്ല. അതിന് മുതിരാതിരിക്കുകയാകും നല്ലത് എന്നുള്ളത് തർക്കമറ്റ കാര്യമാണ്. ഒരു പ്രാഗ്രൂപം, ആദിപ്രരൂപം എന്നുള്ള നിലയിൽ ചിലപ്പോൾ നമുക്കിത് ലോകത്തിന്റെ പലഭാഗത്തും പോയി അന്വേഷിച്ചാൽ കണ്ടുകിട്ടും. ഞാനന്വേഷിച്ചപ്പോൾ വിയറ്റ്നാം എന്നൊരു സ്ഥലത്തൊഴികെ സൗത്ത് ഈസ്റ്റ് ഏഷ്യയിലെല്ലായിടത്തും, ഏഷ്യയിൽ മുഴുവനും ഈ രാമായണകഥയുടെ ഏതെങ്കിലും ഒരു രൂപം ജനങ്ങൾക്കിടയിൽ ഉണ്ടായിരുന്നുവെന്ന് മനസ്സിലായി. അതുകൊണ്ട് ഇത് ലോകത്ത് ആകെയുള്ള ഒരു ഇതിഹാസമാണെന്ന് വേണമെങ്കിൽ നിരൂപിക്കാം. പക്ഷേ അതിന്റെ പാഠങ്ങളെന്താണ്, അനുഭൂതിയെന്താണ് എന്ന് വ്യവച്ഛേദിക്കുമ്പോൾ താർക്കികമായി അങ്ങോട്ടുമിങ്ങോട്ടും വിതാനങ്ങൾ മാറിനിന്ന് ഉപദ്രവങ്ങൾ വിതയ്ക്കുന്നതിന് പകരം ഇത് റാം റാം എന്നുള്ളതിലെ ഈ റാമും ആ റാമും ആരാണെന്ന് കണ്ടെത്താനുള്ള വിദ്യയാണ് എന്ന് ധരിച്ചാൽ വലിയ കുഴപ്പം കൂടാതെ നാളെയും ഈ നാട്ടിൽ ജീവിച്ചുപോകാൻ പറ്റും.

'മാപ്പിള രാമായണം' കണ്ടെത്തിയ കിസ്സ

പ്രൊഫ. എം.എൻ. കാരശ്ശേരി

ഞാൻ അക്കാലത്ത് കാലിക്കറ്റ് സർവ്വകലാശാലാമലയാള വിഭാഗത്തിൽ ഗവേഷണവിദ്യാർത്ഥിയാണ്. മാർഗ്ഗദർശി: അഴിക്കോട് മാഷ്, വിഷയം : മാപ്പിള പ്പാട്ട്. വകുപ്പദ്ധ്യക്ഷൻ ഗുപ്തൻനായർമാഷാണ്. എന്റെ ഗൈഡ് അഴീക്കോട് മാഷ് സർവ്വകലാശാലയുടെ പ്രോ-വൈസ് ചാൻസലറായി വാണരുളുന്നു. കാലം: 1976 ജൂലായ്

ഗവേഷണം എന്താണെന്നോ, മാപ്പിളപ്പാട്ട് എന്താണെന്നോ കാര്യമായി ആലോചിച്ചു തുടങ്ങിയിട്ടില്ല. ഹോസ്റ്റലിൽ വെടിപറഞ്ഞു ഡിപ്പാർട്ടുമെന്റിന്റെ കാര്യങ്ങളിൽ സഹകരിച്ചും നാട്ടിലൊക്കെ ഘോരഘോരം പ്രസംഗിച്ചു നടക്കുന്ന കാലം. സ്കോളർഷിപ്പ് കിട്ടുന്നതുകൊണ്ട് വീട്ടുകാരെ ആശ്രയിക്കാതെ കഴിഞ്ഞു കൂടാം. "സ്കോളർഷിപ്പ് എന്നു പറഞ്ഞാൽ സർവ്വകലാശാല വളപ്പുകളിൽ അന്നും ഇന്നും അർത്ഥം ഗവേഷകർക്ക് കിട്ടുന്ന 'ധനസഹായം' എന്നാണ്. അല്ലാതെ 'പാണ്ഡിത്യം' എന്നല്ല!

പരീക്ഷ കഴിഞ്ഞ് ഒഴിവുകാലം ആസ്വദിക്കുന്ന വിദ്യാർത്ഥിയുടെ മാന സികാവസ്ഥയായിരുന്നു അന്നെനിക്ക് ബഡായി പറയുന്നത് ജീവിതവൃത്തിയാ യിരുന്ന മോഹനകാലഘട്ടം. കൂട്ടുകാരിൽ പലരും ജോലിക്കാരും വിവാഹിതരും ആയി ജീവിതത്തിലേക്ക് ശരിക്കും പ്രവേശിച്ചു കഴിഞ്ഞിരുന്നു. ഗൈഡിന് എന്നെ ശാസിക്കാനോ കാണാൻ തന്നെയോ നേരമില്ല. അദ്ദേഹം പി.വി.സി യാണ്. ഇരിപ്പ് ഭരണകാര്യാലയത്തിലും വകുപ്പുദ്ധ്യക്ഷനാണെങ്കിൽ ശാസനയൊന്നുമില്ലാത്ത സൗമ്യൻ! എനിക്ക് വെച്ച നിലയായിരുന്നു എന്നു പറഞ്ഞാൽ തീർന്നല്ലോ.

അങ്ങനെയിരിക്കുമ്പോൾ, മലയാളവിഭാഗത്തിൽ ഞങ്ങളുടെ അദ്ധ്യാപ കനായിരുന്ന കെ.കെ കരുണാകരൻമാഷ് ഒരു ദിവസം ടീച്ചേഴ്സ് ഹോസ്റ്റലിൽ വെച്ച് എന്നോട് ചോദിച്ചു:

"എടോ, നീ മാപ്പിളരാമായണം കേട്ടിട്ടുണ്ടോ?"

"മാപ്പിളരാമായണമോ? അതെന്താ സാധനം?"

കരുണാകരൻമാഷ് പൂരക്കളിയെപ്പറ്റി ഗവേഷണം നടത്തുന്ന കാലമാ ണ്. മൂപ്പര് വടകരയിൽ ഏതോ നാടൻകലാസെമിനാറിന് ചെന്നപ്പോൾ അവിടെ യൊരു നമ്പ്യാര് 'മാപ്പിളരാമായണ' ത്തിലെ ഒരു പാട്ട് പാടിയത്രെ. കേൾക്കാൻ രസമുണ്ട്. മറ്റു കാര്യങ്ങളൊന്നുമറിയില്ല, നമ്പ്യാര് വടകരക്കാരനാണ്. അവിടെ അടുത്തെവിടെയോ മാഷ് ആണ്.

'മാപ്പിളരാമായണം' എന്ന പേര് നാളിതുവരെ കേട്ടിട്ടില്ല. എനിക്ക് ചേപ്ര തോന്നി. ഞാൻ മാപ്പിളപ്പാട്ടിനെപ്പറ്റി ഗവേഷണം നടത്തുന്നു എന്നും പറഞ്ഞ് നടക്കുകയാണ്. അതിന് യു.ജി,സി സ്കോളർഷിപ്പും പറ്റുന്നു. എന്നിട്ട് -

പിറ്റേന്നുതന്നെ 'കേരളസാഹിത്യചരിത്രം' മുതലായ വലിയ കിത്താബുകളൊക്കെ നോക്കി. ആ പേര് ഒരിടത്തുമില്ല. ഗുപ്തൻനായർമാഷോടും എന്റെ ഗുരുനാഥന്മാരായ ചാത്തനാത്ത് അച്യുതനുണ്ണി ടി.ബി. വേണുഗോപാലപ്പണിക്കർ മുതലായവരോടും ചോദിച്ചു. അവരാരും അങ്ങനെയൊന്ന് കേട്ടിട്ടില്ല.

എനിക്ക് രസംപിടിച്ചു.

കരുണാകരൻമാഷെ ചെന്നു കണ്ടു - "ആ നമ്പ്യാരെ ഒന്നു കണ്ടുപിടിക്കണമല്ലോ."

"ആളെ എനിക്കറിഞ്ഞുകൂടാ. നമ്മുടെ സി.പി. ശിവദാസൻമാസ്റ്ററുടെ സുഹൃത്താണ്. നീ വടകരയിൽ ചെന്ന് ശിവദാസനെ കാണ്" എന്ന് മറുപടി കിട്ടി.

പിറ്റേന്നുതന്നെ ഞാൻ വടകരയിൽ അടയ്ക്കാതെരുവിലുള്ള വീട്ടിൽച്ചെന്ന് ശിവദാസൻമാഷെ കണ്ടു. അദ്ദേഹത്തെ ചെറിയൊരു പരിചയം ഉണ്ടായിരുന്നത് ഭാഗ്യമായി. കാര്യം പറഞ്ഞപ്പോൾ മൂപ്പരുടെ മറുപടി,

"എനിക്ക് നമ്പ്യാരെ നേരിയ പരിചയമേയുള്ളൂ. വീട് എവിടെയാണ് എന്നും മറ്റും അറിഞ്ഞുകൂടാ. ഒരു കാര്യ ചെയ്യ്. വി.ടി. കുമാരൻമാഷെ ചെന്ന് കാണ്. കുമാരൻമാസ്റ്റർക്ക് നമ്പ്യാരുടെ വീട് എവിടെയാണെന്നും മറ്റും അറിയാം. മൂപ്പരോട് ഒരു കത്തും വാങ്ങിക്കോളൂ."

അങ്ങനെ ഞാൻ വടകരയിൽ നാദാപുരം റോഡിനടുത്തുള്ള വീട്ടിൽച്ചെന്ന് നടാടെ കുമാരൻമാഷെ കണ്ടു. അദ്ദേഹം വളരെ വിശദമായി വഴി പറഞ്ഞു തന്നു. ചെറിയൊരു കത്തും തന്നു.

വീണ്ടും വടകര അങ്ങാടിയിൽ വന്ന് ഒരു ഓട്ടോറിക്ഷ പിടിച്ച് ഞാൻ കുട്ടോത്ത് എന്നു പേരായ ഗ്രാമത്തിലെത്തി. ടേപ് റിക്കോർഡറും തൂക്കി ആ വീട്ടിലേക്കു ചെന്നു. കോലായിൽ കുപ്പായമൊന്നും ഇടാതെ കുട്ടികളെ കളിപ്പിച്ചിരിക്കുന്ന, മദ്ധ്യവയസ്സ് കഴിഞ്ഞു എന്നു തോന്നിച്ച ഇരുണ്ടു മെലിഞ്ഞ ആളോട് ഞാൻ ചോദിച്ചു.

"ഇത് കുഞ്ഞിരാമൻ നമ്പ്യാരുടെ വീടല്ലേ?"

"അതെ."

"ആരാ കുഞ്ഞിരാമൻനമ്പ്യാര്?"

"ഞാനാ"- ആ മനുഷ്യൻ വിടർന്നു ചിരിച്ചു. ഞാൻ കീശയിൽ നിന്ന്

കുമാരൻമാഷ് തന്ന കത്ത് തപ്പിയെടുക്കും മുമ്പുതന്നെ മൂപ്പര് ചാടിയെണീക്കലും പൊടിതട്ടി കസാല എടുത്തിടലും ഒക്കെക്കഴിഞ്ഞിരുന്നു-ദീർഘകാലമായി പരിചയമുള്ള ഒരാളെ സ്വീകരിക്കുംപോലെ.

ഞാൻ കത്തു കൊടുത്തു.

അതൊന്ന് ഓടിച്ചു നോക്കി. എന്നിട്ട് ചോദിച്ചു – "ഇതിനെന്തിനാ കത്ത്?"

എന്നോട് വിശദമായി പേരും വീട്ടുകാര്യങ്ങളും ഒക്കെ ചോദിച്ചറിയുന്നതിനിടയിൽ ഭാര്യയെ വിളിച്ച് എന്നെ പരിചയപ്പെടുത്തി. കൂട്ടത്തിൽ ഒരു കല്പനയും – "വേഗം ചായ കൊണ്ടാ."

തിടുക്കം പാട്ടു പാടാനല്ല. ചായസൽക്കാരത്തിനാണ് എന്നു മനസ്സിലാക്കിയപ്പോൾ ഞാൻ അദ്ദേഹത്തിന്റെ വീട്ടുകാര്യങ്ങളൊക്കെ ചോദിച്ചു മനസ്സിലാക്കി. വർത്തമാനം നാടൻപാട്ടിലേക്കും വടക്കൻപാട്ടിലേക്കും നീണ്ടപ്പോൾ എന്റെ മുമ്പിലിരിക്കുന്നത് വെറുമൊരു സ്കൂൾമാഷല്ലെന്നും സംസ്കൃതകാവ്യങ്ങളിലും വടക്കൻപാട്ടുകളിലും മലബാറിന്റെ നാടോടി സംസ്കാരത്തിലും അഗാധമായ അറിവുള്ള പണ്ഡിതനാണെന്നും എനിക്കു ബോദ്ധ്യമായി. ആൾ രസികനാണ്. നല്ല തമാശ പറയും തെറി പറയും. ചിരിയാണ് മുഖത്തെ സ്ഥായീഭാവം.

ചായയും നേന്ത്രപ്പഴം പുഴുങ്ങിയതും ബിസ്ക്കറ്റുമൊക്കെ വിചാരിച്ചതിലും വേഗത്തിൽ വന്നു. ഒരു ബന്ധുവിനെയെന്നപോലെ കുഞ്ഞിരാമൻ നമ്പ്യാരുടെ ഭാര്യ എന്നെ സൽക്കരിച്ചു. നമ്പ്യാർ വടക്കൻപാട്ടു പാടാൻ തുടങ്ങി. ഞാൻ ടേപ് റിക്കാർഡർ ഓൺ ചെയ്തു.

"ഓ, അതൊന്നും വേണ്ട." എന്ന് അദ്ദേഹം വിലക്കി.

എനിക്ക് മനസ്സിലായില്ല.

"ഇതൊക്കെ കേട്ടു പഠിക്കാനേയുള്ളൂ." എന്നു മൂപ്പര് പറഞ്ഞപ്പോൾ ഞാൻ ഒന്നമ്പരന്നു. പിന്നെയാണ് മനസ്സിലായത് – നമ്പ്യാർക്ക് എത്രയോ ആയിരം വരികൾ മുഖസ്ഥമാണ്. എന്തെങ്കിലും രേഖപ്പെടുത്തണമെങ്കിൽ മനസ്സിൽ മതി!

വടക്കൻപാട്ടായും മാപ്പിളപ്പാട്ടായും എത്രയോ, എത്രയോ വരികൾ നമ്പ്യാർക്ക് കാണാതെ അറിയാം. അതു പാടുന്നു... കഥ വിസ്തരിക്കുന്നു... ചില വാക്കുകളുടെ അർത്ഥം പറയുന്നു... ചില പദങ്ങളുടെ നിരുക്തവും നിഷ്പത്തിയും വിശദീകരിക്കുന്നു... അപ്പോഴാണ് എനിക്ക് വ്യക്തമായത് – നമ്പ്യാർ കഥാകാലക്ഷേപക്കാരനാണ്. അമ്പലമുറ്റങ്ങളിലും മറ്റും വിസ്തരിച്ച് കഥപറയുന്ന ആളാണ്. വടക്കൻപാട്ടിലെ പല വരികളുടെയും കാവ്യഭംഗിയും ധ്വനിയും അദ്ദേഹം വിശദീകരിച്ചുതന്നു. അവയെ കാളിദാസകല്പനകളോട് തട്ടിച്ചുനോക്കിയിട്ട് ചില കല്പനകൾ സംസ്കൃതകാവ്യപാരമ്പര്യത്തിൽ കാണുന്നതിലും മെച്ചമാണെന്ന്

വാദിച്ചു. ഞാൻ ശരിക്കും അതിശയിച്ചുപോയി.

ഒടുവിലാണ് 'മാപ്പിളരാമായണ' ത്തിലേക്കെത്തിയത്. "ദശരഥരാജാവ് തന്റെ.." എന്ന് അദ്ദേഹം തുടങ്ങി. ഞാനത് റിക്കാർഡ് ചെയ്തു. അഞ്ച് പാട്ടുകളായി ഇനം തിരിക്കാവുന്ന 148 വരികൾ.

"ആരാണ് ഇതെഴുതിയത്?"

"ഇതൊക്കെ നാടൻപാട്ടാ. ആരും എഴുതിയതല്ല. നാട്ടുകാരുടെ സൃഷ്ടി. സമൂഹത്തിന്റെ സൃഷ്ടി."

"ആരാണ് ഈ പേര് കൊടുത്തത്?"

"അറിഞ്ഞുകൂടാ. ഞാനീ പാട്ട് കേൾക്കുമ്പോ ഈ പേരാ."

"ആരിൽനിന്നാണ് കേട്ടത്?"

"ഓ... കുട്ടിക്കാലത്തു നാട്ടിൽ പലരും ഇത് പാടിയിരുന്നു. പലരിൽ നിന്നായി പലപ്പോഴായി കേട്ടു പഠിച്ചതാ. അതു പഠിക്കുമ്പോ ഇങ്ങനെയൊരാള് വന്ന് ചോദ്യം ചെയ്യുമെന്ന് നിരീച്ചില്ല!"

"ഏതു കാലത്താ പഠിച്ചത്?"

"എന്റെ കുട്ടിക്കാലത്തു തന്നെ പഠിച്ചു. പലർക്കും ഇതറിയാമായിരുന്നു. അവർക്കൊന്നും വരികൾ ഓർമ്മയുണ്ടാവില്ല. ദൈവാനുഗ്രഹം കൊണ്ട് എനിക്ക് കേട്ടതൊക്കെ ഓർമ്മനിൽക്കും. പിന്നെ എനിക്ക് പാട്ടുപാടി നടക്കുന്ന തൊഴിലുണ്ടല്ലോ. പലേടത്തും ഒരു രസത്തിന് ഞാൻ ഇതിലെ രണ്ടോ മൂന്നോ പാട്ടു പാടാറുണ്ട്. അങ്ങനെയാ രണ്ടുമൂന്നാഴ്ചമുമ്പ് വടകരയിൽ ഒരു സെമിനാറിൽ പാടിയത്. ആ വഴിക്കാ നിങ്ങളീ വിവരം അറിഞ്ഞത്."

"ഇതറിയാവുന്ന വേറെ ആരുടെയെങ്കിലും പേര് പറയമോ?"

"എനിക്കറിയില്ല."

"ഈ പാട്ടുപാടി നടന്നിരുന്നതാരാ ? മുസ്ലീംകളോ അതോ അമുസ്ലീംകളോ?"

"മുസ്ലീംകൾ 'മാപ്പിളരാമായണം. പാടി നടക്കുന്നതായി കണ്ടിട്ടില്ല. ഞങ്ങളൊക്കെ പാടിയിരുന്നു."

"അവരിതൊക്കെ കേട്ടു രസിച്ചിരുന്നോ അതോ ദേഷ്യപ്പെട്ടിരുന്നോ?"

"എന്തിന് ദേഷ്യപ്പെടുന്നു? ഇതൊക്കെ കേൾക്കാൻ രസമുള്ളതല്ലേ? മാപ്പിളമാർ നല്ല രസികന്മാരാണ്."

"ഞാനിതൊക്കെ റെക്കോർഡ് ചെയ്തിട്ടുണ്ട്. ഇത് അച്ചടിക്കാൻ കൊടുക്കുന്നതിൽ വിരോധമുണ്ടോ?"

"എനിക്കെന്ത് വിരോധം? വിരോധം കാട്ടാൻ എനിക്ക് ഇതിന്മേലെന്താ അധികാരം?"

അന്ന് കുറേനേരം കൂടി വർത്തമാനം പറഞ്ഞ്, ഒരു ചായകുടി കുടിച്ച് ഞാൻ ഇറങ്ങി.

ഞാൻ മലയാളംവകുപ്പിൽ എല്ലാവരേയും ഇത് കേൾപ്പിച്ചു. ഇതിന്റെ ബാക്കി ഭാഗങ്ങൾ കിട്ടാനെന്തു വഴി എന്നായി ആലോചന.

അങ്ങനെയാണ് 'മാപ്പിളരാമായണം കണ്ടെത്തി' എന്ന വാർത്ത കൊടുക്കാൻ നിശ്ചയിച്ചത്. ബാക്കി ഭാഗങ്ങളുമായി ആരെങ്കിലും പുറപ്പെട്ടുവന്നേക്കും എന്നായിരുന്നു പ്രതീക്ഷ. ഗൈഡ് ആയ അഴീക്കോട് മാഷെക്കണ്ട് വിവരം പറഞ്ഞ് സമ്മതം വാങ്ങി. പത്രാധിപന്മാർക്ക് കൊടുക്കാൻവേണ്ടി വകുപ്പദ്ധ്യക്ഷൻ ഗുപ്തൻനായർ കത്തു തന്നു. വാർത്ത എഴുതിത്തയ്യാറാക്കി നമ്പ്യാരുടെ ശബ്ദരേഖയുമായി ഞാൻ പത്രമാപ്പീസുകൾ കയറിയിറങ്ങി.

പിറ്റേന്ന് - 1976 ജൂലൈ 22-ാം തീയതി വലിയ പ്രാധാന്യത്തോടെ എല്ലാ പത്രങ്ങളിലും വാർത്ത വന്നു.

അടിയന്തിരാവസ്ഥക്കാലമാണ് വാർത്തകൾക്ക് ക്ഷാമമുള്ള സാഹചര്യം. നാളിതുവരെ കേട്ടിട്ടില്ലാത്ത 'മാപ്പിളരാമായണം' എന്ന പ്രയോഗം മാപ്പിളപ്പാട്ട്, ഗവേഷണം തുടങ്ങിയവയിൽ താല്പര്യമില്ലാത്തവരെപ്പോലും ആകർഷിച്ചു. ആളുകൾ കൗതുകത്തോടെയും തമാശയോടെയും പരിഹാസത്തോടെയും വിഷയം ചർച്ച ചെയ്തു. ഇംഗ്ലീഷ് പത്രങ്ങളിൽ നിന്ന് കന്നഡ, ബംഗാളി തുടങ്ങിയ പ്രാദേശിക ഭാഷകളിലേക്ക് വാർത്ത ചെന്നെത്തി. എന്റെ കസിൻ എൻ.എം. അഹമ്മദുകുട്ടി ഹാജി ബാംഗ്ലൂരിൽ നിന്ന് കന്നഡ, ഇംഗ്ലീഷ് പത്രങ്ങളുടെ കട്ടിങ്ങുകൾ അയച്ചു തന്നു. ബംഗാളിയിലെ 'ആനന്ദബസാർപത്രിക' ഈ കണ്ടെത്തൽ വൻവാർത്തയാക്കിയ വിവരം മലയാള മനോരമയിലെ കെ. ഉബൈദുല്ലയാണ് എന്നോട് പറഞ്ഞത്. അതൊരു ദേശീയ വാർത്തയായി എന്ന് ചുരുക്കും. മതസൗഹാർദ്ദത്തിന്റെ ഒരാവിഷ്കാരമായി ഇതു ചൂണ്ടിക്കാണിക്കുവാൻ അന്നത്തെ ഗവൺമെന്റ് ഉദ്ദേശിച്ചിരിക്കാം.

അതിനിടയിൽ ഒരു തമാശ ഉണ്ടായി. മാതൃഭൂമി പത്രം ഒറ്റക്കോളത്തിൽ മൂന്നു വാക്കും ഓരോ കഷ്ണമായി ഓരോ വരിയിൽ

"മാപ്പിള
രാമായണം"
കണ്ടെത്തി
എന്നാണ് കൊടുത്തത്.

തൊട്ടടുത്ത ദിവസം ആർട്ടിസ്റ്റ് നമ്പൂതിരിയുടെ അന്നത്തെ പ്രശസ്ത കാർട്ടൂൺ കോളമായ 'നാണിയമ്മയും ലോകവും' അതാഘോഷിച്ചു.

വിളക്കുവെച്ച് രാമായണം വായിക്കുന്ന നാണിയമ്മയുടെ ചിത്രത്തിനു പിറകിൽ ഈ തലക്കെട്ട്.

ചുവട്ടിൽ കമന്റ്:

'കർക്കിടകമല്ലേ, വായിക്കേണ്ടോർക്കൊക്കെ വായിക്യാലോ." (1976 ജൂലൈ 23)

'രാമായണമാസം' കൂടിയായ കർക്കിടകത്തിലാണ് ആ കണ്ടെത്തലുണ്ടായത് എന്ന് അപ്പോഴാണ് ആളുകൾക്ക് ആലോചനപോയത്.

തൊട്ടടുത്ത ദിവസങ്ങളിൽ മാതൃഭൂമി പത്രത്തിലെ 'ആക്ഷേപങ്ങളും അഭിപ്രായങ്ങളും' എന്ന പംക്തിയിൽ വായനക്കാർ ആ പേരിന്റെ ഔചിത്യത്തെ അനുകൂലിച്ചും പ്രതികൂലിച്ചും എഴുതി. പൊതുവെ യാഥാസ്ഥിതികരായ മുസ്ലീംകൾക്കും ഹിന്ദുക്കൾക്കും ആ പേര് പിടിച്ചില്ല. മാപ്പിളമാർക്കെന്തിനാ രാമായണം എന്ന് ആദ്യത്തെക്കൂട്ടർ. രാമായണത്തിൽ മാപ്പിളമാർക്കെന്താ കാര്യം എന്ന് രണ്ടാമത്തെ കൂട്ടർ!

പലപ്പോഴും എനിക്ക് വിശദീകരിക്കേണ്ടിവന്നു.

ഇശലുകൾ എന്നറിയപ്പെടുന്ന മാപ്പിളപ്പാട്ടിന്റെ പലതരം ഈണങ്ങളിലാണ് ഈ പാട്ടുകൾ കിട്ടിയിട്ടുള്ളത്. അതുകൊണ്ട് ഇവ നാടൻപാട്ടായി പ്രചരിക്കുന്ന അനേകം മാപ്പിളപ്പാട്ടുകളിൽ ഉൾപ്പെടും. പ്രമേയം രാമായണകഥാസന്ദർഭങ്ങളാണ്. മാത്രമല്ല, രാമായണകഥാപാത്രങ്ങളെ മാപ്പിളമാരായി അവതരിപ്പിച്ചിരിക്കുന്നു – രാവണനെ 'പാതാളത്തിലെ സുൽത്താൻ' എന്നും സഹോദരി ശൂർപ്പണഖയെ 'ബീബി' എന്നും വിളിച്ചിരിക്കുന്നത് ഉദാഹരണം. അങ്ങനെ പ്രമേയം, ഭാഷ, ഈണം എന്നിവകൊണ്ട് മാപ്പിളപ്പാട്ടിലുള്ള രാമായണം ആണിത്. അതുകൊണ്ട് 'മാപ്പിളരാമായണം' എന്ന് നാട്ടുകാർ വിളിച്ചുപോന്നത് ശരിയാണ്.

വാർത്ത പുറത്തുവന്നതുകൊണ്ട് ഞാൻ പ്രതീക്ഷിച്ച ഗുണമൊന്നും ഉണ്ടായില്ല. എവിടെനിന്നും ആരും ബാക്കിയുമായി പൊന്തിവന്നില്ല. കെ.കെ. കരുണാകരൻമാഷ് അദ്ദേഹത്തിന്റെ നാടായ പയ്യന്നൂരിൽ ഏതോ ഒരു നാടൻപാട്ടുകാരന്ന് ഇങ്ങനെയെന്തോ അറിയാമെന്ന് ഒരിക്കൽ പറയുകയുണ്ടായി. അത് ഈ പാട്ടുകളാണോ, വേറെ വല്ലതുമാണോ എന്ന് ആരാഞ്ഞറിയാൻ എനിക്ക് ഉടനെ പറ്റിയില്ല. തിരക്കുകൾ, ഉദാസീനത. എന്റെ പിഴ, നാലഞ്ച് ആഴ്ച കഴിഞ്ഞ് കരുണാകരൻമാഷ് പറഞ്ഞത് ആ പാട്ടുകാരൻ മരിച്ചുപോയ വാർത്തയാണ്. അയാൾക്ക് ഒന്നും എഴുതിവയ്ക്കുന്ന പതിവുണ്ടായിരുന്നില്ലത്രെ. ഞാൻ സ്വയം കുറ്റപ്പെടുത്തിക്കൊണ്ട് തലയ്ക്കടിച്ചു!

ആയിടെ പുറത്തിറങ്ങിയ 'ചൂണ്ടക്കാരി' എന്ന മലയാളസിനിമയിൽ ഈ രചനയിലെ രാവണന്റെ പ്രണയാഭ്യർത്ഥന വരുന്ന പാട്ട് (ലാമലാമ മുതൽ താമ

രത്തത്തമ്മേ വരെ) ഉൾപ്പെടുത്തിയത് ഇതിന്ന് വീണ്ടും ജനശ്രദ്ധ കിട്ടാൻ കാരണമായി.

1977 ജൂലൈ-സെപ്തംബർ ലക്കം 'സാഹിത്യലോക' ത്തിൽ എന്റെ ഒരു ലേഖനത്തിന്റെ അനുബന്ധമായി ഇതിലെ അഞ്ചു പാട്ടുകൾ പ്രസിദ്ധീകരിച്ചതോടെയാണ് ഇതെന്താണ് സാധനം എന്ന് ഗവേഷകന്മാർക്കും സാഹിത്യതൽപരന്മാർക്കും വെളിവായത്. തുടർന്ന് സി.എൻ. അഹമ്മദ് മൗലവിയും, കെ. കെ. മുഹമ്മദ് അബ്ദുൾ കരീമും ചേർന്നെഴുതിയ മഹത്തായ മാപ്പിളസാഹിത്യ പാരമ്പര്യം, എരുമേലിപരമേശ്വരൻപിള്ള രചിച്ച മലയാളസാഹിത്യചരിത്രം, കാലഘട്ടങ്ങളിലൂടെ തുടങ്ങിയ സാഹിത്യചരിത്രങ്ങളിൽ 'മാപ്പിള രാമായണ'ത്തിന് ഇടം ലഭിച്ചു. കുറിമാനം എന്ന് പേരായി പുറപ്പെട്ട എന്റെ ലേഖനസമാഹാരത്തിന്റെ രണ്ടാംപതിപ്പുമുതൽ (1989) ഈ പാട്ടുകൾ കൊടുത്തിട്ടുണ്ട്. അയ്യപ്പപണിക്കർ 'കേരളകവിത വാർഷികപ്പതിപ്പി' ൽ (2005) മേല്പറഞ്ഞ അഞ്ചു പാട്ടുകളും എടുത്തു ചേർക്കുകയുണ്ടായി.

രാമായണഗവേഷകരുടെ ശ്രദ്ധ ആഗോളതലത്തിൽത്തന്നെ ഈ രചനക്ക് ലഭിച്ചിട്ടുണ്ടെന്ന് അമ്പരപ്പോടെ ഞാൻ മനസ്സിലാക്കിയത് അമേരിക്കൻ ഗവേഷക പോളാ റിച്ച്മാൻ എന്നെ തിരഞ്ഞുവന്നപ്പോഴാണ്. അവരുടെ സുഹൃത്ത് ഫ്രീമാൻ എന്ന പാശ്ചാത്യപണ്ഡിതൻ ഈ പാട്ടുകൾ മുഴുവൻ ഇംഗ്ലീഷിലേക്ക് പരിഭാഷപ്പെടുത്തിയിരിക്കുന്നു! പരിഭാഷയുടെ പിഴ തീർക്കാനാണ് അവർ എന്നെ വന്നു കണ്ടത്. ഞാൻ പോളാ റിച്ച്മാനേയും കൂട്ടി വടകരയിൽ ചെന്ന് നമ്പ്യാരെ കണ്ടു. ദൽഹിയിലായിരുന്ന ഫ്രീമാനും ഞാനും പരിഭാഷയെപ്പറ്റി ടെലിഫോണിൽ ചർച്ച നടത്തുകയുണ്ടായി.

ഇന്ന് തിരിഞ്ഞുനോക്കുമ്പോൾ എനിക്ക് വെളിവാകുന്നത് മാപ്പിളപ്പാട്ട് രംഗത്തെ ഏറ്റവും വലിയ വാർത്ത ആ കണ്ടെത്തലാകുന്നു. 'നീലക്കുയിൽ' എന്ന സിനിമയിലെ (1954) 'കായലരികത്ത്' എന്നു തുടങ്ങുന്ന പാട്ടാണ് മാപ്പിളപ്പാട്ടിനെ ജാതിമതഭേദമില്ലാതെ ഒരു കേരളീയാനുഭവമാക്കിത്തീർത്തത്. പി. ഭാസ്കരൻ എഴുതുകയും കെ. രാഘവൻ പാടുകയും ചെയ്ത ആ പാട്ടോടെയാണ് മാപ്പിളപ്പാട്ട് കേരളീയസാഹിത്യത്തിന്റെയും കേരളീയസംഗീതത്തിന്റെയും അവിഭാജ്യഭാഗമാവാൻ ആരംഭിച്ചത്. മാപ്പിളപ്പാട്ട് രംഗത്തെ രചന, ആലാപനം, ആസ്വാദനം, ഗവേഷണം എന്നിവയെല്ലാം കേരളീയരുടെ സജീവശ്രദ്ധയിൽ നിലനിർത്തിയത് 'മാപ്പിളരാമായണ' മാണ്.

ആ വാർത്ത കുഞ്ഞിരാമൻനമ്പ്യാർക്കെന്നപോലെ എന്റെ ഗവേഷണപ്രവർത്തനങ്ങൾക്കും വലിയ ശ്രദ്ധ നേടിത്തന്നു. ഇതോടെയാണ് ഞാൻ ഗൗരവത്തോടെ എന്റെ ഗവേഷണവിഷയത്തിലേക്ക് വഴിതിരിഞ്ഞത്.

ഞാൻ നമ്പ്യാരെ ആദ്യം ചെന്നുകണ്ടത് മാപ്പിളരാമായണത്തിന്നുവേ

ണ്ടിയാണ്. പിന്നെ പലവട്ടം കാണാനിടയായി. രസികനും സ്നേഹശീലനുമായ ആ പാട്ടുകാരനെ ഞാൻ അവസാനമായിക്കണ്ടത് അമേരിക്കക്കാരി പോളാ റിച്ച്മാന്റെ ഒപ്പം ആ ഇംഗ്ലീഷ് പരിഭാഷയെപ്പറ്റി സംസാരിക്കുന്നതിനുവേണ്ടിയാണ്. വടക്കൻപാട്ടുകളെപ്പോലെ മാപ്പിളപ്പാട്ടുകളെയും താലോലിച്ചിരുന്ന ആ മനുഷ്യന്റെ വാത്സല്യം എനിക്ക് നേടിത്തന്നത് മാപ്പിളരാമായണമാണ്. ഞങ്ങളെ കൂട്ടിയിണക്കിയത് ഇതിഹാസകഥനത്തിന്റെ ഈ നാടൻ വാങ്മയമാണ്. ആ രചനയിൽ നിറഞ്ഞുതുളുമ്പുന്നത് വിശ്വാസാചാരങ്ങളുടെ അതിരുകളെ വിലവയ്ക്കാത്ത സ്നേഹസംഗീതമാണല്ലോ.

രാമസീതാതത്വവും കേരളീയ ജീവിതവും

കെ. ജയകുമാർ ഐ.എ.എസ്

വേണ്ടത്ര ചർച്ച ചെയ്യപ്പെട്ടിട്ടില്ലാത്ത ഒരു വിഷയമാണ് രാമസങ്കല്പം കേരളത്തിൽ എന്നുള്ളത്. ആലോചിക്കുന്തോറും കൂടുതൽ ആലോചിപ്പിക്കണമെന്ന് നമ്മെ ബോധ്യപ്പെടുത്തുന്നതും കൂടിയാണീ വിഷയം.

ഭാരതത്തിന്റെ വിചാരധാരകളെ അതായത് കഴിഞ്ഞ രണ്ടോ മൂന്നോ സഹസ്രാബ്ദങ്ങളായി ഈ ഭാരതത്തിൽ ജനിച്ച് ജീവിച്ച ആളുകളുടെ അത് പണ്ഡിതന്മാരുടെയും പാമരന്മാരുടെയും ഭരണകർത്താക്കളുടെയും, പ്രജകളുടെയും എല്ലാവരുടെയും ചിന്തകളെയും ജീവിതങ്ങളെയും അവരറിയാതെ തന്നെ സ്വാധീനിച്ച രണ്ട് ഇതിഹാസങ്ങളാണ് രാമായണവും മഹാഭാരതവും. ഒരു പക്ഷേ ആ ഇതിഹാസങ്ങളുടെ സ്വാധീനം നമ്മുടെ ജീവിതങ്ങളിൽ എത്രമാത്രം ഉണ്ട് എന്ന് നാം പലപ്പോഴും ആലോചിക്കാറില്ല എന്നുള്ളതാണ് വാസ്തവം. നമ്മൾ അത്ര ശ്രദ്ധയോടുകൂടിയല്ലാതെ പറയുന്ന വാക്കുകളിൽ, പറയുന്ന ഉദാഹരണങ്ങളിൽ ഒക്കെത്തന്നെ ഈ രാമായണത്തിന്റെയും മഹാഭാരതത്തിന്റെയും സഞ്ചിതസംസ്കാരം ഉണ്ട്. നമ്മുടെ ജീവിത ബോധ്യങ്ങളെയും ജീവിതമൂല്യങ്ങളെയും ജീവിത സമീപനങ്ങളെയും മനുഷ്യബന്ധങ്ങളെയും ജീവിതത്തെയും ഒക്കെതന്നെ നമ്മളറിയാതെ- സബ്കോൺഷ്യസ് ലെവലിൽ പതിഞ്ഞു കിടക്കുന്ന ചില ശീലങ്ങളായി, ചില സാംസ്ക്കാരിക ശീലങ്ങളായി അത് മാറിപ്പോയിരിക്കുന്നു. അതുകൊണ്ട് രാമായണത്തെപ്പറ്റിയും മഹാഭാരതത്തെപ്പറ്റിയും ഉള്ള ചർച്ചകൾ എന്നു പറയുന്നത് അത്ര നിസ്സാരമല്ല. കേവലം താത്ക്കാലികമായ ചില രാഷ്ട്രീയ നിലപാടുകളുടെ സങ്കുചിതമായ കാഴ്ചപ്പാടുകളിലൂടെ സഹസ്രാബ്ദങ്ങൾ താണ്ടിവന്ന ഈ ഇതിഹാസങ്ങളെ കാണരുത്. ആ അപകടത്തിൽ നമ്മൾ വീണുപോകരുത് എന്നാണ് എനിക്ക് ആദ്യം പറയാനുള്ളത്. ഈയടുത്തകാലത്ത് രാഷ്ട്രീയത്തിലുണ്ടായ മാറ്റം, ചില രാഷ്ട്രീയ പാർട്ടികൾക്ക് ഇത്തരത്തിലുള്ള രാമനോടും കൃഷ്ണനോടുമുണ്ടാകുന്ന സ്നേഹം, ഇതൊക്കെ താല്ക്കാലിക രാഷ്ട്രീയമായി കണ്ട് മാറ്റി നിർത്തിക്കൊണ്ട് സഹസ്രാബ്ദങ്ങളിലൂടെ, ആയിരക്കണക്കിനാണ്ടുകളിലൂടെ നമ്മളിലേയ്ക്ക് ഒഴുകി വന്ന ഈ സുകൃതത്തിന്റെ ധാരയുണ്ടല്ലോ, അതിനെ അതർഹിക്കുന്ന ഗൗരവത്തോടെയും ആദരവോടെയും തന്നെയാണ് നമ്മൾ സമീപിക്കേണ്ടത്. ഒരു പക്ഷേ ഏതെങ്കിലുമൊരു രാജ്യം അവിടെയുണ്ടായ ഒരു ഇതിഹാസത്തിന്റെ പേരിലറിയപ്പെടുന്നത് ലോകത്ത് ഭാരതമല്ലാതെ വേറൊരു രാജ്യവുമില്ല എന്ന് ഞാൻ വിചാരിക്കുന്നു. മഹാഭാരതം - ആ ഭാരതം തന്നെ ഈ ഭാരതം. ഇന്ന് മഹാ എന്നുള്ള പേരിന് നമ്മൾ യോഗ്യ

രാണോ ഇല്ലയോ എന്നത് മറ്റൊരു കാര്യം, പക്ഷേ ഒരിതിഹാസത്തിന്റെ പേരിൽ ഒരു രാജ്യം അറിയപ്പെടുക എന്ന അപൂർവ്വമായ ബഹുമതിക്ക് അർഹമായ ഭാരതമാണ് നമ്മുടെ ഭാരതം. അതുകൊണ്ട് ഭാരതീയമായതൊക്കെ നമുക്ക് അസ്പൃശ്യമാണ്, അതിലൊക്കെ, തൊട്ടുകൂടാ തീണ്ടിക്കൂടാ എന്നൊക്കെ വിചാരിക്കുന്ന ഒരു മനോഗതിയിൽ ഞാനും നിങ്ങളുമൊക്കെ അറിയാതെ ചെന്ന് ചാടിപ്പോകും. സ്വാഭാവികം, കാരണം പത്തോ അറുപതോ, എഴുപതോ, എൺപതോ വർഷം ജീവിക്കുന്ന നമ്മൾ ആ ജീവിതകാലത്ത് കുഴപ്പമൊന്നുമുണ്ടാക്കേണ്ട എന്ന് കരുതിയിട്ട് ചില ചിന്താധാരകളെയൊക്കെ പ്രതിരോധിക്കും. കാരണം ആരെന്തെല്ലാം പറഞ്ഞാലും രാമനേയും കൃഷ്ണനേയുമൊക്കെ നേരിട്ട് ഇന്ററോഗേറ്റ് ചെയ്യാനും അവരെ നമ്മുടെ ഇഷ്ടപ്രകാരം ഉൾക്കൊള്ളുവാനുള്ള ഭൗതികമായ അവകാശം നമുക്ക് ഉള്ളിടത്തോളം കാലം ഈ രാമനും കൃഷ്ണനും ആർക്കും സ്വന്തമല്ല. അതു നമ്മുടെ ഹൃദയത്തിന്റെ അവകാശമാണ്. രാമനെ ഇന്ററോഗേറ്റ് ചെയ്യുക, രാമനെ മനസ്സിലാക്കുക, കൃഷ്ണനെ മനസ്സിലാക്കുക. എല്ലാ കഥാപാത്രങ്ങളേയും ഇന്ററോഗേറ്റ് ചെയ്യുക എന്നുള്ളതാണ്. മലയാളത്തിൽ ചോദ്യം ചെയ്യുക എന്ന വാക്ക് പോരാ. അതുകൊണ്ടാണ് ഇന്ററോഗേറ്റ് ചെയ്യുക എന്ന വാക്ക് ഞാൻ ഉപയോഗിക്കുന്നത്. മലയാളത്തിൽ സമാനമായ വേറൊരു വാക്ക് ഓർമ്മയിലില്ല.

പറഞ്ഞു വന്നത് ഇവർക്കാർക്കും ഒരു ന്യൂനതയോ പതിത്വമോ ഒന്നും നമ്മൾ കല്പിക്കേണ്ടതില്ല. രാമനെപ്പറ്റിയാണെങ്കിൽ രാമനെപ്പറ്റി മനസ്സിലാക്കാൻ നമുക്ക് അർഹതയുണ്ട്, അവകാശമുണ്ട് എന്നുള്ള വിചാരത്തോടുകൂടി വേണം ഈ പരിപാവനമെന്നു വിശേഷിപ്പിക്കുന്നതെന്തുകൊണ്ടാണെന്നുവച്ചാൽ അതിന്റെ സാന്ദ്രത കൊണ്ട്, അതിന്റെ ആഴം കൊണ്ട് അതിന്റെ പരപ്പ് കൊണ്ട് ഭാരതത്തെ അനുഗ്രഹിച്ച ഈ രണ്ട് ഇതിഹാസങ്ങളെ എത്രത്തോളം നമ്മൾ നെഞ്ചിലേറ്റുന്നുവോ അത്രത്തോളം ജീവിതം നമ്മളോട് കരുണ കാണിക്കും എന്ന് ഞാൻ വിചാരിക്കുന്നു. രാമസങ്കല്പമെന്ന ചോദ്യമൊക്കെ പ്രാഥമികവും ഉപരിപ്ലവവുമായ ചോദ്യമാണ്. യഥാർത്ഥത്തിൽ നമ്മൾ ചിന്തിക്കേണ്ടതു തന്നെയാണ്. രാമസങ്കല്പം കേരളത്തിൽ എങ്ങനെ വ്യത്യസ്തമായിരിക്കുന്നു. ഭാരതത്തിന്റെ ഇതര പ്രദേശങ്ങളെ അപേക്ഷിച്ച് കേരളത്തിൽ എന്തുകൊണ്ട് രാമസങ്കല്പം വ്യത്യസ്തമായി എന്നൊക്കെയുള്ള ചോദ്യങ്ങൾ അന്വേഷിക്കുകയും ആ അന്വേഷണത്തിൽ നിന്ന് പുതിയ ജീവിതാവബോധം ഉൾക്കൊള്ളുകയും ചെയ്യുക എന്ന കർത്തവ്യമാണ് ഇവിടെ നടപ്പാക്കപ്പെടുന്നത് എന്ന് ഞാൻ വിചാരിക്കുന്നു.

മഹാഭാരതവും രാമായണവുമില്ലാത്ത ഒരു ഇന്ത്യയെപ്പറ്റി ഒന്നു ചിന്തിക്കൂ. തികച്ചും സങ്കല്പിതമായ അവസ്ഥ - ഒരു ഹൈപ്പോത്തെറ്റിക്കൽ സിറ്റുവേഷൻ- ഒന്ന് ഓർത്തു നോക്കൂ എന്തൊരു ദുർബലമായ, എന്തൊരു ആന്തരികശക്തിയില്ലാത്ത ഒരു ദേശമായിരിക്കുമായിരുന്നു നമ്മുടെ ഇന്ത്യ എന്നു നിങ്ങളോർത്തിട്ടുണ്ടോ? രാമായണവും നമ്മുടെതല്ല, മഹാഭാരതവും നമ്മുടേതല്ല, ആരുടെയൊക്കെയോ ആണ്, നമ്മൾ വായിച്ചു, നമ്മുടെ രാജ്യത്ത് ഉണ്ടായതല്ല

ഇതൊന്നും എന്നൊരവസ്ഥയുണ്ടായിരുന്നുവെങ്കിൽ ഒരിന്ത്യാക്കാരനെന്ന നിലക്ക് നമ്മളിന്നനുഭവിക്കുന്ന ഒരു പ്രൈഡ് ഉണ്ടല്ലോ, സാംസ്കാരിക ഭൂമികയിലുള്ള ഒരു പ്രൈഡ് - ഒരഹങ്കാരത്തോടെ നിൽക്കുന്ന ഒരഭിമാനം, ഹോമറിന്റെ ഇലിയഡും ഒഡിസിയുമൊക്കെ നിങ്ങൾക്കുണ്ടെങ്കിൽ അതിനെക്കാളൊക്കെ എത്രയോ ഉയർന്ന് നിൽക്കുന്ന ഈ മഹാഭാരതവും രാമായണവും ഞങ്ങളുടേതാണ് എന്ന് പറയുമ്പോൾ നമുക്കുണ്ടാകുന്ന ഒരന്തസ് - ഒരഭിമാനം അത് ചെറിയ കാര്യമല്ല. അത് ഇല്ലാതിരുന്നെങ്കിൽ മാത്രമേ നമുക്കതിന്റെ മൂല്യം മനസ്സിലാവുകയുള്ളൂ. നമ്മൾ ജനിച്ചപ്പോൾ തന്നെ. നമ്മൾ ശ്വസിച്ചപ്പോൾ തന്നെ ഈ രാമനോടും കൃഷ്ണനോടും ഈ ഇതിഹാസങ്ങളോടും ഒപ്പം ജനിച്ച് ജീവിച്ച് വന്നവരാണ് എന്നുള്ളത് നമ്മൾ സുകൃതികളാണ് എന്നുള്ളതിന്റെ തെളിവായി ഞാൻ കാണുകയാണ്.

രാമനും കൃഷ്ണനും എന്നുള്ള രണ്ട് വാക്കുകൾ നമ്മുടെ ജീവിത പരിസരങ്ങളിൽ എന്തുമാത്രം വ്യാപകവും പ്രബലവുമാണെന്ന് ഇപ്പോൾ നമുക്കറിയില്ല. അർത്ഥമറിയാതെ വായിൽ തോന്നുന്ന വാക്കുകൾ മക്കൾക്ക് പേരായി വിളിക്കുന്ന നമ്മുടെ നാട്ടിൽ പൂർവ്വകാലത്ത് രാമനും കൃഷ്ണനുമല്ലാതെ മറ്റൊരു പേരുണ്ടായിരുന്നില്ല. കുഞ്ചൻ നമ്പ്യാരെപ്പറ്റി കുറച്ചൊന്നു പഠിച്ചപ്പോൾ മനസ്സിലായത് - ഒരു തർക്കമേയുള്ളൂ - രാമനെന്നായിരുന്നോ - രാമപാണിവാദൻ എന്നായിരുന്നോ അതോ കൃഷ്ണൻ എന്നായിരുന്നോ നമ്പ്യാരുടെ പേര്? ഈ രണ്ട് തർക്കമേ ഉള്ളൂ. അത്രത്തോളം നമ്മുടെ ജനജീവിതത്തെ, ഈ രണ്ട് കഥാപാത്രങ്ങൾ നമ്മുടെ ദൈനംദിന ജീവിതത്തെയും നമ്മുടെ ചിന്തയെയും ആകമാനം ഗ്രസിച്ചിരിക്കുകയാണ്. ഭാരതം വാസ്തവത്തിൽ ജീവിക്കുന്നത് ഈ രണ്ട് ഇതിഹാസ നായകന്മാരുടെ ജീവിതത്തിന്റെ വൈപുല്യവും പുഷ്കലതയും കൊണ്ടാണ് എന്ന് ഞാൻ പറയുമ്പോൾ ആ ജീവിതങ്ങളെ പുരസ്കരിച്ച് ഈ ഭാരതവർഷത്തിലുണ്ടായിട്ടുള്ള കലകളുടെ -സംഗീതത്തിന്റെ -ചിത്രകലയുടെ- കലാരൂപങ്ങളുടെ ബാഹുല്യം വാസ്തവത്തിൽ ഡോക്യുമെന്റ് ചെയ്യേണ്ടതാണ്. സംഗീതത്തിലും കലകളിലും ഒക്കെത്തന്നെ ഒരു കഥാപാത്രം-ഒരിതിഹാസ കഥാപാത്രം ഇത്രമാത്രം സ്വാധീനം ചെലുത്തുമ്പോൾ അതിന്റെ അർത്ഥം എന്താണ്? തലമുറകളുടെ സർഗ്ഗസങ്കല്പത്തിൽ ഇപ്പോഴുമൊരു സ്പാർക്ക് ഉണ്ടാക്കാൻ ഈ ജീവിതങ്ങൾക്ക് സാധിക്കുന്നു എന്നുള്ളതാണ് അതിന്റെ ഏറ്റവും വലിയ കാര്യം.

പ്രഭാവർമ്മ ശ്യാമമാധവം എന്ന കവിതയെഴുതി 5 വർഷമേ ആയിട്ടുള്ളൂ. ഈ 21-ാം നൂറ്റാണ്ടിൽ ഇരുന്ന് ചിന്തിക്കുന്ന ഒരാളിന്- ഒരു കവിക്ക് ആ കൃഷ്ണന്റെ മരണം - കാലിൽ അമ്പുകൊണ്ട് കൃഷ്ണൻ മരിക്കുന്ന ആ മുഹൂർത്തത്തിലുള്ള ഒരു കവിത കാണാതിരിക്കാൻ സാധിക്കുന്നില്ല. മഹാഭാരതത്തെ ഉപജീവിച്ച് നോവലുകളും കാവ്യങ്ങളും ഇപ്പോഴും എപ്പോഴും ആളുകൾ എഴുതിക്കൊണ്ടിരിക്കുന്നതെന്താണെന്നുവച്ചാൽ അതിലുള്ളതേയുള്ളൂ ജീവിതത്തിൽ. അതിലില്ലാത്തതൊന്നും ജീവിതത്തിലില്ല. രണ്ടാമൂഴം, യയാതി, ദ്രൗപതി ഇങ്ങനെ

എന്തെല്ലാം രചനകൾ? ഒക്കെത്തന്നെ ഭാരതകഥകളാണ്. എല്ലാറ്റിലും കൃഷ്ണനുമുണ്ട്. കൃഷ്ണനില്ലാത്ത മഹാഭാരതം അച്ച് ഊരിക്കളഞ്ഞ വീൽപോലെയായിരിക്കും. അത് കൊളാപ്സ് ചെയ്യും. അതിന്റെ അച്ചാണി എന്നു പറയുന്നത് കൃഷ്ണനാണല്ലോ.

അതുപോലെ രാമനെപ്പറ്റിയും! എന്തുമാത്രം കഥകൾ! ത്യാഗരാജസ്വാമിയെപ്പറ്റി തീർച്ചയായും ഇവിടെ സംഗീതത്തിൽ പ്രഭാഷണം നടത്തിയവർ പറഞ്ഞിട്ടുണ്ടാകും. രാമനെ മുന്നിൽകണ്ടുകൊണ്ട്, രാമനെ വർണ്ണിച്ച് രാമനിൽ ലയിച്ച ത്യാഗരാജൻ ഒരു പ്രതിഭാസമായിരുന്നു.. ഇതൊക്കെ ആ ആശയത്തിന്റെ അല്ലെങ്കിൽ ആ കഥാപാത്രത്തിന്റെ Diamension നുകൾ ആണ്. ആ ഡയമെൻഷനുകളുടെ ഉജ്ജ്വലതയാണ് പതിറ്റാണ്ടുകൾ കഴിഞ്ഞിട്ടും കലാകാരന്മാരെ ഈ ജീവിതങ്ങൾ പ്രലോഭിപ്പിച്ചുകൊണ്ടിരിക്കുന്നത്. അതുകൊണ്ട് നമുക്ക് രാമനിൽ നിന്നും കൃഷ്ണനിൽ നിന്നും മോചനമുണ്ടോ എന്നു ചോദിച്ചാൽ ഒരിക്കലും ഉണ്ടാവുകയില്ല. കാരണം മനുഷ്യസങ്കല്പത്തിനെത്താവുന്ന ഏറ്റവും ഉജ്ജ്വലമായ അവസ്ഥയിൽ നിന്ന് സങ്കല്പിക്കപ്പെട്ട, വാർത്തെടുക്കപ്പെട്ട കഥകളും കഥാപാത്രങ്ങളുമാണിതെല്ലാം. കുറയൊക്കെ ജീവിച്ചിരുന്നിട്ടുണ്ടാവാം, കുറെ റിയൽ ലൈഫ് ആയിരുന്നിരിക്കാം. കുറച്ച് കല്പനയായിരിക്കാം. പക്ഷേ എന്തായാലും മഹാഭാരതത്തിലൂടെയും രാമായണത്തിലൂടെയും നമ്മളിലേക്ക് കടന്നെത്തിയ രാമന്റെയും കൃഷ്ണന്റെയും സങ്കല്പം ക്രിയേറ്റിവിറ്റിയുടെ ഏറ്റവും ഉജ്ജ്വലമായ സങ്കല്പത്തിന്റെ ഉജ്ജ്വല മുഹൂർത്തത്തിൽ വാർന്നു വീണതാണ് ഈ കഥകളും കഥാപാത്രങ്ങളും എന്നുള്ളതുകൊണ്ട് നമ്മൾമാത്രമല്ല, നമുക്ക് പിന്നാലെ വരുന്ന തലമുറകളും ഈ കഥാപാത്രങ്ങളുടെ ഉജ്ജ്വലതയിൽ - ഔജ്ജ്വല്യത്തിൽ ആകൃഷ്ടരാവും എന്ന കാര്യത്തിൽ സംശയമില്ല. ഇനിയുമെന്തെല്ലാം കലാ ആവിഷ്കാരങ്ങൾ ഉണ്ടാകാനിരിക്കുന്നു.

കേരളത്തിലെ രാമസങ്കല്പം ഇന്ത്യയുടെ ഇതരഭാഗങ്ങളിൽ നിന്ന് വ്യത്യസ്തമായ ഒരു വഴിയാണ് സ്വീകരിച്ചത് എന്നുള്ളതാണ് ഈ സെമിനാറിൽ ഉരുത്തിരിഞ്ഞുവരുന്ന ഏറ്റവും കാതലായ കാര്യം. We are different from other parts - states of India. ഇന്ത്യയുടെ വിവിധ ഭാഗങ്ങളെന്നുപറഞ്ഞാൽ എല്ലായിടത്തും ഒരു പോലെയാണോ? തമിഴ്നാട്ടിലെ രാമസങ്കല്പം നമ്മുടേതിനെക്കാളും റവല്യൂഷണറിയാണ്. രാവണനാണ് ഹീറോ. മനസ്സിലായില്ലേ. നമ്മൾ അത്രത്തോളം പോയിട്ടില്ല. നമ്മൾ വേറൊരു വഴിയാണ് തിരഞ്ഞെടുത്തിരിക്കുന്നത്. തമിഴ്നാട് പോലെയുള്ള ദ്രാവിഡ രാഷ്ട്രീയത്തിന്റെ സ്വാധീനം നമുക്കിവിടെയില്ല. എന്നാൽ ഉത്തരേന്ത്യൻ സംസ്ഥാനങ്ങളെ അപേക്ഷിച്ച് രാമനെ ദൈവമായി മാത്രം കണ്ട്, ആ ഒരു രീതിയല്ല കേരളത്തിലെ രാമസങ്കല്പം എന്നാണ് പറയുക. ഇതിനു പ്രധാനമായും എനിക്കു തോന്നുന്നത് 3 ഘട്ടങ്ങൾ നമുക്കിതിൽ കാണാൻ സാധിക്കും. ഒന്ന് എഴുത്തച്ഛനു മുന്നേയുള്ള ഘട്ടം - രാമചരിതം, രാമകഥപ്പാട്ട്. അതിലൂടെ മലയാളി പരിചയപ്പെടുന്ന രാമൻ. പിന്നീട് എഴുത്തച്ഛൻ കൊണ്ടുവന്ന രാമൻ.

അതുവരെ നമ്മളറിഞ്ഞിരിക്കുന്ന രാമൻ ഒരു മാതൃകാ പുരുഷനായിരുന്നുവെങ്കിൽ എഴുത്തച്ഛൻ ഭക്തിപ്രസ്ഥാനത്തിന്റെ ഭാഗമായി സകല ജനങ്ങൾക്കും പ്രാപ്യമായിട്ടുള്ള ദൈവത്തെ അവതരിപ്പിക്കണമെന്ന ഉദ്ദേശത്തോടുകൂടി പുതിയ രാമനെ കൊണ്ടുവന്നു. ഭക്തിപ്രസ്ഥാനത്തിന് ഒരു സാമൂഹികമായിട്ടുള്ള ഭൂമികയുണ്ട്. അത് ബ്രാഹ്മണ്യം കൈയ്യടക്കി വച്ചിരുന്ന ദൈവങ്ങളെ ഭക്തി എന്നു പറയുന്ന താക്കോലുപയോഗിച്ച് ആ കവാടം തുറന്ന് ഇവിടെ ഋതുവായ പെണ്ണിനും ദാഹകനും ഇരപ്പനും- ഭൂസുരനും ആർക്കു വേണമെങ്കിലും നാരായണനെ പ്രാപിക്കാം എന്നു പറയുന്ന ഭക്തിയുടെ ജനാധിപത്യമാണ് വാസ്തവത്തിൽ എഴുത്തച്ഛന്റെ രാമായണം നമ്മുടെ മുന്നിൽ പ്രഖ്യാപിച്ചത്. ഹരിനാമകീർത്തനത്തിലും എല്ലാം തന്നെ ആ ഒരു സമീപനമാണ് എഴുത്തച്ഛൻ ഇവിടെ സ്ഥാപിച്ചത്. അതിന് ആവശ്യമായ തരത്തിൽ അധ്യാത്മരാമായണം തന്നെ അദ്ദേഹം തിരഞ്ഞെടുക്കുകയും ശ്രീരാമനെ, മഹാവിഷ്ണുവിന്റെ പൂർണ്ണാവതാരമെന്ന നിലയ്ക്കുതന്നെ ഇവിടെ അവതരിപ്പിക്കുകയും ചെയ്തു. ആ അർത്ഥത്തിൽ അദ്ദേഹം വാത്മീകി അവതരിപ്പിച്ച രാമനിൽ നിന്ന് വ്യത്യസ്തനായ അല്ലെങ്കിൽ കുറച്ച് മാറ്റങ്ങളോട് കൂടിയ രാമനെയാണ് സ്വീകരിച്ചത്. വാത്മീകിയുടെ രാമൻ ദൈവമല്ല എന്നു മാത്രമേയുള്ളൂ. പക്ഷേ വാത്മീകിയുടെ രാമൻ പുരുഷോത്തമൻ തന്നെയാണ്, മര്യാദാ പുരുഷോത്തമനാണ്. ഒരു പുരുഷൻ എങ്ങനെയിരിക്കണമോ അതാണ്, ഉത്തമനായ പുരുഷന്റെ നിർവ്വചനമാണ് രാമൻ. പക്ഷേ, ഇവിടെ ഭക്തിപ്രസ്ഥാനത്തിൽ വന്നപ്പോഴാകട്ടെ, അത്രയും ഉത്തമനായ ഒരു പുരുഷനാകട്ടെ, അയാൾ ദൈവത്തിന്റെ അവതാരം തന്നെയായിരിക്കും എന്ന് ഒരു മെറ്റഫോറിക്കലായിട്ടുള്ള ഒരു പ്രസ്താവനയാണ് വാസ്തവത്തിൽ ഭക്തിപ്രസ്ഥാനം ഇവിടെ നടത്തിയത്. If somebody is so perfect, he will be God എന്ന് മാത്രം നമ്മളതിനെ എടുത്താൽ മതി. അത്ര പെർഫെക്ട് ആയ ഒരാൾ "Perfection is God'-പൂർണ്ണമദഃ പൂർണ്ണമിദം – അത്രയും പൂർണ്ണത ഒരാളിനവകാശപ്പെടാൻ സാധിക്കുമെങ്കിൽ അയാൾ ദൈവാവതാരം തന്നെയാണ് എന്ന പ്രസ്താവനയാണ് ഭക്തിപ്രസ്ഥാനം. ആ പ്രസ്താവന ഭക്തിപ്രസ്ഥാനക്കാർക്ക് ആവശ്യമായി വന്നത് എന്തുകൊണ്ട് എന്നു ചോദിച്ചാൽ ഞാൻ നേരത്തേ പറഞ്ഞതുപോലെ സാമൂഹികമായ ഉച്ചനീചത്വങ്ങൾ കൊണ്ട് ഭക്തിയിൽ നിന്നുപോലും ജനങ്ങൾ അകറ്റപ്പെട്ടിരിക്കുന്ന സമയത്ത്, പലതരത്തിലും വികൃതമായിരിക്കുന്ന ആചാരരീതികൾ പോലും സാമൂഹികമായി താഴെ നിൽക്കുന്ന ആളുകൾക്ക് വിധിക്കപ്പെട്ടിരുന്ന അവസരത്തിൽ യഥാർത്ഥ ഭക്തി എന്നു പറയുന്നത് ഹൃദയത്തിന്റെ നൈർമല്യമാണ്. ഹൃദയത്തിന്റെ ഡിവോഷൻ ആണ് എന്നു പറഞ്ഞുകൊണ്ടാണ് ഭക്തിപ്രസ്ഥാനം വരുന്നത്. എഴുത്തച്ഛൻ ആരംഭിച്ച ഭക്തിപ്രസ്ഥാനത്തിലൂടെ അല്ലെങ്കിൽ രാമായണത്തിലൂടെ നമുക്ക് പരിചയപ്പെടുത്തി തന്ന രാമനാണ് നമ്മുടെ രണ്ടാമത്തെ ഘട്ടത്തെ പ്രതിനിധാനം ചെയ്യുന്ന രാമസങ്കല്പം.

ഈ രണ്ട് സങ്കല്പങ്ങൾക്കും ശേഷം ആധുനിക കാലം- എന്നു പറ

ഞ്ഞാൽ 18–19 നൂറ്റാണ്ടോടുകൂടി, നമ്മുടെ നവോത്ഥാനമൊക്കെ വരുന്ന സമയത്ത് 3–ാമത്തെ ഘട്ടം, ആധുനിക ഘട്ടമെന്നു വിളിക്കാവുന്ന സമയത്തെ രാമസങ്കല്പം രൂപാന്തരപ്പെടുകയാണ്. അതിനെപ്പറ്റിയാണ് നമ്മൾ ചിന്തിക്കേണ്ടത്. അതാണ് ഇന്നത്തെക്കാലത്ത്, സമകാലിക കേരളത്തിൽ, കേരളത്തെ ഭരിക്കുന്ന, കേരളത്തിൽ നിലവിലിരിക്കുന്ന രാമസങ്കല്പം എന്നു പറയുന്നത് ഈ രണ്ടുഘട്ടങ്ങളും കഴിഞ്ഞ്, ഭക്തിപ്രസ്ഥാനവും കഴിഞ്ഞുള്ള ഒരു ഘട്ടത്തിൽ രാമനെ കേരളം എങ്ങനെ വിലയിരുത്തുന്നു എന്നതാണ്. അദ്ദേഹം നമ്മളെ സംബന്ധിച്ചിടത്തോളം സമ്പൂർണ്ണനായ പുരുഷനല്ല, യാതൊരു കളങ്കവുമില്ലാത്ത ഒരു മനുഷ്യനാണോ രാമൻ എന്നുള്ള ചോദ്യമാണ് വാസ്തവത്തിൽ കേരളീയ മനസ്സ് രാമസങ്കല്പത്തെ നേരിടുമ്പോൾ ചോദിക്കുന്ന ചോദ്യം. രാമനെയും കൃഷ്ണനെയും നമ്മൾ സമീപിക്കുന്നത് ഒരു പക്ഷേ ഉത്തരേന്ത്യൻ സംസ്ഥാനങ്ങളിൽ നിന്ന് വ്യത്യസ്തമായിട്ടുള്ള ചില സാമൂഹ്യസമവാക്യങ്ങൾ കൊണ്ടാണ്.

നമ്മളിതിനെക്കുറിച്ച് ഡീകണ്ടെക്സ്റ്റ്യുലൈസ് ചെയ്തിട്ടുണ്ട്. ആ സന്ദർഭത്തിൽ അതിൽനിന്നടർത്തിമാറ്റി നമ്മൾ മറ്റൊരു കളത്തിൽ നിന്നുകൊണ്ടാണ് രാമനെയും കൃഷ്ണനെയും സമീപിക്കുന്നത്. ഏതൊരു അളവുകോൽ കൊണ്ട് രാമനെ സമീപിക്കും എന്ന് ഇതിഹാസകാരനും അതുപോലെ തന്നെ ഭക്തകവികളുമെല്ലാം സങ്കല്പിച്ചുവോ, ആ കളത്തിൽ നിന്നു മാറി മറ്റൊരു വീക്ഷണത്തിലൂടെ ആണ്, മറ്റൊരു സന്ദർഭത്തിൽ നിന്നുകൊണ്ടാണ് രാമനെ നമ്മൾ അഭിസംബോധന ചെയ്യുന്നത്. അത് നമ്മുടെ തനതായിട്ടുള്ള, സാമൂഹ്യമായിട്ടുള്ള കാഴ്ചപ്പാടുകൾകൊണ്ടാണ്. നമ്മുടെ രാഷ്ട്രീയമാണ്. അങ്ങനെയാണ് നമ്മൾ ഒരു Idolise ചെയ്യപ്പെട്ടിട്ടുള്ള, ഒരു മൂർത്തീകരിക്കപ്പെട്ടിട്ടുള്ള, ഒരു പവിത്രീകരിക്കപ്പെട്ടിട്ടുള്ള ഒരു ബിംബത്തെ, ആ പവിത്രീകരണമെടുത്തു കളഞ്ഞിട്ട് ഒരു മനുഷ്യനായി മാറിനിന്ന് നോക്കുന്നത്. വാസ്തവത്തിൽ നമ്മൾ വാത്മീകിയെത്തന്നെയാണനുകരിക്കുന്നത്. എഴുത്തച്ഛനെയല്ല. ഈ നിൽക്കുന്ന രാമൻ മനുഷ്യനാണോ എന്നാണ് നമ്മുടെ ചോദ്യം. ഇത് മലയാളിക്കുമാത്രം അവകാശപ്പെട്ടതാണ് എന്ന് ഞാൻ പറയാൻ കാരണം, അതിന്റെ ഫോക്‌ലോറും ഒക്കെ നിങ്ങൾ ഗവേഷണത്തിനു വിധേയമാക്കേണ്ടതാണ്. മലയാളി എങ്ങനെ ഇങ്ങനെ ആയിപ്പോയി എന്നുള്ളതാണ് നരവംശശാസ്ത്രജ്ഞന്മാരും സോഷ്യൽ സൈക്കോളജിസ്റ്റുക്കളും ഒക്കെ വിലയിരുത്തേണ്ടത്. നമ്മൾ ഇന്നും ഇന്നലെയുമല്ല, ഇങ്ങനെയായത്, നമ്മൾ പണ്ടേ ഇങ്ങനെയാണ്. അതിന്റെ ഏറ്റവും നല്ല ഉദാഹരണം ഈ ഓണത്തിന്റെ മിത്താണ്. ഓണത്തിനെപ്പറ്റിയുള്ള കഥ ഭാഗവതത്തിലൊന്നുമുള്ളതായി എനിക്കറിയില്ല. വാമനാവതാരത്തെപ്പറ്റി ഭാഗവതത്തിലുണ്ടെങ്കിലും ഈ നമ്മൾ പറയുന്ന മാതിരിയുള്ള ഒരു ഓണസങ്കല്പം ഭാഗവതത്തിലൊന്നും ഒരിടത്തുമില്ല. മഹാബലി എന്നൊരു ചക്രവർത്തി ഉണ്ടായിരുന്നു. കേരളമെങ്ങനെയാണ് ഈ കഥയെ സമീപിച്ചത് എന്നു ചോദിച്ചാൽ മഹാബലി എന്നു പറയുന്നത് അസുര ചക്രവർത്തിയാണ്. അസുരചക്രവർത്തിക്ക് അഹങ്കാരം മൂത്തു, അയാൾ ധർമ്മി

ഷ്ഠനായിരുന്നു, നീതിമാനായിരുന്നു, ഒക്കെയായിരുന്നു. പ്രജകൾക്കൊക്കെ വളരെ സന്തോഷമാണ്, എള്ളോളമില്ല പൊളിവചനം, ബാലമരണങ്ങളില്ല, അങ്ങനെ എല്ലാവർക്കും സന്തോഷമുള്ള, സമത്വസുന്ദരമായിട്ടുള്ള ഒരു ഐഡിയലിസ്റ്റിക് ആയിട്ടുള്ള കേരളത്തിന്റെ ചിത്രമാണ്. അത്തരത്തിലുള്ള ഒരു കേരളത്തിന്റെ രാഷ്ട്രീയചിത്രമാണ് നാം മഹാബലി ഭരിച്ചിരുന്ന കേരളത്തെപ്പറ്റി സങ്കല്പിച്ചിട്ടുള്ളത്. അങ്ങനെ ഇവിടുത്തെ ജനങ്ങളെല്ലാം സന്തോഷത്തോടും സമൃദ്ധിയോടും ജീവിച്ചിരുന്ന ഒരു കേരളത്തിൽ ദേവന്മാരുടെ ദൂതനായി വാമനൻ അവതരിച്ച് മഹാബലിയുടെ ധർമ്മിഷ്ഠതയെ മുതലെടുത്ത് പാതാളത്തിലേക്ക് ചവിട്ടിതാഴ്ത്തുകയാണ്. അപ്പോൾ അദ്ദേഹത്തിനുണ്ടാവുന്ന ആഗ്രഹപ്രകാരം വർഷത്തിലൊരിക്കൽ മക്കളെ കാണാനുള്ള അവസരം അനുവദിക്കപ്പെടുന്നു. ഇവിടെ മലയാളിയുടെ മനസ്സ് ആരോടൊപ്പമാണ്? ജനക്ഷേമതല്പരനും ധർമ്മിഷ്ഠനുമായ ഒരു രാജാവിനെ രാഷ്ട്രീയ സമവാക്യങ്ങൾ ഉപയോഗിച്ച് നാടുകടത്തിയ ചതിയുടെ കഥയായിട്ടാണ് മലയാളികൾ ഓണത്തെ കാണുന്നത്. മലയാളി മനസ്സ് അന്നുമിന്നും മഹാബലിയോടൊപ്പമാണ്. വാമനനോടപ്പമല്ല. പരിത്യക്തനായ, ധർമ്മത്തിനു വേണ്ടി നാടുകടത്തപ്പെട്ട ചതിക്കപ്പെട്ട, ഒറ്റപ്പെട്ട മഹാബലിയോടൊപ്പമാണ്. ആ മനസ്സാണ് കേരളത്തിന്റെ മാനവിക വികസത്തിന്, മനുഷ്യവിഭവത്തിന്റെ വികസനത്തിന് കാരണമായത്. നമ്മുടെ പുരോഗമനാശയങ്ങളുടെ അടിത്തറ ഒക്കെയായി തീർന്നതിന്റെ പിന്നിൽ ഈ സാമൂഹ്യമന:ശാസ്ത്രമുണ്ട്. We are with the deprived and poor. അനീതി ആർക്കുനേരെ പ്രയോഗിക്കപ്പെട്ടുവോ, ആ ഇരയോടൊപ്പമാണ് നമ്മുടെ മനസ്സ്. അതാണ് മലയാളിയുടെ മനസ്സ്. മലയാളിയുടെ മനസ്സ് ഒരിക്കലും വിജയഭേരി മുഴക്കുന്നവനോടൊപ്പമല്ല, പരാജിതനോടൊപ്പം നിൽക്കുക എന്നത് നമ്മുടെ മൗലികമായിട്ടുള്ള അടിസ്ഥാനപരമായിട്ടുള്ള ഒരു സമൂഹ്യചോദനയാണ് എന്നുള്ളത് നമ്മൾ മനസ്സിലാക്കണം. മലയാളിയുടെ ഈ സാമൂഹ്യമനശാസ്ത്രത്തിനുള്ളിൽ രാമനെ ചോദ്യം ചെയ്യുന്നതിന്റെ വിത്തുകൾ കിടപ്പുണ്ട് എന്നുള്ളതാണ്. അങ്ങനെയുള്ള കേരളത്തിൽ രാമൻ എന്ന പുരുഷോത്തമൻ എത്ര ഉന്നതനായിരുന്നു, അല്ലെങ്കിൽ ഉത്തമനായിരുന്നു എന്നുള്ളതല്ല നമ്മുടെ അന്വേഷണം. രാമൻ ഉന്നതനായിരിക്കാം, പുരുഷോത്തമനായിരിക്കാം, മഹാരാജാവായിരിക്കാം. പക്ഷേ ചെയ്തചില ചെയ്ത്തുണ്ടല്ലോ, അതിനെ ഞങ്ങൾ പൊറുക്കുകയില്ല. എന്നു പറയാനാണ് മലയാളികളുടെ വാസന. അതുകൊണ്ട് രാമനെ എന്തെല്ലാം കാര്യങ്ങളിൽ നമ്മൾ ഇപ്പോഴും വിമർശിക്കുന്നു, കൂട്ടിൽ നിർത്തി ചോദ്യം ചെയ്യുന്നു? അതിന്റെ ഏറ്റവും ഉദാത്തമെന്നു പറയാവുന്ന ഒരു സാഹിത്യപ്രതികരണം നമ്മൾ കാണുന്നത് ചിന്താവിഷ്ടയായ സീതയാണ്. ചിന്താവിഷ്ടയായ സീതയിലാണ് ആശാനെപ്പോലെ കേരളത്തിലെ ഏറ്റവും ഉത്തിഷ്ഠവാനായിട്ടുള്ള കവി ആ സന്ദർഭമെടുത്തിട്ട് സീതയിലൂടെ ശ്രീരാമനെ ചോദ്യം ചെയ്യുന്നത്. പക്ഷേ സ്ത്രീപക്ഷവാദികൾ ക്ഷമിക്കട്ടെ. സീത രാമനെ ചോദ്യം ചെയ്യുമ്പോൾപ്പോലും കുലവധുവിന്റെ അതിരുകൾലംഘിക്കുന്നില്ല. അങ്ങനെ ലംഘിച്ചിരുന്നെങ്കിൽ ഒരു പക്ഷേ വിശ്വാസ്യത നഷ്ടപ്പെടും. അതു

കൊണ്ടായിരിക്കാം ആശാൻ അതിനു തുനിയാത്തത്. ശ്രീരാമനെ വിമർശിക്കുമെങ്കിലും സീത പറയും - ഇതൊക്കെയാണെങ്കിലും നിന്റെ ഗതികേട് എനിക്കു മനസ്സിലാവുന്നുണ്ട് എന്നു പറയുന്ന ഒരു ഭാര്യയുടെ ആർദ്രത സീതയ്ക്കുണ്ട്. പണ്ട് പഞ്ചവടിയിൽ കഴിഞ്ഞപ്പോൾ ഗർഭാതുരയായ ഒരു മാനിനെകണ്ടപ്പോൾ മിഴിമുന നനഞ്ഞ രാമനാണോ ഇന്ന് ഗർഭിണിയായ എന്നെ കാട്ടിലുപേക്ഷിക്കുന്നതെന്നാണ് ചോദ്യം. അപ്പോഴും ഗർഭാതുരയായ മാനിനെ കണ്ടപ്പോൾ കൺമുന നനഞ്ഞ തന്റെ പ്രിയതമനെ സീത മറക്കുന്നില്ല. അലിവുണ്ട് എന്നെനിക്കറിയാം. പക്ഷേ എന്റെ കാര്യത്തിലെന്തേ ഇതു സംഭവിച്ചു എന്നാണ് ചോദ്യം. സീത തന്റെ നിലപാടുകളും രാജകീയ പ്രൗഢിയും വിടാതെ തന്നെ രാമനോട് ചോദിക്കുകയാണ്. 'ആ പടുരാക്ഷസചക്രവർത്തിയെന്നുടൽ മോഹിച്ചതെന്റെ കുറ്റമോ?' ഒറ്റ ചോദ്യമാണ്. ഈ ചോദ്യം സീതയെക്കൊണ്ട് ചോദിപ്പിക്കാൻ ആശാന് സാധിച്ചു. ശ്രീരാമനെ ഇത്രയും ഷാർപ്പായി - മുഖാമുഖം നിർത്തിപ്പൊരിക്കുന്ന ഒരു കാവ്യം നമ്മളാദ്യം കാണുന്നത് ചിന്താവിഷ്ടയായ സീതയിലാണ്. അതു മലയാളിയുടെ മനസ്സിൽ പതഞ്ഞുപൊങ്ങുന്ന ഒരാശയത്തിന്റെ ഏറ്റവും ചമത്കാരപൂർണ്ണമായ ഒരാവിഷ്കാരമാണ്. കേരളത്തിന്റെ ഹൃദയത്തിൽ പണ്ടേ ചോദിക്കപ്പെടാതെ കിടന്ന ആ ചോദ്യം പിടിച്ചെടുക്കാൻ കുമാരനാശാനു കഴിഞ്ഞതാണ് ചിന്താവിഷ്ടയായ സീതയുടെ വിജയരഹസ്യം. ഈ ചോദ്യങ്ങൾ ഏതൊരു സ്ത്രീയുടെ മനസ്സിലൂടെയാണ് പോയിട്ടില്ലാത്തത്? നമ്മുടെയെല്ലാം മനസ്സിലുണ്ടായിരുന്നു ഇത്. ഇത്രയും യാതനകൾക്ക് ശ്രീരാമനോടൊപ്പം ഈ ത്യാഗങ്ങൾക്കെല്ലാം കൂട്ടു നിന്ന മനസ്വിനിയായ സീതയെ ആരോ അപവാദം പറഞ്ഞതിന്റെ പേരിൽ ഉപേക്ഷിച്ച പ്രവൃത്തിയെ ഇന്നും പൊറുക്കാൻ മലയാളിക്ക് കഴിഞ്ഞിട്ടില്ല.

എവിടെ ആര് ദുഃഖിക്കുന്നുവോ അവരുടെ ഒപ്പമേ മലയാളിക്ക് നിൽക്കാൻ കഴിയൂ. പലപല ഘട്ടങ്ങളിൽ ശ്രീരാമന്റെ പ്രവൃത്തികളെച്ചൊല്ലി അന്നും ഇന്നും മലയാളിയുടെ മനസ്സ് ശ്രീരാമനെ ചോദ്യം ചെയ്യുന്നുണ്ട്. ശൂർപ്പണഖയെ അംഗഛേദം ചെയ്തതെന്തിന്? അതാണല്ലോ രാവണനെ ചൊടിപ്പിച്ചത്! തന്റെ ജീവിതത്തിന്റെ വിധി മുഴുവൻ ശ്രീരാമൻ ആ ഒറ്റ നടപടിയിലൂടെ ക്ഷണിച്ചുവരുത്തുകയായിരുന്നില്ലേ എന്ന് ചോദിക്കാം. ഇത്രയും സ്ഥിരബുദ്ധിയുള്ള, കാര്യങ്ങളെ വിവേകത്തോടെ സമീപിക്കുന്ന ശ്രീരാമൻ എന്തിന് ശൂർപ്പണഖയെ അംഗവിച്ഛേദം ചെയ്തു എന്നുള്ളത് ഉത്തരം കിട്ടാത്ത ഒരു ചോദ്യമായി ഇപ്പോഴും കിടക്കുന്നു. അതുപോലെ ബാലിവധം - എന്തെല്ലാം ന്യായങ്ങൾ പറഞ്ഞാലും ശ്രീരാമന് ഒരിക്കലും മാപ്പുകിട്ടാത്ത ഒരപരാധമായിരുന്നു അത്. ബാലിവധത്തിന്റെ യുക്തി നൂറ്റാണ്ടുകൾക്കിപ്പുറവും നമുക്ക് മനസ്സിലായിട്ടില്ല. സീതയുടെ അഗ്നിശുദ്ധിയുടെ കഥയും ഏറ്റവും നീച പ്രവൃത്തിതന്നെയാണ്. ശംബൂകവധവും മറ്റൊരുദാഹരണമാണ്. സർവ്വോപരി സീതാപരിത്യാഗം. ഗർഭിണിയായ പരമസാധ്വിയായ സീതയെ അവളോട് പറയുക പോലും ചെയ്യാതെ ഉപേക്ഷിക്കുന്നത് മഹാപ

രാധം തന്നെ. ഈ കാര്യങ്ങളെല്ലാം തന്നെ ശ്രീരാമസങ്കല്പത്തെ പുനർ വായനയ്ക്ക് വിധേയമാക്കിക്കൊണ്ടിരിക്കുകയാണ്. കീഴാള പക്ഷവായന, സ്ത്രീപക്ഷ വായന, മാനവിക വായന അതുപോലെ പാരിസ്ഥിതിക വായന ഒക്കെ വേണ്ടതാണ്. ഈ എല്ലാ വീക്ഷണങ്ങളിലും രാമൻ വിമർശനവിധേയനായേക്കാം. ഇവിടെയൊക്കെ മലയാളിയുടെ ഒരു മനോഭാവത്തിൽ കുറച്ചുകൂടി ലളിതമായി ജീവിതത്തിൽ വളരെ ധർമ്മനിഷ്ഠകളൊന്നും മുറുകെപിടിക്കാതെ, മസിലുപിടിക്കാതെ അനുസരിച്ച ശ്രീകൃഷ്ണനെയാണ് നമുക്കിഷ്ടം. ശ്രീകൃഷ്ണനു മസിലുപിടിത്തമില്ല. ശ്രീരാമന് ഉണ്ട്. ശ്രീകൃഷ്ണൻ കുറേക്കൂടി ഫ്ളെക്സിബിൾ ആണ്. പ്രായോഗിക ബുദ്ധിയോടുകൂടി ഓരോ സന്ദർഭത്തെയും നേരിടാനുള്ള കൃഷ്ണന്റെ അന്യാദൃശമായ കഴിവാണ് ശ്രീരാമനേക്കാൾ ലോകപ്രിയമായി മാറിയത്. കടുത്ത ധർമ്മനിഷ്ഠയിൽ മാത്രം ഉറച്ച് എന്തും ചെയ്യുന്ന ശ്രീരാമനെക്കാൾ സന്ദർഭത്തിനനുസരിച്ച്, മനുഷ്യത്വത്തിനനുസരിച്ച് തെറ്റും ശരിയും ഒക്കെ പുനർനിർവ്വചിക്കുന്ന ശ്രീകൃഷ്ണന്റെ കൗശലമാണ് നമുക്കിഷ്ടം.

ഇതൊക്കെയാണെങ്കിലും ശ്രീരാമന്റെ ഭാഗത്തുനിന്നും നമുക്ക് ന്യായീകരിക്കാനാവാത്ത നിരവധി സംഭവങ്ങൾ ഉണ്ടായെങ്കിൽപ്പോലും ശ്രീരാമന്റെ ജീവിതത്തിൽ എത്രയോ അഭിജാതമായ മാതൃകാപരമായ ധർമ്മനിഷ്ഠ പുലർത്തുന്ന ശ്രീരാമനെ നമ്മൾ കാണാതിരുന്നുകൂടാ. യുദ്ധവിജയം നേടി ലങ്കയിൽ നിന്നു തിരിച്ചു പോകുമ്പോൾ യുദ്ധത്തിൽ മരിച്ച അറിയുന്നതും അറിയാത്തതുമായ ലക്ഷോപലക്ഷം ആൾക്കാർക്ക് രാമേശ്വരത്ത് ശ്രാദ്ധം ചെയ്യുന്ന രാമൻ, പരമശത്രുവായ ലങ്കാപതിക്ക് ഉചിതസംസ്കാരവും ഉദകക്രിയകളും ആവശ്യപ്പെടുന്ന രാമൻ തീർച്ചയായും ഒരു മാതൃകയാണ്. അച്ഛന്റെ കല്പനശിരസാവഹിച്ച മകന്റെ ധർമ്മനിഷ്ഠ രാമന്റെ മാത്രം പ്രത്യേകതയാണ്. ഭരണാധികാരികൾക്ക് ചിലപ്പോഴൊക്കെ വേണ്ടുന്ന നിശ്ചയദാർഢ്യം കേവലം പ്രയോജനസാപേക്ഷമായ രാഷ്ട്രീയത്തിന്റെ ഒരു എതിർ മാതൃകയാണ്.

ഏറ്റവും പ്രധാനമായി നമ്മൾ രാമനോട് നീതി പുലർത്തിയില്ല എന്നാണെന്റെ അഭിപ്രായം. എല്ലാ അപരാധങ്ങൾക്കുമപ്പുറം രാമൻ എന്നു പറയുന്ന ഒരു വ്യക്തി തന്റെ വ്യക്തിജീവിതത്തിൽ അനുവദിച്ചിട്ടുള്ള വൈകാരികമായ സ്ഫോടനങ്ങളെ കേരളത്തിലെയോ ഇന്ത്യയിലെയോ ആരും തന്നെ ചിത്രീകരിക്കാൻ ശ്രമിച്ചിട്ടില്ല. ഒരു കൃതിയുമില്ല. സീതയെ പരിത്യജിച്ച് സരയൂനദിയിലേക്ക് -മരണത്തിലേക്ക് നടന്നുപോയ രാമന്റെ വൈകാരിക സംഘർഷങ്ങളെ നാം കാണാതിരുന്നുകൂടാ.

കഥകളിയിലും കൂടിയാട്ടത്തിലും രാമസങ്കല്പം

ഡോ. കെ.ജി. പൗലോസ്

രാമസങ്കല്പം ഭാരതീയരെ സംബന്ധിച്ചിടത്തോളം ജീവിതത്തിന്റെ എല്ലാ മേഖലകളിലും പടർന്ന് കിടക്കുന്ന ഒരു സങ്കല്പമാണ്. വാത്മീകിക്ക് കേരളത്തെ അറിയില്ല എന്നുള്ളത് തീർച്ചയാണ്. ഭാരതവർഷം അഥവാ ആര്യാവർത്തം എന്നൊക്കെപ്പറയുന്നത് വിന്ധ്യാചലത്തിനും ഹിമാലയത്തിനും ഇടയ്ക്കുള്ളൊരു തടമാണ്. സംസ്കൃതത്തിൽ ഹിമവത് വിന്ധ്യാകുണ്ഡലാ എന്ന് പറയാറുണ്ട്. വിന്ധ്യനും ഹിമാലയവും രണ്ട് കുണ്ഡലങ്ങളായി ഇരിക്കുന്ന സങ്കല്പമാണത്. വാത്മീകിക്ക് ദക്ഷിണേന്ത്യയെക്കുറിച്ച് ഒന്നും അറിയില്ല. അദ്ദേഹം വിന്ധ്യന് തെക്കോട്ട് വന്നിരിക്കാനിടയില്ല. അദ്ദേഹത്തെ സംബന്ധിച്ചിടത്തോളം വിന്ധ്യാചലത്തിനു തെക്ക് ഉള്ളവരൊക്കെ വാനരന്മാരോ രാക്ഷസന്മാരോ മാത്രമാണ്.

കാളിദാസന് രാമനെപ്പറ്റി അറിയാം. പക്ഷേ അത് പരശുരാമനാണ്. ശ്രീരാമനല്ല. ശ്രീരാമൻ കേരളത്തിലേക്ക് വരുന്നത് എനിക്ക് തോന്നുന്നത് ഈ സംസ്കൃതത്തിന്റെയൊക്കെ വരവോട് കൂടിയായിരിക്കും. ഒരു നാലാംനൂറ്റാണ്ട്, അഞ്ചാം നൂറ്റാണ്ട് ഒക്കെയെത്തുമ്പോഴായിരിക്കണമത്. അതിനു ശേഷമുള്ള ഒരു കാലം, ഒരു പത്താം നൂറ്റാണ്ട് വരെ സംസ്കൃതത്തിന്റെ പ്രചാരം അതിന്റെ അത്യുച്ചത്തിൽ നിൽക്കുന്ന കാലഘട്ടമാണ്. ആ കാലത്ത് രാമൻ എന്ന സങ്കല്പം വാത്മീകിയുടെ രാമൻ തന്നെയാണ്. സർവ്വഗുണസമ്പന്നനായിരിക്കുന്ന ശ്രീരാമന്റെ ചിത്രമാണ് 10-11 നുറ്റാണ്ട് വരെ നമ്മുടെയിടയിൽ പ്രചരിച്ചിട്ടുള്ളത്. അതു കഴിഞ്ഞുള്ള കാലഘട്ടം, 10-ാം നൂറ്റാണ്ടിനുശേഷം ഇന്ത്യയിലാകെ വമ്പിച്ച മാറ്റങ്ങൾ വന്ന ഒരു കാലമാണ്. നമ്മുടെ സാംസ്കാരിക രംഗത്ത് തന്നെ വലിയ മാറ്റങ്ങൾ വന്നു. അതിനുകാരണമെന്താണെന്നുവച്ചാൽ സംസ്കൃതത്തിന്റെ ആധിപത്യമങ്ങ് തകരുകയും ദേശഭാഷകൾ അവിടവിടെയായി ഉണ്ടാവുകയും ചെയ്തു. നൂറുകണക്കിന് ദേശഭാഷകൾ ഉണ്ടാവുകയും അവയുടെ സംസ്കാരം വളരുകയും ചെയ്തു. ഏതാണ്ടൊരു പത്താം നൂറ്റാണ്ട് മുതലാണ്, അഥവാ സെക്കന്റ് മില്ലേനിയം മുതലാണ് നമ്മളീ പറയുന്ന എല്ലാ ഭാഷകളും, ഞാനീപ്പറയുന്ന ഭാഷയുൾപ്പെടെ ഉണ്ടാകുന്നത്. അതുമായി ബന്ധപ്പെട്ട് വലിയൊരു കൾച്ചറൽഷിഫ്റ്റ് സംഭവിക്കുകയാണ്. ഇതുവരെ നമ്മൾ സംസ്കൃതത്തിൽ കേട്ടുകൊണ്ടിരുന്ന കാര്യങ്ങൾ നമുക്കറിയാവുന്ന ഭാഷയിൽ കേൾക്കാൻ തുടങ്ങുന്ന മാറ്റമാണത്. കബീർ സംസ്കൃതത്തെപ്പറ്റി പറഞ്ഞത് 'കൂപ് ജൽ' അഥവാ കിണറ്റിലെ കെട്ടിക്കിടക്കുന്ന വെള്ളമെന്നാണ്. ദേശഭാഷകൾ പ്രവാഹമാണ്. കെട്ടിക്കിടന്നിരുന്ന സംസ്കൃതത്തിൽ കിട്ടിയിരുന്ന ധാരണകൾ ഒഴുക്കിലൂടെ നാടൻ ഭാഷകളിലേക്ക് വരികയും പതി

നൊന്നാം നൂറ്റാണ്ടിനുശേഷം folk എന്ന സാധ്യതയിലൂടെ രാമായണം ജനങ്ങളിലേക്ക് ഇറങ്ങി വരികയാണ്. ഓരോ വീട്ടിലും കഥകൾ പ്രചരിക്കുകയാണ്. വഴികൾക്കും കുന്നുകൾക്കും പഴങ്ങൾക്കുംവരെ രാമായണത്തിലെ നാമങ്ങൾ നൽകുന്ന തരത്തിലേക്ക് കഥയങ്ങ് ജനകീയമാവുകയായിരുന്നു. അതുവരെ അരമനകളിലും പണ്ഡിതസദസ്സുകളിലുമൊക്കെ ഇരുന്ന സീതയും രാമനുമൊക്കെ ഓരോ വീട്ടിലേക്കും വരികയാണ്. ശരിക്കു പറഞ്ഞാൻ രാമകഥ ഇന്ത്യൻ ജനതയുടെ ജീവിതത്തിലേക്ക് ഇറങ്ങി വന്നത് പതിനൊന്നാം നൂറ്റാണ്ടിന് ശേഷമാണ്. അത് വളരെ വലിയ ഒരു സാംസ്കാരിക മാറ്റമാണുണ്ടാക്കിയത്. ഈ വല്യ മാറ്റത്തിന് രണ്ട് തലങ്ങളുണ്ട്. ഒന്നാമതായി അധികാരഘടനയിലൊരു മാറ്റം വന്നു. അതായത് അതുവരെ സാഹിത്യം, സംസ്കാരം എന്നിവയൊക്കെ മേൽത്തട്ടിന്റെ അഥവാ എലൈറ്റിന്റേതായിരുന്നു. ഈ എലൈറ്റ് പോയിട്ട് സാധാരണക്കാരനിലേക്ക് വന്നു. രാജാക്കന്മാരുടെ ഇടയിലും കൊട്ടാരങ്ങളിലും ഒക്കെ മാത്രം നടന്നിരുന്ന ഒരു സംഭവം ജനങ്ങളിലേക്ക് വന്നപ്പോൾ ഉണ്ടായ സാംസ്കാരിക മാറ്റം ചെറുതല്ല. രണ്ടാമത്തെ മാറ്റം എന്നത് സാധാരണജനങ്ങൾക്ക് ഇതു ലഭ്യമായി തുടങ്ങിയപ്പോൾ അതായത് രാമായണവും ഭാരതവും കഥകളുമൊക്കെ വഴിയെ നടക്കുന്നവനും അവർക്കും ഇവർക്കുമൊക്കെ ലഭ്യമായി തുടങ്ങിയപ്പോൾ അതിലൊരു ജനകീയ സ്വഭാവം ഉണ്ടായി എന്നതാണ്. ഈ ജനകീയ സ്വഭാവത്തിനു കാരണം ഭക്തിപ്രസ്ഥാനമാണ്. ഭക്തിപ്രസ്ഥാനം നമ്മുടെ സംസ്ക്കാരത്തിന്റെ വളർച്ചയിൽ വലിയൊരു പങ്കാണ് വഹിച്ചത്. 7-8 നൂറ്റാണ്ടിലുണ്ടായ ഭക്തിപ്രസ്ഥാനമല്ല, ആൾവാർമാരുടെയൊക്കെ ആ ഭക്തി പ്രസ്ഥാനം. അത് സംസ്കൃതത്തിലായിരുന്നു. ജനങ്ങളിലേയ്ക്കുള്ള ഒരു ഭക്തിപ്രസ്ഥാനം വരണത് പിന്നീടാണ്. ഭക്തിപ്രസ്ഥാനം യഥാർത്ഥത്തിൽ ഒരു വിമോചന പ്രസ്ഥാനമായിരുന്നു. ഭക്തിയിലൂടെ ആളുകൾ മോചിപ്പിക്കപ്പെടുകയായിരുന്നു.

ഭക്തിപ്രസ്ഥാനം നമ്മുടെ നാട്ടിലെ സാധാരണക്കാരെ ഈശ്വരനിലേക്ക് ഉയർത്തുകയായിരുന്നു. പതിനൊന്നാം നൂറ്റാണ്ടിനു ശേഷമുള്ള ഭാരതത്തിൽ ഉണ്ടായ രണ്ട് പ്രമുഖമാറ്റങ്ങളെക്കുറിച്ചാണ് പറഞ്ഞുവന്നത്. ഒന്ന് നിലവിലുണ്ടായിരുന്ന അധികാരഘടനയുടെ തകർച്ചയും മറ്റൊന്ന് സാധാരണക്കാരിലേക്ക്, ഏറ്റവും കീഴാളരിലേക്ക് ഭക്തിയിലൂടെ ഈശ്വരനും ഉയർന്ന ഗ്രന്ഥങ്ങളും അറിവും കടന്നു ചെന്നതുമാണ്. ഈ കാലഘട്ടം വളരെ പ്രധാനപ്പെട്ടതാണ്. ആ മാറ്റത്തിന്റെ തുടർച്ചയാണ് പിന്നീട് വന്ന കവികളെല്ലാം. കബീർദാസ്, സൂർദാസ്, റഹിം, എല്ലാവരും താഴെക്കിടയിലുള്ളവരാണ്. ഇവരാരും സംസ്കൃതത്തിലൊന്നുമെഴുതിയില്ല. എഴുതിയത് അവരവരുടെതായ ദേശീയഭാഷകളിലായിരുന്നു. ആ കൂട്ടത്തിലാണ് നമുക്ക് എഴുത്തച്ഛന്റെ രാമായണം ഉണ്ടാകുന്നത്. ഈ രാമായണം വാത്മീകിയുടെ രാമായണമല്ല. മറിച്ച് ഭക്തിയുടെ രാമായണമാണ്. ഭക്തരസായനമാണത്. ഈ രാമായണമാണ് അടുത്ത 500 വർഷം കേരളീയന്റെ മനസ്സിനെ സ്വാധീനിച്ചത്. പത്താം നൂറ്റാണ്ടിന് മുൻപിലുണ്ടായിരുന്ന രാമായണവും

അതിനുശേഷമുണ്ടായ രാമായണവും തമ്മിലുള്ള വ്യത്യാസമാണ് ഞാൻ പറഞ്ഞത്. ഈ പുതിയ രാമായണമാണ് നമ്മുടെയൊക്കെ വീടുകളിൽ വരികയും കഥാപാത്രങ്ങൾ നമ്മോടിടപഴകുകയും ആ കഥാപാത്രങ്ങളുടെ പേര് നാം ചുറ്റുവട്ടത്ത് പലതിനും കൊടുക്കുകയും ചെയ്തത്. പേരിടുന്നതിന് പോലും ഇഷ്ടപ്പെട്ട കഥാപാത്രങ്ങളുടെ പേര് മാത്രമാണ് നാം തിരഞ്ഞെടുത്തത്. രാമായണം നമ്മുടെ കുടുംബത്തിലെ ഒരവിഭാജ്യഘടകമായി മാറുകയാണുണ്ടായത്. കീഴാളന്മാർക്കുപോലും സുഗ്രാഹ്യവും സുപരിചിതവുമായ ഒന്നായി രാമായണം. വള്ളത്തോളിന്റെ തോണിയാത്രയിലെ രംഗം നോക്കൂ പാവപ്പെട്ട ആ കഥാപാത്രം മങ്ങിയവെളിച്ചത്തിലിരുന്ന് രാമായണം വായിക്കുകയാണ്. മറ്റൊരാൾ കേട്ടാൽ ഇഷ്ടമാകുമോ എന്ന പേടിയും അയാൾക്കുണ്ട്. അപ്പോഴാണ് പറയുന്നത്.

കാവ്യം സുഗേയം കഥ രാഘവീയം
കർത്താവ് തുഞ്ചത്തുളവായ ദിവ്യൻ
ആനന്ദലബ്ധിക്കിനിയെന്തു വേണം

അപ്പോൾ രാമായണമെന്ന് പറയുന്നത് ഓരോ മലയാളിയുടെയും മനസ്സിൽ ആനന്ദലബ്ധിക്കിനിയെന്ത് വേണം എന്ന നിലയിലേക്കെത്തിച്ചേരുകയാണ്. ഇത്രയും ആമുഖമായി പറഞ്ഞുകൊണ്ട് കൂടിയാട്ടത്തിലേക്കും കഥകളിയിലേയ്ക്കും കടക്കുകയാണ്. കൂടിയാട്ടവും കഥകളിയും നമ്മുടെ ക്ലാസിക്കൽ കലകളാണല്ലോ. ഫോക് കലകളിൽ നിന്നും എന്താണിതിനൊരു വ്യത്യാസം എന്നു വച്ചാൽ ക്ലാസിക്കൽ എന്നു പറഞ്ഞാലെന്താണെന്നറിയണം. ക്ലാസിക്കൽ എന്നു പറയുന്നത് ഒരു ദേശീയമായ പിൻതുടർച്ച അവകാശപ്പെടാവുന്നത് എന്നാണ്. അതായത് ഇന്ത്യ മുഴുവൻ ഉള്ളതും നാട്യശാസ്ത്രം പോലൊരു ഗ്രന്ഥത്തിന്റെ പിൻതുടർച്ചയായതും അതോടൊപ്പം തന്നെ നാട്യധർമ്മി എന്ന അഭിനയത്തെ സ്വീകരിക്കുന്നതുമാണ്. അതിനെയാണ് ക്ലാസിക്കൽ എന്നു പറയുന്നത്. അപ്പോൾ കൂടിയാട്ടം, കഥകളി, കൃഷ്ണനാട്ടം, മോഹിനിയാട്ടം ഒക്കെയാണ് കേരളത്തിലെ ക്ലാസിക്കൽ കലകളിൽ വരുന്നത്. ഈ ക്ലാസിക്കൽ കലകളുടെ ഒരു 400-500 വർഷത്തെ ചരിത്രം എടുത്ത് നോക്കുകയാണെങ്കിൽ കൂടിയാട്ടത്തിലെ രാമായണ നാടകം എന്നു പറയുന്നത് 2 നാടകങ്ങൾ ചേർന്നതാണ്. ഒന്ന് അഭിഷേക നാടകം, മറ്റൊന്ന് പ്രതിമാ നാടകം.

ഇതു രണ്ടും ഭാസന്റേതാണ്. ഇതെഴുതിയത് ബി.സി രണ്ടാം നൂറ്റാണ്ടിലാണ്. നമ്മൾ പുരാണത്തിലേക്കെടുത്തു എന്നു മാത്രമേയുള്ളൂ. മറ്റൊന്ന് കേരളീയനായ ശക്തിഭദ്രന്റെ ആശ്ചര്യചൂഡാമണി. ഈ നാടകങ്ങളാണ് കൂടിയാട്ടത്തിൽ രാമായണ നാടകങ്ങളായി അവതരിപ്പിക്കുന്നത്. ഒരു വർഷംവരെ നീണ്ടുനിന്ന തുടർച്ചയായ അവതരണങ്ങൾ രാമായണ നാടകങ്ങൾ എന്ന പേരിൽ ഉണ്ടായിട്ടുണ്ട്. ഈ 2 നാടകങ്ങൾ ചേർന്നാൽ 21 അങ്കങ്ങളാവും. 21 അങ്കങ്ങൾ ചേർന്ന് ഒരു കൊല്ലം മുഴുവൻ നീണ്ട അവതരണമായിരുന്നു. അതിന്റെ വിശദാംശങ്ങളി

ലേക്ക് പോകുന്നില്ല. ഈ നാടകങ്ങളുടെ ഒരു പ്രധാനപ്പെട്ട കാര്യം ഉള്ളത് ഇവയിൽ ശ്രീരാമൻ ഒരു കഥാപാത്രമാണെങ്കിലും ഇവയിലൊന്നും രാമൻ മുഖ്യകഥാപാത്രം അല്ല എന്നതാണ്. 21 അങ്കങ്ങളിലും അങ്ങനെയാണ്. കഥകളിയിൽ നോക്കിയാൽ ആദ്യത്തെ ആട്ടക്കഥകളായ കൊട്ടാരക്കരതമ്പുരാന്റെ 8 കഥകളിൽ രാമായണം കഥ മുഴുവനുണ്ട്. പുത്രകാമേഷ്ടി, അതു കഴിഞ്ഞാൽ സീതാസ്വയംവരം, വിച്ഛിന്നാഭിഷേകം, ഖരവധം, ബാലിവധം, തോരണ യുദ്ധം, സേതുബന്ധനം, അവസാനം യുദ്ധം അഥവാ പട്ടാഭിഷേകം. ഇങ്ങനെ 8 കഥകൾ കൊട്ടാരക്കരതമ്പുരാൻ രചിച്ചിട്ടുണ്ട്. ഈ 8 നാടകങ്ങൾ നോക്കിയാൽ അതിൽ 3 നാടകങ്ങളിലേ ശ്രീരാമൻ വരുന്നുള്ളൂ. ഏതൊക്കെയെന്നു വച്ചാൽ സീതാസ്വയംവരം, ബാലിവധം, യുദ്ധം. അതു തന്നെ കുട്ടിത്തരം വേഷങ്ങളാണ്. വലിയ വേഷങ്ങൾ ഇല്ല. അല്പമെങ്കിലും ഒരു ജീവൻ രാമന്റെ പാത്രത്തിനുണ്ടെന്നു തോന്നുന്നത് സീതാസ്വയംവരത്തിലാണ്. സ്വയംവരകഥയിലാവട്ടെ സ്വയംവരം കഴിഞ്ഞ് വരുമ്പോൾ പരശുരാമനുമായി യുദ്ധസമാനമായ ഒരു രംഗവും പോർവിളിയുമൊക്കെയുണ്ട്. ആ രംഗത്താണ് രാമന്റെ പാത്രത്തിനൊരു ജീവനുള്ളത്. പരശുരാമൻ നേരെ രാമനെ പോരിനു വിളിക്കുകയാണ്.

വൃദ്ധയായോരു നിശിചരിയെ നീയ്-
തത്രഹനിച്ചതു യുക്തമഹോ-

ഒരു വയസിയെ നീ കൊന്നത് യുക്തമാണോ എന്നാണ്. വയസീന്നു പറഞ്ഞാൽ താടകയാണ്. താടക വയസിയൊന്നുമല്ല. പക്ഷേ പരശുരാമൻ കളിയാക്കാൻ വേണ്ടി പറഞ്ഞതാണ്. നീ സ്ത്രീയെ കൊന്നത് ശരിയാണോ എന്ന ചോദ്യമാണ് അതിനു മറുപടി

അവളെൻ മാതാവല്ല മുനീന്ദ്രാ
ശുഭതരചരിത മഹാത്മൻ

എന്താണിങ്ങനെയൊരു മറുപടി? ഞാൻ കൊന്നത് എന്റെ മാതാവിനെയല്ല. പക്ഷേ നീ നിന്റെ അമ്മയെയല്ലേ കൊന്നതെന്നാണ് ചോദ്യം. ഇങ്ങനെയൊരു രംഗം സീതാസ്വയംവരത്തിലുണ്ടെന്നതൊഴിച്ചാൽ ബാക്കിയൊക്കെ കണക്കാണ്. പറഞ്ഞുവരുന്നതെന്താണെന്നു വച്ചാൽ കഥകളിയിലായാലും കൂടിയാട്ടത്തിലായാലും ഇതെല്ലാം കുട്ടിത്തരം വേഷങ്ങളാണ്. ശ്രീരാമവേഷം എല്ലാം കുട്ടിത്തരം ആയിപ്പോയിട്ടുണ്ട്. മഹാനടന്മാരായിരുന്ന അമ്മന്നൂർ മാധവചാക്യാരോ മാണിമാധവചാക്യാരോ കൃഷ്ണൻ നായരോ രാമൻകുട്ടി നായരോ ആരും ശ്രീരാമവേഷം കെട്ടിയിട്ടില്ല. പഠിക്കുന്ന കാലത്തെങ്ങാനും ഉണ്ടായിട്ടുണ്ടെങ്കിലേ ഉള്ളൂ. രാമ വേഷക്കാർ എപ്പോഴും തുടക്കക്കാരോ പഠിക്കുന്ന വിദ്യാർത്ഥികളോ ഒക്കെയായിരിക്കും. അപ്പോൾ രാമായണ കഥകളിൽ രാമന്റെ സാന്നിദ്ധ്യം ക്ലാസിക്കൽ കലകളിൽപ്പോലും കുട്ടിത്തരം വേഷങ്ങളിലാണ് നിൽക്കുന്നത്. അത് ആദ്യവസാന വേഷത്തിലേക്ക് വളർന്നില്ല എന്നാണ് പറഞ്ഞത്.

എന്തുകൊണ്ടാണിങ്ങനെ എന്നു ചോദിച്ചാൽ ചില പ്രധാനകാര്യങ്ങളുണ്ട്. രാമന്റെ കഥയായ രാമായണ നാടകത്തിൽ പോലും 3 നാടകത്തിലേ രാമനുള്ളൂ. ആ ഉള്ളിടത്തുതന്നെ ചെറിയ വേഷങ്ങൾ മാത്രം. ഇതിന് 3 കാരണങ്ങളുണ്ട്, ഒന്ന് അതിലൊരു സൗന്ദര്യപരമായ പ്രശ്നമുണ്ട്. അതായത് വായിക്കുന്നതു പോലെയല്ല അരങ്ങിൽ കാണിക്കുന്നത്. അരങ്ങിൽ കാണിക്കുന്നത് വായിക്കുന്നതിൽ നിന്നും വളരെ വ്യത്യസ്തമായ ഒരു രീതിയാണ്. ദൃശ്യത്തിൽ നമ്മളെപ്പോഴും പ്രധാനമായി കാണിക്കുന്നത് 2 രസങ്ങളാണ്. ശൃംഗാരം, വീരം. ഈ ശൃംഗാരവും വീരവും രണ്ടും ശ്രീരാമനിൽ കാണിക്കാൻ പറ്റില്ല. അതാണ് കാരണം. ശ്രീരാമന് സീതയോടെത്രനേരം ശൃംഗരിക്കാൻ പറ്റും സ്റ്റേജിൽ? പറ്റില്ല. നമുക്ക് ഇഷ്ടപ്പെടില്ല. വീരമോ? വീരവും പറ്റില്ല. കാരണമെന്താണ്? വീരമെന്നു പറയുന്നത് രണ്ടുപേരുടെ ബലാബലമാണ്. ഒരാൾ ഈശ്വരനാണെങ്കിൽ ഈശ്വരന് എന്തിനാണൊരു യുദ്ധം? ഒരു ശാപമങ്ങ് കൊടുത്താൽ പോരേ? താനെയങ്ങു ജയിക്കും. ഈയൊരു ചിന്ത നമ്മുടെ മനസ്സിലിരിക്കുമ്പോൾ വീരത്തിന് ബലം കിട്ടില്ല. അപ്പോൾ ഭാരതീയമായ സൗന്ദര്യശാസ്ത്രത്തിന്റെ രസസിദ്ധാന്തം, രസസങ്കല്പം അനുസരിച്ച് ഭക്തിക്ക് അരങ്ങിൽ കൊഴുക്കാൻ പറ്റില്ല. അതാണതിന്റെ ഫണ്ടമെന്റലായ പ്രശ്നം. കാരണം ഭക്തി എന്നു പറയുന്നത് പേഴ്സണലാണ്. രസം എന്നു പറയുന്നത് ട്രാൻസ്പേഴ്സണലാണ്. രസസിദ്ധാന്തത്തിന്റെ കാതലാണ്. രസസിദ്ധാന്തം എന്താണ്? നാം പഠിക്കുന്നുണ്ടല്ലോ. ശൃംഗാരം എന്നു പറയുന്നത് love for somebody അല്ല, love for x ആണ്. എനിക്ക് മറ്റൊരാളോടുള്ള രതിയാണ്. അത് നാട്ടിൽ പറ്റും, ലോകത്ത് ആവാം. കുട്ടികൾക്ക് ക്ലാസിലോ പുറത്തോ ഒക്കെയാവാം. നാടകത്തിൽ രതി എന്നു പറഞ്ഞാലെന്താണ് ആർക്കും ആരോടും ഉള്ളതാവാൻ വയ്യ. പിന്നെന്താണ്? നാടകത്തിൽ രതി എന്നു പറയുന്നത് വൈയക്തികമായ തലത്തിൽ നിന്നുയരുകയും ട്രാൻസ്പേഴ്സണലായ ഒരു ലെവലിൽ എത്തുകയും ആ തലത്തിൽ നമുക്ക് ഒരു Sublimation ഉണ്ടാവുകയും ചെയ്യും. രസസിദ്ധാന്തത്തിന്റെ സാങ്കേതികതയാണത്. രതി നിങ്ങൾക്ക് ഭാര്യയോടോ, കാമുകിയോടോ ഒക്കെയാവാം. പക്ഷേ നാടകത്തിലതല്ല. അരങ്ങിലെ നടനും നടിയും തമ്മിൽ രതിയായാൽ കുഴപ്പമാണ്. കണ്ടിരിക്കുന്ന നിങ്ങൾ തമ്മിൽ ഉണ്ടായാൽ അതിലും കുഴപ്പമാണ്. അതു പറ്റില്ല. പിന്നെന്താണ് പറ്റുക? രതി as sublimated. The sublime level of emotion. നമ്മുടെ ജീവിതത്തിൽ നമുക്ക് രതിയുണ്ട്. ആ രതി എന്നു പറയുന്നത് ordinary രതിയാണ്. ഇവിടെ അതല്ല. Sublime രതിയാണ്. എന്താണീ Sublimated എന്നു പറഞ്ഞാൽ? Sublimated ആവണമെങ്കിൽ Impersonnel ആവണം. എനിക്കിതിനോടൊരു ബന്ധമില്ല എന്നാവണം. കഥാപാത്രത്തോട് കാഴ്ചക്കാരന്റെ ബന്ധം Impersonnel ആകുമ്പോൾ അത് പ്യൂരിഫൈഡ് ആകും. നിർമ്മലീകൃതമാവും. നിർമ്മലീകൃതമാവുമ്പോൾ നമുക്ക് ആരോടും നമ്മുടെ വികാരം പരിശുദ്ധമായ രീതിയിൽ നിൽക്കാം. അതാണ് രസസിദ്ധാന്തം- Emotion as sublimated, not emotion as such. നാടക

ത്തില emotion sublimated ആണ്. ജീവിതത്തിൽ emotion as such ആണ്.

ഭക്തിക്ക് ഈ തലം കിട്ടില്ല. അതാണ് പ്രശ്നം. ഭക്തിയിൽ ഞാൻ, എന്റെ ദൈവം. എന്ന് വളരെ പേഴ്സണലായ ഒരു ബന്ധമാണ്. അത് ഒരിക്കലും മുകളിലേയ്ക്കുയരില്ല. Sublimated ആവില്ല. ഇതാണ് ഭക്തിയുടെ സൗന്ദര്യശാസ്ത്രം. ശ്രീരാമനും സീതയും തമ്മിലുള്ള പ്രണയം ദൃശ്യവൽക്കരിച്ചാൽ അതു വളരെ അരോചകമായി തോന്നും. അതാണ് കുഴപ്പം. കാരണം ശ്രീരാമനോട് നമുക്ക് ഭക്തിയാണ്. ശ്രീരാമൻ നമ്മുടെ ആരോ ആണ്. കുമാരസംഭവത്തിലെ ശിവപാർവ്വതിമാരുടെ രതിവർണ്ണനയുണ്ടല്ലോ. അതിനെപ്പറ്റി പറഞ്ഞിട്ടുള്ളത് മാതാപിതാക്കന്മാരുടെ രതി വർണ്ണിക്കുന്നതുപോലെ അത്രയേറെ അസഭ്യമാണ് എന്നാണ്. ശ്രീരാമനെന്ന നമ്മുടെ മനസ്സിലെ ദൈവത്തിന്റെ ശൃംഗാരം ഭക്തിവിട്ട് മറ്റൊരു തലത്തിൽ രംഗത്ത് കാണിച്ചാൽ നമുക്ക് ആസ്വദിക്കാൻ കഴിയില്ല. കൂടിയാട്ടത്തിലെ ഏറ്റവും ഉജ്വലമായ ശൃംഗാരം രാവണന് സീതയോടുള്ളതാണ്. രാവണൻ സീതയെ ആദ്യമായി കാണുമ്പോൾ ഉള്ള രംഗത്തെ 'പാനാധിരൂപം' എന്നാണ് പറയാറ്. 20 കണ്ണുകളും കൊണ്ട് സീതയുടെ രൂപസൗന്ദര്യം കാണാൻ രാവണൻ നടത്തുന്ന ഒരഭിനയമുഹൂർത്തമുണ്ട്. ദൃശ്യകലയിലെ എക്കാലത്തെയും മികച്ച ശൃംഗാരമാണത്. ഇത്തരമൊരു രംഗം രാമകഥാപാത്രത്തിനു പറ്റില്ല. രാമനിതു കാണിക്കാൻ പറ്റില്ല. ഇതാണ് സൗന്ദര്യശാസ്ത്രപരമായ പ്രശ്നമെന്നു പറഞ്ഞത്. ശൃംഗാരം അവതരിപ്പിക്കാൻ പറ്റാത്തതുകൊണ്ടാണ് രാമൻ കുട്ടിത്തരം വേഷമായത്. വീരവും ഇതുപോലെ തന്നെയാണ്. കാരണം ഈശ്വരനാണല്ലോ, വിജയിക്കുമെന്ന് ഉറപ്പാണ്. വിജയം ഉറപ്പായ ഒരു യുദ്ധരംഗത്ത് വീരരസം ഉണ്ടാവുകയേയില്ല. കാഴ്ചക്കാരനിലേക്ക് ആരസം സംവദിക്കപ്പെടുകയില്ല. പിന്നെയൊരു രസം ഉള്ളത് കരുണയാണ്. കരുണ രസത്തിന്റെ ഒരു കുഴപ്പം ആദ്യത്തെ ഷോക്കിന്റെ ഒരു നിമിഷമേ അതനുഭവിക്കാൻ കഴിയൂ. രണ്ടാം നിമിഷത്തിൽ കരുണ നിലനിൽക്കില്ല, ദൃശ്യത്തിൽ. വായനയിലാവാം. ഇരുന്ന് വായിച്ചനുഭവിക്കുകയാണല്ലോ.

പറഞ്ഞു വന്നതിനർത്ഥം, ശൃംഗാരം, വീരം, കരുണം എന്ന രസങ്ങളിലൊന്നും തന്നെ രാമകഥാപാത്രത്തിൽ പ്രയോഗിച്ചവതരിപ്പിക്കാൻ കഴിയില്ല. ഇതുകൊണ്ടാണ് രാമവേഷം കുട്ടിത്തരമായിപ്പോയിട്ടുള്ളത്.

മറ്റൊരു പ്രശ്നം കേരളീയർക്ക് ഒരു റിബൽ സ്വഭാവമുണ്ട്. അതുകൊണ്ട് നമ്മൾ നായകന്മാരെയല്ല, പ്രതിനായകന്മാരെയാണ് മാനിക്കുക. ദുര്യോധനന് അമ്പലമുള്ള ഒരൊറ്റ സംസ്ഥാനം കേരളമാണ്. മലയാളി മനസ്സിൽ ഈ റിബൽ സ്വഭാവമുള്ളതുകൊണ്ട് നമ്മുടെ ക്ലാസിക്കൽ കലകളായ കഥകളിയിലും കൂടിയാട്ടത്തിലും നായകന്മാരില്ല. പ്രതിനായകന്മാരേ ഉള്ളൂ. ഇതിനെയാണ് നമ്മൾ Anti hero cult എന്നു പറയുക. ബാലി, രാവണൻ ഒക്കെ പ്രതിനായകന്മാരാണ്. നായകപ്രധാനമായ ഒരു സങ്കല്പം കഥകളിയിലും കൂടിയാട്ടത്തിലും ഇല്ല.

മറ്റൊരു കാര്യം മലയാളികൾ Critical insiders ആണ്. അതായത് പറയുന്ന കാര്യങ്ങൾ അതേപോലെ മലയാളി വിശ്വസിക്കില്ല. ഏത് നായകനായാലും പ്രതിനായകനായാലും വിമർശനബുദ്ധിയോടെ സമീപിക്കുന്ന ഒരു രീതി നമുക്കുണ്ട്. ആ വിമർശനം നമ്മൾ നമ്മുടെ കഥാപാത്രങ്ങളോട് അതികഠിനമായി നടത്തുന്നുണ്ട്. ബാലിവധം കഥ തന്നെ നല്ലൊരുദാഹരണമാണ്. ദൈവത്തെയായാലും ശരി ആരെയായാലും ശരി നിശിതമായി വിമർശിക്കുന്ന ഒരു രീതി ക്ലാസിക്കൽ നാടകങ്ങളിലുണ്ട്. അരങ്ങിന്റെ സൗന്ദര്യശാസ്ത്രവും ഭക്തിയും രണ്ടും രണ്ടാണ്. ഭക്തി പൊതു ജീവിതത്തിൽ അംഗീകരിക്കും. അരങ്ങിൽ മറ്റൊരു രീതിയാണ്. ഭക്തി ഉണ്ടാവുകയും ഭക്തിയിൽ എല്ലാം നിറയുകയും ചെയ്തപ്പോഴും നമ്മുടെ ക്ലാസിക്കൽ കലകൾ അതിന്റെ സൗന്ദര്യശാസ്ത്ര സൂക്ഷ്മത കൈവിടാതിരിക്കുകയും അതിന്റെ രസപൂർണ്ണതയ്ക്കു വേണ്ടി ശക്തമായ രസാനുഭവങ്ങളെ പ്രതിനായകന്മാർക്ക് കൊടുക്കുകയും ദൈവസമാന കഥാപാത്രത്തെപ്പോലും കുട്ടിത്തരമാക്കി നിർത്തുകയും ചെയ്തു. ഈ രീതി കേരളീയമായ വളരെ വിശേഷകരമായ ഒരു കലാപാരമ്പര്യത്തിൽ മാത്രമേ നമുക്ക് കാണാൻ കഴിയൂ.

ഫോക്‌ലോറും രാമസങ്കല്പവും

രാഘവൻ പയ്യനാട്

കേരളത്തിൽ മാപ്പിളരാമായണം, സീതക്കളി, സീതാദുഃഖം തുടങ്ങിയ കേരളത്തിന്റെ മാത്രമായ അനവധി രാമായണ പാഠങ്ങളുണ്ട്. ഫോക്‌ലോറിന്റെ കാഴ്ചപ്പാടിൽ രാമായണകഥ എങ്ങനെയാണെന്ന് നമുക്കിവിടെ പരിശോധിക്കാം. ഇതിലുള്ള എന്നെ അലട്ടുന്ന ഒരു പ്രധാനപ്പെട്ട പ്രശ്നം ഞാൻ വ്യാപരിക്കുന്ന വിഷയം തന്നെ ഒരുഅങ്കലാപ്പിലാണ്. അത് എനിക്കുമാത്രം ബാധകമായ കാര്യമല്ല. നാമിവിടെ പഠിക്കുന്ന എല്ലാ വിഷയങ്ങളും നേരിടുന്ന ഒരങ്കലാപ്പാണ്. കാരണം നമ്മൾ വിചാരിക്കുന്നതുപോലെ Discipline എന്നു പറയുന്നത്, രാഷ്ട്രീയമുക്തമായ ഒന്നല്ല. രാഷ്ട്രീയവും സാമൂഹികവും സാമ്പത്തികവുമായ പ്രശ്നങ്ങളാണ് ഒരു വിഷയത്തെ Emerge ചെയ്യുന്നതും, ഉണ്ടാക്കിയെടുക്കുന്നതും അതുപോലെ കാലഘട്ടം ആവശ്യപ്പെടുമ്പോൾ നിർമുക്തമാക്കുന്നതും. അങ്ങനെ കാലഘട്ടം ആവശ്യപ്പെടുന്ന രീതിയിൽ, പുതിയ ആഗോളീകരണ സാമൂഹിക സാമ്പത്തിക അവസ്ഥകളിൽ folklore എന്ന വിഷയത്തിന്റെ പ്രത്യയശാസ്ത്രം അനാവശ്യമാണ് എന്ന് ഞാനല്ല പറയുന്നത്, Unesco ആണ് പറയുന്നത്. അതുകൊണ്ട് യുനെസ്കോ അതിനു പകരം മറ്റൊരു വിഷയം മുന്നോട്ട് വച്ചിരിക്കുന്നു. അത് Indangible cultural Heritage എന്നാണ്. അതുപോലെ ആഗോളീകരണവുമായി ബന്ധപ്പെട്ട് എങ്ങനെ വിറ്റ് വാങ്ങൽ ശരിയാകും എന്നതിനെക്കുറിച്ച് ജനതയുടെ അങ്കലാപ്പാണ്. അതാണ് ഞാനൊന്നു നിന്നത്.

ഒരു സമൂഹത്തിന്റെ, ഒരു സമുദായത്തിന്റെ, കമ്മ്യൂണിറ്റിയുടെ ഐഡിന്റിറ്റിയിൽ അതന്വേഷിക്കുകയും അതെങ്ങനെയാണ് ബാഹ്യലോകത്തോട് പ്രതികരിക്കുകയും പാഠങ്ങൾ സൃഷ്ടിക്കുകയും ചെയ്യുന്നത് എന്നന്വേഷിക്കുന്ന ഒരു വിഷയം പുതിയ കാലത്ത് അനാവശ്യമാണ് എന്ന് പറഞ്ഞില്ലെങ്കിൽ അല്ലെങ്കിൽ അങ്ങനെ തീരുമാനമെടുത്തില്ലെങ്കിൽ ഈ പുതിയ വ്യവസ്ഥയ്ക്ക് നിൽക്കാൻ സാധിക്കില്ല. അതുകൊണ്ട് രാമായണത്തെക്കുറിച്ച് സംസാരിക്കുമ്പോൾ രാമായണമെന്നു പറയുന്നത് കേരളത്തിലും ഇൻഡ്യയിലും മാത്രമല്ല, സൗത്ത് ഈസ്റ്റ് ഏഷ്യൻ രാജ്യങ്ങളിൽ മുഴുവൻ പ്രചാരത്തിലിരുന്ന വലിയൊരു തായ്ത്തടിയിൽ നിന്ന് എങ്ങനെയാണോ ശിഖരങ്ങളും പൂക്കളും കായ്കളുമുണ്ടായി അത് പ്രജനനം നടത്തിയിട്ട് നൂറുകണക്കിന്, ആയിരക്കണക്കിന് പുതിയ പാഠങ്ങളിലൂടെ അത് നില നിന്നത് എന്ന് സ്ഥാപിച്ചെടുക്കാൻ പറ്റുന്ന, ലോകത്ത് ഇന്ന് നില നിൽക്കുന്ന ഏറ്റവും വലിയ ഒരു കഥാശാഖയാണ് രാമായണമെന്ന് പറയാം. ആ രാമായണത്തിന്റെ കേരളത്തിലെ പൊടിപ്പുകൾ അഥവാ തെഴുപ്പുകളെക്കുറിച്ചാണ്

നാമിന്നിവിടെ സംസാരിക്കുന്നത്. ഈ തെഴുപ്പുകൾ ആവശ്യമുണ്ടോ എന്ന ഒരു ചോദ്യം രണ്ട് കോണിൽ നിന്ന് വളരെ ശക്തമായി വരുന്ന ഒരു കാലഘട്ടത്തിൽ എന്ത് സംസാരിക്കുമെന്നത് ഒരു വലിയ പ്രശ്നമാണ്. യുനെസ്കോ പറയും ഇതു വേണ്ടാ എന്ന്. ഇത് വിൽക്കാനുള്ളതാണ്. അതുകൊണ്ട് ഇനി പാഠങ്ങളൊന്നും വേണ്ടാ, ഉള്ള പാഠങ്ങൾ ഞങ്ങൾ ശേഖരിച്ച് ആർക്കൈവ്സിൽ വച്ച് തരാം. അത് ഞങ്ങൾ പുതിയ പ്രോഡക്ടാക്കി നാട്ടുകാർക്ക് കൊടുത്തോളാം, നിങ്ങൾ അനങ്ങാണ്ടിരുന്നാൽ മതി എന്ന് പറയും. പിന്നെ ഹൈന്ദവതയുടെ ഒരു പ്രശ്നം. അതിന്റെ പ്രശ്നം ഭീകരമാണ്. ഭീകരമെന്ന് ഞാൻ പറയുന്നത് മറ്റൊരർത്ഥത്തിലല്ല. ഇപ്പോൾ തന്നെ രാഷ്ട്രീയത്തിൽ അവർക്കു പോലും മുന്നോട്ടു പോകാൻ സാധിക്കാത്ത രീതിയിൽ രാമായണം എന്ന് പറയുന്നതൊരു പ്രഹേളികയായി അവരുടെ മുന്നിൽ അവതരിച്ചു. അതുകൊണ്ടാണ് രാമായണത്തെപ്പറ്റി ഒരു ചർച്ച ഇല്ലാതെ പോകുന്നത്. കാരണം എങ്ങനെയാണ് ഒരു പിതൃബിംബം എന്ന രൂപത്തിൽ രാമൻ രൂപപ്പെടുന്നത് എന്നും എങ്ങനെയാണ് രാമൻ വീണ്ടും പിതൃബിംബമാവാൻ സമ്മതിക്കാതെ അകറ്റി നിർത്തപ്പെടുന്നത് എന്നും എന്തിനാണ് ഗാന്ധി കൊല്ലപ്പെട്ടത് എന്നുമൊക്കെ വളരെ അന്വേഷിക്കേണ്ട ഒരു വിഷയമാണത്. നമ്മുടെ രാഷ്ട്രീയ രംഗത്ത് എന്തുകൊണ്ട് ഇപ്പോൾ രാമൻ ചർച്ചചെയ്യപ്പെടുകയോ അയോധ്യ ചർച്ച ചെയ്യപ്പെടുകയോ ചെയ്യാതിരിക്കുന്നതിന്റെ പിന്നിൽ, തന്ത്രമൊന്നുമല്ല. ഒരു മനഃശാസ്ത്രപ്രശ്നമുണ്ട്. അത് ഭരിക്കുന്ന കക്ഷിയുടെ നേതൃത്വത്തിന്റെ രണ്ട് നിലപാടുകളുടെ പ്രശ്നമാണ്. നിലപാടിൽ ഈ പിതൃബിംബത്തിന്റെ പ്രശ്നമാണ്. ഞാൻ പിതൃബിംബമാകണോ, രാമൻ ആകണോ എന്ന ഒരു വലിയ ചോദ്യമാണ് അതിന്റെ പിന്നിൽ ഉള്ളത്. ഇത്തരം ഒരു വലിയ പരിപ്രേക്ഷ്യത്തിൽ നിന്നുകൊണ്ടാണ് നാം രാമകഥയെക്കുറിച്ചും രാമകഥയ്ക്കുണ്ടാകാവുന്ന അല്ലെങ്കിൽ ഉണ്ടായ ആയിരക്കണക്കിന് പാഠങ്ങളെക്കുറിച്ചും അതിന് കേരളത്തിലുണ്ടായ പാഠങ്ങളെക്കുറിച്ചും പ്രതിപാദിക്കാൻ പോകുന്നത്. ഇതിനൊരുപാട് പ്രശ്നങ്ങളുണ്ട്. ഈ വിഷയം അത്ര നിസ്സാരമായ ഒന്നല്ല, വളരെ സങ്കീർണ്ണമായ ഒന്നാണ്. ഇത് ചർച്ച ചെയ്യുമ്പോൾ പലർക്കും പലതരത്തിൽ മുറിവേൽക്കാം. അതുകൊണ്ട് വളരെ ശ്രദ്ധിച്ച് സംസാരിക്കേണ്ട വിഷയം കൂടിയാണിത്.

കേരളീയ പാഠങ്ങൾ നമുക്കറിയാം, ഫോക്‌ലോറിൽമാത്രമല്ല. ഞാനിതിനെ ഫോക്‌ലോറായിട്ട് മാത്രം കാണുകയല്ല. ഇന്ത്യയിലെ സംസ്ഥാനങ്ങളിൽ ഏറ്റവും കുറവ് രാമായണപാഠങ്ങളുള്ള സംസ്ഥാനം കേരളമാണ്. നമുക്കത്ഭുതം തോന്നാം. ഇവിടുത്തെ സാധാരണ ജനങ്ങളെ സംബന്ധിച്ചിടത്തോളം ഇപ്പോ ഞാനൊരു മൂന്നോ നാലോ നൂറ്റാണ്ടിനപ്പുറത്തേക്ക് പോയാൽ എഴുത്തച്ഛനു മുൻപ് രാമായണം കേരളത്തിൽ സാധാരണ ജനങ്ങൾ അറിഞ്ഞിരുന്നോ എന്ന് സംശയമാണ്. കാരണം അതിന് തെളിവൊന്നും തന്നെ folklore ൽ ഇല്ല. സാധാരണക്കാരുടെ ജീവിതം പരിശോധിച്ചാൽ നമുക്ക് എഴുത്തച്ഛന് മുൻപ് ശ്രീരാമകഥയുണ്ടാ

വാം, കുറഞ്ഞ രീതിയിൽ കണ്ണശരാമായണവുമുണ്ടാവാം. ഇതൊക്കെ സാഹിത്യ കൃതിയാണ്. ഇതിലെയൊക്കെ വലിയൊരത്ഭുതം രാമൻ കേരളത്തിൽ ഒരു ദൈവ സങ്കല്പം അല്ല എന്നുള്ളതാണ്. രാമനെ നാം ദൈവമാക്കാതിരിക്കുകയും അതു കൊണ്ടു തന്നെ ഏറ്റവും കുറവ് രാമക്ഷേത്രമുള്ള സ്ഥലം കേരളമാണ്. അതും ജനങ്ങൾ കൊണ്ടാടാറുമില്ല. പിന്നെയുള്ളത് ഹനുമൽ ക്ഷേത്രങ്ങളാണ്. രണ്ടു ഭാഗത്തും തെക്കും വടക്കും ഹനുമാന്റെ ക്ഷേത്രങ്ങളുണ്ട്. രാമക്ഷേത്രങ്ങളില്ല.

കൃഷ്ണനെ നമുക്കിഷ്ടമാണ്. കൃഷ്ണനെ നാം കൊണ്ടാടാറുണ്ട്. എന്റെ കൃഷ്ണാ എന്നല്ലാതെ എന്റെ രാമാ എന്നാരും വിളിക്കാറില്ല. വൈകുന്നേരം രാമ രാമാ എന്ന് പാടും എന്നല്ലാതെ എന്റെ രാമാ എന്നാരും ഇതുവരെ വിളിച്ചു കേട്ടിട്ടില്ല. എന്റെ വീട്ടിലും കേട്ടിട്ടില്ല എന്നു പറഞ്ഞാൽ ഫിലോസഫിക്കൽ ആയ ഒരു തലത്തിലേക്ക് രാമനെ മാറ്റി നിർത്തുകയും നാം കൃഷ്ണനെ നമ്മുടെ കൂടെക്കൂട്ടുകയും നമ്മുടെ ഇഷ്ടദൈവമായി കൊണ്ടാടുകയും ചെയ്തു വിഷ്ണു വിനെയും. ഒരു ദൈവമെന്ന നിലയ്ക്ക് രാമൻ അകലത്തിലാണ്. രാമൻ അതു കൊണ്ട് വളരെ ഗൗരവക്കാരനാണ്. മര്യാദാ പുരുഷോത്തമനാണ്. ആ രാമന് കേരളത്തിൽ മിത്തുകളൊന്നും സൃഷ്ടിക്കപ്പെട്ടിട്ടില്ല. രാമന്റെ കഥ കേരളീയമാ യിട്ടുള്ളത് വളരെ വളരെ കുറവാണ്. ചീരാമൻ പോലും രാമനെ സാധാരണ മനു ഷ്യൻ എന്ന നിലയ്ക്ക് തന്നെയാണ് പരിഗണിച്ചിട്ടുള്ളത്. അതും ബാക്കിയൊന്നും അതെഴുതാഞ്ഞിട്ടോ കിട്ടാത്തതു കൊണ്ടാണോ എന്നറിയില്ല, എന്നാലും യുദ്ധ കാണ്ഡം മാത്രമാണ് നമുക്ക് കിട്ടിയിട്ടുള്ളത്. വേലറാണ്ഡം എന്ന പേരിൽ രാമന തിൽ ഹീറോ ആണ്. അതിൽ കൂടുതലൊന്നുമില്ല. കണ്ണശ്ശരാമായണം കഥ പറ യുന്നുണ്ട്. വാത്മീകി രാമായണം പോലും നമുക്കിഷ്ടമാണെന്നുള്ളത് വഴിയെ നോക്കാം. നമുക്ക് ഒരു പക്ഷേ വളരെ തർക്കത്തിനിടയാക്കുന്ന ചില അഭിപ്രായ ങ്ങൾ ഞാൻ പറയാം. എനിക്ക് എന്റെ പിൻബലം എന്റെ ജനങ്ങൾ കൂടെയുണ്ട് എന്നതാണ്. ഞാൻ ജനങ്ങളുടെ കൂടെ നിന്ന് അന്വേഷിച്ച കാര്യങ്ങളാണ്. അങ്ങനെ നോക്കുമ്പോൾ രാമൻ നമ്മിൽ നിന്നും വളരെ അകലത്തിലാണ് എന്നുമാത്രമല്ല, രാമകഥ നമ്മൾ ഉള്ളുകൊണ്ട് സ്വീകരിച്ചിട്ടില്ല എന്നുള്ളതാണ്.

ഫോക്‌ലോറിന്റെ കാഴ്ചയിൽ രണ്ടു രീതിയിലുള്ള പാഠങ്ങളാണ് സാധാ രണയുണ്ടാവുക. അതിൽ ഒന്നിനെ കൾച്ചറൽ ഹാബിറ്റേഷൻ എന്നു പറയും, മറ്റൊന്നിലെ ലോക്കൽ ഹാബിറ്റേഷൻ എന്നു പറയും. അത് സാധ്യമാവണമെ ങ്കിൽ, ട്രാൻസ്ഫോർമേഷൻ അഥവാ രൂപാന്തരീകരണം എന്ന പ്രക്രിയ നടക്ക ണം.

കേരളത്തിൽ എങ്ങനെയാണ് രാമായണപാഠങ്ങൾ ഉണ്ടാവുന്നത് എന്നാണ് ഞാൻ പറയാനാഗ്രഹിക്കുന്നത്. കേരളത്തിൽ രാമായണകഥയെ മുഴു വനായി പറയുന്ന പാഠങ്ങൾ എത്രയുണ്ട്? സാഹിത്യം വിട്ടേക്കൂ. അതിന് കൃത്യ മായ ഉദ്ദേശ്യമുണ്ട്. എഴുത്തച്ഛൻ കൃത്യമായ ഉദ്ദേശ്യത്തോടെ ലക്ഷ്യസമൂഹം ഇന്ന

താണ് എന്ന് തീരുമാനിച്ചതിനുശേഷമാണ്, രാമായണം എഴുതിയിട്ടുള്ളത്. നാം സാധാരണഗതിയിൽ Orality to literature എന്ന് പറയുന്ന അഥവാ വാമൊഴി വഴക്കത്തിൽ നിന്നും എഴുതപ്പെട്ട സാഹിത്യത്തിലേക്കുള്ള മാറ്റം എന്ന് തിരിച്ചറിയേണ്ട ഒരു രൂപമാറ്റം ഉണ്ട്. രാമായണത്തിന് സംഭവിച്ചത് അതാണ്. നാട്ടിൽ മുഴുവൻ പാടി നടന്നിരുന്ന ഒരു കഥ വാത്മീകി ഒരു സാഹിത്യരൂപമാക്കി എഴുതുകയാണ്. Walter Ong എന്നു പറയുന്ന വളരെ പ്രസിദ്ധമായ ഒരാൾ ഉണ്ടാക്കിയ ഒരു സിദ്ധാന്തമാണ് Orality literature എന്നത്. എങ്ങനെയാണ് ഒരു വാമൊഴി വഴക്കം സാഹിത്യമായി പരിണമിക്കുന്നത് എന്നും അപ്പോൾ എന്താണ് അതിന് മാറ്റമുണ്ടാകുന്നത് അഥവാ അതിന്റെ കഥയ്ക്ക് അതിലെ മെസേജിന് എന്ത് മാറ്റമാണ് ഉണ്ടാകുന്നത് എന്നും വളരെ വിശദമായി പഠിക്കുന്ന രീതിയാണത്. സത്യത്തിൽ കേരളത്തിലല്ല രാമായണമുണ്ടായത്. അതു സ്ഥാപിക്കാനുള്ള ഒരു തെളിവും ഇന്നുവരെ കിട്ടിയിട്ടുമില്ല. ഉത്തരേന്ത്യയിൽ തന്നെയാണ് ഉണ്ടായിട്ടുള്ളത്. ഇന്ന് ഏതൊരു കഥയുടെയും മൂലരൂപം അന്വേഷിച്ച് വളരെ ശാസ്ത്രീയമായി അപഗ്രഥിച്ച് അതിന്റെ ഉറവിടവും മറ്റ് അനുബന്ധ കാലദേശ സവിശേഷതകളും കൃത്യമായി കണ്ടെത്താനുള്ള മാർഗങ്ങളുണ്ട്. ഫിൻലാൻഡിലൊക്കെ ചെയ്ത് തെളിവുകൾ കണ്ടെത്തിയിട്ടുണ്ട്. ഇന്ത്യയിൽ ഒരിക്കലും അത്തരമൊരു പഠനം നടക്കില്ല. നടന്നാൽ പലതരം കുഴപ്പങ്ങളുണ്ടാകും.

പറഞ്ഞുവന്നത്, കേരളത്തിലെ ഫോക്‌ലോറിൽ രാമായണകഥയുടെ ഒരു പൂർണ്ണരൂപമൊന്നും സൃഷ്ടിക്കപ്പെട്ടിട്ടില്ല. കൃതികളിലുണ്ട്. അങ്ങനെ സംഭവിക്കണമെങ്കിൽ, Cultural Habitation നടക്കണം. അഥവാ സംസ്ക്കാരത്തിന്റെ തട്ടകത്തിൽ വച്ചിട്ടതിനെ നട്ടുനനച്ച് പുതിയ പാഠങ്ങൾ ഉണ്ടാക്കണം. അത് നമ്മൾ ആവശ്യപ്പെടുന്ന സാംസ്കാരിക രൂപീകരണപ്രക്രിയയാണ്. ഉദാഹരണത്തിന് കേരളീയമെന്ന് പറയാവുന്ന ഉത്തര രാമായണകഥയാണ് സീതാദുഃഖം എന്നത്. ഒരു കാലത്ത് ലക്ഷക്കണക്കിന് കോപ്പികൾ വിറ്റിരുന്ന പുസ്തകമാണ്. ആ സീതാദുഃഖം രാമായണത്തിന്റെ കേരളീയ പാഠമാണ്. വാത്മീകി പറഞ്ഞ രാമായണത്തിലെ സീതയേയോ, സീതയുടെ ദുഃഖങ്ങളെയോ, എഴുത്തച്ഛൻ രൂപപ്പെടുത്തിയ സീതയോ ഒന്നും നമുക്ക് സ്വീകാര്യമല്ല എന്നും നമ്മെ സംബന്ധിച്ചിടത്തോളം ഇങ്ങനെയാണ് സീതയുടെ കഥപറയേണ്ടത് എന്ന് ഉത്തരകേരളത്തിലെ മനുഷ്യർ തീരുമാനിക്കുകയും അങ്ങനെ കഥപറയുന്ന ഒരു പുസ്തകമാണ് സീതാദുഃഖം. സാഹിത്യമെടുത്ത് നോക്കൂ, എവിടെയും? സീതയേ ഉള്ളൂ. രാമനില്ല. എന്താ രാമന്റെ കഥ പറയാത്തത്? നാടകത്തിൽ പോലും പൂർണ്ണമായി കഥ പറയുന്ന നാടകങ്ങളില്ല. സീതയുടെ പക്ഷത്ത് അഥവാ സീതയുടെ വീക്ഷണത്തിൽ രാമായണത്തെ നോക്കിക്കാണുന്ന രീതിയിലാണ് വരുന്നത്. കേരളീയ സമൂഹത്തിന്റെ സാമൂഹികവും രാഷ്ട്രീയവും സാമ്പത്തികവുമായ അവസ്ഥകളുടെ പശ്ചാത്തലത്തിൽ ഏതൊക്കെ രീതിയിലാണ് രാമകഥയെ നോക്കിക്കാണേണ്ടത് എന്ന് അവർ തീരുമാനിക്കുകയും അവർ സീതാദുഃഖം ഉണ്ടാക്കുകയും ചെയ്തു. അവർ

മാപ്പിള രാമായണം ഉണ്ടാക്കി. മാപ്പിളമാർക്കെന്താ രാമായണം പറ്റില്ലേ എന്ന ചിന്തയാണ്. കാരണം രാമൻ ദൈവമല്ല. കേരളത്തിൽ മോക്ഷം കിട്ടാനുള്ള ഫിലോസഫിക്കലായ ഒരു ഫിഗറായിട്ടതിനെ നാം മാറ്റിനിർത്തി. അതുകൊണ്ടാണ് ക്ഷേത്രത്തിൽ ആചാരങ്ങളില്ലാത്തത്. നമ്മൾ വീടുകളിൽ രാമരാമാ എന്നു ജപിക്കുന്നത് വളരെ ഉപരിപ്ലവമായിട്ടാണ്. ജപത്തിനിടെ കറിക്കരിയുന്ന ചിന്തയാണമ്മമാർക്ക്. അതിനർത്ഥം മറ്റൊരു തലത്തിലേക്ക് രാമനെ മാറ്റിനിർത്തുകയാണ്. ക്ലാസിക്കൽ കലകളിലെടുത്തോളൂ. ഏതാണ് രാമകഥാപ്രധാനമായിട്ടുള്ളത്? എവിടെയാണ് രാമവിജയങ്ങൾ ഉള്ളത്? വധങ്ങളേയുള്ളൂ. കഥകളിയായാലും കൂടിയാട്ടമായാലും ഒക്കെ രാമകഥയല്ല മുഖ്യം. ചീരാമന്റെ രാമചരിതം നോക്കൂ. അതിനുശേഷമാണ് കഥകളിപോലുള്ള മറ്റു കഥകളും കലകളും ഒക്കെ. ഇങ്ങനെ നമ്മുടെ സംസ്ക്കാരത്തിനനുസരിച്ച് കൾച്ചറൽ ഹാബിറ്റേഷൻ എന്ന പ്രക്രിയയിലൂടെ രാമകഥയെ ഏറ്റെടുത്ത് നമ്മുടെ സമ്പ്രദായത്തിനനുസരിച്ച് രാമകഥയുടെ വിവിധ പാഠങ്ങൾ നിർമ്മിക്കുകയാണ്. അത് നമ്മുടെ സ്വാതന്ത്ര്യമാണ്. ഈ സ്വാതന്ത്ര്യമാണ് നിഷേധിക്കപ്പെടുന്നത്. നമ്മുടെ യുനെസ്കോ പറയുന്ന പോലെ, ഞങ്ങളൊരു പാഠം ഉണ്ടാക്കിയിട്ടുണ്ട്. അത് പഠിച്ചാൽ മതി എന്ന് പറയും. പാഠപുസ്തകങ്ങളിലടക്കം അധികാരം ചില വെട്ടിത്തിരുത്തലുകൾ നടത്തും. അത് കാലവിശേഷമാണ്. ജനാധിപത്യമായാലും രാജാധിപത്യമായാലും ഒക്കെ സ്വതന്ത്രമായ പാഠരൂപീകരണത്തെ തടയും. കാരണം സ്വതന്ത്രചിന്തയുള്ള ജനത അധികാരത്തിന് വെല്ലുവിളിയാണ്.

മറ്റൊരു കാര്യം ലോക്കൽ ഹാബിറ്റേഷനാണ്. അയോധ്യ തായ്ലണ്ടിലുണ്ട്. ജനകന്റെ കൊട്ടാരം തായ്ലണ്ടിലുണ്ട്. അതൊക്കെ ലോക്കൽ ഹാബിറ്റേഷന്റെ ഉദാഹരണമാണ്. കഥകളും കഥാരൂപങ്ങളും പ്രചരിക്കുന്നയിടങ്ങളിലൊക്കെ അതിന്റെ കഥാസാഹചര്യങ്ങൾ അവിടെ സൃഷ്ടിക്കും. രാമായണത്തിന്റെ ഇത്തരം ലോക്കൽ ഹാബിറ്റേഷൻ ഏറ്റവും കുറഞ്ഞ സ്ഥലം കേരളമാണ്. കേരളത്തിൽ വളരെ കുറച്ച് സ്ഥലങ്ങളേ രാമായണവുമായി ബന്ധിപ്പിച്ച് നമ്മൾ ചരിത്രവൽക്കരിച്ചിട്ടുള്ളൂ. നമ്മുടെ വിശ്വാസം എത്രത്തോളം ദൃഢതരമാണോ, ആ ദൃഢതയ്ക്കനുസരിച്ചായിരിക്കും ലോക്കൽ ഹാബിറ്റേഷൻ. നിരാകരിക്കാനാവാത്ത രീതിയിൽ വിശ്വാസം നമ്മെ കഥാസാഹചര്യങ്ങളെ നേരിട്ട് കാണിച്ച് വിശ്വസിപ്പിക്കും. കുറവൻ-കുറത്തിമലകൾ, അണ്ണൻ തമ്പി മലകൾ ഒക്കെ കേരളത്തിലെ ലോക്കൽ ഹാബിറ്റേഷന് ഉദാഹരണമാണ്. വളരെ കുറച്ചേ കേരളത്തിലുള്ളൂ. കാരണം legendise ചെയ്യുക എന്ന പ്രക്രിയ രാമകഥയിൽ കേരളത്തിൽ സംഭവിച്ചിട്ടില്ല. അതിനർത്ഥം നമ്മുടെ ഉള്ളിന്റെയുള്ളിൽ രാമായണമില്ല. രാമായണം ഒരു folklore മാത്രമാണ് എന്നാണെന്റെ നിഗമനം. അതിനെ mithify ചെയ്യാൻ അഥവാ വിഗ്രഹവൽക്കരിക്കാൻ നാം ശ്രമിച്ചിട്ടില്ല. ഈ പ്രക്രിയ രണ്ട് ഘട്ടത്തിലാണ് ഉണ്ടാവുക. ഒരു ഫോക്ടേൽ മിത്തിഫൈ ചെയ്തിട്ട് അതിലെ ഹീറോ ദൈവസമാനനായോ ദൈവമായി മാറുകയോ ചെയ്യും അതിനുശേഷം അതിനെ Legendise

ചെയ്യും. അതിനെ സ്ഥലകാലത്തിൽ ഉറപ്പിക്കും. ആർക്കും നിരാകരിക്കാനാവാത്ത രീതിയിൽ സ്ഥലകാലബന്ധിതമായി അതിനെ നമ്മൾ കെട്ടിയിടും. ഇതു രണ്ടും രാമായണത്തിന്റെ കാര്യത്തിൽ കേരളത്തിൽ വളരെ കുറച്ചേ ഉണ്ടായിട്ടുള്ളൂ. എന്തു കൊണ്ടാണിത് സംഭവിച്ചത് എന്ന വളരെ പ്രധാനപ്പെട്ട ഒരു ചോദ്യമാണ് എന്റെ പ്രബന്ധത്തിന്റെ കാതൽ. Mithify ചെയ്തോ എന്നു മാത്രമല്ല, രാമായണകഥ പോലും ആ അർത്ഥത്തിൽ നമ്മൾ സ്വീകരിച്ചോ എന്ന സംശയമാണ്.

രാമായണത്തിന്റെ കാതൽ എന്താണ്? 'യത്ക്രൗഞ്ചമിഥുനാദേകം' എന്ന വാക്യമാണ്. അല്ലാതെ ഒന്നുമല്ല. യത്ക്രൗഞ്ചമിഥുനം - ഇതാണ് പ്രശ്നം. രാമായണത്തിന്റെ സാരമിതാണ്. മനുഷ്യസമുദായത്തിന്റെ ഒരു രീതി അഥവാ മനുഷ്യൻ എന്ന Species ന്റെ ഒരു സ്വഭാവം എന്നു പറഞ്ഞാൽ അത് ഈ വർഗ്ഗത്തിൽ പെട്ടതാണ്. ലോകത്ത് രണ്ടുതരം ജീവജന്തുക്കളാണ് ഉള്ളത്. ഒന്ന് കൂട്ടമായി ജീവിക്കുന്നതും മറ്റൊന്ന് ഇണയായി ജീവിക്കുന്നതും. ലോകത്ത് വളരെ കുറച്ചേ ഇണയായി ജീവിക്കുന്ന Species കൾ ഉള്ളൂ. ബാക്കിയൊക്കെ കൂട്ടംകൂട്ടമായി ജീവിക്കുയും കൈയ്യൂക്കുള്ള ആണ് ഫാസിസ്റ്റ് ലൈനിൽ പ്രവർത്തിക്കുയും ചെയ്യും. അതാണ് ഫ്രോയ്ഡ് പറഞ്ഞ പ്രശ്നം. മനുഷ്യൻ ഇതിന്റെ ഭാഗമാണ്. അത് അധികാരത്തിന്റെ എല്ലാ തലങ്ങളിലും പ്രവർത്തിക്കും. എല്ലാ ഉപഭോഗങ്ങളിലും ആ അധികാരം പ്രവർത്തിക്കും. അത് സ്ത്രീയാവാം, പുരുഷൻ അധിപതിയായിത്തീരുകയും സമൂഹത്തെ കൈയ്യാളുകയും ചെയ്യും. അതാണ് ഫ്രോയ്ഡ് പറഞ്ഞത്. ഇങ്ങനെയുള്ള ഒരു സമൂഹം idealise ചെയ്യുന്നത് സുഖമായി മനുഷ്യന് ജീവിക്കണമെങ്കിൽ ഇണയായി ജീവിക്കാൻ കഴിയണമെന്നാണ്. ഏകപത്നീവ്രതം എന്നു പറയുന്ന ഒരു ചരടിലേക്ക്, ഒരു കുറ്റിയിലേക്ക് മനുഷ്യസമൂഹത്തെ തളച്ചിടുക എന്ന ലക്ഷ്യം വച്ചിട്ടാണ് വാത്മീകി രാമായണം പ്രവർത്തിക്കുന്നത്. ഈ ഇണ സങ്കല്പത്തെ മുൻനിർത്തിയാണ് രാമായണകഥയുടെ തുടക്കം മുതൽ ഒടുക്കം വരെ ഒന്നിനെ വധിക്കുക അല്ലെങ്കിൽ അപകടപ്പെടുത്തുക എന്ന കാര്യം നടന്നുകൊണ്ടേയിരിക്കുന്നു. ആവർത്തിച്ചാവർത്തിച്ച് ഈ കാര്യമാണതിലുള്ളത്. എന്നു പറഞ്ഞാൽ മനുഷ്യസമൂഹം പോലെ ഒന്നിലേറെ പുരുഷാധിപത്യമുള്ള ഒരു സമൂഹം ഒന്നിലേറെ സ്ത്രീകളെ കൈവശം വയ്ക്കുകയും അങ്ങനെ അധികാരികളായിത്തീരുകയും ചെയ്യുന്ന കുടുംബവ്യവസ്ഥയിൽ നിന്ന് ഏകപത്നീവ്രതത്തിലേക്ക് സമൂഹത്തെ മാറ്റിയെടുക്കാനുള്ള വളരെ ആസൂത്രിതമായ ഒരു കഥാതന്തുവാണ് സത്യത്തിൽ വാത്മീകിരാമായണം. ഇത് കേരളത്തെ സംബന്ധിച്ചിടത്തോളം ഒരു വലിയ കാര്യമൊന്നുമല്ല. അതുകൊണ്ടാണ് ഈ കഥയുടെ സ്വീകാര്യതയിൽ കുറവ് വന്നിട്ടുള്ളത്. കേരളീയസമൂഹം ഇതിനെ ഉള്ളുകൊണ്ടെടുക്കാത്തത് അതുകൊണ്ടാണ്. കേരളീയസമൂഹം അല്ലെങ്കിലും ഏതാണ്ടി

തുപോലെ തന്നെയാണ് ജീവിച്ചത്. പഴയ കേരളം, ജാതിവ്യവസ്ഥ നിലനിന്ന കാലത്തെ കേരളം നോക്കിയാൽ, വരേണ്യവർഗം എന്നു പറയുന്ന അവരൊഴിച്ച് ബാക്കിയുള്ളവരൊക്കെ Spouse ആയിട്ടാണ് ജീവിച്ചത്. ഇതിനു വിരുദ്ധമായി വരുന്ന ജീവിത സംഭവങ്ങളെ കൈകാര്യം ചെയ്യുന്ന എത്രയോ നാടോടി കഥ കൾ നമ്മുടെ നാട്ടിലുണ്ട്. അതിനർത്ഥം കേരളീയ സമൂഹം മിഥുനങ്ങളായി ജീവിച്ച സാധാരണക്കാരന്റേതായിരുന്നു എന്നുതന്നെയാണ്.

സമൂഹത്തിലെ മേലാളർ ആധികാരമുറപ്പിക്കുന്ന കാലഘട്ടത്തിൽ എങ്ങ നെയാണ് കുത്തഴിഞ്ഞ ജീവിതം കൊണ്ടുനടന്നതെന്ന് പറയുന്ന ധാരാളം നാടോ ടിക്കഥകളും സാഹിത്യരചനകളുമുണ്ട്. കുഞ്ചൻനമ്പ്യാരും പൂന്താനവുമൊക്കെ പറഞ്ഞിട്ടുണ്ട്. ഇവരെ സംബന്ധിച്ചിടത്തോളം ഏകപത്നീവ്രതം, മിഥുനം എന്നത് സ്വീകാര്യമായിരുന്നില്ല. അതുകൊണ്ട് മര്യാദാരാമനെന്ന സങ്കല്പം ഒരു വിഭാഗ ത്തിന് ഉള്ളാലെ ഇഷ്ടമായിരുന്നില്ല. മറ്റേ വിഭാഗത്തിനിതാവശ്യവുമില്ല, കാരണം അവരങ്ങനെ തന്നെയാണ് ജീവിച്ചിരുന്നത്. ഇവിടുത്തെ പുലയനും പറയനും പുള്ളുവനും ഒക്കെ Spouse ആയിട്ടാണ് ജീവിച്ചിട്ടുള്ളത്. ബഹുഭൂരിപക്ഷം സമു ദായങ്ങളിലും കുടുംബഘടനയിൽത്തന്നെ സ്വസ്ഥമായി ജീവിച്ചു വന്നു. അതു കൊണ്ട് അവരെ സംബന്ധിച്ചിടത്തോളം രാമായണ കഥ ഒരു മാർഗ്ഗദർശകമായി രുന്നില്ല, അതിന് പാഠങ്ങളുമുണ്ടാക്കിയില്ല. ഈയടുത്ത കാലം വരെ കേരളീയ സമൂഹത്തിന്റെ ഈ മേലാള-കീഴാള ജനതയ്ക്ക് അവരവരുടെ രീതിക്ക് രാമായ ണകഥയെ ഉള്ളിലേക്കെടുത്ത് പാഠനിർമ്മിതി വേണ്ടി വന്നിട്ടില്ല.

പിന്നെയുണ്ടായ പാഠങ്ങളൊക്കെ സീതയുടെ കഥകളാണ്. സീതാദുഃ ഖത്തിലൊക്കെ നമ്മുടെ സമൂഹത്തിൽ നടക്കുന്ന കാര്യങ്ങളൊക്കെത്തന്നെയാണ് പറഞ്ഞിട്ടുള്ളത്. എങ്ങനെയാണ് അമ്മായിയമ്മമാർ കുറ്റപ്പെടുത്തുക, ഏഷണി പറയുക തുടങ്ങിയവ. രാമൻ സീതയെ കാട്ടിലയക്കുന്നതും ഏഷണി കൊണ്ട് തന്നെയാണല്ലോ.

രാമായണത്തിന്റെ അകപ്പൊരുൾ എന്നത് ഏകപത്നീവ്രതം ആണ്. അതിന് വിഘാതമായി വരുന്ന ഒന്നിനെ സ്വീകരിക്കാത്ത ഒരു സമൂഹത്തെ സംബ ന്ധിച്ചിടത്തോളം രാമായണം അപ്രസക്തമാണ്. കേരളത്തിൽ ഈ കാര്യം കൊണ്ടു തന്നെ രാമായണം സ്വീകാര്യമല്ല. സീതാദുഃഖമുണ്ടായ ഒരു സാമൂഹ്യ പശ്ചാത്ത ലത്തിൽ നിന്നേ ആശാന്റെ ചിന്താവിഷ്ടയായ സീത ഉണ്ടാവുകയുള്ളൂ. അതിൽ നിന്നേ ആശാന്റെ സീതാകാവ്യം ഉണ്ടാവുകയുള്ളൂ. അതിൽ നിന്നേ ഇത്തരം നാടകങ്ങൾ ഉണ്ടാവുകയുള്ളൂ. രാമന്റെ പൊലിപ്പുള്ള കഥ നമുക്കിഷ്ടമല്ല. ജന ങ്ങളുടെ ഉള്ളിന്റെയുള്ളിൽ രാമനില്ല. കൃഷ്ണനുണ്ട്. അതു വേറെ കാര്യം.

ഈ പാരഡൈം ചിലപ്പോ പുതിയകാലത്ത് പുതിയ രൂപാന്തരീകരണത്തിലൂടെ പ്രത്യക്ഷപ്പെടും. രാമായണമല്ല, നാം പറഞ്ഞ സീതാകേന്ദ്രിതമായ രാമകഥയുടെ പാരഡൈം പുതിയ കാലത്ത് പുതിയ രൂപം നേടി പ്രത്യക്ഷപ്പെടും. ഒരു 20 കൊല്ലം മുമ്പ് മുച്ചിലോട്ട് ഭഗവതി സീതയായി. പുതിയ കഥയും തോറ്റം പാട്ടും ഒക്കെ ഉണ്ടാക്കി പ്രചരിപ്പിച്ചു. അതിനുകാരണം സീതാദുഃഖമെന്ന കൃതിയുടെ അകക്കാമ്പാണ് അതിലും സ്വീകരിക്കപ്പെട്ടത്. അങ്ങനെ ഉത്തരകേരളത്തിൽ കുറെ തെയ്യങ്ങളൊക്കെയുണ്ടായിട്ടുണ്ട്.

കേരളീയ സമൂഹത്തിന്റെ പഠനം തരുന്ന തെളിവുകൾ വച്ച് എനിക്ക് പറയാനുള്ളത് രാമായണകഥ കേരളീയ സമൂഹത്തിന് സ്വീകാര്യമല്ല എന്ന് തന്നെയാണ്.

രാമസങ്കല്പം കേരളത്തിൽ

ഡോ. അനിൽ വള്ളത്തോൾ

രാമായണം ഭാരതീയരുടെ ഇതിഹാസങ്ങളിൽ അഗ്രിമസ്ഥാനത്ത് വർത്തിക്കുന്നു. രാമൻ എന്ന ശബ്ദം ശ്രവണമാത്രയിൽ തന്നെ ഭാരതീയ മനസ്സിൽ സമ്മിശ്രമായ വികാരങ്ങൾ ഉണർത്തുന്നതാണ്. നമ്മൾ പണ്ടുതന്നെ കുട്ടിക്കാലം മുതലേ പറഞ്ഞു കേൾക്കുന്നതാണ് ആദികാവ്യം, ആദികവി എന്നീ വിശേഷണങ്ങൾ. എന്നാൽ കാലം വളരെ മുന്നോട്ട് പോയതോടുകൂടി വാത്മീകി രാമായണം ആദികാവ്യമാണോ എന്ന ചോദ്യം ഉയർന്നിട്ടുണ്ട്. രാമായണം വാത്മീകി എഴുതുന്നതിന് മുൻപ് തന്നെ, അഥവാ വാത്മീകിയാണോ രാമായണമെഴുതിയത് എന്ന് പോലും സംശയം പറഞ്ഞുകേട്ടിട്ടുണ്ട്. പറഞ്ഞുകേട്ട ഒരു കഥ പ്രകാരം ശ്രീഹനുമാൻ രചിച്ചതാണ് രാമായണമെന്നും അതൊരു പാറയുടെ മുകളിൽ നിന്നും പലപലപത്രങ്ങളായി ചിതറി വീണെന്നും അങ്ങനെ ചിതറിയ എഴുത്തോലകളെ ഏകോപിപ്പിക്കുക മാത്രമാണ് വാത്മീകി ചെയ്യുകയുമുണ്ടായതത്രെ. ഏതായാലും രാമായണമെന്ന ഇതിഹാസം വാത്മീകി രചിക്കുന്നതിനും മുൻപു തന്നെ നാടോടി ആഖ്യാനങ്ങളിലൂടെ രാമൻ പല മനസ്സുകളിലും എത്തി ചേർന്നിട്ടുണ്ട്. വളരെ പരപ്പുള്ള ഒരു പാരമ്പര്യമാണ് രാമകഥയുടേത്. ഫാദർ കാമിൽബുൽക്കെയുടെ 'രാമകഥ' എന്ന കൃതി വായിച്ചിട്ടുള്ളവർക്കെല്ലാം അതിനെപ്പറ്റി വിശദമായി അറിയാവുന്നതാണ്. ഓരോ കഥനവും ഓരോ പ്രപഞ്ചമാണ് എന്ന് പറയാം. പക്ഷെ നമുക്ക് അറിയാവുന്നതുപോലെ തന്നെ രാമായണവും മഹാഭാരതവുമൊക്കെ പലതലമുറകളായി പല തരത്തിലുള്ള ഭാഷാന്തരങ്ങൾക്ക്, വ്യാഖ്യാനങ്ങൾക്ക് വിധേയമായിട്ടുണ്ട്.

പക്ഷേ ചില രാമായണങ്ങൾ ചില പ്രത്യേകതകളെക്കൊണ്ട്, ഒരു പക്ഷേ ഭക്തിയാവാം, കാവ്യപരമായ മഹിമയാവാം അല്ലെങ്കിൽ താത്വികമായ വിശാല അർത്ഥത്തെക്കുറിക്കുന്നതുകൊണ്ടാവാം അതുമല്ലെങ്കിൽ ഏതെങ്കിലുമൊരു മത വിഭാഗം അതിനെ പ്രത്യേകമായി ആരാധിക്കുന്നതുകൊണ്ടാവാം, എല്ലാക്കാലത്തും വിശിഷ്ടമായ പൂജയ്ക്ക്, വിശിഷ്ടമായ പഠനത്തിന് അർഹമായിട്ടുണ്ട്. വാത്മീകി രാമായണവും കൃതിവാസ രാമായണവും, കമ്പരാമായണവും, തുളസിദാസ രാമായണവും, കേരളത്തിൽ അധ്യാത്മരാമായണവും ഒക്കെ ആ ഗണത്തിൽപ്പെടുന്നവയാണ്. രാമായണത്തിലെ കഥാപാത്രങ്ങൾക്ക് പോലുമറിയാം പല പല രാമായണങ്ങൾ ഉണ്ടായിട്ടുണ്ട് എന്ന്. അധ്യാത്മ രാമായണത്തിലെ സീത പറയുന്ന ഒരു വരി പ്രസിദ്ധമാണല്ലോ.

രാമായണങ്ങൾ പലതും കവിവരർ
ആമോദമോടെ പറഞ്ഞു കേൾപ്പുണ്ട് ഞാൻ
ജാനകിയെക്കൂടാതെ രഘുവരൻ
കാനനവാസത്തിനെങ്ങു പോയിട്ടുള്ളൂ

മലയാളി എങ്ങനെയാണ് രാമായണത്തെ കണ്ടത്, രാമനെ കണ്ടത് എന്ന താണല്ലോ നമ്മുടെ വിഷയം. മതഗ്രന്ഥമെന്ന നിലയ്ക്കും സാഹിത്യകൃതിയെ ന്നുള്ള നിലയ്ക്കും രണ്ട് പ്രധാനപ്പെട്ട സ്ഥാനങ്ങളിൽ രാമായണം പ്രതിഷ്ഠിത മായിട്ടുണ്ട്. കേരളത്തിൽ രണ്ടു തരത്തിലും ഇത് പ്രചരിച്ചിട്ടുണ്ട്. അതിനെയൊരു സാഹിത്യകൃതിയെന്ന നിലയ്ക്ക് കണ്ടുകൊണ്ടാണ് അതിനെയധികരിച്ച് കാവ്യ ങ്ങൾ ഉണ്ടായിട്ടുള്ളത്. നാടകങ്ങൾ ഉണ്ടായിട്ടുണ്ട്, ചമ്പുകാവ്യങ്ങൾ ഉണ്ടായിട്ടു ണ്ട്. മഹാകാവ്യങ്ങൾ ഉണ്ടായിട്ടുണ്ട്. ഖണ്ഡകാവ്യങ്ങൾ ഉണ്ടായിട്ടുണ്ട്. ചിത്രകാ വ്യങ്ങൾ, കഥാസാഹിത്യം, നീതികഥകൾ അങ്ങനെ പല വിഭാഗങ്ങളിലും പെട്ട സാഹിത്യരൂപങ്ങൾ രാമായണത്തെ അധികരിച്ച് ഉണ്ടായിട്ടുണ്ട്. ഒട്ടേറെ കലാരൂ പങ്ങളും രാമായണത്തെ അവലംബിച്ച് കേരളത്തിൽ തന്നെ പ്രചാരത്തിലുണ്ട്. ഇതിനെക്കുറിച്ച് വിശദമായ ചർച്ചകൾ നടക്കേണ്ടതുണ്ട്. ഒരു മലയാളിയെ സംബ ന്ധിച്ചിടത്തോളം രാമചരിതമെന്ന കാവ്യമാണ് മലയാളത്തിൽ ലഭ്യമായ ആദ്യത്തെ രാമസാഹിത്യകൃതി. രാമചരിതം എന്ന പാട്ടുകാവ്യം എഴുതിയത് ചീരാമനെന്ന് പറയുന്ന ഒരു കവിയാണ്.

പാട്ടു പ്രസ്ഥാനത്തിൽപ്പെട്ട ഒരു കാവ്യമാണ് രാമചരിതം. അതിലെ രാമൻ കേവലനായ ഒരു മനുഷ്യനല്ല. എന്നാൽ പൂർണ്ണമായും ദൈവാംശവും അദ്ദേഹത്തിലില്ല. ശ്രീരാമനെ ഈശ്വരനായിട്ടും മനുഷ്യനായിട്ടും കണ്ടുകൊണ്ടുള്ള രണ്ടു തരത്തിലുള്ള സ്വഭാവം ഇദ്ദേഹത്തിലാരോപിച്ചിട്ടുള്ള കൃതികൾ ഉണ്ടായി ട്ടുണ്ട്. രാമചരിതത്തിലെ നൂറ്റിപതിനൊന്നാമത്തെ പടലത്തിൽ രാമനെ വാഴ്ത്തു ന്നൊരു സന്ദർഭം നോക്കിയാൽ പൂവിൻ മങ്കമണവാളനായി ഭുവനത്തിൽ വന്ന് അവതരിച്ച ശ്രീരാമനെക്കുറിച്ചാണ് അവിടെ പാട്ട് പറയുന്നത്. എങ്കിലും മാനുഷികമായ ഒട്ടേറെ ദൗർബല്യങ്ങൾക്ക് വിധേയനാണ്, അടിമപ്പെട്ടവൻ കൂടി യാണ് രാമചരിതകാരന്റെ ശ്രീരാമൻ. വാത്മീകി രാമായണത്തിലെ യുദ്ധകാ ണ്ഡത്തെ അവലംബിച്ചുകൊണ്ടാണ് രാമചരിതം എഴുതിയിട്ടുള്ളത്. പിന്നീട് ഉണ്ടാ യിട്ടുള്ള മലയാളത്തിലെ പ്രശസ്തമായ രാമായണങ്ങളിലൊന്നായ കണ്ണശരാമാ യണത്തിലും ഇത് തന്നെ പിന്തുടർന്നിട്ടുണ്ട്. പക്ഷേ കണ്ണശ രാമായണത്തിലെ ഒരു വ്യത്യാസം എന്താണെന്ന് വച്ചാൽ അതിൽ രാമന്റെ ജീവിതകഥ പൂർണ്ണ മായും വിവരിക്കുന്നുണ്ട്. യുദ്ധകാണ്ഡം മാത്രമല്ല, യുദ്ധകാണ്ഡത്തിന് കുറച്ചു കൂടി പ്രാധാന്യം നൽകുന്നുണ്ടെന്ന് മാത്രം. വാസ്തവത്തിൽ ഈ കണ്ണശരാമായ ണമെന്ന് പറയുന്ന കാവ്യമാണ് എഴുത്തച്ഛന്റെ അധ്യാത്മരാമായണത്തെ ഏറ്റവുമ ധികം സ്വീധീനിച്ചിട്ടുള്ളത് എന്ന് ഇവയെ താരതമ്യം ചെയ്യുമ്പോൾ മനസ്സിലായി

ട്ടുള്ള ഒരു കാര്യമാണ്. അക്കാര്യം ചർച്ച ചെയ്യേണ്ട ആവശ്യമില്ലാത്ത ഒരു കാര്യമാണ്. ഇതിനെക്കുറിച്ച് പറയാനാണെങ്കിൽ ഒരു ദിവസം മുഴുവൻ പറയത്തക്ക കാര്യങ്ങൾ ഇതിലുണ്ട്. ഒട്ടേറെ കാര്യങ്ങളിൽ രാമനെക്കുറിച്ചുള്ള വിവരണങ്ങളിലുമൊക്കെ ഈ കണ്ണശരാമായണത്തെയും എഴുത്തച്ഛനെയും ബന്ധപ്പെടുത്തിക്കൊണ്ട് പ്രശസ്തനായ ഒരു പണ്ഡിതൻ പറഞ്ഞിട്ടുള്ളത് ഇങ്ങനെയാണ്. എഴുത്തച്ഛൻ ഒരു മോഷ്ടാവാണ്. പക്ഷേ എങ്ങനെയാണ് എഴുത്തച്ഛൻ മോഷ്ടിച്ചത്? എഴുത്തച്ഛൻ ചെമ്പ് മോഷ്ടിച്ചതിനെ സ്വർണ്ണമാക്കുകയാണ് ചെയ്തിട്ടുള്ളത് എന്ന്. അപ്പോൾ കണ്ണശരാമായണത്തിലെ കല്പനകളെയും ദൈവികമായ സങ്കല്പങ്ങളെയുമൊക്കെ അദ്ദേഹം പലപ്പോഴും കൂട്ടുപിടിച്ചിട്ടുണ്ട്.

അതുപോലെ തന്നെ അതിനിടയിലുള്ള ഒരു രാമകഥപ്പാട്ട് എന്ന രചന കോവളത്തുള്ള അവ്വാട്തുറ ഇയ്യപ്പള്ളി ആശാനെഴുതിയിട്ടുള്ള രാമകഥപ്പാട്ടാണ്. അതും രാമനെക്കുറിച്ചുള്ള ഒരു അതി മനോഹരമായ ചിത്രമാണ്. അവിടെ ശ്രീരാമൻ ശരിക്കും ഒരു മനുഷ്യൻ തന്നെയാണ്. നാഗാസ്ത്രമേറ്റ് മയങ്ങിയ രാമനെക്കണ്ടിട്ട് സീത പറയുന്നൊരു വാക്യമുണ്ട്.

കൊണ്ടൽവർണ്ണനെ നിനക്കിതുവരികില്ല...

എന്ന് പറയുന്ന കരുണാർദ്രമായ ഒരു ചിത്രത്തോട് കൂടിയിട്ട് നാഗാസ്ത്രമേറ്റ് മയങ്ങുന്ന രാമന്റെ ആ ഒരു അത്യന്തം കരുണാർദ്രമായ അവസ്ഥയെക്കുറിച്ചൊക്കെ അവിടെ സീത വർണ്ണിക്കുന്നുണ്ട്. ഏതായാലും ഇങ്ങനെ രാമചരിതം, രാമകഥപ്പാട്ട്, കണ്ണശരാമായണം തുടങ്ങി അതിമനോഹരമായ രാമായണ പാരമ്പര്യത്തിലൂടെ കടന്ന് വന്ന മലയാളിയാണ് എഴുത്തച്ഛന്റെ അധ്യാത്മരാമായണം സ്വീകരിച്ചതോട് കൂടി മറ്റ് രാമായണങ്ങളെയെല്ലാം മറന്ന് എഴുത്തച്ഛന്റെ രാമനെമാത്രം സ്വീകരിച്ചത്. എഴുത്തച്ഛന്റെ രാമനെ സ്വീകരിച്ചതോട് കൂടി മറ്റ് രാമന്മാരെ മലയാളികൾ മറന്നു. അതിന് പല കാരണങ്ങൾ ഉണ്ട്. സമുദ്രത്തിൽ സർപ്പമീതേ ശയിക്കുന്ന അഖിലേശ്വരനായിട്ടാണ് എഴുത്തച്ഛൻ രാമനെ കാണുന്നത്. രാമന്റെ ഈശ്വരത്വം വിവരിക്കൽ കാലഘട്ടത്തിന്റെ ഒരനിവാര്യത കൂടി ആയിരുന്നു എന്നുമാത്രമല്ല, എഴുത്തച്ഛന്റെ രാമായണം അന്നത്തെ മലയാളിയുടെ പലതരത്തിലുള്ള വാസനകളെ തൃപ്തിപ്പെടുത്താൻ പോരുന്നതായിരുന്നു. മലയാളിക്ക് പണ്ടേതന്നെ കേസരി ബാലകൃഷ്ണപിള്ള പറഞ്ഞതുപോലെ തന്നെ സംഗീതത്തോടുള്ള ഒരു ഭ്രമം, അതുപോലെ തന്നെ ഒരല്പം വിഷാദഭാവം ഇതെല്ലാം മലയാളിക്ക് പൊതുവെ ഇഷ്ടപ്പെടുന്ന ഭാവങ്ങളിൽ ചിലതാണ്. മലയാളിയുടെ പല മനോഭാവങ്ങളെയും തൃപ്തിപ്പെടുത്താൻ പോരുന്നതായിരുന്നു എഴുത്തച്ഛന്റെ രാമായണം എന്ന് മാത്രമല്ല, അത് നമ്മുടെ സാക്ഷരതയെ പലവിധത്തിലും പൂരിപ്പിക്കുകയുണ്ടായി. പില്ക്കാലത്ത് വള്ളത്തോൾ ഒരു തോണിയാത്ര എന്ന കവിത എഴുതിയപ്പോൾ അത് കുറെക്കൂടി വ്യക്തമാക്കിയിട്ടുണ്ട് ചില ശ്ലോകങ്ങളിലൂടെ. തോണിക്കാരൻ രാമായണം വായിച്ചപ്പോൾ അതുകേട്ട കവിക്ക് തോന്നിയത് ഇങ്ങ

നെയാണ്-

> കാവ്യം സുഗേയം കഥ രാഘവീയം
> കർത്താവു തുഞ്ചത്തുളവായ ദിവ്യൻ

ശ്രുതിയും രാഗവുമൊത്തേ ഗാനം ശ്രോത്രസുഖം നൽകൂ എന്ന് ഉള്ളൂർ പണ്ട് പറഞ്ഞിട്ടുണ്ട്. എന്നാൽ ശ്രുതിയും രാഗവും ഇല്ലാതെ തന്നെ അത് മന: ശ്രോത്രങ്ങൾക്ക് ആനന്ദം നൽകുമെന്ന് ഈ രാമായണ ഗാനാലാപനത്തിലൂടെ കവി കണ്ടു. ഇത് ഒരു മലയാളിയുടെ മനസ്സാണ്. ആ മനസ്സാണ് വള്ളത്തോൾ ആ കവിതയിലൂടെ കണ്ട്. ഇവിടെ മറ്റൊരു കാര്യം പറയാനുള്ളത് രാമൻ ദേവാംശസംഭവനാണെന്നും രാമൻ മഹാവിഷ്ണുവിന്റെ പൂർണ്ണാവതാരമാണെന്നും ഒക്കെയുള്ള രണ്ട് തരത്തിലുള്ള സങ്കല്പമുണ്ട്. കാളിദാസനൊക്കെ അത് പറഞ്ഞിട്ടുണ്ടെങ്കിലും രാമൻ അന്നും, കാളിദാസന്റെ കാലത്തും ഒരു വിഗ്രഹപദവിയിലൊന്നും എത്തിയിട്ടില്ല. രാമൻ ക്ഷേത്രത്തിൽ വിഗ്രഹമായി തീർന്നത് പിന്നീടാണ്. പ്രത്യേകിച്ചു കമ്പരാമായണവും തുളസീദാസ രാമായണവുമാണ് അതിന് കൂടുതൽ പ്രേകരമായി തീർന്നത് എന്നാണ് എന്റെ അല്പമായ ചരിത്ര പാണ്ഡിത്യം കൊണ്ട് മനസ്സിലാക്കുന്നത്.

രാമാനന്ദൻ ഒരിക്കൽ പറഞ്ഞു രാമഭക്തിയും ഹൃദയവിശുദ്ധിയുമുണ്ടെങ്കിൽ ഏത് ചണ്ഡാളനും ഉത്കൃഷ്ടമാണ് എന്ന്. ചണ്ഡാളത്വം ശിവത്വത്തിലേക്ക് മാറുന്ന കഥ ശങ്കരാചാര്യരുടെ കൃതിയിൽ നമ്മൾ കാണുകയുണ്ടായിട്ടുണ്ട്. മനീഷാ പഞ്ജകത്തിലുമൊക്കെ. ഏതായാലും അതോടുകൂടി ക്ഷേത്രപ്രതിഷ്ഠ വ്യാപകമാവുകയും ഏതാണ്ട് പതിനഞ്ചാം നൂറ്റാണ്ടോട് കൂടി രാമൻ വിഗ്രഹരൂപം കൈക്കൊള്ളുകയും ചെയ്തു. അധ്യാത്മരാമായണം കിളിപ്പാട്ടും മഹാഭാരതം കിളിപ്പാട്ടും ഒരുപോലെ നോക്കുകയാണെങ്കിൽ രാമനും കൃഷ്ണനും തമ്മിൽ എഴുത്തച്ഛന് വലിയ വ്യത്യാസമൊന്നുമില്ല. ശിവനും വിഷ്ണുവും ശൈവ വൈഷ്ണവ വേർതിരിവൊക്കെ ഉണ്ടായിരുന്നെങ്കിലും മലയാളി മിക്കവാറും അതിനെ ഒരു പോലെ കണ്ടു എന്നതുപോലെ തന്നെ മലയാളിയെ സംബന്ധിച്ചിടത്തോളം രാമനേയും കൃഷ്ണനേയും ഏതാണ്ട് ഒരേ മട്ടിൽ തന്നെയാണ് കൈക്കൊണ്ടിട്ടുള്ളത്. പക്ഷേ നമുക്ക് വാത്മീകിയുടെ രാമായണത്തിൽ നിന്ന് ഗ്രഹിച്ചതുപോലെ ഒരു മര്യാദാ പുരുഷോത്തമനായിട്ടുള്ള രാമനെ ഇപ്പോഴും അത്രയ്ക്കൊന്നും സ്വീകരിച്ചിട്ടില്ല. മലയാളികൾ രാമക്ഷേത്രങ്ങളിൽ പോവുന്നതിനെക്കാളേറെ കൃഷ്ണക്ഷേത്രങ്ങളിലാണ് പോകാനും വിവാഹം നടത്താനാഗ്രഹിക്കുകയുമൊക്കെ ചെയ്യുന്നത്. പണ്ട് വീട്ടിൽ അമ്മ പറയാറുണ്ട്, തൃപ്രയാർ ശ്രീരാമക്ഷേത്രത്തിൽ പോയിക്കഴിഞ്ഞാൽ അവിടെ താമസിക്കാൻ പാടില്ല. മഹാരാജാവാണ്. അദ്ദേഹത്തെ കണ്ട് ഉടനെ പോരണം. അതുകൊണ്ട് അവിടെ ലോഡ്ജുകൾ പൊതുവെ കുറവാണ്. അതേസമയം ശ്രീകൃഷ്ണൻ അങ്ങനെയല്ല. ശ്രീകൃഷ്ണനെ കണ്ടുകഴിഞ്ഞാൽ അവിടെത്തന്നെ തങ്ങണം. അതുകൊണ്ട്

അവിടെ ധാരാളം ലോഡ്ജുകളുമുണ്ട്. വിവാഹം കൂടുതൽ നടക്കുന്നതും കൃഷ്ണ ക്ഷേത്രങ്ങളിലാണ്.

എന്തൊക്കെയായാലും രാമനാമം കേരളത്തിൽ സാർവ്വത്രികമായി തീർന്നിട്ടുണ്ട്. എല്ലാ വീട്ടിലും രാമൻ എന്ന് പേരുള്ള ഒരാളെങ്കിലും ഉണ്ടാകും. രാമന്റെ പര്യായമായ പേരുകൾ ഉള്ളവർ വീട്ടിൽ അംഗമായിത്തീർന്നു. മാത്രമല്ല, ഈ അധ്യാത്മരാമായണം കിളിപ്പാട്ടിന്റെ സാർവ്വത്രികമായ പ്രചാരത്തോട് കൂടി ക്രിസ്തുമത അനുയായികളെ സംബന്ധിച്ചിടത്തോളം അല്ലെങ്കിൽ ഇസ്ലാം മതാനുയായികളെ സംബന്ധിച്ചിടത്തോളം തത്തുല്യമായ കൃതികൾ എന്തുകൊണ്ട് നമുക്കും സൃഷ്ടിച്ചുകൂടാ എന്ന ചിന്തയുണ്ടായി വന്നു. അർണോസ് പാതിരിയുടെ പുത്തൻ പാനയും ചതുരന്ത്യവുമൊക്കെ ഇവിടെ നമ്മുടെ ഓർമ്മയിലെത്തേണ്ടതുണ്ട്.

രാമായണ പാരായണ സമ്പ്രദായം അഥവാ എഴുത്തച്ഛന്റെ രാമായണം കിളിപ്പാട്ട് വ്യാപകമായി തീർന്നതോടുകൂടി അത് വിശ്വാസത്തെ പലമട്ടിൽ സ്വാധീനിച്ചു. രാമായണം പകുത്ത് വായിക്കുന്നതും നമ്മൾ എവിടേയ്ക്കെങ്കിലും യാത്രയ്ക്ക് പോകുമ്പോഴും ഏതു ശുഭകാര്യം ചെയ്യുമ്പോഴും രാമായണം വായിച്ചിട്ട് ചിലപ്പോൾ അത് ഏഴാമത്തെ വരിയെടുത്ത് ഏഴക്ഷരം വിട്ടിട്ട് വായിക്കുമ്പോഴേയ്ക്കും എന്തെങ്കിലും മോശമാണെങ്കിൽ ഒന്നുകൂടി നോക്കാമെന്ന് വച്ച് ഒന്നുകൂടി നോക്കും. അങ്ങനെയൊക്കെയുള്ള ഒരു രീതി ഉണ്ട്. ഏതായാലും രാമായണം അങ്ങനെയൊരു വിശുദ്ധ ഗ്രന്ഥമായി മാറുകയും രാമൻ നമ്മുടെ മനസ്സുകളിൽ ഒരു വിഗ്രഹമായി സ്ഥാനം പിടിക്കുകയും ചെയ്തു. പിന്നീട് അത് കുറഞ്ഞു വരുന്നുണ്ട് എന്ന തോന്നലിന്റെ അടിസ്ഥാനത്തിൽ കർക്കിടകമാസം രാമായണമാസമായി ആചരിക്കുകയും ഒക്കെ ചെയ്തു. എഴുത്തച്ഛന്റെ രാമായണത്തിനുശേഷവും കേരളത്തിൽ രാമായണമൊക്കെ ഉണ്ടായിട്ടുണ്ട്. കേരളവർമ്മ രാമായണം അതിമനോഹരമായ ഒരു സാഹിത്യഗ്രന്ഥമാണ്. പക്ഷേ എഴുത്തച്ഛന്റെ രാമായണത്തിന്റെ പ്രസിദ്ധി കാരണം അത് വിസ്മൃതമായി എന്ന് മാത്രം.

പിന്നീട് ദേശീയ സ്വാതന്ത്ര്യസമരത്തിന്റെ ചരിത്രപശ്ചാത്തലത്തിൽ ഗാന്ധിജിയുടെ രാമരാജ്യസങ്കല്പം ഉയർത്തിപ്പിടിച്ചതോടെ രാമൻ നമുക്ക് മറ്റൊന്നു കൂടിയായി തീർന്നു. രാമരാജ്യം എന്നുള്ള പ്രയോഗം, ഗാന്ധിയുടെ രാമഭക്തി, ഏതർത്ഥത്തിലാണ് രാമരാജ്യം എന്ന പ്രയോഗത്തെ ഉൾക്കൊണ്ടത്, അത് അതേ മട്ടിൽ തന്നെ സ്വീകരിക്കുവാൻ പലപ്പോഴും മലയാളി മനസ്സുകൾ വിമുഖമായിത്തീർന്നു എന്നുള്ളതും ആലോചിക്കേണ്ട ഒരു വസ്തുതയാണ്. രാമരാജ്യമല്ല, കേരളത്തിൽ മാവേലിനാട് എന്ന പ്രയോഗമാണ് നിലവിലുണ്ടായിരുന്നത്. രാമരാജ്യം എന്ന പ്രയോഗം വ്യാപകമായതോടെ നമ്മൾ മാവേലിനാടിനെ വിസ്മരിച്ചിട്ട് ആ സ്ഥാനത്തേയ്ക്ക് നമ്മൾ രാമരാജ്യമെന്ന പ്രയോഗം കൊണ്ടുവരികയാണ് ചെയ്തത്. ഞാൻ ചില സൂചനകൾ മാത്രമേ നൽകുന്നുള്ളൂ. വിശദമായ

പഠനങ്ങളൊക്കെ ഇനി തുടർന്ന് വരും.

പുതിയകാലം സ്വാതന്ത്ര്യലബ്ധിക്കുശേഷം പിറന്നു, പിന്നെ പല പല രാമായണങ്ങൾ ഉണ്ടായി, മാപ്പിള രാമായണം നേരത്തേ ഇവിടെ സൂചിപ്പിക്കുകയുണ്ടായി. മാപ്പിള രാമായണം പോലുള്ളവയെ രാമായണത്തിന്റെ വക്രീകരണമെന്നോ, വികൃതീകരണമെന്നോ ഒന്നും പറയേണ്ട കാര്യമില്ല. അവിടെ ദശരഥനെന്ന ബാപ്പയെക്കുറിച്ചും സീതയെന്നു പറയുന്ന ബീവിയെക്കുറിച്ചുമൊക്കെ പറയുന്നുണ്ട്.

പണ്ടു താടിക്കാരനൗലി പാടിവന്നൊരുപാട്ട്
കേട്ടതല്ലേ നമ്മളീ രാമായണം കഥപ്പാട്ട്
കർക്കടകം കാത്തുകാത്ത് കുത്തിരിക്കും പാട്ട്
കാതുരണ്ടിലും കൈവിരലിട്ടോരിക്കൂട്ടുംപാട്ട്
മൂന്നുപെണ്ണിനെ ദശരഥൻ നിക്കാഹ് ചെയ്ത പാട്ട്
പായസം കുടിച്ചു മൂന്നു നാലുപെറ്റ പാട്ട്
കാലൻ കരിങ്കാലൻ രാവണൻ പത്ത് താടിവടിപ്പിക്കും നേരത്ത്
വാലുള്ളനുമാനോ ലങ്കയിൽ ചാടി തേനുള്ള കൊമ്പത്ത് കൂട്ടുന്ന്

ഈ മട്ടിലുള്ള രാമായണം കഥ ഈ മലബാറിലെ മാപ്പിളപ്പാട്ടിന്റെ ശൈലിയിൽ മലബാറിലെ പദാവലികൾ ധാരാളം ഉപയോഗിച്ചുകൊണ്ടാണ് മാപ്പിളരാമായണം രചിക്കപ്പെട്ടിട്ടുള്ളത്. അതുപോലെ തന്നെ വയനാടൻ രാമായണം. അതായത് ഏതു ദേശക്കാർക്കും അവിടെ രാമായണം കഥ അരങ്ങേറി എന്ന് സ്ഥാപിക്കാനുള്ള ഒരു വ്യഗ്രത. രാമൻ ഇവിടെ വന്നിട്ടുണ്ടെന്ന് സ്ഥാപിക്കാനുള്ള ഒരു വ്യഗ്രതയുണ്ട്. അങ്ങനെയാണ് പല ദേശത്തും പല നാമങ്ങളിലും രാമകഥാപരിസരങ്ങൾ ഉള്ളത്.

പാലക്കാട് പോയപ്പോൾ അവിടെ വീഴുമല എന്ന മലയുണ്ട്. ഹനുമാൻ ലക്ഷ്മണനുവേണ്ടി മരുന്ന് കൊണ്ടുപോയപ്പോൾ ഒരു കഷ്ണം അടർന്ന് വീണിട്ടുണ്ടായതാണത്രെ. അതുപോലെ ഒട്ടേറെ സ്ഥലനാമങ്ങൾ വയനാട്ടിലുമുണ്ട്. വയനാടൻ രാമായണത്തിലെ കഥ വളരെ വ്യത്യസ്തമാണ്. ഈ പാക്കൻ തെയ്യം എന്നു പറയുന്ന തെയ്യം ഒരിക്കൽ സീതയോട് നാടുവിട്ട് പോകാൻ പറഞ്ഞു. പോകുന്ന വഴിക്ക് രാമനെകണ്ട് ഇഷ്ടമായി എങ്കിലും രാമന്റെ കൂടെ പോയില്ല. വീണ്ടും മുന്നോട്ട് പോയി. അപ്പോൾ രാവണനെ വഴിക്ക് വച്ച് കണ്ടു. രാവണൻ സീതയെ ലങ്കയിലേക്ക് കൊണ്ടുപോയി. പക്ഷേ സീത പറഞ്ഞു 12 കൊല്ലം എന്നെ തൊടാൻ പാടില്ല എന്ന്. അങ്ങനെ അവിടെ അശോകവനിയിൽ പാർപ്പിച്ചു. ആ സമയത്ത് രാമന് സീതയോട് ഇഷ്ടമുണ്ടായിരുന്നു. രാമൻ സീതയെ വിവാഹം കഴിക്കാൻ വേണ്ടിട്ടുള്ള ഓരോ ശ്രമങ്ങൾ നടത്തി. കരടിയും ഹനുമാനും ചേർന്നിട്ടാണ് അങ്ങോട്ട് പാലമുണ്ടാക്കിയത്. അങ്ങനെ ലങ്കാനഗരം ഭസ്മമാക്കീട്ട് കൊടകിൽ വന്ന് സീതയെ കല്യാണം കഴിച്ചു. വയനാട് കൊടക് അതുമായി ബന്ധപ്പെ

ട്ടാണീ കഥ. ഒരിക്കൽ, കല്യാണം കഴിച്ച് കൊണ്ടുവന്നപ്പോൾ ചോറിൽ കല്ലു കണ്ടു എന്ന് പറഞ്ഞ് ഭാര്യയെ ചീത്ത പറഞ്ഞു. പിന്നെ ഓരോരോ സംശയങ്ങൾ വന്നു തുടങ്ങി. പിന്നെ സീതയെ ഉപേക്ഷിക്കുകയും ഒക്കെ ചെയ്തു. സീതയെ വാത്മീകി ആശ്രമത്തിലേക്ക് കൊണ്ടു പോയി, അവിടെ വച്ച് ലവകുശന്മാരുണ്ടായി. ലവകുശന്മാർ അശ്വമേധം നടത്തുന്ന സമയത്ത് രാമന്റെ കുതിരയെ കെട്ടിയിട്ടു. രാമനെ ബന്ധനസ്ഥനാക്കുന്നു. സീത വന്ന് വിചാരണ നടത്തുന്നു. സ്വന്തം മക്കളാണെന്ന് രാമൻ തിരിച്ചറിയുന്നു. അവരെ സ്വീകരിക്കാൻ വേണ്ടി രാമൻ തയ്യാറാകുന്നു. സീതയെ സ്വീകരിക്കാൻവേണ്ടി. അപ്പോൾ സീത ഞാൻ പോകുകയാണെന്ന് പറഞ്ഞിട്ട് ഭൂമിയിലേക്ക് അന്തർധാനം ചെയ്തിട്ട് രാമൻ സീതയുടെ മുടി പിടിച്ച് വലിക്കുന്നു. അപ്പോൾ മുടി മുറിയുകയും അങ്ങനെ ജടയറ്റകാവ് എന്ന ഒരു സ്ഥലം അവിടെ ഉണ്ടാകുന്നു. അങ്ങനെയൊക്കെയുള്ള വ്യത്യസ്തമായ കഥകൾ വയനാടൻ രാമായണത്തിൽ നമുക്ക് കാണാൻ സാധിക്കും.

ഇങ്ങനെ അനേകമനേകം ഭാഗങ്ങളിലൂടെ രാമകഥ വളർന്നിട്ടുണ്. പുതിയ കാല രാഷ്ട്രീയ സാംസ്കാരിക പരിതോവസ്ഥയിൽ അതിനനുസൃതമായ കഥകളും കവിതകളും നോവലുകളും ഒക്കെ ഉണ്ടായിട്ടുണ്ട്. സാറാ ജോസഫിന്റെ നോവലുകൾ, സി.എൻ. ശ്രീകണ്ഠൻനായരുടെ നാടകങ്ങൾ ഇങ്ങനെ രാമകഥ പുതിയ അവതാരങ്ങൾ കൈക്കൊണ്ടു. ഹാസ്യാനുകരണങ്ങൾ വരെയുണ്ടായി. മലയാളി മനസ്സിനെ തൃപ്തിപ്പെടുത്തുന്ന രീതിയിൽ.

ഒരിക്കൽ പ്രൊ. എം.ടി. മൻമഥൻ ഒരു കഥ പറഞ്ഞിട്ടുണ്ട്. ദോഷൈകമായ മലയാളി മനസ്സിനെ ഉദാഹരിക്കാൻ വേണ്ടി അദ്ദേഹം പറഞ്ഞ ഒരു കഥയാണ്. ഒരിക്കൽ രാമനും ലക്ഷ്മണനും കൂടി സീതയെ അന്വേഷിച്ചുകൊണ്ട് ഇങ്ങനെ പോവുകയാണ്. നമുക്കറിയാം ലക്ഷ്മണൻ രാമന്റെ പാദദാസനാണ്. രാമൻ എന്തു പറഞ്ഞാലും അതേപടി അനുസരിക്കുന്ന ഒരാളാണ്. അങ്ങനെ പോകുന്നവഴിക്ക് ഒരു സ്ഥലത്തെത്തിയപ്പോൾ ലക്ഷ്മണൻ രാമനെ കുറ്റപ്പെടുത്താൻ തുടങ്ങി. അങ്ങെന്തു പണിയാണ് ചെയ്തത്. സീതയെ ഇങ്ങനെ കാട്ടിൽ കൊണ്ടുവരേണ്ട ആവശ്യമൊന്നുമില്ലായിരുന്നു, അങ്ങ് ചെയ്തത് മഹാ തെറ്റാണ് എന്നൊക്കെ പറഞ്ഞു. രാമനൊന്നും മിണ്ടിയില്ല. കുറേക്കഴിഞ്ഞ് ഇവരിങ്ങനെ വീണ്ടു കുറേ ദൂരം താണ്ടിയപ്പോൾ ലക്ഷ്മണന് തോന്നി, താൻ രാമനെക്കുറിച്ച് പറഞ്ഞത് കുറച്ച് അബദ്ധമായിപ്പോയോ, ഇങ്ങനെയൊന്നും ഞാൻ ജ്യേഷ്ഠനോട് പറയാൻ കാരണം എന്താണ് എന്നൊക്കെ ശങ്കിച്ചപ്പോൾ രാമൻ പറഞ്ഞു. നിന്റെ കുറ്റമല്ല, നമ്മൾ കേരളം എന്നു പറയുന്ന പ്രദേശത്തൂടെയായിരുന്നു പോയിരുന്നത്. അതുകൊണ്ട് ആസമയത്ത് ചില പ്രശ്നങ്ങൾ ഉണ്ടാവുന്നത് സ്വാഭാവികമാണ് എന്നൊക്കെ പറയുന്നുണ്ട്. അപ്പോ, മലയാളി മനസ്സാണ് പലതരത്തിലുള്ള രാമ അവതാരങ്ങൾ കൈക്കൊള്ളാൻ കാരണമായിട്ടുള്ളത്. വാസ്തവത്തിൽ മലയാളിമനസ്സിന്റെ വൈവിധ്യമാണ് കഥാ വൈവിധ്യങ്ങൾക്ക് കാരണം. പിന്നെ പലത

രത്തിൽ താടകാവധം ആട്ടക്കഥ രാമകഥയിലെ പുതിയൊരധ്യായം കുറിയ്ക്കുന്നതാണ്.

കാളിദാസന്റെ രഘുവംശത്തിലെ

'രാമമന്മഥശരേണതാടികാ ദുസ്സേഹേന ഹൃദയേനിശാചരി'

രാമനെ മന്മഥനായികണ്ടുകൊണ്ടുള്ള താടകയുടെ ഒരു മനസ്സിനെയാണ് താടകാവധം ആട്ടക്കഥയായിട്ട് വി. കൃഷ്ണൻ തമ്പി വികസിപ്പിച്ചെടുത്തത്.അപ്പോ മന്മഥനായി രാമനെ കാണുന്ന തരത്തിലുള്ള സങ്കല്പങ്ങൾ ഉണ്ടായിട്ടുണ്ട്. ഏതായാലും ഇത്തരത്തിൽ അനേകം സാഹിത്യ രൂപങ്ങളിലൂടെയും അതുപോലെ തന്നെചിത്രകലകളിലൂടെയും ക്ഷേത്രകലകളിലൂടെയും നമുക്കറിയാം, തോൽപ്പാവക്കൂത്ത്, വിവിധ തുള്ളൽ കഥകൾ, ഐവർകളി പോലെയുള്ള കലാരൂപങ്ങൾ, സീതക്കളി, രാമനാട്ടം ഇങ്ങനെയുള്ള പല കലാരൂപങ്ങളിലൂടെ രാമകഥയെ നമ്മൾ നെഞ്ചേറ്റുകയുണ്ടായി. നമ്മുടെ സാഹിത്യസിദ്ധാന്തമൊക്കെ പഠിക്കുന്ന സമയത്ത് അഭിധാനിയാമകങ്ങളെക്കുറിച്ച് പറയുമ്പോൾ രാമൻ എന്ന വാക്ക് നമ്മൾ പരിചയപ്പെടുന്നത് ആ വാക്കിന് എങ്ങനെ അർത്ഥം കല്പിക്കാം എന്നാണ്. രാമൻ എന്ന വാക്കിന് പലതരത്തിലുള്ള അർത്ഥങ്ങൾ ഉണ്ടായിട്ടുണ്ട്. രാ യ്ക്ക് ഒരർത്ഥം, മ യ്ക്ക് മറ്റൊന്ന്, കൂടാതെ രാവ് മായണം എന്ന തരത്തിലൊരർത്ഥം, ഇതെല്ലാം കൂടാതെ തന്നെ രാമൻ എന്ന വാക്കിന് സാഹിത്യ സൈദ്ധാന്തികരെ സംബന്ധിച്ചിടത്തോളം അതിന്റെ വിരോധിക എന്ന മൂല്യത്തെ മുൻനിർത്തി രാവണാന്തകനായ രാമൻ എന്നു പറയണമെങ്കിൽ രാമൻ ശ്രീരാമനും, കൃഷ്ണസോദരനായ രാമൻ എന്നു പറഞ്ഞാൽ ബലരാമനും, മഴുവേന്തിയ രാമൻ എന്നു പറയുമ്പോൾ പരശുരാമനും ആണെന്ന് പറയാറുണ്ട്. രാമൻ എന്ന വാക്ക് രാവണാന്തകനായ രാമനെയാണ് പലപ്പോഴും സാഹിത്യമർമജ്ഞർ ഹൈലൈറ്റ് ചെയ്തിട്ടുള്ളത്. പലപ്പോഴും മുന്നോട്ട് വച്ചിട്ടുള്ളത്. രാമനെ നമ്മൾ പണ്ടേ പഠിച്ച് വന്നിട്ടുള്ളത്, കുട്ടിക്കാലത്തെ പഠിച്ചിട്ടുള്ളത് രാവണനെക്കൊന്നവനാണ് രാമൻ എന്ന അർത്ഥത്തിലാണ്. അഥവാ വെറൊരാളുടെ ശത്രു എന്ന നിലയ്ക്കാണ് നാം രാമനെ തിരിച്ചറിയുന്നത്. ഇവിടെ സീതാവല്ലഭനായ രാമനെക്കാളും നമ്മെ ഏറ്റവുമധികം സ്വാധീനിച്ചിട്ടുള്ളത് രാവണാന്തകനായ രാമനാണ്. പക്ഷേ രാവണപക്ഷത്തുനിന്നുകൊണ്ടുള്ള ചില കഥകളെങ്കിലും, രാവണായനം പോലെയുള്ള അല്ലെങ്കിൽ രാവണവിജയം പോലെയുള്ള കഥകളും മലയാളത്തിൽ ഉണ്ടായിട്ടുണ്ട്. രാമൻ എന്നു പറയുന്നത് അനേകം അവതാരം കൈക്കൊണ്ടു കൊണ്ടിരിക്കുകയാണ്. രാമൻ ഇന്നുമുണ്ട് എ.കെ. രാമാനുജന്റെ ഒരു പ്രബന്ധത്തിൽ, 300 രാമായണങ്ങൾ എന്നു പറയുന്നു ഒരു പ്രബന്ധത്തിൽ അദ്ദേഹം പറയുന്ന ഒരു കഥയുണ്ട്. ഒരു നാടോടീക്കഥയാണിത്.

രാമൻ തന്റെ കൈയ്യിലുള്ള മോതിരം നഷ്ടപ്പെട്ട് പാതാളത്തിൽ അതന്വേഷിക്കാനായി ഹനുമാനെ പറഞ്ഞയയ്ക്കുന്നു. പാതാളത്തിലെ അധിപനെ

ഹനുമാൻ കണ്ടെത്തുന്നു. രാമന്റെ മോതിരം പാതാളത്തിൽ ഉണ്ട് എന്ന് മനസ്സിലാക്കിയിട്ട് അവിടെത്തുമ്പോൾ ഇതാണോ രാമന്റെ മോതിരം എന്ന് ചോദിച്ചുകൊണ്ട് പാതാളാധിപൻ അനേകം മോതിരങ്ങൾ കാണിച്ചു കൊടുക്കുകയാണ്. അപ്പോൾ ഹനുമാൻ ആകെ സംഭ്രാന്തനാകുന്നു. രാമൻ ഓരോ അവതാരം കഴിയുമ്പോഴും തന്റെ ഓരോ മോതിരം ഉപേക്ഷിക്കുകയാണ്. ഇനിയും രാമൻ അദ്ദേഹത്തിന്റെ മോതിരം ഉപേക്ഷിക്കുമെന്നു തന്നെ പ്രതീക്ഷിക്കാം. പുതിയ മോതിരം അദ്ദേഹം അണിയട്ടെ. നമ്മുടെ ജീവിതത്തിലേക്ക് വരാൻ രാമൻ സന്നദ്ധനായിട്ട്, സമരോത്സുകനായിട്ട് ഇറങ്ങി വരികയാണ്. എല്ലാവരോടും സംവദിക്കുവാൻ, എല്ലാത്തരം മനുഷ്യരോടും, ഏറ്റവും ഉന്നതനായിട്ടുള്ള ആളുകൾ തൊട്ട് ഏറ്റവും കീഴാളരായിട്ടുള്ള ആളുകളോട് വരെ സംവദിക്കുവാൻ പറ്റുന്ന രാമനെ ഇന്ന് മലയാളി വളർത്തിയെടുത്തിട്ടുണ്ട്. നമ്മൾ പറയാറുണ്ട്, ഭക്തനും ഈശ്വരനും തമ്മിലുള്ള അകലം കുറഞ്ഞു വരികയാണെന്നുള്ളത് എന്റെയും രാധാകൃഷ്ണൻ സാറിന്റെയും ഒക്കെ അടുത്ത് ഒരു ക്ഷേത്രമുണ്ട്. അവിടെ ഹനുമാനാണ് പ്രധാനം. ശ്രീരാമനുണ്ടെങ്കിലും ഹനുമാനാണ് കൂടുതൽ പ്രാധാന്യമുള്ളത്. അവിടെ ഭക്തർ ഈശ്വരനെ അതിലംഘിക്കുകയാണ്. ഒരു തരത്തിൽ പറഞ്ഞാൽ ഭക്തനും ഈശ്വരനും ഒന്നാവുകയാണ്. ഈയൊരു സങ്കല്പത്തിലേക്ക് വളരുവാൻ രാമനെ നെഞ്ചേറ്റുന്നവർക്ക് സാധിക്കട്ടെ.

രാമകഥകൾ മലയാളത്തിൽ

ഡോ. കെ.എസ്. രാധാകൃഷ്ണൻ

രാമായണമായത് കൊണ്ട് ആർക്കും എന്തും പറയാം സൗകര്യമാണ്. കാരണം എല്ലാവർക്കും രാമായണ കഥയെങ്കിലും അറിയാൻ പറ്റും. അതുകൊണ്ടാണല്ലോ രാമായണം മുഴുവൻ വായിച്ചതിനുശേഷം സീത രാമന്ക്ക് എപ്പടി എന്നു ചോദിച്ചു എന്നു പറയുന്നത് ഒരാളെക്കുറിച്ച് പറയാവുന്നതിൽ ഏറ്റവും മോശം കമന്റിൽ ഒന്നാണ്. രാമായണം ഇന്ത്യയിൽ മാത്രമല്ല, വിയറ്റ്നാം ഒഴികെയുള്ള ഏഷ്യൻ രാജ്യങ്ങളിലെല്ലാം ഇതിന്റെ സ്വാധീനമുണ്ട്. പക്ഷേ ഈ വാത്മീകിയായാലും എഴുത്തച്ഛനായാലും ഈ രാമായണം എന്തിനെഴുതി എന്നുള്ള അവരുടെ കാവ്യലക്ഷ്യം ആദ്യമേ തന്നെ പറയുന്നുണ്ട്. ആധുനിക കവികളെപ്പോലെയല്ല. ഇപ്പോൾ കാവ്യലക്ഷ്യമറിയണമെങ്കിൽ ഗവേഷണം നടത്തി കണ്ടെത്തിക്കോണം. പക്ഷേ രാമായണ കർത്താക്കൾ ആദ്യം തന്നെ കാവ്യലക്ഷ്യം പറയുന്നുണ്ട്. എവിടെയോ ജനിച്ച ഒരു അയോധ്യയിലെ രാജാവായ ദശരഥന്റെ മകന്റെ കഥ പറഞ്ഞു എന്ന് ഫലിപ്പിച്ചു വയ്ക്കുക എന്നുമാത്രമല്ല. കാര്യം പറയാൻ വേണ്ടിയല്ലാതെ കഥ പറയുന്നവൻ കഥയില്ലാത്തവനാണ്. കഥയെപ്പോഴും കാര്യം പറയാൻ വേണ്ടിയിട്ടാണ് വാത്മീകിയുടെ ലക്ഷ്യം വളരെ ലളിതം. ധർമ്മവിഗ്രഹമാണ് രാമൻ. ഇവിടെ ഈ വിഗ്രഹം എന്ന വാക്കിന്റെ അർത്ഥം ഗ്രഹിക്കുന്നതിലാണ് ആദ്യമേ അബദ്ധം പറ്റുന്നത്. വിഗ്രഹം എന്നു കേൾക്കുമ്പോൾതന്നെ Idol എന്ന ഇംഗ്ലീഷ് വാക്കിന് സമാനമായ ഒരു സംസ്കൃത പദമെന്നോ മലയാള പദമെന്നോ ധരിച്ചിട്ട് നമ്മളിങ്ങനെ മരച്ചുവട്ടിലോ മറ്റോ ഇരുത്തുന്ന ഒരു രൂപമല്ല. വിശേഷേണ ഗ്രഹിക്കുന്നതിനുള്ള ഉപാധിയാണ് വിഗ്രഹം. ഒരു സാമാന്യത്വത്തെ ഒരു വിശേഷത്തിന്റെ സഹായത്തോടെ ഗ്രഹിക്കുകയാണ്. എങ്ങനെയെന്നു വച്ചാൽ ഗുരുത്വാകർഷണനിയമം എന്ന സാമാന്യതത്വം ഗ്രഹിക്കുന്നതിനുവേണ്ടി ആപ്പിളിനെ ഉപാധിയാക്കുകയാണെന്നതുപോലെ. ആപ്പിൾ ഗുരുത്വാകർഷണമല്ല. പക്ഷേ ആപ്പിളിലും എന്നിലും നിന്നിലും പ്രപഞ്ചത്തിലുമെല്ലാം നിലനിൽക്കുന്ന ഒരു തത്വം വിശദമാക്കുന്നതിനുവേണ്ടി ഒരുപാധി എന്ന നിലയ്ക്ക് ഒരു ആപ്പിളിനെ പ്രയോഗിച്ചിരിക്കുന്നു. അപ്പോൾ രാമതത്വം. അഥവാ രാമന്റെ കഥ പറഞ്ഞിരിക്കുന്നത് ധർമ്മമെന്ത് എന്ന് വിശദീകരിക്കുന്നതിന് വേണ്ടിയാണ്. അത് രാമായണത്തിൽ വിശദമായി പറഞ്ഞിട്ടുണ്ട്. വാല്മീകിയുടെ ആദികാവ്യത്തിൽ. ഇത് കാവ്യമാണ്. ചരിത്രമല്ല. രമണൻ വായിച്ചിട്ട് ആരെങ്കിലും ഇടപ്പള്ളിയുടെ ചരിത്രമെഴുതുമോ? തലയ്ക്ക് വെളിവുള്ള ഒരാളും എഴുതുമെന്ന് തോന്നുന്നില്ല. കഷ്ടിച്ച് കുറച്ച് കോലാടും പിന്നെ ഒരു പാത്തുമ്മയുടെ ആടും മാത്രമാണ് കേരളത്തിലുള്ളത്. അവിടെയാണ് വിശാലമായ ആടുമേയ്ക്കുന്ന പുൽപ്പരപ്പുകളു

ള്ളതും ആ പുൽപ്പരപ്പിന്റെ അരികിൽ വലിയ കാടുകളുള്ളതും ആ കാടുകളിലേക്ക് മദനനും രമണനും കൂടെപ്പോയി അവിടെ ഇരിക്കുന്നതും അവിടെ ഒരു ചെറിയ തേന്മാവിൽ നിന്നും ഒരു മാമ്പഴം വീണുകിട്ടുന്നതും.

അക്കൊച്ചുതേന്മാവിൻ ചോട്ടിൽനിന്നും ഒരു
ശർക്കരമാമ്പഴം വീണുകിട്ടി ഞാനതു
കാത്തു സൂക്ഷിച്ചു വച്ചുനിന്നെ ധ്യാനിച്ചിരിക്കുന്നു.

എനിക്കിഷ്ടപ്പെട്ട ഒരു പ്രയോഗമാണത്. കാരണം ഒരു സുഹൃത്ത് വേറൊരു സുഹൃത്തിനെ നോക്കിയിരിക്കുന്നത് ധ്യാനിച്ചിരിക്കുകയാണെന്നാണ്. അങ്ങനെ ധ്യാനിച്ചിരിക്കുകയായിരുന്നുവെന്ന് രമണനിൽ പറയുന്ന അങ്ങനെ ഒരു സ്ഥലം കേരളത്തിലില്ല. അപ്പോ അതു വായിച്ചു കൊണ്ട് എടയക്കുന്നമായിരുന്നു ഇത് എന്ന് ഏതെങ്കിലും തലയ്ക്കു വെളിവുള്ള ഒരുത്തനെഴുതുകയാണെങ്കിൽ പിന്നെ നമുക്ക് അവനെക്കുറിച്ച് ഒന്നും പറയാനില്ല. അപ്പം കാവ്യം വായിക്കുന്നത് ചരിത്രമറിയാനാണോ? സോഫോക്ളീസിന്റെ നാടകം വായിച്ചിട്ട് ചരിത്രം എഴുതാൻ ശ്രമിക്കാമോ? അങ്ങനെ കാവ്യം വായിച്ച് ചരിത്രം തേടുന്നവനോട് എനിക്ക് ഒട്ടും അസൂയയില്ല. അവനെ അങ്ങനെതന്നെ പ്രോത്സാഹിപ്പിക്കുകയാണ് വേണ്ടത്. കാരണം അതുപോലെയാണ് രാമായണം വായിച്ചിട്ട് ചരിത്രം പറയാൻ പോകുകയാണെന്നു പറഞ്ഞാൽ വിഡ്ഢിത്തം എന്നല്ലാതെ മറ്റൊരുവാക്കും അതിന് പറയാനില്ല. വാത്മീകി ഇത് ചരിത്രമാണെന്ന് പറഞ്ഞിട്ടില്ല. പിന്നെ ഹിന്ദിയിലാണ് കുഴപ്പം. ഇതിഹാസ് എന്ന വാക്കുണ്ട് ഹിന്ദിയിൽ. ഇതിനർത്ഥം ഹിസ്റ്ററി എന്നാണ്. എന്നാൽ ഇതിഹാസം എന്നതിന് നിർവ്വചനം വേറെയുണ്ട്. അതുകൊണ്ട് ഹിസ്റ്ററിയല്ല. അത് ഏതോ ഒരു രാമൻ അയോധ്യയിലൊരു ദശരഥൻ, ദശരഥൻ തന്നെ അത്ര ശരിയായിട്ടുള്ളൊരു കക്ഷിയല്ല. അങ്ങനെ അയാളുടെ ഒരു മകനായിരുന്നു എന്നൊക്കെ പറയുന്നത് തന്നെ മോശമാണ്. അതുപയോഗിച്ചിട്ട് ധർമ്മം എങ്ങനെയാണ് വ്യാപരിക്കുന്നത് എന്നു പറയുകയാണ്. പക്ഷേ മറ്റൊരു ഇതിഹാസകാരൻ രാമനെതിരെ ശക്തമായ ഒരാരോപണം ഉന്നയിച്ചിട്ടുണ്ട് അത് വേദവ്യാസനാണ്, മഹാഭാരതത്തിൽ. ഒരു കൊച്ചു നുണയാണ് ധർമ്മപുത്രർ പറഞ്ഞത്. മതി, ഒരു കൊച്ചു നുണ കൊണ്ട് ധർമ്മപുത്രർ നേടിയത് ഒരു മഹാസാമ്രാജ്യം മുഴുവനുമാണ്. ധർമ്മപുത്രരുടെ നുണയെ വിശേഷിപ്പിച്ചിരിക്കുന്ന സമയത്ത് വ്യാസൻ ഉപയോഗിച്ചിരിക്കുന്ന ഒരു വാക്യം, ബാലിവധം എപ്രകാരമാണോ രാമന് ദുർയശസ്സ് ഉണ്ടാക്കുന്നത്, അതുപോലെ ഈ നുണ യുധിഷ്ഠിരന് ആ ജീവനാന്തം ദുർയശസ്സ് ഉണ്ടാക്കിക്കൊണ്ടിരിക്കും എന്നാണ്. എന്താണിതിന്റെ കാര്യം എന്നു ചോദിച്ചു കഴിഞ്ഞാൽ മഹാതത്വങ്ങളെ ആവിഷ്കരിക്കുന്നതിനുവേണ്ടി ഉപാധികളെ ഉപയോഗിക്കുമ്പോൾ ഉപാധികളുടെ സ്വാഭാവികമായ പരിമിതികൾ അതിനു വന്നുപെടും. ആപ്പിൾ കഴിച്ചിട്ട് ഒരാൾ ഗുരുത്വാകർഷണ നിയമത്തിന് നല്ല മധുരമുണ്ടെന്ന് പറയുകയാണെങ്കിൽ എന്തു ചെയ്യും? ഒരു സ്ഥലത്തിലും കാലത്തിലും ജനിച്ച് ജീവിക്കുന്ന ഒരു ജീവിതത്തിലൂടെ ഇതിനെ

കാണിക്കേണ്ടി വരുമ്പോൾ സ്വാഭാവികമായും പരിമിതികൾ ഉണ്ടാകും.

അതുകൊണ്ടാണ് രാമനെ ഏറ്റവും സമർത്ഥമായി ഉപയോഗിച്ച ഒരാൾ ഗാന്ധിയാണ് എന്ന് പറഞ്ഞത്. ടൈംസിന്റെ റിപ്പോർട്ടർ ചോദിച്ചു. Mr. Gandhi, Why should you use Ram, instead of God? Why can't you use the term god? നല്ല ചോദ്യമായിരുന്നു. അതിന് ഗാന്ധി പറഞ്ഞ മറുപടി ദൈവം എന്നൊരു വാക്ക് ഞാനുപയോഗിച്ചു കഴിഞ്ഞാൽ എന്നെ കേൾക്കുന്നവർക്കാർക്കും ഇത് മനസ്സിലാവുകയില്ല. രാമൻ എന്ന വാക്ക് ഉപയോഗിച്ചാൽ അവർക്ക് അതിന്റെ അർഥം പെട്ടെന്ന് പിടികിട്ടും. ഒരു സംജ്ഞയായിട്ടാണ് രാമനെ ഉപയോഗിക്കുന്നത്. അതു കഴിഞ്ഞ് ഇതിനെ വിശാലമായി ഗാന്ധിജി വികസിപ്പിച്ചിട്ടുണ്ട്. ഏതാണ്ടൊരു 600 പേജുള്ള ഒരു പുസ്തകമുണ്ട് ഗാന്ധിയുടെ, എഡിറ്റ് ചെയ്ത് ഇറക്കിയിരിക്കുന്നത്. അത് രാമനാമത്തിന്റെ മെഡിസിനൽ വാല്യുവിനെക്കുറിച്ച് അദ്ദേഹം നടത്തിയ ഗവേഷണങ്ങളാണ്. ഗാന്ധി ഒരു കള്ളനല്ലായിരുന്നുവെന്ന് മിനിമം വിശ്വസിക്കണം. അതൊരു മിനിമം കാര്യം ഞാൻ പറഞ്ഞതാണ്. രാമനാമത്തിന്റെ ഔഷധ മൂല്യത്തെക്കുറിച്ച് അദ്ദേഹം നടത്തിയ ഗവേഷണങ്ങളുടെ ആകെ തുക 600 പേജ് വരും. നവജീവൻകാർ എഡിറ്റ് ചെയ്ത് ഇറക്കിയിട്ടുണ്ട്. ആർക്കെങ്കിലും താല്പര്യമുണ്ടെങ്കിൽ വാങ്ങി വായിച്ചു നോക്കാവുന്നതാണ്.

എഴുത്തച്ഛനിലേക്ക് വരുമ്പോഴാകട്ടെ, 'സർവ്വ വേദാന്ത സാരസർവ്വസ്വം രാമതത്വം' എന്നാണ്, ശരിയല്ലേ? ഈ സർവ്വവേദാന്ത സാരസർവ്വസ്വം രാമതത്വം എന്നത് വലിയ ദർശനമാണ്. അധ്യാത്മരാമായണത്തില സീതയ്ക്ക് പറഞ്ഞു കൊടുക്കുന്നത് രാമന്റെ ചരിത്രമല്ല. രാമ തത്വമാണ്. തത്വം വേറെ, ചരിത്രം വേറെ. ആ തത്വം പറയുന്നതിനു വേണ്ടിയാണ് ബാക്കിയൊക്കെ പറഞ്ഞിരിക്കുന്നത്. ഇപ്പോൾ അധികാരം എങ്ങനെ പെരുമാറും എന്നറിയുന്നതിനുവേണ്ടി, അധികാരത്തിന്റെ കർമ്മപഥമെന്തെന്ന് വിശദമാക്കുന്നതിനുവേണ്ടിയാണ് തിരുവിതാംകൂറിൽ എന്നോ ജീവിച്ചിരുന്ന ഒരു ധർമ്മരാജാവിന്റെയും പിന്നെ മാർത്താണ്ഡവർമ്മയുടെയും രാമരാജാ ബഹദൂറിന്റെയുമൊക്കെ കഥ സി.വി. പറഞ്ഞിരിക്കുന്നത്. സി.വി. പറയുന്നുണ്ട്, ചെങ്കോലും കിരീടവും അങ്ങാടിയിൽ വിൽക്കപ്പെടുന്നില്ല. വഴിയമ്പലങ്ങളിൽ ദാനം ചെയ്യപ്പെടുന്നില്ല. അവ കൊന്നുംവെന്നും നെടുകതന്നെ വേണം. ഇതാണ് അധികാരത്തിന്റെ രീതി. ഇന്നും അതു തന്നെയാണ് നടന്നുകൊണ്ടിരിക്കുന്നത്. തിരുവിതാംകൂർ രാജാക്കന്മാരെ കേന്ദ്രസ്ഥാനത്ത് നിർത്തി രചിക്കപ്പെട്ട ആ കൃതികളിലും നാം കാണുന്നത് എങ്ങനെയാണ് അധികാരം സമർത്ഥമായി വിനിയോഗിക്കേണ്ടത് എന്നന്വേഷിച്ചറിയാനുള്ള തത്വമാണ്. അതുകൊണ്ടാണ് സി വിയുടെ രചനകൾ ഇന്നും പ്രാസംഗികമായിരിക്കുന്നത്. വെറുതെ ഒരു പൂച്ചയുടെ കഥയല്ല മാന്ത്രികപ്പൂച്ചയിൽ പറയുന്നത് ബഷീർ. രണ്ട് മതങ്ങളുടെ ഏറ്റവും അടിസ്ഥാനതത്വങ്ങൾ സാധാരണ ജീവിതത്തിൽ എങ്ങനെ പ്രതിഫലിക്കുന്നു എന്നതാണ് ആ റെയിൽവെ പാലത്തിനടിയിലിരുന്ന ഒരു സന്യാസിയും ഇദ്ദേഹവും തമ്മിലുള്ള സംഭാഷണത്തിലൂടെ വെളിവാ

കുന്നത്. ഓരോരുത്തരും രാമകഥ ഉപയോഗിക്കുമ്പോൾ അവർക്കൊരു ലക്ഷ്യമുണ്ട്. ആ വിവിധ ലക്ഷ്യങ്ങളിലൂടെ രാമകഥ ഉപയോഗിക്കപ്പെട്ടിട്ടുണ്ട്. ഇപ്പോൾ എഴുത്തച്ഛന്റെ രാമായണം മാത്രമല്ല, അല്ലെങ്കിൽ കണ്ണശ രാമായണം മാത്രമല്ല, എത്രയോ രാമായണങ്ങൾ ഉണ്ടായിട്ടുണ്ട്. ലളിതഗാനത്തിൽ രാമകഥ ഏറ്റവും മനോഹരമായി ഉപയോഗിക്കപ്പെട്ടിട്ടുണ്ട്.

രാമായണക്കിളി, ശാരികപ്പൈങ്കിളി
രാജീവനേത്രനെ കണ്ടോ?

എഴുതിയിരിക്കുന്നത് പൂവച്ചൽ ഖാദറാണ്. അത് അധികം പേർക്ക് അറിയാത്ത കാര്യമാണ്. പിന്നെ ജാനകീജാനേ എന്ന ഗാനം. അതെഴുതിയതാരാണെന്നും നമുക്കറിയാം. ഇതൊന്നുമെഴുതിയത് ജാതിയും മതവുമൊന്നും നോക്കിയിട്ടല്ല. രാമായണത്തെക്കുറിച്ചുള്ള ലളിതഗാനങ്ങളിൽ ഏറ്റവും ഭാവസുന്ദരമെന്നു പറയാവുന്നത് പുവച്ചൽ ഖാദറിന്റെ ഈ ഗാനമാണ്. എം.ജി. രാധാകൃഷ്ണനാണ് അതിന് സംഗീതം കൊടുത്തിട്ടുള്ളത്. എന്റെ കുട്ടിക്കാലത്ത് റേഡിയോയിലൂടെ കേട്ട് പരിചയമുള്ള ഒരു പാട്ടാണ്.

മലയാളത്തിൽ എത്രയാണ് രാമൻ! ഇരുപത്തിനാലു വൃത്തം വിട്ടുകളഞ്ഞു. എത്ര മനോഹരമാണ് ഇരുപത്തിനാലുവൃത്തം.

ശാന്തേ കുടംബശ്രീയേതാതപാപം
കാന്തേ ഭജിച്ചീടു ശ്രീരാമരാമ
എന്നാര്യ പുത്രൻ വനത്തിന്നുപോയാൽ
പിന്നെ പുരിവാസമെന്തിനുവേണ്ടി
നിന്നോടുകൂടിട്ടു പോരുന്നു ഞാനും
ചൊന്നാൻ മനോജ്ഞാംഗി ശ്രീരാമരാമ.

അതിഗംഭീരമാണ്. പണ്ടൊക്കെ കുട്ടികളെയൊക്കെ പഠിപ്പിക്കുമായിരുന്നു. എന്തിനാണ് എന്നുചോദിച്ചാൽ വൃത്തമൊക്കെ നന്നായി ഓർത്ത് പഠിക്കാൻ കഴിഞ്ഞിരുന്നു.

സീതാ ദുഃഖം എന്ന കൃതി കേട്ടിട്ടുണ്ടോ? കേട്ടിരിക്കാനിടയില്ല. ഉത്സവപ്പറമ്പിൽ നിന്നും കിട്ടിയിട്ടുള്ളതാണ്. അഞ്ചു പൈസയ്ക്ക് കിട്ടിയിട്ടുള്ള പുസ്തകമാണ് ഞാൻ വായിച്ചിട്ടുണ്ട്.

ചരണ പങ്കജം കുമ്പിട്ടു ലക്ഷ്മണൻ
മരാമരികപോയി മെല്ലേമറഞ്ഞപ്പോൾ
അരിയ സീതയ്ക്കുണ്ടായൊരു ദുഃഖത്തെപ്പറയാം.

എന്നു പറഞ്ഞു തുടങ്ങുന്ന സീതാദുഃഖം. അത് വായിച്ച് ഒരു പാട് ദിവസം ഞാൻ കരഞ്ഞിട്ടുണ്ട്. അത്ര ആർദ്രമായിട്ടാണ് എഴുതിയിരിക്കുന്നത്. സീതാദുഃഖത്തോടൊപ്പം ഞാൻ വാങ്ങിയ മറ്റൊരു പുസ്തകമാണ് സരോജിനിയുടെ കടും

കൈ. അതും അധികമാരും വായിച്ചിരിക്കാനിടയില്ല. രമണൻ വന്നപ്പോൾ അതിന് പാരലലായി എഴുതിയ ഒരു സാധനമാണ് ഇന്നാണത് എഴുതിയിരുന്നതെങ്കിൽ ശരിക്കും കേസെടുക്കാവുന്ന ഒരു ഭാഗം അതിനകത്തുണ്ട്. അതായത്

ജാതിയിൽ തീയനാണെങ്കിലും കോമളാംഗൻ

എന്നു വച്ചാൽ തീയനാണെങ്കിലും കോമളാംഗനാണെന്ന്. ഇതെഴുതിയാൽ അവന്റെ കാര്യ പോക്കാണ്. കാരണം തീയ-ഈഴവ വഴക്ക് ചെറുതല്ല. ഒരോ സമൂഹത്തിന്റെയും ജാതി സ്വത്വബോധം ഇന്ന് കടുത്തതാണ്. മുൻപ് അത്രയുമുണ്ടായിരുന്ന ില്ല.

രമണനിൽ ചന്ദ്രിക ചതിച്ചപ്പോൾ ആ രചനയിൽ നായകനാണ് ചതിക്കുന്നത്. രണ്ടും ചതിവു തന്നെ. രാമായണകഥകൾ തന്നെയെടുത്താലോ? സി. എൻ. ശ്രീകണ്ഠൻ നായരുടെ രാമായണം. അതു നാം കണ്ടിട്ടുള്ള രാമായണങ്ങളിൽ നിന്നെല്ലാം വ്യത്യസ്തമാണ്. കൈകസിയെന്ന കറുമ്പിത്തള്ളയുടെ മകനായി ജനിച്ച് പാതാളത്തിലെ കാട്ടു ചോലകളിൽ നിന്നും തെളിനീർ ഊറ്റിക്കുടിച്ച് ഓരോ അടിയും മുന്നോട്ട് വയ്ക്കുമ്പോൾ ചവിട്ടിത്താഴ്ത്തപ്പെട്ടപ്പോഴെല്ലാം കൂടുതൽ കരുത്തോടെ മുന്നോട്ട് കേറി അങ്ങനെ കേറി വന്നു നിൽക്കുമ്പോൾ പാതാളത്തിൽ കിടന്ന ഒരു വംശത്തെയും ഒപ്പം ഈ രാവണന്റെ കൂടെ കൊണ്ടു വന്നു. നീ ആരെയാണ് ഉപേക്ഷിച്ചു പോകുന്നത്? ആ രാവണനെയാണോ? എന്നു ചോദിക്കുന്ന രാവണനുണ്ട്.

ഞാനൊരു പുഴുവിനെപ്പോലെ കിടന്ന് പിടയുന്നത് എന്റെ അമ്മപോലും കാണുന്നില്ല എന്ന് വിലപിക്കുന്ന ശ്രീരാമനുണ്ട്. രാമായണം സി എന്റെ കൈയിൽ കിട്ടിയപ്പോൾ അദ്ദേഹം അത് തന്റെ കാര്യം പറയാനാണ് ഉപയോഗിക്കുന്നത്. രാമകഥയ്ക്ക് ഒരു ഉപയോഗമല്ല ഉള്ളത്. അതിന്റെ രാഷ്ട്രീയമായിട്ടല്ല. ഇൻഡ്യ എന്ന ഏകകത്തെ ഒരുമിപ്പിക്കുന്നതിനുവേണ്ടി ഗാന്ധി അതിനെ ഉപയോഗിച്ചു. ഒരു ടൂളിനെ നിങ്ങൾക്ക് എങ്ങനെ വേണമെങ്കിലും ഉപയോഗിക്കാം. അത് ഉപയോഗിക്കുന്നവന്റെ ആത്മശുദ്ധി അനുസരിച്ചിട്ടാണ് വരിക. ഈ ടൂൾ ഇങ്ങനെ ഉപയോഗിക്കപ്പെട്ടു. ഗാന്ധിയുടെ കൈയ്യിലെ രാമനെ പറ്റി ചോദിച്ചപ്പോൾ ഗാന്ധി പറഞ്ഞത്. എന്റെ രാമൻ, എന്റെ പ്രാർത്ഥനാവിഷയമായ രാമൻ അയോധ്യാധിപതിയോ ദശരഥ നന്ദനനോ സീതാപതിയോ അല്ല. നിത്യവും നിരാമയവുമായ അദ്വൈതതത്വത്തെയാണ് ഞാൻ രാമൻ എന്നു വിശേഷിപ്പിക്കുന്നത്. ഗാന്ധിയുടെ വാക്കുകളാണ്. ഇതിലെവിടെയാണ് കുഴപ്പം? ഗാന്ധി ചരിത്രമല്ല വായിച്ചത്. രാമായണം വായിച്ചിട്ട് അതിൽ നിന്ന് ചരിത്രം ഗ്രഹിക്കുന്നവരെക്കുറിച്ച് എന്താ പറയുക? ഞാനാലോചിക്കുന്ന ഒരു കാര്യം, ആ പുഷ്പകവിമാനം വന്നിറങ്ങിയാൽ ഇന്ത്യ തന്നെ നശിച്ചു പോകും. കാരണം അവിടുള്ള എല്ലാറ്റിനേം ഒരുമിച്ച് കയറ്റി അങ്ങനെയൊരു സാധനം പറന്നുവരുന്നതിന്റെ ഒരു ഫോഴ്സില്ലേ വിമാനം വന്നിറങ്ങുമ്പോഴുള്ള ആ ഫോഴ്സ് ആർക്കാണ് താങ്ങാൻ കഴിയുക? ആ രീതിയിൽ

ചരിത്രം ഇല്ലാത്തയിടങ്ങളിൽ നിന്നും ചരിത്രം വായിച്ചെടുക്കാൻ ശ്രമിക്കുന്നത് ശരിയായ രീതിയല്ല. ചരിത്രം അറിയണമെങ്കിൽ ചരിത്രം വായിക്കണം. അല്ലാതെ രാമായണം വായിച്ചിട്ട് അക്കാലത്തെ ചരിത്രം എങ്ങനെയാണ് കിട്ടുക?

ചരിത്രം ഒരിക്കലും ഓരോരുത്തരുടെ ഇഷ്ടാനിഷ്ടങ്ങളും രീതിയുമനുസരിച്ച് എഴുതപ്പെടേണ്ടതല്ല. ചരിത്രം പലപ്പോഴും 5% വസ്തുതകളും 95% ഭാവനയുമാണ്. നിങ്ങൾ ചരിത്രത്തിലെ ഏതു സംഭവമെടുത്താലും കൗണ്ടർ ഇൻസ്റ്റൻസ് അതിൽ നിന്നു തന്നെ കിട്ടും. ആ രീതിയിൽ രാമകഥ ചരിത്രമല്ല. അതിനെ ഒരു ടൂളായിട്ട് ആർക്കുവേണമെങ്കിലും ഉപയോഗിക്കാം. ഇവിടെ പലരും അത് ടൂളായി തന്നെ ഉപയോഗിച്ചിട്ടുണ്ട്. എഴുത്തച്ഛൻ ഉപയോഗിച്ചിട്ടുണ്ട്. എഴുത്തച്ഛനാണ് ഏറ്റവും കൂടുതൽ സംസ്കൃതവാക്കുകൾ ഉപയോഗിച്ചിട്ടുള്ള ഒരാൾ. പക്ഷേ എഴുത്തച്ഛൻ ഉപയോഗിച്ചു കഴിഞ്ഞപ്പോൾ അത് സംസ്കൃതമാണെന്ന് ആർക്കും തോന്നിയില്ല. പിന്നെ ഏറ്റവും കൂടുതൽ സംസ്കൃത വാക്കുകൾ ഉപയോഗിച്ചിട്ടുള്ളത് ചങ്ങമ്പുഴയാണ്. പക്ഷേ ചങ്ങമ്പുഴ ഉപയോഗിച്ചു കഴിഞ്ഞാൽ ലളിതകോമളകാന്ത പദാവലി എന്ന് പറഞ്ഞങ്ങനെ വയ്ക്കും. ഒട്ടും ലളിതവുമല്ല, ആ വാക്കുകൾ. എഴുത്തച്ഛന് മറ്റൊരു കാര്യമുണ്ട്. രാമായണത്തിൽ പറഞ്ഞിട്ടുള്ളതാണ്. "കോസലേന്ദ്രസ്യരാമസ്യ ദൂതസ്യ." മലയാളമാണ് എന്നാണ് ആളുകൾ പറഞ്ഞിട്ടുള്ളത്. ശുദ്ധ സംസ്കൃതമാണ്. അതു കഴിഞ്ഞ് ഒരു വരി കഴിയുമ്പോഴേയ്ക്കും. "പുകൾപെരിയ പുരുഷമണി രാമൻ തിരുവടി" - തമിഴാണ്. അത് എഴുത്തച്ഛനു കിട്ടിയ ഒരു മഹാസൗഭാഗ്യമാണ്. എല്ലാവർക്കും കിട്ടില്ല. കാരണം എഴുത്തച്ഛൻ ഉപയോഗിച്ച എല്ലാ വാക്കുകളും മലയാളി മലയാളമായി സ്വീകരിച്ചു. ഈ കാകളിയിൽ വേദാന്തത്തിന്റെ നിർവ്വചനങ്ങൾ പറഞ്ഞിട്ടുണ്ട്.

"സംസാരകാരിണിയായതവിദ്യയും
സംസാരനാശിനിയായതു വിദ്യയും"

വേദാന്തത്തിന്റെ നിർവ്വചനമാണ്. അത് അങ്ങനെ തന്നെ പറഞ്ഞിട്ടുള്ളത്. അതു പറയുന്നതിനും ഒരു കാരണമുണ്ട് ഈ മലയാളികൾക്ക് ഉള്ള ഒരു താളബോധമുണ്ട്. ആ താളബോധം കണ്ടെത്തിയത് എഴുത്തച്ഛനാണ്. വേറെയാരുമത് കണ്ടെത്തിയിട്ടില്ല. ആ താളബോധത്തിലാണ് ഇത് പറഞ്ഞു തന്നത്. ഒരു ദീർഘാക്ഷരം കൊണ്ട് ഗംഗയുടെ ഗരിമ മുഴുവൻ കാണിക്കാൻ എഴുത്തച്ഛനു കഴിയും. വേറെയാർക്കുമത് കഴിഞ്ഞിട്ടില്ല. ഹനുമാൻ ചാടിയവിടെ ചെല്ലുമ്പോൾ, അതിപ്പോ യക്ഷിക്കഥയായാലും എന്തു കഥയായാലും–

"ചരമഗിരി ശിരസി രവിയും പ്രവേശിച്ചിതു
ചാരുലങ്കാഗോപുരാഗ്രേ കപീന്ദ്രനും"

ആ ലങ്കാഗോപുരത്തിന്റെ ഉയരം മുഴുവനും ഒരു ദീർഘാക്ഷരത്തിൽ കാണിക്കാനുള്ള കഴിവ്. അതാണ് കവിത്വം. അതില്ല എന്നു ബോധ്യപ്പെട്ടിട്ടാണ് 8 പത്ത് വൃത്തങ്ങൾ അനായാസം വഴങ്ങുമായിട്ടും ഞാൻ കവിത എഴുതാതിരുന്നത്.

കുമാരനാശാന്റെ സീത വേറെ സീതയാണ്. രാമനെ വിചാരണ ചെയ്യുകയാണതിൽ അതിനകത്ത് സീത ചോദിക്കുന്നുണ്ട്-

"പടുരാക്ഷസചക്രവർത്തി എന്നുടൽമോഹിച്ചതും
ഞാൻ പിഴച്ചതോ?"

രാമനോടാണ് സീതയുടെ ചോദ്യം! അവിടെ രാമന്റെ നിലപാട് ചോദ്യം ചെയ്യപ്പെടുകയാണ്. ഈ ഫ്ളക്സിബിലിറ്റിയാണ് രാമന്റെ മിത്തിന്റെ ഏറ്റവും വലിയ സവിശേഷത. ഗാന്ധിയുടെ കൈയിലതു കിട്ടിക്കഴിഞ്ഞപ്പോൾ ഇന്ത്യാ മഹാരാജ്യത്തെ ഉത്തേജിപ്പിക്കുന്ന ശക്തിയാക്കി മാറ്റി. എഴുത്തച്ഛന്റെ കൈയിൽ കിട്ടിയപ്പോൾ മലയാളിയുടെ ഹൃദയതാളത്തിൽ അദ്വൈതവേദാന്ത സാരസംഗ്രഹം മുഴുവൻ പകർന്നു കൊടുക്കുന്ന കാവ്യമാക്കി മാറ്റി. ആശാന്റെ കൈയിൽ കിട്ടിയപ്പോൾ ആശാൻ രാമനെ വിചാരണ ചെയ്തുകൊണ്ട് നമ്മുടെ അടിസ്ഥാന സദാചാര സങ്കല്പങ്ങളെക്കുറിച്ച് പറഞ്ഞു. ഓരോരുത്തർക്കും ഓരോന്നാണ്. അങ്ങനെയാവണം. അങ്ങനെയാവട്ടെ. അല്ലാതെ ഈ വിധത്തിലേ ഇതു നിർവ്വചിക്കാൻ പാടുള്ളൂ എന്ന് എന്നോട് പറയാൻ ആർക്കാണവകാശം? അതുകൊണ്ടാണ് ഈ മിത്തിനെ എടുത്ത് ഓരോരുത്തരും അവരവരുടെ സാമ്രാജ്യങ്ങൾ കവിതയിലായാലും കഥയിലായാലും, കലയിലായാലും ഒക്കെ ഉണ്ടാക്കിയത്. അത് എങ്ങനെ ഉപയോഗിച്ചു എന്ന കാര്യം നമ്മൾ അറിയണം.

രാമനും കൃഷ്ണനുമില്ലാതെ ഇന്ത്യയിൽ കലകളില്ല, സാഹിത്യമില്ല, സംസ്കാരമില്ല. അതിങ്ങനെ വന്നു കൊണ്ടേയിരിക്കും. അതുകൊണ്ടാണ് ഒരു നല്ല പാട്ടെഴുതണമെന്നുവന്നപ്പോൾ പൂവച്ചൽ ഖാദർ രാമായണക്കിളി ശാരിക പൈങ്കിളി രാജീവനേത്രനെ കണ്ടോ എന്ന് എഴുതയിത്. അതിലെ അവസാനത്തെ 4 വരി വളരെ മനോഹരമാണ്-

"ശിംശപാ വൃക്ഷച്ചുവട്ടിൽ എന്റെ
ദുഃഖവുമായി ഞാനിരിപ്പൂ
ഗാനമൃതം പകർന്നേക്കു നിന്റെ
ഗാനത്തിൽ എന്നെ ഉയർത്തു."

ഇനിയുള്ള ചെറുപ്പക്കാരും രാമധാതുവിനെ അവർക്കുവേണ്ടി അനുഭവങ്ങളെ ആവിഷ്ക്കരിക്കാൻ, അവരുടെ ആശയങ്ങളെ വ്യക്തമാക്കാൻ, അവർക്ക് ലോകത്തോട് സംവദിക്കാൻ ഉപയോഗിക്കട്ടെ.

രാമായണ സമീക്ഷ

- പി. എസ്. രാധാകൃഷ്ണൻ

രാമായണം എത്രയെന്ന ചോദ്യത്തിനുത്തരം എളുപ്പമല്ല. രാമായണകഥകളിലൊന്ന് എ.കെ. രാമാനുജൻ പറഞ്ഞതിങ്ങനെ. ഭൂമിയിൽ തട്ടിവീണ് പാതാളത്തിലെത്തിയ രാമമോതിരം തേടിപ്പോയ ഹനുമാന്റെ കഥയാണത്. പാതാളമന്നന്റെ ശേഖരങ്ങളിലുള്ള ആയിരക്കണക്കിന് രാമമുദ്രകളാണ് മോതിരം തേടിയെത്തിയ മാരുതിയെ കാത്തിരുന്നത്. എല്ലാം ഒന്നിനൊന്ന് ഒരു പോലെ! അഷ്ടസിദ്ധനും യോഗചരനുമായിട്ടും ഹനുമാന് അവയിൽ നിന്ന് തനിക്ക് വേണ്ടിയത് കണ്ടെത്താനായില്ല. തളികയിൽ എത്ര മോതിരമുണ്ടോ അത്രയും രാമന്മാരുണ്ടായിരുന്നെന്ന് പാതാളഭൈരവൻ. ഭൂമിയിലെ രാമാവതാരങ്ങൾ പൂർത്തിയാകുന്ന മുറയ്ക്ക് അവരുടെ മോതിരങ്ങളും പാതാളത്തിലേക്ക് വീണുകൊണ്ടേയിരിക്കും. അവയാകെ തന്റെ കരുതലിലായിരിക്കുമെന്നും പ്രേത ഭൂപൻ പറയുന്നു. താൻ അന്നേവരെ സേവിച്ചുപോന്ന ത്രേതായുഗത്തിലെ രാമന്റെയും കഥകഴിഞ്ഞുവെന്ന തിരിച്ചറിവുമായി ഹനുമാൻ വന്നിടത്തേക്ക് തന്നെ മടങ്ങി. ഭൂമിയിൽ വാഴുന്ന ഓരോ രാമനും ഒരു രാമായണമുണ്ടായിരിക്കുമെന്ന് ബോധിപ്പിക്കുന്നതിനാണ് എ.കെ.രാമാനുജൻ ഇത്തരമൊരു നാടോടിക്കഥ അവതരിപ്പിക്കുന്നത്. ഏഷ്യയിലുടനീളം പ്രചാരമുള്ളതാണ് രാമകഥകൾ. നാടോടിരൂപത്തിലൂടെയും രംഗ ഭാഷയിലൂടെയും അവ ജനകീയമായി. *വാല്മീകിരാമായണം* കൂടാതെ സംസ്കൃതത്തിൽത്തന്നെ എത്രയോ രാമായണങ്ങളുണ്ട്! അവയ്ക്കിടയിൽ ആഖ്യാനവൈരുധ്യവും ഏറെ. *വാല്മീകിരാമായണ*ത്തിനു തന്നെ ഒന്നിലേറെ പാഠങ്ങളും പാഠഭേദങ്ങളുമുണ്ട്. ഔത്തരാഹം, ദാക്ഷിണാത്യം, ഗൗഡീയം എന്നീ രാമായണപാഠങ്ങൾക്കിടയിലും അന്തരമുണ്ട്. ഇപ്പോൾ ലഭ്യമായ *വാല്മീകിരാമായണ*ത്തിൽ വലിയതോതിൽ കൂട്ടിച്ചേർക്കലുകളുണ്ടെന്ന് ഇന്ത്യാവിജ്ഞാനികൾ (Indologists) നിരീക്ഷിച്ചിട്ടുണ്ട്. ബൗദ്ധമായ ദശരഥജാതകകഥയാണ് രാമകഥയുടെ മൂലരൂപമെന്ന് ആൽബ്രഷ്ട് വെബർ (Albrecht Weber) വാദിക്കുന്നു. രാമായണത്തിന്റെ സ്രോതസ്സ് വേദങ്ങളിലെ ദേവതാസംബന്ധമായ കഥകളാണെന്നാണ് ഹെർമൻ യാക്കോബി (Hermann Jacobi)യുടെ നിഗമനം. രാമായണകഥാപാത്രങ്ങളുടെ പെരുമാറ്റത്തിൽ വൈദികസാഹിത്യം കാണാനാവുമെന്നാണ് യാക്കോബിയുടെ നിലപാട്. ഇതിനായി രാമനേയും രാവണനേയും ആര്യദേവനായ ഇന്ദ്രനോടും

അയാളുടെ വൈരിയായ വൃത്രനോടും തുലനം ചെയ്യുന്നുണ്ട്. മേഘക്കൂട്ടങ്ങളെ മർദ്ദിച്ച് മഴപെയ്യിക്കുന്ന പർജ്ജന്യ (ഇന്ദ്രൻ) പരിവർത്തിച്ച് രാമനായത്രേ! (കാണുക: കാമിൽ ബുൽക്കേ, 1978: 100). യാക്കോബിയുടെ വാദങ്ങളിൽ കല്പന കൾക്കാണ് പ്രാധാന്യമെന്നും ഇവ വസ്തുതകളെ വിപരീതദിശയിലേക്കാണ് നയിക്കുന്നതെന്നും കാമിൽ ബുൽക്കെ അഭിപ്രായപ്പെടുന്നു. വൈദികസാഹിത്യ ത്തോടുള്ള അമിതതാത്പര്യം ഇന്ത്യാവിജ്ഞാനികളെ അതിവാദങ്ങളിലേക്ക് നയി ച്ചെന്ന് കാമിൽ ബുൽക്കെയെ പോലുള്ള രാമായണഗവേഷകർ സൂചിപ്പിച്ചിട്ടുണ്ട്. ബൗദ്ധ- ജൈനരാമായണങ്ങളിലൂടെയും വാമൊഴികഥനങ്ങളിലൂടെയുമാണ് രാമ കഥകൾക്ക് വ്യാപനമേറിയത്.

വിഭിന്ന ഭാഷാസംസ്കാരങ്ങളിൽ രാമായണപാരമ്പര്യം പാട്ടുകാർ പ്രചരിച്ചത് വാമൊഴിവഴക്കങ്ങളിലൂടെയാണ്. ആഖ്യാനത്തെ നീട്ടിയും കുറുക്കിയും പാടകർ രാമകഥകളെ നാട്ടറിവുകളുടെ ഭാഗമാക്കി. അതിനായി പല കഥാസ ന്ദർഭങ്ങളും മാറ്റിയെടുത്തു. കാണികളുടെ പങ്കാളിത്തത്തോടെ കഥാപാത്രങ്ങ ളുടെ സ്വഭാവവൈരുധ്യത്തെ അരങ്ങിൽ വിചാരണ ചെയ്തു. സീതയെ കാട്ടിലേ ക്കയച്ച രാമന്റെ തീരുമാനം വയനാടൻ രാമായണങ്ങൾ ചോദ്യം ചെയ്യുന്നുണ്ട്. തോൽപ്പാവക്കൂത്ത്, കളംപാട്ട്, അമ്മാനം പാട്ട്, കൈകൊട്ടിക്കളിപ്പാട്ട് തുടങ്ങിയ പ്രാദേശികാഖ്യാനങ്ങളിലൂടെ രാമകഥാവിഷ്കാരങ്ങൾക്ക് സ്വീകാര്യതയേറി. ചമ്പു, കിളിപ്പാട്ട്, തുള്ളൽ, കവിത, നാടകം, നോവൽ, ചെറുകഥ തുടങ്ങി പ്രാചീനവും ആധുനികവുമായ സാഹിത്യജനുസ്സുകളിലൂടെ രാമായണത്തിന് പുതുഭാഷ്യങ്ങ ളുണ്ടായി. വരമൊഴിപാഠങ്ങളിൽ നിന്നുടലെടുത്ത പുനരാഖ്യാനങ്ങളിൽ കൗതു കകരമായ പലമാറ്റങ്ങളും കടന്നുവരുന്നുണ്ട്. തുളസീദാസന്റെ *രാമചരിതമാന സ*ത്തെ, ഛത്തീസ്ഗഡിലെ രാംനാമി (Ramnami) സമൂഹം ചുരുക്കിയെടുത്തത് ഒരുദാഹരണം. 24,000 ശ്ലോകങ്ങളുള്ള തുളസീദാസരാമായണത്തെ 4000 ശ്ലോക ങ്ങളാക്കി ചുരുക്കിയവരാണ് രാംനാമികൾ. സ്വന്തം സമൂഹത്തിലെ ആചാര ങ്ങൾക്കും വിശ്വാസങ്ങൾക്കും പാകമാകും വിധം രാമചരിതമാനസത്തെ സംസ്ക രിക്കുകയായിരുന്നു അവർ ചെയ്തത്. ഇത്തരത്തിൽ മാറ്റിയെഴുത്തുകളും എതി രെഴുത്തുകളുമാണ് രാമായണത്തെ ബഹുസ്വരമാക്കിയത്.

സീതയുടെ നേർക്കുള്ള രാമന്റെ പെരുമാറ്റങ്ങൾ നിശിതമായ വിമർശ നത്തിന് വിഷയമായിട്ടുണ്ട്. വയനാടൻ രാമായണങ്ങൾ തത്ത്വത്തിൽ സീതായന മാണെന്നുപറയാം. കഥാകഥനങ്ങളുടെ പ്രാദേശികവത്കരണമാണ് വയനാടൻ രാമായണങ്ങളുടെ സവിശേഷത. ഉത്തരരാമായണത്തിലെ ലവകുശൻമാരുടെ മേധാശ്വബന്ധനം വാമൊഴിപ്പാട്ടുകളിലൂടെ മറ്റൊരു മാനം കൈവരിച്ചു. അടിയ രാമായണത്തിൽ പാടത്തിലെ വിളകൾ നശിപ്പിച്ച രാമന്റെ യാഗാശ്വത്തെ കുട്ടി കൾ തളച്ചിട്ടത് രാജാവിനും അനുയായികൾക്കും നാണക്കേടായി. ലവകുശൻമാരെ പോരിൽ ജയിക്കാൻ രാമനും കൂട്ടർക്കുമായതുമില്ല.ബന്ധനസ്ഥരായ രാമാദികളെ

മുതിർന്ന മൂപ്പൻമാർ വിചാരണ ചെയ്യുന്നുണ്ട്. സീതയുടെ കാര്യത്തിൽ തനിക്ക് തെറ്റു പറ്റിയെന്ന് രാമൻ ഏറ്റുപറയുന്നുവെന്നതാണ് *അടിയരാമായണ*ത്തിന്റെ വ്യതിരിക്തത. യാഗാശ്വബന്ധനം വയനാടൻ ചെട്ടിരാമായണ ത്തിലും തുടർക്കഥയാവുന്നു. ഇവിടെയും കുട്ടികളുടെ മുന്നിൽ രാമൻ പരാജയപ്പെടുന്നു. സീത പറഞ്ഞിട്ടും ഇവർ രാമനേയും കൂട്ടരേയും വിട്ടയക്കുന്നില്ല. ഉപചാരവാക്കുകൾ പറഞ്ഞ് രാമനേയും ലക്ഷ്മണനേയും വിട്ടയക്കുന്നത് വാല്മീകിയാണ്. തന്നെ അപമാനിച്ച് പുറത്താക്കിയ അയോധ്യയിലേക്ക് മടങ്ങാൻ വിസമ്മതിക്കുന്ന സീതയെയാണിവിടെ കാണാനാവുക. ഭൂമി പിളർന്ന് സീത അന്തർധാനം ചെയ്യുന്നത് വയനാട്ടിൽ പുൽപ്പള്ളിക്കടുത്തുള്ള ജടയറ്റകാവിലാണ്. വയനാടൻ സീതായനത്തിലും ആശ്രമംകൊല്ലി വിട്ട് അയോധ്യയിലേക്ക് രാമനൊപ്പം മടങ്ങാൻ വിസമ്മതിക്കുന്ന സീതയാണുള്ളത്. നിങ്ങൾ ഇനിയും ജനഹിതം മാനിച്ച് എന്നെ ഉപേക്ഷിക്കില്ലെന്ന് എന്താണ് ഉറപ്പ്? എന്ന് തിരിച്ചടിക്കുകയാണ് സീത (അസീസ്, തരുവണ, 2009: 45). ബലപ്രയോഗത്തിലൂടെ അയോധ്യയിലേക്ക് കൊണ്ടുപോകാൻ മുതിർന്നതോടെ സീത ഭൂഗർഭത്തിലേക്ക് മടങ്ങുകയാണ് ചെയ്തത്. വരമൊഴിപാരമ്പര്യത്തിൽ നിന്നും വിഭിന്നമായി വേഗേന നീതിയുറപ്പാക്കുന്ന ഭാഷാശൈലിയാണ് വയനാടൻ രാമായണങ്ങളിലുള്ളത്.

രാമായണകഥനങ്ങൾ വിമർശാത്മകമായി പുനർരചിക്കപ്പെടുന്നത് നവോത്ഥാനാധുനികതയുടെ സന്ദർഭത്തിലാണ്. രാമായണത്തിന്റെ ചരിത്രപരമായ പ്രസക്തിയും കഥാപാത്രങ്ങൾക്കിടയിലെ വർഗ- വർണ്ണവിവേചനവും പൗരോഹിത്യത്തിന്റെ ആധികാരികതയുമൊക്കെ അക്കാലത്ത് സംവാദവിഷയമായി. പരമ്പരാഗതമായ ആഖ്യാനമാതൃകകൾ നിരസിക്കുകയും രാമായണത്തിന് എതിർപാഠങ്ങളുണ്ടാവുകയും ചെയ്തത് ഇക്കാലത്താണ്. മൈക്കേൽ മധുസൂദൻ ദത്തിന്റെ (Michael Madhusudan Dutt) മേഘനാദവധകാവ്യം (1861) അതിന്റെ പേരിലും ഉള്ളടക്കത്തിലും രാമമാർഗമല്ല പിന്തുടരുന്നത്. ബംഗാളിലെ കൃത്തിവാസരാമായണ മായിരുന്നു ദത്തിന് അവലംബം. രാവണപുത്രനായ ഇന്ദ്രജിത്തിന്റെ കാല്പനികചരിതമാണ് ദത്തിന്റെ മഹാകാവ്യം. മേഘനാദൻ അജയ്യനാണ്. രാമ-ലക്ഷ്മണൻമാരേയും വാനരസേനയേയും അസ്തപ്രജ്ഞരാക്കിയയാളാണ് രാവണപുത്രൻ. ശൈവാരാധനയിൽ മുഴുകിയിരിക്കുമ്പോഴാണ് ലക്ഷ്മണൻ മേഘനാദനെ വധിക്കുന്നത്. അജയ്യനായ മേഘനാദനോട് ചെയ്ത അനീതിയുടെ പ്രതിധ്വനനങ്ങൾ മഹാകാവ്യത്തിന്റെ അതിരുകൾക്കപ്പുറം മാറ്റൊലിക്കൊള്ളുന്നുണ്ട്. യൂറോകേന്ദ്രിതമായ ആധുനികവ്യവഹാരങ്ങളുമായാണ് ദത്ത് അടുത്തിടപഴകിയിരുന്നത്. രാക്ഷസവംശത്തിന്റെ പക്ഷത്തുനിന്നാണ് രാമായണത്തെ ദത്ത് പുനർവായിച്ചത്. ഇത്തരം മറുവായനകൾ അക്കാലത്ത് ഒറ്റപ്പെട്ടതായിരുന്നില്ല. പെരിയാർ ഇ.വി. രാമസ്വാമിയും ഡോ. ബി.ആർ. അംബേദ്കറും രാമായണത്തിലെ വർണവിവേചനവും നീതിനിഷേധവും ബ്രാഹ്മണാധിപത്യവുമൊക്കെ തുറന്നുകാട്ടിയവരാണ്. പെരിയാറുടെ വിമർശനങ്ങളിൽ ഉറഞ്ഞു

നിൽക്കുന്നത് ദ്രാവിഡമായ സ്വാഭിമാനപ്രശ്നമാണ്. ദ്രാവിഡരാഷ്ട്രത്തിനെതിരെയുള്ള കയ്യേറ്റമാണ് രാമന്റെ ലങ്കാവിജയത്തിലുള്ളതെന്ന് പെരിയാർ കരുതുന്നു. ദ്രാവിഡത്തിൻമേലുള്ള അധിനിവേശത്തിന്റെ കഥയാണ് രാമായണമെന്ന് എഴുത്തിലും പ്രഭാഷണത്തിലും അദ്ദേഹം ആവർത്തിച്ചിരുന്നു. സ്വതന്ത്രമായ ദ്രാവിഡരാഷ്ട്രത്തിനായുള്ള ആഹ്വാനങ്ങൾക്ക് ഇന്ധനമേകിയത് ആര്യാവർത്തത്തിനെതിരെ നടത്തിയ ആശയസമരങ്ങളായിരുന്നു. രാമായണത്തിലെ ബ്രാഹ്മണപൗരോഹിത്യത്തിന്റെ ആധിപത്യം, വൃദ്ധയായ ശബരിയെക്കൊണ്ട് നടത്തിയ പാദപൂജ, ശംബൂകവധം എന്നിങ്ങനെ വിമർശനങ്ങൾ നീളുന്നു. മൃഗബലി വിലക്കുകയും യാഗങ്ങൾ നിരോധിക്കുകയും ദ്രാവിഡമാനം ഉയർത്തിപ്പിടിക്കുകയും ചെയ്തയാളായാണ് രാവണനെ ഇ.വി.ആർ അവതരിപ്പിക്കുന്നത്. രാമായണത്തിന്റെ എതിർവായനകളിലൂടെ ദ്രാവിഡമഹിമ വീണ്ടെടുക്കാനുള്ള സംരംഭമായിരുന്നു ഇ.വി.ആറിന്റേത്.

പെരിയാറിന്റേത് വൈകാരികമായ സമീപനമായിരുന്നെങ്കിൽ ഡോ.ബി. ആർ. അംബേദ്കറുടേത് യുക്തിസഹവും ആധുനികമായ നൈതികതയോട് ചേർന്ന് പോകുന്നതുമാണ്. രാമനെ ആരാധ്യനാക്കുന്ന യാതൊരു ഘടകവുമില്ലെന്ന് അംബേദ്കർ കരുതുന്നു. സീതയോടും ശൂർപ്പണഖയോടും ബാലിയോടും ശംബൂകനോടും രാമൻ ചെയ്തത് കടുത്ത അനീതിയായിരുന്നു. രാമനെ ചൂഴുന്ന ധാർമ്മികതയുടേയും സുജനമര്യാദയുടേയും മിത്തുകൾ ഒന്നൊന്നായി ചോദ്യം ചെയ്യുകയാണ് അംബേദ്കർ. ശൂദ്രരാജാവ് തപസ്സ് ചെയ്തതിനാലാണ് ബ്രാഹ്മണപുത്രൻ മരിച്ചതെന്ന വാദം യുക്തിക്ക് നിരക്കുന്നതാണോ? ശൂദ്രതാപസിയെ കൊന്നില്ലെങ്കിൽ മരണംവരെ നിരാഹാരമിരിക്കുമെന്ന ബ്രാഹ്മണന്റെ ഭീഷണിയാണല്ലോ രാമനെ ശംബൂകവധത്തിലേക്ക് നയിക്കുന്നത്. ശൂദ്രന് തപസ്സ് നിഷേധിച്ചതോടെ മരണപ്പെട്ട കുട്ടിക്ക് പുതുജീവനുണ്ടായെന്ന് എങ്ങനെ വിശ്വസിക്കാനാവും? തനിക്ക് യാതൊരു അഹിതവും പ്രവർത്തിക്കാത്തവരായ ബാലിയേയും ശംബൂകനേയും കൊന്നതിലൂടെ എന്തു ധർമ്മമാണ് രാമൻ നടപ്പാക്കിയത്? ദ്വിജേന്ദ്രലാൽ റായുടെ *സീത* (1908), മാമാ വരേർക്കരുടെ *ഭൂമികന്യാസീത* (1955), ശ്രീകണ്ഠൻ നായരുടെ *കാഞ്ചനസീത* (1961) എന്നീ നാടകങ്ങളിലും സീതയും ശംബൂകനുമൊക്കെ കഥാപാത്രങ്ങളാണ്. രാവണപുത്രനെന്ന പേരിൽ പള്ളത്തു രാമൻ എഴുതിയ നാടകത്തിലും എതിർവായനയാണുള്ളത്. രാമകഥയുടെ നാടോടിയും ക്ലാസിക്കലുമായ രംഗപാഠങ്ങളുമുണ്ട്. രാമായണത്തിന്റെ വ്യത്യസ്തവകുപ്പിൽപ്പെട്ട രംഗപാഠങ്ങൾ മലയാളത്തിലുണ്ട്.

ഗദ്യത്തിലും പദ്യത്തിലുമായി *വാല്മീകിരാമായണ*ത്തിന് അനേകം തർജ്ജമകളും പുനരാഖ്യാനങ്ങളും ഇക്കാലത്ത് സജീവമായിരുന്നു. വാമൊഴി-വരമൊഴി പാഠങ്ങൾക്കുണ്ടായ രംഗാവതരണങ്ങളിലും കാലാനുസാരിയായ മാറ്റങ്ങളുണ്ടായി. ആദിവാസിച്ചൊൽകളാണ് പ്രാദേശികരാമായണത്തിന് പുതു ഭാഷണം തീർത്തത്. പുൽപ്പള്ളിയിലെ ആശ്രമക്കൊല്ലിയിൽ വാല്മീകിമ

ഹർഷിക്കൊപ്പം സീത കഴിഞ്ഞതിന്റെ എത്രയോ കഥകളാണ് വയനാട്ടിലുള്ളത്. കാടിന്റെ മക്കളോട് അടിയറവുപറയുന്ന രാമനെയാണ് ഇവിടെ കാണാനാവുക. *അടിയരാമായണം* പോലുള്ളവ രാമന്റെ നൈതികതയെ വിമർശിക്കുന്നു. കാടിന്റെ അവകാശികളായ കാരണവൻമാർ രാമനെ നേരിട്ട് വിചാരണ ചെയ്യുന്നുണ്ട്. രാമനുമൊത്തുള്ള ജീവിതം നിരസിക്കുന്ന സീതയാണ് വയനാടൻ പാട്ടുകഥകളിലുള്ളത്. പ്രലോഭനങ്ങൾക്കോ ബലപ്രയോഗത്തിനോ സീതയുടെ തീരുമാനം മാറ്റാനാവുന്നില്ല. രാമായണത്തിലെ അധികാരരൂപങ്ങളെ നിരാകരിക്കുവാൻ മാത്രമല്ല, അവരെ ബഹുജനപക്ഷത്തു നിന്ന് വിചാരണ ചെയ്യാനും വയനാടൻ രാമായണങ്ങൾ തയ്യാറാണ്. കാടിന്മേലുള്ള കയ്യേറ്റവും സീതയുടെ മേൽ ആരോപിച്ച കുറ്റച്ചാർത്തും കാട്ടിലെ നീതിക്ക് പൊറുക്കാനായില്ല. രാമരാജ്യത്തിന് നഷ്ടമായ നൈതികതയെയാണ് പ്രാദേശികരാമായണങ്ങൾ വീണ്ടെടുത്തത്. *വാല്മീകിരാമായണ*ത്തിന്റെ പുനർവായന മലയാളത്തിൽ കുറവല്ല, അവയിൽ കൂടുതലും വ്യാഖ്യാനാത്മകമാണ്. പുത്തേഴത്ത് രാമൻമേനോൻ, സാഹിത്യപഞ്ചാനനൻ പി.കെ. നാരായണപിള്ള, വടക്കുംകൂർ തുടങ്ങി പലരും രാമായണത്തെ നിരൂപണാത്മകമായി സമീപിച്ചവരാണ്. എങ്കിലും രാമായണത്തിന്റെ പുനർവായനയും മറുവായനയും സാധ്യമാക്കിയത് കുട്ടികൃഷ്ണമാരാരാണ്. സാമ്പ്രദായികമായ രാമായണവായനയിൽ നിന്നും വ്യത്യസ്തമായി രാമായണത്തിലേക്ക് മറ്റനേകം വഴികളുണ്ടെന്ന് തന്നെ ബോധ്യമാക്കിയത് മാരാരുടെ നിരീക്ഷണങ്ങളാണെന്ന് സാറാ ജോസഫ് രേഖപ്പെടുത്തിയിട്ടുണ്ട്. തുളസീദാസുൾപ്പെടെയുള്ള ഭക്തകവികളുടെ രാമായണകഥനങ്ങളെ മാരാർ നിരാകരിച്ചിരുന്നു. മനുഷ്യത്വസ്പർശമില്ലാത്ത ദിവ്യപുരുഷനാണ് രാമനെന്ന് കരുതിയിരുന്നില്ല. മാരാർക്ക് അവലംബം *വാല്മീകിരാമായണ*മായിരുന്നു. മാരാരെ സംബന്ധിച്ചിടത്തോളം വാല്മീകിയുടെ രാമൻ വികാര-വിചാരങ്ങളുള്ള മനുഷ്യനാണ്. രാമനെ ധർമ്മവിഗ്രഹമെന്ന നിലയ്ക്ക് വ്യാഖ്യാനിച്ചിട്ടുള്ള ഓരോ സന്ദർഭവും മാരാർ സൂക്ഷ്മവും നിശിതവുമായി വിശകലനം ചെയ്യുന്നുണ്ട്. രാമന്റെ പ്രസിദ്ധമായ രാജ്യത്യാഗം, ബാലിവധം, ശൂർപ്പണഖയോടുള്ള സമീപനം, വിഭീഷണനുമായുള്ള സന്ധി, മേഘനാഥവധം, സീതയോടുള്ള അനീതി തുടങ്ങി പലതും മാരാരുടെ വിചാരണയിലുണ്ട്. സീതയോടും ശൂർപ്പണഖയോടുമുള്ള രാമന്റെ പെരുമാറ്റത്തെ മാരാർ വിമർശാത്മകമായാണ് വിലയിരുത്തുന്നത്. അവതാരപുരുഷനെന്ന പരിവേഷത്തെ അപനിർമ്മിക്കുക വഴി രാമനിൽ ആരോപിതമായ ധാർമ്മികതയും നൈതികതയും എത്ര ദുർബലമായിരുന്നുവെന്ന് തുറന്നുകാട്ടാൻ മാരാർക്കാവുന്നു. *വാല്മീകിയുടെ രാമൻ* (1940) പ്രബന്ധത്തിലെ എതിരെഴുത്തുകൾ പിൽക്കാലത്ത് കാവ്യങ്ങൾക്കും നാടകങ്ങൾക്കും പ്രേരണയായിട്ടുണ്ട്. ആഖ്യാനത്തിലെ നിശബ്ദതകൾക്ക് ശബ്ദമേകുക, വിടവുകൾ പൂരിപ്പിക്കുക, വ്യംഗ്യ ഭാഷണങ്ങൾക്ക് പുതു ഭാഷ്യം ചമയ്ക്കുക എന്നിങ്ങനെ നീങ്ങുന്ന പാരായണവൃത്തി (Act of Reading)യാണ് മാരാരുടേത്. മനുഷ്യത്വരഹിതമായ നിയാമകങ്ങളെയാണ് മാരാർ വിമർശവിഷയമാക്കിയത്.

രാമായണപുനരാഖ്യാനങ്ങൾ സാഹിത്യത്തിലെ വിവിധരൂപങ്ങളിൽ ആവിഷ്കരിക്കപ്പെട്ടിട്ടുണ്ട്. നിലവിലുള്ള അഭിരുചിയെ ഒന്നുകൂടി കനപ്പിക്കുന്ന രീതിയാണ് പൊതുവെയുള്ളത്. അഭിരുചികളെ ചോദ്യം ചെയ്യുകയോ അതിന്റെ വിപരീതപക്ഷത്തെ ഉണർത്തിയെടുക്കുകയോ ചെയ്യുന്ന ആഖ്യാനവ്യതിയാനം താരതമ്യേന കുറവാണ്. കുമാരനാശാൻ, കുട്ടികൃഷ്ണമാരാര്, സി.എൻ.ശ്രീക ണ്ഠൻനായർ തുടങ്ങിയവരിലൂടെ രൂപപ്പെട്ട വിമതവായനയുടെ തുടർച്ചയാണ് സാറാ ജോസഫിന്റെ *പുതുരാമായണ*കഥകളിലുള്ളത്. സാറാ ജോസഫിന്റെ *പുതു രാമായണം* സംവദിക്കുന്നത് സമകാലികസന്ദർഭത്തോടാണ്. എഴുത്തിൽ അട യാളപ്പെടാതെ പോയ കഥാപാത്രങ്ങളെയും മാഞ്ഞുപോയ സന്ദർഭങ്ങളെയുമാണ് *പുതുരാമായണം* വീണ്ടെടുക്കുന്നത്. അതിരുകളിലേക്ക് നീക്കപ്പെട്ടവരും നിശ്ശ ബ്ദരാക്കപ്പെട്ടവരും മറവിയിലാണ്ടവരും അവർക്കർഹമായ ഇടങ്ങൾ തിരിച്ചുപി ടിക്കുന്ന രാഷ്ട്രീയകാലാവസ്ഥയെ *പുതുരാമായണം* സ്വാംശീകരിക്കുന്നുണ്ട്. അങ്ങ നെയാണ് അരജയും മന്ഥരയും ശൂർപണഖയും അയോമുഖിയും സീതയും ശംബൂ കനുമൊക്കെ രാമകഥകളുടെ അണിയറയിൽ നിന്ന് ആഖ്യാനത്തിന്റെ അരങ്ങിൽ സജീവമാകുന്നത്. എതിരെഴുത്തോ മാറ്റിയെഴുത്തോ ആയി അവ രൂപാന്തരപ്പെടു ന്നതിന് ഉദാഹരണങ്ങളേറെ. ആര്യാധിനിവേശം, ലിംഗ (അ)നീതി, വർണ്ണാശ്രമ ധർമ്മം, ഭാഷാവിവേചനം, പരിസ്ഥിതിചൂഷണം, ആദിവാസികളുടെ പാർശ്വവ ത്കരണം തുടങ്ങി ഇപ്പോഴും നിലവിലുള്ള പ്രശ്നങ്ങളിലൂടെയാണ് പുതുരാമാ യണത്തിലെ കഥാപാത്രങ്ങൾ കടന്നുപോകുന്നത്. കഥാകഥനത്തിന്റെ സൂക്ഷ്മ ഭാഷയിൽ തെളിയുന്നത് യുദ്ധത്തോടും അധികാരത്തോടുമുള്ള വിമതപക്ഷമാ ണ്. യുദ്ധങ്ങളിലെ വിജയികളെ മാത്രമേ നാടും നാട്ടാരും അറിയുന്നുള്ളൂ. എന്നാൽ വൃദ്ധരും വിധവകളും കുട്ടികളുമടങ്ങുന്ന സമൂഹത്തെയാണ് യുദ്ധങ്ങൾ അനാഥ മാക്കുന്നത്. യുദ്ധങ്ങൾ മനുഷ്യരെ മാത്രമല്ല പ്രകൃതിയെയും അതിലെ ജീവജാ ലങ്ങളെയും സർവ്വനാശത്തിലേക്ക് നയിക്കുന്നതിന്റെ ജീവിക്കുന്ന സാക്ഷികൾ സാറാ ജോസഫിന്റെ കഥകളിലുണ്ട്. സ്ത്രീയേയും പ്രകൃതിയേയും സമീകരി ക്കുന്നതുവഴി അക്രമത്തിന്റെ പൗരുഷപ്രകടനങ്ങൾ എത്ര വിനാശകരമാണെന്ന് വ്യക്തമാവുന്നു. പെണ്ണുങ്ങൾക്ക് മേലുള്ള ഏതൊരു കയ്യേറ്റവും തത്ത്വത്തിൽ പ്രകൃതിയോടുള്ള വെല്ലുവിളി കൂടിയാണെന്ന് അരജ (ഭൂമിരാക്ഷസി) യ്ക്കേറ്റ ദുരന്തവും അതിന്റെ പ്രത്യാഘാതാവും മുന്നറിയിപ്പ് തരുന്നു. ഇക്ഷ്വാകുപുത്ര നായ ദണ്ഡകൻ അരജയോട് ചെയ്ത അതിക്രമത്തോട് കാട് പൊറുത്തില്ല. ഏഴുദിവസം നിർത്താതെ പെയ്ത മണൽമാരിയിൽ ദണ്ഡകസാമ്രാജ്യവും അതിലെ സർവ്വചരാചരങ്ങളും മണ്ണടിഞ്ഞില്ലാതായി. ദണ്ഡകം നിശ്ശൂന്യമായി. ഇക്ഷ്വാകുവംശത്തിൽപ്പെട്ട രാമന്റെ വനവാസജീവിതവും അശ്വമേധയാഗവു മൊക്കെ ഭൂമിക്കുമേലുള്ള അധിനിവേശത്തെ ഉറപ്പിക്കുന്നതായിരുന്നു. നാമാവ ശേഷമായ ദണ്ഡകവനത്തെ പിന്നീട് വീണ്ടെടുത്തത് രാക്ഷസകുലമായിരുന്നു. തപസ്സിന് വിഘ്നം വരുത്തുന്നുവെന്ന് ആരോപിച്ച് രാക്ഷസസമൂഹത്തെ അവ രുടെ അധിവാസസ്ഥാനത്തുനിന്ന് ഭ്രഷ്ടരാക്കിയത് ബ്രാഹ്മണപുരോഹിതരാണ്.

അതിനായവർ ഉപയോഗിച്ചത് അയോധ്യയിലെ കയ്യേറ്റ യോദ്ധാവായ രാമനെയാണ്. ദണ്ഡകവനത്തിലെ ശൂദ്രതാപസിയായ ശംബൂകനെ കൊല്ലാൻ രാമനെ നിയോഗിക്കുന്നതും ഇതേ കൂട്ടരാണ്. കാടിനെ ഉയിർപ്പിച്ച രാക്ഷസകൂട്ടത്തെയാണ് ഇരുമ്പായുധങ്ങളുമായി രാമസേന ചരിത്രത്തിൽ നിന്നു നീക്കം ചെയ്യുന്നത്. അമേരിക്ക കണ്ടെത്തിയ ശേഷം കൊളംബസ് ആദ്യം ചെയ്തത് അവിടുത്തെ ആദിമനിവാസികളായിരുന്ന അമേരേന്ത്യക്കാരെ (Red Indians) കൊന്നും വെന്നും അവിടെ നിന്നും ഒഴിപ്പിക്കുകയായിരുന്നു. അയോധ്യാധിപതിയുടെ കാനനപര്യവേക്ഷണങ്ങൾക്ക് (Explorations) ഇതുമായി സാരമായ സമാനതകളുണ്ട്. അമേരിന്ത്യക്കാരുടെ സ്ഥാനത്ത് ഇവിടെ രാക്ഷസരായിരുന്നു ഇരകൾ. അധിനിവേശത്തിന് തോക്കും വെടിക്കോപ്പുകളുമാണ് ഒരു ഭാഗത്തുണ്ടായിരുന്നതെങ്കിൽ മറുഭാഗത്ത് ഇരുമ്പിൽ തീർത്ത അമ്പും വില്ലുമായിരുന്നെന്ന് മാത്രം. അങ്ങനെ സാറായണം (സാറാ ജോസഫിന്റെ പുതുരാമായണം കഥകൾക്ക് സച്ചിദാനന്ദൻ എഴുതിയ അവതാരികയുടെ ശീർഷകം) ഗോത്രവൈരത്തിന്റെ കഥ കൂടിയായിത്തീരുന്നു. വംശീയവിദ്വേഷത്തിന്റെ ശപ്തകാലത്തെ പുനർവായനകളിലൂടെ വിചാരണ ചെയ്യുന്നു.

സാറായണത്തിലെ രാമൻ സനാതനധർമ്മത്തിനായി നിലകൊള്ളുന്ന യോദ്ധാവാണ്. സനാതനധർമ്മം പവിത്രമാണ്. അത് ഭൂമി മുഴുവൻ പടരണം. അതെന്റെ കടമയാണ്. ബ്രാഹ്മണർക്ക് കൊടുത്ത വാക്ക് ഞാൻ തെറ്റിക്കുകയില്ല (കാന്താരതാരകം) - എന്നത് രാമൻ ഓരോ തവണയും ആവർത്തിച്ച് ഉരിയാടുന്നുണ്ട്. സനാതനധർമ്മത്തിന് തടസ്സം നിൽക്കുന്നുവെന്ന കാരണം പറഞ്ഞാണ് രാക്ഷസരെ രാമൻ കൊല്ലുന്നത്. ബ്രാഹ്മണ്യത്തോടുള്ള അന്ധമായ ആദരവാണ് ദാനവരെ ശത്രുപക്ഷത്ത് നിർത്തുവാൻ രാമന് പ്രേരണയായത്. ഇവരും രാമനുമായി നേരിട്ടൊരു പ്രശ്നവുമില്ലാത്ത വേളയിലാണ് വിശ്വാമിത്രനും ഭരദ്വാജനുമൊക്കെ കാടിന്റെ മക്കളെ ഒഴിപ്പിക്കാൻ രാമനെ ചുമതലപ്പെടുത്തുന്നത്. സനാതനധർമ്മം നിലനിർത്താൻ രാക്ഷസരെ ഉൻമൂലനം ചെയ്യുന്നതെന്തിനെന്ന സീതയുടെ സംശയങ്ങൾക്ക് പരിഹാരമേകാൻ രാമനാവുന്നില്ല. എന്നാൽ ബ്രാഹ്മണ പൗരോഹിത്യം നിലനിർത്താൻ വേണ്ടിവന്നാൽ സീതയേയും ലക്ഷ്മണനേയും വരെ വെടിയാൻ താൻ തയ്യാറാണെന്ന് രാമൻ പ്രതികരിക്കുന്നുണ്ട്. അശോകയിൽ രാമനില്ല, മറിച്ച് ലങ്കയുടെ ജേതാവേയുള്ളൂ. ലങ്കയുടെ മണ്ണിൽ ഇനിയൊരു പുളകവും വിതയ്ക്കാനാവാത്ത വിധം ഭൂമിയെ വറ്റിവരണ്ടതാക്കിയ ജേതാവ്. വന്യസുഗന്ധം വറ്റിയ മണ്ണ്. നിശ്ശബ്ദതയിലേക്ക് ആഴ്ന്നുപോയ ലങ്ക. വരൾച്ചയുടേയും തിടം വെച്ച മൗനത്തിന്റെയും അന്തരീക്ഷം സീതക്കായി ഒരുക്കിയ അഗ്നിപരീക്ഷയുടെ മുന്നോടിയാണ്. ഒരർത്ഥത്തിൽ ജേതാവിന്റെ പരീക്ഷണം അയാളെ തന്നെ പരാജിതനാക്കുന്നതാണ്. തീക്കുണ്ഠത്തിന് തൊടാൻപറ്റാത്ത വിധം കെല്പാർന്ന മൺമയുടെ മകളാണ് സീത. നേത്രരോഗിക്ക് ദീപം പോലെ സീത തനിക്ക് അഹിതയാണെന്ന് പറഞ്ഞയാളാണ് ജേതാവ് . ഇവിടെ രോഗം എന്താ

യാലും സീതയ്ക്കായിരുന്നില്ല. കുട്ടികൃഷ്ണമാരാര് പറഞ്ഞപോലെ കേട് ദീപത്തിനല്ല, രോഗിക്കാണ്. അതിനാലാണല്ലോ വിളക്കിന്റെ പ്രഭ അയാൾക്ക് ഹിതകരമാകാതെയിരുന്നത്. ജേതാവിന്റെ വാക്കുകൾ തോൽപ്പിക്കുന്നത് അയാളെത്തന്നെയാണ്. മണ്ണിന്റെ മകളെ നേർക്കുനേർ കണ്ടുനിൽക്കാനാവാത്തത് ജേതാവിന്റെ ഭാഗ്യദോഷം. ഭൂമിയെ എത്രമേൽ ഊഷരമാക്കിയാലും അതിജീവകണങ്ങൾ പിടഞ്ഞുണരുക തന്നെ ചെയ്യും. അവ ഭൂതലത്തെ വീണ്ടും ഉർവ്വരമാക്കും. ഇതു സീതയുടെ വിധിയാണ്. പരീക്ഷണങ്ങൾക്കെല്ലാം അപ്പുറത്തേക്ക് ഒരു ജേതാവിനും സമീപിക്കാൻ പോലുമാവാത്തവിധം വിദൂരത്തിലാണ് സീതയുടെ നില. ലങ്കയെ ചുട്ടുകരിച്ചുവെന്ന് അഹങ്കരിച്ച ജേതാവിനെ പരാജയപ്പെടുത്തി, അഗ്നിനാളങ്ങൾ സീതയെ സ്പർശിക്കാതെ അകന്നുമാറി. സാറാ ജോസഫ് എഴുതുന്നു: "ഭൂമിപുത്രി വലതുകാൽ വെച്ച് ചിതയിലേക്ക് കയറി. ഞാൻ സീത. അഗ്നിയെ ശമിപ്പിക്കാൻ കെല്പാർന്ന മണ്ണ്! അനാദികാലമായി മണ്ണിനു മീതെ വർഷിക്കപ്പെട്ടുകൊണ്ടിരുന്ന മഴകളെ ഉദരത്തിൽ പേറുന്നവൾ... മഴയും വിത്തും ഏറ്റുവാങ്ങി അഗ്നിയോട് ചേർത്ത് ജീവന്റെ കുളിരാർന്ന പച്ച വിരിയിക്കേണ്ടവൾ" (പു.57).

സീതായനം അതിജീവനത്തിന്റെയാണ്. അയോധ്യയുടെ നീതി-ന്യായങ്ങൾക്ക് മനസ്സിലാവാത്ത പ്രഹേളികയാണ് സീതയുടെ ജീവിതകാലങ്ങൾ. സീത മാത്രമല്ല താര, ശൂർപ്പണഖ, അയോമുഖി, മണ്ഡോദരി, ശംബൂകപത്നി തുടങ്ങിയവരും രാമന്റെ ധർമ്മപാതകളെ ചോദ്യം ചെയ്തവരാണ്. ശൂർപ്പണഖ ഒഴികെയുള്ളവർ രാമൻ വധിച്ചവരുടെ വിധവകളാണ്. ബാലിയുടെ നേർക്കെയ്ത ഒളിയമ്പ് അനീതിയുടെയും അധിനിവേശത്തിന്റെയും മായാത്ത രേഖകളിലൊന്നാണ്. കിഷ്കിന്ധയെ സ്വാർഥതാത്പര്യങ്ങൾക്കായി ഉപയോഗപ്പെടുത്തണമെങ്കിൽ സുഗ്രീവൻ രാജാവാകണം. ബാലിവധത്തിലൂടെ കിഷ്കിന്ധയെ അയോധ്യയുടെ സാമന്തരാജ്യമാക്കുകയായിരുന്നു ലക്ഷ്യം. രാവണവധത്തെ തുടർന്ന് ലങ്കയും അയോധ്യക്ക് കീഴിലായി. രണ്ടിടത്തും അധികാരമോഹികളായ ബന്ധുക്കളുമായി (ഇവിടെ സഹോദരൻമാർ) സന്ധി ചെയ്തിരുന്നു. സുഗ്രീവനെ കിഷ്കിന്ധയുടേയും വിഭീഷണനെ ലങ്കയുടേയും രാജാവായി വാഴിച്ചതും രാമനാണ്. ഇരുവരുടേയും ഗൂഢതന്ത്രങ്ങളും സൈനികസേവനവും രാമൻ സ്വീകരിക്കുന്നുമുണ്ട്. തന്നെ നേരിട്ട ശത്രുവല്ലാതിരുന്നിട്ടും രാമന് ശംബൂകനെ വധിക്കേണ്ടിവരുന്നു. തങ്ങളുടെ ജീവിതം അനാഥമാക്കിയ രാഷ്ട്രതന്ത്രത്തെ ഇവരാരും അംഗീകരിക്കുന്നില്ല. ഇവരുടെ ചോദ്യങ്ങൾക്കും രൂക്ഷമായ മൗനഭാഷയ്ക്കും *പുതുരാമായണ*ത്തിൽ ഇടമുണ്ട്. അവളിലെ കാമനകളെ ഭയക്കുന്നതുകൊണ്ടാവണം അയോധ്യയിലെ രാജകുമാരൻമാർ ശൂർപ്പണഖയെ മാനസികവും ശാരീരികവുമായി വ്രണപ്പെടുത്തിയത്. ദ്രാവിഡഭാഷക്കും അവിടുത്തെ ജനസമൂഹത്തിനുമെതിരായ കയ്യേറ്റമായിട്ടാണ് സാറാ ജോസഫ് ഇതിനെ കാണുന്നത്. ഭാഷയിൽ പ്രാകൃതത്തെയും വംശത്തിൽ ദ്രാവിഡത്തെയുമാണ് ശൂർപ്പണഖ പ്രതിനിധീക

രിക്കുന്നത്. മൂക്കും മുലയും മുറിച്ചുമാറ്റപ്പെട്ട ശൂർപ്പണഖയുടെ വ്രണിതശരീരം ആര്യാധിനിവേശത്തിന്റെ അക്രമവാസനയെ വീണ്ടും ഓർമ്മപ്പെടുത്തുന്നു. ആര്യാവർത്തത്തിൽ ദ്രാവിഡഭാഷയും സംസ്കാരവും എങ്ങനെ തുടച്ചുനീക്കപ്പെടുന്നുവെന്നതിന്റെ സൂചനകൾ തായ്കുല ത്തിലുണ്ട്. ഇതേ പ്രശ്നങ്ങൾ മുൻകാലത്തും വിമർശവിഷയമായിട്ടുണ്ട്. അംബേദ്കറും പെരിയാറുമൊക്കെ ആര്യാവർത്തത്തിലെ കയ്യേറ്റത്തിന്റെ പശ്ചാതലത്തിൽ രാമായണത്തെ വിചാരണ ചെയ്തവരാണ്. മലയാളത്തിൽ കുമാരനാശാനും കുട്ടികൃഷ്ണമാരാരുമൊക്കെ രാമായണത്തിന് പുതുപാഠങ്ങൾ തീർത്തവരാണ്. സാറാ ജോസഫാകട്ടെ ഇതേ വിഷയത്തിൽ തനതായ വേറിട്ടൊരുമാനം പകരുകയാണ് ചെയ്തത്. സാറായണം സ്ത്രീപക്ഷത്തു നിന്നാണ് രാമകഥകളെ വീണ്ടെടുക്കുന്നത്. സ്ത്രൈണഭാവനയുടെ ഊർജവും വൈകാരികതയും അതിജീവനശേഷിയുമാണ് ആഖ്യാനത്തെ നയിക്കുന്നത്. സ്ത്രീയും പ്രകൃതിയുമായുള്ള പാരസ്പര്യം രാമായണത്തിലെ വ്യത്യസ്തസന്ദർഭങ്ങളിലേക്ക് സന്നിവേശിപ്പിക്കുന്ന ഭാഷയും അപൂർവ്വമാണ്. യുദ്ധം, രാഷ്ട്രതന്ത്രം, പുരുഷാധിപത്യം, രാജനീതി തുടങ്ങി അനേകം വിഷയങ്ങളെ സംബോധന ചെയ്യുക മാത്രമല്ല; അവയെ പുരുഷാധിപത്യത്തിന്റെ ഇരകളായി ത്തീർന്നവരുടെ നോട്ടപ്പാടുകളിലൂടെ പുനഃസൃഷ്ടിക്കുവാനും *പുതുരാമായണ*ത്തിനു കഴിയുന്നു. ഒരു ഘട്ടത്തിൽ ശംബൂകന്റെയും തന്നെ വധ്യനാക്കിയ ബ്രാഹ്മണന്റെയും സീതാരാമൻമാരുടെയും മക്കൾ ഒരുമിച്ചുകൂടുന്ന രംഗം തന്നെ കഥാകഥനം വിഭാവനം ചെയ്യുന്നുണ്ട് (കഥയിലില്ലാത്തത്).

സാറാ ജോസഫിന്റെ രാമായണപുനർവായനകൾ വിപുലമായ പഠനം ആവശ്യപ്പെടുന്ന സംരംഭമാണ്. സച്ചിദാനന്ദന്റെ അവതാരികയിൽ പുതുരാമായണത്തിന്റെ സാംസ്കാരികരാഷ്ട്രീയം വിശദമായി ചർച്ച ചെയ്യുന്നുണ്ട്. പക്ഷെ അതിനപ്പുറം രാമായണകഥാകഥനങ്ങൾ സാരമായ സംവാദങ്ങൾക്കു വിഷയമായിട്ടില്ല. ഭാഷ നഷ്ടപ്പെട്ടവർ, വൈധവ്യത്തിലായവർ, അപമാനിക്കപ്പെട്ടവർ, ഇരകളായവർ, അതിജീവനം സാധ്യമാക്കിയവർ എന്നിങ്ങനെ പെൺമയുടെ ഇരുണ്ട കഥനങ്ങൾ ഇനിയുമുണ്ട്. സാറാ ജോസഫ് എഴുതിയ പോലെ സ്വന്തം നൈതികത കൊണ്ട് രാമായണത്തിലെ നീതിവ്യവസ്ഥയെ ഓരോരുത്തരും അളന്നുകൊണ്ടേയിരിക്കുന്നു. അങ്ങനെ അനേകമനേകം രാമായണങ്ങൾ പിറവിയെടുക്കുന്നു. ഭൂമിരാക്ഷസത്തിൽ അരജയുടെ കാടുമായുള്ള ബന്ധത്തെ പിളർത്താൻ ഏതെങ്കിലുമൊരു ചക്രവർത്തിക്കോ അയാളുടെ സാമ്രാജ്യത്തിനോ ശക്തിയില്ല. അരജയെ ശാരീരികമായി അപമാനിച്ച ദണ്ഡകന്റെ സാമ്രാജ്യവും അതിലെ സർവ്വചരാചരങ്ങളും തോരാത്ത മണൽമഴയിൽ നാമാവശേഷമാവുകയായിരുന്നു. കാലങ്ങൾക്കു ശേഷം രാക്ഷസസമൂഹമാണ് ദണ്ഡകത്തെ താമസയോഗ്യമാക്കിയത്. ഇവരെ ഒന്നൊഴിയാതെ ദണ്ഡകവനത്തിൽ നിന്നും ഇല്ലാതാക്കാനുള്ള നിയോഗമായിരുന്നു രാമന്റേത്. ഇക്ഷ്വാകുവിന്റെ നൂറാമത്തെ പുത്രനായ ദണ്ഡകനും അതേ വംശത്തിലെ പിൻഗാമിയായ രാമനും വനഭൂമി ഇല്ലാതാക്കുന്നതിൽ സമാ

നതകളുണ്ട്. പ്രകൃതിവിരുദ്ധമായ കയ്യേറ്റങ്ങളും വിഭവചൂഷണവും എങ്ങനെയൊരു ജൈവപ്രദേശത്തെയും അതിലെ അന്തേവാസികളെയും ചരിത്രത്തിന്റെ മറവിയിലേക്ക് നയിക്കുന്നതിന്റെ ചിത്രമാണ് ഭൂമിരാക്ഷസത്തിലുള്ളത്. ഒരേസമയം കാൺകെയും കാണാതെയും കാട്ടിൽ ചരിക്കുന്നവളാണ് അരജ. അച്ഛനായ ശുക്രാചാര്യർ ശ്ലോകങ്ങൾ ചൊല്ലി ഭാഷ്യപ്പെടുത്തുമ്പോൾ മകൾ കാടകങ്ങളിൽ സ്വയം നഷ്ടപ്പെടുത്തി കവിതകൾ മെനയുകയായിരുന്നു.

മുടിയഴിച്ചിട്ട് നിൽക്കുന്ന കാട് എന്ന കല്പനയെ ജൈവമാക്കുന്ന പ്രതിനിധാനങ്ങളാണ് അരജയും ശൂർപ്പണഖയും അയോമുഖിയുമൊക്കെ. മരക്കൊമ്പിൽ ഉടക്കിയിരിക്കുന്നതും പുഴവെള്ളത്തിൽ നീളെ ഒഴുകിപ്പോവുകയും ചെയ്യുന്ന മുടിയാണ് അരജ(ഭൂമിരാക്ഷസം)യുടേത്. മണ്ണിലും പൊടിയിലുമിഴഞ്ഞ് വേറിടീക്കാനാവാത്ത വിധം കെട്ടുപിണഞ്ഞു പോയ തലമുടി യാണ് സീതയുടേത് (അശോക). കടൽപ്പുറത്തിഴയുന്ന ഇടതൂർന്ന മുടിക്കാടുമായി കടലിലേക്കുറ്റു നോക്കിനിൽക്കുകയാണ് മണ്ഡോദരി (അശോക). തൂമഞ്ഞുപോലെ നരച്ച മുടിയഴിച്ചു വിതറി രാജാങ്കണത്തിലേക്കിറങ്ങിയ മന്ഥര (കറുത്ത തുളകൾ). മുടിയഴിച്ച് വെറും നിലത്ത് കിടന്നുരുണ്ട് പ്രതിഷേധിച്ച കൈകേയി (കറുത്ത തുളകൾ).

നാഗരികമായ രാഷ്ട്രധർമ്മവും കാടിന്റെ നിയമങ്ങളും പരസ്പരവിരുദ്ധമാണ്. *പുതുരാമായണ*കഥകളിൽ ഉടനീളം ഇതു തെളിവാകുന്നുണ്ട്. ക്ഷത്രിയവർക്ഷം വനഭൂമിക്കുമേൽ നടത്തുന്ന കയ്യേറ്റങ്ങളെ സീത ചോദ്യം ചെയ്യുന്നുണ്ട് (കാന്താരതാരകം). സാമ്രാജ്യങ്ങൾ പ്രചരിപ്പിച്ച ധാർമ്മികവ്യവഹാരങ്ങൾ കാടിനുപാകമാകുന്നവയല്ല. കാടിന്റെ ധർമ്മം കാടിനു വിടുകയെന്നതാണ് സീതയുടെ നിലപാട്. കാടിന്റെ മക്കളായ രാക്ഷസരെ അവിടെ നിന്നൊഴിപ്പിച്ചാൽ സനാതന ധർമ്മം പുലരുമോ എന്ന ചോദ്യത്തിലൂടെ രാമനേയും സീത നിശ്ശബ്ദനാക്കി. എന്നാലത് അയോധ്യയിലെ രാജാവിനും പ്രജകൾക്കും മനസ്സിലാകുന്നില്ല. ജേതാവിനാൽ വലിച്ചെറിയപ്പെട്ട മണ്ണാണ്ണ് ലങ്ക. പലപ്പോഴായി ജേതാവിന്റെ കൺമുന്നിൽ നിന്നു നീക്കപ്പെട്ടവളാണല്ലോ സീത. സീതയേയും ലങ്കയേയും തുല്യമാക്കുന്ന ഘടകം ഇരുവരിലും തുടിക്കുന്ന അതിജീവനവാസനയാണ്.. ഉത്തരം മുട്ടുമ്പോൾ രാമൻ വീണ്ടും സനാതനധർമ്മം ഉദ്ധരിക്കും.

ശൂർപ്പണഖയും അയോമുഖിയും തമ്മിലുള്ള സംഭാഷണം രാക്ഷസകുലത്തിന്റെ പ്രഭാവകാലത്തെയാണ് വീണ്ടെടുക്കുന്നത് (തായ്കുലം). ആര്യവംശജരുടെ ചതിപ്പോരും സ്ത്രീകളുടെ നേർക്കുള്ള അക്രമവും വരുത്തിയ ഉണങ്ങാത്ത മുറിവുകളും അവരുടെ ഓർമ്മകളിലുണ്ട്.

ഇവരെന്റെ മൊലപ്പാലിന്റെ വേരുകളാ അറുത്തിട്ടത്! ഇന്റെ കുലത്തിന്റേം നിണത്തിന്റേം വേര്കള് എന്ന മൊഴിയിൽ വംശഹത്യയുടെ സൂക്ഷ്മധാരകളാണുള്ളത്. ശൂർപ്പണഖയുടെ മുറിച്ചിട്ട മുലകൾ പ്രേമം തേടിവന്ന സ്ത്രീക്കു മേലുള്ള അക്രമത്തെ മാത്രമല്ല സൂചിപ്പിക്കുന്നത്. കാട്ടിലെ ജീവിതങ്ങളോട് അധിനിവേശ

കർ പ്രകടമാക്കുന്ന ഗോത്രവിദ്വേഷത്തെയും വംശീയവെറിയേയും കൂടിയാണ്. തായ്മണ്ണിന്റെ ഈറ്റ് നോവിലേക്കാണിവർ അമ്പെയ്യുന്നതെന്ന മൊഴിപ്പാടിൽ ഉടലും ഉയിരും മാത്രമല്ല ഉലയുന്നത്; ഭാഷയും രാക്ഷസവംശവുമാണ്.

സ്ത്രൈണലൈംഗികതയെ കേവലകാമമായി തിരിച്ചറിയുന്ന ആണത്തത്തിലെ മുൻവിധികളുടെ ഇരകളാണ് ശൂർപ്പണഖയും അയോമുഖിയും. പ്രകൃതിയുടെ സാക്ഷ്യത്തിൽ വച്ചാണ് ശൂർപ്പണഖ ഉള്ളിന്റെയും ഉടലിന്റെയും കാമനകൾ വെളിപ്പെടുത്തുന്നത്. പഞ്ചവടിയിലെ മണ്ണ് അവൾക്ക് ലഹരിയാണ്. ചെന്താമരപ്പൂക്കളുടെ മണംകൊണ്ട് തന്നെ മുകരുന്ന ഗോദാവരി അവൾക്ക് കണ്ണാടിയാണ്. അവളുടെ കളിമ്പങ്ങളും മഴമുകിലഴകും ഗോദാവരിയിൽ അലിഞ്ഞുചേർന്നതാണ്. ഓരോ മരവും തന്റെ കാമുകനാണ്.അവ തനിക്കായി പൂത്തുലഞ്ഞ് മലരുന്നു. നിലാവുള്ള രാവുകളിൽ അവൾ കാടിനോട് ഇണ കൂടിയിട്ടുണ്ട്. കാടിന്റെ പച്ചപ്പിൽ സ്വയം മറന്ന് തന്നെ നഷ്ടപ്പെടുത്തിയവളാണ് ശൂർപ്പണഖ. ചെന്താമരകൾ മുകരുകയും ചെമ്പകത്തിന്റെ മണത്തിൽ പ്രണയിനിയാവുകയും ചെയ്യുന്ന പെണ്ണ്. പഞ്ചവടിയവൾക്ക് പൂങ്കാവനമാണ്. അവിടുത്തെ ഓരോ മരവും അവളെ പ്രണയിനിയാക്കിയിരുന്നു. ശൂർപ്പണഖയെ കാമാതുരയായി നിർവ്വചിക്കുന്നത് സ്ത്രീയെയും പ്രകൃതിയെയും മാനിക്കാത്ത ആര്യസംസ്കാരമാണ്.

സ്ത്രൈണലൈംഗികതയെ കുറിച്ചുള്ള ആണത്തത്തിന്റെ മുൻവിധിയുടെ ഇരയാണ് ശൂർപ്പണഖ. അശോക യിലെ സീതയുടെ ആത്മഗതത്തിലും ശൂർപ്പണഖയുടെ പരാമർശമുണ്ട്. പാപത്തെ നിലനിർത്തുന്ന നിയമങ്ങളുടെ സാധുതയാണ് സീത ചോദ്യം ചെയ്യുന്നത്. പാപം ആരുടേതാണ്? പാപം ആരനുഭവിക്കുന്നു? ജന്തുവിന്റെ ഉടലിൽ കാമം നിറച്ച പ്രകൃതിയോ പാപം ചെയ്തത്? കാമം അടക്കാത്ത തെറ്റിന് പെണ്ണിനും മണ്ണിനും അംഗഭംഗം വരുത്തിയ നീതിബോധനങ്ങളോ പാപം ചെയ്തത്? പാപത്തെ പ്രായോഗികമാക്കുന്ന ആർഷസംസ്കാരത്തെയും അതിലെ നീതിബോധനങ്ങളെയുമാണ് സീതയുടെ ആത്മഗതങ്ങൾ നിരാധാരമാക്കുന്നത്. പാപമെന്ന ആദർശത്തെ അതു വന്ന വഴിയിലേക്ക് തിരിച്ചുവിടുകയാണ് സീതയുടെ ചിന്തകൾ. ആര്യനിർമ്മിതമായ പാപ/പുണ്യ സങ്കല്പനം അവരുടെതന്നെ തട്ടകത്തിലേക്ക് തിരിച്ചടിക്കുകയാണ് ഇവിടെ. ഒന്നു തീർച്ചയാണ്. ശൂർപ്പണഖയും മറ്റും ഉൾപ്പെടുന്ന കാടിന്റെ മക്കളല്ല പാപികൾ? പ്രേമം യാചിച്ചതിന് കീഴാളവനിതയുടെ മൂക്കും മുലയും അറുത്തിട്ടതിലെന്ത് പുണ്യമാണുള്ളത്? കുട്ടികളുടെ അലമുറകളും സ്ത്രീകളുടെ നിർത്താത്ത തേങ്ങലുകളും കൊണ്ട് കനത്തു പോയ ലങ്കയോട് ആരാണ് പാപം ചെയ്തത്? ഇവരുടെ യാതനകളിലൂടെയും അനാഥത്വത്തിലൂടെയുമാണ് സീതയുടെ മനസ്സ് നീങ്ങുന്നത്. അശോകവനികയിൽ കഴിയേണ്ടിവന്ന താനും ജേതാവിന്റെ മുന്നിൽ പാപിനിയായേക്കാമെന്ന് സീത അനുമാനിച്ചിട്ടുണ്ടാവാം. ലങ്കയുടെ തീരാവേദനകളെ തന്റേതായി ഏറ്റെടുക്കുന്ന സീതയാണ് അശോകയിലുള്ളത്.

*പുതുരാമായണ*ത്തിലെ പെൺപക്ഷത്തിൽ നിന്നും കറുത്ത തുളകൾ വേറിട്ടു നിൽക്കുന്നു. കൊട്ടാരത്തിലെ അധികാരരാഷ്ട്രീയവുമായി കഥാനകം ബന്ധപ്പെട്ടിരിക്കുന്നു. കേകയരാജാവിനു വേണ്ടി ചാരപ്പണി ചെയ്യുന്ന മന്ഥര യുടെ മനസ്സും ആവശ്യങ്ങളും ഇതേവരെ വിഷയമായിട്ടില്ല. കേകയത്തിൽ നിന്നു അയോധ്യയിലേക്ക് കൈകേയിയെ അനുഗമിച്ച് വന്നയാളാണ് മന്ഥര. രാമന് യുവ രാജപദവി നഷ്ടമാക്കിയതും വനവാസം വിധിച്ചതിലും മന്ഥരയുടെ പങ്കാളിത്ത മുണ്ട്. രാമന് പ്രതികൂലമായി കൈകേയിയുടെ മനസ്സ് മാറ്റി അയോധ്യയിലെ അധികാരത്തിന്റെ വടംവലിക്ക് വിത്ത് പാകിയത് മന്ഥരയാണ്. ദശരഥനു ശേഷം അയോധ്യയുടെ രാജപദവി സപത്നിയായ കൈകേയിയുടെ മകന് കൈമാറണ മെന്ന വാഗ്ദാനമാണ് കേകയരാജാവ് കന്യാശുല്കമായി ആവശ്യപ്പെട്ടത്. ഭര തനും ശത്രുഘ്നനും കേകയത്തിലേക്ക് പോയ വേളയിലാണ് രാമന്റെ അഭി ഷേകനാടകത്തിന് അരങ്ങൊരുങ്ങിയത്. യുവരാജാവിനെ വാഴിക്കുന്ന ചടങ്ങിന് ക്ഷണിക്കപ്പെടാത്തവരാണ് മിഥിലാധിപനായ ജനകനും കേകയരാജാവായ യുധാ ജിത്തും. ജനകൻ നീതിമാനും ന്യായംവിട്ട് പ്രവർത്തിക്കാത്തയാളുമാണ്. അയോ ധ്യയേക്കാൾ സൈനികബലം കൂടിയ രാജ്യമാണ് കേകയം. വാഗ്ദാനലംഘനം യുധാജിത്ത് പൊറുക്കില്ല. മിഥിലയും കേകയവും അധികദൂരത്തല്ലെങ്കിലും രണ്ടി ടത്തെ രാഷ്ട്രത്തലവന്മാരെയും ഒഴിവാക്കിയത് തന്നിഷ്ടത്തോടെ അഭിഷേകം പൂർത്തിയാക്കുന്നതിനാണ്. രാമനെ യുവരാജാവാക്കാനുള്ള തീരുമാനം മന്ത്രിമാ രോടോ സദസ്യരോടോ ചോദിക്കാതെ ദശരഥൻ തനിച്ചെടുത്തതാണ്. ജനഹിത മാണ് രാമന് അനുകൂലമായതെന്നാണ് ദശരഥന്റെ വാദം. ഇതേ ജനഹിതം ഭരത പക്ഷത്തിലും ഉണ്ടാവില്ലേ എന്നൊരു മറുയുക്തി കുട്ടികൃഷ്ണമാരാര് ഉന്നയിക്കു ന്നുണ്ട് (വാല്മീകിയുടെ രാമൻ, 1940). എന്തായാലും വേണ്ടപ്പെട്ടവരുടെ അഭാവ ത്തിൽ പൊടുന്നനെ തയ്യാറാക്കിയ അഭിഷേകനാടകം സ്വേഛാപരമായിരുന്നു.

അയോധ്യാരാജധാനിയിലെ ഗൂഢതന്ത്രങ്ങൾ എന്ന പ്രബന്ധത്തിൽ (പുസ്തകം: ആർഷസാഹിതി) ദേശമംഗലത്ത് രാമവാര്യർ ഇക്കാര്യങ്ങൾ വിസ്ത രിച്ചിട്ടുള്ളതാണ് (വാല്മീകിയുടെ രാമ നെന്ന പ്രബന്ധത്തിൽ വാര്യരുടെ വാദ ങ്ങളെ അടിക്കുറിപ്പായി കുട്ടികൃഷ്ണമാരാര് അവതരിപ്പിച്ചിട്ടുണ്ട്). യുവത്വത്തി ലെന്ന പോലെ വാർധക്യത്തിലും ഒടുങ്ങാത്ത അതികാമനകളുമായിക്കഴിഞ്ഞ ദശരഥന്റെ തീരുമാനമാണ് അയോധ്യയിലെ പ്രതിസന്ധിക്ക് കാരണമായത്. എന്നാൽ അതിനു നിമിത്തമായി അറിയപ്പെട്ടത് മന്ഥരയും കൈകേയിയുമായിരു ന്നു. യുവത്വത്തിന്റെ ലഹരിയിൽ ദശരഥൻ നല്കിയ വരവും വാഗ്ദാനവും തക്ക സമയത്ത് ഉപയോഗിക്കേണ്ടതിന്റെ അനിവാര്യത ഓർമ്മപ്പെടുത്തിയത് മന്ഥര യാണ്. രോഷവും ഭീഷണിയും പരിഹാസവുമൊക്കെ നിറഞ്ഞ മന്ഥരയുടെ വാക്കു കൾ വരുത്തിയ ആഘാതമാണ് രാമായണത്തിന്റെ ആഖ്യാനഗതിയെത്തന്നെ മാറ്റി യെഴുതിയത്. കുത്തിത്തിരിപ്പുണ്ടാക്കിയ മന്ഥരയെ മാത്രമേ ലോകമറിഞ്ഞിട്ടുള്ളൂ.

സാറായണ ത്തിലെ മന്ഥര കാലാന്തരങ്ങളിലൂടെ ജീവിതം നീട്ടിയെടുത്തവളാ ണ്. ചതിക്കും ചാരപ്പണിക്കും അപ്പുറം മന്ഥരക്ക് മറ്റൊരു മേൽവിലാസമുണ്ടാകു

ന്നത് കറുത്ത തുളകളിലാണ്. തമ്പുരാക്കൻമാർക്കായി ചാരവൃത്തി നടത്താൻ വിധിക്കപ്പെട്ട തന്റെ ശപ്തജീവിതത്തെ മന്ഥര ഓർത്തെടുക്കുന്നുണ്ട്. എന്നാൽ തന്റെ ചെയ്തികളിൽ അവർക്ക് പശ്ചാത്താപമില്ല. തനിക്കും മകനും മനുഷ്യരെപ്പോലെ ജീവിക്കണമെന്നതാണ് പ്രാഥമികമായ ആവശ്യം. അശ്വപതി വാഗ്ദാനം ചെയ്ത ഭൂമി കൈപ്പറ്റണം. മകന് കൊട്ടാരത്തിൽ നല്ലൊരു തൊഴിൽ തരപ്പെടുത്തണം. മന്ഥരയുടേത് അതിജീവനത്തിനായുള്ള പോരാട്ടമാണ്. കേകയരാജാവിനോടോ കൈകേയിയോടോ ദശരഥനോടോ അവർക്ക് കൂറില്ല. എന്നാൽ അധികാരരൂപങ്ങളെ മറികടക്കാനുമാവുന്നില്ല. നിരപരാധികളായ ജനങ്ങളുടെ ചോരയിലുറപ്പിച്ച സിംഹാസനങ്ങളിൽ നിന്ന് കൊലവിളികൾ മാത്രമേ ഉയരൂ എന്ന് തിരിച്ചറിഞ്ഞയാളാണ് മന്ഥര. എങ്കിലും അവരുടെ ചൊല്പടിക്കു നിൽക്കാനേ മന്ഥരക്കാവൂ. അയോധ്യയിൽ നിന്ന് ഒളിച്ചുകടക്കുംമുമ്പ് ശത്രുഘ്നന്റെ ക്രൂരമർദ്ദനത്തിന് അവർ ഇരയാകുന്നുണ്ട്. ഇരുളിന്റെ മറവിൽ ഒതുങ്ങിയ തന്റെ സമീപത്തിലൂടെ ഭരതൻ നടന്നുപോകുമ്പോൾ മുലപ്പാൽ മണക്കുന്നതായി തോന്നിയതും ഇതേ മന്ഥരക്കാണ്. രാജാക്കൻമാർ നടത്തുന്ന വാഗ്ദാനലംഘനത്തിനും ജനവഞ്ചനക്കും ശിക്ഷയേറ്റുവാങ്ങാൻ വിധിക്കപ്പെട്ടവരാണ് മന്ഥരയെ പോലുള്ളവർ.

നിശബ്ദതയിലാഴ്ന്നു പോയ മന്ഥരയുടെ ജീവിതത്തെ അധികാരതന്ത്രങ്ങളുടെ ഉള്ളടക്കത്തിൽനിന്ന് വേറിട്ടെടുത്ത് പുതു ഭാഷ്യം രൂപപ്പെടുത്തുകയാണ് സാറാ ജോസഫ് ചെയ്തത്. ജീവിതത്തിന്റെ അന്ത്യഘട്ടത്തിലൂടെ നീങ്ങുന്ന വേളയിലും മനുഷ്യരെപ്പോലെ ജീവിക്കണമെന്ന മോഹമാണ് മന്ഥരയെ നയിക്കുന്നത്. മന്ഥരയുടെ ആകർഷണവലയത്തിൽപ്പെട്ടവരുടെ കൂട്ടത്തിൽ കേകയരാജാവും ദശരഥനുമുണ്ട്. കൈകേയി മാത്രമല്ല, രാമനും മന്ഥരയുടെ ആകർഷണവലയത്തിൽപ്പെട്ടിരിക്കുന്നു.

അയോധ്യരാജധാനിയുടെ ഗൂഢതന്ത്രങ്ങളിൽ മന്ഥരയും ഭാഗഭാക്കാണ്. രഹസ്യമായി രാമനെ യുവരാജാവാക്കാൻ ദശരഥൻ കൗശലങ്ങൾ മെനയുമ്പോൾ, രാജതന്ത്രങ്ങളെ അസാധുവാക്കുന്ന നീക്കങ്ങൾ അന്തഃപുരത്തിൽ നടക്കുന്നുണ്ട്. അണിയറയിൽ നിന്ന് അഭിഷേകം മുടക്കുന്നതിനുള്ള കരുക്കൾ നീക്കുന്നത് മന്ഥരയാണ്. മന്ഥരയുടെ കൊള്ളിവാക്കുകളിൽ രാജതന്ത്രം മാത്രമല്ല, വൈകാരികമായ ഭീഷണിയുമുണ്ട്. രാമൻ രാജാവാകുന്നതോടെ രാമമാതാവിന്റെ സപത്നിയായ കൈകേയിക്കും ഭരതനും സംഭവിച്ചേക്കാവുന്ന ദുരന്തം മന്ഥര എണ്ണിയെണ്ണി പറയുന്നു. അഭിഷേകമോഹങ്ങളെയാകെ തകർത്തത് മന്ഥരയാണെന്നറിയുന്നത് എത്രയോ വൈകിയാണ്. മന്ഥരയെത്രയോ കാലമായി അയോധ്യയിൽ കൈകേയിയെ സേവിക്കുന്നു. എന്നിട്ടും മന്ഥരയുടെ സാന്നിധ്യമോ ഇടപെടലോ അതേവരെ ആരും അറിയുന്നതേയില്ല. മന്ഥരയുടെ സാന്നിധ്യം രാജകൊട്ടാരം അറിയുന്നത് അവരുടെ ആകർഷണവലയത്തിൽപ്പെട്ട കൈകേയിയുടെ പ്രവൃത്തികളിലൂടെയാണ്. അരാഷ്ട്രീയമായിരുന്ന ഒരു കഥാപാത്രം രാഷ്ട്രീയ

മായി പുനഃസംഘടിപ്പിക്കപ്പെട്ടുവെന്ന പ്രസീതയുടെ അഭിപ്രായം യുക്തിസഹ മാണ്.

എഴുത്തിന് നഷ്ടമായതോ അതു മറന്നുപോയതോ ആയ ചിലതിനെ പുനഃസൃഷ്ടിക്കുകയാണ് കഥയിലില്ലാത്തത്. കഥകളിലൊന്നുമില്ലാത്ത ചിലസ ന്ദർഭങ്ങളെ ഒരുമിപ്പിക്കുന്ന ആഖ്യാനവൈചിത്ര്യമായി ഇതിനെ കാണാം. ക്രൗഞ്ച പക്ഷികളിലൊന്നിനെ എയ്തുവീഴിത്തിയതിൽ മനംനൊന്ത് ശാപം ചൊരിഞ്ഞ യാളാണ് ആദികവി. ഇതിനനുബന്ധമായി സീതയുടെ ഏകാന്തതയേയും വിയോ ഗത്തേയും അറിഞ്ഞ് പാട്ടുകളിലാക്കിയതും ഇതേ കവിയാണ്. പക്ഷെ രാമൻ വധിച്ച ശംബൂകന്റെ സന്തതികളുടെ അനാഥത്വവും യാതനയും എന്തേ വാല്മീ കിക്ക് വിഷയമായില്ല? രാമ-സീതാപുത്രൻമാരായ ലവകുശൻമാർ, ശംബൂകന്റെ മകനും മകളും, (ശംബൂകവധത്തെ തുടർന്ന്) പുനർജന്മമെടുത്ത ബ്രാഹ്മണബാ ലനായ ഉണ്ണി എന്നിവരുടെ സംഗമമൊരുക്കുകയാണ് കഥയിലില്ലാത്തതിലൂടെ സാറാ ജോസഫ്. കഥയിൽ വാല്മീകി എഴുത്താളരാണ്. എഴുത്തോലകൾ വായിച്ച് രാമായണം പാടിപഠിച്ചവരാണ് ലവകുശൻമാർ. എന്നാൽ ശംബൂകന്റെ മക്കൾ എഴുത്തിനറിയാത്തവരാണ്, അല്ലെങ്കിൽ എഴുത്തിന് പുറത്തുള്ളവരാണ്. എഴു ത്തിൽ തങ്ങൾക്ക് ഇടം തരാഞ്ഞതെന്തേ? എന്ന് ശംബൂകന്റെ മകൾ വാല്മീകി യോട് ചോദിക്കുന്നുണ്ട്. അച്ഛനായ ശംബൂകനു പകരം തങ്ങളെ കൊല്ലാമായിരു ന്നില്ലേ എന്നവർ ആവശ്യപ്പെടുന്നു. ചോദ്യങ്ങൾ തന്നെ മൂടിയതോടെ വാല്മീകി വീണ്ടും ചിതൽപ്പുറ്റിലേക്ക് പോയി. എഴുത്തധികാരം പരമാധികാരമല്ലെന്ന വെളി പാടുമായാണ് വാല്മീകി പുറത്തേക്ക് വരുന്നത്. എഴുത്തോലകളിലൂടെ മെനഞ്ഞ പാട്ടുകളും അനാഥത്വത്തിന്റെ വേദനകളിലൂടെ നീങ്ങുന്ന കണ്ണോക്ക് പാട്ടും തമ്മി ലുള്ള അന്തരം സാഹിത്യവും ജീവിതവുമായുള്ള ദൂരത്തെ അളക്കുന്നതാണ്. പുതുരാമായണത്തിന്റെ പ്രത്യേകത വാമൊഴിപാഠങ്ങളുടെ ബഹുസ്വരത സാക്ഷാ ത്കരിക്കാനായതാണ്. വാല്മീകിരാമായണത്തോടുള്ള ആഭിമുഖ്യം വ്യക്തമാക്കു മ്പോഴും വാമൊഴിപ്പലമയെ സാറാ ജോസഫ് പിന്തുടരുന്നുണ്ട്. രാമകഥകളുടെ നീട്ടെഴുത്തും മാറ്റിയെഴുത്തും എതിരെഴുത്തുമൊക്കെയായി പുതുരാമായണത്തിന് രൂപാന്തരമുണ്ടാകുന്നുണ്ട്. പാഠത്തിനു മുകളിൽ കർത്താവിനുള്ള നിയന്ത്രണത്തെ നിഷേധിച്ചുകൊണ്ട് ചലനാത്മകമായ വായനകൾ മുന്നോട്ട് വയ്ക്കുകയാണ് സാറാ ജോസഫിന്റെ രാമായണകഥകൾ.

ഗ്രന്ഥസൂചി

അസീസ്, തരുവണ. 2016. *വയനാടൻ രാമായണം.* തൃശ്ശൂർ: കറന്റ് ബുക്സ്.

കുട്ടിക്കൃഷ്ണമാരാര്. 1989. *രാജാങ്കണം.* കോഴിക്കോട്: മാരാർ സാഹിത്യ പ്രകാശം.

നാരായണമേനോൻ, വള്ളത്തോൾ. 1975. *ശ്രീ വാല്മീകിരാമായണം പരിഭാഷ.* ചെറുതുരുത്തി: വള്ളത്തോൾ ഗ്രന്ഥാലയം.

ബുൽക്കെ, കാമിൽ. 1978. *രാമകഥ*. വിവ. അ യദേവ്. തൃശ്ശൂർ: കേരള സാഹിത്യ അക്കാദമി.

രാമവാര്യർ, ദേശമംഗലത്ത്. 1975. *ആർഷസാഹിതി*. കോട്ടയം: സാഹിത്യ പ്രവർത്തക സഹകരണസംഘം.

സാറാ ജോസഫ്. 2016. *പുതുരാമായണം: രാമായണകഥകൾ വീണ്ടും പറയുമ്പോൾ*. തൃശ്ശൂർ: കറന്റ് ബുക്സ്.

സിവിക് ചന്ദ്രൻ. 2016. *പലരാമായണങ്ങൾ പല വായനകൾ*. കോഴിക്കോട്: സ്പെൽ.

Richman, Paula. 1994. *Many Ramayanas: The Diversity of Narrative Tradition in South Asia*. New Delhi: OUP.

Richman, Paula. ed. 2012. *Questioning Ramayanas: A South Asian Tradition*. New Delhi: Oxford University Press.

തുളുരാമായണം

ഡോ.. എ.എം. ശ്രീധരൻ

രാമായണം എന്നും ഒരു പ്രത്യയ ശാസ്ത്രോപകരണമായിരുന്നു. കാലാകാലങ്ങളിൽ ജീവിതത്തെ അത് പരിഷ്കരിച്ചു കൊണ്ടേയിരിക്കുന്നു. കാലാനുയോജ്യമായ വ്യാഖ്യാനങ്ങളിലൂടെയുള്ള അനുസ്യൂതിയാണ് രാമായണത്തിന്റെ ഇതരാതിശായിത്വത്തിനു കാരണം. സാധാരണ ജനങ്ങൾ അവരുടെ ലോകബോധത്തെ അടയാളപ്പെടുത്തിയത് രാമകഥയുടെ ഗ്രാമീണമായ ഏടുകൾ കൊണ്ടാണ്. ഭരണാധികാരികൾ സിംഹാസനങ്ങളുറപ്പിച്ചതും രാമകഥയിലൂടെ തന്നെ. ഇതിനൊരു തുടർച്ച ഇന്നുമുണ്ട്. രാമകഥയെ ജനകീയവൽക്കരിക്കുന്നുവെന്ന വ്യാജേന ഒരു ജനതയുടെ മുഴുവൻ പൊതുബോധത്തെ അവൻ ഷണ്ഡീകരിക്കുന്നു. മനുഷ്യന്റെ സ്വയം നിർണ്ണയാവകാശത്തെ ഹനിച്ചുകൊണ്ടാണ് ഇത് സാധിക്കുന്നതെന്ന് സമകാലത്തെ ദൗർഭാഗ്യങ്ങളിലൊന്നാണ്. രാമനിലെ രാമണീയത്വം മറ്റു രാവണത്വം വർദ്ധമാനമാകുന്ന പ്രതിസന്ധി ഘട്ടത്തിൽ അതീതയാഥാർത്ഥ്യങ്ങളിൽ നിന്ന് ഒരു പിൻ മടക്കം അനിവാര്യമാണ്.

പ്രപഞ്ച മനസ്സാണ് ഭൂമി. ഭൂമിപുത്രിയായ സീത ആ മനസ്സിന്റെ മൂർത്തരൂപവും. ഈ മനസ്സാകുന്ന സീതയെയാണ് ഭോഗാസക്തിയുടെ പ്രതീക്ഷമായ ദശകണ്ഠൻ കവർന്നിരിക്കുന്നത്. ഇരുപതു കരങ്ങൾ കൊണ്ട് പത്ത് കണ്ഠങ്ങളിലൂടെ ആഹരിക്കുന്ന രാവണ്യം ഭോഗാസക്തമായ മനുഷ്യന്റെ പ്രതീകമാണ്. രാവണിൽ നിന്ന് സീതയെ മോചിപ്പിക്കേണ്ടതിന്റെ സാർവ കാലികമായ ആവശ്യമിതാണ്. ആസക്തി പെരുകുമ്പോൾ മൃത്യുഭയം ജീവിതത്തിന്റെ മുഖമുദ്രയാകും. അപ്പോഴാണ് അവതാരപുരുഷന്മാരുണ്ടാകുന്നത്. ഇന്നലെയും ഇന്നുമില്ലാത്ത വികലവും ക്ഷണികവുമായ ജീവിതബോധം പടരുന്നത് ഈ സാഹചര്യത്തിലാണ്. അതുകൊണ്ട് പ്രപഞ്ചത്തിലും മനുഷ്യനിലും ഊന്നിയുള്ള ആഖ്യാനങ്ങളുടെ വീണ്ടെടുപ്പ് കാലത്തിന്റെ അനിവാര്യതയാകുന്നു.

ഏതൊരിന്ത്യാക്കാരന്റെയും ജീവിത സംസ്കാരങ്ങളുടെ സുപ്രധാന അടരുകളിലൊന്നാണ് രാമായണം. പ്രാകൃതമായും സംസ്കൃതമായും ആ പുരാവൃത്തം നമ്മുടെ ഇടയിലുണ്ട്. 'നാടോടി ഗാനശീലുകളായാണ് അവ പ്രചുര പ്രചാരം നേടിയത്. മണ്ണും മനുഷ്യനും തമ്മിലുള്ള ഗാഢബന്ധത്തിന്റെ എക്കാലത്തെയും ഉദാഹരണമാണത്. മനുഷ്യരും പ്രകൃതിയു, ആണും പെണ്ണും, രാജ്യവും രാജഭരണവും, ധർമവും അധർമ്മവും, നീതിയും ന്യായവും പുണ്യവും പാപവും തുടങ്ങി ജീവിതത്തിന്റെ എല്ലാതലങ്ങളെയും സ്പർശിക്കുന്നതും കൊണ്ടാണ് രാമായണം ഇന്നും വായനായോഗ്യമാവുന്നത്. അല്ലാതെ രാമാനന്ദ സാഗറിന്റെ

രാമനോടുള്ള ഭക്തിപാരവശ്യം കൊണ്ടല്ല. രാമാനന്ദ സാഗറിന്റെ രാമൻ നമ്മുടെ ലോകബോധത്തെ പിൻനയിക്കുമ്പോൾ മറ്റുള്ള രാമായണങ്ങൾ ആധുനികതയുടെ വെളിപ്രദേശങ്ങളിലേക്ക് ആയിക്കുന്നു. വികലമായ ബോധത്തിന്റെ രാവണൻ കോട്ടകളിൽ നമ്മെ തളയ്ക്കുക എളുപ്പമാണെന്ന പുതു ഫാസിസ്റ്റ് ബോധമതിനെതിർ നിൽക്കുന്നു. വാൽമീകി തൊട്ടിങ്ങോട്ടുള്ള രാമായണങ്ങളിൽ ഉള്ളടങ്ങിയിട്ടുള്ള മാനവ മഹത്വ ചിന്തയാണ് ഭാരതീയന്റെ ലോകബോധത്തെ രൂപപ്പെടുത്തിയത്. അവനെ ആധുനികതയിൽ നിന്ന് ആധുനികതയിലേക്ക് നയിക്കുന്നതിനാണ്. എല്ലാ മനുഷ്യത്വരാഹിത്യത്തെയും കുടിലമായ മതബോധത്തെയും പ്രതിരോധിക്കുവാനുള്ള ഉപകരണമാണ് ഭാരതീയന് രാമായണം എന്നർത്ഥം.

ഈ പ്രതിരോധ ബോധത്തിന്റെ അടയാളമായി പരിഗണിക്കാവുന്ന തികച്ചും നാടോടിയായ ഒരു രാമായണകാവ്യം തുളുനാട്ടിലുണ്ട്. ഇന്നത്തെ കാസർകോഡ്, മംഗലാപുരം, ഉടുപ്പി ജില്ലകൾ ചേർന്നതായിരുന്നു പഴയ തുളുനാട്. അന്യഭാഷകളും സംസ്കാരങ്ങളും ചേർന്ന് വീണ്ടെടുപ്പ് സാധ്യമല്ലാത്ത വിധം തുളുവിനെ തമസ്കരിച്ചു. ഉടുപ്പി ജില്ലയിലെ കുന്ദാപുരം താലൂക്കിലാണ് മേര ജാതിക്കാരുള്ളത്. ഇവരുടെ പ്രധാന അനുഷ്ഠാനമായ കാദ്യ നാടയിലാണ് രണസിരിയെന്ന രാമായണം പാട്ട് പാടുന്നത്. മുഖ്യ പുരോഹിതനായ ബൈദ്യ പാടുമ്പോൾ തടിച്ചു കൂടിയവരെല്ലാം ചേർന്നു പാടും. ഗുരുശാസ്ത്ര, കാദ്യയുടെ ജനനം, ഗോവക്കി, യക്ഷി, ബ്രഹ്മയ്യ, കലശം, കന്യ, വധു സംഗമം തുടങ്ങിയ പാട്ടുകൾക്കൊടുവിലാണ് സീതയുടേയും രാമന്റെയും പാട്ടുപാടുന്നത്.

കാദ്യനാട

തുളുനാട്ടിൽ സാർവത്രികമായിക്കാണുന്ന അനുഷ്ഠാനമാണ് നാഗാരാധന. ബ്രാഹ്മണരുടെ ഇടയിൽ നാഗമണ്ഡലയെന്നും പാണരുടെയിടയിൽ പാണനാരാടയെന്നും ഗോത്രവർഗ്ഗക്കാരുടെ ഇടയിൽ കാദ്യനാടയെന്നും ഈ അനുഷ്ഠാനം അറിയപ്പെടുന്നു. മേര ജാതിക്കാരുടെയിടയിലാണ് കാദ്യനാട നടത്തി വരുന്നത്. കാദ്യ കോവിലുകൾ വനമദ്ധ്യത്തിലാണ് ആദികാലങ്ങളിലുണ്ടായിരുന്നത്. വനങ്ങൾ ചുരുങ്ങി വന്നതോടെ വനപ്രതീതി മാത്രമാണ് നിലവിലുള്ളത്. നാഗപ്പുറ്റുകളും നാഗക്കല്ലുകളുമാണ് നാഗപ്രതീകങ്ങളായി ആരാധിക്കപ്പെടുന്നത്. 'കറുത്ത സർപ്പം' എന്ന അർത്ഥത്തിലുള്ള കാലിംഗയിൽ നിന്നാണ് കാദ്യ ശബ്ദത്തിന്റെ നിഷ്പത്തിയെന്ന് കരുതപ്പെടുന്നു. കാളിയനിൽ നിന്നാണ് കാദ്യയുടെ നിഷ്പത്തിയെന്ന് മറ്റൊരഭിപ്രായവും പ്രചാരത്തിലുണ്ട്. കാടുകളിൽ കോവിലുകൾ സ്ഥി ചെയ്യുന്നതിനാൽ കാട് ശബ്ദത്തിൽ നിന്നുമാകാമെന്നും ഊഹിക്കുന്നവരുണ്ട്. ഏതായാലും കാട്, സർപ്പം എന്നിവയുമായിട്ടാണ് കാദ്യയ്ക്ക് ഏറെ അടുപ്പം. കാദ്യയ്ക്കായുള്ള ആട്ടമാണ് കാദ്യനാട്ടം. കാദ്യനാട്ടത്തിൽ അനുഷ്ഠാനാവശ്യത്തിനായും നേരമ്പോക്കിനായും ധാരാളം പാട്ടുകൾ പാടിവരുന്നുണ്ട്. അവയിലൊന്നാണ് രണ സിരി രണ സിരിയെന്നാൽ രണദേവത, രണദേവതയുടെ പുത്രി ശിത.

രാമന്റെയും (ശ്രീരാമനല്ല) ശിതയുടെയും വിവാഹമാണ് തുളു നാടോടി രാമായണത്തിലെ മുഖ്യപ്രമേയം. മറ്റ് രാമകഥകളിലേതുപോലെ ദേവ-അസുര-മനുഷ്യഗണത്തിൽപ്പെട്ടവർക്കെല്ലാം അസാധ്യമായ വില്ലു കുലച്ചിട്ടാണ് ശിതയെ രാമൻ വേൽക്കുന്നത്. എന്നാൽ സാരമായ ഒരു വ്യത്യാസമുണ്ട്. വ്രതശുദ്ധനായ അനുജൻ ലക്ഷ്മണനാണ് വില്ലു കുലച്ചത്. ശീത രാമനും. മറ്റു ലക്ഷ്മണന്മാരേക്കാൾ ദിവ്യത്വമുണ്ട് ഈ ലക്ഷ്മണന്. തങ്ങളെ വഴിമദ്ധ്യേ പരീക്ഷിച്ച രാവണനോട് ജയിക്കുന്നതും താപസന്മാരെ ശല്യം ചെയ്ത മണ്ഡോദരി കാക്കയുടെ കണ്ണ് ശരമെയ്ത് പൊട്ടിക്കുന്നതും ലക്ഷ്മണൻ തന്നെ.

വില്ല് കുലയ്ക്കൽ മത്സരം സ്വപ്നം കാണുന്ന രാവണൻ ഒരു അപഹാസ്യ കഥാപാത്രമാണിതിൽ. സ്വപ്നത്തിൽ അപകടമറിഞ്ഞിട്ടും പരീക്ഷണത്തിനെത്തിയ രാവണൻ രാമലക്ഷ്മണന്മാരാലും അപഹാസ്യനായി മാറുന്നു.

സീതയുടെ കഥയാണ് പുതുമയാർന്നത്. നാരായണ സ്വാമിയുടെയും രണ സിരി ദേവിയുടെയും മകളായി പിറന്ന പെൺകുട്ടിയെക്കുറിച്ചുള്ള ജ്യോത്സ്യന്റെ പ്രവചനം ഹൃദയ ഭേദകമാണ്. എന്നാൽ ഇത്തരം പ്രവചനങ്ങളിലടങ്ങിയിട്ടുള്ള അന്ധവിശ്വാസത്തിന്റെ വ്യാപ്തി ശിതയുടെ ജീവിത കഥ വ്യക്തമാക്കുന്നുണ്ട്. ജീവഹാനി ഭയന്ന് മനസ്സില്ലാമനസ്സോടെ പൊന്നോമനയെ പൊൻപെട്ടിയിലാക്കി ഗംഗയിലേക്കൊഴുകുന്ന ദൃശ്യം ഈ നാടോടിപ്പാട്ടിലെ അവിസ്മരണീയവും ഹൃദയഭേദകവുമായ സന്ദർഭങ്ങളിലൊന്നാണ്. അസുരച്ചുഴിയിലെത്തിയ പൊൻ പേടകം തപസ്വികളുടെ ജടയിലുടക്കുന്നതും നാവികനെത്തി പെട്ടി കരയിലെത്തിക്കുന്നതും പെട്ടി തുറന്ന് കുഞ്ഞിനെ പുറത്തെടുക്കുന്നതും കുഞ്ഞ് ശീതത്താൽ തുമ്മുന്നതും ശിത രോഗമുള്ളവർക്ക് ശിതയെന്ന് പേരിടുന്നതും ജീവിതാനുഭവങ്ങളുടെ തുറസ്സുകളിലേക്ക് കേൾവിക്കാരെ നയിക്കും. വിശ്വാസവും അനുഭവവും തമ്മിലുള്ള പൊരുത്തക്കേടുകൾ എക്കാലവും മനുഷ്യനെ അലട്ടിയിരുന്നു. ഇന്നും സജീവമാണുതാനും. വിശ്വാസത്തിന്റെ പേരിൽ ജീവിതത്തിന്നാധാരമായതെല്ലാം ഉപേക്ഷിക്കാൻ സന്നദ്ധനാകുന്ന മനുഷ്യന്റെ നിസ്സഹായതയും അപഹാസ്യതയുമാണ് ഈ നാടോടിപ്പാട്ടിലെ മുഖ്യ പ്രമേയം.

പ്രപഞ്ചം ആദിയിൽ ജലമയമായിരുന്നുവെന്നും ജലോപരിതലത്തിൽ ഒഴുകിക്കൊണ്ടിരുന്ന പെട്ടിയിൽ കോറഗപ്പെണ്ണും പുരുഷനും ഉണ്ടായിരുന്നുവെന്നും അവർ നഗ്നരും സഹോദരങ്ങളുമായിരുന്നുവെന്നും നാരായണ സ്വാമി അവരെ ദമ്പതിമാരാക്കിയെന്നും മറ്റൊരു പാട്ടിൽ പറയുന്നുണ്ട്. ഇവർക്കുവേണ്ടി ദേവലോകത്തു നിന്ന് ഹോ നു ബസവയ്യ ശഹ്കര ഗന്ധനെർ വിത്ത് കൊണ്ടുവന്നിട്ടാണ് കൃഷി ആരംഭിച്ചത്, ഈ പ്രാപഞ്ചിക ബോധത്തെത്തന്നെയാണ് രണ സിരിയുടെ പാട്ടും ഉറപ്പിക്കുന്നത്.

ചൂതുകളിയിൽ എല്ലാം നഷ്ടപ്പെട്ട നാരായണ സ്വാമി രണ സിരി ദമ്പതികളുടെ സീമന്തപുത്രി കേവലം വിധിവിശ്വാസം കൊണ്ട് ഉപേക്ഷിക്കപ്പെടു

ന്നു. ചൂതാട്ടവും വിധിവിശ്വാസവും മറ്റുപ്രകാരങ്ങളിൽ ഇന്നും സജീവമാണ്. ജ്യോത്സ്യന്റെ പ്രവചനം തെറ്റാണെന്നാണ് ഈ പാട്ട് അന്യത്ര വ്യക്തമാക്കുന്നുണ്ട്. അതുകൊണ്ട് ജീവിതത്തിനെതിർ നിൽക്കുന്ന എല്ലാ വിചാരങ്ങളെയും അപഹസിക്കുകയും പ്രകൃതിയാണ് ആത്യന്തിക സത്യമെന്നും ധ്വനിപ്പിക്കുകയത്രേ രണ സിരിയിലൂടെ ചെയ്യുന്നത്. അതുപോലെ രാമനെന്ന ദിവ്യപുരുഷനെ ഈ പാട്ടിൽ അപമാനിക്കുന്നതും കാണാവുന്നതാണ്. അനുജന്റെ ബലത്തിൽ സൗഭാഗ്യങ്ങൾ നേടുന്ന ജ്യേഷ്ഠനാണിതിൽ രാമൻ. തപശുദ്ധിയിലും ലക്ഷ്മണൻ മുമ്പിൽത്തന്നെ. ബ്രാഹ്മണ ബാലന്മാരുടെ വേഷം ധരിച്ച് വില്ലു കുലയ്ക്കാൻ പോകുന്ന രാമലക്ഷ്മണൻമാരെ പരീക്ഷിക്കുന്ന രാവണന്റെ സ്ഥിതി ഏറെ ശോചനീയം തന്നെ. ശരം തിരിച്ചു കിട്ടിയില്ലെങ്കിൽ കുടുംബം നോക്കുന്നതെങ്ങനെയെന്നു ചോദിക്കുന്ന രാവണന് വാല്മീകിയുടെ രാവണനോട് വിദൂരസാദൃശ്യമുണ്ട്.

രാമകഥയ്ക്ക് ഇന്നത്തെ തുളുനാടടങ്ങുന്ന കർണ്ണാടകത്തിൽ വലിയ പ്രചാരം ഉണ്ടായിരുന്നു. ജൈനമതകേന്ദ്രമെന്ന നിലയിൽ ദക്ഷിണ കർണ്ണാടകം ഏറെ പ്രശസ്തമായിരുന്നു. ഇതിന്റെ സ്മാരകമായുള്ള ജൈന വിഹാരങ്ങൾ ഇവിടെയുണ്ട്. വാല്മീകിയിൽ നിന്നു വ്യത്യസ്തമായി സീതയെ രാവണന്റെയും മണ്ഡോദരിയുടെയും ഔരസപുത്രിയായിട്ടാണ് ജൈനരാമകഥ പരിഗണിക്കുന്നത്. രാമ രാവണ യുദ്ധം അനൗചിത്യം നിറഞ്ഞതാണെന്ന് സൂചനയാണിതു നൽകുന്നത്. ഇതിന്റെ എതിർ പാഠമാണ് മൈ രാവണ കാലഗ എന്ന രാമായണത്തിലുള്ളത്. അതുപോലെ പതിനാറാം നൂറ്റാണ്ടിലെ ജൈമിനി രാമായണത്തിൽ (ഭാരതം?) സീതയുടെ വനവാസ ദുഃഖത്തിനാണ് സവിശേഷ പ്രാധാന്യം നൽകിയിട്ടുള്ളത്. എന്നാൽ തോരവേ രാമായണം ഭക്തിരസനിർഭരമാണ്.

രാമചരിതം മുതൽ നീണ്ടു നിൽക്കുന്ന രാമകഥാപാരമ്പര്യം കേരളത്തിനുമുണ്ട്. അയ്യിപ്പിള്ള ആശാനും കണ്ണശ്ശനും, എഴുത്തച്ഛനും, വീരകേരളവർമ്മ രാജയും രാമകഥ പലവിധത്തിൽ അനുഗാനം ചെയ്തു. വള്ളത്തോളിന്റെ വാൽമീകിരാമായണം തർജ്ജമ മലയാളിക്ക് ഈ വഴിക്ക് കിട്ടിയ മറ്റൊരു സൗഭാഗ്യമാണ്. രാമകഥയുടെ വ്യത്യസ്ത അടരുകളെ ഉപജീവിച്ച് ലഘു ആഖ്യാനങ്ങൾ വേറെയും പലതുണ്ടായി. വ്യത്യസ്ത രൂപത്തിലും ഭാവത്തിലും. സെയ്ത് മുഹമ്മദ് കരിപ്പോട് പ്രസാധനം ചെയ്ത കിളിപ്പാട്ടു രീതിയിലുള്ള നവീന രാമായണം മറ്റൊരു കണ്ണിയാണ്. വയനാടൻ രാമായണവും മാപ്പിള രാമായണവും നാടോടി ആഖ്യാനങ്ങളായി വേറെയും.

കന്നട-മലയാളം പാരമ്പര്യത്തെക്കാൾ നമ്മുടെ ജനപഥ രാമായണങ്ങളോടാണ് രണ സിരിക്ക് അടുപ്പം. ജീവിതാനുഭവങ്ങളുടെ പശ്ചാത്തലത്തിലിരുന്ന് പ്രചുരപ്രചാരം സിദ്ധിച്ച കഥാഖ്യാനത്തിൽ മേര സമൂഹം മാറ്റങ്ങൾ വരുത്തിയതായിക്കരുതണം. പന്ത്രണ്ടു വർഷം ഉപവസിച്ച് വ്രതശുദ്ധനും ദീരനുമായ ലക്ഷ്മണനെക്കുറിച്ച് ആദിവാസികൾക്കിടയിലുള്ള രാമായണാഖ്യാനങ്ങളിൽ പരാമർശ

മുണ്ട്. ഇത്തരം മാറ്റങ്ങൾ സ്വാഭാവികമാണു താനും. സന്ദർഭത്തിൽ ധർമ്മം നിർവ്വഹിക്കുമ്പോഴാണ് ഒരു ഫോക്ലോർ ജനുസ്സിന് കാലത്തെ അതിവർത്തിക്കാനാകുന്നതെന്ന് ഫോക്ലോറിന്റെ പ്രാഥമിക പാഠങ്ങളിലൊന്നാണ്. ഗുരുവിന്റെ ആജ്ഞാനുസരണം മാമ്പഴം തിന്ന ദശരഥപത്നിമാർ ഗർഭം ധരിക്കുന്നതും കൈകേയിയുടെ ഗർഭത്തിൽ ശത്രുഘ്നൻ പിറക്കുന്നതും ദശരഥന് ഏഴു പത്നിമാരുണ്ടെന്ന് കഥയും ലക്ഷ്മണൻ രാവണനെ വധിക്കുന്നതെല്ലാം വ്യത്യസ്ത കാലങ്ങളിൽ വ്യത്യസ്ത സഹൃദയ ബോധത്തിൽ പിറന്ന കൽപ്പനകളാണ്. രമായണത്തിലെയും മഹാഭാരതത്തിലെയും കഥാപാത്രങ്ങളെ സമന്വയിപ്പിച്ചുകൊണ്ടുള്ള ആഖ്യാനങ്ങളുമുണ്ടായിട്ടുണ്ട്. ഈ പാരമ്പര്യ ബന്ധമാണ് രണ സിരിയിൽ നാം കാണുന്നത്.

അതിജീവനവും ഉപജീവനവും സാധ്യമല്ലാത്ത വിധം പലവിധത്തിൽ ഞെരുക്കപ്പെട്ട തീർത്തും ദ്രാവിഡരായ ഒരു സമൂഹത്തിന്റെ പ്രാപഞ്ചിക ദർശനമാണ് ഇതിൽ അടയാളപ്പെട്ടിട്ടുള്ളത്. മേൽ കീഴ് ലോകങ്ങളുടെ പാരമ്പര്യം ഇതിലുണ്ട്. പരശുരാമനെ മാന്ത്രികനാക്കിയ (മഴുവെറിഞ്ഞ് കേരളമുണ്ടാക്കിയ കഥ) വൈദിക പാരമ്പര്യമല്ല ഇവർ പിന്തുടരുന്നത്. മറിച്ച് ഇരുമ്പു യുഗത്തിന്റെ പ്രതിനിധിയാണ് ഇവർക്ക് പരശുരാമൻ. തങ്ങളുടെ പ്രപിതാമഹർ കാടുവെട്ടിത്തെളിയിച്ച് കൃഷിയിടമുണ്ടാക്കിയവർ പരശുരാമനും രാമനും ശിവനും നാരായണനും സീതയും ഗംഗയുമൊന്നും ഇവർക്ക് അവതാര പുരുഷന്മാരല്ല. അനുഭവ സീമയിലെ അമാനുഷ ശക്തിയുള്ള മനുഷ്യരാണ്. ഭൂമിയിലെ ദൈവങ്ങൾ അശരണരുടെ കാവലാളുകൾ സമത്വദർശനം സധ്യമാകുന്ന ഇത്തരം കഥാഖ്യാനങ്ങൾ വർത്തമാന കാലത്തിന്റെ വിപൽ സന്ധികളെ അതിജീവിക്കാൻ പ്രേരണയാകും.

തുളുരാമായണം - ലഭ്യമായ വരികൾ

മേലു ലോകാധിപൻ നാരായണ സ്വാമി
കീലു ലോകാധിപ രണസിരിയും
ഉല്ലാസ യാത്ര ചെയ്തുവല്ലോ!
നടപാതി പിന്നിട്ടു ദമ്പതിമാർ
ഹൊന്നത്തണലിലിരുന്നുവല്ലോ.
ചൂതാട്ടമൊന്നു തുടങ്ങി വേഗം
നന്നായ് നിറച്ചൊരു കർപ്പൂരത്തിൽ
താലവും പോയി തു ചൂതാട്ടത്തിൽ
ചെപ്പടിവിദ്യയാൽ പിന്നെയവൻ
കൈക്കൊണ്ടാ താലമിതരുമയല്ലോ!
ഊന്നുവടിയും പോയി തല്ലോ
വെള്ളിയ ലുക്കുകൾ ചേർന്നതല്ലോ!
മാന്തിരകക്കോലും പോയിതല്ലോ
ചെപ്പടി വിദ്യയാൽ നേടിടുന്നു
മാലയും പോയി വളയും പോയി
ചെപ്പടിവിദ്യയാൽ നേടിയല്ലോ!

ഹൊന്നമരത്തിന്റെ ചോട്ടിലവൻ
തമ്മിലായ് ചേർന്നു പുണർന്നുവല്ലോ!
തിരികെയവരും പോയിതല്ലോ
സ്വന്തമാം കൊട്ടാരം തന്നിതിങ്കൾ
തീണ്ടാരിയായി ത്തുടർന്നുവല്ലോ
രണസിരി മൂന്നാളിരുന്നുവല്ലോ
നാലാം നാൾ കുളിച്ചവൾ ശുദ്ധയായി
ആയിടെ ഗർഭം ധരിച്ചിടുന്നു
അരി നിറമാർന്നവൾ മാസമൊന്നിൽ
എള്ളിന്റെ നിറമാർന്നുമാസം രണ്ടിൽ
മുത്തിന്റെ നിറമല്ലോ മൂന്നാം മാസം
നാലിലൊനാഗപ്പൂ വിടർന്നപോലെ
അഞ്ചിൽ വിടർന്നു വിലസീടുന്നു
ആറിലോ നക്ഷത്ര കാന്തിയാർന്നു
ഏഴിലോവെങ്കല കാന്തിയല്ലോ
ഒമ്പതിൽ നിറവയറാർന്നുവല്ലോ

പത്തിലോ പെറ്റു രാജ്ഞിയവൾ
പെൺകുഞ്ഞൊന്നു പിറന്നാറെ
ജ്യോത്സ്യനെ ചെന്ന് കാണുന്നുണ്ടേ
വസന്തമൊന്നു തീരുമ്പോൾ
വേനലൊന്നു കത്തിടുമ്പോൾ
വരുവാനെന്തി വിടത്തിൽ
ജ്യോത്സ്യർ തൻ വാക്കുകൾ കേൾക്കുന്നേരം
നാരായണ സ്വാമി മൊഴിഞ്ഞിടുന്നു.
തീർക്കണം ജാതക മൊന്നെനിക്കായ്
പൊന്നു മകളുടെ തലക്കുറിപ്പ്
കവടി നിരത്തുന്നു ജ്യോത്സ്യരല്ലോ
മഹിത ഭാവേന ചിരിച്ചീടുന്നു.
ശ്രദ്ധിച്ചു കേൾക്കണം സ്വാമിയാരേ
പിറവി നിമേഷത്തിൽ ദുശ്ശകുനം
പിറവിയ മാവാസി നാളിലാണേ
കുഞ്ഞു പൈമ്പാൽ കുടിച്ചിടുമ്പോൾ
അമ്മ നിനയാതെ ചത്തുപോകും.
കുഞ്ഞനുരുള വിഴുങ്ങുന്നേരം
അച്ഛനും പോയിടും പൊരുളിതല്ലോ.
ഞെട്ടിവിറച്ചിതു സ്വാമിയാരും
കെട്ടിതു ബോധവും സ്വാമിയാർക്ക്
കോവിലിലേക്കിതു പോകുന്നുണ്ടേ
രണ സിരിയും വന്നു ചേരുന്നുണ്ടേ
നേരുകളോതുന്നു സ്വാമിയാരും
രണ സിരി വീഴുന്നു ബോധമറ്റ്
എന്തൊരു ദുർവിധി ദൈവങ്ങളേ
കേണു ഞാൻ പൊന്നു കിടാങ്ങൾക്കായ്
തോഷിച്ചാൽ ആന്ദക്കണ്ണീരോടെ
എന്തിതു തള്ളണോ കൊള്ളണോ ഞാൻ
എങ്ങോട്ടു തള്ളീടും പൊൻ കിടാവേ
വടക്കുള്ള മുഗ തേൾക്കു കൊടുക്കണോ ഞാൻ
എങ്ങനെ കൊടുത്തീടും മുഗതേക്ക് ഞാൻ
ആർക്ക് കൊടുത്തിടും സമ്മാനമായ്
പടിഞ്ഞാറെ ചോല്യാർക്ക് കൊടുത്തിടട്ടെ
എങ്ങനെ കൊടുത്തീടും ചോല്യാർക്കു ഞാൻ
ആർക്കു കൊടുത്തീടും സമ്മാനമായ്
തെക്കില ദേവർക്കായ് ഏകിടട്ടെ
വടക്കേലെ രാജർക്ക് നൽകിടട്ടെ
എങ്ങനെ നൽകും ഞാൻ പൊൻ കുഞ്ഞിനെ!
ആർക്കു ഞാനേകീടും സമ്മാനമായ്
ഭൂമിക്കു നൽകിയാൽ സമ്മാനമായ്
മാറീടുമൊച്ചായും കൈപ്പാടായും
ആർക്കു ഞാനേകീടും സമ്മാനമായ്
അഗ്നിക്കു നൽകീടും ഞാനവളെ
പുകയായി മാറില്ലേ പൊന്നോമന
ഇരുട്ടിലകപ്പെടും ലോകമെല്ലാം
ആർക്കു ഞാനേകിടും പോൻ മകളേ
ഗംഗയ്ക്കായ് സമ്മാനമേകിടാമോ
ശിവഗംഗ പാടിയുറക്കീടുമേ.
അങ്ങനെയാകട്ടെ എന്നു ചൊല്ലി
തച്ചനെയൊന്നു വരുത്തുന്നുണ്ടേ.
പെട്ടി തീർത്തീടണേ വൈകീടാത
ഹൊന്നരളിയൊന്നു മുറിച്ചീടേണം
സ്വർണ്ണവും പൂശണം ചേലിലായി.
പന്ത്രണ്ടു കള്ളികൾ വേണമല്ലോ
പന്ത്രണ്ടു വാതിലും വേണമല്ലോ
ആശാരിചെക്കനും തീർക്കുന്നല്ലോ
നല്ലോരു പെട്ടിയിതാജ്ഞപോലെ.
നാരായണ സ്വാമി വന്നിടുന്നേൻ
പെട്ടിയുമൊന്നു നോക്കുന്നുണ്ടേ.
ആളെ വിടുന്നുണ്ട് നാലുപാടും
ഗംഗയ്ക്കു കുഞ്ഞിനെയേകിടുമ്പോൾ
എത്തണമേവരും സാക്ഷിയായി
ഗ്രാമങ്ങൾ തോറും ചെന്നിടുന്നു
ചെവിയോടു ചെവിയിതു കേട്ടുവല്ലോ.
പെട്ടിയൊരുക്കുന്നു ദമ്പതിമാർ
ഒന്നാം കള്ളിയിലരിനിറച്ചു
ധാന്യമോ രണ്ടാം കള്ളിയിലും
മൂന്നാമത്തേതിലോ സ്വർണ്ണമല്ലോ
നാലിലോ ചേലുറ്റ പൂക്കളല്ലോ.
പിന്നെയൊരുക്കുന്നു വേണ്ടതെല്ലാം
ഒടുവിലായ് വെയ്ക്കുന്നു കുഞ്ഞിനേയും
പെട്ടെന്നടയ്ക്കുന്നു മൂടിയല്ലോ
കണ്ണീരും കൈയുമായ് നിന്നുവല്ലോ
വെമ്പുന്നു വീർത്തുള്ള മുലത്തടങ്ങൾ
ദേവകളെയെല്ലാം സാക്ഷിയാക്കി
പെട്ടി നീക്കീടുന്നുആറ്റിലേക്കായ്
പുഴതൻ കരമാ പൊൻ തരിയേ
പുഴതന്നലകളാ പെൺ തരിയേ
അതിവേഗം താരാട്ടു പാടിക്കൊണ്ടേ
അസുരച്ചുഴിയിതിലെത്തിക്കുന്നു
സന്യാസിമാരവർ പന്ത്രണ്ടു പേർ
തീരത്തിൽ ധ്യാനിച്ചിരുന്നിടുന്നു
ജടയതാ നീണ്ടു പടർന്നുവല്ലോ
പെട്ടിയതിൽത്തൊട്ടു നിന്നിടുന്നു

മാന്തികനായൊരു തോണിക്കാരൻ
വന്നിതു മഹർഷിതൻ ചൊല്ലിനാലേ
ജടയൊന്നുടക്കിപ്പെട്ടിയിലും
കരയിലെത്തിക്കണം വൈകിടാതെ
പെട്ടിയരികിലായ് കൊണ്ടു വെച്ചു
മാന്ത്രികനായൊരു തോണിക്കാരൻ
പെട്ടി പൊളിച്ചു നോക്കിടണ്ട
പന്ത്രണ്ടുപേരവർ താപസന്മാർ
അത്ഭുതം കൂറി നാ നായവരും
ഓമനപ്പൈതലേ കണ്ടവാറേ
തോഷമടക്കാൻ വയ്യവർക്കും
കുഞ്ഞിതു ശീതത്താൽ തുമ്മീടുന്നു
മൂന്നു തടവിതു ശീതത്താലെ
അതിനാലവർക്കൊരു പേരു വന്നു
ശീതയെന്നല്ലോ പേരിവർക്ക്
വേളി നടത്തീടണം വൈകിടാതെ
മത്സരമൊന്ന് നടത്തീടേണം
വില്ലു കുലയ്ക്കണം വേണ്ടുന്നോരും
പെരുമ്പറയൊന്നു മുഴക്കിയല്ലോ
വിളംബരമെല്ലാരും കേട്ടുവല്ലോ
ദേവകളെല്ലാരും വന്നുവല്ലോ
പുഞ്ചേലി ലോകത്തെ ദേവരല്ലോ.
വില്ലുകുലച്ചു വേട്ടിടുവാൻ
സ്വർണമയമാമിരിപ്പിടത്തിൽ
സീതയിരുന്നു നോക്കുന്നേരം
കാൽക്കീഴിൽ വെച്ചൊരു വില്ലുപൊക്കാൻ
ആർക്കുമേ ത്രാണിയൊട്ടില്ലയല്ലോ.
പടിഞ്ഞാറു നാട്ടിന്നധിപനല്ലോ
ലങ്കയിൽ വാഴുന്ന രാവണനും
ഉറക്കത്തിൽ ക്നാവൊന്നു കണ്ടുവല്ലോ
വില്ലു കുലയ്ക്കലിൻ ചിത്രമെല്ലാം
ഒന്നൊന്നായ് സ്വപ്നത്തിൽ കണ്ടിടുന്നു.
പിറ്റേന്നെഴുന്നേറ്റു പോകുന്നല്ലോ
വില്ലുകുലച്ചിടാൻ ആർത്തിയാണ്
വില്ലെടുക്കാനായൊന്നോങ്ങുന്നല്ലോ
നടുവൊടിഞ്ഞങ്ങു വീണിതല്ലോ.
പല്ലെല്ലാം പോയി തൂ വീഴ്ചയിലും
രാവണൻ തോറ്റുമടങ്ങിയല്ലോ!
രാമനതുകാലം കേട്ടുവല്ലോ
ശീതതൻ മംഗലവാർത്തയെല്ലാം
കേട്ടാലും ലക്ഷ്മണാ കേട്ടാലും നീ
കീലു ലോകത്തിലെ വാർത്തയിതു
അമ്പെയ്തു മത്സരം നടന്നിടുന്നു
ശീതതൻ വേളി നിജപ്പെടുത്താൻ
നമ്മളിരുവരും പോയിടേണം
വില്ലുകുലച്ചു ജയിച്ചിടുവാൻ
അതിനായി പന്ത്രണ്ടു കൊല്ലത്തോളം
നോമ്പുനോറ്റങ്ങിരുന്നിടേണം
തുറന്നൊന്നു വായനീ കാട്ടിടേണം
ആയതു കാട്ടുന്നു ലക്ഷ്മണനും
ചിലന്തിവലയതു കാണുന്നല്ലോ
പാലു കുടിച്ചില്ല കായകളും തിന്നില്ല
പൈദാഹമൊട്ടുമേ ഓർത്തതില്ല
അപ്പോൾ മൊഴിയുന്നു പൊന്നനുജൻ
കേൾക്കണം ചേട്ടാ നീ എൻ ഹൃദന്തം
ഊട്ടിയില്ലെന്നേ നീ ഈയിടെയായ്
എല്ലാമറിയുന്നോൻ നീ താനല്ലോ
പോയിടാമിപ്പോൾ നമുക്കതിനായ്
ഞാനൊ ജയിച്ചിടും ശങ്ക വേണ്ട
ശീതയോ നിന്നിലേ ചേരുമല്ലോ!
അന്തണ വേഷമണിഞ്ഞവരും
വേഗേന പോയിതാ മോഹമോടെ
രാവണൻ പാതകി വരുന്ന കണ്ടു
നേരും നെറിയും മറന്നിടുന്നോ,
അന്തണ ബാലരിതെങ്ങു പോണൂ
അന്തണബാലരിതെവിടെ നിന്ന്
കേട്ടാലും നിങ്ങളെൻ പുണ്യാത്മാവേ
കീലു ലോകം നോക്കി പോയിടുന്നു
ശീതയ്ക്കായ് വില്ലു കുലച്ചിടേണം.
രാമന്റെ മുന്നിലായ് നിന്നു ഞാനും
വില്ലുകുലച്ച് ഞാൻ കാട്ടിടണ്ട്
ശീതയെക്കൊണ്ടേ തിരിക്കു ഞങ്ങൾ
ലക്ഷ്മണൻ മൊഴിയിതു കേട്ടവാറെ
ലങ്കാധിപനായ രാവണൻ ഞാൻ
രാക്ഷസവംശത്തിനധിപനല്ലോ.
രാവണൻ മൊഴിയിതു പുറപ്പെടുന്നു
കേൾക്കണം ബാലരെ നിങ്ങളൊന്ന്
വില്ലുകുലയ്ക്കാനോ പോന്നതെങ്കിൽ
കാട്ടണം നിൻ വീറ് ഒന്നെനിക്ക്
അമ്പൊന്ന് നിൻ മുന്നിൽ വെച്ചിടുന്നു.
കുലയ്ക്കാമോ നിങ്ങൾക്ക് ശങ്കയെന്യേ!
ലക്ഷ്ണമൻ വേഗാൽ അടുത്തിടുന്നു
ചൂണ്ടുവിരൽ കൊണ്ടു പൊക്കി വില്ലും
ഏഴു കടലും കടത്തിടുന്നേൻ
ഇടതുകരം കൊണ്ടു ചെയ്തു കൃത്യം
രാവണൻ നാണിച്ചു കുമ്പിടുന്നു.

കേൾക്കണം ബ്രാഹ്മണബാലൻമാരേ
ആളറഞ്ഞീടാതേ ചെയ്തു കൂട്ടി
പാടെല്ലാം പൊറേണം ബാലന്മാരേ
കാക്കണം ഭാര്യയെ കുഞ്ഞുങ്ങളേ
അമ്പല്ലോ ആശ്രയം കാടൻമാർക്ക്
രാവണൻ വാക്കുകൾ കേട്ടിടുമ്പോൾ
ചെപ്പടിവിദ്യ കൊണ്ടെന്നപോലെ
വന്നിതു കാൽക്കീഴിൽ വിട്ടൊരമ്പും
പിന്നെയൊട്ടുമേ വൈകിയില്ല.
കീലു ലോകത്തിലെത്തിയല്ലോ.
വില്ലൊന്നു തൊട്ടു വണങ്ങുന്നുണ്ട്
ശരമേറ്റിയുന്നം പിടിക്കുന്നുണ്ട്
ശരമൊന്നയച്ചു വിട്ടുവല്ലോ
വിജയത്തിൽ ഞാനൊലി കേട്ടുവല്ലോ.
ലക്ഷ്മണൻ ചെന്ന് വണങ്ങുന്നുണ്ട്
വേൾക്കേണം ചേട്ടാ നീ ശീതയെത്താൻ
ആഘോഷമായ്ത്തന്നെ വെട്ടിടേണം
മുനിമാരുമെല്ലാം എത്തുന്നുണ്ടേ
നന്നായി വേളി കഴിക്കുന്നുണ്ടേ
പിന്നെ പുറപ്പെട്ടു കൊട്ടാരത്തിൽ
ലക്ഷ്മണൻ കാട്ടിയ മാർഗ്ഗത്തൂടെ
പാതിവഴിയിതു പിന്നിടുമ്പോൾ
പെരിയൊരു പാറയിടുക്കിൻ മീതെ
നന്നായ് ഇരുന്ന് തപം ചെയ്തിടുന്ന
യതികൾതൻ കൂട്ടം കാണായ് വന്നു.
കാകനൊരുവൻ പറന്നിടുന്നു
തുറിയും കാറിയും മാമുനിമേൽ
ലക്ഷ്മണൻ വിട്ടാനൊരു ശരത്തെ
കാകൻതൻ പിന്നാലെ ദിക്കുതോറും
തിരുപ്പതിയും പിന്നെ കൊല്ലൂരും
ധർമ്മസ്ഥലയും പിന്നെ കോടേശ്വരവും
കാകാനുപിന്നാലെ ചെന്നോരമ്പ്
കമ്പിതമാക്കിനാ, പാരിടത്തെ
മണ്ഡോദരിയെന്നു പേരുള്ളോരു
കാക്കതൻ കണ്ണിൽ തറച്ചാനമ്പും.

ജനകീയ ജനപ്രിയ കലകളിലെ രാമസങ്കല്പം

കരിവെള്ളൂർ മുരളി

കർക്കിടക മാസത്തിലെ രാമായണപാരായണവും സന്ധ്യാനേരത്തെ രാമനാമജപവും മാറ്റി നിർത്തിയാൽ മലയാളി മനസ്സിൽ രാമസങ്കല്പം എത്രത്തോളം രൂഢമൂലമാണ് എന്നത് തർക്കവിഷയമാണ്. എന്തായാലും വടക്കേ ഇന്ത്യയിലെ വൈഷ്ണവർക്കിടയിൽ ആപേക്ഷികമായി വലിയ അളവിലുണ്ടായിരുന്ന രാമാരാധനയും സങ്കല്പവും, ബ്രാഹ്മണാധിനിവേശത്തിലൂടെ മലനാട്ടിലും പകർത്താൻ ശ്രമിച്ചിട്ടുണ്ടെങ്കിലും മലയാളി മനസ്സിൽ കൃഷ്ണനോ ശിവനോ മറ്റു ഭഗവതി സങ്കല്പങ്ങൾക്കോ സൃഷ്ടിക്കാൻ കഴിഞ്ഞ സാർവ്വത്രികത ക്ഷേത്രാരാധനയുടെയും സങ്കല്പത്തിന്റെയും വഴിയിലൂടെ ശ്രീരാമന്റെ പേരിൽ സൃഷ്ടിക്കാന് കഴിഞ്ഞിട്ടില്ല. യജ്ഞങ്ങളും യാഗങ്ങളുമല്ലാതെ വിഗ്രഹാരാധനയും ക്ഷേത്രസങ്കല്പവും വടക്കേ ഇന്ത്യൻ ബ്രാഹ്മണ സമൂഹത്തിൽ ഇന്നത്തേതു പോലെ വ്യാപകമായിരുന്നില്ലെന്നതും കാരണമായിരിക്കണം. ആറാം നൂറ്റാണ്ടിനു ശേഷം സ്ഥാപിക്കപ്പെട്ട ബുദ്ധവിഹാരങ്ങൾ ബ്രാഹ്മണാധിനിവേശത്തെത്തുടർന്ന് ശിവക്ഷേത്രങ്ങളാക്കി മാറ്റിയതും ശിവക്ഷേത്രങ്ങളുടെ താരതമ്യേനയുള്ള ആധിക്യത്തിന് (10 ശിവക്ഷേത്രങ്ങൾ) കാരണമായിത്തീർന്നുവെന്ന് അനുമാനിക്കണം. തിരുവങ്ങാട്, തൃപ്രയാർ, തൃപ്പൂണിത്തുറ, നീർവേലി (കണ്ണൂർ), മാമല്ലശ്ശേരി (എറണാകുളം) രാമപുരം (മലപ്പുറം) ആലത്തിയൂർ ഹനുമാൻക്ഷേത്രം (മലപ്പുറം) ചെറുതാഴം രാഘവാനന്ദപുരം, തിരുവില്ലാമല, ശ്രീരാമൻ വിലാദ്രിനാഥൻ, എന്നീ 10 ക്ഷേത്രങ്ങൾ മാത്രമാണ് അറിയപ്പെടുന്ന ശ്രീരാമക്ഷേത്രങ്ങൾ. ശ്രീരാമൻ, ഭരതൻ, ലക്ഷ്മണൻ, ശത്രുഘ്നൻ എന്നീ വിഗ്രഹങ്ങൾ പ്രതിഷ്ഠിക്കപ്പെട്ടിട്ടുള്ള തൃപ്രയാർ മുതൽ പായമ്മേൽ ശത്രുഘ്നക്ഷേത്രം വരെയുള്ള നാലമ്പലങ്ങളുടെ ദർശനം കർക്കിടക മാസത്തിലെ രാമാരാധനയുടെ ഭാഗമാണ്. ഒരു ദൈവസങ്കല്പമെന്നതിലുപരിയായി പഴയ എഷ്യാറ്റിക് സമൂഹങ്ങളിലാകെ നിലനിന്നിരുന്ന ഒരു സാംസ്കാരിക സ്വരൂപം എന്ന നിലയിലാണ് കേരളത്തിൽ രാമസങ്കല്പത്തിന്റെ പ്രസക്തി എന്നു കരുതുന്നു. നമ്മുടെ കുടുംബബന്ധങ്ങളുടെയും സന്മാർഗ്ഗ നിഷ്ഠയുടേയും അടിസ്ഥാനമൂല്യങ്ങളെ ഉയർത്തിപ്പിടിച്ച കൃതി എന്ന നിലയിലാണ് രാമായണം ഇപ്പോഴും നിലനിൽക്കുകയും അതിജീവിക്കുകയും ചെയ്യുന്നത്. അതുകൊണ്ട് ഒരു സാംസ്ക്കാരിക ധാരയായി നമ്മുടെ കലയിലും സാഹിത്യത്തിലുമെല്ലാം രാമസങ്കല്പം കാലാകാലങ്ങളായി തുടരുന്നുണ്ട്.

മലയാളത്തിലെ ജനകീയ-ജനപ്രിയകലാരൂപങ്ങളിലെ രാമസങ്കലപ്ത്തെ കണ്ടെത്താനുള്ള ഒരു അന്വേഷണമാണ് ഈ പ്രബന്ധത്തിന്റെ പരിധിയിൽ വരുന്നത്.

ഫോക്‌ലോറിലെ രാമസങ്കല്പത്തെക്കുറിച്ച് പ്രത്യേകമായ ഒരു പഠനം തന്നെ ഇവിടെ നടക്കുന്നുണ്ട്. അതുകൊണ്ട് തീർത്തും ജനകീയമായ അജ്ഞാത കർത്തൃകമായ നാടൻപാട്ടുകളിലെയും വാമൊഴിപ്പാട്ടുകളിലെയും രാമസാന്നിദ്ധ്യത്തെക്കുറിച്ചു വിസ്തരിക്കാൻ ഞാൻ ഉദ്ദേശിക്കുന്നില്ല. പക്ഷേ ഏഷ്യാറ്റിക് സമൂഹത്തിലാകെ പരന്നു കിടന്നിരുന്ന രാമായണത്തിന്റെ എണ്ണമറ്റ പാഠങ്ങൾ പോലെ, വടക്കൻ കേരളത്തിൽ പ്രധാനമായും കടത്തനാടൻ ഭാഗങ്ങളിൽ പാടിക്കേട്ടിരുന്ന മാപ്പിളരാമായണം പ്രത്യേകം പരാമർശമർഹിക്കുന്നുണ്ട്. ഇന്തോനേഷ്യയിലും മലേഷ്യയിലും തായ്‌ലന്റിലും എത്രയോ പാഠങ്ങളും അതിനെ മുൻനിർത്തിയുള്ള രംഗാവതരണങ്ങളും ഇപ്പോഴും നിലനിൽക്കുന്നതുപോലെ വടകരഭാഗത്ത് മാപ്പിളമാർക്കിടയിൽ ദീർഘകാലമായി പ്രചാരത്തിലുണ്ടായിരുന്നതും ടി.എച്ച്. കുഞ്ഞിരാമൻ നമ്പ്യാർ ശേഖരിച്ചതുമായ മാപ്പിള രാമായണത്തിലെ വരികൾ ഒരു സമൂഹം രാമായണത്തെ ഉൾക്കൊണ്ടതിന്റെ ജീവസ്സുറ്റ സാക്ഷ്യപത്രമാണ്.

"പണ്ടുതാടിക്കാരനൗലി പാടിവന്ന പാട്ട്
കേട്ടതല്ലേ നമ്മളീരാമായണം കഥപാട്ട്
കർക്കിടകം കാത്ത്കാത്ത് കുത്തിരിക്കുംപാട്ട്
കാത് രണ്ടിലും വിരല് ചൊല്ലി ചോര് കൂട്ടും പാട്ട്
കോമ്പലത്തിലെ ദശരഥൻ മൂന്ന് പെണ്ണു കെട്ടിയപാട്ട്
അമ്മികുമ്മായം പൊടിഞ്ഞും മക്കളില്ലാപാട്ട്
പായസം കുടിച്ച് മൂന്നും നാലുപെറ്റ പാട്ട്
നാലിലും മൂന്നാട ലാമൻ ഏല് കൂട്ടും പാട്ട്
കെട്ടിയോക്ക് ബരം കൊടുത്ത് സുയിപ്പിലായപാട്ട്
കെട്ടിയോക്ക് ബരം കൊടുത്ത് ഹലാക്കിലായ പാട്ട്"

ശൂർപ്പണഖ ചമയങ്ങളുമായി വരുന്ന ഭാഗം

"കുന്നും മലയും
കുന്നും മലയും കേറി കീഞ്ഞ് ചെലമ്പ് ഞെരുക്കം
വന്നൊരു സുന്ദരി രാവണന്റെ പെങ്ങളമ്മ
പൊന്നുപെരുത്തൊരു/പാതളത്തിലെ സുൽത്താൻ മയ്യത്തായി
ശീലംകെട്ടോക്കിന്നും വേണം മാപ്പളയൊന്ന്
ആങ്ങള ലാവണ ലാശാവോട് സങ്ങതി ചൊല്ലി...
പെങ്ങളുകണ്ടാ സമ്മതമാണെന്നവരും ചൊല്ലി
ഒറ്റയ്ക്കൊറ്റ വെളുത്തു നരച്ച തലയിലെ ലോമം
കട്ടക്കരിയും തേനും ചേർത്ത് കറുപ്പിക്കണ്ണ്
മറ്റേ വീട്ടിലെ പാത്തുമ്മാനെ തേടി വര്ത്തി
ഒത്തൊരുകൂലി പറഞ്ഞ് തലയോ മുപ്പിരികൂട്ടി
വട്ടക്കിണറ് കണക്ക് കുയിഞ്ഞ വട്ടക്കണ്ണ്

ചുറ്റിലുമഞ്ജനമിട്ട് നല്ലൊരു കൽത്തറകെട്ടി
പണ്ടേമൂത്തുമയ്യത്തായ മൂത്തുമ്മാന്റെ
കുണ്ടാമണ്ടിപ്പെട്ടി തുറന്നു പൊന്നുവാരി
കാതിന്നപ്പുറമിപ്പുറമൊന്നു മുക്കിത്തേച്ച്
കാതിലെ വമ്പൻ തോടയിട്ട് കാതൊന്നാട്ടി..."

രാമനോട് പ്രണയാഭ്യർത്ഥന.

"പൂവുവെച്ച് തോലുകൊണ്ടുതറ്റുടുത്ത
നല്ലൊരാണാംലാമനെ നോക്കി പൂതിവന്ന്
പുന്നാരപ്പൂവുമ്മ ബീവി ശൂർപ്പണം
കിന്നാരക്കണ്ണിച്ചിയോതി ലാമനോട്
ആരായിങ്ങള്..
ആരായിങ്ങള് ബാലിയക്കാരാ പെരെന്താടോ...
കൂടെക്കാണുന്നാരാപെണ്ണ് ബീടരാണോ...
മക്കളില്ലേ...
മക്കളില്ലേ... കൂടെ മരുമക്കളില്ലേ...
കൊക്കുംപൂവും ചോന്ന പെണ്ണ് പെറ്റിട്ടില്ലേ....
ഞാനോലാമൻബീടര് സീത പെറ്റിട്ടില്ല
കൂടെയനുജൻ കൂട്ടിനു ലക്ഷ്മണനരികത്തുണ്ട്
ബാപ്പാനാട് കോസലനാട് കുസലടിനാട്
കാരണമുണ്ടീ കാട്ടില് വന്നത് നീയാരുമ്മ..?"

ലോകത്ത് ഏറ്റവുമധികം മുസ്ലീംങ്ങൾ അധിവസിക്കുന്ന ഇൻഡോനേഷ്യയിൽ മാത്രമല്ല രാമായണം ജീവിതത്തിന്റെയും സംസ്കാരത്തിന്റെയും ഭാഗമായിത്തീർന്നിരിക്കുന്നതെന്ന് മാപ്പിളരാമായണത്തിന്റെവരികളും വ്യക്തമാക്കുന്നു. മതകാലുഷ്യത്തിന്റെ ആയുധമായി രാമായണത്തെത്തന്നെ പ്രയോഗിക്കാൻ ശ്രമിക്കുന്ന ശക്തികൾക്ക് മറുപടി നൽകുകയാണ് മാപ്പിളരാമായണവും. ജനകീയവും ജനപ്രിയവുമായിത്തീർന്ന പാട്ടുകൾ സംഗീതനാടകങ്ങൾ വഴിയാണ് പത്തൊമ്പതാം നൂറ്റാണ്ടിന്റെ അന്ത്യപാദത്തിൽ പ്രചരിച്ചുകൊണ്ടിരുന്നത്.

1882 ലാണ് ആദ്യത്തെ മലയാള നാടക കൃതിയായി കേരളവർമ്മ വലിയകോയിത്തമ്പുരാന്റെ 'കേരളീയഭാഷാ ശാകുന്തളം' പുറത്തു വരുന്നത്. അതേ ദശകത്തിൽ തന്നെ 1888 ൽ രാമഭദ്രദീക്ഷീതരുടെ സംസ്കൃതനാടകത്തെ മുൻനിർത്തി ചമ്പത്തിൽ ചാത്തുക്കുട്ടി മന്നാടിയാരുടെ 'ജാനകീപരിണയം' രംഗത്തെത്തിയിരുന്നു. രാമായണത്തിൽ നിന്നും ഉരുവം കൊണ്ട മലയാളനാടകം മന്നാടിയാരുടെ ജാനകീപരിണയം തന്നെയാണ്. ചാത്തുക്കുട്ടി മന്നാടിയാർ തന്നെ ഭവഭൂതിയുടെ ഉത്തരരാമചരിതത്തെ മുൻനിർത്തി എഴുതിയ നാടകമാണ് 1892 ലെ ഉത്തരരാമചരിതം. അതാണ് നാടകത്തിൽ ആവിഷ്കരിക്കപ്പെട്ട രണ്ടാമത്തെ

രാമസങ്കല്പം.

വി. നാരായണ ശാസ്ത്രി രചിച്ച 1915 ലെ രാമനാടകം' പി.വി. ഗോപാലകൃഷ്ണന്റെ രചനയായ 1925 ലെ 'പാദുകപട്ടാഭിഷേകം' എന്നിവയും രാമായണത്തെയും രാമകഥയെയും ഉപജീവിച്ചുള്ള നാടക പരിശ്രമങ്ങളാണ്. 1930 ൽ ആർ. നാരായണപണിക്കരുടെ സീതാനിർവ്വാസം, 1941 ൽ കെ.എം. പണിക്കരുടെ 'മണ്ഡോദരി' 1950 ൽ ദ്വിജേന്ദ്രലാൽ റായ്യുടെ മൂലകൃതിയെ അടിസ്ഥാനമാക്കി പി. കുഞ്ഞിരാമൻ നായർ രചിച്ച 'സീത', 1956 ലെ ചിറ്റൂർ രാമചന്ദ്രമേനോൻ രചിച്ച 'സീതാകല്യാണം' എന്നിവയെല്ലാം രാമസങ്കല്പത്തിന്റെ കേരളത്തിലെ നാടകാവിഷ്കാരരൂപങ്ങളാണെങ്കിലും അരങ്ങിൽ ഇവയെല്ലാം എത്രത്തോളം വിജയകരമായിരുന്നുവെന്നതിനും പ്രേക്ഷകരെ എത്രമാത്രം ആകർഷിച്ചിരുന്നുവെന്നതിനും വ്യക്തമായ തെളിവില്ല. പത്തൊമ്പതാം നൂറ്റാണ്ടിന്റെ അവസാന പാദത്തിലും ഇരുപതാം നൂറ്റാണ്ടിന്റെ ആദ്യ ദശകങ്ങളിലും സദസ്സുകളെ ഇളക്കി മറിച്ചുകൊണ്ടിരുന്നത് തമിഴ്-മലയാളം സംഗീത നാടകങ്ങളാണ്. ഹരിശ്ചന്ദ്രചരിതം, സത്യവാൻ-സാവിത്രി, സാദിറാം ചരിതം, അല്ലി റാണി ചരിതം, കോവിലൻ ചരിതം, വള്ളിത്തിരുമണം, നന്തനാർചരിതം തുടങ്ങി ദ്രാവിഡ ഗോത്രജീവിത പാരമ്പര്യത്തിന്റെ തുടർച്ചകളായ കഥകളും പുരാവൃത്തങ്ങളും സംഗീത നാടകങ്ങളിൽ നിറയുമ്പോഴും രാമായണ കഥകളിലൊന്നുപോലും അതിൽ പ്രമേയമായി വന്നില്ലെന്നത് സവിശേഷപ്രാധാന്യമർഹിക്കുന്നു.

പിൽക്കാലത്ത് നാടകത്രയം എന്നറിയപ്പെട്ട സി.എൻ. ശ്രീകണ്ഠൻ നായരുടെ മൂന്ന് രചനകൾക്ക് കാഞ്ചനസീത (1961) സാകേതം (1975) ലങ്കാലക്ഷ്മി (1976) വളരെയധികം ചർച്ച ചെയ്യപ്പെടുകയും മികച്ച രംഗാവതരണങ്ങൾ ലഭിക്കുകയും സാഹിത്യകൃതി എന്ന നിലയിലും വലിയ പരിഗണന ലഭിക്കുകയും ചെയ്തു. അവയെക്കുറിച്ചുള്ള ഒരു പ്രത്യേകപഠനം ഉള്ളതിനാൽ ഈ അന്വേഷണം അതിലേക്കു കടക്കുന്നില്ല. എന്നാൽ ഉത്തരകേരളത്തിൽ ഒതുങ്ങിപ്പോയ ഉജ്ജ്വലമായ ഒരു നാടകധാരയുടെ ഭാഗമായി അവതരിപ്പിക്കപ്പെട്ട വിദ്വാൻ പി. കേളുനായരുടെ രണ്ടു നാടകങ്ങൾ ലങ്കാദഹനം, (1921) പാദുകപട്ടാഭിഷേകം എന്നിവ അവയുടെ രചനാ സവിശേഷത കൊണ്ടുമാത്രമല്ല സാമൂഹിക-രാഷ്ട്രീയ പ്രതിജ്ഞാബദ്ധതകൊണ്ടും പ്രത്യേക പഠനമർഹിക്കുന്നു.

മഹാകവി കുട്ടമത്തിന്റെയും വിദ്വാൻ പി. കേളുനായരുടെയും നാടകങ്ങൾക്കുണ്ടായിരുന്ന പ്രത്യേകത തന്നെ പുരാണേതിഹാസങ്ങളുടെ നിഴലിലിരുന്നു കൊണ്ട് അവർ അഭിസംബോധന ചെയ്തത് വർത്തമാനകാല രാഷ്ട്രീയ പ്രശ്നങ്ങളെയാണ് എന്നതാണ്. 1901 ൽ ജനിച്ച വിദ്വാൻ പയനി കേളുനായർ യൗവ്വനത്തിൽ തന്നെ തികഞ്ഞ സ്വാതന്ത്ര്യ പോരാളിയായിരുന്നു. കവി, ഗാനരചയിതാവ്, ഗായകൻ, സംഗീതജ്ഞൻ, പ്രസംഗകൻ എന്നീ നിലകളിലൊക്കെ അത്യന്തം ശോഭിച്ചിരുന്ന അദ്ദേഹം വടക്കൻ കേരളത്തിലെ ദേശീയ പ്രസ്ഥാന

ത്തിന്റെ സ്ഥാപക നേതാക്കളിലൊരാളാണ്. ലങ്കാദഹനവും, പാദുകപട്ടാഭിഷേകവും രാമായണം കഥയെ ഇതിവൃത്തമാക്കുമ്പോഴും അതിൽ പ്രസരിക്കുന്നത് സ്വാതന്ത്ര്യബോധവും ദേശീയപ്രസ്ഥാനത്തിന്റെ പ്രധാനമുദ്രാവാക്യങ്ങളായിരുന്ന ജാതിനിർമ്മാർജ്ജനവും അയിത്തോച്ചാടനവും, ഖാദിയും, നൂൽനൂൽപ്പുമൊക്കെയാണ്. യുക്തിരഹിതമായ കെട്ടുകഥകളിലൂടെ ജനങ്ങളിൽ ഭക്തിപാരവശ്യം സൃഷ്ടിക്കുന്ന നാടകങ്ങളിൽ നിന്നുള്ള ഒരു വഴി മാറി നടപ്പു തന്നെയായിരുന്നു അത്.

പാദുകപട്ടാഭിഷേകത്തിൽ രാമന്റെ പട്ടാഭിഷേകത്തിനുള്ള തീരുമാനം മുതൽ ലക്ഷ്മണൻ രാമപാദുകങ്ങൾ സിംഹാസനത്തിൽ വെച്ചു പൂജിക്കുന്നതു വരെയുള്ള ഭാഗങ്ങളാണുള്ളത്. നാന്ദിയും പന്ത്രണ്ടുരംഗങ്ങളുമുള്ള നാടകത്തിൽ വസിഷ്ഠൻ, വാല്മീകി, ദശരഥൻ, ശ്രീരാമൻ, ലക്ഷ്ണൻ, ഭരതൻ, ശത്രുഘ്നൻ, സുമന്ത്രൻ, ഗുഹൻ, മൈത്രേയി, കൗസല്യ, കൈകേയി, സുമിത്ര, സീത, മന്ഥര, കലാവതി, നിപുണിക തുടങ്ങിയവരാണ് കഥാപാത്രങ്ങൾ.

നാന്ദിയിൽ രണ്ടു നടന്മാർ പദം പാടി വരുന്നതു തന്നെ ഒരു രാമസ്തുതിയുമായിട്ടാണ്.

‘പരിപാലയാ ത്രിലോകാഭിരാമാ രാമാ
കരുണാലയാ സുഗുണ സുമരാമാ രാമാ (പരിപാലയാ)
മായയാൽ വായ്ക്കുമാമയംനീക്കും
കഴലിണക്കു പണിയും നോക്കു ശുഭമണയ്ക്കു ഗൃഹമുറക്കു (പരിപാലയ)

ലീലയിൽ മാറ്റിപ്പോലഴലേറ്റി
അണയും തെറ്റിന്നലമകറ്റിവിരുതു
ചെറ്റിന്നരുൾകപോറ്റി (പരിപാലയാ)” (സിന്ധുഭൈരവി)

ഇതേ നാന്ദി അവസാനിക്കുന്നത് പ്രസിദ്ധമായ ‘സ്മരിപ്പിൻ ഭാരതീയരെ’ എന്ന അദ്ദേഹത്തിന്റെ സ്വാതന്ത്ര്യഗീതത്തോടെയാണ്.

വടക്കൻകേരളത്തിൽ ജനപ്രിയമായിത്തീർന്ന പല പദങ്ങളും പാദുകപട്ടാഭിഷേകത്തിലേതാണ്.

നിഷാദരാജനായ ഗുഹനോട് ലക്ഷ്മണൻ പാടുന്ന പദമാണ് അതിലൊന്ന്.

‘അറിയുക മുൻപിറവികളിൽ, അവനവൻ ചെയ്ത കർമഫലമിഹ ഭുജിപ്പതും. (അറിയുക)

ഒരുത്തൻ നിമിത്തമായ്, മറ്റൊരുത്തനൊരത്തലെത്തി
കരുത്തുള്ളന്യനിത്തിരി, ജഗത്തിൻ സുഖം വരുത്തി. (അറിയുക)

ശരിക്കിത്തരത്തിൽ, ഹൃദന്തരത്തിൽ ധരിക്കാതിരി–

യ്ക്കാമൊരിക്കലും, പിൻതിരിക്കാസ്വകർമ്മഫലം (അറിയുക)
മുഖാരി-രാഗം

ഉത്തരകേരളത്തിലെ സാമാന്യ ജനങ്ങൾക്കിടയിൽ സ്വാതന്ത്ര്യബോധവും ഐക്യവും സൃഷ്ടിക്കുന്നതിനുള്ള പദ്ധതിയുടെ ഭാഗമായിട്ടാണെങ്കിലും അരങ്ങിലും വിജയകരമായിത്തീർന്ന നാടകമാണ് പാദുകപട്ടാഭിഷേകം.

'ലങ്കാദഹനം' കേളുനായർ തന്റെ ഇരുപതാം വയസ്സിൽ എഴുതിയ നാടകമാണ്. ശ്രീരാമൻ, ലക്ഷ്മണൻ, സുഗ്രീവൻ, ഹനുമാൻ, അംഗദൻ, രാവണൻ, ജാംബവാൻ, പ്രഹസ്തൻ, ഇന്ദ്രജിത്ത്, വിഭീഷണൻ, വിദൂഷകൻ, സീത, താര, മണ്ഡോദരി, ത്രിജട, ലങ്കാലക്ഷ്മി എന്നിവർക്കു പുറമേ രാക്ഷസന്മാർ, രാക്ഷസികൾ എല്ലാം കഥാപാത്രങ്ങളായ നാടകത്തിൽ പതിനാല് രംഗങ്ങളാണുള്ളത്. സീതാപഹരണത്തിനു ശേഷം ലങ്കയിലേക്കു ദൂതിനയച്ച ഹനുമാന്റെ മടങ്ങിവരവുവരെയാണ് ലങ്കാദഹനത്തിലെ പ്രതിപാദ്യം. രാമായണകഥയിൽ നിന്നു പ്രത്യക്ഷമായ വ്യത്യസ്തത പുലർത്തുന്നില്ലെങ്കിലും പദങ്ങളിലും ശ്ലോകങ്ങളിലും പാത്രസൃഷ്ടിയിലുമെല്ലാം വലിയ വ്യാഖ്യാനങ്ങൾ കേളുനായർ നൽകുന്നുണ്ട്.

സമ്പൂർണ്ണ രാമായണം എന്നൊരു നാടകം കൂടി അദ്ദേഹം രചിച്ചിട്ടുണ്ടെങ്കിലും അതു ഇതുവരെയും കണ്ടു കിട്ടിയിട്ടില്ല. ഏതായാലും ഒരു കാര്യം വ്യക്തമാണ് ഇത്രയേറെ ആവിഷ്ക്കാര സാദ്ധ്യതകളുണ്ടായിരുന്നിട്ടും രാമന്റെയും രാമായണത്തിന്റെയും സാന്നിദ്ധ്യം മലയാള നാടകത്തിൽ പത്തോപതിനഞ്ചോ കൃതികളിൽ ഒതുങ്ങി നിൽക്കുന്നു. ബാലെ/നൃത്തനാടകം തുടങ്ങിയ വിഭാഗങ്ങളിൽ പ്രാദേശികമായി വിജയകരമായി അവതരിപ്പിക്കപ്പെട്ട ചില പരിശ്രമങ്ങളുണ്ടാകാം. പക്ഷേ മുഖ്യധാരയുടെയോജനപ്രിയതയുടെയോ മേഖലയിലേക്ക് അതൊന്നും കടന്നു വന്നിട്ടില്ല.

1928 മുതൽ ആരംഭം കുറിച്ച നമ്മുടെ സിനിമയിലും 90 വർഷത്തെ ചരിത്രത്തിനിടയിൽ രാമായണം അത്രയധികം പരിശ്രമങ്ങൾക്ക് പ്രേരണയായിട്ടില്ല. 1960 ൽ ശശികുമാറിന്റെ രചനയിൽ കുഞ്ചാക്കോ നിർമ്മാണവും സംവിധാനവും നിർവ്വഹിച്ച 'സീത' യാണ് രാമായണം കഥയെ ഉപജീവിച്ചുള്ള ആദ്യ മലയാള സിനിമ. 1928 ലെ വിഗതകുമാരനിൽ തുടങ്ങി 32 വർഷം പിന്നിട്ടപ്പോൾ എഴുപത്തഞ്ചോളം മലയാള സിനിമകൾ പുറത്തു വന്നിരുന്നു. 1943 ഹിന്ദി ചലച്ചിത്രമായിരുന്നു രാമരാജ്യയുടെ പകർപ്പായിരുന്നു സീത. വിജയ് ഭട്ടിന്റെ സിനിമയാണ് രാമരാജ്യ. പ്രേംനസീറും കുശലകുമാരിയും തിക്കുറിശ്ശിയും ഹരിയും മറ്റും അഭിനയിച്ച സിനിമയിൽ സീതയുടെ കഥയ്ക്കാണ് പ്രാധാന്യം. പി. സുബ്രഹ്മണ്യം നിർമ്മിച്ച് ജീ.കെ. രാമു സംവിധാനം നിർവ്വഹിച്ച 'ശ്രീരാമപട്ടാഭിഷേകം' 1962 ലാണ് റിലീസ് ചെയ്തത്. പ്രേംനസീർ, നവാസ്, തിക്കുറിശ്ശി, കവിയൂർ പൊന്നമ്മ തുടങ്ങിയവരാണ് താരനിരയിൽ. ആർ.എം. സുബ്ബയ്യ നിർമ്മിച്ച് ബാപ്പു സംവിധാനം ചെയ്ത തെലുങ്കു ചിത്രം 1976 ലാണ് സീതാസ്വയംവരം എന്ന പേരിൽ

മലയാളത്തിൽ ഡബ്ബ് ചെയ്തത്. ബാപ്പുവിന്റെ സംവിധാനത്തിലുള്ള മറ്റൊരു സിനിമ 2011 ൽ ശ്രീരാമരാജ്യം എന്ന പേരിലും മലയാളത്തിലേക്ക് മൊഴിമാറ്റം ചെയ്യപ്പെട്ടിട്ടുണ്ട്. സീതാസ്വയംവരത്തിൽ രാമകൃഷ്ണാ, ജയപ്രദ തുടങ്ങിയവരായിരുന്നു പ്രധാനനടീനടന്മാർ. സുബ്രഹ്മണ്യം കുമാർ നിർമ്മിച്ച് ഗംഗ സംവിധാനം നിർവ്വഹിച്ച് 1980 ൽ പുറത്തിറങ്ങിയ 'ഭക്തഹനുമാൻ' ഹരി, ജോസ് പ്രകാശ്, ബാലൻ, കെ. നായർ, ശോഭന തുടങ്ങിയവർ വേഷമിട്ട ഒരു പൂർണ്ണ മലയാള സിനിമ തന്നെയായിരുന്നു. മികച്ച് പാട്ടുകൾ കൊണ്ടും ആകർഷകമായിരുന്നു സിനിമ. തെലുങ്കുനടൻ ജനാർദ്ധനറാവുവാണ് ഹനുമാന്റെ വേഷം അഭിനയിച്ചത്. പ്രേഷകരെ ഭക്തിയിലേക്ക് നയിക്കുന്ന യുക്തിരഹിതമായ അവതരണരീതികളായിരുന്നു മലയാളത്തിൽ ഇറങ്ങിയ ഇത്തരം സിനിമകളിലും ഉണ്ടായിരുന്നത്. പലതിനും ആധാരമായിരുന്നത് തന്നെ തെലുങ്കു-തമിഴ് ചിത്രങ്ങളായിരുന്നു. രാമനെ ഒരു ഗോത്രരാജാവായും മനുഷ്യനായും സമീപിച്ച 1978 ലെ ജീ. അരവിന്ദന്റെ 'കാഞ്ചനസീത' മാത്രമായിരുന്നു ഈ മുഖ്യധാരാ രാമായണ ഭക്തസിനിമകൾക്ക് അപവാദമായി ഉണ്ടായിരുന്നത്. ഒരു ചർച്ചയിലും പരിഗണിക്കാനാവാത്തവിധം പരിതാപകരമായ ഒരു സമീപനവും ക്രാഫ്റ്റുമായിരുന്നു സത്യത്തിൽ അത്തരം സിനിമകൾക്കെല്ലാമുണ്ടായിരുന്നത്. എങ്കിലും 90 വർഷം തികഞ്ഞ മലയാള സിനിമയിലും അമ്പരിപ്പിക്കുന്ന അസാന്നിദ്ധ്യം കൊണ്ടാണ് രാമായണവും രാമസങ്കല്പവുമെല്ലാം സവിശേഷതയാർജ്ജിക്കുന്നത്. എന്റെ അന്വേഷണത്തിൽപെട്ട രാമായണാശ്രിത സിനിമകളുടെ എണ്ണം തന്നെ ആകെ 6 എണ്ണമാണ്.

ജനകീയ-ജനപ്രിയ ഗാനശാഖയിൽ രാമനും രാമായണവും കുറേക്കൂടി തെളിമയോടെ സന്നിഹിതമായിട്ടുണ്ട്. നേരിട്ട് രാമനെയോ സീതയെയോ പരാമർശിക്കുമ്പോൾ മാത്രമല്ല സ്ത്രീജീവിതം നേരിടുന്ന പീഡനങ്ങളുടെയും വിചാരണകളുടെയും അനാഥത്വങ്ങളുടെയും പുറന്തള്ളലുകളുടെയുമൊക്കെ സന്ദർഭങ്ങളിൽ രാമനും സീതയും രാമായണവുമൊക്കെ കവിതകളിലെന്നപോലെ നമ്മുടെ പാട്ടുകളിലും കടന്നുവരുന്നുണ്ട്.

ഏറ്റവും ജനപ്രിയമായ ഗാനശാഖയായ ചലച്ചിത്ര ഗാനങ്ങളിൽ ആദ്യത്തെ രാമപരാമർശം, രാമായണ കഥ ആദ്യമായി ദൃശ്യവൽക്കരിക്കച്ച സീത എന്ന സിനിമയിലെ പാട്ടുപാടിയുറക്കാം ഞാൻ താമരപ്പൂ പൈതലേ... കേട്ടു കേട്ടു നീയുറങ്ങെൻ കരളിന്റെ കാതലേ... കരളിന്റെ കാതലേ...

1960 ൽ അഭയദേവ് രചിച്ച് വി. ദക്ഷിണാമൂർത്തി ഈണം നൽകി പി. സുശീല പാടിയ ഈ താരാട്ട് അന്നുവരെയുള്ള പാട്ടുകൾക്ക് ലഭിച്ച ജനപ്രിയതയുടെ അതിരുകൾ തന്നെ ഭേദിച്ച ഒന്നായിരുന്നു.

'രാജാവായി തീരും നീ ഒരു കാലമോമനേ...
മറക്കാതെ അന്നു തൻ താതൻ ശ്രീരാമനേ.'

പരിത്യക്തയായ സീതയുടെ മനസ്സുവായിക്കുന്ന അഭയദേവിന്റെ ഈ വരികൾ ഇന്നും പിന്തുടരുന്നുണ്ട്.

'നീയല്ലേ രാമ, ബഹു രൂപം പൂണ്ടു കാണ്മതെല്ലാം നീയല്ലേ രാമ'

'രാമരാമ പാഹിമാം മുകുന്ദരാമപാഹിമാം
രാമപാദം ചേരണേ മുകുന്ദരാമപാഹിമാം'

തുടങ്ങി പ്രസിദ്ധമായിത്തീർന്ന നിരവധി പാട്ടുകൾ സീതയിൽ ഉണ്ട്.

1962 ലെ ശ്രീരാമപട്ടാഭിഷേകത്തിൽ കഥ പറയുന്നതു തന്നെ പലപ്പോഴും പാട്ടുകളിലൂടെയാണ്.

'താതൻ നീ മാതാവു നീ സോദരൻ നീയെൻരാമ
നീയല്ലോ മമ ജീവൻ നിൻ ജീവനല്ലോ ഞാനും
നീയുമീ ഞാനും രണ്ടായ് കാൺമതില്ലല്ലോ നമ്മൾ...
ലക്ഷ്മണനുവേണ്ടിയാണ് ഈ ഗാനം'

സൂര്യവംശത്തിൽപുകൾക്കൊടിചാർത്തിയ ധീരനാമുത്തമകോസലേന്ദ്രൻ തൻമന്ത്രിമാരുമായ് രാജസഭാന്തരം തന്നിലെഴുന്നള്ളി വാണിടുമ്പോൾ ശീർഷകഗാനം തന്നെ ഇങ്ങനെയാണ്.

'പൂക്കാത്ത കാടുകളെ പൂവണിഞ്ഞുപോവിൻ
പുണ്യമാർന്ന രാമദേവൻ പോകുന്നിതാ'

രാമനും സീതയുമൊരുമിച്ച് സ്വയംവരത്തിനു ശേഷം അയോധ്യയിലേക്കു മടങ്ങുമ്പോഴുള്ള ഗാനമാണിത്

'കാരുണി സീതേ... പുനരെവിടെ നീ പോയി
അരികിൽ നീ വാവാ... സകലഗുണപൂർണ്ണേ'

സീതാപഹരണത്തിനുശേഷമുള്ള വിരഹഗാനമാണിത്.

'രാജാധിരാമ ശ്രീരാമ....
കേഴുകയെൻ നാടേയെൻ അയോദ്ധ്യേ
നിൻ പ്രിയരാമൻ പോവുന്നിതാ...'

രാമഭക്തിയിലൂന്നിയ നിരവധി ഗാനങ്ങളാണ്. തിരുനയിനാർ കുറിച്ചി മാധവൻനായരും ബ്രദർ ലക്ഷ്മണനും ചേർന്ന് ഒരുക്കിയത്. രാമായണം കഥകൾ ഭക്തിപാരവശ്യത്തോടെ ആവിഷ്ക്കരിക്കുന്ന പുരാണ സിനിമകളിലല്ല, വർത്തമാനകാല സാമൂഹിക യാഥാർത്ഥ്യങ്ങൾ ആവിഷ്ക്കരിക്കുന്ന ആധുനിക സിനിമകളിലെ പാട്ടുകളിലാണ് രാമൻ ഒരു സാംസ്കാരിക പ്രതീകമായി പ്രത്യക്ഷപ്പെടുന്നത്. 1966 ൽ പുറത്തിറങ്ങിയ 'തറവാട്ടമ്മ' യിൽ പി. ഭാസ്കരൻ രചിച്ച് ബാബുരാജ് സംഗീതം നൽകി കമുകറ പുരുഷോത്തമൻ ആലപിച്ച ഒരു പാട്ടാണ് അതിന്

ഉത്തമ ഉദാഹരണം.

"മറ്റൊരു സീതയെ കാട്ടിലേക്കയക്കുന്നു
ദുഷ്ടനാം ദുർവ്വിധി വീണ്ടും ഇതാ
ദുഷ്ടനാം ദുർവ്വിധി വീണ്ടും...."

"നിൻമന:സാക്ഷിയും കർമ്മവും തമ്മിൽ ചെയ്യും
ധർമ്മയുദ്ധത്തിൽ ഭവാൻ ജയിച്ചെങ്കിലും
പടയിതിൽ പരുക്കേറ്റു പിടഞ്ഞുകൊണ്ടോടിയല്ലോ
നിരപരാധിയാം നിന്റെ ഹൃദയേശ്വരി."

കുടുംബജീവിതസന്ദർഭത്തെ രാമായണത്തിന്റെ ചട്ടക്കൂടിലേക്ക് പറിച്ചു നൽകുകയാണിവിടെ.

ഇതുപോലെ ഒരു പിടി ഗാനങ്ങൾ വേറെയുമുണ്ട് മലയാളത്തിൽ. 1970 ൽ വാഴ്വേ മായം' സിനിമയിൽ വയലാർ രചിച്ച് ദേവരാജൻ ഈണമിട്ട് പി. സുശീല, പി. ജയചന്ദ്രൻ എന്നിവർ പാടിയ-

'സീതാദേവി സ്വയംവരം ചെയ്തൊരു
ത്രേതായുഗത്തിലെ ശ്രീരാമൻ
കാൽനഖം കൊണ്ടൊന്നു തൊട്ടപ്പോൾ
കാട്ടിലെ കല്ലൊരു മോഹിനിയായ്"

1970 ൽ പുറത്തിറങ്ങിയ ഒതേനന്റെ മകൻ എന്ന ചിത്രത്തിൽ വയലാർ -ദേവരാജൻ ടീമിന്റെ-

"രാമായണത്തിലെ സീത രാമനുപേക്ഷിച്ച സീത
തമസാതീരുത്തു പണ്ടൊരിക്കൽ രണ്ടു തങ്കക്കുടങ്ങളെ പ്രസവിച്ചു."

പ്രധാനമായും സീതയുടെ ദുരിതജീവിതമായിരുന്നു പല പാട്ടുകളിലേയും പ്രമേയം.

രാമൻ ശ്രീരാമൻ. ഞാൻ അയോധ്യവിട്ടൊരു രാമൻ അയോധ്യ എന്ന ചിത്രത്തിൽ 1975 ൽ പി. ഭാസ്കരന്റെ രചനയിൽ ദേവരാജന്റെ ഈണമാണ്-

"ശ്രീരാമചന്ദ്രന്റെയരികിൽ'
സുമന്ത്രർ തെളിക്കുന്ന തേരിൽ
സുസ്മേരമുഖിയായ്, സ്വയംവരവധുവായി
സീതാദേവിയിരുന്നു. അവർ മിഥിലയിൽ നിന്നുമകന്നു."

1977 ബിച്ചു തിരുമല ദേവരാജൻ ചിത്രം 'ഊഞ്ഞാൽ'

"തൃപ്രയാറപ്പാ ശ്രീരാമാ വെറും
തൃപ്പാദപത്മത്തിലെൻ പ്രണാമം

ശ്രീമംഗളങ്ങളാൽ ദ്വാരകാപതി പണ്ടു
പൂജിച്ച വിഗ്രഹത്തിലെൻ പ്രണാമം."

പൂർണ്ണമായും ഭക്തിസാന്ദ്രമാണ് 77 ലെ 'ഓർമ്മകൾ മരിക്കുമോ' എന്ന ചിത്രത്തിലെ ഈ ഗാനം മങ്കൊമ്പിന്റെ വരികൾക്ക് എം.എസ്. വിശ്വനാഥൻ ഈണം നൽകി വാണിജയറാമാണ് പാടിയത്.

1980 ൽ ഭക്തഹനുമാൻ എന്ന സിനിമക്കുവേണ്ടി യേശുദാസ് പാടിയ മികച്ച ഒരു രാമസ്തുതി ഇപ്പോഴും സംഗീതസ്നേഹികളെ പിന്തുടരുന്നുണ്ട്-

"രാമരാമരാമ... ലോകാഭിരാമ
രഘുരാമ രാമ... ജയദാശരഥേ. രാമാ..."

1973 ൽ കലിയുഗം എന്ന ചിത്രത്തിൽ വയലാർ രചിച്ച് ദേവരാജന്റെ സംഗീതത്തിൽ സുശീലയും മാധുരിയും ചേർന്നു പാടിയ 'ഭൂമി പെറ്റ മകളല്ലോ സീതപ്പെണ്ണ്' എന്നു തുടങ്ങുന്ന പാട്ട് പാടത്തുവെച്ച് പണിയെടുക്കുന്ന പെണ്ണുങ്ങൾ പരിഹാസസ്വരത്തിൽ പാടുന്നതിനുവേണ്ടി സൃഷ്ടിക്കപ്പെട്ടതാണെങ്കിലും രാമകഥയുടെ ഹൃദയം ആക്ഷേപഹാസ്യത്തിൽ പകർത്തി വെക്കപ്പെട്ടിട്ടുണ്ട് അതിൽ-

"ഭൂമിപെറ്റമകളല്ലോ സീതപ്പെണ്ണ്
രാമന്റെ പെണ്ണല്ലോ സീതപ്പെണ്ണ്
രാവണന്റെ ലങ്കയിലെ പൊന്നശോകത്തോട്ടത്തിൽ
താമസിച്ചു തിരിച്ചു വന്ന ഗർഭിണിപ്പെണ്ണ്."

'അരയന്നങ്ങളുടെ വീട്' എന്ന സിനിമയ്ക്കായി ഗിരീഷ് പുത്തഞ്ചേരിയുടെ രചനയിൽ യേശുദാസും, ഗായത്രിയും ചേർന്നു പാടിയ

"ദീനദയാലോ രാമാ... ജയസീതാവല്ലഭരാമ
സ്വതജനപാലക രഘുപതിരാഘവ
പീതാംബരധര.. പാവനരാമ..."- സംഗീതം രവീന്ദ്രൻ

1993 ൽ കൈതപ്രം - എസ്. പി. വെങ്കിടേഷ് എന്നിവർ വാത്സല്യം എന്ന ചിത്രത്തിനു വേണ്ടി ഒരുക്കിയ -

"അലയും കാറ്റിൻ ഹൃദയം അരയാൽക്കൊമ്പിൽ തൂങ്ങി
ഓലപ്പുടവത്തുമ്പിൽ പാടം കണ്ണീരൊപ്പി
രാമായണം കേൾക്കാതെയായ്, പൊൻമൈനകൾ മിണ്ടാതെയായ്"

കുടുംബത്തിന്റെ ചതുരത്തിലേക്ക് രാമായണത്തെ പാകപ്പെടുത്തുന്ന കവിതാചാതുര്യം തന്നെ ഇവിടെയും-

"വൈദേഹി പോകയായ്... വനവാസകാലമായ്
രാമരാജധാനി വീണ്ടും ശൂന്യമായ് വിമൂകയായ് സരയൂനദി"

1992 ൽ പുറത്തിറങ്ങിയ 'കമലദളം' എന്ന ചിത്രത്തിനുവേണ്ടി കൈതപ്രം എഴുതി രവീന്ദ്രൻ ഈണം നൽകിയ 'സുമൂർത്തമായ്' എന്നു തുടങ്ങുന്ന ഉജ്ജ്വല നൃത്ത രംഗത്തിന് ആധാരമായ ഗാനം രാമകഥയുടെ ഹൃദയത്തെ സാകല്യാവസ്ഥ യിൽ പ്രതിഫലിപ്പിക്കുന്നുണ്ട്.

> "സൂര്യചന്ദ്രന്മാർക്കിരിപ്പിടമാകുമെൻ രാമസാമ്രാജ്യമേ
> ദേവകളേ... മാമുനിമാരെ സ്നേഹതാരങ്ങളേ.. സ്വപ്നങ്ങളേ.. പൂക്ക ളേ...
> ത്രയംബകം വില്ലൊടിയും മംഗളദുന്ദുഭീ നാദവുമായ്..."

എന്നു തുടങ്ങുന്ന ഗാനം രാമകഥാസന്ദർഭങ്ങളെ മുഴുവൻ പുനരാനയിക്കുന്നു ണ്ട്.

അയലത്തെ സുന്ദരി എന്ന 1974 ലെ സിനിമയിലും മങ്കൊമ്പ് ഗോപാല കൃഷ്ണന്റെ രചനയിൽ യേശുദാസ് പാടിയ മനോഹരമായ ഒരു ഗാനത്തിൽ സീതാസ്വയംവരം രൂപകമായിത്തീരുന്നുണ്ട്-

> "ത്രയംബകം വില്ലൊടിഞ്ഞു. ത്രേതായുഗം കുളിരണിഞ്ഞു
> മിഥിലാപുരിയിലെ പ്രിയദർശിനിയുടെ
> മിഴികളിൽ ഹർഷബാഷ്പം നിറഞ്ഞു
> രാജീവപുഷ്പശരമാരികളേറ്റേറ്റു
> രാമന്റെ തിരുവുള്ളം മുറിഞ്ഞു ശ്രീ
> രാമന്റെ തിരുവുള്ളം മുറിഞ്ഞു.

1991 ലെ ഭരതം എന്ന ചിത്രത്തിൽ കൈതപ്രവും രവീന്ദ്രനും ചേർന്നൊരുക്കിയ പ്രശസ്തമായ ഗാനമാണ് ഒരർത്ഥത്തിൽ രാമസംഘർഷങ്ങളെ മുഴുവൻ ഏറ്റവും തീവ്രമായി ആവിഷ്കരിച്ചത്-

> "രാമകഥാഗാനലയം മംഗളമെൻ തംബുരുവിൽ
> പകരുകസാഗരമേ, ശ്രുതിലയസാഗരമേ....
> സാകേതം പാടുകയാണ്, ഹേരാമാ...
> കാതരയായ്, ശാരികയായ്, സാകേതം പാടുകയായ് വീണ്ടും
> ആരണ്യകാണ്ഡം തേടി, സീതാഹൃദയം തേങ്ങി
> വാല്മീകങ്ങളിൽ ഏതോ, താപസമൗനമുണർന്നു"

കവിതയിൽ ഒരു നൂറ്റാണ്ടിനു മുമ്പു തുടക്കമിട്ട് ആശാന്റെ 'ചിന്താവിഷ്ടയായ സീത' പകർന്ന വിമർശനബോധം, കേരളത്തിന്റെ കാവ്യബോധത്തിലും ജീവിത ബോധത്തിലും വലിയ സ്വാധീനം ചെലുത്തിയിട്ടുണ്ട്. അതിന്റെ തുടർച്ചകൾ നമ്മുടെ ജനകീയസംസ്ക്കാരത്തിന്റെ തുറസ്സുകളായ പാട്ടുകളിലും വളരെയധികം മുഴങ്ങുന്നുണ്ട്. അതിന്റെ ഏറ്റവും തിളക്കമാർന്ന മുഖം ഒ.എൻ.വി. രചിച്ച ഒരു ലളിതഗാനത്തിലാണ് നാം ആദ്യം കണ്ടത്. എൺപതുകളുടെ തുടക്കത്തിൽ യേശു

ദാസിന്റെ തരംഗിണിയുടെ ബാനറിൽ പുറത്തിറങ്ങിയ ലളിതഗാനങ്ങളുടെ ആദ്യ ആൽബത്തിലാണ് അതു പുറത്തു വന്നത്.

"ഹേരാമ... രഘുരാമ....
ഹേ രാമ....
അടവിയിൽ നിന്നെ അനുയാത്ര ചെയ്തവൾ
മനസ്വിനി മൈഥിലി എവിടെ...
ഹേ രാമ.. രഘുരാമ.. രാമ...
അടവിയിൽ തന്നെ അവളെവെടിഞ്ഞോ നിൻ
മനസ്സൊരു വനശിലയല്ലേ... ഹേരാമ...
അവളുടെ രോദനം കേട്ടില്ല നീ....
അവളുടെ കണ്ണുനീർ തുടച്ചില്ല നീ...
ഒരു പാവം മുനിമാത്രം അതുകേട്ടു
ഒരു പർണ്ണശാലയിൽ അവൾ പെറ്റു
രാമാ... രാമാ... രാമാ....
അവളുടെ വേദന അറിഞ്ഞില്ല നീ
അവളുടെ ഉണ്ണികളെ അറിഞ്ഞില്ല നീ...
ഒരു പാവം മുനിമാത്രം അതു പാടി
ഒരു പെണ്ണിൻ കണ്ണുനീർ കവിതയായ്...
രാമാ... രാമാ... രാമാ....."

നമ്മുടെ നവോത്ഥാനം നിർമ്മിച്ച് വിമർശനത്തിലൂടെ വിമലീകരിക്കപ്പെട്ട ജീവിതബോധം നിർമ്മിച്ച ഒരു രാമസങ്കല്പമാണ് നമ്മുടെ ജനകീയ കലകളിൽ ഇന്നുള്ളത്. സ്തുതിയുടെയും ഭക്തിയുടെയും ആസ്യത്തിൽ കൊട്ടിപ്പാടി സേവനടത്തുന്ന ഒന്നായി അതിനെ മാറ്റാൻ ആരെങ്കിലും ആഗ്രഹിച്ചാലും അതു സാധ്യമല്ലെന്നാണ് എന്റെ നിരീക്ഷണം.

മലയാള നാടകത്തിൽ രാമകഥകൾ

പ്രൊഫ. ചന്ദ്രദാസൻ

മലയാളത്തിൽ അധികം നാടകങ്ങൾ രാമകേന്ദ്രിതമായിട്ടില്ല. പക്ഷേ നല്ല നാടകങ്ങൾ എന്ന് പറയാവുന്നവ അഞ്ചര നാടകങ്ങളാണ്. 3 നാടകങ്ങൾ എല്ലാവരും എപ്പോഴും പറയുന്നവയാണ് സാകേതം, ലങ്കാലക്ഷ്മി, കാഞ്ചനസീത എന്നിവ. പിന്നെയൊരു നാടകം അധികമാരും ശ്രദ്ധിക്കാത്ത മായാസീതാങ്കമാണ്. അതെഴുതിയത് പി. ബാലചന്ദ്രനാണ്. പിന്നെയുള്ള ഒന്നര നാടകങ്ങൾ എഴുതിയത് കാവാലം നാരായണപ്പണിക്കരാണ്. അതിലൊരു നാടകം നിഴലായനം എന്ന നാടകം വളരെ സവിശേഷമായി പഠിക്കേണ്ടുന്ന ഒരു പക്ഷേ മലയാളത്തിൽ ഇറങ്ങിയിട്ടുള്ളതിൽ ഏറ്റവും മികച്ച രാമായണ നാടകമായി കൂടി കണക്കാക്കേണ്ട നാടകമാണ്. ഈ നാടകം രണ്ടു തവണ അവതരിപ്പിക്കപ്പെട്ടിട്ടുണ്ട്. പണിക്കർ സാറിന്റെ അവസാനത്തെ നാടകമാണ്. പുസ്തകമായോ എന്നറിയില്ല. പിന്നെയുള്ള അര നാടകം എഴുതിയതും കാവാലമാണ്. അത് തെയ്യത്തെയ്യം എന്ന നാടകത്തിന്റെ പകുതി പ്രമേയം രാമായണമാണ്. സി എൻ ശ്രീകണ്ഠൻനായരും ബാലചന്ദ്രനുമൊക്കെ ശ്രീരാമനെ പ്രതിസ്ഥാനത്ത് നിർത്തി നാടകമെഴുതിയ ആൾക്കാരാണ്. ഒരു പ്രതിനാടകകൃത്ത് എന്നൊക്കെ പറയാം. എന്തിനാണൊരു നാടകമെഴുതുന്നത് എന്ന ഒരു പ്രശ്നം ആരംഭിക്കുകയാണ്. ഈ പ്രതിനാടകരചന ആരംഭിച്ചത് ആദി നാടക കൃത്തുക്കൾ തന്നെയാണ്. നമുക്ക് ദാസനെയും കാളിദാസനെയും സംപൂജ്യരായേ കാണാൻ കഴിയൂ. ദാസനാണ് ഒരു പക്ഷേ മൂലത്തിനെ അടിമുടി ഉടച്ച് മാറ്റിക്കൊണ്ടാണ് നാടകമെഴുതേണ്ടത് എന്നുള്ള മാതൃക നമുക്ക് കാണിച്ചു തന്ന്ത്. മഹാഭാരതകഥ പറയുന്ന പഞ്ചരാത്രം നാടകത്തിൽ മഹാഭാരതയുദ്ധമില്ലാതെ ദൂത് വരുന്ന കൃഷ്ണനോട് പകുതി രാജ്യം കൊടുക്കാൻ ആവശ്യപ്പെടുമ്പോൾ കൊടുക്കില്ല എന്നു പറയുമ്പോൾ ദുര്യോധനൻ കൊടുത്തേക്കാം എന്നു പറഞ്ഞ് പ്രശ്നം പരിഹരിക്കുകയാണ്. അപ്പോൾ പിന്നെ കുരുക്ഷേത്രയുദ്ധമില്ല, ഭഗവത്ഗീത പറയാൻ ചാൻസില്ല. ഇങ്ങനെയും ഒരു സാധ്യത മഹാഭാരതത്തിൽ സാധ്യമാണ് എന്ന് അക്കാലത്ത് തന്നെ സൂചിപ്പിച്ച ദാസൻ, ശാകുന്തളത്തിന്റെ മൂലകഥയിലേക്ക് ഒരു മോതിരത്തെ കയറ്റി വച്ചാണ് കാളിദാസൻ നാടകമെഴുതുന്നത്. മോതിരകഥ മഹാഭാരതത്തിലില്ലാത്തതാണ്. അതിന് കാളിദാസന്റെതായ കാരണങ്ങളുണ്ടാവാം രാഷ്ട്രീയമോ കാവ്യപരമോ ഭാവനാപരമായതോ ആയ കാരണങ്ങളുണ്ടാവാം. എന്നതുമാവട്ടെ. ഇങ്ങനെയൊക്കെ മൂലകഥയെ പുനർ എഴുതുകയോ പുനർ വായിക്കുകയോ മനസ്സിലാക്കുകയോ വീണ്ടുവിചാരം ചെയ്യുകയോ ആണ് സർഗ്ഗാത്മകമായ സാഹിത്യസൃഷ്ടിയുടെ സാഹിത്യത്തോടും സമൂഹത്തോടും അവനവനോട് തന്നോടും ഉള്ള

ഉത്തരവാദിത്വം എഴുത്തുകാർ നിർവ്വഹിക്കേണ്ടത് എന്നൊരു പക്ഷത്തിലാണ് ഈ നാലഞ്ച് നാടകങ്ങളെക്കുറിച്ച് പറഞ്ഞുവരുന്നത്.

ശ്രീകണ്ഠൻനായർ 3 നാടകങ്ങൾ ചേർത്തു കൊണ്ട് ഒരു പുതിയ രാമായണം എഴുതുക തന്നെയാണ് ചെയ്തത്. ഈ 3 നാടകങ്ങളിലൂടെ ശ്രീകണ്ഠൻനായർ പറയുന്ന പ്രശ്നമെന്താണ്? ഒരു പ്രശ്നമല്ല, പല പ്രശ്നങ്ങളാണ്. ആദ്യനാടകമായ സാകേതത്തിൽ അദ്ദേഹം തൊട്ടുമുൻപു സൂചിപ്പിച്ചതുപോലെ 3 ഭാര്യമാരും പിന്നെ അനവധി ഭാര്യമാരും. മക്കളില്ലാതിരുന്ന ഒരാൾക്ക് അവസാനം യാഗം നടത്തി മക്കളുണ്ടാവുകയും അതിനുമുൻപ് അന്ധനായ ഒരു മുനിക്ക് വെള്ളമെടുക്കാൻ പോയ ഒരാളെ ആളറിയാതെ അമ്പെയ്ത് കൊന്നതിന്റെ ശാപം, ആ ശാപവുമൊക്കെ ഏറ്റുകൊണ്ടു വന്ന ദശരഥനെ മുഖ്യകഥാപാത്രമാക്കുന്നതാണ്. രാമസങ്കല്പമാണ് നമ്മുടെ വിഷയം. സാകേതത്തിലെ മുഖ്യകഥാപാത്രം പരീക്ഷണം നേരിടുമ്പോൾ ആൾ ദശരഥനാണ്. ലങ്കാലക്ഷ്മിയിൽ രാമനേയില്ല. രാമൻ കഥാപാത്രമല്ല. ലങ്കാലക്ഷ്മി നാടകത്തിൽ ശ്രീരാമൻ കഥാപാത്രമല്ല എന്നതാണ് പ്രധാനം. ആകപ്പാടെ രാമനെപ്പറ്റി പറയുന്നത് രാമനും സംഘവും ലങ്കയുടെ കോട്ടയ്ക്കുപുറത്ത് താവളമടിച്ചിരിക്കുന്നു എന്നുള്ള ചില റിപ്പോർട്ടുകൾ രാവണന്റെയടുത്തേക്ക് എത്തുന്നതുമാത്രമാണ്. പിന്നെ ഒരിക്കൽ പറയുന്നുണ്ട് വീഭിഷണൻ പിരിഞ്ഞു പോകുന്നു എന്നു പറയുമ്പോൾ രാവണൻ, ലക്ഷ്മണനേയും, രാമനേയും നോക്കിക്കൊണ്ട് ആ സഹോദരന്മാരുടെ സ്നേഹത്തെക്കുറിച്ച് അവരും സഹോദരന്മാരാണല്ലോ, എന്റെ സഹോദരൻ ഇങ്ങനെയായല്ലോ. എന്നെ വിട്ട് പോകുന്നല്ലോ എന്ന് പരിതപിക്കുന്ന ദൂരെ നിന്നു കാണുന്ന ഒരു കാഴ്ച മാത്രമാണ് അവിടെ രാമൻ വരുന്നത്. ഇല്ലെങ്കിൽ അത് രാവണന്റെ നാടകമാണ്. രാമനെ ശരിക്കും സി.എൻ. ശ്രീകണ്ഠൻ നായർ കൈകാര്യം ചെയ്യുന്നത് കാഞ്ചനസീതയിലാണ്. കാഞ്ചനസീതയിലാണ് അദ്ദേഹം ശക്തമായ കഥാപാത്രമായിട്ട് വരുന്നത്. മായാസീതാങ്കം എന്ന നാടകവും സി. എൻ ന്റെ നാടകവും ഒന്നിച്ച് വായിക്കുമ്പോൾ തോന്നുന്ന കാര്യങ്ങളിലൊന്ന് വളരെ ക്ലാസിക്കൽ എന്നൊക്കെ പറയാവുന്ന രീതിയിൽ ഭാഷയുടെയും ഭാവനയുടെയും എഴുത്തിന്റെയുമൊക്കെ സാന്ദ്രമായ ആഘോഷത്തിന്റെ കെട്ടുറപ്പിന്റെയൊക്കെ നാടകകൃത്തായ സി.എൻ. ശ്രീകണ്ഠൻനായരും ഒരു ഉത്തരാധുനിക രചനയുടെ എല്ലാ അലക്ഷ്യമായ താന്തോന്നിത്തവും സ്വീകരിക്കാമെന്ന സ്വാതന്ത്ര്യമെടുക്കുന്ന ബാലചന്ദ്രനും ഈ നാടകങ്ങളിലൂടെ പറഞ്ഞു വരുന്ന കാര്യം ഒന്നു തന്നെയാണല്ലോ എന്നത് ഒരു കൗതുകമാണ്.

സാകേതം നാടകത്തിൽ പ്രശ്നമുണ്ടാക്കുന്നയാൾ മന്ഥരയാണ്. മന്ഥരയുടെ ഉപദേശം കൈകേയിക്കു കിട്ടുന്നിടത്തു നിന്നാണ് ഈ പ്രശ്നം ആരംഭിക്കുന്നത്. മന്ഥരയുടെ ഉപദേശം "ഭാഗ്യംകെട്ട കേകേയത്തിന്റെ പുത്രി, നീ ഇന്നൊരു പഴങ്കഥയാണ്. നിന്റെ സൗന്ദര്യം ഏതോ മൂഢന്റെ സ്വപ്നമായിരുന്നു.

വേനലേറ്റ പുഴയെപ്പോലെ നീ വറ്റി വരണ്ടു. വിശ്വം ജയിച്ചു എന്നു നീ അഹങ്കരിച്ചു. എന്നാൽ നീന്റെ മാംസളമായ മാറിൽ സൂക്ഷിച്ച നിധികുംഭം നിറയെ വിഷപ്പാമ്പായിരുന്നു. അതു നിന്റെ ആത്മാവിനെത്തന്നെ കൊത്തി. ഇനി നിനക്ക് രക്ഷയില്ല. ശപിക്കപ്പെട്ടവളേ, സർവ്വരാലും വെറുക്കപ്പെട്ട് ഇന്നോ, നാളെയോ പൊള്ളുന്ന വിജനഭൂമിയിൽ അനാഥയായി നീ അലഞ്ഞു തിരിയും. ഇത് മന്ഥര നിന്റെ ജ്ഞാന ദാസി. നിനക്ക് പ്രിയം ചൊല്ലാൻ വന്നവൾ. നിന്റെ കമിതാവുണ്ടല്ലോ, നിന്റെ കളിക്കിടാവ് ആ വൃദ്ധൻ നിന്നെയും നിന്റെ പിതാവിനെയും നിന്റെ പുത്രനെയും വഞ്ചിച്ചു, നിന്റെ മധുരിക്കുന്ന ചുംബനങ്ങൾക്കുള്ള പ്രതിഫലം." എന്ന് പറഞ്ഞ് തുടങ്ങി കൈകേയിയെക്കൊണ്ട് ദശരഥന്റെയടുത്ത് ഭരതനെ രാജാവാക്കണമെന്ന് പറയിപ്പിക്കുന്നിടത്തു നിന്നാണ് ഈ പ്രശ്നം ആരംഭിക്കുന്നത്.

മായാ സീതാങ്കത്തിൽ ബാലചന്ദ്രൻ നാടകത്തിന് ഒരു ബൈലൈൻ കൊടുക്കുന്നുണ്ട്. മായാസീതാങ്കം ഒരു പുണ്യപുരാണ പ്രശ്നനാടകമാണ്. - ഒരു പക്ഷേ ഇവിടെ നടക്കുന്ന മുഴുവൻ രാമായണ ചർച്ചകളെയും പറ്റി പറയാവുന്ന ഒരു ബൈലൈനാണിത്, ഒരു പുണ്യ പുരാണ പ്രശ്ന ഇതിഹാസമെന്നോ കാവ്യമെന്നോ കവിതയെന്നോ എന്തും പറയാം. ഒരേ സമയത്ത് പുണ്യമായിരിക്കുകയും പുരാണമായിരിക്കുകയും പ്രശ്നമായിരിക്കുകയും ചെയ്യുന്ന ഈ പുണ്യപുരാണ പ്രശ്നനാടകത്തിലും പ്രധാനകഥാപാത്രം, അതായത് പ്രശ്നമുണ്ടാക്കുന്ന കഥാപാത്രം മന്ഥര തന്നെയാണ്. മായാസീതാങ്കത്തിൽ മന്ഥര പ്രശ്നമുണ്ടാക്കുന്നത്, മന്ഥര ജ്ഞാനം വിളമ്പികൊടുക്കുന്നത് കൈകേയിക്കല്ല, സീതയ്ക്കാണ്.

മായാസീതാങ്കത്തിന്റെ പ്രശ്നം, മാരീചനായി അഭിനയിക്കുന്ന നടൻ മാനിന്റെ കുപ്പായമൊക്കെയിട്ട് ഓടിക്കളിച്ചിട്ട് കാട്ടിലൂടെ നടക്കാൻ റെഡിയായി നിൽക്കുകയാണ്. കേറണ്ട സമയമായിട്ടും ഇയാളെ കേറ്റാൻ ഡയറക്ടർ വരുന്നില്ല. ഇയാൾ പറയുന്നുണ്ട് എങ്ങനെയെങ്കിലും എനിക്കൊന്നു കേറിയിട്ട് രാമൻ എന്നെ പിന്തുടർന്നിട്ട്, രാവണൻ വന്ന് സീതയെ കട്ടുകൊണ്ടു പോയിട്ട് രാമൻ എന്നെയങ്ങ് കൊന്നിരുന്നുവെങ്കിൽ ഇതൊക്കെയഴിച്ച് കളയാമായിരുന്നു എന്ന് ചിന്തിക്കുകയാണ്. സീത മാനിനെ കാണണമെങ്കിൽ എന്തു സംഭവിക്കണം? സീത കാട്ടിലേക്ക് വരണം. സീത കാട്ടിലേക്ക് വരുന്നില്ല. അവിടെയാണ് പ്രശ്നം. ഈ പ്രശ്നത്തിന്റെ കാരണം മന്ഥരയാണ്. അതായത് നാടകകൃത്ത് പ്രധാന കഥാപാത്രമാണീ നാടകത്തിൽ. നാടകകൃത്ത് ഇടയ്ക്കൊക്കെ കേറി വന്ന് പ്രധാന കാര്യങ്ങളെല്ലാം ചുരുക്കി പറഞ്ഞു പോകുന്നുണ്ട്. നാടകകൃത്ത് - "ഈ നാടകത്തിന്റെ പ്രശ്നം ഇവിടെയാണ് കിടക്കുന്നത്. ഇതൊരു പുണ്യപുരാതന പ്രശ്ന നാടകമാകുന്നത് ഇവിടെ വച്ചാണ്" എന്ന വാക്യം ആവർത്തിക്കുകയാണ്. കാരണം അതു കേൾക്കുമ്പോൾ അടുത്ത നടൻ കയറി വരണം. പക്ഷേ വരുന്നില്ല. അപ്പോൾ - "ദേ കണ്ടില്ലേ. ഇവിടെത്തന്നെ പ്രശ്നമായി. എന്റെ സംഭാഷണം ഇത്രയുമെ

ത്തുമ്പോൾ ഒരുത്തൻ ഒരു മുഖംമൂടിയും കൊണ്ട് കയറി വരേണ്ടതാ. ഇതൊരു പുണ്യ-പുരാണ-പ്രശ്ന- വരുന്നില്ല. ഓ - വെറുതേ കിടന്ന് തൊണ്ട കീറാമെന്ന ല്ലാതെ ഒരു കാര്യവുമില്ല. ആരെങ്കിലും ആ മന്ഥരയുടെ മോന്തയൊന്ന് എടുത്തു കൊണ്ട് വന്നാട്ടെ. എന്തു ചെയ്യാനൊക്കും ! രാമായണം പോലെ പല പ്രാവശ്യം ആവർത്തിച്ച് റിഹേഴ്സൽ എടുത്തിട്ടും കാര്യങ്ങൾ നേരെ ചൊപ്പേ നടക്കുന്നില്ല. അവസാനം മന്ഥര വന്ന് സീതയോട് പറയുന്നത് - "നിനക്ക് തെറ്റുപറ്റി. നിന്നെ നീയാക്കി തോറ്റിയെടുക്കാനാണ് ഞാൻ വന്നത്. അഗ്നിക്കുപോലും സ്പർശി ക്കാനാവാത്ത കരുത്ത് നിനക്കുണ്ട്. ചൈതന്യവും ശുദ്ധിയും നിനക്കുണ്ട്. നീയ തറിയണം. രാമൻ ദാശരഥിയണ്. ദശരഥ പുത്രൻ. പിന്നെ നിന്റെ ഭർത്താവ്. പക്ഷേ അവൻ നിന്റെ ഭാഗധേയം ആകരുത്. 14 സംവത്സരം വനവാസമനുഷ്ഠി ക്കാൻ ദാശരഥി പോകണം. അതവന്റെ വിധി. ത്യാഗത്തിന്റെയും സഹനത്തി ന്റെയും അനശ്വരമായ യശസ്സിനുവേണ്ടി അവനാ വിധിയിലൂടെ സഞ്ചരിച്ചേ പറ്റൂ. ദശരഥന്റെ അയോദ്ധ്യയിൽ നിന്ന് ദശഗ്രീവന്റെ ലങ്കയിലേക്കുള്ള ദൂരമത്രയും താണ്ടുമ്പോൾ അവൻ ലോകാരാധ്യനാവും. ലോകാധിരാമനാവും. ആദർശമൂർത്തി യാവും. നീയോ? അപഹരിക്കപ്പെടുന്നവളും അവഹേളിക്കപ്പെടുന്നവളും ചാരി ത്രത്തിന്റെ പേരിൽ അപഹാസ്യമായ രീതിയിൽ സംശയിക്കപ്പെടുന്നവളുമാകും. ഒടുവിൽ ഭൂഗർഭത്തിലേക്ക് മടങ്ങുകയല്ലാതെ ആരുണ്ട് കുഞ്ഞേ നിനക്ക് അഭയം തരാൻ? ചുരുക്കിപ്പറഞ്ഞാൽ നീ പോകണ്ട എന്നു പറയലാണ് മന്ഥര ചെയ്യുന്ന ത്.

നാടകകൃത്ത് വീണ്ടും പറയുന്നത് "ചിരപുരാതനമായി സീത വച്ചുകാ ച്ചാറുള്ള ഡയലോഗ് വേണമെങ്കിൽ ഞാനിവിടെ തട്ടിവിടാം - ഭർത്താവിന്റെ ഭാഗ്യദൗർഭാഗ്യങ്ങളിൽ പങ്കുകൊള്ളേണ്ടവളാണ് ഭാര്യയെങ്കിൽ എന്റെ വാസവും കാട്ടിൽത്തന്നെയാവണം. സ്ത്രീകൾക്ക് ഇഹത്തിലും പരത്തിലും ഭർത്താവ് മാത്ര മാണാശ്രയം. അവിടുന്ന് ദുഃഖവുമായി കാട്ടിലേക്ക് പോകുന്നുവെങ്കിൽ കാട്ടിലെ മുള്ളും മുരടും ചവിട്ടി മെതിച്ച് മൃദുവാക്കി ഞാൻ മുന്നിൽ നടക്കും. ഈ മുള്ളും മുരടുമെന്ന പ്രയോഗമൊക്കെ സാകേതത്തിൽ സീതയെക്കൊണ്ട് ശ്രീകണ്ഠൻനാ യർ പറയിപ്പിക്കുന്നുണ്ട്. "ഏതു കാട്ടിലായാലും അവിടുത്തെ പാദമൂലം തന്നെ എനിയ്ക്ക് പരമാശ്രയം. യമനിയമാദികളുടെ ബ്രഹ്മചര്യം ദീക്ഷിച്ച് അവിടുത്തെ ശുശ്രൂഷിച്ചുകൊണ്ട് വനത്തിൽ ഞാൻ കഴിഞ്ഞുകൊള്ളാം. അങ്ങേക്ക് ഞാനൊരു ദുഃഖവുമുണ്ടാക്കുകയില്ല എന്നു മാത്രമല്ല. ഹംസസാരങ്ങൾ കേളി ചെയ്യുന്ന പൊൻതാമരപ്പൊയ്കകൾ കണ്ട് കണ്ട് രസിക്കാനെനിക്ക് അതിയായ കൊതിയു മുണ്ട്. ഞാനും വരുന്നു എന്ന് പറഞ്ഞ് കാട്ടിലേക്ക് പോവുകയാണ് ചെയ്യേണ്ടത്. പക്ഷെ രാമൻ സീതയെ കാട്ടിലേക്ക് കൊണ്ടുപോകുകയാണ്. അച്ഛനമ്മമാരെ ശുശ്രൂഷിച്ചുകൊണ്ട് ഇവിടെ നിന്നോളൂ എന്നു പറയുമ്പോൾ അതെ പോയിട്ടു വരൂ എന്നു പറയുന്നിടത്താണ് പ്രശ്നമാരംഭിക്കുന്നത്. അപ്പോൾ രാമൻ വീണ്ടും പറയും, 'അല്ല സീതേ ഞാൻ കാട്ടിലേക്ക് പോകുകയാണ്' 'അതെ പോയിട്ടു

വരൂ' എന്ന് പറയും. അപ്പോൾ രാമൻ കുറച്ചു ഒന്ന് ദേഷ്യപ്പെടും. അല്ല, സീതേ ഞാൻ കാട്ടിലേക്ക് - പോകുകയാണ് - അപ്പോൾ സീത - ആ - ഇങ്ങനെ പ്രശ്ന മാരംഭിക്കുകയാണ്. അപ്പോൾ ഇടയ്ക്കുവച്ച് നാടകമെഴുതിയ ആളോട് രാമൻ ചോദിക്കുന്നുണ്ട് 'ഞാനീ പുരാണകഥാപാത്രത്തിന്റെ ഈ ഭാരമൊന്ന് മാറ്റിവച്ചിട്ട് ഡയലോഗ് പറഞ്ഞോട്ടെ' എന്നു ചോദിക്കുന്നുണ്ട്. ഒരിത്തിരി നേരം പറഞ്ഞോളാൻ നാടകകൃത്ത് അനുവദിക്കുമ്പോൾ പറയുന്നത് ഞാനീ രാമത്വ ത്തിന്റെ ദിവ്യഭാരമൊന്നിറക്കി വച്ചോട്ടെ? എന്ന് ചോദിക്കും. അത്രയ്ക്ക് വീർപ്പു മുട്ടലാണെങ്കിൽ കുറച്ചു നേരത്തേക്ക് ഇറക്കി വച്ചോളാൻ പറയുമ്പോൾ തിരിച്ച് പറയുന്നത് - "എടീ എന്തരവളേ നിന്റെയീ തോന്ന്യാസമൊന്നും എന്റെയടുത്ത് നടക്കത്തില്ല. നീ സീതയാണെങ്കിൽ രാമന്റെ കൂടെ കാട്ടിലോ കല്ലുവെട്ടാൻ കുഴി യിലോ എങ്ങോട്ടാണെന്നു വച്ചാൽ കമാന്നൊരക്ഷരം മിണ്ടാതെ പൊയ്ക്കോ ണം. ഉടനെ സീതയോട് നിന്റെ വായിൽ തോന്നുന്നത് നീയും പറഞ്ഞോളാൻ നാടകകൃത്ത് പറയുമ്പോൾ, 'ഞാൻ പറയും.' പറയും എന്ന് പറയുന്ന സീത യോട്, 'പറയെടീ തെണ്ടീ' എന്ന് രാമൻ. അപ്പോൾ 'നിന്റെ കൂടെ എന്റെ പട്ടി വരും,' ഇത്രയും പറയുമ്പോൾ മതി. മതി. നിങ്ങൾക്കിത്ര സ്വാതന്ത്ര്യം തന്നാൽ പ്രശ്നമാണ്. നിങ്ങളാ ദിവ്യഭാരമുള്ള ഡയലോഗ് പറഞ്ഞാൽ മതി എന്നു പറയു മ്പോൾ വീണ്ടും സംസ്കരിക്കപ്പെട്ട ഭാഷയിലേക്ക് നാടകം മടങ്ങിപ്പോവുകയാണ് ചെയ്യുന്നത്. സാകേതത്തിലെ പ്രശ്നം ഇതൊന്നുമല്ല. വിധിയുടെ മുമ്പിൽ പരാജ യപ്പെട്ടു പോകുന്നുവെന്ന പ്രശ്നമാണ്. സാക്ഷാൽ അരിസ്റ്റോട്ടിലിന്റെ, വിധിക്ക് കീഴ്പെടുന്നുവെന്ന ദശരഥനെയാണ് കാണുന്നതെങ്കിൽ കാഞ്ചന സീതയിലെ ത്തുമ്പോൾ നമ്മൾ കാണുന്നത് രാമനെ വിചാരണചെയ്യുന്ന കഥാപാത്രങ്ങളെ ത്തന്നെയാണ്. കാഞ്ചനസീതയിൽ കാണുന്ന കാര്യങ്ങൾ ലങ്കാലക്ഷ്മിയിൽ വേറൊരു തരത്തിൽ കാണുന്നു. ഈ ആര്യദ്രാവിഡ രാഷ്ട്രീയം അതിന്റെ സൂച നകൾ കൃത്യമായി കടന്നു വരുന്നു. ലങ്കാലക്ഷ്മിയിൽ രാവണനെന്ന് പറയുന്ന ഏതോ മുനിമാടത്തിൽ തള്ളപ്പെട്ട കണ്ടാലറയ്ക്കുന്ന രാക്ഷസക്കിടാത്തിയുടെ കറുത്ത കുട്ടിയാണ്. ആ കുട്ടിയ്ക്ക് കൈവിടാൻ കാട്ടുമുരിയ്ക്കിന്റെ മാല പോലു മുണ്ടായിരുന്നില്ല. കാട്ടുപുഴയിലെ ചെളിവെള്ളം കോരിക്കുടിച്ചും കഴുകനെ കല്ലെ റിഞ്ഞുകൊന്നും ആണ് രക്ഷിച്ചത്. അങ്ങനെ ആ കുട്ടി വളർന്നു. താലവൃന്ദം വീശാനും നുള്ളി ഇക്കിളിയിടാനും അന്തപ്പുരദാസിമാരുണ്ടായിരുന്നില്ല. ഭാര്യ യെപ്പോലും കൈക്കരുത്തു കൊണ്ട് നേടിയതാണ്, അങ്ങനെ ഞാൻ വളർന്നു. നക്ഷത്രങ്ങളെ ചവിട്ടി ആകാശങ്ങളിലേക്ക് കടന്നുപോയപ്പോൾ അതിനെപ്പറ്റി പാടാൻ കവികളുണ്ടായി, ഇന്നാ കവിതകൾ ഇതിഹാസങ്ങളാണ്. എന്നൊക്കെപ്പ റഞ്ഞ് ആഘോഷിച്ചുവരുന്ന രീതിയിലാണ്. പക്ഷേ ആ കടന്നു കയറിയതിനൊപ്പം ഞാനൊരു വംശത്തെയും-പടുകുഴിയിലാണ്ട ഒരു വംശത്തെയും പിടിച്ചു കയറ്റി അതിൽ നിനക്ക് അഭിമാനമില്ലേ വിഭീഷണാ എന്നാണ് ചോദിക്കുന്നത്. അപ്പോൾ അങ്ങനെ ഒരു ദസ്യുവിന്റെ വളർച്ചയാണിതിലുള്ളത്. വേറൊരു സ്ഥലത്ത് ദസ്യു

ക്കളും കരിങ്കുരങ്ങുമൊന്നും മനുഷ്യരായി കണക്കാക്കേണ്ടതില്ല എന്ന് സി.എൻ. സൂചിപ്പിക്കുന്നുണ്ട്. ഈയൊരു ആര്യദ്രാവിഡ രാഷ്ട്രീയത്തിനകത്ത് ദ്രാവിഡ സ്വത്വമാണ് ഞാൻ മുന്നോട്ട് വയ്ക്കുന്നതെന്ന് ലങ്കാലക്ഷ്മിയിൽ പറഞ്ഞത് കൂടുതൽ സ്ഫുടം ചെയ്ത് കാഞ്ചനസീതയിൽ വരുന്നുണ്ട്. രാവണ പക്ഷത്തെ മുന്നോട്ടു വയ്ക്കുന്ന കാഞ്ചനസീതയിൽ രാവണൻ പറയുന്നതു മുഴുവൻ വിശ്വസിക്കണോ എന്നൊരു പ്രശ്നമുണ്ട്. കള്ളം പറയുന്നില്ലേ രാവണൻ എന്നൊരു ചോദ്യം. അത് മണ്ഡോദരിയുടെ വിചാരണയിലുമൊക്കെ വരുന്നുണ്ട്. മണ്ഡോദരി രാവണനെ വിചാരണ ചെയ്യുമ്പോൾ ഈ യുദ്ധമൊക്കെ ഒന്നു കഴിയട്ടെ. നമുക്ക് വിന്ധ്യന്റെ തടങ്ങളിൽ പോയി നിന്നോടൊപ്പം ഇരിക്കണം, നിന്റെ പാട്ടു കേൾക്കണം എന്നൊക്കെ പറയുമ്പോൾ സീതയുടെ സാന്നിദ്ധ്യത്തെയും രാവണന്റെ ഭയത്തെയുമൊക്കെ മണ്ഡോദരി ചോദ്യം ചെയ്യുന്നുണ്ട്. ഇത്തരത്തിൽ രാവണന്റെ വാക്കുകൾ വിശ്വസനീയമാണോ എന്ന പ്രശ്നം വാക്കുകൾക്കിടയിലെ അർത്ഥം വായിക്കണോ എന്ന പ്രശ്നമൊക്കെ നിലനിൽക്കുന്നുണ്ട്.

ആര്യദ്രാവിഡ രാഷ്ട്രീയത്തിന്റെ ഈ പ്രശ്നം മുന്നോട്ട് വയ്ക്കുന്ന നാടകങ്ങളിൽ കുറേക്കൂടി വ്യക്തമായി രാമസങ്കല്പത്തെപ്പറ്റി പറയുന്നത് കാഞ്ചനസീതയിലാണ്. കാഞ്ചനസീതയിൽ കഥാപാത്രം രാമൻ തന്നെയാണ്. സാകേതത്തിൽ ദശരഥനും ലങ്കാലക്ഷ്മിയിൽ രാവണനുമായിരുന്നെങ്കിൽ കാഞ്ചന സീതയിൽ രാമനാണ്. ഇവിടെ എല്ലാ കഥാപാത്രങ്ങളും രാമനെ വിചാരണ ചെയ്യുകയാണ്. ഊർമ്മിള എന്നു പറയുന്ന കഥാപാത്രമാണ് ആരംഭിക്കുന്നത്. സി എൻന്റെ നിരവധി സംഭാവനാ ഘോഷങ്ങളിൽ നിന്നും മുഴുവൻ വെട്ടിക്കളഞ്ഞതിനു ശേഷം അരവിന്ദൻ കാഞ്ചനസീത സിനിമയിൽ ചോദിക്കുന്ന ആദ്യത്തെ ചോദ്യം വാത്മീകിയുടെ ആശ്രമം കടന്നല്ലേ നിങ്ങൾ വന്നതെന്ന്. ആരും മിണ്ടിയില്ല. വാത്മീകി ആശ്രമം കടന്നല്ലേ നിങ്ങൾ വന്നതെങ്കിൽ സീതയേ കണ്ടില്ലേ എന്നാണ് ചോദ്യം പക്ഷേ ഇതിനെ അഡ്രസ് ചെയ്യാൻ കഴിയാത്ത രാമനും ലക്ഷ്മണനും ആണ്. ദണ്ഡകാരണ്യത്തിലൂടെയുള്ളയാത്ര മുഴുവൻ വളരെ വിശദമായി സിനിമയിൽ കാണിക്കുന്നുണ്ട്. പക്ഷേ ഈ ആദ്യത്തെ ചോദ്യം ചോദിക്കുന്നത് ഊർമ്മിളയാണ്.

കാഞ്ചനസീതയിലെ ഒരു പരാമർശം. "ആ കരിങ്കുരങ്ങന്മാർ ഇന്ന് ആര്യന്മാരുടെ അടിമകൾ." എന്നാണ്. ആര്യദ്രാവിഡ രാഷ്ട്രീയത്തിന്റെ നേർക്കാഴ്ചയാണിത്. ആര്യദ്രാവിഡ രാഷ്ട്രീയം പറയുന്നതിനൊപ്പം തന്നെ ഇന്ത്യയിലെ വർണ്ണവ്യവസ്ഥയെക്കുറിച്ച് സൂചിപ്പിക്കാൻ കാഞ്ചനസീത ഉപയോഗപ്പെടുത്തുകയാണ്. ബ്രാഹ്മണരും ക്ഷത്രിയരും തമ്മിലുള്ള ബന്ധമെന്താണ്? ബ്രാഹ്മണരുടെ കീഴിൽ നിൽക്കുന്ന ഭരണ സംവിധാനം, ക്ഷത്രിയ ബോധം മതത്തിനുകീഴടങ്ങുന്ന രാഷ്ട്രീയമെന്നു തന്നെയാണർത്ഥം. മതത്തിനു കീഴടങ്ങുന്ന ഭരണസംവിധാനത്തെ കുറിച്ച് ഊർമ്മിള ചോദിക്കുന്നു. –"അദ്ഭുതവിക്രമന്മാരായ ക്ഷത്രിയ

വീരന്മാർ ബ്രാഹ്മണരുടെ ആജ്ഞാനുവർത്തികൾ മാത്രമായി അധ:പതിക്കുന്ന സങ്കടം കൊണ്ട് പറഞ്ഞു പോയതാണ്. വേദാഭ്യസനം പോലും ബ്രാഹ്മണർക്കു മാത്രമെന്ന് അവർ വിധിച്ചിരിക്കുന്നു. അധികാരം നേരിട്ടു കൈയ്യാളുന്നില്ലെങ്കിലും അധികാരം കൈയ്യാളുന്ന ബ്രാഹ്മണ്യം. ആ ബ്രാഹ്മണ്യത്തിന്റെ ദാസനായി മാത്രം കഴിയേണ്ടി വരുന്ന രാമൻ അതിനു നിഴലായി നിൽക്കുന്ന ഭരതൻ. ഇത് ഇന്ത്യയിലെ ഒരു വർണ്ണബോധത്തിന്റെയല്ലെങ്കിൽ ജാതിബോധത്തിന്റെ പ്രശ്നമാണ്. ഈ പ്രശ്നം ഇവിടെകൊണ്ട് കാഞ്ചന സീതയിൽ അവസാനിക്കുന്നില്ല. ശ്രീകണ്ഠൻനായർ ആവർത്തിക്കുന്നുണ്ട്. ശ്രീകണ്ഠൻ നായരെ വായിക്കുമ്പോഴുള്ള രസകരമായ കാര്യം, ഇഷ്ടമുള്ള കാര്യം പലയിടത്ത് ആവർത്തിക്കുന്നതുകാണാമെന്നതാണ്. ജാതി രാഷ്ട്രീയം സി.എൻ ന്റെ ബാക്കിയുള്ളവരും തമ്മിലുള്ള ബന്ധത്തെക്കുറിച്ച് പറയുമ്പോഴാണ്. അവിടെയാണ് ശംബൂകന്റെ കഥ കാഞ്ചന സീതയിൽ കയറിവരുന്നത്. കാഞ്ചനസീതയിൽ ശംബൂകന്റെ കഥ വരേണ്ടയാതൊരു കാര്യവുമില്ല. പക്ഷേ അവസാനത്തിന് തൊട്ടുമുൻപ് ശംബൂകപത്നി കടന്നുവന്ന് കഥയിലേക്ക് ഈ വിഷയം കൊണ്ടുവരുന്നു. ശംബൂകനെ നിഗ്രഹിച്ചത് ബ്രാഹ്മണന്റെ വസിഷ്ഠന്റെ-വാക്ക് കേട്ടിട്ടാണ്. ശംബൂകനെ കൊന്ന രാമന്റെ പ്രവൃത്തി തെറ്റായി എന്ന് ഭരതൻ ഉൾപ്പെടെയുള്ള ആളുകൾ ചോദ്യം ചെയ്യുമ്പോൾ - ശംബൂക പത്നി അങ്ങോട്ടു കടന്നുവരുമ്പോൾ ശൂദ്രന്റെ അവകാശങ്ങൾ എന്തൊക്കെയാണ്, ഇങ്ങനെ തട്ടുതട്ടായി കിടക്കുന്ന ഇന്ത്യയുടെ വർണ്ണവ്യവസ്ഥ പ്രതിപാദിക്കപ്പെടാൻ രാമായണവും രാമനും ഉപയോഗിക്കപ്പെടുകയാണ്. അല്ലെങ്കിൽ രാമൻ എങ്ങനെയാണ് നമ്മുടെ ഒരു ജാതി ബോധത്തിന്റെയും -വർണ്ണബോധത്തിന്റെയും ഒക്കെ അടിമയായി പോകുന്നത് എന്ന് ഈ നാടകങ്ങൾ സൂചിപ്പിക്കുന്നു.

രാമന്റെ ഒപ്പം നിന്നവരെല്ലാം രാമനെ ചോദ്യം ചെയ്യുകയാണ്. അമ്മയായ കൗസല്യ ചോദ്യം ചെയ്യുന്നുണ്ട്. സ്ത്രീശാപം കൊണ്ട് മരിക്കുന്നു എന്നത് നമ്മുടെ രാജപാരമ്പര്യമാണ്, വിധിയാണ്. അച്ഛൻ മരിച്ചത് സ്ത്രീശാപം കൊണ്ടാണ്. നീയും സ്ത്രീശാപം കൊണ്ടു തന്നെ ഇല്ലാതാവണമെന്നാണോ വിചാരിക്കുന്നത്? സീതയെ കാട്ടിലുപേക്ഷിച്ചപ്പോഴാണിത്. വളരെ പ്രധാനമായി സി.എൻ ഉന്നയിക്കുന്ന ഒരു സ്ത്രീ വിഷയമാണിത്. രാമനെക്കൊണ്ടുതന്നെ പറയിപ്പിക്കുന്നുണ്ട്, കല്ലും മുള്ളും അടവിയിലല്ല, അയോധ്യയിലാണ് എന്ന്. രാമൻ രാമന്റെ ജീവിതത്തെ എങ്ങനെ കണ്ടു എന്ന് സി.എൻ. ചോദിക്കുന്ന ഒരു ചോദ്യമുണ്ട്. വളരെ പ്രധാനപ്പെട്ടതാണ്. കല്ലും മുള്ളും അയോധ്യയിലാണെന്ന് പറയുന്നു, വേറൊരു സ്ഥലത്ത് ലവകുശന്മാർ രാമകഥ പാടി നടക്കുന്നു എന്നു പറയുമ്പോൾ, ഈ ശോകകഥ കേൾക്കാൻ ആർക്കാണിത്ര താല്പര്യമെന്ന് ചോദിക്കുന്നു വേറൊരിടത്ത്. രാമൻ ചോദിക്കുന്നുണ്ട് രാമരാജ്യം ഒരു മിഥ്യയാണ് അല്ലേ എന്ന്? എന്റെ ജീവിതമൊരു പാഴ്ചിലവായിരുന്നോ എന്ന് രാവണനെക്കൊണ്ടും ചോദിപ്പിക്കുന്നുണ്ട്. രാവണനും രാമനും ഒരേപോലെ തങ്ങളുടെ ജീവിതത്തിൽ ദുരന്തങ്ങളാ

ണ്, ഇതിങ്ങനെയല്ല നടക്കേണ്ടത് എന്ന തിരിച്ചറിവ് അവരുടെ ഉള്ളിലെങ്കിലും ഒരു ചെറിയ പ്രശ്നമായി കത്തി നിൽക്കുന്നുണ്ട് എങ്കിൽ രാമായണത്തിന്റെ അന്ത സത്തയിലേക്കുള്ള ചോദ്യവഴികൾ അവിടെ തുറന്നിടുകയാണ്. ഇതു നമ്മൾ ഉദ്ദേശിക്കുന്നതുപോലെ അത്ര മനോഹരമായ അത്ര ഉദാത്തമായ, അത്ര പാടി പ്പുകഴ്ത്തേണ്ട ഈ ശോകകഥ കേൾക്കാനാർക്കാണ് താല്പര്യം എന്നുള്ള വിലാ പത്തിലേക്കെത്തുന്ന രചനയായി മാറും. അതുകൊണ്ടുതന്നെ എനിക്ക് തോന്നിയ ഒരു കാര്യം മരിക്കുമ്പോൾ പാടാൻ പറ്റിയ സാധനമാണെന്നാണ്. ആൾക്കാർ മരിക്കുമ്പോഴുണ്ടാകുന്ന ശോകത്തോട് ചേർത്തു വച്ച് കേൾക്കാൻ കൊള്ളാം.

പിന്നീട് രാമനെ ചോദ്യം ചെയ്യുന്നത് ഭരതനാണ്. ഭരതൻ ഭരണനൈ പുണ്യം കൊണ്ട് രാമനെ അതിശയിപ്പിക്കുന്ന ആളാണ് എന്നറിയാമല്ലോ. ഭരതൻ ചോദിക്കുന്നത് ക്ഷത്രിയൻ നിശേഷം കീഴടങ്ങിക്കഴിഞ്ഞു അല്ലേ, മഹാരാജൻ? കുമാരാ, പടപൊരുതി, പല ദിക്കുകൾ കീഴടക്കി, ഒടുവിൽ സൂത്രം പഠിച്ച് ബ്രാഹ്മ ണന് അടിയറ വച്ചു സമസ്തവും. സ്വന്തം ആത്മാവിനെപ്പോലും. ഭരതൻ സീതയെ കാട്ടിലുപേക്ഷിച്ച രാമനെ വിമർശിക്കുന്നു വസിഷ്ഠന് കീഴടങ്ങിയ രാമനെ വിമർശി ക്കുന്നു. രസകരമായ ഒരു കാര്യം, ഈ യാഗം നടത്താൻ തീരുമാനിക്കുമ്പോൾ രാമനൊരു രണ്ടാം വിവാഹത്തെക്കുറിച്ച് ആലോചിക്കുന്നുണ്ട്-കാഞ്ചനസീതയിൽ. കാരണം, ഒരു പത്നിയില്ലാതെ യാഗം നടത്താൻ പറ്റില്ല. സീതയെ വിളിക്കൂ എന്നു പറയുമ്പോൾ സീതയെനിക്ക് അന്യയാണ് എന്നാണ് പറയുന്നത്. സീത യുടെ മക്കളാണെങ്കിൽ അവരെയും എനിക്ക് വേണ്ടാ എന്ന് രാമൻ പറയുന്നുണ്ട്, ലവകുശന്മാരെപ്പറ്റി. അങ്ങനെയുള്ള രാമൻ രണ്ടാമതൊരു കല്യാണം കഴിക്കുക യാണ് നല്ലതെന്ന് വസിഷ്ഠന്റെ ഉപദേശം. അതിന് കാശിരാജാവിന്റെ മകളെ ആലോചിക്കുകയും കാശി മഹാരാജാവ് അവിടെനിന്നും പുറപ്പെടുകയും ചെയ്തി ട്ടുണ്ട്, ഏതു സമയവും ഇവിടെ വിവാഹം കഴിക്കാൻ രാമനും തയ്യാറാണ്. ഈ ബഹുഭാര്യാത്വത്തെക്കുറിച്ച് പറയുന്ന ഒരു സാധ്യത കഞ്ചനസീതയിൽ സി.എൻ കൊണ്ടുവരുന്നുണ്ട്. രാമൻ സമ്മതിച്ചു കഴിഞ്ഞ കാര്യം തന്നെയാണ്. കൈകേ യിയും ഭരതനും എതിർത്തിട്ടും രാമൻ ഞാൻ വസിഷ്ഠൻ പറഞ്ഞപോലെ ചെയ്യുക തന്നെ ചെയ്യും. കാരണം ഇത് യാഗം നടത്താൻ വേണ്ടിയാണ് എന്ന് പറഞ്ഞ് ഉറച്ച് നിൽക്കുമ്പോൾ അതിന് തടസ്സം നിൽക്കുന്നത് ഹനുമാനാണ്. അവസാനം വരുന്ന ഹനുമാൻ വിളിക്കുന്നത് ജാനകീരാമാ എന്നാണ്. ദേശം വിട്ട് പുറത്താക്ക പ്പെട്ട ജാനകിയുടെ പേര് പറയുക എന്നത് നിഷിദ്ധമായ സമയമാണ്. ജാനകിയി ല്ലാതെ രാമനില്ല. കാട്ടിലായിരുന്നപ്പോൾ, ജാനകി ലങ്കയിലായിരുന്നപ്പോൾ നിങ്ങ ളുടെ ഉള്ളിൽ ജാനകിയുണ്ടായിരുന്നു. ഹൃദയത്തിൽ ജാനകിയുണ്ടായിരുന്നു. അപ്പോൾ എനിക്ക് ജാനകീരാമാ എന്ന് വിളിക്കാമായിരുന്നു. ഇപ്പോൾ നിങ്ങ ളുടെ ഉള്ളിൽ നിന്നുപോലും നിങ്ങൾ ജാനകിയെ പുറത്താക്കുമ്പോൾ എനിക്ക് ആ ജാനകീരാമനേയേ ആവശ്യമുള്ളൂ എന്ന് പറയുന്ന ഹനുമാനാണ് വാസ്തവ ത്തിൽ രാമൻ ചെയ്യുന്ന ഈ ശരികേടിനെക്കുറിച്ച് ആഴത്തിൽ രാമനെ മനസ്സി

ലാക്കി കൊടുക്കുന്നത്. അവിടുന്നാണ് ഈ കഥയിൽ മറ്റൊരുതരം സംഘർഷം ഉണ്ടാകുന്നത്.

ശംബൂകപത്നി മുഖം കാണിക്കാൻ വരുന്നുണ്ട്. അവളെ ഇങ്ങോട്ട് കേറ്റരുത് എന്നു പറയുമ്പോൾ രാമൻ വേണമെങ്കിൽ വന്നുപറഞ്ഞുപോകട്ടെ എന്ന് പറയുന്നുണ്ടെങ്കിലും നാടകകൃത്ത് പിന്നിൽ നിന്നൊരു ശബ്ദമാണ് കേൾപ്പിക്കുന്നത്. ആ ശബ്ദം ഇതാണ്. "ശപിക്കപ്പെട്ടരാജൻ! യത്ക്രൗഞ്ചമിഥുനാദേകമവധീ എന്ന് മഹാകവി പാടിയത് അങ്ങയെക്കുറിച്ചാണ്. അങ്ങാണ് നിഷാദൻ. താരയും മണ്ഡോദരിയും ശപിച്ചത് ഓർക്കുന്നോ രാജൻ! ആര്യവംശത്തിലെ സതീരത്നങ്ങൾ ഹൃദയം പൊട്ടിക്കരഞ്ഞത് ഓർക്കുന്നോ രാജൻ! ആ ശാപങ്ങൾക്ക് എവിടെയുണ്ട് മോക്ഷം! ആയിരം അശ്വമേധങ്ങൾ നടത്തിയാൽ തീരുമോ ആ പാപങ്ങൾ? ഭർത്തൃഘാതകനായ രാജാവേ, നിങ്ങൾക്കൊരിക്കലും ഭാര്യാസുഖം കിട്ടുകയില്ല."

അതായത് മാനിഷാദ എന്ന് തുടങ്ങുന്ന നാലുവരി ശ്ലോകമാണ് രാമായണമായി വികസിച്ചതെങ്കിൽ അതിലെ കാട്ടാളൻ നീ തന്നെയാണ് രാമാ എന്ന് ചോദ്യം ചെയ്യുന്ന ശംബൂക പത്നി, അത് ശരിയാണ് എന്നു പറയുന്ന ഊർമ്മിള. നിങ്ങളെന്തുകൊണ്ട് ബ്രാഹ്മണന്റെ വാക്കുകൾ കേട്ടുകൊണ്ട് ഇവളെ വിധവയാക്കി? അങ്ങനെയൊക്കെയല്ലേ ഇതൊരു ശോകകഥയായി മാറുന്നത് എന്നുള്ള ചോദ്യം ഉണ്ട്. ഇവിടുന്നാണ് ഒരു വിവാഹമിനി ചെയ്യുന്നില്ല എന്നും ലോഹപ്രതിമ, സീതയുടെ കാഞ്ചന പ്രതിമ ഭാര്യയായി സങ്കല്പിച്ചുകൊണ്ട് യാഗം നടത്താമെന്ന് രാമൻ തീരുമാനിക്കുന്നത്. വളരെ മനോഹരമായിട്ടാണ് ആ ഭാഗം എഴുതിയിരിക്കുന്നത്. ഹനുമാൻ പറയുന്നു ആശ്രിതവത്സലനായ രാജാധിരാജൻ! അടിയനിവിടെ കാണുന്നതോ, അപ്പുറത്ത് സീതയുടെ ലോഹപ്രതിമ! ഭരതൻ - ഇപ്പുറത്ത് രാമന്റെ ശിലാപ്രതിമ! കോസല സാമ്രാജ്യത്തിന് മനുഷ്യരില്ലേ രാജൻ? ഇവിടെ ലോഹവിഗ്രഹങ്ങളേ ഉള്ളോ? ശിലാവിഗ്രഹങ്ങളേ ഉള്ളോ? സീതാരാമന്മാർക്ക് അയോധ്യയിലിടമില്ലേ? ലോഹവിഗ്രഹങ്ങളും ശിലാവിഗ്രഹങ്ങളും മാത്രമാകുന്ന ഒരു രാമായണമാണ് ഈ നാടകത്തിന്റെ അവസാനം. എല്ലാവരും ശിലകളാകുന്ന, എല്ലാവരും ലോഹ പ്രതിമകളാകുന്ന മനുഷ്യത്വം തീരെയില്ലാതെയാകുന്ന ഒരിടത്തേയാണ് കാഞ്ചനസീതയിലെ രാമായണകഥ നമ്മെ ചൂണ്ടിക്കാണിക്കുന്നത്.

ഇത്തരത്തിൽ സി എൻ ശ്രീകണ്ഠൻ നായരുടെ നാടകങ്ങളും ബാലചന്ദ്രന്റെ മായാസീതാങ്കം നാടകവുമെല്ലാം നിലവിലുള്ള രാമായണ കഥയുടെ പുതിയ പുതിയ വ്യാഖ്യാനങ്ങളാണ്. അവ ആധുനികതയിലും ഉത്തരാധുനികതയിലുമൊക്കെ നിന്നുകൊണ്ട് രാമായണത്തെ പുനർവായന നടത്തുകയാണ്. കാവാലത്തിന്റെ നിഴലായനം ആണെങ്കിൽ ഇവയിൽ നിന്നു വ്യത്യസ്തമായി പുതിയൊരു നാടകമെഴുതുകയാണ്. അതിൽ കാവാലം ചെയ്തത് സ്ഥലകാലങ്ങളെ വല്ലാതെ

മിക്സ് ചെയ്ത് പുതിയ രൂപത്തിലെ കഥാപാത്രങ്ങളെ സങ്കല്പിച്ച് പുതിയ രാമായണ കഥപറയുകയാണ്. രാമന്റെ മുടിയേറ്റ് അഥവാ അഭിഷേകം തടയാൻ ചിതയിൽ നിന്നും പാതിവെന്ത ശരീരവുമായി ചിതയിൽ നിന്നുമെഴുന്നേറ്റ് വരുന്ന രാവണൻ, മുറിഞ്ഞ മൂക്കും മുലയുമായി ചോരയൊലിപ്പിച്ച് കടന്നു വരുന്ന ശൂർപ്പണഖ, വിടില്ല ഞാൻ, വിടില്ല ഞാൻ, അടങ്ങില്ല ഞാൻ എന്ന് പറഞ്ഞാണ് ശൂർപ്പണഖ വരുന്നത്. 14 വർഷം ഉറങ്ങാതിരുന്ന ലക്ഷ്മണൻ അതേ പോലെ 14 വർഷം ഉറങ്ങാതെ അയോധ്യയിൽ കാവലിരുന്ന ഊർമ്മിള, ഇത്തരം പുതിയ കഥാപാത്രങ്ങൾ, സ്വപ്നസുന്ദരി എന്നോ കാലമാതാവെന്നോ ഉറങ്ങാനാശ്വസിപ്പിക്കുന്ന താരാട്ടമ്മയെന്നോ ഒക്കെ പറയാവുന്ന ഒരു പുതിയ കഥാപാത്രം, ഇതൊക്കെയാണ് നിഴലായനത്തിലെ കഥാപാത്രങ്ങൾ. ഈ കഥ നടക്കുന്ന സ്ഥലം സാകേതവും ലങ്കയും ദണ്ഡകാരണ്യവുമെല്ലാം ചേർന്ന ഒരു സ്ഥലമാണ്. അപ്പോൾ സ്ഥലകാലങ്ങളെ വല്ലാതെ മിക്സ് ചെയ്ത് നിഴലേത് നിജമേത് എന്ന് പറയാതെ അനുഭവിപ്പിക്കുന്നു. സരയൂനദി ഒരു കഥാപാത്രമായി വരുന്നു. ശൂർപ്പണഖയാൽ കീഴടക്കപ്പെടുന്ന ലക്ഷ്മണൻ പുതിയ അവതരണമാണ്. ചുരുക്കിപ്പറഞ്ഞാൽ പുതിയ കഥാപാത്രങ്ങളും പുതിയ രീതികളും പുതിയ സ്ഥലകാലങ്ങളുമായി കാവാലത്തിന്റെ ഈ നാടകം വേറിട്ടൊരനുഭവമാണ്. രചിതനാടകവും അവതരണനാടകവുമായി ഇത്രയേറെ ചേർച്ചയുള്ള ഒരു നാടകം വേറെയില്ല.

കർണ്ണാടക സംഗീതത്തിലെ രാമസങ്കല്പം

പ്രൊഫ. ജയലക്ഷ്മി

ദശാവതാരത്തിൽ അതിശ്രേഷ്ഠമാണ് ശ്രീരാമ അവതാരം. ലൗകീകവും, ആത്മീയവുമായ അനുഭവങ്ങൾ മനുഷ്യജീവിതത്തിലെന്നപോലെ അവതാരപുരുഷനായ ശ്രീരാമനും, ലക്ഷ്മീദേവിയുടെ സീത എന്ന അവതാരവും അനുഭവിച്ച് ജനങ്ങളുടെ മനസ്സിൽ ഒരു മാതൃകയായിത്തീർന്നിരിക്കുന്നു.

ശ്രീരാമന്റെ മഹിമകളും, രാമായണ കഥയും പ്രകീർത്തിച്ചുകൊണ്ടുള്ള കൃതികൾ അനേകം വാഗ്ഗേയകാരന്മാർ സംഗീതലോകത്തിന് സംഭാവന ചെയ്തിട്ടുണ്ട്. സംഗീതത്തിന്റെ സുവർണ്ണകാലം എന്നാണ്, ത്രീമൂർത്തികളായ ത്യാഗരാജസ്വാമികളുടെയും മുത്തുസ്വാമി ദീക്ഷിതരുടെയും ശ്യാമശാസ്ത്രികളുടെയും കാലഘട്ടം അറിയപ്പെടുന്നത്. ഇവരിൽ ത്യാഗരാജസ്വാമികൾ സൃഷ്ടിച്ച കൃതികളിൽ 90 ശതമാനവും രാമനെ പരാമർശിക്കുന്നവയാണ്. അദ്ദേഹം രാമനെ സഹോദരനായും സുഹൃത്തായും, തന്റെ എല്ലാമായും സങ്കല്പിച്ചാണ് കൃതികൾ രചിച്ചിരിക്കുന്നത്.

ഉദാഹരണം

I. ദിവ്യനാമ കീർത്തനങ്ങൾ

വാക്കുകൾക്ക് കൂടുതൽ പ്രാധാന്യവും സംഗീതം അവയുടെ അർത്ഥം സ്ഫുരിക്കുന്നതിന് ഒരു മാർഗ്ഗമായി ലളിതമായി ഭക്തിക്കുവേണ്ടി രചിക്കപ്പെട്ടവയാണ്.

ചില ഉദാഹരണങ്ങൾ

1. ജോജോ രാമാ – എന്ന രീതി ഗൗള ആദിതാള കീർത്തനം. പല്ലവിയും ഒരേ ഈണത്തിലുള്ള നിരവധി ചരണങ്ങളുമടങ്ങിയ ഒരു സംഗീതരൂപം. ശ്രീരാമനെ ഉറക്കുന്നതിനായി രചിക്കപ്പെട്ട കീർത്തനം. രഘുകുലതിലകാ, ഫണിപരശയനാ എന്നിങ്ങനെ ശ്രീരാമനെ സംബോധന ചെയ്യുന്ന കീർത്തനമാണ്. ഒരാൾ ആലപിച്ച് ഒരോ ഭാഗവും കൂട്ടമായി ആവർത്തിച്ചുപാടാൻ സാധിക്കുന്ന കീർത്തനം.

2. വന്ദനമു രഘുനന്ദനാ
സേതുബന്ധനാ ഭക്തചന്ദനാ – രാമ
എന്ന – സഹാനരാഗത്തിലുള്ള കീർത്തനം.

'അല്ലയോ രഘുനന്ദനാ, കടൽ ഭേദിച്ചു കടന്നവനും, ഭക്തന്മാരുടെ അഭീഷ്ടങ്ങൾ അരുളിച്ചെയ്യുന്നവനും, സർവ്വ സമ്പദ്പ്രദായകനുമായ ശ്രീരാമന് കോടി നമസ്ക്കാരം. നിനക്ക് എന്നോട് എന്തു പരിഭവമാണ്, ഞാൻ നിനക്ക്

അപരിചിതനാണോ? ലക്ഷ്മിയുടെ ഹൃദയത്തിൽ വസിക്കുന്നവനേ എന്നെ പരീക്ഷിക്കുന്നത് നിനക്ക് വിനോദമാണോ? കരുണാസാഗരനായ അങ്ങ് എത്രയും വേഗം ഈ ത്യാഗരാജന്റെ ഹൃദയത്തിൽ വസിക്കൂ രാമാ–' ഇതാണ് ഈ സൃഷ്ടിയുടെ സാരം.

II. കൃതികൾ

1. രാമനീ സമാനമെവരു– ഖരഹരപ്രിയ രൂപകതാളം:–

രാമാ നിനക്കു സമമായി ആരാണ് ഉള്ളത്. രാമാ നീ സീതാദേവിയുടെ ഭക്തിനിറഞ്ഞ ഹൃദയമാകുന്ന കൂട്ടിൽ വസിക്കുന്ന തത്തയാണോ?

നീ മൃദുഭാഷിയാണ്, തേനൊഴുകുന്ന മധുരഭാഷിയാണ്, ത്യാഗരാജന്റെ കുടുംബത്തിലെ ആരാധനാവിഗ്രഹമാണ്. ഇതാണ് ഈ കൃതിയുടെ സാരം.

2. രാമബാണ – സാവേരി – 2 കള ആദി

'രാമബാണ ത്രാണ ശൗരേ'

വിലമതിക്കാനാവാത്ത രാമബാണത്തെക്കുറിച്ച് ഞാനെങ്ങനെ വിവരിക്കും? സീതയെ മോഹിച്ച രാവണന്റെ പടകളെ കൊന്നൊടുക്കിയ രാമബാണങ്ങൾ, ഇന്ദ്രജിത്തിന്റെ ബാണത്താൽ അബോധാവസ്ഥയിലായ ലക്ഷ്മണനെ ഉണർത്തുന്നതിനായി ഇടിമുഴക്കുന്ന ശബ്ദത്തോടെ രാമൻ എയ്ത ബാണം, രാമബാണത്തിന്റെ മഹിമയാണ് ഈ കൃതിയിൽ പരാമർശിച്ചിട്ടുള്ളത്. സംഗതികളുടെ വളർച്ച ബാണം വിടുന്നതിന്റെ വ്യത്യസ്ഥത പോലെ ക്രമേണ ദീർഘമായും, കൂടുതൽ രഞ്ജകമായ സ്വരപ്രസ്ഥാനങ്ങളും പ്രകടമാക്കുന്ന ഭാവം ഈ കൃതിയെ കൂടുതൽ ആകർഷണീയമാക്കിത്തീർത്തു.

3. ഉപചാരമു – ഭൈരവി – 2 കള ആദി

'ഉപചാരമൂലനു ചേകോനവയ്യ
ഉരഗരാജ ശയനാ'

ഭക്തിപ്രസ്ഥാനത്തിൽ ധനു– മകരം മാസങ്ങളിൽ നടത്തിവരുന്ന 'രാധാകല്യാണം', 'സീതാകല്യാണം' എന്നിവ നടത്തുന്ന സന്ദർഭത്തിലും, 'ദിവ്യനാമം' നടത്തുമ്പോഴും, ഭഗവാനെ ഉപചരിക്കുന്നതിന് പാടുന്ന കൃതിയാണ്.

'ആഞ്ജനേയനും, നിന്റെ സഹോദരനും നിന്നെ സേവിക്കാനുണ്ടെന്നു കരുതി എന്നെയും എന്റെ കൂടെയുള്ള പരിചാരകരേയും മറക്കരുതേ; തിരസ്ക്കരിക്കരുതേ. നിന്റെ അനുഗ്രഹം ലഭിക്കും എന്ന പ്രതീക്ഷയിലാണ് നിന്നെ പ്രകീർത്തിച്ചു പാടിക്കൊണ്ടിരിക്കുന്നത്. ദ്വാരപാലകനായി ആഞ്ജനേയനും, കവചം പോലെ നിന്നെ കാക്കാൻ യോഗ്യരായ സഹോദരങ്ങൾ അരികിലും, നിന്റെ ഏകാന്തതയിൽ നിന്നെ സന്തോഷിപ്പിക്കാൻ സീതാദേവിയും ഉള്ളപ്പോൾ വേറെ പരിചാരകരെ ആവശ്യമില്ല എന്നു നിനക്കു തോന്നുമെന്നുള്ളത് സത്യമാണ്'.

ഒരു ആത്മസുഹൃത്തിനോടെന്നപോലെ ത്യാഗരാജസ്വാമികൾ ഈ കൃതി സൃഷ്ടിച്ചിരിക്കുന്നു.

4. **ചക്കനി രാജ- ഖംഹരപ്രിയ- കള ആദി**

'ചക്കനി രാജമാർഗ്ഗമുലുണ്ടഹ'

നല്ല രാജമാർഗ്ഗമുള്ളപ്പോൾ എന്തിന് ഊടുവഴികളിലൂടെ സഞ്ചരിക്കണം എന്ന ആശയം പ്രകടമാക്കുന്നു. ത്യാഗരാജസ്വാമികളുടെ കൃതികൾ ഭൂരിഭാഗവും രത്നതുല്യങ്ങളാണ്.

III. ശ്രീ സദാശിവ ബ്രഹ്മേന്ദ്ര അവർകൾ രചിച്ച 'ചേത: ശ്രീരാമം' എന്ന കൃതി ഏവർക്കും സുപരിചിതമാണ്. ഈ കൃതി സാരമതി രാഗത്തിൽ ചിട്ടപ്പെടുത്തിയത് എന്റെ അമ്മ ശ്രീമതി ഗോമതി കൃഷ്ണമൂർത്തിയാണ്. ഈ കൃതിയിൽ നവരത്നം കൊണ്ടലങ്കരിക്കുന്നതിനേക്കാൾ ഭക്തിയോടെ തുളസീമാല ചാർത്തുമ്പോഴാണ് ഭഗവാന് കൂടുതൽ സന്തോഷം എന്നും, തുംബുരുവിന്റെ സംഗീതവും, ഹനുമാന്റെ സാന്നിദ്ധ്യവും ഇഷ്ടപ്പെടുന്ന ശ്രീരാമന്റെ പാദസ്പർശമേറ്റ് അഹല്യയ്ക്ക് മോക്ഷം ലഭിച്ചതും പരാമർശിച്ചിരിക്കുന്നു?.

IV. **രാമനാടകം -** അരുണാചല കവി രചിച്ച മനോഹരമായ ഒരു സംഗീതനാടകമാണ് രാമനാടകം എന്ന 'നവരസ കാവ്യം'. ശ്രീരാമന്റെ ജീവചരിത്രം അതിമനോഹരമായ കൃതികളിലൂടെ ആകർഷണീയമാക്കിയിരിക്കുന്നു. എല്ലാ കഥാപാത്രങ്ങളുടെയും സംഭാഷണം സംഗീതത്തിലൂടെ പ്രകടമാക്കുന്നതാണ് ഈ കാവ്യത്തിന്റെ പ്രത്യേകത.

ഉദാഹരണം

1. 'എപ്പടി മനം തുണിന്തതോ' എന്ന ഹുസേനി രാഗത്തിലുള്ള കൃതി മനസ്സിനെ ഉരുക്കി ഒഴുക്കാൻ കഴിയുന്ന കൃതിയാണ്. ശ്രീരാമൻ 14 കൊല്ലം കാട്ടിലേക്ക് പോകുന്നു എന്നറിയുമ്പോൾ സീതാദേവി അതീവദുഃഖത്തോടെ ശ്രീരാമനോട് ചോദിക്കുന്ന രീതിയിലാണ് രചന. 'എന്നെ വിട്ട് കാട്ടിലേക്കു പോകുന്നു എന്നു പറയാൻ എങ്ങനെ മനസ്സുവന്നു? എത്ര ജന്മമെടുത്താലും എന്നെ കൈവിടില്ല, പിരിയില്ല എന്നുപറഞ്ഞിരുന്നത് വെറുതെയായോ? ഏഴയായ സീതയെ നിർഗതിയായി വിടുകയാണോ? കരിമ്പ് മുറിച്ചതുപോലെ പറയുകയാണോ സ്വാമി; ഒരിക്കലും പിരിയില്ല എന്നുപറഞ്ഞതും പാഴ്വാക്കായോ? വാക്കുകൾ കൊണ്ട് എന്നെ കൊല്ലാതെ കൊല്ലാൻ ഇരുമ്പുപോലെ ഉറച്ച മനസ്സായോ?'

ഈ കൃതിയുടെ വിശേഷത വാക്കുകളുടെ ഉൾക്കരുത്തും രാഗഭാവവും കൊണ്ട് പാടുന്നവരെയും, ശ്രോതാക്കളെയും കണ്ണിൽ നീരൊഴുക്കി ഗദ്ഗദം വരുത്തും എന്നുള്ളത് അനുഭവമാണ്.

2. യാരോ ഇവർ യാരോ- എന്ന പേരോ അറിയേൻ- ഭൈരവി രാഗത്തി

ലുള്ള കൃതി. ജനരഞ്ജകമായ കൃതിയാണ്. ശ്രീരാമൻ മിഥിലയിൽ വീഥിയിലൂടെ വിശ്വാമിത്ര മഹർഷിയോടൊപ്പം നടന്നുപോകുമ്പോൾ കന്നിമാടത്തിൽ നിന്നും സീതാദേവി ശ്രീരാമനേയും, ശ്രീരാമൻ സീതയേയും കാണാനിടയാകുന്നു. ശ്രീരാമന്റെ തേജസ്സിൽ ആകൃഷ്ടയായ സീതാദേവി തോഴിയോട് ചോദിക്കുന്നതായിട്ടാണ് ഈ കൃതി രചിച്ചിരിക്കുന്നത്.

3. 'കാണ വേണും ലക്ഷം കൺകൾ' എന്ന ശൂരുട്ടിരാഗ കൃതി.

രാവണന്റെ സഹോദരിയായ ശൂർപ്പണഖ ആകാശത്തുകൂടി സഞ്ചരിക്കുന്നതിനിടയിൽ താഴെ പർണ്ണശാലയിൽ നിന്നും അല്പം ദൂരത്തിൽ ലക്ഷ്മണൻ ചമത ഒരുക്കിക്കൊണ്ടിരിക്കുന്നത് കണ്ടു. മോഹിതയായ ശൂർപ്പണഖ സുന്ദരിയായി മാറി അരുകിലെത്തി വിവാഹാഭ്യർത്ഥന നടത്തി. കാര്യം മനസ്സിലാക്കിയ ലക്ഷ്മണൻ അല്പം ദൂരെ നില്ക്കുന്ന ശ്രീരാമനെ ചൂണ്ടിക്കാട്ടി നിനക്കനുയോജ്യൻ ജ്യേഷ്ഠൻ ശ്രീരാമനാണ്. പോയി ചോദിക്കൂ എന്നുപറഞ്ഞു. ശ്രീരാമനോ ചെറിയ പുഞ്ചിരിയോടെ ലക്ഷ്മണന്റെ അരികിലേക്ക് തിരിച്ചയച്ചു. ഒന്നുരണ്ടു പ്രാവശ്യം ഇപ്രകാരം ആവർത്തിച്ചശേഷം രാമന്റെ അരികിലെത്തിയപ്പോൾ സീതാദേവിയെക്കണ്ടു. കോപാകുലയായി, രാക്ഷസിയായി മാറിയ ശൂർപ്പണഖ സീതയെ ഭക്ഷിക്കാനൊരുങ്ങി. ലക്ഷ്മണൻ തന്റെ വാൾ കൊണ്ട് വീശി അവളുടെ മൂക്കും മാറിടവും മുറിച്ചു. ചോരയൊലിച്ചുകൊണ്ട് അവൾ രാവണസദസ്സിലെത്തി ഏഷണിയായി സീതാദേവിയുടെ സൗന്ദര്യത്തെ വർണ്ണിച്ച്, രാവണനുവേണ്ടി അവളെ പിടിച്ചുകൊണ്ടുവരാനൊരുങ്ങിയപ്പോൾ ഈ അനുഭവം ഉണ്ടായി എന്നവതരിപ്പിക്കുന്ന സന്ദർഭത്തിലെ കൃതിയാണ്.

'സീതാദേവിയെ കാണാൻ ലക്ഷം കണ്ണുകൾ വേണം. ലോകമെമ്പാടും വിറപ്പിച്ച് എല്ലാ ദിശകളിലും കീർത്തി സമ്പാദിച്ച അല്ലയോ രാവണാ നിന്റെ ഇരുപത് കണ്ണുകൾ മതിയാകുമോ?

കൂവളയില പോലുള്ള ആ കൺദൃഷ്ടി പതിച്ചാൽ അമ്പുകൾ പോലെയാണ്. അവളുടെ വാക്കുകൾ കേട്ടാൽ അതുതന്നെ വർണ്ണിക്കാനാവാത്ത വിധം മധുരമാണ്. നവരത്നവും തങ്കവും കൊണ്ടുണ്ടാക്കിയ കമ്മലുകളും, അരയന്നം പോലെ നടക്കുന്നവളും. ഈ ഭൂമുഖത്ത് അവൾക്കു സമം അവൾതന്നെയാണ്'.

4. 'രാമർസ്വാമി ദൂതൻ – മോഹനം'

ലങ്കയിൽ സീതാദേവിയെ അന്വേഷിച്ചെത്തുന്ന ഹനുമാൻ പല സ്ഥലങ്ങളിലും തിരഞ്ഞശേഷം അശോകവനത്തിൽ മരച്ചുവട്ടിൽ ചുറ്റും രാക്ഷസികൾ കാവൽ നിൽക്കുന്ന അവസ്ഥയിൽ സീതാദേവിയെ കാണുന്നു. ചെറിയ ആകാരം സ്വീകരിച്ച് മരത്തിലെ ഇലകൾക്കിടയിൽ മറഞ്ഞിരുന്നുകൊണ്ട് ശ്രദ്ധിക്കുകയായിരുന്നു. രാക്ഷസികൾ ഉറക്കത്തിലായശേഷം ജയ് ശ്രീറാം എന്നുരുവിട്ടുകൊണ്ട് താഴേക്കിറങ്ങി. വേഷപ്രച്ഛന്നനായ രാക്ഷസനാണ് എന്നുകരുതി ഭയക്കു

ന്ന സീതാദേവിക്ക് ശ്രീരാമൻ തന്നയച്ച മോതിരം നൽകി. ശ്രീരാമന് പകരം നല്കാനായി ചൂടാമണി നൽകുന്നു. മടങ്ങിപ്പോകുന്നതിനുമുമ്പ് രാവണനെ കണ്ട് ഒന്നുപദേശിച്ചുനോക്കാം എന്ന ഉദ്ദേശത്തോടെ ഹനുമാൻ ഉദ്യാനങ്ങളും, പഴത്തോട്ടങ്ങളും അലങ്കോലപ്പെടുത്തുകയും രാവണന്റെ ഭടന്മാർക്ക് കീഴടങ്ങുകയും ചെയ്യുന്നു. രാവണസദസ്സിലെത്തിയ ഹനുമാന് ദൂതനു നൽകേണ്ട മര്യാദ നൽകി ഇരിപ്പിടം കൊടുക്കാത്തതിൽ പരിഭവിച്ച് തന്റെ വാൽ ചുരുട്ടി രാവണനേക്കാൾ ഉയരത്തിൽ ഇരുന്നു. കുപിതനായ രാവണൻ ആരടാ നീ കുരങ്ങേ? എന്നു ചോദിച്ചതിനു മറുപടിയായി ഹനുമാൻ പാടുന്നതാണ് ഈ കൃതി.

രാമർസ്വാമി ദൂതൻ നാനടാ അടടാ രാവണാ എൻ പേർ ഹനുമാനടാ.

ഒരു പ്രാവശ്യം 'ട' പ്രയോഗിച്ചതിന് മറുപടിയായി 4 'ട' പ്രയോഗിക്കുന്നു. ഹാസ്യപ്രധാനമായ കൃതിയാണ്.

V. മഹാരാജാ സ്വാതിതിരുനാളിന്റെ സംഭാവനകൾ

1. 'ഭാവയാമി രഘുരാമം' എന്ന രാഗമാലികയിലൂടെ രാമായണ കഥ മുഴുവൻ ഘട്ടംഘട്ടമായി അനുയോജ്യമായ രാഗങ്ങളിൽ പ്രതിപാദിച്ചിരിക്കുന്നു.
2. 'സാദരമവ' എന്ന സരസ്വതി രാഗകൃതി.
3. 'രാമചന്ദ്ര് പ്രഭു തുമ് ബിന് പ്യാരേ കോന് ഖബറ് ലേ മേരി' എന്ന ഹിന്ദുസ്ഥാനി ഭജൻ കേരളീയർക്കെന്നല്ല ഇന്ത്യയൊട്ടാകെയും, വിദേശത്തും പ്രചാരത്തിലുള്ള കൃതിയാണ്.

VI. ഹരികേശനല്ലൂർ ഡോ. എൽ. മുത്തയ്യാ ഭാഗവതർ കൃതികൾ

'സംഗീത ലവകുശ' എന്ന സിനിമയ്ക്കുവേണ്ടി ശ്രീ. മുത്തയ്യാഭാഗവതർ ഗാനങ്ങൾ രചിച്ച് സംഗീതം നൽകിയ കൃതികൾ അതിമനോഹരങ്ങളാണ്.

ലവകുശന്മാർ ശ്രീരാമ സദസ്സിൽ പാടിയതാണ് ഈ കൃതി. ശങ്കരാഭരണ രാഗത്തിൽ പാശ്ചാത്യ രീതിയിൽ രചിച്ചിരിക്കുന്നു.

'പിതാ പദം പണിന്തീടോം കുമാരർ എമൈുമ ആളും ദേവനേ സദാ ഉമദു പാദമേ പണിന്തിടോം'

VII. തുളസീദാസ് ഭജൻ- യുമുനാകല്യാണി

ശ്രീരാമചന്ദ്ര കൃപാലോ ഭജ്മനു്
ഹരണ ഭവ ഭയ ദാരുണം
നവ കഞ്ച ലോചത് കഞ്ച മുഖ്,
കര കഞ്ച പദ കഞ്ചാരുണം'

'കഞ്ച' എന്ന വാക്ക് താമര, മനോഹരം, മൃദുലം എന്നിങ്ങനെ പല അർത്ഥത്തിൽ അനേകം പ്രാവശ്യം ആവർത്തിച്ചു പ്രയോഗിച്ചിരിക്കുന്നു.

ഇത് യമകം എന്ന അലങ്കാരമാണ്.

സംഗീതം സാഗരമാണ്.

ഉദാഹരണങ്ങൾ പൂർത്തീകരിക്കുക എന്നത് മുഴുവൻ അലകളെയും മുറിച്ചുകടക്കാൻ എന്നപോലെ അസാദ്ധ്യമാണ്. സമയപരിധിക്കുള്ളിൽ ഉൾക്കൊള്ളിക്കാവുന്ന കൃതികൾ മാത്രമേ സൂചിപ്പിച്ചിട്ടുള്ളൂ.

സംഗീതത്തിലെ രാമൻ

ശ്രീവത്സൻ ജെ. മേനോൻ

കർണ്ണാടക സംഗീതത്തിലെ രാമസങ്കല്പമെന്ന വിഷയം ചിന്തിച്ചു തുടങ്ങിയപ്പോൾ രണ്ട് ചോദ്യങ്ങളാണ് എന്റെ മനസ്സിൽ ഉണ്ടായത്. അതിൽ ആദ്യത്തെ ചോദ്യം, സംഗീതത്തിൽ ശ്രീരാമൻ അഥവാ സംഗീതത്തിൽ രാമായണം എങ്ങനെയാണ് പ്രചോദനമായത് എന്നാണ്. അതോ തിരിച്ചാണോ സംഗീതമാണോ ശ്രീരാമന്റെ വിവിധ ഭാവങ്ങളെ സംഗീതത്തിലേക്ക് സ്വീകരിച്ചിട്ടുള്ളത്? രണ്ടാമത്തെ ചോദ്യം, കേരളത്തിലുള്ള സംഗീത പാരമ്പര്യം ശ്രീരാമന്റെ സങ്കല്പങ്ങളോട് എത്രമാത്രം അടുത്തു നിൽക്കുന്നുണ്ട് എന്നുള്ളതാണ്. ഒരു പക്ഷേ എന്റെ അറിവില്ലായ്മ കൊണ്ടായിരിക്കാം. നമ്മൾ നോക്കുമ്പോൾ ശാസ്ത്രീയ സംഗീതത്തിന്റെ വളർച്ച, അല്ലെങ്കിൽ കേരളത്തിലെ സംഗീതത്തിന്റെ വളർച്ചയെ പറ്റി പഠിക്കുന്ന ഒരു വിദ്യാർത്ഥിക്ക് ശ്രീരാമന്റെ ഒരു സ്വാധീനം സംഗീതത്തിൽ കൊണ്ടുവരിക, അല്ലെങ്കിൽ അതിനെ ഒരു പ്രാധാന്യത്തോടെ കാണുക എന്നതു ലേശം ബുദ്ധിമുട്ടുള്ള ഒരു കാര്യമാണ്. കാരണം മറ്റൊന്നുമല്ല ശ്രീരാമകൃതികൾ വളരെ കുറവാണ് കേരളത്തിൽ എന്നുള്ളതാണ്. സ്വാതിതിരുനാളിന്റെ കൃതികൾ എടുത്ത് പരിശോധിച്ച് നോക്കിയാൽ കുറച്ചു കൃതികൾ ഉണ്ട്. പക്ഷേ അപ്പോഴും അദ്ദേഹത്തിന്റെ ഇഷ്ടദേവൻ എന്നത് ശ്രീ പത്മനാഭനാണ്.

ഭാഷാസാഹിത്യത്തിലേക്ക് ഒരുപാട് സംഭാവനകൾ രാമായണത്തിന്റെതായിട്ടുണ്ട്. 13-ാം നൂറ്റാണ്ടിൽചീരാമൻ രചിച്ച രാമചരിതമായിരിക്കും ഏറ്റവും പഴയ ശ്രീരാമ കഥ. രാമകഥപ്പാട്ട് എന്നു പറയുന്നത് ഏകദേശം 14-ാം നൂറ്റാണ്ടിന്റെ സമയത്ത് ഉണ്ടായതാണ്. രാമകഥപ്പാട്ട് പിന്നീട് തിരുവനന്തപുരത്ത് ശ്രീപത്മനാഭസ്വാമിക്ഷേത്രത്തിൽ പാടിക്കൊണ്ടിരുന്നു എന്ന് കേട്ടിട്ടുണ്ട്. സ്വാതിതിരുനാളിനു എത്രയോ വർഷം മുൻപ് ഏതാണ്ട് 400 വർഷം മുമ്പ് പത്മനാഭസ്വാമി ക്ഷേത്രത്തിൽ പാടിക്കൊണ്ടിരുന്നുവത്രെ. ചമ്പു കാലഘട്ടം കഴിഞ്ഞ്, നിരണം കവികളുടെ കാലഘട്ടം ആകുമ്പോഴേക്കും ഏതാണ്ട് 15-ാം നൂറ്റാണ്ടിൽ നിരണം കവികളുടെ കണ്ണശ്ശരാമായണം കഴിഞ്ഞ് 16-ാം നൂറ്റാണ്ടിൽ തുഞ്ചത്തെഴുത്തച്ഛന്റെ അധ്യാത്മരാമായണം വരെയെത്തുന്ന ഭാഷാസാഹിത്യചരിത്രം നമുക്കറിയാം. ഇവിടെയൊന്നും സംഗീതമെന്ന നിലയ്ക്ക് പ്രത്യേകമായ ഒരു ശാഖയൊന്നും രാമായണത്തിനെ അധികരിച്ചോ അല്ലാതെയോ ഉണ്ടായിട്ടില്ല. നമുക്ക് നാടൻ ശൈലികളുണ്ട്, സോപാന ശൈലികളുണ്ട് എന്നൊക്കെയറിയാം. സോപാന ശൈലിയുണ്ടെങ്കിൽത്തന്നെ ശ്രീരാമക്ഷേത്രങ്ങൾ കേരളത്തിൽ നന്നേ കുറവാണ്. ഇപ്പോഴും കുറവാണ്. എനിക്ക് തോന്നുന്നത് പത്തിൽ താഴെ ക്ഷേത്രങ്ങളെ

കാണുകയുള്ളൂ.അപ്പോൾ സോപാനസംഗീതം ഒരിക്കലുണ്ടായിരുന്നു എന്ന് പറഞ്ഞാൽ തന്നെ അതുണ്ടായിരുന്നിരിക്കാൻ സാധ്യത 9-ാം നൂറ്റാണ്ടുകളിലാണ്. കാരണം അപ്പോഴെ ക്ഷേത്രങ്ങൾ കേരളത്തിൽ വന്നിട്ടുള്ളൂ. കുലശേഖര ആൾവാറിന്റെ സമയത്തേ നമുക്ക് ക്ഷേത്രങ്ങൾ ഉണ്ടായിട്ടുള്ളൂ. അങ്ങനെയൊക്കെ നോക്കുമ്പോൾ ഈ പറഞ്ഞ എഴുത്തച്ഛന്റെ കാലം വരെയൊന്നും സംഗീതത്തിൽ രാമകഥകൾ ഉണ്ടായിയിട്ടില്ലെന്നു വേണം പറയാൻ. കർണ്ണാടകസംഗീതത്തിന്റെ അറ്റം വരെയെത്തുന്നില്ല ഞാൻ, സംഗീതത്തിൽ തന്നെ ഫോക്സംഗീതങ്ങളുണ്ട്. അതൊന്നും ഞാൻ നിഷേധിക്കുന്നില്ല. ഫോക് പാരമ്പര്യസംഗീതം തീർച്ചയായും നമ്മുടെ നാട്ടിൽ ധാരാളം ഉണ്ടായിട്ടുണ്ട്. ഇനി അതിലേക്കൊന്ന് സൂചിപ്പിക്കുകയാണെങ്കിൽ, ഫോക് സംഗീതമെന്നത്, അല്ലെങ്കിൽ സോപാനത്തിന്റെ തുടക്കമെന്നു വിളിക്കാവുന്ന തമിഴ്പൺ, (തമിഴകത്തു നിന്നുള്ള പൺ എന്നു പറയുന്നത് രാഗമാണ്) രാഗത്തിന്റെ ഒരു അവികസിത രൂപമാണ്. പുറനീര അല്ലെങ്കിൽ ഖണ്ഡാരം, കാനനക്കുറിഞ്ഞി പോലെ കഥകളിക്കു മാത്രമുപയോഗിക്കുന്നു എന്നു നമ്മൾ അവകാശപ്പെടുന്ന രാഗങ്ങൾ എല്ലാം തന്നെ തമിൾ പൺ - ൽ പെട്ട രാഗങ്ങളാണ്. ഈ പഴയ തമിഴ് പരമ്പരയിലും ശ്രീരാമന്റെ രാമായണത്തെക്കുറിച്ചുള്ള പരാമർശങ്ങളും ഒക്കെ നന്നേ കുറവാണ്. തുഞ്ചത്തെഴുത്തച്ഛന്റെ കാലഘട്ടമാകുമ്പോൾ നമ്മൾ കാണുന്നതെന്താണെന്നു വച്ചാൽ ദക്ഷിണ കേരളത്തിൽ വളരെ ശക്തമായി എല്ലാ കർക്കിടമാസത്തിലും രാമായണം വായിക്കുന്ന ശീലം എങ്ങനെയോ സമൂഹത്തിൽ വന്നു പെട്ടു. അതു വായിക്കുക മാത്രമല്ല, നമ്മുടെ മധ്യകേരളത്തിലും അല്ലെങ്കിൽ ഉത്തരകേരളത്തിലും വെറുതേ വായിക്കുക മാത്രമല്ല, സംഗീതത്തോട്, അതായത് രാഗം കൂട്ടിചേർത്ത് വായിച്ചു തുടങ്ങി എന്നുള്ളതാണ്.

പിന്നീട് തഞ്ചാവൂരിൽ നിന്നും മറാഠ, നായക് തുടങ്ങിയ ഭരണാധികാരികുളുടെ കാലത്തും കൂടാതെ കോളനീകരരണം അഥവാ മുസ്ലീം കോളനീകരണത്തിന്റെ സമയത്തും ഒക്കെ സംഗീത വിദ്വാന്മാർ തിരുവിതാംകൂറിലേയ്ക്കും പൊള്ളാച്ചി, പാലക്കാട് ചുരം വഴി പുതുനഗരം, കൊടുവായൂർ, കല്പാത്തി, ഗുരുവായൂർ വരെയുള്ള സ്ഥലങ്ങളിലേയ്ക്കും കൂടിയേറിത്തുടങ്ങി. അങ്ങനെ രണ്ട് സ്ഥലങ്ങളിലേക്ക് വിജയനഗരസാമ്രാജ്യത്തിന്റെ പതനത്തോടെ ബ്രാഹ്മണർ കൂടിയേറിപ്പാർത്തു. ഈ ബ്രാഹ്മണ സമൂഹമാണ് ശരിക്കും ശാസ്ത്രീയസംഗീതം എന്നു നമ്മൾ വിളിക്കുന്ന ദക്ഷിണേന്ത്യൻ സംഗീതത്തെ കേരളത്തിലേക്ക് കൊണ്ടുവരുന്നത്. സ്വാതിതിരുനാളിന്റെ കാലമാകുമ്പോഴേയ്ക്കും അതിന്റെ പ്രചാരം വർദ്ധിക്കുകയും മോഹിനിയാട്ടം, ഭരതനാട്യം പോലെയുള്ള കലകളുടെ സ്വാധീനമുണ്ടാവുകയും ചെയ്തു. സ്വാതിതിരുനാളിന്റെ സഭയിൽ കലാകാരന്മാരുടെയും കലാകാരിമാരുടെയും വലിയൊരു സംഗമമായിരുന്നു. ഇന്ന് നൃത്തരംഗത്ത് പ്രശസ്തയായ ബാലസരസ്വതിയുടെയൊക്കെ മുതുമുത്തശ്ശിയായിരുന്ന കാമാക്ഷിയമ്മാൾ വടിവേലുവിന്റെ കൂടെ തഞ്ചാവൂരിൽ നിന്നും സ്വാതിതിരുനാ

ളിന്റെ സഭയിൽ വരികയും പിന്നീട് 10 വർഷത്തോളം തിരുവിതാംകൂറിൽ ഉണ്ടാവുകയും ചെയ്തിരുന്നു എന്നാണ് പറഞ്ഞു കേൾക്കുന്നത്. ഇതോടുകൂടി തന്നെ ബ്രാഹ്മണരുടെ രണ്ട് ധാരകൾ പാലക്കാട്, കല്പാത്തി മുതലായ സ്ഥലങ്ങളിലേക്ക് വരുന്നുണ്ട്. അവിടെ നിന്നുള്ള പാലക്കാട് പരമേശ്വര ഭാഗവതർ, നൂറണി പരമേശ്വരഭാഗവതർ എന്നു പറയുന്ന ആളുകൾ ഒക്കെതന്നെ തിരുവിതാംകൂറിൽ സ്വാതിതിരുനാൾ സഭയിൽ പോയി സംഗീതജ്ഞരാവുകയൊക്കെ ചെയ്തു. ഇവിടെയെത്തുമ്പോഴാണ് നമുക്ക് ഏകദേശം ശ്രീരാമന്റെ കൃതികൾ വന്നു തുടങ്ങുന്നത്. പക്ഷേ അതിന് തൊട്ടുമുൻപ് ഇതേ പതിനാറാം നൂറ്റാണ്ടിൽ ഇതിലൊന്നും പെടാതെ ഒരു സംഗീതധാര ഉണ്ടാവുകയാണ്. രാമനാട്ടം. കൃഷ്ണനാട്ടത്തിന്റെ കഥ നിങ്ങൾ കേട്ടിട്ടുണ്ടാവും. കൃഷ്ണനാട്ടം അവതരിപ്പിക്കാൻ കൊട്ടാരക്കര തമ്പുരാൻ വിളിച്ചപ്പോൾ സാമൂതിരി പലതരം ഒഴിവുകഴിവുകൾ പറഞ്ഞുകൊണ്ട് കൃഷ്ണനാട്ടം ..... അവതരിപ്പിക്കില്ല എന്ന് പറഞ്ഞു. ഉടനെ രാമനാട്ടം എന്ന് പറഞ്ഞ് കൊട്ടാരക്കരതമ്പുരാൻ 8 ആട്ടക്കഥകൾ ഉണ്ടാക്കി. രാമായണം തന്നെയാണ് രാമനാട്ടം. ഇപ്പോൾ നാം കഥകളിയിൽക്കാണുന്ന ആട്ടകഥകൾ ഒക്കെ നാമനാട്ടത്തിനുവേണ്ടി ഉണ്ടാക്കിയതാണ്. രാമനാട്ട യുദ്ധം വരെയുള്ള കാര്യങ്ങളാണ് കഥകളായി പറഞ്ഞിട്ടുള്ളത്. അതിനുശേഷം പിന്നെ രാമായണം ഒരു പശ്ചാത്തലമായി കഥയുണ്ടാക്കിയിട്ടുള്ളത് കൊട്ടാരത്തിൽ ശങ്കുണ്ണിയാണ്. പട്ടാഭിഷേകം, പിന്നെ ഉത്തരരാമായണം, ലവകുശന്മാരുടെയൊക്കെ വരവ് സൂചിപ്പിക്കുന്നത്, പിന്ന് ലവണാസുരവധം അങ്ങനെ കഥകളിയുടെ ഒരു ധാര-വളരെ ശക്തമായി വരുന്നു, അവിടെ കേരളീയമായ ചില രൂചികളോട് കൂടി സംഗീതം വികസിച്ച് വരുന്നു. ചുരുക്കിപ്പറഞ്ഞാൽ ഈ 'തമിൾ പണ്' ൽ നിന്നും നിലനിന്നിരുന്ന കൊട്ടിപ്പാടി സേവയിൽ നിന്നും ഒക്കെ സ്വാധീനം ഉണ്ടായിട്ടാണ് കഥകളിപ്പാട്ടിലേക്കുള്ള രൂപാന്തരം ഉണ്ടായിട്ടുള്ളത്. അത് കർണ്ണാടകസംഗീതത്തിന്റെ ദൂരെയാണോ അടുത്താണോ എന്ന് ചോദിച്ചാൽ ഇതിന്റെ രണ്ടിനും നടുവിലാണെന്നേ പറയാൻ കഴിയൂ. കർണ്ണാടകസംഗീതം മാതിരിയാണ് കേൾക്കുമ്പോൾ എന്നാൽ എന്തൊക്കെയോ ചില വ്യത്യാസങ്ങൾ ഉണ്ട് താനും.

അപ്പോ സംഗീതത്തിന്റെ വളർച്ച ഇപ്പോൾ ഞാൻ രാമനിലൂടെ പറഞ്ഞു എന്നേയുള്ളൂ. അതു രാമനിലൂടെ തിരിച്ചുവിട്ടതു കൊണ്ട് തരക്കേടൊന്നുമില്ല. കാരണം രാമനാട്ടം എന്നുള്ളത് ഒരു കേന്ദ്രബിന്ദു ആയതുകൊണ്ട് നമ്മൾ അതിൽ കേന്ദ്രീകരിച്ച് അവിടുന്ന് കഥകളി ഉണ്ടായി എന്നു പറയുന്നതിൽ തെറ്റില്ല. ഒരു 19 -20 നൂറ്റാണ്ടിനും 20-21 നൂറ്റാണ്ടിലൊക്കെയാവുമ്പോഴാണ് കഥകളി സംഗീതത്തിലും പരിഷ്കാരങ്ങൾ കാര്യമായി വരുന്നത്. അപ്പോഴും നമുക്ക് നേരത്തേ പറഞ്ഞ സംശയങ്ങൾ ഉണ്ടായി വരും. കേരളത്തിന്റേതായ രാഗങ്ങൾ എന്നൊക്കെ പറഞ്ഞ് നമ്മൾ ചിലപ്പോ അഹങ്കരിക്കും. അതിനൊക്കെ നമുക്ക് തമിഴകത്തിന്റെ പാരമ്പര്യം നോക്കേണ്ടിവരും. അതിലും അതിശയിക്കാനൊന്നുമില്ല. കാരണം ഭൂമിശാസ്ത്രപരമായ തരംതിരിവ് വന്നിട്ട് അധികം കാലമായിട്ടില്ല. നമുക്കറിയാം.

അപ്പോ അതിനുചുറ്റും നടക്കുന്ന ഒരുപാട് സാംസ്കാരിക വിനിമയങ്ങൾ വളരെ സ്വാഭാവികമാണ്. ഇനി സ്വാതിതിരുനാളിനെങ്ങനെയാണ് ശ്രീരാമന്റെ കൃതികൾ എഴുതാൻ സാധിച്ചത്?

"രാമരാമ പാഹി
രാമ രാമപാഹീ"

എന്ന് തുടങ്ങുന്ന കീർത്തനം ദേവ ഗാന്ധാരി രാഗത്തിൽ ഒരു ശ്രീരാമന്റെ കൃതിയാണ്. 'രാമരാമ ഗുണസീമ' എന്നത് സിംഹേന്ദ്രമധ്യമം എന്ന രാഗത്തിലുള്ളതാണ്. സ്വാതിതിരുനാളിന്റെ ഒരു നൂറ് കൃതികൾ എടുത്താൽ ഒരു അഞ്ചെണ്ണം ശ്രീരാമസ്തുതികളാണ്. ബാക്കിയൊക്കെ ശ്രീപത്മനാഭനാണ്. മറ്റൊരു പ്രധാനപ്പെട്ട കീർത്തനം 'ഭാവയാമി രഘുനാമം ദിവ്യസുഗുണാരാമം' എന്നതാണ്. മുഴുവൻ രാമായണവും അദ്ദേഹം വളരെ മനോഹരമായി ഒരു 20-25 വരികളിൽ തീർത്തിട്ടുണ്ട്. സ്വാതിതിരുനാൾ തന്നെ ദശാവതാര വർണ്ണന എഴുതിയിട്ടുണ്ട്. ഓരോ രചയിതാക്കൾക്കും ഇഷ്ടദേവൻ ഇഷ്ടദേവത എന്നാണ് പറയുക. സ്വാതിതിരുനാളിന്റെ ഇഷ്ടദേവത ശ്രീപത്മനാഭനായതുകൊണ്ട് ലേശം കുറവാണ് ശ്രീരാമ കൃതികൾ.

എന്നാൽ ത്യാഗരാജസ്വാമികൾ തഞ്ചാവൂരിൽ തിരുവൈയ്യാറിൽ ത്രിമൂർത്തികൾ എന്നു വിളിക്കുന്ന സംഗീത ഗുരുക്കന്മാരിൽ അഗ്രിമസ്ഥാനീയനായിരുന്നു. ദക്ഷിണേന്ത്യയിലെ കർണ്ണാടക സംഗീതത്തിന്റെ വളർച്ചയുടെ തുടക്കം ത്യാഗരാജൻ, ശ്യാമശാസ്ത്രികൾ, മുത്തുസ്വാമി ദീക്ഷിതർ എന്ന മൂന്നു പേരിലായിരുന്നു. ഇവർ സ്വാതിതിരുനാളിന്റെ ഏകദേശം അതേ കാലഘട്ടത്തിലായിരുന്നു. കൂടാതെ നമുക്ക് ഷട്കാല ഗോവിന്ദമാരാരും ഇരയിമ്മൻതമ്പിയും ഉണ്ട്. ഇരയിമ്മൻ തമ്പിയെപ്പറ്റി അല്പം പറഞ്ഞിട്ട് ത്രിമൂർത്തികളിലേക്ക് പോകാം. എന്റെ അറിവിൽ ഇരയിമ്മൻതമ്പി ഒരു ശ്രീരാമകൃതിയും എഴുതിയിട്ടില്ല. ഒരു പക്ഷേ എന്റെ അറിവ് തെറ്റാവാം. ഒരുപാട് കൃതികൾ തമ്പിയുടേത് നഷ്ടപ്പെട്ട് പോയിട്ടുണ്ട്. അതുകൊണ്ട് നമുക്ക് കൃത്യമായിട്ട് അറിയില്ല. കൂടുതലും ശ്രീകൃഷ്ണനെക്കുറിച്ചിട്ടാണ്.

"കരുണ ചെയ്‌വാൻ എന്തു താമസം കൃഷ്ണാ,"
"ഓമനത്തിങ്കൾ കിടാവോ,"
"അടിമലരിണതന്നേ കൃഷ്ണാ അടിയനൊരവലംബം"

ഇതൊക്കെ ഇരയിമ്മൻ തമ്പിയുടെയാണ്. പക്ഷേ ശ്രീരാമന്റെ കൃതികൾ കേട്ടിട്ടില്ല. ഇങ്ങനെ നോക്കുമ്പോൾ സ്വാതിതിരുനാളിലാണ് ഒരു വ്യത്യാസം ഉള്ളത്. അദ്ദേഹം ശ്രീരാമന്റെ കൃതികൾ എഴുതിയിട്ടുണ്ട്. അങ്ങനെയെഴുതാൻ ഒരു കാരണം ഒരു പക്ഷേ തഞ്ചാവൂർ സംഘത്തിന്റെ സ്വാധീനമായിരിക്കാം. ത്യാഗരാജകൃതികളുടെ സ്വാധീനവും ഉണ്ടാവാം. അതുകൊണ്ടൊക്കെയാണോ എന്നറിയില്ല, ശ്രീരാ

മന്റെ കൃതികൾ രചിച്ചത്. ത്യാഗരാജസ്വാമിയുടെ കാര്യം പറയുകയാണെങ്കിൽ ഇഷ്ടദേവത ശ്രീരാമൻ തന്നെയാണ്. അദ്ദേഹത്തിന് ശ്രീകൃഷ്ണനനും ദേവിയും ബ്രഹ്മാവും ഒക്കെ ശ്രീരാമനാണ്. അപ്പോൾ ത്യാഗരാജസ്വാമിയുടെ ഒരു സംഭാവനയെടുത്താൽ, നവവിധ ഭക്തി എന്ന് നിങ്ങൾ കേട്ടിട്ടുള്ള ഒരാശയമായിരിക്കും.

ശ്രവണം - രാമകഥാസുധാരസപാനമുജേസി

കീർത്തനം - നീ ഭക്തിഭാഗ്യസുധാ (ജയമനോഹരി)

സ്മരണം - സ്മരണേ സുഖമു ശ്രീരാമചന്ദ്രാ

പാദസേവനം - രഘുനായകാ നീപാദയുഗരാജീവമുലനേ

അർച്ചനം - കൊലുവമറഗതാ കോദണ്ഡപാണി (തോടി)

വന്ദനം - വന്ദനമുരഘുനന്ദന സേതുബന്ധനാ നിത്യചന്ദനാ രാമാ (ശഹാന)

ദാസ്യം - തവ ദാസോഹം തവദാസോഹം തവദാസോഹം ദാശരഥേ

സഖ്യം - ദയറാണീ ദയറാണീ ദയറാണീ (മോഹനം)

ആത്മനിവേദനം - കാലഹരമേലറാ ഹരേ ശ്രീരാമചന്ദ്രാ (ശുദ്ധ സാവേരി)

ഈ നവവിധ ഭക്തികൂടാതെ പ്രേമഭക്തിയിലും (മധുരഭക്തിരൂപത്തിൽ രാമൻ എന്റെ പ്രണയിനിയാണ് എന്ന സങ്കല്പമാണ്) ഒരു പാട് കൃതികൾ ഉണ്ട് അതുപോലെ

ഏടീ ജന്മമീദീഹ ഓ രാമാ
ഏടി ജന്മമീദിഹാ... (വരാളി)

രാമന്റെ ഭംഗിയെക്കുറിച്ച്, ലാവണ്യ രാമാ, സുന്ദര രാമാ എന്നൊക്കെ ഒരുപാട് കൃതികൾ

ഉണ്ട്.

വാത്സല്യ ഭക്തിയുണ്ട്. മകനെപ്പോലെയാണ് രാമൻ എന്നുള്ളത്.

"സീതമ്മ മായമ്മ സീതമ്മ മായമ്മ
ശ്രീരാമമുഡു മാതംഗീ"

ത്യാഗരാജൻ തന്റെ ഭൗതികലോകജീവിതം മുഴുവൻ, ഈ വ്യവഹാരം മുഴുവൻ ശ്രീരാമനോട് സംസാരിക്കുകയാണ്. ഇത് ദീക്ഷിതർ കൃതികളിലോ, ശ്യാമശാസ്ത്രികളിലോ ഒരു പക്ഷേ സ്വാതിതിരുനാളിലോ പോലും ഇല്ലാത്ത ഒരു കാര്യമാണ്. ദേവനെയോ ദേവിയേയോ വിവരിക്കലാണ് മറ്റുള്ളവരുടെ ഒരു പാട് കൃതികളിൽ കാണുക ദീക്ഷിതരുടെ ഒരു പാട് കൃതികളുണ്ട്. ഇപ്പോൾ നവഗ്രഹകൃതികൾ ഉണ്ട്. നവാവരണകൃതികളുണ്ട്. ഇതൊക്കെയുണ്ടെങ്കിലും പൊതുവേ വിശദീകരണ സ്വഭാവത്തിൽ ആണ്. നേരംമറിച്ച് ത്യാഗരാജസ്വാമികളുടെ കൃതികൾ

എടുത്താൽ ശ്രീരാമനോടുള്ള സംഭാഷണങ്ങൾ ആണ്.

ഉദാഹരണം

"നിധിചാല സുഖമാ, രാമുനി സന്നിധീസേവ സുഖമാ..."

നിധിയാണോ അതോ സന്നിധിയാണോ ഞാൻ ഇഷ്ടപ്പെടേണ്ടതെന്ന ചോദ്യമാണ്.

"ദ്വൈതമോ സുഖമാ അദ്വൈതസുഖമാ"

ദ്വൈതമാണോ അദ്വൈതമാണോ ഞാൻ പിന്തുടരേണ്ടതെന്ന് ചോദിക്കുന്നു. അതേപോലെ തത്വശാസ്ത്രപരമായ ചോദ്യങ്ങൾ കൂടാതെ എന്നെയന്താ കാണാൻ വരാത്തത്, ഞാൻ ഇത്രകാലമായി കാത്തിരിക്കുകയല്ലേ എന്നൊക്കെ. പിന്നെ സാമൂഹിക തിന്മകളെക്കുറിച്ച് അദ്ദേഹം സംസാരിക്കുന്നുണ്ട്. ഭസ്മമൊക്കെ ധരിച്ച് രാമഭക്തി വെറുതേ കാണിച്ചു നടക്കുന്ന ഒരു പാട് ബ്രാഹ്മണരുണ്ട്. നീയെന്തിനാണവരെ സംരക്ഷിക്കുന്നത്, ഈ പാവം ത്യാഗരാജനെ എന്തുകൊണ്ടാ അനുഗ്രഹിക്കാത്തത്. ഇതായത് രാമനിലുള്ള തന്റെ ഭക്തി എന്നു പറയുന്നതിനോടൊപ്പം അദ്ദേഹം അന്നത്തെ ദുരാചാരങ്ങളെയൊക്കെ എതിർക്കുന്നുണ്ട്. വിപ്ലവകരമാണ് ത്യാഗരാജസ്വാമിയുടെ എഴുത്ത്. നാം ഉദ്ദേശിക്കുന്നതുപോലെ ഭക്തിയോടെ മാത്രം അല്ല അദ്ദേഹം എഴുതിയിട്ടുള്ളത്. കൃത്യമായിട്ട് അദ്ദേഹം പല രാഷ്ട്രീയനിലപാടുകളും എടുത്തിട്ടുണ്ട്. മാത്രമല്ല രാമനെ ഒരു മനശാസ്ത്ര ബിംബം ആയിട്ടുകൂടി കാണുകയാണ്. ഭക്തിയോടൊപ്പം തന്നെ മനശാസ്ത്രപരമായ സംവേദനത്തിന്റെ ഒരു മാധ്യമമായി കാണുന്ന രീതിയാണ് ത്യാഗരാജന്റേത്. എന്തിനായിരുന്നു അത് എന്ന് ചോദിച്ചാൽ ആത്മീയമായ ഒരു തിരിച്ചറിവാണെന്നേ പറയാൻ കഴിയൂ. രാമനെ വിമർശിക്കുന്നതിലുപരി മറ്റെന്തോ ആയിരുന്നു അത്. നമുക്ക് ഉപരിയായ ശക്തിയെ മുന്നിൽ കണ്ട്, അതിലാശ്രയിച്ച് സ്വയം തിരിച്ചറിയുകയാണ്. ത്യാഗരാജസ്വാമിയെ സംബന്ധിച്ചിടത്തോളം സംഗീതമെന്ന ഒരു വൈയക്തികാനുഭൂതിയുടെ പരിപൂർണ്ണതയിലൂടെ ഒപ്പം പരമാത്മാവിനോട് ആത്മാവിന്റെ സംവേദനങ്ങളുടെ വിശിഷ്ടാനുഭവമാണ് ഉണ്ടായിട്ടുള്ളത്.

നിങ്ങൾക്കെങ്ങനെയാണ് സ്വയം അഭിവൃദ്ധിപ്പെടാനാവുക? എങ്ങനെയാണ് ഒരു കലാകാരൻ കലയിലും സംഗീതത്തിലുമൊക്കെ മുന്നോട്ട് പോവുക? സ്വയം പരിഷ്കാരം, സംസ്കരണം, പുരോഗതി ഇതൊക്കെ അവനവൻ സ്വീകരിച്ച് സ്വായത്തമാക്കേണ്ട ചില ജീവിത ചര്യകളാണ്. അതിനുള്ള മാർഗ്ഗങ്ങളാണ് നമ്മുടെ ഭക്തി, നമ്മുടെ ആത്മ സമർപ്പണം മുതലായവ. അവനവനോടുള്ള ആത്മാർത്ഥതയിൽ നിന്നാണതൊക്കെ രൂപപ്പെടുക. ഉപാസിക്കുന്ന കല നമ്മളായി മാറണം. ആ കലയോടുള്ള സമർപ്പണത്തിന്റെ പാരമ്യത്തിലാണതുണ്ടാവുക. ഒരു തരം അദ്വൈതഭാവമാണത്. ആ ഘട്ടത്തിലെത്താൻ വളരെ ബുദ്ധിമുട്ടാണ്.

പക്ഷേ ത്യാഗരാജസ്വാമിയും അതിന് മുൻപ് പുരന്ദര ദാസരൊക്കെ ചെയ്തിരുന്നത് അതാണ്. അവർ ഈശ്വരനോട് സംവദിച്ചിരുന്നു. എന്തുകൊ

ണ്ടെന്നു വച്ചാൽ സാധാരണക്കാരനത് വേഗം മനസ്സിലാകും. ചിലപ്പോൾ ആൾക്കാർക്ക് അർത്ഥംപോലും മനസ്സിലാവണ്ട. ഈ രീതി ഭക്തി പ്രസ്ഥാനത്തിന്റെ ഒരു തന്ത്രം കൂടിയാണെന്നെനിക്ക് തോന്നുന്നു. രാമനെയും കൃഷ്ണനെയുമൊക്കെ നമ്മെപ്പോലെതന്നെ, നമ്മിലൊരാളായി കണ്ട് സംസാരിക്കുകയും സംവദിക്കുകയും ചെയ്യുന്ന രീതി മലയാളത്തിലും മറ്റ് ഇന്ത്യൻ ഭക്തകവികളിലും ഒക്കെ കാണാം. തുളസീദാസും, പൂന്താനവും, കബീറും ത്യാഗരാജനും ഒക്കെ ഒരേ വഴി തന്നെ.

അപ്പോ അതിലേക്ക് കൂടുതൽ ആൾക്കാരെ ആകർഷിക്കാൻ സാധിക്കും. അതിപ്പോൾ ഒരു തെറ്റായ കാര്യമൊന്നുമല്ല. പക്ഷേ ഞാൻ പറഞ്ഞതെന്താണെന്നുവച്ചാൽ ഈ ദ്വൈതം എന്നു പറയുന്നതിൽ, ഞാനും നീയുമുണ്ട്. ദൈവവുമുണ്ട് ഞാനുമുണ്ട്. ആ സങ്കല്പത്തിലാണ് നമുക്ക് ഭഗവാനെ ഭജിക്കാൻ പറ്റുന്നത്. അതുകൊണ്ടാണ് ഭാഗവതർ എന്ന വാക്ക് വരുന്നത്. ഭാഗവതർ എന്നുള്ളത് ഈ മറ്റൊരാളെക്കുറിച്ച് പാടുന്നതുകൊണ്ടാണ്. എനിക്ക് എന്നെക്കുറിച്ച് പാടാൻ കഴിയില്ലല്ലോ. ഞാൻ വലിയ ആളാണെന്ന് എനിക്ക് ഒരിക്കലും പാടാൻ കഴിയില്ല. ഈ സങ്കല്പങ്ങളൊക്കെ ത്യാഗരാജസ്വാമി അദ്ദേഹത്തിന്റെ കൃതികളിൽ വളരെ മനോഹരമായി കാഴ്ചവച്ചിരുന്നു എന്നാണ് എനിക്ക് പറയാനുള്ളത് എന്ന് മാത്രമല്ല ത്യാഗരാജസ്വാമി ഏറ്റവുംകൂടുതൽ ശ്രീരാമനെ ഇഷ്ടദേവതയായിട്ട് ഉപയോഗിച്ചിരിക്കുന്നു. ദീക്ഷിതർ വളരെക്കുറച്ചേ ഉപയോഗിച്ചിട്ടുള്ളൂ.

'മമവ പട്ടാഭി രാമാ' എന്ന് തുടങ്ങുന്ന മണിരംഗ് രാഗത്തിൽ ദീക്ഷിതരുടെ ഒരു കൃതിയുണ്ട്. 'ശ്രീരാമം രവികുലാബ്ധിസോമം' എന്ന് നാരായണഗൗളയിൽ ഒരു കൃതിയുണ്ട്. എന്നിരുന്നാലുമൊക്കെ ഏറ്റവും കൂടുതൽ ദേവിയെക്കുറിച്ചും നവാവരണങ്ങളെക്കുറിച്ചും ഒക്കെയുണ്ട്. പിന്നെ അദ്ദേഹം ത്യാഗരാജസ്വാമിയെപ്പോലെയായിരുന്നില്ല. ഭാരതം മുഴുവൻ സഞ്ചരിച്ച ആളാണ്. ബദരീനാഥനെക്കുറിച്ചും കൈലാസത്തിന്റെ ഭംഗിയെക്കുറിച്ചും കേരളത്തിലെ ഗുരുവായൂരിനെക്കുറിച്ചും ശബരിമലയെക്കുറിച്ചും ഒക്കെ ദീക്ഷിതർ എഴുതിയിട്ടുണ്ട്. എന്നാൽ ഈ ത്രിമൂർത്തികളിൽ ഏറ്റവും അവസാനത്തെ അല്ലെങ്കിൽ പഴയതായിരുന്ന ശ്യാമശാസ്ത്രികൾ ഒരിക്കൽപോലും ശ്രീരാമന്റെ കൃതികൾ എഴുതിയിട്ടില്ല. അതായത് ത്യാഗരാജസ്വാമിയെപ്പോലെ ശ്രീരാമകഥകൾ പാടിയവരാരുമില്ല. ത്യാഗരാജനിൽ ഭദ്രാചലം രാമദാസിന്റെ സ്വാധീനം വളരെയാണ്. അദ്ദേഹം ഭദ്രാചലത്ത് ഉണ്ടായിരുന്നയാളാണ്. ഇപ്പോൾ നമ്മൾ കേൾക്കുന്ന ക്ഷീരസാഗര' എന്ന കൃതിയുടെ ചരണത്തിൽ ഭദ്രാചലം രാമദാസരെപ്പറ്റി പറയുന്നുണ്ട്. ഭദ്രാചലം രമദാസർ എന്നും ശ്രീരാമന്റെ കൃതികളാണ് എഴുതിയിട്ടുള്ളത്. പുരന്ദര ദാസരാവട്ടെ കൂടുതലും കൃഷ്ണഭക്തനാണ്. അതിനുശേഷം, ത്യാഗരാജസ്വാമിക്ക് ശേഷം വന്നിട്ടുള്ള അദ്ദേഹത്തിന്റെ ശിഷ്യരായിട്ടുള്ള ഒരുപാട് വാഗ്ഗേയകാരന്മാർ പട്ടണം സുബ്രഹ്മണ്യ അയ്യർ, അല്ലെങ്കിൽ മൈസൂർ വാസുദേവാചാര്യർ പോലെ പിന്നീട് വന്നിട്ടുള്ള എല്ലാവരും രാമനെക്കുറിച്ച് ധാരാളം എഴുതിയിട്ടുണ്ട്. എനിക്ക് തോന്നുന്നത് കേരളത്തിൽ പൊതുവേ അമ്പലങ്ങളിൽ കൊട്ടി

പ്പാടി സേവയാണെങ്കിലും ശ്രീരാമന്റെ അമ്പലങ്ങളിൽ സോപാനം പാടുന്ന പഴക്കം വളരെ കുറവാണ്. ഇപ്പോൾ ഉണ്ടോയെന്നറിയില്ല, ഉണ്ടെങ്കിൽ തന്നെ ഈയടുത്തകാലത്ത് തുടങ്ങിയതായിരിക്കാം. കൊട്ടിപ്പാടി സേവ തന്നെ ഏകദേശം ഗുരുവായൂർ മുതൽ രാമമംഗലം വരെയുള്ള സ്ഥലങ്ങളിലെ ഉണ്ടായിട്ടുള്ളൂ. രാമമംഗലത്തുനിന്നാണ് നമ്മുടെ ഷട്കാലഗോവിന്ദമാരാരൊക്കെ വന്നിട്ടുള്ളത്. ഇപ്പോൾ കലർകോടുമൊക്കെ സോപാനം പാടുന്ന ആൾക്കാരുണ്ട്. ഇപ്പോഴാണ് കുറച്ചുകൂടി പരിഷ്കാരം നമുക്കു കാണാൻ സാധിച്ചിട്ടുള്ളത്.

മറ്റൊരു പ്രധാന കാര്യമുള്ളത്. ഒരു ദേവനെയോ ദേവിയെയോ വിചാരിച്ചാൽ, ഒരു സംഗീത വിദ്യാർത്ഥിയെന്ന നിലയ്ക്ക് ഒരു രാമനോടോ ഒരു കൃഷ്ണനോടോ അല്ല നമ്മുടെ സമർപ്പണം. മറിച്ച് കലയോടാണ്. ആ കല, അതായത് ഒരു രാഗം എന്നു പറഞ്ഞാൽ കല്യാണിയോ തോടിയോ എന്തുമാകട്ടെ എങ്ങനെയാണ് മര്യാദയ്ക്ക് പാടേണ്ടത് എന്നാണ്. ഇതിൽ ശ്രീരാമനും ഭഗവതിയും ശ്രീകൃഷ്ണനും ഒക്കെയുണ്ടാകും. ചിലപ്പോൾ ശൃംഗാര പദമായിരിക്കും. ശൃംഗാരപദമാണെങ്കിൽ തന്നെ നമുക്കങ്ങനെ പ്രണയമൊന്നുമല്ല ആ സമയത്ത് വരുന്നത്. ആ രാഗത്തിനോടുള്ള പ്രണയമാണ്.

ഈയൊരു വ്യത്യാസം ഉള്ളതുകൊണ്ട് എനിക്കു തോന്നുന്നത്, ചില മ്യൂസിക് വളർന്നിരിക്കുന്നത് ഏതെങ്കിലും ഒരു മിത്തിലോ പുരാണകഥയിലോ ആവണമെന്നില്ല. സംഗീതത്തിന്റെ കാര്യത്തിൽ. സാഹിത്യത്തിന്റെ കാര്യത്തിൽ ഞാനതു പറയില്ല. പക്ഷേ സംഗീതത്തിന്റെ കാര്യത്തിൽ അങ്ങനെ ആവണമെന്നില്ല എന്ന് മാത്രമേ ഞാൻ പറഞ്ഞുള്ളൂ. കാരണം ത്യാഗരാജസ്വാമി ഒരു വലിയ ഉദാഹരണം ആയി നമ്മുടെ മുന്നിലുണ്ട്. ശരിക്കും രാമനെ മാത്രം സ്മരിച്ചുകൊണ്ടുള്ള ഒരു വേറിട്ട ആൾ ആണ്. അപ്പോ കർണ്ണാടക സംഗീതത്തിൽ ദേവിയും ശ്രീകൃഷ്ണനും ശ്രീരാമനും ഒക്കെ ഒരേപോലെ സ്വാധീനിച്ചിട്ടുണ്ടെന്നേ എനിക്ക് പറയാൻ സാധിക്കൂ. ഈ വാദത്തെ എതിർക്കാൻ മറ്റ് തെളിവുകൾ കാര്യമായി ഇല്ലാത്തതുകൊണ്ടുതന്നെ. കേരളത്തിൽ വിശേഷിച്ചും, സ്വാതിതിരുനാളിന്റെ സമയം മുതൽ, കർണ്ണാടക സംഗീതവും അതിന് തൊട്ട് മുൻപ് കഥകളിയുടെ വരവോടും കൂടിയാണ് ഈ രാമൻ എന്നുള്ളത് കലാരൂപങ്ങളിലേക്ക് കടന്നു വരുന്നത്. ശക്തമായി കടന്നുവരുന്നത് എന്നു മാത്രമല്ല, അത് ത്വരിതഗതിയിലാവുകയും ചെയ്തു. നശിച്ചിട്ടില്ല. അതുകൊണ്ട് ഈ 16–18 നൂറ്റാണ്ടുകളായിരിക്കാം സംഗീതത്തിന് കുറച്ചുകൂടി പ്രാധാന്യം വന്നിട്ടുള്ളത്. തുള്ളൽ കഥകളാവട്ടെ, കുഞ്ചൻ നമ്പ്യാരുടെ തുള്ളലായാലും ശീതങ്കൻ തുള്ളലിൽ ആയാലും ഹനുമദുദ്ഭവം, ബാലിയുദ്ഭവം. ഇവ രണ്ടുമുണ്ട്. പിന്നെ പറയൻ തുള്ളലിൽ ഒന്നുകൂടിയുണ്ട്. ഇതൊഴിച്ചാൽ തുള്ളലിലും രാമകഥകളില്ല. കഥകളിയിലാണ് പിന്നേയുമുള്ളത്.

മട്ടാഞ്ചേരി കൊട്ടാരത്തിലെ ചിത്രങ്ങൾ

സാജു തുരുത്തിൽ

പഴയ പാണ്ടികശാലകൾ നിരയോടെ തലയുയർത്തി നിൽക്കുന്ന മട്ടാഞ്ചേരിയിലെ ജൂത തെരുവിന്റെ ഓരത്ത് നിന്ന് അല്പം അകന്നുമാറി ഒരു മതിൽക്കെട്ട്. അതിനുള്ളിൽ ചെറുതെങ്കിലും പ്രൗഢ ഗംഭീരമായ പഴയന്നൂർ ഭഗവതിയുടെ ശ്രീകോവിൽ. തൊട്ടുചേർന്ന് ഡച്ചു വാസ്തുവിന്റെ കേരളത്തിൽ ശേഷിക്കുന്ന ഒരു മാതൃകാ മന്ദിരം. ഉള്ളിൽ ഉള്ളതിന്റെ നൂറിൽ ഒരംശംപോലും പുറത്ത് കാണിക്കാതെ നിൽക്കുന്ന ഒരു ഒഴുക്കൻ കെട്ടിടം. മട്ടാഞ്ചേരി ഡച്ച് പാലസ് എന്നറിയപ്പെടുന്ന ഈ കൊട്ടാരത്തിലേക്ക് പ്രവേശിക്കുന്നതിന് ആനവാതിൽ എന്ന പടിപ്പുര മാളികയിലൂടെ കടക്കണം. ഒറ്റപ്പെട്ടുനിൽക്കുന്ന ഇരുനില മാളിക. കൊച്ചിരാജവംശത്തിന്റെ അരിയിട്ടുവാഴ്ച നടത്തിയിരുന്ന ഒരുപാട് ചരിത്രപരമായ തീരുമാനങ്ങൾ കൈക്കൊണ്ടിരുന്ന ഒരു കാലഘട്ടത്തിന്റെ പ്രതാപ ഐശ്വര്യങ്ങൾക്ക് സാക്ഷിയായ ഒരിടം. എന്നാൽ കാലം പിന്നീട് ഇതൊന്നിന്റേയും മഹത്ത്വം വിളമ്പിയല്ല ഈ കൊട്ടാരകെട്ടിനെ വിശേഷിപ്പിച്ചത്. കലയുടെ കലവറയായിട്ടാണ് ഇന്ന് മട്ടാഞ്ചേരി കൊട്ടാരം അറിയപ്പെടുന്നത്. കാലത്തിന് അന്യമാകുമായിരുന്ന കേരളീയശൈലീ ചുമർചിത്രങ്ങളുടെ ഈറ്റില്ലം ആയിട്ടായിരുന്നു ഈ ഡച്ച് പാലസ് അറിയപ്പെട്ടത്. ചുമർചിത്രശൈലിക്ക് ഏറ്റവും നല്ല ഉദാഹരണം ആയി കാണുന്നതും ഈ ചിത്രങ്ങൾ തന്നെ.

എന്താണ് ചുമർചിത്രകല? എവിടെ കാണുന്നു

8-ാം നൂറ്റാണ്ടോടുകൂടി കേരളത്തിൽ അടിസ്ഥാനം ഇട്ട ഒരു ചിത്രകലാ രീതി ആണിത്. ഒരു അനുഷ്ഠാനത്തിന്റേയും ഒരു പാരമ്പര്യത്തിന്റേയും ചുവടുപിടിച്ചു വളർന്നതല്ല ഈ കല. എന്നിരുന്നാലും അജന്താ/ എല്ലോറ കാലഘട്ടങ്ങളിലൂടെ സഞ്ചരിച്ച ഏതോ ചിത്രകാരന്മാർ/ അല്ലെങ്കിൽ ബുദ്ധഭിക്ഷുക്കൾ കേരളത്തിലേക്ക് ആവാഹിച്ചെറിഞ്ഞ ഒരു കലയുടെ വിത്തായിരുന്നു അത്. അത് നല്ല ഒരു വളക്കൂറുള്ള മണ്ണിൽ തന്നെയാണ് വീണത്. കാരണം 8-ാം നൂറ്റാണ്ടോടുകൂടി തുടക്കം ഇട്ട ഈ കലാപ്രസ്ഥാനം ഇപ്പോൾ തമിഴ്നാടിന്റെ ഭാഗവും മുന്നേ കേരളപ്രവശ്യയിലുമായിരുന്ന തിരുനന്തിക്കര എന്ന ഒരു ഗ്രാമത്തിൽ ഒരു ഗുഹാക്ഷേത്രത്തിൽ ആണ് ആദ്യമായി വരഞ്ഞത്. ഏകദേശം അജന്താചിത്രങ്ങളുടെ ഒരു തുടർച്ചയായിട്ടായിരുന്നു അന്നതിനെ കണ്ടത്. കേസരി ബാലകൃഷ്ണപിള്ള 'നവീന ചിത്രകല' എന്ന പുസ്തകത്തിൽ സ്ഥാവിര അചലാ-അജന്തായിലെ 31-ാം നമ്പർ ഗുഹയിൽ ചിത്രണം

നടത്തിയതായി പരാമർശിക്കുന്നു. തവന്നൂർകാരനായ അചലൻ കേരളീയനായ ഒരു ബുദ്ധഭിക്ഷു ആയിരുന്നു എന്നും അദ്ദേഹത്തിന്റെ കേരളത്തിലേക്കുള്ള യാത്രയിൽ കേരളത്തിലെ ഗുഹാക്ഷേത്രത്തിൽ ചിത്രം വരച്ചത് ആയിരിക്കാം എന്ന അനുമാനം ശരിവക്കേണ്ടിവരും, കാരണം ശ്രീലങ്കയിലെ സിഗ്രിയിയിലും ഇത്തരം അജന്താ സ്വാധീനം ഉള്ള ചിത്രീകരണം നടന്നു. ഇതും ബുദ്ധഭിക്ഷുക്കൾതന്നെ ചെയ്തതാണ്. (ബാലകൃഷ്ണപിള്ള കേസരി/ നവീനചിത്രകല- കേരളലളിതകലാഅക്കാദമി, തൃശ്ശൂർ)

പൂർണ്ണമായും പ്രകൃതിവർണ്ണങ്ങൾ കൊണ്ട് ഭിത്തിയിൽ വരക്കുന്ന ചിത്രങ്ങളെയാണ് ചുമർചിത്രങ്ങൾ എന്ന് പറയുന്നത്. ഇതിനായി നിറങ്ങൾ എന്നുപറയുന്ന അഞ്ചോ- ആറോ വർണ്ണങ്ങൾ ആണ് ഈ ചിത്രീകരണത്തിൽ ഉപയോഗിച്ചുകാണാറ്. അതായത്, കാവി, മഞ്ഞ, കാവിചുവപ്പ്, കാവി പച്ച, കറുപ്പ്, വെളുപ്പ്, പിന്നെ16-ാം നൂറ്റാണ്ടോടുകൂടി കടന്നുവന്ന ഇന്ദ്രനീലം/ പൂനീലം എന്ന കട്ട നീലം ചുമർചിത്രകലയിൽ ഉപയോഗിച്ചുകാണുന്നു. അഫ്ഗാനിസ്ഥാനിൽ നിന്ന് ഇറക്കുമതി ചെയ്ത ലാപ്പസ് ലെസൂലി എന്ന ഇന്ദ്രനീല കല്ലിൽ നിന്നും ഉണ്ടാക്കിയതാണീ വർണ്ണം. എന്നാൽ കേരളീയ ചിത്രകാരന്മാർ ആദിമകാലം മുതലെ കോപ്പർ സൾഫൈറ്റിൽ നിന്നും ഉണ്ടാക്കുന്ന തുരിശ് ലായനി ഉപയോഗിച്ചതായ് കാണാം. കാവി മഞ്ഞയും, കാവി ചുവപ്പും, വെട്ടുകല്ലിൽ നിന്ന് ആണ് ഉണ്ടാക്കിയെടുക്കുന്നത്. കല്ല് പൊടിച്ച് അഴുക്ക് കളഞ്ഞ്, അരച്ച് വെള്ളത്തിൽ ചാലിച്ച് ഇരുമ്പിന്റെ അംശം എല്ലാം കളഞ്ഞ് ശുദ്ധീകരിച്ച പൗഡർ ആയി എടുക്കുന്നു.

കാവി പച്ച, നീല, അമരി ഇല ഇടിച്ചുപിഴിഞ്ഞ് അതിന്റെ നീര് ഉണക്കി എടുത്തും/ അല്ലാതെയും ഉപയോഗിക്കാം. കറുപ്പ് വർണ്ണം എണ്ണ വിളക്കിൽ കരിയിൽനിന്നും ഉണ്ടാക്കി എടുക്കുന്നു. ഇത്രയും നിറങ്ങൾ ചുവരിലേക്ക് പിടിപ്പിക്കുന്നതിന് വേണ്ടി ആവശ്യത്തിന് വെള്ളത്തിന് പുറമേ ആര്യവേപ്പിൻ പശ ആവശ്യത്തിന് നിറത്തിന്റെ കൂടെ ചേർത്ത് ആണ് ഉപയോഗിക്കുന്നത്. 'എരുവിക്കറ' എന്ന മരത്തിന്റെ കറയും മഞ്ഞയുടെ വിവിധ ഇനം ഷേഡ് കളറായി ഉപയോഗിക്കുന്നു. എന്നാൽ വെളുപ്പ് വർണ്ണം ചുണ്ണാമ്പും കരിക്കിൻ വെള്ളവും പശുവിന്റെ പാലിന്റെ നേർമ്മയിൽ അരിച്ചെടുത്ത് ബ്രഷ് കൊണ്ട് തലങ്ങും വിലങ്ങും ഭിത്തിയിൽ അടിച്ചുപിടിപ്പിച്ച് അതിന്മേൽ ആണ് ചിത്രീകരണം നടത്തുന്നത്. ഏകദേശം 27 പ്രാവശ്യം ഇങ്ങിനെ അടിക്കുന്ന (ഒരു പുളിയിലകനം) വൈറ്റ് വാഷ് ആണ് ചിത്രതലത്തിലെ വെളുപ്പ് നിറം. അല്ലാതെ വെളുപ്പ് നിറം കളറായി ചിത്രത്തിൽ അടിച്ചു പിടിപ്പിക്കുന്നതല്ല.

നിറങ്ങൾ ചുമരിലേക്ക് അബ്സോർബ് ചെയ്യുകയാണിവിടെ.അതിനായി ഭിത്തി നിർമ്മാണത്തിലുംപ്രത്യേകത ഉണ്ട്. വെട്ടുകല്ലുകൊണ്ട് കെട്ടിപ്പൊക്കിയ ഭിത്തിയിൽ ആദ്യം കുമ്മായം മണൽ, ഉഴിഞ്ഞാവള്ളി ചതച്ചിട്ടവെള്ളം

പാളേങ്കൊടൻ പച്ചക്കായ എന്നിവ ചേർത്ത് അരച്ച് മിക്സ് ചെയ്ത കുമ്മായകട്ട് തേയ്ച്ച് പിടിപ്പിച്ച് അതിന്മേൽ ഒരുപ്രത്യേക അനുപാതത്തിൽ കുമ്മായം, പഞ്ഞി, മണൽ എന്നിവ വെണ്ണ പരുവത്തിൽ മൂന്ന് പപ്പട കനത്തിൽ തേയ്ച്ച് പിടിപ്പിച്ച് മിനുക്കിയതിന്ശേഷം അതിന്മേൽ ആണ് ചുമർചിത്രം വരക്കുന്നതിനാവശ്യമായ വൈറ്റ് വാഷ് ചെയ്യുന്നത്. ഇതിന്റെ മീതെയാണ് ചിത്രീകരണം നടത്തുന്നത്. വരക്കുവാൻ ഉപയോഗിക്കുന്ന ബ്രഷ് ആരോ ഗ്രാസ് കുന്താലൻ പുല്ല്/ സ്നേഹപ്പുല്ല് എന്നൊക്കെ അറിയപ്പെടുന്ന ഒരു നാടൻ പുല്ലിൽ നിന്നാണ് എടുക്കുന്നത്. ആവശ്യമായ അളവിൽ, കനത്തിൽ അത് ചിത്രകാരൻ തന്നെ മുളയുടെ കമ്പിൽ വെച്ചു കെട്ടി ഉണ്ടാക്കുന്നതാണ്.

രജോഗുണം, തമോഗുണം, സ്വാത്വികഗുണം എന്നീ ത്രിഗുണങ്ങളുടെ ഒരു സമ്മിശ്രിക സ്വഭാവം ആണ് ചുമർചിത്രങ്ങൾക്ക് ഉള്ളത്. കാവിമഞ്ഞ/ ചുവപ്പ് എന്നീ വർണ്ണങ്ങൾ രജോഗുണത്തിനും, വെളുപ്പ് തമോഗുണത്തിനും, പച്ചനിറം സ്വാത്വിക ഗുണത്തിനും ആയി കല്പിച്ചുകൊടുത്തിരിക്കുന്നത് കാണാം. ഇതോടൊപ്പം ഓരോ ദിക്കുകളും ഈ തൃഗുണങ്ങളുടെ ഭാവത്തിൽ ലയിക്കുന്നുമുണ്ട്.പടിഞ്ഞാറ് ദിക്ക് രജോഗുണത്തിനും, വടക്ക് ദിക്ക് സാത്വികഭാവത്തിനും, തെക്ക്ഭാഗം തമോഗുണത്തിനും ആയി നീക്കിവെച്ചിരിക്കുന്നു. ഇതോടൊപ്പം ഓരോ ദിക്കിനും ഓരോ ദൈവസങ്കല്പങ്ങളും കാണാവുന്നതാണ്. ചുമർചിത്രങ്ങൾ വരക്കുന്നത് ധ്യാനശ്ലോകങ്ങളുടെ ചിത്രബിംബങ്ങൾ ആയിട്ടാണ് ഉണ്ടാകുന്നത്. ഇതൊക്കെ ചേർന്നതാണ്കേരളീയ ചുമർചിത്രങ്ങൾ എന്നു പറഞ്ഞാൽ....

കേരളത്തിലെ ചുമർചിത്രങ്ങൾ സാധാരണ കാണുന്നത് ക്ഷേത്രങ്ങളുടെ ഭിത്തികളിലും, (ശ്രീകോവിൽ ഭിത്തി, ഗോപുരഭിത്തി) പള്ളികളുടെ മദ്ബഹക്കുള്ളിലും, കൊട്ടാരങ്ങളുടെ അകത്തളങ്ങളിലും ആണ്. അപൂർവ്വമായി ആഢ്യ ഗൃഹങ്ങളിലും ഇത്തരം ചിത്രങ്ങൾ കാണുന്നു. എന്നാൽ ഇന്ന് കോർപ്പറേറ്റ് ഓഫീസുകളും, മണിമന്ദിരങ്ങളും എന്നുവേണ്ട എല്ലായിടങ്ങളിലേക്കും ആയി ഈ ചിത്രങ്ങൾ മൊഴിമാറ്റം നടത്തിയിരിക്കുന്നു.

മട്ടാഞ്ചേരി കൊട്ടാരത്തിന്റെ ചരിത്രം

1552ൽ പറങ്കികൾ പഴയ കൊട്ടാരത്തിലെ ചില എടുപ്പുകൾ മാറ്റി പണിതു. ഇതോടെ മട്ടാഞ്ചേരി കോവിലകം ഡച്ചു കൊട്ടാരം എന്ന നിലയിൽ അറിയപ്പെട്ടു. കേരളത്തിന്റെ ചരിത്രത്തിൽ തുറമുഖ നഗരമായ കൊച്ചിക്കുള്ള പ്രാധാന്യം കൊണ്ടുതന്നെയാകണം പല ചരിത്രപരമായ സംഭവങ്ങൾക്കും സാക്ഷിയാകാൻ മട്ടാഞ്ചേരി കൊട്ടാരത്തിന് ഇടവന്നു.

ചരിത്രത്തിന്റെ ദശാസന്ധികളിൽ നല്ലതും ചീത്തയും ആയ അനുഭവതീച്ചൂള കളിലൂടെ ഈ കൊട്ടാരം കടന്നുപോയി 1662 ഫെബ്രുവരി 22-ാം തീയതി മട്ടാഞ്ചേരി കൊട്ടാരത്തിന്റെ മുൻപിൽ വച്ചാണ് കൊച്ചി തമ്പുരാനായ

രാമവർമ്മ (1658–1662) അതിക്രൂരമായി വധിക്കപ്പെടുന്നത്. അതുവരെ കൊച്ചി തമ്പുരാക്കന്മാരുടെ അരിയിട്ടുവാഴ്ചകൾക്കും കിരീടധാരണത്തിനും ഒക്കെ ഇടം കണ്ട ഈ കോവിലകം പിന്നീട് ഡച്ചുകാരുടെ സ്വാധീനത്തിലായി. അവർ അവിടത്തെ വാസ്തുവിൽ ഡച്ചുസ്വാധീനം ചെലുത്തി. പിന്നീട് ശക്തൻ തമ്പുരാന്റെ കാലത്ത് (1760–1805) ആസ്ഥാന മാറ്റത്തോടെ ഈ കോവിലകത്തിന്റെ രാജകീയ സ്വഭാവം നഷ്ടമായി.

എന്നിരുന്നാലും ഒരിക്കലും കെടാതെ സൂക്ഷിക്കുന്ന കലാമൂല്യങ്ങൾ ആ കൊട്ടാരക്കെട്ടിന് അകത്തുണ്ടായിരുന്നു.അധികം ആൾക്കാർക്ക് അറിയാതെ കിടക്കുകയായിരുന്നു എങ്കിലും പാല്യം കുടുംബത്തിലെ ചിത്രകാരനും ആർക്കിയോളജിസ്റ്റും ആയ അനുജൻ അച്ഛന്റെ ഇടപെടലിൽ ആയിരുന്നു ലോകോത്തര നിലവാരത്തിൽ ഉയർന്നു നിൽക്കുന്ന ആ കലാസമ്പന്നതയെ പുറം ലോകത്തിലേക്ക് എത്തിച്ചത്.

"ചില്ലു ജാലകത്തിൽ അകപ്പെട്ടുപോയ വർണ്ണാഭമായ ചിത്രശലഭം പോലെ" എന്ന് ലോകപ്രശസ്തചിത്രകാരി അമൃതാ ഷെർഗിലിനെ കൊണ്ട് പറയിപ്പിച്ച നമ്മുടെ മട്ടാഞ്ചേരി കൊട്ടാര ചിത്രങ്ങൾ അങ്ങിനെ കലാലോകത്തിന് തുറന്നുകിട്ടി. ഒരുപക്ഷേ കേരളത്തിലെ ഏറ്റവും മനോഹരമായ ചുമർചിത്ര സങ്കേതമാണ് മട്ടാഞ്ചേരിയിലെ ചിത്രങ്ങൾ. മൂന്നു കാലഘട്ടങ്ങളെയാണ് ഈ ചിത്രങ്ങൾ പ്രതിനിധാനം ചെയ്യുന്നത്.ഇവിടത്തെ ചിത്രങ്ങളിൽ ഏറ്റവും ശ്രദ്ധേയം രാമായണചിത്രങ്ങൾ തന്നെയാണ്.

രാമായണ ചിത്രങ്ങൾ

കിരീടധാരണം നടന്നിരുന്ന മുറിയുടെ പടിഞ്ഞാറായാണ് തമ്പുരാക്കന്മാർ പള്ളികൊണ്ടിരുന്ന പള്ളിയറ. 31 അടി നീളത്തിലും 17 അടി വീതിയും ഉള്ള ഈ മുറിയുടെ ജനൽവാതിലുകൾ ഒഴിച്ച് ബാക്കി എല്ലായിട ങ്ങളിലും ചിത്രങ്ങൾ ആണ്. ആ മുറിയിൽ എത്തിപ്പെട്ടാൽ നമ്മൾ അജന്തയിലെ ഏതെങ്കിലും വിഹാരത്തിൽ ആണെന്ന് തോന്നിപ്പോകും. താഴെ പകുതി മുഴുവൻ വീരാളിപ്പട്ടുകളുടെ ഡിസൈനുകളും, മുകൾഭാഗത്ത് ആയി രാമായണ കഥാസന്ദർ ഭങ്ങളും ആണ് വരച്ചിട്ടുള്ളത്. ഈ മുറി മുഴുവൻ ആയി നോക്കുമ്പോൾ ഏകദേശം 300 ചതുരശ്ര അടി വിസ്താരത്തിൽ ആണ് ചിത്രങ്ങൾ. അറുപതോളം പാനലു കളിലായി രാമായണത്തിലെ ശ്രദ്ധേയം ആയ സീനുകൾ ഉണ്ടാക്കുകയാണ് ഇവിടെ കലാകാരന്മാർ ചെയ്തിരിക്കുന്നത്. രാമായണത്തിലെ പലപല സീനുകൾ കേരളത്തിലെ ഒരുപാട് ക്ഷേത്ര/കൊട്ടാരചിത്രങ്ങളായി നമുക്ക് കാണുവാൻ സാധിച്ചിട്ടുണ്ട്. എന്നാൽ ഒരു മുറി മുഴുവനും രാമായണ കഥാസന്ദർഭങ്ങൾ ആക്കി മാറ്റിയിരിക്കുന്നത് ഇവിടെ മാത്രമാണ്. ആദ്ധ്യാത്മിക രാമായണത്തിലെ വീരരാമന്റെ വശ്യതയെയും വീരരസത്തെയും ഇവിടെ കലാകാരൻ വളരെ തന്മയമായി തന്നെ അവതരിപ്പിച്ചതായ് കാണുന്നു.

ദശരഥൻ നടത്തുന്ന പുത്രകാമേഷ്ടി യാഗം മുതൽ ലങ്കയിൽ നിന്ന് അയോദ്ധ്യയിലേക്കും സീതാരാമൻമാരുടെ പുന: പ്രവേശം വരെയുള്ള ഭാഗം ഇവിടെ ചിത്രീകരിച്ചിരിക്കുന്നു. ദശരഥൻ സുമന്ത്രരോടു പുത്രകാമേഷ്ടിയാഗം നടത്തുന്നതിനായി നിർദ്ദേശിക്കുന്നിടത്ത് കിഴക്കേ ഭിത്തിചിത്രം തുടങ്ങുന്നു. മനുഷ്യന്റെ ഉടലും മാനിന്റെ തലയും ഉള്ള ഋഷിശൃംഗ മഹർഷിയാണ് യാഗം നടത്തുന്നത്. യാഗത്തിന്റെ മൂർദ്ധന്യതയിൽ അഗ്നികുണ്ഡത്തിൽനിന്ന് ഉരുളിയിൽ പായസവും ആയി ഉയർന്നുവരുന്ന അഗ്നിദേവൻ ആണ് ആദ്യ ദർശനം എങ്കിൽ തുടർന്ന് മഹാവിഷ്ണുവിന്റെ ഒരു ചിത്രം കൂടി സമീപത്തായി കാണാം. തൊട്ട ടുത്ത ചിത്രമായി വരുന്നത് പായസം സ്വീകരിച്ച് സന്തോഷവാനായി പത്നിമാരോടൊപ്പം നിൽക്കുന്ന ദശരഥമഹാരാജനെയാണ്. കൗസല്യ സുമിത്ര കൈകേയി എന്നീ സ്ത്രീ രത്നങ്ങൾ സമീപത്ത് നിൽക്കുമ്പോൾ തൃഗുണങ്ങൾ ആയ വർണ്ണ കല്പനയാണ് കലാകാരൻ കൊടുത്തത്. ഇരുണ്ട നീലനിറം/ വെളുപ്പ്/ മഞ്ഞ കലർന്ന ചുവപ്പ് എന്നീ നിറങ്ങൾ ആണ് കാണുന്നത്. മറ്റ് കേരളത്തിലെ ചുമർചിത്രങ്ങളിൽ കാണാത്ത ഒരു രംഗം ഇവിടെ വളരെ ഗംഭീരമായി തന്നെ വരച്ചിരിക്കുന്നത് അടുത്ത് പാനലിൽ വരുന്നത് കാണാം. ദശരഥ പത്നിമാരുടെ പ്രസവ ചിത്രീകരണം ആണ് ആ ചിത്രം. ചുമർചിത്ര സൗന്ദര്യ സങ്കല്പത്തിലെ മധുരൂപിണി ഭാവത്തിൽ അല്ല. മറിച്ച് സ്ത്രീ കാമനകളിലെ അമ്മ എന്ന സങ്കല്പ ത്തിൽ ശരീരശാസ്ത്രത്തിന്റെ മറകൾ മാറ്റിവെച്ച് സ്ത്രീയുടെ പൂർണ്ണത ദർശിക്കു വാൻ പോന്ന തരത്തിലെ ബിംബകല്പനയാണ് ഇവിടെ കലാകാരൻ നടത്തി യിരിക്കുന്നത്. ധാരാളം പ്രസവചിത്രീകരണങ്ങൾ ഭൂതമാലകളിൽ സാധാരണ കാണാറുണ്ട്. അതുപോലെ ദാരുശില്പങ്ങലിലും കാണാറുണ്ട്. എന്നാൽ ഇത്ര സ്വാഭാവികതയോടെ ഒരു പ്രസവ ചിത്രീകരണം അപൂർവ്വമാണ്.

അടുത്തചിത്രം പിള്ളതീനി എന്ന ഒരു ഫോക് സങ്കല്പത്തെ അനുസ്മരിപ്പിക്കുന്നു. താടക എന്ന അസുര കഥാപാത്രത്തെ ഉന്മൂലനം നടത്താൻ കുമാരന്മാരെ അയക്കുവാൻ പോകുന്ന രംഗം ആണ്. താടക എന്ന രാക്ഷസീചിത്രം അസുരഭാവത്തിന്റെ ഏറ്റവുംഉന്നതിയിൽ നിൽക്കുമ്പോൾ തൊട്ടടുത്ത് പിതൃ വാത്സല്യത്തിന്റെ ശ്രേഷ്ഠത മുറ്റിനിൽക്കുന്ന ദശരഥ ചിത്രവും, നിഷ്കളങ്ക ബാല്യത്തിന്റെ മനോഹാരിത ഏറ്റുവാങ്ങിയ രാമലക്ഷ്മണന്മാരെയും കാണാം. മൂന്നുഭാവങ്ങളുടെ സമ്മിശ്രിതങ്ങളെ കലാകാരൻ കൈ ഒതുക്കത്തോടെ ആവാഹിച്ചിരിക്കുന്നു. അതുപോലെതന്നെ അടുത്ത ചിത്രത്തിൽ ശൈവചാ പത്തെ ഒടിച്ചു സീതയെ വേൾക്കാൻ ഒരുങ്ങി നിൽക്കുന്ന ശ്രീരാമചിത്രം. ഗുഹന്റെ തോണിയിൽ കയറി സീതാരാമലക്ഷ്മണന്മാർ യാത്ര ചെയ്യുന്നത് ഒരു മനോഹര ചിത്രം തന്നെയാണ്. ഗംഗയെ തരണം ചെയ്യുന്നതാണീചിത്രം. അയോദ്ധ്യാ കാണ്ഠത്തിൽ നിന്ന് ഈ ഒരു ചിത്രം ആണ് നമുക്ക് കാണുവാൻ കഴിയുന്നത്.

വിരാധനെ വധിക്കുന്നതാണ് അടുത്തചിത്രം. ശൂർപ്പണഖ സുന്ദരിയായ നർത്തകി ആയി വന്ന് പ്രേമ അഭ്യർത്ഥന നടത്തുന്നതും അസുരഭാവത്തിൽ ആയ

ശൂർപ്പണഖയുടെ മൂക്കും മുലയും ഛേദിച്ചുവിടുന്നതും ആണ് തൊട്ടടുത്ത ചിത്രങ്ങൾ. അടുത്ത പ്രധാന ചിത്രം സുഗ്രീവസഖ്യം തന്നെ. തൊട്ടടുത്തായി ബാലി സുഗ്രീവയുദ്ധവും ബാലിയെ കൊല്ലുന്നതുമായ ചിത്രവും ഇവിടത്തെ മറ്റൊരു മനോഹാരിത. കേരളത്തിലെ മറ്റെവിടെയും കാണാത്ത രീതിയിൽ കുരങ്ങുമനുഷ്യരെ– ചിത്രീകരിക്കുമ്പോൾ ഉദാഹരണം ഹനുമാൻ, സുഗ്രീവൻ, ബാലി, അംഗദൻ തുടങ്ങിയ ആൾക്കാരെ വരച്ചത് എത്ര ഗംഭീരമായ രചനാവിശേഷംതന്നെ. രാമായണത്തിലെ ഓരോ വരിയിലെയും കഥാസന്ദർഭവും മുഹൂർത്തങ്ങളും കഥാപാത്രനിർമ്മിതിയും ഇത്ര കിറുകൃത്യമായിഅറിയാവുന്ന ഏതോ ഒരു ചിത്രകാരൻ തന്നെയാണ് മട്ടാഞ്ചേരിയിലെ ഈ ചിത്രനിർമ്മാണത്തിന് ഒരുക്കം കൂട്ടിയത്. ചുമർചിത്രസൗന്ദര്യത്തിന്റെ മാസ്മരികമായ താളവും വരയുടെ ഒഴുക്കും ശക്തിയും ഒന്നും ചോർന്നുപോകാതെ ശൈലീവത്കൃതമായ ഒരു മഹാസാന്നിദ്ധ്യത്തെ ഉണ്ടാക്കി എടുക്കുവാൻ അദ്ദേഹത്തിന് സാധിച്ചിരിക്കുന്നു. ഹനുമാന്റെ ലങ്കയിലേക്കുള്ള ചാട്ടവും, അതിനെ തടയുന്ന സുരസ്സയുടെ വായിലൂടെ കയറി ചെവിയിലൂടെ ചെറുതായി ഇറങ്ങിപോകുന്ന ഹനുമാന്റെ ചിത്രീകരണവും വളരെ മനോഹരം ആക്കിയിരിക്കുന്നു. അവസാനിക്കുന്നില്ല. ഹിംമ്പിക, ലങ്കാലക്ഷ്മി എന്നിവരുടെ ചിത്രീകരണവും സുന്ദരം തന്നെ.

എന്നാൽ സുന്ദരകാണ്ഡത്തിലെ സേതുബന്ധനവും രാമായണ യുദ്ധവും, രാവണവധവും സീതയുടെ അഗ്നി ശുദ്ധിയും സീതാരാമൻമാരുടെ തിരിച്ചു വരവും ചേർത്ത് വരച്ച് ശരിക്കും ചിത്രീകാരൻ രാമായണ ചിത്രങ്ങൾ അവസാനിപ്പിക്കുന്നു. എന്തുകൊണ്ടോ ഇവിടെ ശ്രീരാമ പട്ടാഭിഷേകചിത്രം വരഞ്ഞില്ല. ഒരു മനോഹരമായ ചിത്രത്തിന്റെ കുറവായി അത് ശേഷിക്കുന്നു. ശരിക്കും പറഞ്ഞാൽ കാലത്തിന് കാണാൻ കഴിയാതെപോയ, കിട്ടാതെപോയ ഒരു കലാനിധി തന്നെയാണ് അത്. മട്ടാഞ്ചേരി ചിത്രങ്ങളുടെ ആത്മാവ് കണ്ട ഒരാൾക്ക് അങ്ങിനേയേ പറയാൻ സാധിക്കൂ.

രാമായണമുറിയുടെ ഒരറ്റത്തുനിന്ന് കാഴ്ചക്കാരനെ കൂട്ടിക്കൊണ്ടുപോകുമ്പോൾ അവൻ കലാസ്നേഹിയാണോ, കലാകാരനാണോ, ഭക്തനാണോ, എന്നൊന്നും നോക്കേണ്ടതില്ല. മനുഷ്യനായ ഒരാൾ എന്നേ അർത്ഥമാക്കേണ്ടതുള്ളൂ. ആത്മാവുള്ളവനാണെങ്കിൽ നൂറ്റാണ്ടുകളുടെ പിന്നാമ്പുറത്തുനിന്ന് ചുമരിൽ കോറിയ വരകളുടെ മാസ്മരികതയിൽ ഉള്ളുടക്കി, ആ വർത്തുളാകൃതിയിലുള്ള വരകളുടെ പുറകേ സഞ്ചരിച്ചു പോകുന്നു. കഥയുടെ ആട്ടം കഴിയുന്നതുവരേക്കും വേറൊരു ലോകത്തുതന്നെ ആയിരിക്കും അയാൾ.

വരക്കുള്ളിൽ ഒളിപ്പിച്ച കൗതുകവും, അന്ത:സത്തയും, കാര്യവിചാരവും, കഥാവിചാരവും ഒന്നും തെറ്റാതെ തന്നെയാണീ കലായാത്ര.

ശ്രീരാമദേവനെ ചിത്രീകരിച്ചതുകാണുമ്പോൾ പഞ്ചപുരുഷമഹായോഗത്തിന്റെ മൂർദ്ധന്യതയിൽ അഞ്ചു ഗ്രഹങ്ങളുടെയും സ്നേഹവാത്സല്യം അനുഭവി

ച്ചറിഞ്ഞ മര്യാദ പുരുഷോത്തമ സങ്കല്പത്തിൽതന്നെ വരഞ്ഞിരിക്കുന്നു. തൊട്ട ടുത്ത് ലക്ഷ്മണനനും പുരുഷ സൗന്ദര്യത്തിന്റെ മറ്റൊരു അവതാരം തന്നെ ഇനിയും ധാരാളം രാമായണ കഥാസന്ദർഭങ്ങൾ ഇവിടെയുണ്ട്. സപ്തവൃക്ഷങ്ങൾ, ആനയെ ക്കൊണ്ട് നെഞ്ചത്ത് ചവിട്ടിച്ചിട്ടും ഇനിയും ഉണരാത്ത കുംഭകർണ്ണൻ, മന്ത്രം ചൊല്ലി ധ്യാന നിമഗ്നനായ ഇരിക്കുന്ന ശ്രീരാമന് സുഗ്രീവൻ, അംഗദൻ എന്നിങ്ങ നെയുള്ള കുരങ്ങു മനുഷ്യന്മാർ ഇതേപോലെ രാമരാവണയുദ്ധം ചിത്രീകരണവും അതിഗംഭീരമായ ഒരു തോന്നലുളവാക്കുന്നു. രാമായണ യുദ്ധരംഗങ്ങൾ മറ്റുപലയിടത്തും വരച്ചു കണ്ടിട്ടുണ്ട്. എന്നാൽ മട്ടാഞ്ചേരിയിലെ രാമായണ യുദ്ധ രംഗങ്ങളിലെ അപാരത മറ്റെവിടെയും കണ്ടിട്ടില്ല. സ്ഥല പരമിതിയിലെ മിതത്വം ഒരു കുറവായി പലരും പറയുന്നുണ്ടെങ്കിലും, കലാകാരൻ ആ മിതത്വത്തിൽനിന്ന് വലുതായതായാണ് എനിക്ക് തോന്നിയത്. ഏകദേശം വിരലുകൊണ്ട് അളന്നെ ടുക്കാൻ പോന്ന അളവിൽ ഒരു മഹായുദ്ധത്തെ ക്രീയേറ്റ് ചെയ്യാൻ പോന്ന വൈഭവം ആ കലാകരന് ഉണ്ടായതാണ് അത്ഭുതപ്പെടുത്തിയത്. ശ്രീരാമൻ വളരെ നിസ്സംഗതയോടെ ആണ് രാവണനെ കൊല്ലുന്നത്. എന്നാൽ രാവണൻ അയാളുടെ ഭീകരമായ അസുരവലുപ്പം എടുത്തുകാണിക്കുന്നു. കടുംനീല വർണ്ണത്തിന്റെ കനപ്പിലും അതുപോലെ തന്നെ ഹനുമാന്റെ ചിത്രീ കരണം നമ്മൾ മറ്റെവിടെയും കാണാത്ത രീതിയിൽ ആണ്. കേരളത്തിലെ ഏറ്റവും നല്ല ഹനുമാൻ ചുമർചിത്ര സങ്കല്പം ഇവിടെ തന്നെയാണ് എന്ന് നിസ്സംശയം പറയാം, അത്ര സുന്ദരമാണത്.

പതിനാറാം നൂറ്റാണ്ടിലെ രണ്ടാം പകുതിയിൽ വരച്ച ചിത്രങ്ങളാണ് മട്ടാഞ്ചേരിയിലേത് എന്നാണ് ശ്രീ.ശശിഭൂഷൺ എം.ജി. എന്ന ചുമർചിത്രഗവേ ഷകൻ കേരളത്തിലെ ചുമർചിത്രകല എന്ന പുസ്തകത്തിൽ പറയുന്നത്. മട്ടാഞ്ചേരിയിലെ ചിത്രങ്ങൾ മൂന്നു കാലഘട്ടത്തിൽ വരച്ചവയാണ്, മൂന്ന് ശൈലി യിൽ തന്നെ വരച്ചതും ആണ്. അതും ഒരു ഗുരുപരമ്പരയിലെ ചിത്രങ്ങൾ അല്ല. രാമായണചിത്രങ്ങൾ ഏറ്റവും പഴകിയതും, ഏറ്റവും കേമനുമായ ഒരു ഗുരുവിന്റെ സ്പർശനത്തെ അറിയിക്കുന്നു.

മട്ടാഞ്ചേരിയിലെ രാമായണ ചിത്രങ്ങളെക്കുറിച്ച് പറഞ്ഞ് അവസാനിപ്പി ച്ചെങ്കിലും ഇവിടെയുള്ള മറ്റ് ചിത്രങ്ങളെ ഒന്ന് പരിചയപ്പെടുത്താതെ പോവുന്നത് ഉചിതമായിരിക്കില്ല.

ഇതേ കലാഘട്ടത്തിൽ വരച്ച ചിത്രങ്ങൾ ആയി വിശ്വസിക്കുന്ന ഗോവേണിത്തളത്തിലെ ചിത്രങ്ങൾ അതിമനോഹരമായ വിഗ്രഹ ശാസ്ത്ര പ്രകാരം വരച്ചവയാണ്. ശരിക്കും പറഞ്ഞാൽ ധ്യാന ശ്ലോകബിംബകല്പനതന്നെ. എന്നിരുന്നാലും മട്ടാഞ്ചേരി ചിത്രങ്ങളിലെ ഏറ്റവും മോശം ചിത്രീകരണം ആയാണ് ഈ ചിത്രങ്ങളെ കരുതുന്നത്. യോഗാസനസ്ഥനായ ശ്രീകൃഷ്ണൻ, അഷ്ടാക്ഷരീഗോപാലം, ഗണപതിപൂജ എന്നിവയാണ് പള്ളിയറയിലെ ചിത്രങ്ങൾ.

18 അടി നീളവും, 17 അടി വീതിയും ഉള്ള ഈ മുറിയിലെ ചിത്രങ്ങളിൽ എല്ലാ ദൈവ സങ്കല്പങ്ങളും കടന്നു വന്നിരിക്കുന്നു.

(ശ്രീ.ശശിഭൂഷൻ എം.ജി.-കേരളത്തിലെ ചുവർ ചിത്രകല, അദ്ധ്യായം മട്ടാഞ്ചേരി ചിത്രങ്ങൾ, പേജ്.68.)

ഗോവണിത്തളത്തിൽ നിന്ന് പടിക്കെട്ടുകൾ ഇറങ്ങി വളരെ ഉയരം കുറഞ്ഞ ഒരു ശയനയമുറിയിലേക്ക് എത്താം. ഒരാൾക്ക് നിൽക്കാവുന്ന ഉയരമാണെങ്കിലും മുറികൾ വിശാലമാണ്.മുകളിലെ രാമായണ മുറി എന്നത് വളരെ സീരിയസ്സ് ആയ അന്തരീക്ഷത്തെയാണ് ഇവിടത്തെ ചിത്രങ്ങൾ ഉണ്ടാക്കി എടുക്കുന്നത്. എന്നാൽ ഗോവണിത്തളത്തിലെ ശയന മുറിചിത്രങ്ങൾ ഒരുതരം ശൃംഗാര തരളിതമായ അനുഭൂതിയായി മാറുന്നു.

പാർവ്വതിയുടെ ചമയചിത്രീകരണത്തിന്റെ ഭംഗിയോളം പോന്ന ഒരു ചിത്രം ചുമർചിത്രലോകത്ത്തന്നെ ഉണ്ടാവില്ല. എന്നാൽ ഇവിടെത്തെ എല്ലാചിത്രങ്ങളും വെറും രേഖാചിത്രങ്ങൾ മാത്രമാണ് താനും. കാവിച്ചുവപ്പിന്റെ ശക്തമായ രേഖകളിൽ പാർവ്വതിയുടെയും, തോഴിമാരുടെയും, ശരീരശാസ്ത്രത്തിന്റെ, അംഗലാവണ്യത്തിന്റെ പെരുമ അളന്നു എടുക്കുന്ന ചിത്രം ആണിത്. വാൽക്കണ്ണാടി നോക്കുന്ന പാർവ്വതിയുടെ ചിത്രം, തോഴിമാർ ഓരോ ആഭരണങ്ങൾ അണിയിക്കുന്നു. അഷ്ടനായികമാർ ആയാണ് ഇവിടെ തോഴിമാർ അണിനിരക്കുന്നത്.

അടുത്തത് ശിവനും സപ്തർഷികളും എന്ന ചിത്രം ആണ്. പാർവ്വതിയെ വിവാഹം കഴിക്കണം എന്ന ആവശ്യവുമായി ശിവനെ സമീപിക്കുന്ന സപ്തർഷികളാണ് പാർവ്വതീചമയത്തിന്റെ പോലെതന്നെ ഒരേവലുപ്പം ആണ് ഈ ചിത്രത്തിനും. ഏകദേശം 6 അടി നീളവും വീതി 3 അടിയോളം കാണും. രേഖാപ്രാധാന്യത്തിന് ഇതിൽകൂടുതൽ ഉദാഹരണം കാണിക്കാൻ വേറെ ഒരു ചിത്രവും കാണിക്കേണ്ടതില്ല.

വിഷ്ണുമായയും ശിവനും കൂടി പന്ത് കളിക്കുന്ന ചിത്രമാണ് അടുത്തത്. ഈ ചിത്രത്തിന്റെ രസസിദ്ധാന്തം അപാരം തന്നെയാണ്. വിഷ്ണുമായയോടൊപ്പം രമിക്കുന്ന ശിവനെ കാണുമ്പോൾ കോപവും, ദേഷ്യവും, പകയും അതോടൊപ്പം ശൃംഗാരവും നേരിൽ കാണുമ്പോൾ ഒരു പെണ്ണിനുണ്ടാകുന്ന സങ്കോചവും, നാണവും, കാമവും വേറൊരുവശത്ത്. ഈ വികാരങ്ങൾ എല്ലാം ഒറ്റചിത്രത്തിൽ ആവാഹിച്ചു വിജയം കണ്ട ഒരാൾ ആണ് ഈ ചിത്രകാരൻ. തുറവൂർ ക്ഷേത്രത്തിന്റെ ഇതേ ചിത്രവും ആയി ഇഴയകത്താനാകാത്ത ഏതോ ബന്ധം ഈ ചിത്രകാരനുണ്ട്.

മറ്റൊരുചിത്രം ഗോവർദ്ധനോദ്ധാരണം ആണ്. കൗതുകകരവും, ആശയപരതയും, കലാമേന്മയും ഒത്ത് ചേർന്നതാണീ ചിത്രം. വലുപ്പത്തിലും

ശ്രദ്ധിക്കപ്പെടും. എന്നാൽ മദനഗോപാലം എന്ന ചിത്രം രതിയുടെ അതിർവരമ്പുകൾ ഭേദിച്ചു പോകുന്നത് കാണാം. പതിനഞ്ചു ഗോപികമാരെ ചുറ്റിനും നിർത്തി ഏതെങ്കിലുമൊക്കെ രീതിയിൽ രതിസുഖത്തിന്റെ പരമകാഷ്ഠയിൽ നിർത്തിയിരിക്കുന്നത് കാണാം. അനുഭൂതിയുടെ തൂവൽ സ്പർശം അണിയുന്നതായി നമുക്ക് തോന്നാം. സംഭോഗ ശൃംഗാരത്തെ ഇത്ര മനോഹരമായി ചിത്രീകരിച്ചിട്ടുള്ള മറ്റൊരു ചിത്രം കേരളത്തിൽ കാണുവാൻ തരമില്ല.

ക്ഷേത്രചിത്രങ്ങളെ അപേക്ഷിച്ച് കൊട്ടാര ചിത്രങ്ങൾക്ക് അല്പം വിശാലത ആണ് പ്രധാനമായും കൂട്ടുന്നത്. മറ്റൊന്ന് രചന വിശേഷങ്ങൾ ധ്യാനശ്ലോകത്തിൽ നിന്ന് വിട്ടുമാറി ഒരു തരം സ്വതന്ത്ര രചനാപാടവം ഇവിടെ കൊട്ടാര ചിത്രങ്ങളിൽ കടന്നുവരാറുണ്ട്. ക്ഷേത്രങ്ങളിൽ ആകുമ്പോൾ പഞ്ചര തൂണുകളുടെയും പഞ്ചമാലകളുടെയും ഇടയിൽ ഒതുങ്ങി അമർന്ന് ചെറുചിത്രങ്ങൾ ആയി മാറി പോകേണ്ടുന്ന ചിത്രങ്ങൾ വിശാലമായ ചുമരിലേക്ക് ആവാഹനം ചെയ്യപ്പെടുമ്പോൾ തന്നെ നവജീവൻ കൈവരിക്കുന്നു.

കൊട്ടാര ചിത്രങ്ങളിൽ പത്മനാഭപുരം കൊട്ടാരം ആയാലും, പുന്നത്തൂർ കോട്ടയിലെ ചിത്രങ്ങൾ ആയാലും കൃഷ്ണപുരം കൊട്ടാരത്തിലെ ചിത്രങ്ങൾ ആയാലും മട്ടാഞ്ചേരി കൊട്ടാരചിത്രങ്ങൾ ആയാലും ചിത്രങ്ങളുടെ വലുപ്പം ആകർഷണത്തിന് ഉതകുന്ന വസ്തുതാപരമായ കാര്യമാണ്.

മൂന്നുകാലഘട്ടങ്ങളിൽ വരച്ചത് ആണെങ്കിലും എല്ലാ കാലത്തെയും മികച്ച കലാകാരന്മാർ തന്നെ ആയിരുന്നു മട്ടാഞ്ചേരിയിൽ ചിത്രം വരച്ചത്. അതുകൊണ്ട്തന്നെ ചുമർചിത്രസങ്കല്പത്തിലെ ഏറ്റവും ശ്രദ്ധേയമായ ചിത്രങ്ങൾ മട്ടാഞ്ചേരി ചിത്രങ്ങൾ തന്നെ എന്നുപറയാൻ രണ്ടാമത് ഒന്ന് ആലോചിക്കേണ്ടി വരില്ല.

ഗ്രന്ഥസൂചി

1. മുൽക്‌രാജ് ആനന്ദ്, റൊനാൾഡ് ബർനിയർ - സ്പ്ലെൻഡേഴ്സ് ഓഫ് കേരള
2. എം.ജി. ശശിഭൂഷൺ - കേരളത്തിലെ ചുമർചിത്രകല
3. വി.ആർ ചിത്ര, ടി.എൻ.ശ്രീനിവാസൻ - കൊച്ചിൻ മ്യൂറൽസ് (1940)
4. സ്റ്റെല്ലാ ക്രാംറിഷ് ജെ.കസിൻസ്

   ആർ.പി. പൊതുവാൾ - ആർട്സ് ആന്റ് ക്രാഫ്റ്റ് ഓഫ് കേരള

"രാമസങ്കല്പം"
കേരളീയ ചുമർചിത്രകലയിൽ

എം. നളിൻബാബു

കേരളത്തിലെ ചിത്രകലാ പാരമ്പര്യത്തിൽ ശ്രീരാമന് ഏറെ പ്രാധാന്യവും പ്രസക്തിയും നൽകി വരുന്നതായി കാണാം. വൈഷ്ണവ ഭക്തി ഒരു പ്രധാന ഭാഗമായി മാറുന്നത് മധ്വാചാര്യന്റെ ദ്വൈതവാദത്തിന് ശേഷമാണ്. അതിൽ ശ്രീരാമനെ ആണ് ഏറ്റവും കൂടുതൽ രാജാക്കന്മാർ പരിപോഷിപ്പിച്ചത്. രാജബിംബം ജനങ്ങൾക്ക് കൊടുക്കുമ്പോൾ നാട്ടുരാജ്യങ്ങളിലെ രാജാക്കന്മാർക്ക് ശ്രീരാമതുല്യ പദവി ലഭിക്കും. ഇങ്ങനെ ആയതുകൊണ്ടാകാം ശ്രീരാമൻ എന്ന വിഷയത്തിന് പ്രാധാന്യം വരാൻ കാരണമെന്ന് അനുമാനിക്കേണ്ടിയിരിക്കുന്നു. 16–ാം നൂറ്റാണ്ട് ആയതോടെ എഴുത്തു ഭാഷയിലും ദൃശ്യഭാഷയിലും വലിയ മാറ്റം കൈവരിച്ചു. എഴുത്തു ഭാഷയിൽ എഴുത്തച്ഛന്റെ ആദ്ധ്യാത്മ രാമായണം വന്നു. അതിനു മുമ്പ് നിരണം കവികളുടെ രാമകഥാപാട്ട്, ഉണ്ടെങ്കിലും മലയാള ഭാഷ വളർന്നത് എഴുത്തച്ഛന്റെ രാമായണത്തിലൂടെ ആണ്.

16,17 നൂറ്റാണ്ടുകളിൽ ക്ഷേത്ര നിർമ്മാണവും അവിടുത്തെ ഭിത്തികളിൽ ചുമർചിത്രങ്ങൾകൊണ്ട് വരച്ചു അലങ്കരിക്കുക എന്ന രീതി അവലംബമായി വന്നു. അതുപോലെ തന്നെ ദാരുശില്പങ്ങളും ക്ഷേത്രങ്ങളുടെ അലങ്കരണത്തിന്റെ ഭാഗമായി വന്നുചേർന്നു.

ഇരുനൂറിൽ പരം ചിത്രങ്ങൾ ഉള്ള താളിയോലയിൽ വരച്ച രാമായണ ചിത്രങ്ങൾ ലഭിക്കുന്നത് കേരളത്തിൽ നിന്നാണ്. ആലപ്പുഴയിൽ നിന്നാണ് അത് നമുക്ക് ലഭിക്കുന്നത്. കേരള യൂണിവേഴ്സിറ്റി 'ചിത്ര രാമായണം' എന്ന പേരിൽ അത് പ്രസിദ്ധീകരിച്ചിട്ടുണ്ട്.

കേരളീയ ചുമർചിത്രകലയിൽ രാമായണത്തിന് ഏറെ പ്രാധാന്യം നൽകിയാണ് വരച്ചിരിക്കുന്നത്. 16, 17 നുറ്റാണ്ടുകളിൽ വരച്ചതെന്ന് പറയപ്പെടുന്ന പരമ്പരാഗത ചുമർചിത്രങ്ങളിലെല്ലാം ശ്രീരാമൻ എന്ന വിഷയത്തിന് വളരെ അധികം പ്രസക്തി നൽകിയിട്ടാണ് ചിത്രീകരിച്ചിരിക്കുന്നത്. രാമായണത്തിലെ സംഭവബഹുലമായ വിഷയങ്ങൾ എല്ലാം തന്നെ ചുമർചിത്രങ്ങളിൽ ഉൾപ്പെടുത്താൻ അന്നത്തെ കലാകാരന്മാർക്ക് സാധിച്ചിട്ടുണ്ട്. ചുമർ ചിത്രശൈലിയിൽ പല വിഷയങ്ങളും പ്രതിപാദിച്ചിട്ടുണ്ടെങ്കിലും രാമായണ വിഷയങ്ങൾ അതിന്റെ ഭാവതീവ്രത നിലനിർത്തിക്കൊണ്ടു തന്നെ ആണ് അവർ ഒരുക്കിയത്.

വിഗ്രഹതുല്യമായ (Iconographical style) രൂപങ്ങളാണ് ചുമർചിത്രങ്ങളുടെ സവിശേഷത. താലപ്രമാണ തുല്യമായാണ് രൂപങ്ങളെ വരയ്ക്കുന്നത്. രേഖകൾക്കും വർണ്ണങ്ങൾക്കും തുല്യമായ പ്രാധാന്യം അതിനുണ്ട്. വിഷയങ്ങൾക്കനുസൃതമായ ഭാവം, കൃഷ്ണനാട്ടം എന്നിവയിൽ കാണുന്ന മുഖഭാവം, മുദ്രകൾ എന്നിവയുമായി സാമ്യം ചുമർ ചിത്രങ്ങൾക്കുണ്ട്. ചുമർചിത്രശൈലിയുടെ തനതു ശൈലിയായ പ്രകൃതിദത്തമായ വർണ്ണങ്ങളായ പഞ്ചവർണ്ണ ധൂളികൾകൊണ്ട് നിലത്തെഴുതി ആരാധിക്കുന്ന 'കളമെഴുത്ത്' ദേവീ ദേവന്മാരെ ആരാധിക്കുന്ന രീതി ആണ്. താത്കാലികമായ ചിത്രരചനാ രീതിയാണ് കളമെഴുത്തിൽ എങ്കിൽ പ്രകൃതിദത്തമായ വർണ്ണങ്ങൾ കൊണ്ട് സ്ഥിരമായി നിലനിൽക്കുന്ന പ്രതിപാദന രീതി ആണ് ചുമർചിത്രകലയിൽ ഉള്ളത്. കളമെഴുത്ത് നൈമിഷികമായ കല ആണ്. അത് മായിച്ചുകളയുന്ന സമ്പ്രദായമാണ് കേരളത്തിലുള്ളത്. ശ്രീകോവിലിന്റെ പുറത്തെ ചുമരുകളിലാണ് ചിത്രങ്ങൾ വരച്ചിരിക്കുന്നത്. പഞ്ചമാല ക്രമത്തിൽ (ഭൂതമാല, മൃഘമാല, ക്ഷിമാല, വനമാല, ചിത്രമാല) എന്നീ രീതികളിലാണ് ചിത്രങ്ങൾ വരച്ചിരുന്നത്. ശിൽപരത്നം, തന്ത്ര സമുച്ചയം എന്നീ പുസ്തകങ്ങളിലെ നിയമങ്ങളെ അനുസൃതമാക്കിയാണ് പ്രകൃതിദത്തമായ വർണ്ണങ്ങളിൽ ചുമർചിത്രങ്ങൾ വരച്ചുവന്നത്. പഞ്ചവർണ്ണങ്ങളായ കാവിമഞ്ഞ, കാവി ചുവപ്പ്, പച്ച, കറുപ്പ് വെളുപ്പ് എന്നീ രിതികളിലാണ് വർണ്ണപ്രയോഗം. ഓരോ ക്ഷേത്രത്തിലും സ്വാതിക രജോ ഗുണ, തമോഗുണ പ്രധാനമായാണ് ചിത്രങ്ങൾക്ക് വർണ്ണങ്ങൾ നൽകിയിരുന്നത്. സാത്വിക ഗുണത്തിന് പച്ച കലർന്ന നീലയും രജോഗുണത്തിന് മഞ്ഞനിറത്തിൽ ചുവന്ന ഷെയ്ഡുകളും തമോഗുണത്തിന് വെള്ള നിറവുമാണ് കൊടുത്തിരുന്നത്. സാത്വിക മൂർത്തികളിൽ ശ്രീരാമൻ, ശ്രീകൃഷ്ണൻ, ഇന്ദ്രൻ തുടങ്ങിയ രൂപങ്ങളും, രജോഗുണത്തിൽ ഗണപതി, സീത, മോഹിനി തുടങ്ങിയവയും തമോഗുണത്തിന് നടരാജൻ, ബലരാമൻ, ലക്ഷ്മണൻ, ദക്ഷിണാമൂർത്തി എന്നിങ്ങനെയാണ് ചുമർചിത്ര കലയിലെ വർണ്ണപ്രയോഗം. കേരളീയ ചുമർചിത്ര കലയിൽ ശ്രീരാമനെ സാത്വിക മൂർത്തി ആയിട്ടാണ് വർണ്ണിച്ചിരിക്കുന്നത്. അതുകൊണ്ടു തന്നെ പച്ചകലർന്ന നീലനിറമാണ് നൽകിയിരിക്കുന്നത്. നിരവധി ക്ഷേത്രങ്ങളിൽ കയ്യിൽ അമ്പും വില്ലുമായി നിൽക്കുന്ന വീരരാമനെയാണ് ചിത്രത്തിൽ പ്രതിപാദ്യം ആക്കിയിട്ടുള്ളത്. അതിലെല്ലാം തന്നെ ശ്രീരാമൻ സാത്വികമൂർത്തിയാണ്.

കോട്ടയം ജില്ലയിലെ തലയോലപറമ്പിനടുത്തുള്ള പുണ്ഡരീകപുരം ക്ഷേത്രത്തിൽ ശ്രീരാമന്റെ (രാമായണത്തിലെ) നിരവധി വിഷയങ്ങൾ ചിത്രീകരിച്ചിട്ടുണ്ട്. വീരരാമൻ, ശ്രീരാമപട്ടാഭിഷേകം ലക്ഷ്മണന്റെ യുദ്ധസന്നാഹം തുടങ്ങിയ ചിത്രങ്ങളെല്ലാം ഈ ക്ഷേത്രത്തിലുണ്ട്. പട്ടാഭിഷേക ചിത്രത്തിൽ ശ്രീരാമനോടൊപ്പം രജോഗുണ മൂർത്തിയായി സീതയേയും പരിവാരങ്ങളേയും ചിത്രീകരിച്ചിട്ടുണ്ട്. അമ്പും വില്ലും ചിൻമുദ്രയിലുമായി ഇരിക്കുന്ന ശ്രീരാമനെയാണ് പട്ടാഭിഷേകം ചിത്രത്തിൽ വർണ്ണിച്ചിരിക്കുന്നത്. ഭരത ലക്ഷ്മണ ശത്രുഘ്നൻമാ

രുടെ ചിത്രങ്ങളും ഇവിടെയുണ്ട്. ലക്ഷ്മണന് തമോഗുണമായ വെള്ള നിറവും, ശ്രീരാമന് സാത്വിക വർണ്ണമായ പച്ച നിറവുമാണ് കൊടുത്തിരിക്കുന്നത്. ഹനുമാൻ, സുഗ്രീവൻ, വിഭീഷണൻ, ഗുഹൻ തുടങ്ങിയ കഥാപാത്രങ്ങളേയും ഇവിടുത്തെ ചിത്രങ്ങളിൽ രാമായണ വിഷയങ്ങളിലെ ചിത്രങ്ങളായി വിശദീകരിച്ചിട്ടുണ്ട്.

രാമായണത്തിലെ ഗംഭീര മുഹൂർത്തങ്ങൾ 60-ഓളം ചിത്രങ്ങളിലൂടെ പ്രതിപാദിച്ചിരിക്കുകയാണ്. ഫോർട്ട് കൊച്ചിക്കടുത്തുള്ള മട്ടാഞ്ചേരി ഡച്ചുകൊട്ടാരത്തിലെ ചിത്രങ്ങളിൽ. ദശരഥൻ നടത്തുന്ന പുത്രകാമേഷ്ടിയാഗം മുതൽ ലങ്കയിൽ നിന്ന് അയോധ്യയിലേക്കുള്ള സീതാരാമന്മാരുടെ പുനഃപ്രവേശനം വരെയുള്ള ഭാഗങ്ങളാണ് മട്ടാഞ്ചേരി കൊട്ടാരത്തിൽ ചിത്രീകരിച്ചിരിക്കുന്നത്. പുത്രകാമേഷ്ടി യാഗത്തിനു വേണ്ട ഒരുക്കങ്ങൾ നടത്തുവാൻ ദശരഥൻ സുമന്ത്രരോട് നിർദ്ദേശിക്കുന്നത്, പായസം സ്വീകരിച്ച് പത്നിമാരായ കൗസല്യ, കൈകേയി, സുമിത്ര എന്നിവരോടൊത്ത് നിൽക്കുന്ന ദശരഥൻ, വിരാധനെ വധിക്കുന്നത്, നൽത്തകിയായി വന്ന ശൂർപ്പണഖ പ്രേമാഭ്യർത്ഥന നടത്തുന്നത്. ലക്ഷ്മണൻ ശൂർപ്പണഖയുടെ സ്തനങ്ങൾ ഛേദിക്കുന്നത്, സുഗ്രീവനുമായി രാമൻ സന്ധിയിൽ ഏർപ്പെടുന്നത്, ബാലിയെ വധിക്കുന്നത് എന്നിവയാണ് പ്രധാന ചിത്രങ്ങൾ. ശ്രീരാമപട്ടാഭിഷേകത്തിനുള്ള ഒരുക്കങ്ങൾ, ശ്രീരാമ പട്ടാഭിഷേകം എന്നീ ചിത്രങ്ങളാണ് കോട്ടയത്തിനടുത്തുള്ള തൃക്കൊടിത്താനം ക്ഷേത്രത്തിൽ ചിത്രീകരിച്ചിരിക്കുന്നത്. 17-ാം നൂറ്റാണ്ടിൽ വരച്ചതാകാം ഇവ എന്നാണ് ചരിത്ര ഗവേഷകന്മാരുടെ നിഗമനം.

തൃശൂർ ജില്ലയിലെ തൃപ്രയാർ ശ്രീരാമസ്വാമി ക്ഷേത്രത്തിൽ ശ്രീരാമനെ വിഷയമാക്കി രാമായണത്തിലെ വിഷയങ്ങൾ ഉള്ള ചിത്രങ്ങൾ ഉണ്ട്. ശ്രീരാമപട്ടാഭിഷേകം, വീരരാമൻ തുടങ്ങിയ ചിത്രങ്ങൾ ഇവിടെ ഉണ്ട്. കണ്ണൂർ ജില്ലയിലെ തലശ്ശേരിക്കടുത്തുള്ള മുഴുപ്പിലങ്ങാട് ചീറുമ്പകാവ് ക്ഷേത്രത്തിൽ നാടൻകലാരീതിയിൽ ശ്രീരാമനേയും സീതയേയും ചിത്രീകരിച്ചിട്ടുണ്ട്. നാടൻ കലാരീതിയിൽ ഒരു ചിത്രീകരണം ചെയ്തിട്ടുള്ളത് കേരളത്തിൽ ഒരു ക്ഷേത്രത്തിലെ ഉള്ളൂ. അതാണ് മുഴുപ്പിലങ്ങാട് ചിറുമ്പകാവിലെ ചിത്രങ്ങൾ. കട്ടിയാർന്ന പച്ചകലർന്ന ഒരു വർണ്ണത്തിൽ രേഖകൾക്ക് പ്രാധാധ്യം നൽകിയാണ് ഇവിടെ ചിത്രങ്ങൾ വരച്ചിരിക്കുന്നത്. പ്രശസ്ത കലാചരിത്രകാരൻ എ.ടി മോഹൻരാജ് ആണ് ഈ ചിത്രങ്ങളെ കുറിച്ച് കലാലോകത്തിന് പരിചയപ്പെടുത്തിയത്.

രവിവർമ്മയും രാമായണത്തിലെ വിഷയങ്ങൾക്ക് ഏറെ പ്രാധാന്യം നൽകി ഓയിൽ കളറുകളിൽ ചിത്രങ്ങൾ വരച്ചിട്ടുണ്ട്. ജഡായു വധം, പട്ടാഭിഷേകം, സീതാരാമ വിവാഹം, ലവകുശന്മാർ തുടങ്ങി ശ്രീരാമനും ലക്ഷ്മണനും നിരവധി വിഷയങ്ങൾ രവിവർമ്മ റിയലിസ്റ്റിക് സ്റ്റൈലിൽ വരച്ചു വന്നിരുന്നു. രവിവർമ്മയുടെ ചിത്രത്തിലൂടെ ഭാരതത്തിലും, പുറം രാജ്യങ്ങളിലും ഈ ചിത്രങ്ങൾ ഏറെ പ്രസിദ്ധമായി. രവിവർമ്മയുടെ ചിത്രങ്ങളിൽ ശ്രീരാമന് ഘനഗാംഭീ

ര്യമുള്ള ഒരു വീരപുരുഷനായാണ് വരച്ചിരുന്നത്. അതുപോലെ തന്നെ സീതയേയും നല്ല സുന്ദരിയായ ഒരു കേരളീയ വനിത ആയാണ് വരച്ചിരുന്നത്. ശ്രീരാമന് രാജാവിന്റെ വേഷവും സീതക്ക് രാജ്ഞിയുടെ വേഷവിധാനവുമാണ് രവിവർമ്മ നൽകിയിരിക്കുന്നത്.

കേരളത്തിലെ ചിത്രകല രാമൻ എന്ന കഥാപാത്രത്തെ രാമായണത്തിലെ കഥാനു സന്ദർഭങ്ങളുടെ ഭാഗമായിട്ടാണ് ഏറേയും ചിത്രീകരിച്ചിരിക്കുന്നത്. കണ്ണൂർ ജില്ലയിലെ തലശ്ശേരിക്കടുത്തുള്ള മുഴുപ്പിലങ്ങാട് ചിറുമ്പക്കാവ് ക്ഷേത്രത്തിൽ അതുകൊണ്ട് തന്നെ രാമൻ എന്ന കഥാപാത്രത്തിന് അൽപംപോലും വീരത്വവും പൗരുഷവും കളയാതെയാണ് ചിത്രകലയിൽ ഒരുക്കിയിരിക്കുന്നത്. ഇങ്ങനെ പറയുമ്പോൾ കേരളത്തിലെ ചിത്രകലയിൽ രാമായണം എന്ന വിഷയത്തിനും ശ്രീരാമൻ എന്ന കഥാപാത്രത്തിനും ഏറെ പ്രാധാന്യമാണ് നൽകിയിരിക്കുന്നതെന്ന് നമുക്ക് മനസ്സിലാക്കാവുന്നതാണ്. അതുകൊണ്ടു തന്നെ 'രാമൻ എന്ന സങ്കൽപം' ഏറെ പ്രാധാന്യം അർഹിക്കുന്ന ഒരു വിഷയവും ആകുന്നു. ഇന്നത്തെ നവോത്ഥാന കാലഘട്ടത്തിൽ ശ്രീരാമന്റെ കഥാപാത്രങ്ങൾക്കും അതുപോലെ തന്നെ രാമായണത്തിലെ വിഷയങ്ങൾക്കും കലാകാരന്മാർ പുത്തൻ ശൈലിയിലും നൂതന ആശയങ്ങളിലും ചിത്രങ്ങൾ വരച്ചു കണുന്നുണ്ട്. രാമന്റെ ശരപ്രയോഗം, ഹനുമാന്റെ മുതുകത്തു കേറി രാമൻ അസ്ത്രം അയക്കുന്നത്, അശോകവനത്തിലെ സീത, ഹനുമാന്റെ കദളിവനം, ശ്രീരാമനും സീതയും ചേർന്നുള്ള പ്രേമസല്ലാപങ്ങൾ തുടങ്ങി നിരവധി വിഷയങ്ങൾ ഇന്ന് ചിത്രങ്ങളായി വന്നു കഴിഞ്ഞു. ഇതെല്ലാം കാണിക്കുന്നത് ഈ കാലഘട്ടത്തിലും രാമന്റെ വിഷയങ്ങൾക്കും അതുപോലെ രാമായണത്തിനും ഏറെ പ്രാധാന്യം ഉണ്ട് എന്നു തന്നെ ആണ്. ഇനിയും വരുന്ന കാലങ്ങളിലും ഈ വിഷയത്തിന്റെ പ്രസക്തിക്ക് അല്പം പോലും പ്രാധാന്യം ചോർന്നുപോകില്ല എന്നു തന്നെ ആണ് കരുതേണ്ടത്.

1. കേരളത്തിലെ ചുമർചിത്രങ്ങൾ - ഡോ. എം. ജി, ശശിഭൂഷൻ

2. ഭാരതീയ കലാചരിത്രം - വിജയകുമാർ മേനോൻ

3. Painted Abode of Gods Mural Tradition of Kerala - A. Ramachandran.

രാമസങ്കൽപം കവിത്രയത്തിലും ശേഷവും

ശ്രീകുമാർ മുഖത്തല

ആഴത്തിൽ വേരോടിയതാണു രാമസങ്കൽപ്പം. അതു രാമായണം വായിച്ചറിഞ്ഞിട്ടു മാത്രമല്ല. ഭാരതരാമായണാദികൾ കാറ്റിലൂടെയാണു പ്രചരിച്ചത് ശബ്ദമായി, ഒരു തരം ശബ്ദമായിട്ടല്ല, വിവധതരം ശബ്ദങ്ങളായി. ചിലേടത്ത് അതു സാഹിത്യമായി ചിലേടത്തതു നാടകമായി, ചിലേടത്തതു അനുഷ്ഠാനമായി. മറ്റു ചിലേടത്തു ദൃശ്യകലാരൂപങ്ങളായി ഇനിയും ചിലേടത്തു വെറും കളിയായി അവയെ കാണാം. രാമായണ ഭാരതാദികളെ കാണാതെ ഇന്ത്യയിൽ പിറന്നൊരാൾക്കു ജീവിച്ചു മരിക്കാനാവാത്ത വിധം അതു പ്രസക്തമായി. ഇതിഹാസങ്ങളെ ഉപജീവിക്കാതെ അരങ്ങിലും അണിയറയിലും ഒന്നും ഉണ്ടാക്കാനാവില്ല എന്നായി. ഭാരതത്തിന്റെ സർഗ്ഗപ്രക്രിയയുടെ അടിസ്ഥാന ശിലകളായി അവ മാറി. അങ്ങനെ തന്നെ ഇന്നും നിലനിൽക്കുന്നു.

അവയെ കേന്ദ്രസ്ഥാനത്തുനിർത്തി വാദിച്ചു ജയിക്കലും പിണങ്ങി മാറലും യോജിപ്പിലെത്തലും വിഭജിച്ചുമാറലും, എല്ലാം സംഭവിച്ചു. ഇപ്പോഴും സംഭവിച്ചുകൊണ്ടിരിക്കുന്നു. അതിനാൽ രാമസങ്കൽപ്പം മലയാളത്തിൽ എന്ന വിഷയം തീർത്തും സമകാലികമായിരിക്കുന്നു. രാമൻ സാഹിത്യത്തിനു പുറത്തും രാഷ്ട്രവ്യവഹാരത്തിലും ഒരു കേന്ദ്രസാന്നിദ്ധ്യമായിരിക്കെ അതിനു പ്രസക്തി വർദ്ധിക്കുന്നു. രാമനെ കേന്ദ്രകഥാപാത്രമാക്കി രൂപം നൽകപ്പെട്ട വലിയ കാവ്യങ്ങൾ നമ്മുടെ മുന്നിൽ ഹിമാലയ സദൃശം നില്ക്കുന്നു.

രാമകഥപ്പാട്ടും രാമചരിതവും കണ്ണശരാമായണവും ഒടുവിൽ നിത്യയൗവനം പൂണ്ട അദ്ധ്യാത്മരാമായണവും പിന്നെ അനവധി കൃതികളും അതിൽ ചമ്പുക്കൾ ഉൾപ്പെടെ രാമായണോപജീവികളായി പ്രസക്തവും അപ്രസക്തവുമായി നിരവധി കൃതികൾ ഉൾപ്പെടുക ഉണ്ടായി. അവയിൽ നിന്നു നേരിട്ട് കവിത്രയത്തിലേക്കു വരികയാണു ഞാൻ ആശാൻ, ഉള്ളൂർ, വള്ളത്തോൾ. (ജനന വർഷത്തിന്റെ ക്രമത്തിൽ). കാവ്യബോധത്തിലും ആശയസ്വീകാരത്തിലും ആവിഷ്കാര സവിശേഷതയിലും അവർ മലയാളത്തെ പുതിയൊരു ചക്രവാളത്തിലേക്കുയർത്തി. അവരിലൂടെ മിഴിവാർന്നു പുറത്തു വന്നത് പുഷ്ടി പ്രാപിച്ച ഖണ്ഡകാവ്യങ്ങളാണ്. ഒപ്പം നമ്മുടെ സമകാലിക കാവ്യരംഗത്തുപോലും പ്രസക്തമായ ഒട്ടേറെ കവിതകളും.

രാമസങ്കൽപം കവിത്രയങ്ങളിൽ എന്ന വിഷയം പരിഗണിക്കുമ്പോൾ

ആദ്യം ഓർമ്മ വരുന്നത്, ഓർമ്മ വരേണ്ടത് 'ചിന്താവിഷ്ടയായ സീത'യാണ്. രാമൻ കേന്ദ്രപ്രമേയമായി വരുന്ന കവിതകൾ ഇവർ മൂന്നുപേരും എഴുതിയതായി എന്റെ ദൃഷ്ടിയിൽപ്പെട്ടില്ല. അപൂർണ്ണമായി ആശാൻ എഴുതി നിർത്തിയ ബാല രാമായണത്തെ മറന്നിട്ടുമില്ല. ബാലരാമായണം കുട്ടികൾക്കുവേണ്ടി വാൽമീകി രാമായണത്തെ ആധാരമാക്കി എഴുതപ്പെട്ടതുകൊണ്ട് ചമത്കാരഭംഗി തികഞ്ഞ ആഖ്യാനസുഭഗമായ ഒന്നായി മാറുന്നതിലായിരുന്നു ആശാന്റെ ശ്രദ്ധ എന്നു നമുക്ക് കാണാം.

ചിന്താവിഷ്ടയായ സീത ആശാന്റെ കാവ്യജീവിതത്തിന്റെ ഏതാണ്ടെല്ലാ പ്രത്യേകതകളും തികഞ്ഞ കൃതിയാണ്. ആശാൻ അനുഭവിച്ചു പോന്ന മാനസിക സംഘർഷത്തിന് ആശാൻ കണ്ടെത്തിയ ഔഷധങ്ങളെല്ലാം അടങ്ങിയിട്ടുള്ളത് സീതയിലാണ്. സീതയിൽ പ്രകടമാവുന്ന രാമസങ്കൽപ്പം ഏതാണ്ട് രാമവിമർശനം തന്നെയാണ്. അത് ഭാരതത്തിൽ രാമായണത്തെക്കുറിച്ചു ചർച്ച ചെയ്തിട്ടുള്ള പ്പോഴെല്ലാം ഉയർന്നു വന്നിട്ടുള്ളതുമാണ്. നമ്മുടെ നാടോടി സാഹിത്യത്തിൽ വായ്മൊഴികളിൽ, നാട്ടിൻ പുറത്തെ സാധാരണ ചർച്ചകളിൽ ഒക്കെ ഇതിഹാസ കഥാപാത്രങ്ങൾ വിമർശിക്കപ്പെട്ടിട്ടുണ്ട്. പക്ഷേ ആശാന്റെ വിമർശനം പോലെ കഴമ്പുറ്റ, ആഴത്തിൽ പതിക്കുന്ന വിമർശനം അതിനുമുമ്പു മലയാളം നടത്തിയി ട്ടില്ല. അതിന് ആശാൻ തെരഞ്ഞെടുത്ത സന്ദർഭം, അതിലൂടെ ആവിഷ്ക്കരിക്ക പ്പെട്ട ആന്തര സംഘർഷം ഇതെല്ലാം തീവ്രമായ രാമവിമർശനത്തിലേക്ക് കവി തയെ നയിച്ചു. എത്ര കൃത്യമാണ് ആ നിമിഷം. അശ്വമേധയാഗശാലയിലേക്കു ക്ഷണിക്കപ്പെട്ടതിന്റെ പശ്ചാത്തലത്തിൽ സീത 'അതിചിന്ത' വഹിച്ചതിന്റെ തീവ്ര ഭാരം നിലനിർത്തിയാണത് മുന്നേറുന്നത്. രാജനീതിയും, വ്യക്തിനീതിയും സമൂ ഹനീതിയും വിചാരണ ചെയ്യപ്പെടുന്നു. രാമനെ മുന്നിൽ നിർത്തി ചോദ്യം ചെയ്യും പോലെ അനുഭവപ്പെടും നമുക്ക്. ആശാന്റെ സീതാകാവ്യം പലവിധത്തിൽ പല പാടു ചർച്ച ചെയ്യപ്പെട്ടതാണ്. അതേക്കുറിച്ചു പുതിയതായെന്തെങ്കിലും പറയാ നുണ്ടോ എന്നു സംശയം തോന്നും നമുക്ക്. വാൽമീകിരാമായണത്തിന്റെ ശക്ത മായ പുനർവായനയാണ് ആശാൻ നടത്തുന്ന 'തരുണീപാദജഗർഹണി' യായ ശ്രുതിയെ ആധാരമാക്കി രാമൻ പ്രവർത്തിച്ചതോരോന്നും ആശാന്റെ സീത ഓർക്കു കയും മനസ്സിൽ രാമനെ ചോദ്യം ചെയ്യുകയും ചെയ്യുന്നുണ്ട്.

ആഖ്യാനത്തിന്റെ നാടകീയ നിമിഷം സൃഷ്ടിച്ചു കൊണ്ടാരംഭിക്കുന്ന ചിന്താവിഷ്ടയായ സീത ഗംഭീരമായ തത്ത്വചിന്തകളുടെ സ്വയം സാന്ത്വനിപ്പിക്ക ലിന്റെ തേജോമയങ്ങളായ വാക്മയങ്ങൾ നിറഞ്ഞതാണ്. അതുകൊണ്ടാണ് അതിലെ രാമവിമർശനത്തിന്റെ പ്രഹരശേഷി വർദ്ധിക്കുന്നത്. രാമായണ കഥാ സന്ദർഭങ്ങളെ ഇങ്ങനൊരു ചിന്തയിലെ കണ്ണിയാക്കുന്നതിൽ ആശാൻ പ്രകടി പ്പിച്ച ശില്പ വൈദഗ്ദ്ധ്യം (Craft) പിന്നീടു മലയാള കവിത കണ്ടിട്ടില്ല എന്നു പറയാം. ആഖ്യാന കവിതകൾ പലതു പരാജയപ്പെടുന്നത് കണ്ടവരാണു നാം. പലതും പുരസ്കാരങ്ങളുടെ പൊയ്ക്കാലിലാണു നിൽക്കുന്നത് എന്നുമോർക്കാം.

മുടിയിൽ കൊതി ചേർത്തു പുത്രനെ-
ജ്ജടിയാക്കും ചിലർ തൽക്കുമാരരോ
മടിവിട്ടു മഹാവനത്തിലും
വെടിയും ദോഹദമാർന്ന പത്നിയെ

എന്നുമാത്രമല്ല രാജാവിന്റേത്

'കൃപണോചിതവൃത്തി' (അൽപ്പന്മാർക്കു ചേർന്ന തൊഴിലാണ് എന്നും പറഞ്ഞു സീത.

ആശാന്റെ സീത വെറുമൊരു സ്ത്രീയല്ല. കാലത്തെ കടന്നു നില്ക്കുന്ന സ്ത്രീയായി മാറി. ആശാന്റെ രാമസങ്കൽപ്പം ഈ വിധമായിരുന്നു എന്നു നാം ഓർക്കണം. ആശാന്റെ സീതാകാവ്യം ഇവിടെ വിട്ടുപോവുകയാണു ഞാൻ. മന സ്സില്ലാമനസ്സോടെ അതു തന്നെ ഒരു വലിയ വിഷയമാണ് എന്നു മനസ്സിൽക്കരുതിക്കൊണ്ട്.

വള്ളത്തോൾ രാമനെക്കുറിച്ചു കവിതകളൊന്നും എഴുതിയില്ല. രാമൻ പശ്ചാത്തലമായി വരുന്ന കവിതകളും എഴുതിയിട്ടില്ല. ചില പരാമർശങ്ങൾ ഒന്നോ രണ്ടോ കവിതകളിൽ അത്രേയുള്ളൂ.

'രാവണന്റെ അന്തപ്പുരഗമനം' എന്ന കവിതയിൽ മണ്ഡോദരിയുടെ അടുത്തേക്കു പോകുന്ന രാവണനാണ് നായകൻ. അതിൽ ഒരിടത്താണു രാമനെക്കുറിച്ചുള്ള പരാമർശം

"രാമൻ തൻ പ്രതിയോഗിരാവണനഭക്താത്മാവകിഞ്ചിൽക്കരൻ"

എന്ന ഒരു സ്വയം നിന്ദയാണ്. അകിഞ്ചിൽക്കാരൻ എന്നാൽ ഒന്നും ചെയ്യാത്തവൻ എന്നാണ്. മണ്ഡോദരിയുടെ ഭർത്തൃപ്രണയത്തിനു മുന്നിൽ ത്രൈലോക്യ പ്രതാപങ്ങളും കാഴ്ച വച്ചിട്ടും രാവണൻ ഭക്തിയില്ലാത്തവനും ഒരു കാര്യവും ചെയ്യാത്തവനുമായിപ്പോയത് രാമന്റെ പ്രതിയോഗിയായതുകൊണ്ടാണ് എന്നാണു വിവക്ഷ. പിന്നൊരു പരാമർശമുള്ളത് 'കിളിക്കൊഞ്ചൽ' എന്ന കവിതയിലാണ്.

"ശ്രീമദ്ദശരഥ രാജതനുജനാം
രാമൻ നിസ്സർഗാഭിരാമരൂപൻ
ജാനകിക്കുട്ടിയെവേൾക്കുമെന്നോതുന്നു
ജ്ഞാനവാൻ വാൽമീകി 'ഭാഗ്യം, ഭാഗ്യം"

എന്നും

"ഓമൽ ചോദിക്കയാണെന്തിനീ വാൽമീകി
രാമനെക്കൊണ്ടെന്നെ വേൾപ്പിക്കുന്നു."

എന്ന കുട്ടിയുടെ ചോദ്യവുമാണു രണ്ടു പരാമർശങ്ങളും രാമസങ്കൽപ്പം എന്നതൊന്ന് ഉരുത്തിരിച്ചെടുക്കാൻ ഒട്ടും പര്യാപ്തമല്ല എന്നു പറയട്ടെ.

ഉള്ളൂരിന്റെ കവിതകളിൽ ആകെ പരിശോധിച്ചാൽ രാമപരാമർശങ്ങൾ തീരെക്കുറവാണെന്നു കാണാം. എന്റെ കണ്ണിൽ പെടാതെ പോയവയുണ്ടാവാം എന്ന ക്ഷമാപണത്തോടെയാണു ഞാൻ ഇങ്ങനെ പറയുന്നത്. ചിത്രശാല എന്ന കവിതയിലാണ് പ്രകടമായ ഒരു പരാമർശം ഉള്ളത്.

അത് മിസ്മേയോ എഴുതിയ മദർ ഇന്ത്യയ്ക്കുള്ള മറുപടിയാണ്. ഒരു ചിത്രശാലയിൽ ഭാരതീയ പുരാണങ്ങളിലെ ആദർശവനിതകളെ കാണുന്നു.

"പാർത്ഥിവനായിക്കാൺമൂ നമ്മൾ, ഹാ! ചിലപ്പോൾ
രാഘവനെ സ്വാർത്ഥചിന്താപരനായും മറ്റു ചിലപ്പോൾ
പുരുഷൻ തൻ ദിവ്യതയ്ക്കു പൂർത്തിയില്ല, കരിപ്പുള്ളി
സൂര്യനിലും സുലഭം താൻ സൂക്ഷിച്ചു പാർത്താൻ
ഭിന്നയതിൽ നിന്നു വധുവെന്നുചൊന്നാളെരികനൽ
പൊന്നശോകത്തോപ്പു വീണ്ടു പൂകിയിദ്ദേവി
അണയാത്തമണിവിളക്കഴിഞ്ഞ കുങ്കുമപ്പെ-
ട്ടണിവാടാമലർമാലയവനിക്കിവൾ."

രാമനെ ഭൂമിക്കധിപനായും സ്വാർത്ഥചിന്താപരനായും കഥയുടെ പല സന്ദർഭങ്ങളിൽക്കാണാം എന്ന് ഉള്ളൂർ പറയുമ്പോൾ അതൊരു രാമോപാലംബമല്ല. പകരം രാമായണത്തെ മനുഷ്യകഥയായി കാണുന്നതിലൂടെ ലഭ്യമാകുന്ന വെളിച്ചം നമുക്കു പകരുകയാണു ചെയ്യുന്നത്. സൂക്ഷിച്ചു നോക്കിയാൽ സൂര്യനിൽപോലും കളങ്കമുണ്ട് എന്നു ബോധ്യം വരുന്നതിനാൽ ശ്രീരാമനിൽ കാണുന്ന ചില ബലക്കുറവുകളെ അത്രമേൽ പർവ്വതീകരിക്കേണ്ട എന്നൊരു സ്വയം ശാസന ഇവിടെക്കാണാം.

ഇടശ്ശേരിയുടെ കവിതകളിലൂടെ സഞ്ചരിക്കുമ്പോൾ അദ്ദേഹത്തിന്റെ ആദ്യാകാല രചനകളിൽ ഒന്നായ് ലവണാസുരവധത്തിലെ ഹനുമാൻ എന്ന കവിത കാണാം. ആട്ടക്കഥ കണ്ടതിന്റെ അനുഭവത്തിൽ നിന്നാണ് കാവ്യരചനയുടെ ആധാരം. അശ്വമേധത്തിനു കുതിരയെ അഴിച്ചു വിട്ടതിനുശേഷം ലവകുശന്മാർ അശ്വബന്ധനം നടത്തിയത് അഴിക്കാൻ ഹനുമാൻ എത്തുന്നതാണു സന്ദർഭം.

"ശ്യാമളം വനം രാമചന്ദ്രന്റെ
കോമള തനു തന്നയോ"

എന്നാണു കവിത ആരംഭിക്കുന്നത്. ഹനുമാന്റെ രാമസങ്കൽപ്പവുമായുള്ള താദാത്മ്യം സൂചിപ്പിച്ചു കൊണ്ടാണു തുടക്കം. കുട്ടികൾ രാമനെ എങ്ങനെ കേട്ടു എന്ന കവി പറയുന്നു.

"രാമനെ സദാ രാമനെ പുണ്യ-
സോമനെക്കേട്ടിട്ടുണ്ടവർ
ഭർഗ്ഗ ചാപപ്രദേദിയെന്നല്ല
ഭർഗ്ഗവജേതാവെന്നല്ല

മാർഗ്ഗണലീലാമാത്രത്തിൽ രക്ഷോ-
മാർഗ്ഗം വെന്നവനെന്നല്ല
രാവണാന്തകനെന്നല്ല, സാധു-
സേവനവ്രതനെന്നല്ല
പെൺകൊലചെയ്ത പാപിയെന്നത്രേ
പൊൻമാൻ തേടിയ പൊണ്ണനും
വാനരത്തെയൊളിവേട്ടയാടും
കാനനചാരിയെന്നുമാം
ശാന്തം! പാപം ഈ ഭ്രാന്തൻമാരിനി
യെന്തു തന്നെ പറഞ്ഞേക്കാം."

ഇത് ഇടശ്ശേരിയുടെ രാമസങ്കൽപ്പമാണെന്നതിന് എതിരഭിപ്രായമില്ല. ഇത് കഥകളിലെ ആധാരമാക്കിയാണു താനും പക്ഷേ ഇതിലെ രാമവിമർശനം കാണാതെ പോവുകയുമരുത്. ഇതേ കവിതയിൽ ഇനിയുമുണ്ട് ശ്രദ്ധേയമായ ചിലത്. ഇത്ര തന്നെ ഗൗരവമുള്ള ചിലത്.

"കൊല്ലട്ടെയമ്പതു രാവണരെ
വെല്ലട്ടെ ദിക്കൊരു വീക്ഷണത്താൽ
ചെയ്യട്ടെ നൂറുനൂറശ്വമേധം
ഇയ്യോമൽ കൊച്ചുകുമാരൻമാരെ
മെയ്യോടുചേർക്കാത്തൊരാളെയാർക്കും
വച്ചൊരുഭാഗ്യവാനെന്നുരപ്പാൻ
ഇക്കുളിർച്ചന്ദനച്ചാറുതട്ടി
ചേർക്കുന്നു ചെങ്കനൽ മേനിയിങ്കൽ
മർമ്മം പിളർത്താലുമാത്ധർമ്മ-
കർമ്മപഥഭ്രംശഭീരാത്മധർമ്മൻ ഭീതൻ നാഥൻ."

വാത്സല്യം നൽകിത്തിരിച്ചു വാങ്ങാൻ കഴിയാത്ത പിതാവാണ് എന്ന തല്ല അദ്ദേഹത്തിന്റെ വലിയ ശക്തിയും പരാധീനതയും 'കർമ്മപഥഭ്രംശഭീതൻ' എന്നതാണു പ്രധാനം രാമൻ എന്ന കഥാപാത്രത്തിന്റെ സ്വഭാവത്തിന്റെ കേന്ദ്ര ത്തിലാണു ഈ ഊന്നൽ. ഇതിന്റെ പിന്നാലെ ഹനുമാൻ പശ്ചാത്താപ വിവശനു മാവുന്നുണ്ട്-

"ഹാ! ഹതമെൻ ജിഹ്വാഖഡ്ഗമേ നീ
യാപതിക്കുന്നു വ്രണത്തിൽ വീണ്ടും
തുടർന്നു പറയുന്നത്

സാന്ത്വനമല്ലിപ്പോൾ ചെയ്തു ഞാൻ, തൽ-
സ്വാന്ത നിർഭേദനമായിരുന്നു"

എന്നു സ്വയം നിന്ദനത്തോളമെത്തുന്നുണ്ട്. "ഹനുമാൻസേവ തുഞ്ചൻപറമ്പിൽ' എന്ന കവിതയിൽ രാമൻ കഥാപാത്രമെന്ന നിലയിൽ രംഗത്തു വരുന്നുമില്ല.

ബാലാമണിയമ്മ 'വിഭീഷണൻ' എന്ന കവിതയിൽ വിഭീഷണനിലൂടെയാണു രാമനെക്കാണുന്നത്. അതിന്റെ ആഴം വായിച്ചു തന്നെ അറിയണം. വിഭീഷണൻ ശത്രുപാളയത്തിലേക്കു അഭയമർത്ഥിച്ചു ചെല്ലുമ്പോൾ രാമനെക്കാണുന്നതിങ്ങനെ

"മുറുകും ചുണ്ടും വിരിനെറ്റിയും ചെന്താരിന്റെ
നിറവും കുശാംഗവും ചാർത്തിയ മാന്തോലുമായ്
ഓരുന്നേനിന്നും പുലർകാന്തിപാളുമാക്കൺകൾ
പോരുമേ നേരം വഴികാട്ടുവാനവയാർക്കും"

എന്തിനു താൻ രാമനോടൊപ്പം ചേരുന്നു എന്ന ചോദ്യമുണ്ട്. ഒരു ഒറ്റുകാരന്റെ വേഷമല്ലാ തനിക്ക് എന്നു പറയാൻ വിഭീഷണൻ രാമനെയാണ് ആധാരത്തിൽ പ്രതിഷ്ഠിക്കുന്നത്.

"മൽക്കുലരഹസ്യങ്ങൾ തദ്വിജയോപായങ്ങൾ
മാന്ത്രികപ്രയോഗങ്ങൾ, തോഴയെ ഗ്രഹിപ്പിച്ചേൻ
ധർമ്മരക്ഷയ്ക്കേ രാമൻ വില്ലെടുക്കുന്നു, മായാ-
കർമ്മശക്തിയാലതിൽ തോൽവി പറ്റരുതല്ലേ."

ധർമ്മമാണ് കുലദൈവതം. അതിനുവേണ്ടിയാണു ജീവിതം.

യുദ്ധം കഴിഞ്ഞു സീതയുടെ വരവായി.

"പ്രേമദീപ്തയായ് ചാരെ വന്നെത്തി സീത
രാമനു തെളിഞ്ഞീലാ, തൻമുഖമിരുൾക്കൊണ്ടു
തീയിൽ നീ മുങ്ങിചിത്തശുദ്ധിയെത്തെളിയിക്കെ
ന്നായ്, അഹോ, മർത്ത്യാത്മാവിന്നാഴങ്ങളമേയങ്ങൾ"

ഇനിയാണു സാക്ഷാൽ വിലയിരുത്തൽ

"എൻമനസ്സിലോ മിന്നൽപ്പിണരൊന്നപ്പോൾ പാളി
ധർമ്മവുമധർമ്മത്തെപ്പോലെ നിർദ്ദയമായ്"

ഇതൊരു സാധാരണ പ്രസ്താവമല്ല. രാജനീതിയുടെ എക്കാലത്തെയും വലിയ പ്രതിസന്ധിയിലേക്കാണു ബാലാമണിയമ്മ തന്റെ രാമസങ്കൽപ്പത്തെ കൊളുത്തി നിർത്തുന്നത്.

മറ്റൊരു സന്ദർഭത്തിൽ കാലങ്ങൾ പോകെ വിഭീഷണൻ ഒരു വാർത്ത കേൾക്കുന്നു

"ഓതിനാർ പിന്നീടേതോ വഴിയാത്രക്കാർ കാട്ടിൽ-
സ്സീതയെത്തള്ളി രാമൻ, നാട്ടുകാർ പഴിക്കയാൽ
യാതനയേകി തുലോമക്കഥ, മനുഷ്യന്റെ
നീതി നിഷ്ഠൂരം, നൂനമേതനീതിയെക്കാളും"

സീതാപരിത്യാഗത്തിന്റെ ആക്കതൂക്കങ്ങൾ ഇങ്ങനെ പരിശോധിക്കപ്പെട്ടിട്ടുണ്ടാ

വില്ല കവിതയിൽ. ഏതനീതിയെക്കാളും നിഷ്ഠൂരമായ നീതിയുടെ അസിധാര സ്ത്രീയുടെ മേൽ പതിക്കുന്നതെങ്ങനെ എന്നതിന്റെ സൂത്രവാക്യമാണീ വരികൾ.

ബാലാമണിയമ്മ തുടർന്നെഴുതുന്നു.

"ഈ മനുഷ്യരിലേതൊരാളിലും കാൺമൂ ഞാനെൻ
രാമനെ, പ്രജ്ഞാർജ്ജിത സംസ്കാരപ്രതീകത്തെ
പ്രേമത്തെ ഖഡ്ഗത്തെപ്പോലുറയിൽ സൂക്ഷിപ്പോനെ-
പേരിനെപ്പാർചുറ്റുന്ന പേരിനെത്തേടുന്നോനെ
ഈ മന്നിലെങ്ങും കേൾപ്പോൻ ധർമ്മയുദ്ധത്തിനുന്നും
രാമന്റെയമ്പിൻ ചീറ്റ, ലണുബോംബിലും കൂടി
കാലമേ പരാജിതമാമോ നിൻ പരീക്ഷണ-
ശാലയിൽ മദ്ധിഷണയും, പണ്ടു ഹൃത്തിനെപ്പോലെ"

ഇതുപോലെ അർത്ഥഗർഭമായ വരികൾ അത്രയൊന്നും രാമനെക്കുറിച്ചു മലയാളത്തിൽ എഴുതപ്പെട്ടിട്ടില്ല.

ഒ.എൻ.വിയുടെ കവിത 'സരയൂവിലേക്ക്' രാമന്റെ ദേഹത്യാഗം, ജലസമാധിയുടെ സന്ദർഭം ആവിഷ്ക്കരിക്കുകയാണ്. ശോകത്തിന്റെ മന്ദ്രസ്ഥായി നിലനിർത്തുന്ന അതിന്റെ ആഖ്യാനമാണ് ശ്രദ്ധേയം. സൂര്യാന്വയ സൂര്യനായ രാമൻ സരയുവിൽ അസ്തമിക്കുന്നതു നമുക്കു കൺമുമ്പിൽ കാണാം. രാമന്റെ ആത്മസംഘർഷം എഴുതാൻ ശ്രമിക്കുന്നു അദ്ദേഹം.

"കരളിനെ കുത്തുന്ന ചോദ്യങ്ങളായിരം
കാട്ടുകടന്നലായെന്നെപ്പൊതിയുന്നു
അരുതിനിത്താങ്ങുവാൻ ശത്രുശരങ്ങ-
ളല്ലാത്മക്ഷതങ്ങാണെത്രയും ദുഷ്കരം"

എന്നു പറയുന്നു ശ്രീരാമൻ

"നിഴലാട്ടമായദൃശ്യാംഗുലീചാലിതം
നിന്നുതുള്ളും പാവനിഴലായിരുന്നു ഞാൻ"

എന്നും പരിതപിക്കുന്നു.

"ഇനിവന്ദിഗീതങ്ങളില്ലാ വൈതാളിക-
വാണികളില്ലാ, സുമന്ത്രശ്രവണവും
ഇനിയുപേക്ഷിക്കട്ടെ മുദ്രാംഗുലീയവും
ഈ രത്നകേയൂര പട്ടാംബരങ്ങളും"

എന്നു സർവ്വം ത്യജിച്ച്

"പ്രിയസരയു ശരണാർത്ഥിയാകുമാത്മാവിൽ സം
പ്രീതയായെന്നെയും നിന്നോടണയ്ക്കുക"

എന്നു സരയുവിൽ മറയുന്നു.

തിരുനല്ലൂർ കരുണാകരൻ 'ഗ്രീഷ്മ സന്ധ്യകൾ' എന്ന സമാഹാരത്തിൽ 'രാമായണം' എന്നൊരു ദീർഘകാവ്യം എഴുതിയിട്ടുണ്ട്. അതു രാമായണത്തെ അടുത്തുനിന്നും അകത്തു കടന്നും കാണുന്ന കാവ്യമാണ്. അതിലും ശ്രീരാമന്റെ സരയൂഗതിയാണു കഥാസന്ദർഭം. ആ സന്ദർഭത്തിൽ രാമായണത്തിന്റെ ഏറ്റവും പ്രധാനപ്പെട്ട എല്ലാ സംഭവങ്ങളും ആവിഷ്കരിക്കപ്പെടുന്ന വിധത്തിലാണു കവിത.

അതിലും ശ്രീരാമന്റെ വരവുണ്ട്-

"അരചൻ വരവുകണ്ടത്ഭുതത്താലേ വീണ്ടും
വിരിയും മിഴികളെ വിശ്വസിച്ചതില്ലാരും
അണിയാൻ മറന്നുവോ തമ്പുരാൻ കിരീടവും
മണികുണ്ഡലങ്ങളും മറ്റലങ്കാരങ്ങളും
അരതൊട്ടടിയോളമേക വസ്ത്രത്താൽ മാത്രം
തിരുമെയ്യാച്ഛാദിതം നഗ്നമാണല്ലോ പാദം"

എന്തൊരു മരവിപ്പുണ്ടാക്കുന്നവരവാണിത്.

തന്റെ ജീവിതത്തിലെ സംഭവങ്ങളെ ഉൾക്കൊണ്ടു ഒന്നൊന്നായി അദ്ദേഹം കാണുന്നുണ്ട്. അവസാനരംഗം ഇങ്ങനെ

"സരയൂ നദിയിപ്പോൾ രാമന്റെയരയോളം
സരയൂ നദിയിപ്പോൾ രാമന്റെ മർത്തട്ടോളം
സരയൂ നദിയിപ്പോൾ രാമന്റെ കണ്ഠത്തോളം
സരയൂ നദിയിപ്പോൾ ശുദ്ധശൂന്യതയോളം"

ഇതിലും ഗഹനമായി ആ ജല സമാധി നമുക്കെങ്ങനെ കാണിച്ചു തരാൻ കഴിയും. (സീത എന്ന അപൂർണ്ണ കാവ്യം)

ഇനിയുമുണ്ട് ചില കവിതകൾ മലയാളത്തിൽ അതു കൂടി പറയേണ്ടതുണ്ട്. പി. കുഞ്ഞിരാമൻ നായർ രണ്ടു ദീർഘകാവ്യങ്ങൾ രാമസങ്കൽപ്പത്തെക്കുറിച്ച് എഴുതിയിട്ടുണ്ട്.

'സീതാദേവി അഥവാ വരഭിക്ഷ' 'ശ്രീരാമചരിതം' എന്നിവ സീതാപരിത്യാഗത്തിനുശേഷമുള്ള ചിന്തകളാണ് ഒരെണ്ണം. അയോദ്ധ്യയും ഗ്രാമനഗരങ്ങളും ശാന്തമായി നിദ്രയിൽ മുഴുകുമ്പോൾ ശ്രീരാമൻ നിദ്രാരഹിതനായി കിടക്കുന്നു. കുറെ ലോകോക്തികളും വിമർശനങ്ങളും നിറഞ്ഞതാണു കൃതി. പി. യ്ക്ക് സഹജമായ കൃതഹസ്തത ഇതിലും കാണാം എന്നതിനപ്പുറം അധികം പറയുവാനൊന്നുമില്ല. ശ്രീരാമചരിതം എന്നത് സൂചിപ്പിക്കും പോലെ ശ്രീരാമകഥയുടെ ആവിഷ്കാരമാണ്.

ശ്രീരാമൻ നമ്മുടെ രാഷ്ട്രീയാന്തരീക്ഷത്തിലെ മുഖ്യവിഷയമായിത്തീർന്ന ശേഷം ശ്രീരാമന്റെ അസ്തിത്വവും, വ്യക്തിത്വവും, കർമ്മങ്ങളിലുള്ള ഭാഗഭാഗിത്ത്വവും വെളിവാക്കുന്ന കവിതകൾ ചിലതു വന്നിട്ടുണ്ട്. അവ

വേണ്ടവിധം പരിശോധിക്കാനായില്ല. ചുരുങ്ങിയ സമയത്തിൽ അവ തേടിപ്പിടിക്കാനായില്ല എന്നതാണു കാര്യം.

ശ്രീരാമസങ്കൽപ്പത്തിൽ പൊളിച്ചെഴുത്ത് നടത്താൻ കവി നടത്തിയ ശ്രമമായിരുന്നു വയലാറിന്റെ 'താടക' എന്ന ദ്രാവിഡ രാജകുമാരി' മലയാളത്തിൽ ഏറ്റവുമധികം ആലപിക്കപ്പെട്ട കവിതകളിൽ അതു പെടും. താടക എന്ന ദ്രാവിഡകുമാരിക്ക് രാമനോടുള്ള നിഗൂഢമെന്നു വിളിക്കാവുന്ന പ്രണയം - അതു രഘുവംശത്തിൽ കാളിദാസൻ താടകയുടെ സ്വർഗ്ഗപ്രാപ്തിയിൽ വരച്ചിടുന്നുണ്ട്-

"രാമമൻമഥ ശരേണതാഡിത
ദു:സ്സഹേന ഹൃദയേ നിശാചരീ
ഗന്ധവദ്രുതിത ചന്ദനോക്ഷിതാ
ജീവിതേശ വസതിം ജഗാമസ."

ഇതു തന്നെ ധാരാളം. ശൂർപ്പണഖ കാവ്യ വിഷയമായിട്ടുണ്ട് പല കവികൾക്കും. വി.എം. ഗിരിജയുടെ ദീർഘകാവ്യം ശൂർപ്പണഖ അവളുടെ ഭാഗത്തു നിന്നുള്ള ശ്രീരാമപ്രണയം വ്യക്തമാക്കുന്നു. അനാഗരികമായ, സ്വച്ഛമായ, സ്വച്ഛന്ദമായ സ്വതന്ത്രമായ പ്രണയം ശൂർപ്പണഖയിൽ കാണുന്നുണ്ട് ഗിരിജ. രാമൻ എന്ന പുരുഷൻ അതിനെ സമീപിക്കുന്നതിന്റെ സൂക്ഷ്മ ദൃശ്യങ്ങൾ അതിൽക്കാണാം. ആ കവിതയുടെ ഘടന തന്നെ ആ വിധമാണ്. സ്വതന്ത്രഛന്ദസ്സിൽ അതാവിഷ്ക്കരിക്കപ്പെടുന്നു-

"രാമ നീയെന്നാൽ
നഗരത്തിന്റെ പ്രാണൻ
നിന്റെ നാഡികൾതോറും പേടി
അവിശ്വാസം
അറിയാത്തതിൽ ചതികൾ
ആഴങ്ങളിൽ
കയങ്ങൾ ഭയക്കുന്ന സുരക്ഷ
പ്രണയത്തിനും ഗുരുസൂക്തികൾ
ലയരാത്രിയിൽ രതിവിദ്യാജ്ഞാനം
ചുംബനങ്ങളിൽ മുദ്രാ വടിവ്"

ഇങ്ങനെ പോകുന്ന കവിത ഇതു രാമനെ കാണുന്ന മറ്റൊരു വഴിയാണ്. അത്ര പരിചിതമല്ലാത്ത വഴി.

രാമൻ അനേകം വാതായനങ്ങളുള്ള ഒരു വീടാണ്. അനേകം വഴികളുള്ള ഒരു ഭൂഖണ്ഡമാണ്. ഇനിയും തേടിത്തീർന്നിട്ടില്ലാത്ത സമുദ്രാന്തർഭാഗമാണ്. അതിൽ ഇനിയുമിനിയും മനുഷ്യൻ സഞ്ചരിക്കും. കാരണം ഇതിഹാസകഥാപാത്രങ്ങൾ ഒന്നായും പലതായും എല്ലാവരിലും ജീവിക്കുന്നു. അതിനെ കണ്ടെത്തുക. ആവിഷ്ക്കരിക്കുക എന്ന ആശംസ - പ്രാർത്ഥന.

തുള്ളൽ കഥകളിൽ രാമസങ്കല്പം

കലാമണ്ഡലം പ്രഭാകരൻ

'തുള്ളൽ കഥകളിൽ രാമസങ്കല്പം'എന്ന വിഷയത്തിൽ പ്രബന്ധം തയ്യാറാക്കാൻ ഞാൻ ആധാരമായി സ്വീകരിച്ചിരിക്കുന്നത് ശ്രീരാമവിലാസം പ്രസ്സ് പ്രസിദ്ധീകരിച്ച കലക്കത്ത് 'കുഞ്ചൻ നമ്പ്യാരുടെ അറുപത് തുള്ളൽ കൃതികൾ' എന്ന ഗ്രന്ഥമാണ്. അറുപത് തുള്ളൽ കഥകൾ ഉള്ളതിൽ അമ്പതോളം തുള്ളൽ കഥകൾ ഭാഗവത, ഭാരതപുരാണ കഥകളിൽ നിന്നെടുത്തതാണ്. പത്ത് കഥകൾ മാത്രമാണ് രാമായണകഥകളായിട്ടുള്ളത്. ഇതിൽ ചില കഥകൾ കുഞ്ചൻനമ്പ്യാരുടേതല്ലെന്ന് ചില പണ്ഡിതന്മാർ വാദിക്കുന്നുണ്ട്. തൽക്കാലം നമുക്ക് ആ വിഷയം മാറ്റിവെയ്ക്കാം.

തുള്ളൽ കഥകളിൽ ആദ്യം രചിച്ച കഥ കല്യാണ സൗഗന്ധികമാണെന്ന് ഉറപ്പിക്കാം. തുള്ളൽ എന്ന കലാരൂപത്തിന്റെ ആദ്യ അവതരണത്തിനുവേണ്ടി കലക്കത്ത് കുഞ്ചൻനമ്പ്യാർ രചിച്ച കല്യാണസൗഗന്ധികം കഥ മഹാഭാരതത്തിലെ ആരണ്യപർവ്വത്തിൽ നിന്നെടുത്ത ഒരു ഭാഗമാണ്. മഹാഭാരത കഥയും രാമായണകഥയും തന്റെ ആദ്യ രംഗാവതരണത്തിൽ പ്രതിപാദിക്കത്തക്കവണ്ണമാണ് കുഞ്ചൻനമ്പ്യാർ കല്യാണ സൗഗന്ധികത്തിന്റെ രചന നിർവ്വഹിച്ചിരിക്കുന്നത്.

പാണ്ഡവന്മാരുടെ വനവാസകാലത്ത് ഭാര്യയായ പാഞ്ചാലിയുടെ ആഗ്രഹം സാധിച്ചുകൊടുക്കുവാനായി ഭീമസേനൻ സൗഗന്ധികപുഷ്പം തേടി കാട്ടിലേക്ക് പോകുന്നു. കല്ലും മരങ്ങളും തല്ലിത്തകർത്ത് കദളീവനത്തിൽ പ്രവേശിച്ച ഭീമസേനന്റെ കരബലം പരിശോധിക്കുവാനും അഹങ്കാരം ശമിപ്പിക്കുവാനും ജ്യേഷ്ഠനായ ശ്രീരാമഭക്തഹനുമാൻ തീരുമാനിക്കുന്നു. വൃദ്ധ വാനരവേഷം ധരിച്ച ഹനുമാൻ ഭീമൻ വരുന്ന വഴിയിൽ വാലും നീട്ടിക്കിടക്കുന്നു. ഭീമനും ഹനുമാനും വാക്കുതർക്കത്തിലേർപ്പെടുന്നു. ഭീമൻ വൃദ്ധവാനരന്റെ വാലുപൊക്കാൻ ശ്രമിക്കുന്നു; പരാജയപ്പെടുന്നു. വൃദ്ധവാനരൻ തന്റെ യഥാർത്ഥ രൂപമായ ശ്രീഹനുമാനായി മാറുന്നു. ഭീമൻ ജ്യേഷ്ഠനെ വണങ്ങുന്നു. ഈ സന്ദർഭത്തിൽ ഹനുമാൻ:

'ഭീമസേനാ മഹാവീരാധരിക്കനീ
രാമഭദ്രസ്വാമി തന്നെയും ധ്യാനിച്ച്
താമസം കൂടാതെ പോയാലുടൻ നിന്റെ
കാമസംപ്രാപ്തിക്കു ബാധയില്ലേതുമേ
രാമായണം കഥ കേട്ടുകൊൾക ഭവാൻ
ആമോദമോടെ ചുരുക്കിപ്പറഞ്ഞീടാം
മാത്താണ്ഡവംശേ ദശരഥൻ തന്നുടെ
പുത്രനായ് വന്നു പിറന്നു നാരായണൻ'

എന്നുതുടങ്ങി രാമായണം കഥ സമ്പൂർണ്ണമായും ഇരുന്നൂറ് വരികളിൽ ഒതുക്കി വർണ്ണിക്കുന്നു. കുഞ്ചൻനമ്പ്യാർ രാമായണം കഥ അവസാനിപ്പിക്കുന്നതിങ്ങനെയാണ്:-

'നമ്മോടു യാത്രയും ചൊല്ലി രഘൂത്തമൻ
നിർമ്മായ വിഷ്ണുസ്വരൂപം ധരിച്ചുടൻ
പാലാഴിപുക്കു ഫണീന്ദ്രതല്പേമുദാ
ത്രൈലോക്യനാഥൻ വസിപ്പൂവൃകോദരാ!'

ഇത്രയും പറഞ്ഞ് കുഞ്ചൻനമ്പ്യാർ തനിക്കു രാമായണ കഥയോടുള്ള ഭക്തിവിശ്വാസം എന്തൊക്കെയാണെന്ന് ശ്രീഹനുമാന്റെ വാക്കിലൂടെ വെളിപ്പെടുത്തുകയും ചെയ്യുന്നു.

'ഇക്കഥ കർണ്ണനം ചെയ്യും ജനങ്ങൾക്ക്
ദുഃഖങ്ങളെല്ലാം അകന്നുപോം- അത്രയ-
ല്ലുൾക്കാമ്പിലും ജ്ഞാനമുണ്ടാം വൃകോദരാ!'

അങ്ങിനെ രാമായണം കഥ പറയുക മാത്രമല്ല 'രാമായണം കഥ കേൾക്കുന്നവർക്ക് ജ്ഞാനമുണ്ടാകും' എന്നും പറഞ്ഞാണ് ഹനുമാൻ ഭീമനെ യാത്രയാക്കുന്നത്.

ഇവിടെ ഒരു കാര്യംകൂടി സൂചിപ്പിക്കട്ടെ. അദ്ധ്യാത്മരാമായണ കർത്താവ് തുഞ്ചത്തെഴുത്തച്ഛൻ രാമായണത്തിൽ പറയുന്നു:

'അദ്ധ്യാത്മ രാമായണമെന്നപേരിതിന്നിദ-
മധ്യയനം ചെയ്യുന്നോർക്കദ്ധ്യാത്മജ്ഞാനമുണ്ടാം
പുത്രസന്തതി ധനസമൃദ്ധി ദീർഘായുസ്സും
മിത്രസമ്പത്തി കീർത്തി രോഗശാന്തിയുമുണ്ടാം'

രാമായണകഥാ മാഹാത്മ്യം വർണ്ണിക്കുന്നതിൽ തുഞ്ചന്റെ കൂടെത്തന്നെ കുഞ്ചനുമുണ്ട്; ശരിയല്ലേ?

കുഞ്ചൻനമ്പ്യാരുടെ സ്യമന്തകം തുള്ളൽക്കഥ പരിശോധിക്കാം. സ്യമന്തകം തുള്ളൽക്കഥയിൽ രാമായണകഥ പറയുന്നത് വ്യത്യസ്തമായൊരു സമ്പ്രദായത്തിലാണ്. ഒടുക്കത്തിൽ നിന്ന് തുടക്കത്തിലേക്ക് എന്ന അപൂർവ്വശൈലിയാണ് കുഞ്ചൻനമ്പ്യാർ ഇവിടെ സ്വീകരിച്ചിരിക്കുന്നത്.

സ്യമന്തകം മണി മൂലം സംഭവിച്ച ദുഷ്കീർത്തി പരിഹരിക്കുവാനായി ഭഗവാൻ കൃഷ്ണൻ വനത്തിലേക്ക് പോകുന്നു. സ്യമന്തകം മണിയുമായി വനത്തിലേക്ക് പോയ പ്രസേനൻ മരിച്ചുകിടക്കുന്നതും അകലെയായി ഒരു സിംഹം ചത്തുകിടക്കുന്നതും ഭഗവാൻ കാണുന്നു. ജഡത്തിനടുത്ത് ഒരു വാനരന്റെ കാൽപ്പാട് കണ്ട ഭഗവാൻ കാൽപ്പാട് പിന്തുടർന്നെത്തിയത് ഒരു ഗുഹാമുഖത്താണ്. ഭഗവാൻ ഗുഹയിൽ പ്രവേശിച്ചു. ഗുഹയുടെ ഭിത്തികൾ രാമാവതാര കഥകൾ സൂചിപ്പിക്കുന്ന ചിത്രങ്ങൾ കൊണ്ട് അലംകൃതമായിരുന്നു. ഭഗവാന്റെ മനസ്സിൽ പൂർവ്വസ്

മരണ ഉണർന്നു.

'ചിത്രംകണ്ടു രസിച്ചതിമന്ദം
സുന്ദരവദനനെഴുന്നള്ളുമ്പോൾ
കുണ്ഠതതീർന്നു പിണങ്ങീടും ദശ-
കണ്ഠൻ തന്നുടെ നിധനം കണ്ടാൻ'

ഭഗവാൻ ആദ്യം കാണുന്ന ചിത്രം രാവണവധത്തിന്റേതാണ്. പിന്നെ ലക്ഷ്മണൻ ഇന്ദ്രജിത്തിനെ വധിക്കുന്നതും... അങ്ങിനെ അങ്ങിനെ സേതു ബന്ധനവും, ലങ്കാദഹനവും, സീതാപഹരണവും, സീതാസ്വയംവരവും, രഘു പതിയുടെ ജനനവും കണ്ട് ഭഗവാൻ ജാംബവാന്റെ കൊട്ടാരത്തിലെത്തുന്നു. കു ഞ്ചൻനമ്പ്യാർ നൂറ്റിപ്പത്ത് വരികളിൽ രാമായണം തലകീഴ്ായി വർണ്ണിച്ചിരിക്കു ന്നു. ഒരു കവിയും ചെയ്യാത്ത സാഹസമാണ് നമ്പ്യാർ ചെയ്തിരിക്കുന്നത്.

അടുത്ത കഥ രാമാനുചരിതം. ഭഗവാൻ ശ്രീകൃഷ്ണൻ ശ്രീരാമാവതാര വേഷം ധരിച്ച് ഭക്തഹനുമാന് ദർശനം നൽകുന്ന കഥയാണ് രാമാനുചരിതം. ഈ കഥയിൽ നാരദപരീക്ഷ, രുഗ്മിണീഗർവ്വഭംഗം, ഗരുഡഗർവ്വഭംഗം മുതലായ ഉപകഥകൾ ഉണ്ടെങ്കിലും ശ്രീരാമഹനുമാൻ സംഗമത്തിനാണ് കുഞ്ചൻനമ്പ്യാർ പ്രാധാന്യം കൊടുത്തിരിക്കുന്നത്. ഹനുമാൻ രാഘവസംഗമം നമ്പ്യാർ ഇങ്ങിനെ വർണ്ണിക്കുന്നു:

'സീതാ സഹിതനതാകിയ രഘുകുല
നാഥൻ തന്നുടെ ചരണസരോജേ
വീണു നമസ്കൃതി ചെയ്തു പതുക്കെ
പാണികൾ മൌലിയിൽ വച്ചഥ കൂപ്പി
വാണികൾ കൊണ്ടു ബഹുസ്തുതിചെയ്തു
മാനമൊഴിച്ചു മാരുതപുത്രൻ

രാമാ! ഹരേ! ജയ രഘുകുലനായകാ
രാവണ നാശനാ രാഘവ ജയജയ
ജനകതനൂജേ ദേവീ നമസ്തേ
മനുകുലപുംഗവാ ജായേ മായേ

ഇത്തരമനവധി സ്തുതിഗിരമോതി
ചിത്രവിചിത്ര ചരിത്രനതാകിയ
സീതാപതിയൊടു യാത്രയുമോതി
ജാതാനന്ദം തത്രമറഞ്ഞു'

'ഐരാവണ വധം' കഥയിൽ ശ്രീരാമന്റെ ഭരണനേട്ടങ്ങൾ വർണ്ണിക്കു ന്നുണ്ട്.

ശ്രീരാമപട്ടാഭിഷേകം കഴിഞ്ഞ് ശ്രീരാമനും സീതയും വാഴുന്ന കാലത്ത് രാമന്റെ സദ്ഭരണത്തെ മുനിമാർ പുകഴ്ത്തുന്നു:

'ചെന്താർ മാതിൻ മാനസരാമൻ
ചെന്താർ ശരനെപ്പോൽ അഭിരാമൻ'

എന്ന് മുനിമാർ രാമനെ പുകഴ്ത്തിക്കൊണ്ട് ഭരണനേട്ടങ്ങൾ വർണ്ണിക്കുന്നു.

'ഒട്ടല്ലനവധി ഗുണമുളവായി
ക്ലിഷ്ടതയും പുനരിന്നതുപോലെ
പുഷ്ടിയുമിങ്ങതി വൃഷ്ടിയുമില്ല
തുഷ്ടിയൊടേ മരുവുന്നു ജനങ്ങൾ
അഷ്ടിലഭിക്കും വഴിപോക്കർക്ക്
ഒട്ടും ഖേദമൊരേടവുമില്ല.
ദുർഭഗരായിട്ടൊരുവരുമില്ല
കുട്ടികളുടെ മൃതി കേൾപ്പാനില്ല'

ഇങ്ങിനെയുള്ള വർണ്ണനകൾ മറ്റു കഥകളിൽ കാണാനില്ലാത്തതാണ്.

ഇനി സീതാസ്വയംവരം തുള്ളൽക്കഥ പരിശോധിക്കാം. ബാലനായ ശ്രീരാമനെ പരിചയപ്പെടുത്തുന്നതിങ്ങനെ...

'കാമദേവനുടെ കാന്തിയെവെല്ലും
കോമളാകൃതി മനോഹരനാകിയ
രാമനെന്ന ശിശു വില്ലുകുലപ്പാൻ
മാമുനീന്ദ്രനരുൾചെയ്തിതുപോലും'

ശ്രീരാമൻ വില്ല് കുലക്കുന്ന ഭാഗത്തിന്റെ വർണ്ണന

'കോദണ്ഡമിരിക്കും മണ്ഡപസീമനി
മനുകുലബാലൻ ചെന്നുകരേറി
ഘനമേറീടിന കോദണ്ഡത്തിനു
കനിവൊടു മൂന്നു വലംവച്ചുടനെ
മനസാ വാചാ മദനാന്തകനെ
പുനരപി പുനരപി തൊഴുതുവണങ്ങി
ഘനതര കഠിനമതാകിന ചാപം
വിവശതയെന്യേ യെടുത്തഥ പൊക്കി
അനവധി നൃപതികൾ നോക്കിയിരിക്കെ-
ധനുരാരോപണമാരംഭിച്ചു
വില്ലിൻ മുന പുനരവനിയിലൂന്നി
തെല്ലും താമസിയാതെ വളച്ചഥ
നല്ലൊരു ഞാണുപിടിച്ചു മുറുക്കി
പതുക്കെത്താഴ്ത്തി ത്ധടുതി കുലച്ചു
പടുതരമാകിന ചെറു ഞാണൊലിയും
പൊടുപൊടെ വടിവൊടു സപദിമുഴക്കി
കച്ചക്കെട്ടിലമർന്നൊരു നിലയുമു-

റച്ചഥ നിന്നു വലിച്ചുകരേറ്റി
പറ്റെത്താണു വലഞ്ചെവിയറ്റം
പറ്റിച്ചീടിന സമയത്തിങ്കൽ
ചട്ടറ്റീടിന ചാപം നടുവേ
പൊട്ടിമുറിഞ്ഞു മറിഞ്ഞുപതിച്ചു
പൊട്ടുന്നേരമുദിച്ചൊരുശബ്ദം
ഒട്ടുംകുറവില്ലാഴിയുമൂഴിയു-
മെട്ടുദിഗന്തവുമൊട്ടു കുലുങ്ങി'

സീതാസ്വയംവര വർണ്ണന:

'അഥ കാർമുകമായതുപൊട്ടി
അതു കേട്ടവരമ്പൊടു ഞെട്ടി
ജനകേന്ദ്രനു നല്ലൊരു തുഷ്ടി
തനയയ്ക്കു സുമംഗല പുഷ്ടി
അതിതുംഗമംഗലം സപദി സമാപതിതം
വരവാണിയതാകിയ സീതാ
വനമാലികയോടു സമേതാ
വരനാകിയ രാമമുപേതാ
വരവാണിമണീ സുമവനിതാ
വരനുടെ ഗളഭൂവി വിരവൊടു
മാലവച്ചു മാലൊഴിച്ചു വാണുസുഖം'

സ്വയംവരം കഴിഞ്ഞയുടനെ ജനകമഹീപതി ഗൗതമ മുനിയോടു പറയുന്നു:

'മുനികുല പുംഗവാ! നിന്തിരുവടിതാൻ
കനിവൊടു മമമൊഴി കേട്ടരുളേണം
ഇന്നിഹ വിരവിലയോദ്ധ്യാനഗരേ
ചെന്നിഹ വിരവൊടു ദശരഥനെയും
നന്ദന ഭരതൻ ശത്രുഘ്നനെയും
നന്ദിച്ചിങ്ങു വരുത്തീടേണം'

ഇങ്ങിനെ രാജകല്പന കേട്ടപ്രകാരം അയോദ്ധ്യയിൽ പോയി വേണ്ടപ്പെട്ടവരെ എല്ലാം വരുത്തി വിവാഹ ആഘോഷങ്ങൾ ഗംഭീരമായി നടക്കുന്നു. വിവാഹ ആഘോഷവർണ്ണന, സദ്യവട്ട വർണ്ണന എന്നിവയ്ക്കാണ് കുഞ്ചൻ നമ്പ്യാർ ഈ കഥയിൽ കൂടുതൽ വരികൾ നീക്കിവച്ചിരിക്കുന്നത് എന്നുകാണാം. അതുപോലെ കുംഭകർണ്ണവധം കഥയിൽ കുംഭകർണ്ണന്റെ ഉറക്കവും, ഭക്ഷണക്രമങ്ങളും വർണ്ണിക്കുവാൻ വേണ്ടിയാണ് കൂടുതൽ സമയം കണ്ടെത്തിയിരിക്കുന്നത്. അവസാന ഭാഗത്ത് ലക്ഷ്മണനോട് വില്ല് വാങ്ങി രാക്ഷസന്റെ മാറിൽ അസ്ത്രമയച്ചു രാക്ഷസനെ വധിച്ചു എന്നുമാത്രം പറയുന്നു. രാവണോത്ഭവം, ബാലിവിജയം, കാർത്തവീര്യാർജുനവിജയം, ഹനുമദുത്ഭവം, ബാല്യുത്ഭവം

മുതലായ തുള്ളൽക്കഥകളിൽ ശ്രീരാമനെക്കുറിച്ചുള്ള പരാമർശം തീരെയില്ല എന്നു തന്നെപറയാം. എന്നാൽ, എല്ലാം രാമായണ കഥകളാണുതാനും.

ലഭിച്ച തുള്ളൽക്കഥകൾ ആകെ പരിശോധിക്കുമ്പോൾ കൃഷ്ണമാഹാത്മ്യം ഉയർത്തിക്കാട്ടുവാനാണ് കവി ശ്രമിച്ചിട്ടുള്ളത് എന്നു കരുതേണ്ടിയിരിക്കുന്നു. തുള്ളൽ എന്നനൂതന കലാപ്രസ്ഥാനത്തെക്കുറിച്ച് ചിന്തിച്ചതും, ആദ്യ തുള്ളൽക്കഥ രചിച്ചതും ആദ്യരംഗാവതരണം നടത്തിയതും എല്ലാം അമ്പലപ്പുഴ ശ്രീകൃഷ്ണസന്നിധിയിലാണല്ലോ.

'വിരവിൽ അമ്പലപ്പുഴ വിളങ്ങും പാർത്ഥസൂതശ്രീ
മുരവൈരി മുകിൽവർണ്ണൻ ഹരിനാരായണൻ കൃഷ്ണൻ
വിരുതനാഗതം വിഘ്നം തരസാദൂരവേനീക്കി
പരിപാലിച്ചരുളേണം പരമാനന്ദൻ ദേവൻ'

ഒട്ടുമിക്ക കഥകളിലും ഇത്തരം സ്തുതികൾ കാണാം. കുഞ്ചൻനമ്പ്യാർ തിരുവിതാംകൂർ രാജാവിന്റെ ആശ്രിതനായി തിരുവനന്തപുരത്തെത്തിയപ്പോൾ:

'തിരുവന്തപുരേ വിളങ്ങിന പത്മനാഭ! നമോസ്തുതേ
തണുജലധര നികരതുലിത കളേബരായ! നമോസ്തുതേ'...

എന്നും സ്തുതിക്കുന്നുണ്ട്. നമ്പ്യാർ ജനിച്ചുവളർന്ന കിള്ളക്കുറിശ്ശി മംഗലത്തെ പരദൈവമായ കിള്ളിക്കുറിശ്ശി മഹാദേവനെ എല്ലാ കൃതികളിലും സ്തുതിക്കുന്നുണ്ട്:

'ധരണിമണ്ഡലേ കിള്ളിക്കുറിശ്ശി ശ്രീമഹാദേവൻ
വരമൊന്നു വിരവോടെ തരസാതന്നരുളേണം'

കൂടാതെ തകഴി ധർമ്മശാസ്താവ്, കണ്ടങ്കരീദേവി, കുടമാളൂർവാഴും വേട്ടക്കൊരുമകൻ, മാത്തൂരംബിക, ശ്രീപൂർണ്ണത്രയീശൻ, ശ്രീഗുരുവായുപുരേശൻ മുതലായ ദൈവങ്ങളെ വിവിധ കൃതികളിൽ സ്തുതിക്കുന്നുണ്ട്.

എന്നാൽ കിള്ളിക്കുറിശ്ശി മംഗലത്തിൽ നിന്നും അധികം ദൂരെയല്ലാതെ സ്ഥിതിചെയ്യുന്ന തിരുവില്വാമലയിൽ വാഴുന്ന ശ്രീരാമസ്വാമിയെക്കുറിച്ച് ഒരു കഥയിലും കുഞ്ചൻനമ്പ്യാർ പരാമർശിച്ചുകാണുന്നില്ല. കുഞ്ചൻനമ്പ്യാരുടെ ഈ മൗനം എന്തുകൊണ്ടായിരിക്കും എന്ന സംശയം ഉന്നയിച്ചുകൊണ്ട് 'തുള്ളൽക്കഥകളിൽ രാമസങ്കല്പം' എന്ന പ്രബന്ധം അവസാനിപ്പിക്കുന്നു.

വാല്മീകീരാമായണത്തിലെ വാല്മീകി

ആർ. ഹരി

വാല്മീകിയുടെ രാമായണത്തിൽ ശപിക്കപ്പെട്ട അഹല്യ ശിലയാവുന്നില്ല, സീതയ്ക്കു രക്ഷാവലയമായി ലക്ഷ്മണൻ 'ലക്ഷ്മണരേഖ' വരയ്ക്കുന്നില്ല, കടിച്ചെച്ചിലാക്കിയ കാരയ്ക്ക സബരി ശ്രീരാമനു കൊടുക്കുന്നില്ല. അതുപോലെ വാല്മീകി സ്വയം ഹിംസാചാരിയായ കൊള്ളക്കാരനുമായിരുന്നില്ല. രാമായണത്തിൽ ആദ്യന്തം വാല്മീകി തന്നെക്കുറിച്ചു വളരെവളരെ കുറച്ചുമാത്രമേ പറയുന്നുള്ളൂ. അതുകൊണ്ടുതന്നെയായിരിക്കാം ആദികവിയുടെ കാലടിപ്പാടുകൾ പിന്തുടർന്നു അതേ സംസ്ക്കാരം ഉൾക്കൊണ്ടും പിൽക്കാലഭാരതീയകവികളും മഹാകവികളുമെല്ലാവരും തങ്ങളുടെ കൃതികളിൽ ആത്മകഥനം ഒട്ടും നടത്താത്തത്. അതുകൊണ്ടുതന്നെയാണ് ആ കവികളെക്കുറിച്ചെല്ലാം - വാല്മീകിയോ കാളിദാസനോ ആരായാലും - സാഹിത്യസഹൃദയർക്കു ഇഷ്ടംപോലെ ഐതിഹ്യങ്ങൾ മെനഞ്ഞെടുക്കാനും കഴിഞ്ഞത്. ഭഗവദ്ഗീതയിൽ യഥാർത്ഥജ്ഞാനികളുടെ വിശിഷ്ടഗുണങ്ങളിൽ പെടുത്തിയ അമാനിത്വവും അദംഭിത്വവും (13/7) മൂലമുള്ള ആ മൗനം ആത്മവിലോപികളായ അവരെക്കുറിച്ച് പിൽക്കാലപ്രതിഭകൾക്ക് കോപലകൽപിതകഥനങ്ങൾ നൂൽക്കാൻ അവസരങ്ങളൊരുക്കി.

രാമായണമഹാഗ്രന്ഥത്തിലെ ആദ്യകാണ്ഡത്തിലെ ആദ്യശ്ലോകത്തിൽ തന്നെ വാല്മീകി എന്ന പേരുള്ള മുനി 'തപസ്വി' ആയിട്ടാണ് രംഗപ്രവേശം ചെയ്യുന്നത്. ഒരു വശത്ത് നാരദൻ, മറുവശത്തു വാല്മീകി. സ്വന്തം ജിജ്ഞാസ ശമിപ്പിക്കാൻ വാല്മീകി നാരദനോടു വിശദമായി ചോദിക്കുന്നു. അതു വെറും പ്രശ്നമല്ല, പരിപ്രശ്നമാണ്. (പരിപ്രച്ഛ - ബാ. കാ. 1-1) ആരാണാ നാരദൻ? അദ്ദേഹം മുനിപുംഗവനാണ്, 'വാഗ്വിദാംവര' നാണ്- വാക്കുകളുടെ പൊരുളറിയുന്നവരിൽ മുൻനിരക്കാരനാണ്, 'തപസ്വാധ്യായനിരത' നാണ് - തപസിലും സ്വാധ്യായത്തിലും മുഴുകിയവനാണ്- അങ്ങനെയുള്ള ഒരു മഹാത്മാവിനോടു സംസാരിക്കാൻ ഇപ്പുറത്തുള്ളവനും യോഗ്യനാണ്. അദ്ദേഹം - വാല്മീകി - 'തപസ്വി' യാണ്, അതേ മേഖലയിൽ പരിലസിക്കുന്നവൻ. തപസ്വിയും തപഃസ്വാധ്യായനിരതനും തമ്മിലുള്ള സംഭാഷണമാണിത്. ഭഗവത്ഗീതയിൽ ശ്രീകൃഷ്ണൻ എടുത്തുപറഞ്ഞിട്ടുള്ള ദൈവികഗുണങ്ങളെ സ്മരിപ്പിക്കുന്ന പതിനാറോളം ഗുണങ്ങളുള്ള നരോത്തമനെ അന്വേഷിച്ചുകൊണ്ടുള്ളതാണ് 'തപസ്വി' യുടെ ചോദ്യം. അതിലും മൂന്നിരട്ടി ഗുണങ്ങളുള്ള പുരുഷോത്തമനെ അവതരിപ്പിച്ചുകൊണ്ടുള്ളതാണ് 'വാഗ്വിദാംവര'ന്റെ ഉത്തരം. പിന്നീടങ്ങോട്ടു ഒരു ഗുരുവിന്റേയോ പരമാചാര്യന്റേയോ ആധികാരികതയോടെ തപഃസ്വാധ്യായനിരതൻ ആ പുരു

ഷോത്തമന്റെ ജീവിതകഥ സംഭവങ്ങളുടെ ക്രമം തെറ്റാതെ വിവരിക്കുന്നു. ആ പുരുഷോത്തമൻ സ്വന്തം ധർമരാജ്യം സ്ഥാപിച്ചു സാഫല്യത്തോടെ ദീർഘകാലം ഭരിക്കുന്നതുവരെയുള്ള ചരിത്രം പറഞ്ഞു നാരദൻ മുഴുമിപ്പിക്കുന്നു. കിംവദന്തിക്കടിപ്പെട്ട് സ്വന്തം ധർമപത്നിയെ അവരുടെ ഗർഭാവസ്ഥയിൽ പരിത്യജിക്കുന്ന കഥയൊന്നും അദ്ദേഹം പറയുന്നതേയില്ല. അങ്ങനെയുള്ള ഇതിവൃത്തം തപസ്വിയായ ശിഷ്യൻ ഭക്ത്യാദരേണ അന്തരംഗത്തിലുറപ്പിക്കുന്നു. കൃത്യനിർവ്വഹണം കഴിഞ്ഞ് തിരിച്ചുപോകാനൊരുങ്ങുന്ന ഗുരുവിനെ ശിഷ്യൻ അഭിവാദനം ചെയ്യുന്നു.

ഈ രംഗവും സശ്രദ്ധം നിരീക്ഷിക്കുക. "...നാരദന്റെ ഈ വിവരണം കേട്ട് 'വാക്യവിശാരദനും 'ധർമാത്മാവുമായ മുനി 'ശിഷ്യന്മാരുടെ കൂടെ' ആ മഹാമുനിയെ പൂജിച്ചു." (ബാ. കാ 2/1) മഹാമുനിയെ കൃതജ്ഞതാപൂർവ്വം പൂജിക്കുന്ന വാല്മീകി വാക്യവിശാരദനാണ്. 'വാഗ്വിദാംവരൻ' എന്നു തുടക്കത്തിൽ വിശേഷിപ്പിക്കപ്പെട്ട മുനുപുംഗവനെപ്പോലെ തപഃസ്വാധ്യായനിരതനാണ്. കൂടാതെ 'സഹശിഷ്യ' നാണ് അതായത് അദ്ദേഹത്തിനുമുണ്ട് ശിഷ്യസമ്പത്ത്, അദ്ദേഹവും ഗുരുപദത്തിൽ ആരൂഢനായ വ്യക്തിയാണ്. (നാരദസ്യ തു തദ് വാക്യം ശ്രുത്വാ വാക്യവിശാരദഃ, പൂജയാമാസ ധർമാത്മാ സഹശിഷ്യോ മഹാമുനിം. - ബാ. ക. 2/1)

ബാലകാണ്ഡത്തിലെ ഒന്നാം സർഗ്ഗത്തിലും രണ്ടാം സർഗ്ഗത്തിലും വിശേഷങ്ങൾ എന്തൊക്കെ ആയാലും രണ്ടു മുനിമാരുടെ പേരുകളും നാരദൻ, വാല്മീകി എന്നാണ് സ്പഷ്ടമായി പറഞ്ഞിരിക്കുന്നത്. നാരദൻ എന്ന പേരുപോലെ ഒന്നാണ് വാല്മീകി. പിൽക്കാലത്തെ ഐതിഹ്യങ്ങളിൽ പറയുമ്പോലെ തപസ്സുചെയ്ത വ്യക്തി വാല്മീകത്തിൽ പെട്ടതുകൊണ്ടല്ല വാല്മീകി എന്ന അഭിധാനം ലഭിച്ചത് എന്നാണ് ഇതിൽ നിന്നു മനസ്സിലാക്കാൻ കഴിയുന്നത്. അതിനു രാമായണകൃതിക്കുമുമ്പുള്ള പ്രമാണം നമുക്കു കിട്ടുന്നുണ്ട്. തൈത്തരീയപ്രാതിശാഖ്യത്തിൽ വ്യാകരണവിദ്വാനായ ഒരു വാല്മീകിയുണ്ട്. അപ്പോൾ വാല്മീകി എന്ന നാമം നമ്മുടെ കഥാകൃത്ത് ജീവിക്കുന്നതിനുമുമ്പുണ്ടായിരുന്നുവെന്നു വരുന്നു. രാമായണകാലത്തിനുശേഷം, മഹാഭാരതത്തിലെ ഉദ്യോഗപർവത്തിൽ വിഷ്ണുഭക്തനായ വാല്മീകിയുടെ അനുശാസനപർവത്തിൽ ശിവഭക്തനായ വാല്മീകിയുമുണ്ട്. ശതാബ്ദങ്ങൾ കഴിഞ്ഞെഴുതപ്പെട്ട വിഷ്ണു പുരാണത്തിൽ പറഞ്ഞിരിക്കുന്ന 28 വ്യാസന്മാരിൽ 24-ാമത്തെ വ്യാസൻ ഒരു വാല്മീകിയാണ്. അദ്ദേഹം ഋക്ഷഭാർഗവൻ എന്നുകൂടി അറിയപ്പെട്ടിരുന്നു. അപ്പോൾ വാല്മീകി എന്ന അഭിധാനം രാമൻ എന്നതു പോലെയുള്ള ഒന്നായിരുന്നു എന്നു കരുതുന്നതിൽ തെറ്റില്ല. വാല്മീകിയെന്ന വാക്കിൽ കയറിപ്പിടിച്ച് അതിൽ വ്യുൽപ്പത്തി കടത്തിവിട്ട് ഒരൈതിഹ്യം സങ്കല്പിച്ചു പടച്ചുവിട്ടത് പിൽക്കാലത്തായിരിക്കണം എന്നു തീർച്ച. ആദികാവ്യമായ മൂലരാമായണത്തിൽ അതിനു യാതൊരു തെളിവുമില്ല. ആ ഐതിഹ്യമാകട്ടെ തീർത്തും അസംഭവ്യവും പ്രകൃതിനിയമത്തിനു

ചേരാത്തതുമാണ്. അതിനെക്കുറിച്ചു ആധുനിക വേദവ്യാഖ്യാതാവായ വേദമൂർത്തി വിദ്യാവാചനസ്പതി പണ്ദിത ശ്രീപാദ സാത്വലേക്കർ പറയുന്നുതു ശ്രദ്ധിക്കു ക. "അതിരും വരമ്പുമില്ലാത്ത അത്യുക്തിയോടെയാണ് പുരാണകർത്താക്കൾ ഋഷിമാരെ വർണ്ണിച്ചിരിക്കുന്നത്. ചിതൽക്കൂട്ടം കട്ട പിടിച്ച പുറ്റു നെറുകവരെ കെട്ടിക്കഴിഞ്ഞും വർഷങ്ങൾ കഴിയും വരെ അനങ്ങാതിരുന്ന് ഒരു ഋഷി തപസ്സു ചെയ്തു എന്നു പുരാണം പറയുന്നു... ഇതൊന്നും ഒരിക്കലും സത്യമല്ല. ഇതു സത്യമാണെന്ന് ചിന്താശീലനായ ഒരാൾക്ക് ഒരിക്കലും അംഗീകരിക്കാനാകില്ല." (ഋഷിമാരുടെ തപസ്സിൽ നിന്നു രാഷ്ട്രനിർമ്മാണം' എന്ന ഗവേഷണലേഖന ത്തിൽ -ഭാഷ മറാഠി.) വാല്മീകിക്ക് അഗ്നിശർമ്മൻ, രത്നാകരൻ മുതലായ മറ്റു പേരുകൾ കൊടുത്തു ചിതൽപ്പുറ്റിൽ മൂടിയ 'ചിതൽക്കാരനാ' ക്കിയത് സ്കന്ദപു രാണവും ബ്രഹ്മാണ്ഡപുരാണവുമെല്ലാമാണ്. ആ വകയിൽപ്പെട്ട പുരാണങ്ങളുടെ രചനാകാലമാകട്ടെ വാല്മീകിരാമായണത്തിന്റേതിൽ നിന്നും നൂറ്റാണ്ടുകൾക്കു ശേഷമാണ്. ചുരുക്കത്തിൽ ഷോഡശസംസ്ക്കാരങ്ങളിലൊന്നായ നാമകരണ ത്തിൽക്കൂടി നൽകപ്പെട്ട നാമമാണ് വാല്മീകി എന്ന നിഗമനത്തിൽ നാം എത്തി ച്ചേരുന്നു.

ഈ വാല്മീകി തപസ്വിയുടെ ആശ്രമം ഗംഗാനദീതീരത്തു നിന്നു അധികം അകലത്തിലല്ലാത്ത തമസാനദിയുടെ തീരത്തായിരുന്നു. അവിടെവച്ചു നടന്ന സംഭാഷണത്തിനുശേഷം നാരദമുനി തിരിച്ചുപോയപ്പോൾ ആശ്രമാധി പതി വാല്മീകി ശിഷ്യനായ ഭരദ്വാജനോടു പറഞ്ഞു: "പ്രിയപ്പെട്ട ശിഷ്യാ, എനിക്ക് വൽക്കലവും മറ്റു സാധനങ്ങളും തരൂ, ഞാൻ കുളിച്ചു വരട്ടെ." കൈയിൽ കുളി ക്കാനുള്ള സാധനങ്ങളുമായി പ്രകൃതിരമണീയമായ ചുറ്റുപാടിൽ സ്വയം ലയിച്ചു കൊണ്ട് മുനി മുന്നോട്ടു നീങ്ങി. ഇണചേരാൻ വെമ്പൽ കൊള്ളുന്ന ക്രൗഞ്ചമിഥു നങ്ങളെ ഒരു മരക്കൊമ്പിൽ കണ്ടു. അവരുടെ കളകളാരവം അദ്ദേഹത്തിന്റെ ഹൃദ യത്തിലും മാറ്റൊലി സൃഷ്ടിച്ചു. സമസൃഷ്ടിഭാവത്തോടെ അദ്ദേഹം അവയെ നോക്കിക്കൊണ്ടിരുന്നപ്പോൾ പിന്നിലെങ്ങോ മറഞ്ഞുനിന്ന ഒരു വേടൻ അതിലെ ആണിണയെ അമ്പെയ്തു നിലത്തു വീഴ്ത്തി. ഉടൻ പെണ്ണിണ തനതായ സ്വര ത്തിൽ വാവിട്ടു നിലവിളിക്കുവാൻ തുടങ്ങി. മുനിയുടെ ഹൃദയം തകർന്നു. - നിറ കണ്ണോടെ തിരിഞ്ഞുനോക്കിയപ്പോൾ കണ്ണിൽപ്പെട്ട വേടന്റെ നേർക്ക് അദ്ദേഹം പൊട്ടിത്തെറിച്ചു."എടാ കാട്ടാളാ! നിനക്കൊരു കാലത്തും ഗതി പിടിക്കില്ല. കണ്ണിൽചോരയില്ലാത്ത നീ ഇപ്പരുവത്തിലിതുചെയ്തല്ലോ?" അതാണിപ്പോഴും ചക്രവാളങ്ങൾക്കുള്ളിൽ നിലയ്ക്കാതെ മുഴങ്ങുന്ന ആ പ്രസിദ്ധശ്ലോകം.

"മാ നിഷാദ പ്രതിഷ്ടാ ത്വം അഗമ: ശാശ്വതീസമാ:
യത് ക്രൗഞ്ചമിഥുനാദേകം അവധീ: കാമമോഹിതം."

– ബാ. കാ. 2/15

വാസ്തവത്തിൽ അറിഞ്ഞുകൊണ്ടുള്ള ഒരു ശാപമായിരുന്നില്ല അത്,

ഭൂതാനുകമ്പയോടെ ഇണകളോടു താദാത്മ്യം അനുഭവിച്ചിരുന്ന ഒരു ഹൃദയം വ്രണപ്പെട്ടപ്പോഴുണ്ടായ നൈസർഗികവിസ്ഫോടനമായിരുന്നു. അടുത്ത നിമിഷത്തിൽ മുനി സംവൃത്തനായി. അദ്ദേഹം ഭരദ്വാജനോടു പറഞ്ഞു: "ശിഷ്യാ എന്തത്ഭുതം ! ഹൃദയപീഡയാൽ എന്റെ നാവിൽ നിന്നു നിർഗളിച്ച ഈ വാക്കുകൾക്കു നാലു വരികളും ഒരേ എണ്ണത്തിൽ അക്ഷരങ്ങളുമുണ്ടല്ലോ. ഈണത്തിൽ മീട്ടിപ്പാടാൻ കഴിയുമാറ് ഇതിനു ശ്ലോകരൂപമുണ്ടെന്നു തോന്നുന്നു." (2 /18) ശിഷ്യൻ തലകുലുക്കി സമ്മതിച്ചു. അതോടെ ഗുരുവിന്റെ സന്തോഷമിരട്ടിച്ചു.

തമസാനദിയിൽ സ്നാനവും അർഘ്യദാനവും കഴിഞ്ഞ് ഗുരുശിഷ്യന്മാർ ആശ്രമത്തിൽ മടങ്ങിയെത്തിയിട്ടും ഉച്ചരിക്കപ്പെട്ട വാക്കുകളുടെ അനുരണനം ഗുരുവിന്റെ മനസ്സിൽ നിലച്ചില്ല. അതിന്റെ കാരണം തിരിച്ചറിയാൻ അദ്ദേഹത്തിന്റെ ഹൃദയം വെമ്പൽകൊണ്ടു. അപ്പോഴേയ്ക്കും മുമ്പിൽ പ്രത്യക്ഷപ്പെട്ടു ലോകകർത്താവായ പ്രഭു ബ്രഹ്മാവ്.

ആജഗാമ തതോ ബ്രഹ്മാ ലോകകർതാ സ്വയം പ്രഭു:
ചതുർമുഖോ മഹാതേജാ ദ്രഷ്ടും തം മുനിപുംഗവം (2/23)

(ലോകകർത്താവും ലോകപ്രഭുവും ചതുർമുഖനും മഹാതേജസ്വിയുമായ ബ്രഹ്മാവ് ആ മുനിപുംഗവന്റെ മുമ്പിൽ വന്നെത്തി). മുനിയുടെ മനഃസ്ഥിതി മുൻകൂട്ടി മനസ്സിലാക്കിയിരുന്ന അദ്ദേഹം സുസ്മേരവദനനായി ആശ്വാസമരുളി പ്രോത്സാഹനസ്വരത്തിൽ പറഞ്ഞു: "നിന്റെ നാവിൽ നിന്നു പുറപ്പെട്ടതു ശ്ലോകം തന്നെയാണ്. എന്റെ ഇംഗിതപ്രകാരമാണ് വൃത്തബദ്ധമായി പുറപ്പെട്ടത്. ഈ വൃത്തത്തിൽ തന്നെയാകട്ടെ നാരദൻ നിർദ്ദേശിച്ച രാമചരിതത്തിന്റെ രചന."

അങ്ങനെ വാല്മീകി 'മാ നിഷാദ' ഈണത്തിൽ രാമായണരചന തുടങ്ങി. അത് അനുഷ്ടുപ് വൃത്തമാണ്. ഓരോ വരിയിലും എട്ടക്ഷരങ്ങൾ ഉള്ള വൃത്തം. - നാലു വരികളിലേയും അഞ്ചാമക്ഷരം എല്ലായ്പോഴും 'ലഘു' ആയിരിക്കും, ആറാമക്ഷരം 'ഗുരു' വായിരിക്കും. ഒന്നാമത്തെയും മൂന്നാമത്തെയും വരികളിലെ എഴാമക്ഷരം ഗുരുവും രണ്ടാമത്തേയും നാമാലത്തേയും വരികളിലെ ഏഴാമക്ഷരം ലഘുവുമായിരിക്കും. "ഇത്രയും മനസ്സിലാക്കുമ്പോൾ ഈ അനുഷ്ടുപ്വൃത്തം ആദ്യമായി വെളിപ്പെട്ടത് വാല്മീകിക്കാണെന്ന് ധരിച്ചുപോകരുത്. ഋഗ്വേദത്തിലുള്ള ഒട്ടേറെ മന്ത്രങ്ങൾ ഈ വൃത്തത്തിലാണ്. മുനിയുടെ കരുണാർദ്രമായ വികാരവിജൃംഭണനിമിഷത്തിൽ പുറപ്പെട്ട വാക്കുകൾ ഈ അനുഷ്ടിപ് ഛന്ദസ്സിലായി എന്നേയുള്ളൂ.

ഇത്രയും പറഞ്ഞുവന്നതിൽ നിന്നു സ്പഷ്ടമാകുന്ന സത്യങ്ങൾ ഇവയാണ്. ഒന്ന്: തപസ്വിയും ആശ്രമകുലപതിയും ശിഷ്യധനനുമായ വാല്മീകി എന്ന മുനി സർവ്വഗുണസമ്പന്നനായ ഒരു മനുഷ്യനെ അന്വേഷിക്കുന്നു. രണ്ട്: താൻ വിചാരിച്ചതിലും ഉത്കൃഷ്ടനായ ഒരു പുരുഷോത്തമനെ ലോകത്തിന്റെ മുക്കും മൂലയും അറിയുന്ന നാരദമുനി വിവരിച്ചു പരിചയപ്പെടുത്തുന്നു. മാത്രമല്ല അദ്ദേ

ഹത്തിന്റെ ജീവചരിത്രം രചിക്കാൻ കല്പിക്കുകയും, ആ ചരിത്രം വായിച്ചുൾക്കൊള്ളുന്നവന് ആയുഷ്കാലത്ത് സുഖവും മേന്മയും ആയുസ്സുകഴിഞ്ഞാൽ സദ്ഗതിയും കിട്ടുമെന്നുറപ്പാണ് എന്ന ഫലശ്രുതി പറയുകയും ചെയ്യുന്നു. മൂന്ന്: നാരദമുനി നിർദ്ദേശിച്ചിട്ടുള്ള ആ മഹച്ചരിതമെഴുതാൻ പറ്റിയ വൃത്തം ഉള്ളിലുണർത്തി കൊടുക്കുന്നത് ആ മുനിയുടെ പിതാവായ സാക്ഷാൽ സൃഷ്ടികർത്താവാണ്. നാല്: അങ്ങനെ വൃത്തവും ഇതിവൃത്തവും ലഭിച്ചുകഴിഞ്ഞു മുഴുമിപ്പിച്ച കൃതിയെക്കുറിച്ചു സ്വയം കവി പറയുന്നു. – ഈ കാവ്യം ഒഴുക്കോടെ വായിക്കാൻ കഴിയും, മധുരമായി പാടാൻ കഴിയും, ദ്രുതം-മധ്യം-വിലംബിതം എന്നീ മൂന്നു ഗതികളും ഇതിനുചേരും, സപ്തസ്വരങ്ങൾ അടങ്ങിയതാണിത, വീണ മീട്ടി വായിക്കാൻ കഴിയുന്ന ഒന്നാണ്, ശൃംഗാര-കരുണ-ഹാസ്യ-രൗദ്ര-ഭയാനക-വീരാദിരസങ്ങൾ കൊണ്ടു പുഷ്ടമാണിത്. (ബാ. കാ. 4/89) അഞ്ച്: 'വാഗ്വിദാംവരനായ (1/1) നാരദൻ നിർദ്ദേശിച്ചതനുസരിച്ച് താൻ പ്രവൃത്തി പൂർത്തിയാക്കി എന്ന പൂർണ്ണവിശ്വാസത്തോടും സമാധാനത്തോടുംകൂടി 'വാക്യവിശാരദ' നായ (2/1) വാല്മീകി യുദ്ധകാണ്ഡത്തിൻരെ അവസാനം ശ്രീരാമപട്ടാഭിഷേകത്തെക്കുറിച്ചു പറഞ്ഞു കഴിഞ്ഞ് തന്റെ കൃതിയുടെ ഫലശ്രുതിയും പറയുന്നു. അതാകട്ടെ നാരദൻ തുടക്കത്തിൽ പറഞ്ഞ ഫലശ്രുതിതന്നെ- വാക്കുകൾ വേറെയാണെന്നേയുള്ളൂ. വാല്മീകിയെക്കുറിച്ചു വ്യക്തിപരമായ മറ്റു വിവരങ്ങളൊന്നും നമുക്കു വാല്മീകിരാമായണത്തിൽ നിന്നു കിട്ടുന്നില്ല.

എന്നാൽ ഇന്നു നമ്മുടെ മുമ്പിൽ വന്നു നിൽക്കുന്ന വാല്മീകി പ്രധാനമായും പിൽക്കാലപുരാണങ്ങളുടെ സൃഷ്ടിയാണ്. അതിനുപിന്നിൽ മനുഷ്യസഹജമായ മനഃശാസ്ത്രം പ്രവർത്തിച്ചിട്ടുണ്ടെന്നു തോന്നുന്നു. ഒരു മനുഷ്യന്റെ മഹത്വം ഐതീഹ്യത്തിന്റെ മേഖലയിലെത്തുമ്പോൾ, ആദ്യം മുതൽ അവസാനം വരെയുള്ള അദ്ദേഹത്തിന്റെ വ്യക്തിത്വവികാസത്തിന്റെ വഴിക്കു നീളം കൂടും. വഴിയെ വന്നുകൂടുന്ന ഐതീഹ്യങ്ങൾക്കും നീളം കൂടും. ഏതെങ്കിലും ഒരു കുബേരന്റെ കഥ പറയുമ്പോൾ കുട്ടിക്കാലത്ത് അയാൾ അനുഭവിക്കാത്ത കോടുംദാരിദ്ര്യത്തിന്റെ കല്പിതകഥകൾ അയാളുടെ ജീവിതത്തിൽ കാഥികർ തുന്നിപ്പിടിപ്പിക്കും. കവിത്വത്തിന്റെ പരമോന്നച്ചശിഖരത്തിലെത്തിയ കാളിദാസന്റെ മഹത്വം കൂട്ടിപ്പറയണമെങ്കിൽ തുടക്കത്തിൽനിന്നിരുന്ന ഭൂതലത്തിൽ ആഴത്തിൽ കുഴിച്ച് അദ്ദേഹത്തെ പടുവിഡ്ഢിത്തമെന്ന അഗാധഗർത്തത്തിൽ ഇറക്കിനിർത്തണം! ഉച്ചാരണശുദ്ധിലവലേശമില്ലാത്ത 'അഭട്ടരാഭണ' എന്നു പറയുന്ന മണ്ടശ്ശിരോമണിയാക്കണം! ആദ്ധ്യാത്മികമായി പരമപദവിയിലെത്തിയ തുളസീദാസഗോസ്വാമിയുടെ മഹത്വം പറഞ്ഞു ഫലിപ്പിക്കണമെങ്കിൽ ആ മഹാത്മാവിനെ, ജീവിതത്തിന്റെ പ്രാരംഭദശയിൽ കാമാന്ധതയിൽപ്പെട്ട്, പൊന്തിനീങ്ങുന്ന ശവത്തെ പൊങ്ങുതടിയായും കാളസർപ്പത്തെ കയറാനും ഭ്രമിക്കുന്ന കാമുകീലമ്പടനാക്കണം! ആധുനികമായാലും പ്രാചീനമായാലും പ്രതിച്ഛായാ നിർമ്മാണത്തിന്റെ പ്രക്രിയ ഇതുതന്നെയാണ്. ബീജഗണിതത്തിലെ തത്ത്വമാണ് ഇവിടെ പ്രവർത്തി

ക്കുന്നത്. +3 നും പൂജ്യത്തിനുമിടയിലുള്ള അന്തരം 3 മാത്രമാണ്. എന്നാൽ +3 മാറ്റാതെ ഈ അന്തരം കൂട്ടണമെങ്കിൽ പൂജ്യമെന്ന സ്ഥാനത്തിനുമപ്പുറം -3 എന്ന സ്ഥാനം മുതൽ പരിഗണിച്ചാൽ മതി. അപ്പോൾ +3 നും -3 നും ഇടയിലുള്ള അന്തരം ആറു മാത്രയാകും. ഈ നിയമമാണ് മഹാന്മാരുടെ ജീവിതത്തിൽ ഐതിഹ്യകർത്താക്കൾ പ്രയോഗിക്കുന്നത്. ആ പ്രയോഗം ആദികവി വാല്മീകിയുടെ വ്യക്തിത്വവികാസസരണിയുടെ കാര്യത്തിലാകുമ്പോഴതിനു ദൈർഘ്യം കൂട്ടുവാൻ വാല്മീകിയെ 'രാമ' ഉച്ചരിക്കാൻ കഴിയാത്ത വിഡ്ഢികുശ്മാണ്ഡമാക്കണം! കാട്ടിലെ തപസ്വിക്കുപകരം കൊള്ളക്കാരനായ കാട്ടാളനാക്കണം! രണ്ടക്ഷരം പോലും നേരാംവണ്ണം പറയാനറിയാത്തവനെ വഴിപോക്കരുടെ കയ്യിലെ രത്നങ്ങളുടെ ഇനവും ഗുണവും വേർതിരിച്ചറിയുന്ന ദുർമോഹിയാക്കണം! ഇത്തരം ഐതിഹ്യങ്ങളിൽ ഒന്നാമതായി ബലികൊടുക്കപ്പെടുന്നത് പുരുഷപ്രയത്നമാണ്. അവ മനുഷ്യനെ വിധിയുടെ കയ്യിലെ കളിപ്പാട്ടമാക്കുന്നു. പുരാണങ്ങളിലാായാലും മറ്റെവിടെയായാലും ഇമ്മട്ടിലുള്ള ഐതിഹ്യങ്ങൾ പൗരുഷവും സർഗശക്തിയും തുളുമ്പുന്ന സമൂഹത്തെ വളർത്തിയെടുക്കില്ലെന്നതുറപ്പാണ്.

രാമസങ്കല്പം ഇന്ത്യൻ സിനിമയിൽ

ഡോ. രാജേഷ്. എം. ആർ

രാമായണം സമകാലിക ഇന്ത്യയിൽ വൈവിധ്യമായ നിരവധി ആശയ സംഹിതകൾ ഉല്പാദിപ്പിക്കുന്നുണ്ട്. സാഹിത്യത്തിലും കലകളിലും എന്നുവേണ്ട സമസ്ത മണ്ഡലങ്ങളിലും രാമായണം പ്രത്യക്ഷമായും പരോക്ഷമായും കണ്ടുവരുന്നുണ്ട്. രാമായണത്തിന്റെ സമകാലികതയെയാണ് ഇതെല്ലാം സൂചിപ്പിക്കുന്നത്. സിനിമയിലും സീരിയലിലും, കാർട്ടൂൺ, അനിമേഷൻ, ഗെയിം എന്നീ കുട്ടികളുടെ വിനോദപരിപാടികളിലും രാമായണം കടന്നുവരുന്നു. നവമാധ്യമങ്ങളുടേയും നവസാങ്കേതികതകളുടേയും ലോകത്ത് രാമായണം ഒരുവലിയ ഉത്പന്നമാണ്, വിപണിയാണ്. സിനിമയുടെ തുടക്കം മുതൽ തന്നെ രാമായണംപോലുള്ള ഇതിഹാസങ്ങൾ ആവിഷ്കരിക്കപ്പെട്ടിട്ടുണ്ട്. ഒരു ജനതയുടെ സംസ്കാരത്തിനകത്തെ മിത്തുകളെ ഉൾക്കൊണ്ട്, പുനർനിർവ്വജിച്ച് സിനിമാലോകം അവയെ ആവിഷ്കരിച്ചു കൊണ്ടിരിക്കുന്നു. ഇവയെല്ലാം സൂക്ഷ്മാർത്ഥത്തിൽ വ്യത്യാസങ്ങളായിരുന്നു. വൈവിധ്യമാർന്ന ആശയങ്ങളായിരുന്നു അവയോരോന്നും മുന്നോട്ടു വച്ചുകൊണ്ടിരുന്നത്. രാമായണം തന്നെ മുന്നൂറോളം ഉണ്ടെന്ന് പറയുന്നത് അവയുടെ വൈവിധ്യത്തെയാണ് സൂചിപ്പിക്കുന്നത്. ഒരു രാമനല്ലാ, നിരവധി രാമനുണ്ടെന്ന് ഒരു മിത്ത് തന്നെ പറയുന്നുണ്ട്.

ലോകത്തിലെ വിവിധ രാജ്യങ്ങളിൽ രാമായണത്തിന് വ്യത്യസ്തമായ ആഖ്യാനങ്ങൾ കാണാവുന്നതാണ്. ഇന്തോനേഷ്യ, ബർമ്മ, മലയ, ജപ്പാൻ എന്നിങ്ങനെയുള്ള നിരവധി രാജ്യങ്ങളിൽ വൈവിധ്യമാർന്ന രാമായണങ്ങളുണ്ട്. അതുകൊണ്ട് രാമായണത്തിനെ ഏകശിലാത്മകമായോ, ഏക പാഠമായോ കാണുന്നത് ശരിയല്ല. വൈവിധ്യമാർന്ന സൗന്ദര്യ, ആശയപരിസരത്താണ് രാമായണം കുടികൊള്ളുന്നതെന്നർത്ഥം. എന്നാൽ സ്വാതന്ത്ര്യാനന്തര ഇന്ത്യയിൽ രാമായണത്തെ ഹിന്ദുസവർണ്ണ മതവിഭാഗങ്ങൾ അവരുടെ താല്പര്യങ്ങൾക്കനുസരിച്ച് വ്യാഖ്യാനിക്കുവാനും ഏകപാഠം നിർമ്മിക്കുവാനും ശ്രമിക്കുന്നുണ്ട്. ബ്രാഹ്മണ മേധാവിത്വത്തിന്റെ പ്രത്യയശാസ്ത്രങ്ങൾക്ക് രാമായണകഥ പോലെയുള്ള ഹിന്ദു പുരാണകഥകൾ പിൻബലമായിരുന്നതുകൊണ്ട് രാമായണത്തിന്റെ അധീശരാഷ്ട്രീയം തുറന്നുകാട്ടുവാൻ കേരളത്തിലെ നവോത്ഥാന സാംസ്കാരിക - രാഷ്ട്രീയനായകർ തയ്യാറായി. കേരളത്തിലെ സാഹിത്യത്തിലും കലകളിലും കാണുന്ന രാമൻ ഏകമുഖമല്ല. വൈവിധ്യങ്ങളായ രാമനെ ഇവിടെ കാണാം. രാമൻ ഇവിടെ അത്രപ്രധാനമായോ അധികാരകേന്ദ്രമായോ സാംസ്കാരമണ്ഡ

ലത്തിൽ പ്രവർത്തിക്കുന്നില്ലായെന്നും വേണമെങ്കിൽ പറയാവുന്നതാണ്. തൊണ്ണൂറുകൾക്കുശേഷം ഹിന്ദുപുരാണ സീരിയലുകളും ബാബറി- മസ്ജിദ് പ്രശ്നവുമെല്ലാം രാമനെ ഒരു അധികാര കേന്ദ്രമായി ഉയർത്തിക്കൊണ്ടുവന്നു. രാമായണത്തെ, രാമനെ കേന്ദ്രമാക്കി ഇന്ത്യയിൽ പിന്നീട് ബി.ജെ.പി. എന്ന രാഷ്ട്രീയ പാർട്ടി തന്നെ അധികാരത്തിൽ വരികയുണ്ടായി. രാമനിലൂടെ ബി.ജെ.പി. ഉയർത്തികൊണ്ടുവന്ന ദേശീയതയും ദേശരാഷ്ട്ര സങ്കല്പവുമെല്ലാം തികച്ചും ആര്യബ്രാഹ്മണിക് ആശയങ്ങൾ പേറുന്നവയാണ്. അത് അധീശപരവും മറ്റ് മത-ജാതി വിഭാഗങ്ങളെ അപരരായും കീഴാളരായും കാണുന്ന സമീപനമാണ് വച്ചു പുലർത്തികൊണ്ടിരിക്കുന്നത്. അതിനാൽ രാമായണമെന്നത് കേവലം ഒരു മിത്തല്ലാ, വർത്തമാനകാലത്ത് അധികാരപ്രത്യയശാസ്ത്രമായി പ്രവർത്തിച്ചുകൊണ്ടിരിക്കുന്ന, നിർമ്മിച്ചുകൊണ്ടിരിക്കുന്ന ഒരു ആഖ്യാനമാണ്. അതിനാൽ സമകാലിക രാമായണ വായനകൾ അധീശത്വപരമായ പ്രത്യയശാസ്ത്രപാഠങ്ങളിൽനിന്ന് രാമായണത്തെ മോചിപ്പിക്കുവാനുള്ള പരിശ്രമങ്ങളാണ്. ഇന്ത്യൻ സിനിമയിലെ രാമായണസങ്കല്പങ്ങൾ എത്രമാത്രം ബഹുലവും വൈവിധ്യ ആഖ്യാന-ആശയ സംഹിതകൾ വഹിക്കുന്നുണ്ടെന്നും ഈ പ്രബന്ധം അന്വേഷിക്കുന്നു. അനിമേഷൻ സിനിമ, ഗെയിം, മലയാളസിനിമ എന്നിവയിലെല്ലാം രാമായണം മതഅധികാര-കോർപ്പറേറ്റ് വിപണി മൂല്യങ്ങൾക്കനുസരിച്ച് പ്രവർത്തിക്കുന്നതെങ്ങനെയെന്നും ഇവിടെ വിശകലനം ചെയ്യുന്നു. ആധുനിക ദേശരാഷ്ട്രത്തിന്റെയും കുടുംബവ്യവസ്ഥയുടേയും പ്രണയത്തിന്റെയുമെല്ലാം മൂല്യങ്ങൾ രാമായണസിനിമകൾ എങ്ങനെയൊക്കെ ആവിഷ്കരിച്ചിട്ടുണ്ടെന്നും ഇവിടെ അന്വേഷിക്കുന്നു.

രാമായണം ഇന്ത്യൻ സിനിമയിൽ

രാമായണം ആദ്യകാലം മുതൽ തന്നെ സിനിമകളിൽ ആവിഷ്കരിച്ചിട്ടുണ്ട്. ദാദാസാഹേബ് ഫാല്ക്കേയുടെ 'ലങ്കാദഹൻ' എന്ന പുണ്യപുരാണ ചിത്രത്തിൽ ഹനുമാൻ കേന്ദ്രമാക്കിക്കൊണ്ട് രാമായണത്തെ അവതരിപ്പിക്കുവാനുള്ള ശ്രമമാണുള്ളത്. രാമഭക്തനായ ഹനുമാനിലൂടെ രാജ്യഭക്തിയും ദേശസ്നേഹവും കാട്ടുന്ന പൗരനെയാണ് ഇവിടെ യഥാർത്ഥത്തിൽ ആവിഷ്കരിക്കുന്നത്. സ്വാതന്ത്ര്യപൂർവ്വ/ബ്രിട്ടീഷ് കോളനീകരണ ഇന്ത്യയിൽ പുണ്യപുരാണ കഥാപാത്രങ്ങൾക്കെല്ലാം അന്നത്തെ ദേശീയതയുമായും ദേശസ്വാതന്ത്ര്യനായകരുമായുമെല്ലാം സദൃശ്യമുണ്ടായിരുന്നു. അതായത് പുരാണകഥാപാത്രങ്ങൾ സ്വാതന്ത്ര്യനായകരുമായിട്ടാണ് ബിംബവത്കരിക്കപ്പെട്ടിരുന്നത്. കോളനീകരണത്തിനെതിരെ പോരാടുന്ന 'ഹനുമാൻ എന്ന ബിംബം' ഇവിടെ പ്രത്യക്ഷപ്പെടുന്നു. രാവണൻ ബ്രിട്ടീഷ് അധിനിവേശത്തിന്റെ ബിംബമായും മാറുന്നു. രാമരാജ്യം എന്ന സങ്കല്പത്തിൽ ബ്രിട്ടീഷ് കോളനീകരണമുക്തമായ ഭാരതമെന്ന സങ്കല്പമാണ് തെളിഞ്ഞുനിൽക്കുന്നത്.

'രാമരാജ്യ' (1943/ ഹിന്ദി) എന്ന സിനിമ സംവിധാനം ചെയ്ത വിജയ്ഭട്ടിനും ഇത്തരമൊരു സങ്കല്പമുണ്ടായിരിക്കാം. സ്വതന്ത്ര്യ ഇന്ത്യയെന്ന ആശയം

ഇത്തരം സിനിമകളിലൂടെ ഇവർ പങ്കുവച്ചിരുന്നേക്കാം. അതിനാൽ രാമന്റെ വനവാസവും രാവണനിഗ്രഹവുമെല്ലാം ഭാവി ഇന്ത്യയുടെ സുന്ദര സ്വപ്നങ്ങളിലേക്കാണ് പ്രേക്ഷകരെ കൊണ്ടുപോയിരുന്നത്. വിജയ്ഭട്ടിന്റെ തന്നെ 'രാമായൺ' (1954/ഹിന്ദി) എന്ന സിനിമയും ഇവിടെ ഓർക്കേണ്ടതാണ്. സ്വാതന്ത്ര്യത്തിനുശേഷം വന്ന ഒരു സിനിമയെന്ന നിലയിൽ 'രാമായൺ' രാമന്റെ യാത്രയെ സൂചിപ്പിക്കുന്നു. സ്വാതന്ത്ര്യാനന്തര ഇന്ത്യയുടെ മുന്നോട്ടുള്ള പോക്കിനെയാണ് ഇത് സൂചിപ്പിക്കുന്നത്. ആധുനിക ദേശരാഷ്ട്ര വികസനം, കുടുംബ സങ്കല്പം, പൗരധർമ്മം എന്നിവയെ സംബന്ധിച്ച ദൃശ്യപാഠങ്ങളിലേക്ക് 'രാമായൺ' സഞ്ചരിക്കുന്നുണ്ട്. ഏതൊരു പുരാണമോ മിത്തോ ഇത്തരത്തിൽ ദൃശ്യവത്കരിക്കുമ്പോൾ അത് വർത്തമാനകാല സാംസ്കാരിക അവസ്ഥകളുമായി സംവദിക്കുക സ്വഭാവികമാണ്.

സംമ്പൂർണ്ണ രാമായണ (1961/സംവി. ബാബുബായ് മിസ്ട്രി), ഹനുമാൻ വിജയ് (1974/ ബാബുബായ് മിസ്ട്രി), ബജ്രംഗിബലി (1976), സീതസ്വയംവരം (1976) ശ്രീരാമ വനവാസ് (1977) എന്നിങ്ങനെ നിരവധി ഹിന്ദിസിനിമകൾ രാമായണം പ്രമേയമാക്കികൊണ്ട് നിർമ്മിച്ചവയാണ്. നേരത്തെ സൂചിപ്പിച്ചതുപോലെ രാമഭക്തി എന്ന ആശയത്തിനുപുറമെ ആധുനിക രാഷ്ട്രകുടുംബസങ്കല്പം ഇവയിൽ പ്രകടമായിരുന്നു. രാഷ്ട്രത്തിന്റെ അഖണ്ഡതയും കുടുംബത്തിന്റെ ഭദ്രതയും ഇത്തരം ഭക്തിചിത്രങ്ങളിലൂടെ ആവിഷ്കരിക്കപ്പെട്ടു. കൂടാതെ സിനിമയെന്ന കലയെ ജനപ്രിയമാക്കാനും അതിന്റെ സാങ്കേതിക സൗന്ദര്യങ്ങൾ പ്രകടിപ്പിക്കാനും ഇത്തരം സിനിമകൾ ശ്രമിച്ചുവെന്നും നിരീക്ഷിക്കാം.

തെലുങ്ക്, തമിഴ് സിനിമകളിലും രാമായണം പ്രമേയമായി നിരവധി സിനിമകൾ പുറത്തുവന്നിട്ടുണ്ട്. സീതരാമജനനം (1944/തെലുങ്ക്) പേര് സൂചിപ്പിക്കുന്നതുപോലെ സീതയുടെയും രാമന്റെയും കുട്ടിക്കാലമാണ് ആവിഷ്ക്കരിക്കുന്നത്. ഭൂകൈലാസ് (തെലുങ്ക്/1958) എന്ന സിനിമ കെ.ശങ്കർ, എൻ.ടി.രാമറാവുവിനെ വച്ച് സംവിധാനം ചെയ്തു. തെലുങ്കിൽ വളരെയധികം ശ്രദ്ധിക്കപ്പെട്ട സിനിമ പിന്നീട് തമിഴിൽ 'ഭക്തരാവണ' എന്ന പേരിൽ ഡബ്ബ് ചെയ്തിറങ്ങുകയുണ്ടായി. രാമായണമല്ല ഇതിലെ കഥ മറിച്ച് രാവണന്റെ ആദ്യകാല ജീവിതമാണ്. മുമ്പ് ഈ കഥതന്നെ വ്യത്യസ്ത നടൻമാർ അഭിനയിച്ച് 1938ൽ തമിഴിലും 1940ൽ തെലുങ്കിലും ഇറങ്ങിയിട്ടുണ്ട്. കന്നടയിലും ഈ പ്രമേയം വെച്ച് പിന്നീട് സിനിമ വരുകയുണ്ടായി. ഇതെല്ലാം സൂചിപ്പിക്കുന്നത് ദക്ഷിണേന്ത്യയിൽ നിലനിന്ന രാവണ അനുഭാവമാണ്. രാമൻ എന്ന ഉത്തരേന്ത്യൻ സവർണ്ണപുരുഷ മിത്തിനെതിരെയുള്ള ഒരു ദ്രാവിഡ കഥാപാത്രമായി 'രാവണൻ' ഇവിടെ നിലകൊള്ളുന്നു. ഭരണകൂട സ്ഥാപനങ്ങളിൽ അധീശത്വം കൈയാളുന്ന ബ്രാഹ്മണ മേധാവിത്വത്തിന്റെ സമ്മതി നിർമ്മാണത്തിനായി രാമായണം ഉപയോഗിക്കപ്പെടുന്നതിന്റെ രാഷ്ട്രീയത്തെ ഇ.വി. രാമസ്വാമി പെരിയോർ തുറന്നുകാട്ടുകയുണ്ടായി. "രാമായണം ഏതെങ്കിലും ചരിത്രസത്യത്തെ അടിസ്ഥാനപ്പെടുത്തിയുള്ള ഒന്നല്ല.

അതൊരു കല്പിത കഥ മാത്രമാണ്. ആ കഥയനുസരിച്ച് രാമനൊരു തമിഴ്നാട്ടു കാരനായിരുന്നില്ല. ആ കഥാപാത്രം ഉത്തരേന്ത്യക്കാരനായിരുന്നു.രാമൻ വധിച്ച രാവണൻ തെക്കൻ തമിഴ്നാടായ ലങ്കയിലെ രാജാവായിരുന്നു."[1] ദക്ഷിണേന്ത്യൻ സിനിമ സംവിധായകനായ മണിരത്നത്തിന്റെ 'രാവൺ' എന്ന സിനിമയിൽ നാം കാണുന്നത് രാമായണത്തിന്റെ ആധുനിക ഭാഷ്യമാണ്. രാവണൻ എന്ന ബിംബ ത്തിന്റെ ആധുനികമായ ഒരു പരിപ്രേക്ഷ്യം ഇവിടെ കാണാം. രാമൻ ഇവിടെ ഭര ണകൂടത്തിന്റെ സാരഥി (പോലീസ്)യാണ്. രാവണൻ നെഗറ്റീവ് വേഷത്തിൽ തകർത്താടുന്നു. രജനി അഭിനയിച്ച 'കാലാ' എന്ന സിനിമയിൽ നായകനായ 'കാലാ'യെ രാവണനായിട്ടാണ് പറയുന്നത്. വെളുത്ത, സവർണ്ണ, ഉത്തരേന്ത്യ ക്കാരനായ ഹരിദാദയെ (വില്ലൻ) രാമനായിട്ടാണ് ചിത്രീകരിക്കുന്നത്. ഇത്രയുമി വിടെ സൂചിപ്പിച്ചത് ദക്ഷിണേന്ത്യയിലെ രാവണ അനുഭവത്തെ ചൂണ്ടികാണിക്കു വാനാണ്. സി.എൻ. ശ്രീകണ്ഠൻ നായരുടെ 'ലങ്കാലക്ഷ്മി' എന്ന നാടകവും ഈ സന്ദർഭത്തിൽ ഓർക്കാവുന്നതാണ്. രാവണാനുഭാവം ഇവിടെ നിലനിൽക്കെതന്നെ രാമാനുഭാവ സിനിമകൾ വളരെയധികം ദക്ഷിണേന്ത്യയിൽ നിർമ്മിക്കപ്പെട്ടിട്ടു ണ്ട്. എൻ.ടി.ആർ. അഭിനയിച്ച 'സമ്പൂർണ്ണ രാമായണം' (1958, തമിഴ്-തെലുങ്ക്), ലവകുശ (1963, തെലുങ്ക്-തമിഴ്) എന്നിവ ഇവയിൽ പ്രധാനമാണ്. അന്നത്തെ ബിഗ്ബഡ്ജറ്റ് സിനിമകളായ ഇവ തെലുങ്കിന് പുറമെ തമിഴിലേക്കും മൊഴിമാറ്റം നടത്തി പുറത്തിറക്കിയിരുന്നു. 'സമ്പൂർണ്ണ രാമായണമു' (തെലുങ്ക്/1971/സംവി. ബാബു) എന്ന സിനിമയും പിന്നീട് തമിഴ്, മലയാളം എന്നീ ഭാഷകളിലേക്കും മൊഴിമാറ്റം നടത്തുകയുണ്ടായി. ജനപ്രിയ സിനിമകൾ വാണിജ്യവിജയം ലക്ഷ്യ മാക്കിയാട്ടാണ് ഇത്തരം പ്രമേയങ്ങൾ സ്വീകരിക്കുന്നതും മാർക്കറ്റ് ചെയ്യുന്നതും. സാമാന്യ പ്രേക്ഷകർക്കും പൊതുബോധത്തിനും സ്വീകാര്യമായ ലാവണ്യ, സാംസ്കാരികയുക്തികളാണ് അതിനാൽ ഈ സിനിമകൾ പുലർത്തിപോരുന്ന ത്. തെലുങ്കിൽ അടുത്തകാലത്ത് പുറത്തിറങ്ങിയ നയൻതാര സീതയായി അഭി നയിച്ച 'ശ്രീരാമരാജ്യം' (തെലുങ്ക്, 2011) വലിയ വിജയം നേടിയിരുന്നു. ആ സിനി മയുടെ തമിഴ്, മലയാളം ഡബ്ബുകളും പുറത്തിറങ്ങിയിരുന്നു. പുതിയ കാലത്തെ ടെക്നോളജിയ്ക്കും സൗന്ദര്യത്തിനുമനുസരിച്ചാണ് ഇത്തരം രാമായണം പുനർനിർമ്മിക്കപ്പെട്ടുകൊണ്ടിരിക്കുന്നത്. ഇത്തരം ബ്രഹ്മാണ്ഡ സിനിമകൾ രാമ നെന്ന മിത്തിനെ വിണ്ടും സമൂഹത്തിൽ ബ്രാഹ്മണിക അധീശത്വത്തിന്റെ ചിഹ്ന മായി ഉറപ്പിച്ചുകൊണ്ടിരിക്കുവാനുള്ള ശ്രമം തുടരുന്നതായിട്ടാണ് ഇവിടെ തിരി ച്ചറിയേണ്ടത്.

രാമസങ്കല്പം മലയാള സിനിമയിൽ

സീത (1960/സംവി.കുഞ്ചാക്കോ), ശ്രീരാമപട്ടാഭിഷേകം (1962/സംവി. പി. സുബ്രഹ്മണ്യം), കാഞ്ചനസീത (1977/സംവി. അരവിന്ദൻ) എന്നീ മലയാള സിനിമകളിലാണ് രാമസങ്കല്പം ആവിഷ്ക്കരിക്കപ്പെട്ടിരിക്കുന്നത്. ഭക്തകുചേല (1961), കൃഷ്ണകുചേല (1961), ശകുന്തള (1965) എന്നിങ്ങനെയുള്ള ഭക്തിസിനിമ

അറുപതുകളിൽ മലയാളത്തിലുണ്ടായിട്ടുണ്ട്. ഇത്തരം സിനിമകളിലൂടെ ഒരു ഹൈന്ദവ ഭൂതകാല പാരമ്പര്യത്തെ നിർമ്മിച്ചെടുക്കുകയായിരുന്നു ചെയ്തിരുന്നത്.

സ്വാതന്ത്ര്യപൂർവ്വ ഘട്ടത്തിൽ ഹിന്ദിയിൽ പുറത്തിറങ്ങുകയും മറ്റ് ഇന്ത്യൻ ഭാഷകളിൽ നിരവധി അനുവർത്തനങ്ങൾ ഉണ്ടാവുകയും ചെയ്ത ഹരിശ്ചന്ദ്ര, കാളിയമർദ്ദൻ (1921), ഭക്തപ്രഹ്ലാദ (1929) തുടങ്ങിയ ചിത്രങ്ങൾ ദേശീയ സ്വാതന്ത്ര്യസമരത്തോട് പ്രതീകാത്മകമായി പ്രതികരിക്കുന്നതായി നിരീക്ഷിക്കപ്പെട്ടിട്ടുണ്ട്.[2] അധിനിവേശക്കാരനായ കാളിയനോട് യുദ്ധം ചെയ്യുന്ന കൃഷ്ണനും, ത്യാഗനിർഭരനായ ഹരിശ്ചന്ദ്ര രാജാവും, കൊടും സഹനങ്ങളിലൂടെ ആദർശം മുറുകെപ്പിടിക്കുന്ന പ്രഹ്ലാദനും ഗാന്ധിജിയുടെ സഹനസമരത്തിന്റെയും ത്യാഗത്തിന്റെയും സന്ദേശങ്ങൾ വഹിച്ചിരുന്നതായും നിരീക്ഷിക്കപ്പെടുന്നു.

സീത എന്ന സിനിമയിൽ ഭർത്യാനുരാഗം മുറ്റി നിൽക്കുന്ന സീതയും ഭരണകൂട ജനഹിതം നടപ്പിലാക്കാൻ ശ്രമിക്കുന്ന രാമനുമാണുള്ളത്. സീതയ്ക്ക് രാമനോടുള്ള സ്നേഹം ആധുനിക പ്രണയ-കുടുംബ വ്യവസ്ഥയിൽ ചാലിച്ചതാണ്. അലക്കുകാരൻ ഭാര്യയെ സംശയിക്കുന്നതും തുടർന്ന് സീതയെ കുറിച്ച് അപവാദങ്ങൾ പറയുന്നതും സദാചാര പ്രശ്നമായി ഇവിടെ കടന്നുവരുന്നു. അമ്മയ്ക്ക് സീത സ്വന്തം മകളെപ്പോലെയാണ്. രാമന് സീതയോട് സ്നേഹമുണ്ടെങ്കിലും പ്രജകളുടെ ആഗ്രഹമാണ് രാജാവ് നിറവേറ്റേണ്ടത് എന്ന അഭിപ്രായമാണ് കാണിക്കുന്നത്. രാമനിൽ ദൈവകേന്ദ്രിതമായ അധികാരസ്വരമാണ് കാണുന്നത്. മക്കളെ വളരെയധികം സ്നേഹിക്കുന്ന ഒരമ്മയായും സീതയിവിടെ പെരുമാറുന്നുണ്ട്. മക്കൾ അയോദ്ധ്യയിൽവന്ന് സീതയെ ഉപേക്ഷിച്ച രാമന്റെ ചെയ്തികളെ വിമർശിക്കുന്നു. ഒടുക്കം പ്രജകൾ രാമനോട് സീതയെ സ്വീകരിക്കാൻ ആവശ്യപ്പെടുന്നു. രാമൻ സ്വീകരിക്കാൻ മുന്നോട്ട് നീങ്ങവേ സീത ഭൂമിയിലേക്ക് മറയുന്നു. ഒരു കുടുംബഘടനയുടെ സൗന്ദര്യശീലത്തിലാണ് ഈ സിനിമ ചലിക്കുന്നത്. ചാരിത്ര്യഹീനയായ ഭാര്യയെ സ്വീകരിക്കാൻ പാടില്ലായെന്ന ആധുനിക കുടുംബമൂല്യമാണ് 'സീത'യെന്ന സിനിമ പിന്തുടരുന്നത്. ക്ഷേമ രാഷ്ട്ര-കുടുംബ സങ്കല്പങ്ങളാണ് ഈ രാമായണത്തിലൂടെ നിർവഹിക്കപ്പെടുന്നത്. നിസഹായനായ വ്യക്തിയും (കുടുംബനാഥൻ) ത്യാഗിയായും, ധർമിഷ്ഠനായ ഭരണാധികാരിയായും (രാജാവ്) ഇവിടെ ഒരേസമയം രാമനിൽ പ്രത്യക്ഷപ്പെടുന്നു.സ്വാതന്ത്ര്യാനന്തര നെഹ്റുവിയൻ ഭരണത്തിന്റെ സന്നിഗ്ദ്ധതയെ വേണമെങ്കിൽ ഇവിടെ കാണാമെന്ന് വിലയിരുത്താം.

'ശ്രീരാമപട്ടാഭിഷേകം' എന്ന സിനിമയിൽ പുത്രകാമേഷ്ടിയും രാമജനനവും ആദ്യരംഗത്തിൽ ഒരുക്കിയിരിക്കുന്നു. പിന്നീട് താടകവധം മുതൽ പട്ടാഭിഷേകം വരെയുള്ള രംഗങ്ങളുടെ ആവിഷ്ക്കാരം കാണാം. അഹല്യാമോക്ഷം, സീതാസ്വയംവരം, പരശുരാമനുമായുള്ള ഏറ്റുമുട്ടൽ, വനവാസം, സേതുബന്ധം, രാമരാവണയുദ്ധം, സീതാരാമ പുന:സമാഗമം എന്നീ പ്രധാനരംഗങ്ങളും ഈ

സിനിമയിൽ ഉൾക്കൊള്ളിച്ചിട്ടുണ്ട്. ഭരണാധികാരം ഏറ്റെടുക്കുന്നതിന്റെ കുടുംബപുന:സമാഗമത്തിന്റെ പ്രത്യയശാസ്ത്രമാണ് സിനിമ പിൻപറ്റുന്നതെന്നു പറയാം. രാഷ്ട്രത്തിന്റെയും കുടുംബത്തിന്റെയും അഖണ്ഡതയാണ് ഇതിൽ കാണുന്നത്. രാഷ്ട്രത്തിന്റെയും ദേശത്തിന്റെയുമെല്ലാം നിലനിൽപ്പിനും ഭരണത്തിനും കുടുംബത്തിന്റെ പരിരക്ഷയും പ്രധാനമാണെന്ന ധ്വനി ഈ സിനിമ പങ്കുവയ്ക്കുന്നുണ്ട്. രാമന്റെ പട്ടാഭിഷേകത്തിലൂടെ രാഷ്ട്രത്തിന്റെ ഭാവിയെയാണ് സിനിമ ഉറ്റുനോക്കുന്നതെന്നു പറയാം. സ്വാതന്ത്ര്യാനന്തര ഇന്ത്യയിൽ കോൺഗ്രസ് മതേതരത്വം പിന്തുടരുമ്പോഴും മൃദുഹിന്ദുത്വത്തെ പ്രോത്സാഹിപ്പിച്ചിരുന്നു എന്ന രാഷ്ട്രിയ വസ്തുതയെയാണ് ഇവിടെ ഓർക്കേണ്ടത്. പുരാണ കഥാഖ്യാനങ്ങൾ ആത്മീയ ആവിഷ്കാരങ്ങൾ ആകുന്നതോടൊപ്പം ദേശഭക്തിയുടെ ആഖ്യാനങ്ങൾ കൂടിയാകുന്നു.

'കാഞ്ചനസീത' മലയാള സിനിമയിലും സംസ്കാരത്തിലും വ്യത്യസ്തമായ നിരവധി സംവാദങ്ങൾക്ക് വഴിതെളിച്ചിട്ടുണ്ട്. രാമായണ കഥാപാത്രങ്ങളുടെ പരമ്പരാഗത മായ രൂപഭാവങ്ങളെ മാറ്റിമറിച്ചിരിക്കുന്ന ചിത്രമാണ് 'കാഞ്ചനസീത'. സൂര്യവംശത്തിന്റെ തലമുറയാണ് തങ്ങളെന്ന് സ്വയം വിശ്വസിക്കുന്ന ഗോത്രവർഗ്ഗത്തിന്റെ പ്രതിനിധികളാണ് ഇതിലെ രാമലക്ഷ്മണൻമാർ. രാമായണത്തിലെ വിശ്വപ്രകൃതിയായ സീതയെ ബാഹ്യപ്രകൃതിയായി സങ്കല്പിച്ച് സീതയുടെ സന്തോഷവും ദു:ഖവുമെല്ലാം പ്രകൃതിയിലെ വിവിധ ഭാവമാറ്റങ്ങളായാണ് 'കാഞ്ചനസീത'യിൽ ആവിഷ്കരിച്ചിരിക്കുന്നത്.

"ഗോത്രക്കാരെന്ന് രൂപം കൊണ്ട് തോന്നുന്ന രാമലക്ഷ്മണന്മാരുടെ സംഭാഷണങ്ങളിൽ എന്നാൽ ഗോത്രസംഭാഷണ രീതി കാണുന്നില്ല. ഇത് സൂചിപ്പിക്കുന്നത് രൂപത്തിലും ഭാവത്തിലും ഭാഷയിലും സിനിമ മുന്നോട്ടുവയ്ക്കുന്ന ആശയത്തിലും കാണുന്ന വൈരുദ്ധ്യമാണ്. ഈ വൈരുദ്ധ്യത്തെ കീഴാളതയുടെ മുഖം മുടിയണിഞ്ഞ സവർണ്ണമധ്യവർഗത്തിന്റെ അബോധരാഷ്ട്രീയമായി തിരിച്ചറിയാം. എഴുപതുകളിൽ മലയാള സിനിമ പുലർത്തിപ്പോന്ന സവർണ്ണമധ്യവർഗ്ഗ കുടുംബത്തിന്റെ പ്രതിനിധിയുടെയും നിലനില്പിന്റയും ആകുലതകളാണ് മറ്റൊരുതരത്തിൽ ഇവിടെയും പ്രത്യക്ഷമാകുന്നത്."[3] നെഹ്റുവിയൻ വികസന പദ്ധതികളുടെ പോരായ്മകൾ ഉൾക്കൊണ്ട് സ്ത്രീവാദ-ദലിത്-പരിസ്ഥിതി സംഘടനകൾ എഴുപതുകളിൽ പ്രചരണം ആരംഭിച്ചിരുന്നു. ദലിത് പ്രശ്നങ്ങളെ അവഗണിച്ചുകൊണ്ട് സവർണ്ണമദ്ധ്യവർഗസൗന്ദര്യശാസ്ത്രങ്ങൾക്കും കലകൾക്കും മുന്നോട്ടുപോകാനാവില്ലെന്ന് ഭരണകൂടത്തിനും സാംസ്കാരികസ്ഥാപനങ്ങൾക്കും തോന്നിതുടങ്ങി. അതിനാൽ ഗോത്രരാമനെ മുൻനിറുത്തി ശംബൂക വധം, അശ്വമേധയാഗം, ലവകുശ-ലക്ഷ്മണ യുദ്ധം, സരയൂനദിയിൽ രാമന്റെ ജീവത്യാഗം എന്നിവ ആവിഷ്ക്കരിക്കുമ്പോൾ കീഴാളവിരുദ്ധവും വരേണ്യയുക്തിയും 'കാഞ്ചനസീത' സിനിമയിൽ കടന്നുവെന്നാണ് തിരിച്ചറിയേണ്ടത്. ചുരുക്കത്തിൽ ചരിത്രപരമായി വിശകലനം ചെയ്താൽ എഴുപതുകളിൽ സവർണ്ണമദ്ധ്യവർഗ്ഗവിഭാഗം

കീഴാളപ്രശ്നങ്ങൾ ഏറ്റെടുത്ത് ഭരണാധികാരം നിലനിർത്താൻ ശ്രമിക്കുകയും കീഴാളമുഖംമൂടിയണിഞ്ഞ് വരേണ്യാശയം തന്നെ നടപ്പിലാക്കാൻ ശ്രമിച്ചതിന്റെയും സൂചനകളും അടങ്ങിയതാണ് കാഞ്ചനസീത ചലച്ചിത്രപാഠം

രാമായണ ബിംബങ്ങൾ സിനിമാഗാനങ്ങളിൽ

രാമായണം നേരിട്ട് പ്രത്യക്ഷപ്പെടാത്ത സിനിമകളിൽ പോലും രാമായണ ബിംബങ്ങൾ പലതരത്തിൽ കടന്നുവന്നിട്ടുണ്ട്. പ്രധാനമായും ഗാനങ്ങളിലാണ് ഇതു കാണുന്നത്. കലിയുഗം (1973) എന്ന സിനിമയിലെ 'ഭൂമിപെറ്റ മകളല്ലൊ സീതപെണ്ണ്' എന്ന ഗാനം സീതയെ ഒരു നാടൻ പെണ്ണായി അവതരിപ്പിക്കുന്നു. ഒരു നാട്ടിൻപുറത്തുകാരിയും വിവാഹിതയുമായ ഒരു പെണ്ണിനെ മറ്റൊരുത്തൻ തട്ടിക്കൊണ്ടു പോവുക, അവൾ തിരിച്ചുവരുമ്പോൾ ജനങ്ങൾ ഗർഭിണിയാണെന്ന് വിധിക്കുക എന്നിവയൊക്കെയാണ് ഗാനകഥാ സന്ദർഭം. ഞാറ്റുപാടത്ത് പണിക്കാരിപെണ്ണുങ്ങൾ പാട്ടുപാടുന്നതായാണ് ഗാനരംഗം ചിത്രീകരിച്ചിരിക്കുന്നത്. നായകൻ മാനസിക സംഘർഷത്തിൽപ്പെട്ട് ഉഴലുന്നതിന്റെ ദൃശ്യവും ഇവിടെ കാണാം. ആധുനികമായ ജീവിതപരിസരത്തിന്റെ സംഘർഷങ്ങളും വികാരതീവ്രതകളും കാണിക്കുവാൻ രാമായണ ബിംബങ്ങൾ ഗാനത്തിൽ കടന്നുവരുന്നതായിട്ടാണ് ഇവിടെ കാണേണ്ടത്.

അയലത്തെ സുന്ദരി (1974) എന്ന സിനിമയിലെ 'ത്രയംബകം വില്ലൊടിഞ്ഞു, ത്രേതായുഗം കുളിരണിഞ്ഞു' എന്ന ഗാനരംഗത്ത് നായകന്റെ മുന്നിൽ നൃത്തമാടുന്ന ഒരുവളെയാണ് ആവിഷ്ക്കരിക്കുന്നത്. സീതരാമകല്യാണമാണ് ഗാനത്തിന്റെ വരികളിൽ കടന്നുവരുന്നത്. പ്രണയത്തെ സൂചിപ്പിക്കുന്നതിനായിട്ടാണ് ഇത്തരം രാമായണസന്ദർഭങ്ങൾ ഗാനങ്ങളിൽ കടന്നുവരുന്നത്. ഊഞ്ഞാൽ (1977) എന്ന സിനിമയിലെ 'ശ്രീരാമ ചന്ദ്രന്റെയരികിൽ' എന്ന ഗാനത്തിലും സീതാരാമകല്യാണമാണ് ആവിഷ്കരിക്കുന്നത്. ഇവിടെ നായികയെ സീതയെന്ന ബിംബമായി ചിത്രീകരിച്ച് ഗാനരചന നടത്തിയിരിക്കുകയാണ്. വാഴ്‌വേമായം (1970) എന്ന സിനിമയിലെ 'സീതാദേവി സ്വയംവരം ചെയ്തൊരു ത്രേതായുഗത്തിലെ ശ്രീരാമൻ' എന്ന ഗാനത്തിൽ നായിക തന്റെ ഭർത്താവിൽ കാണുന്നത് സീതാദേവി സ്വയംവരം ചെയ്ത ശ്രീരാമനെയാണ്. രാമന്റെ പ്രണയത്തിനെയാണ് ഇവിടെ പ്രണയഭാവങ്ങളോടെ ആവിഷ്കരിക്കുവാൻ ശ്രമിക്കുന്നത്. ആധുനികമായ കുടുംബഘടനയുടെ ഭാവനാത്മകമായ ആവിഷ്ക്കാരം കൂടിയാണ് ഈ ഗാനരംഗം. സീതയുടെ പാതിവൃത്യവും രാമന്റെ ധർമ്മനിഷ്ഠതയും ആധുനിക കുടുംബമൂല്യങ്ങൾ സാംശീകരിച്ചിരിക്കുന്നുവെന്നും ഇവിടെ കാണേണ്ടതാണ്. ഏകപതീ-പത്നീ ബന്ധമെന്ന ആധുനിക കുടുംബസംവിധാനത്തിലേക്കാണ് ഇത്തരം രാമായണബിംബങ്ങൾ കടന്നുവരുന്നത്.

കുടുംബത്തിലെ നിരവധി പ്രശ്നങ്ങളാൽ ഭാര്യയെ അവളുടെ വീട്ടിലേക്കയക്കുമ്പോൾ പാടുന്ന ഗാനമാണ് തറവാട്ടമ്മ (1966)യിലെ 'മറ്റൊരു സീതയെ

കാട്ടിലേക്കയയ്ക്കുന്നു, ദുഷ്ടനാം ദുർവിധി വീണ്ടും' എന്നത്. ഇതിൽ രാമന്റെ ആത്മസംഘർഷമാണ് ഭർത്താവായ നായകനിലൂടെ ആവിഷ്കരിക്കുന്നത്. ഈ ഗാനത്തിലെ വരികളായ 'രാമനല്ലല്ലോ നീ രാജാവുമല്ലല്ലൊ, കേവലനാമൊരു മനുജൻ' എന്നത് നായകന്റെ ആത്മസംഘർഷത്തെയും വികാരത്തെയും ധ്വനിപ്പിക്കുന്നു. കുടുംബത്തിലെ മറ്റുള്ളവർക്കു വേണ്ടി ഭാര്യയെ ഉപേക്ഷിക്കേണ്ടിവരുന്ന സ്നേഹധനനായ ഭർത്താവിന്റെ ദുഃഖത്തെ ഈ ഗാനം സൂചിപ്പിക്കുന്നു. അയോദ്ധ്യ (1957) എന്ന സിനിമയിലെ 'രാമൻ ശ്രീരാമൻ, ഞാൻ അയോദ്ധ്യവിട്ടൊരു രാമൻ' എന്ന ഗാനത്തിൽ ഭാര്യ നഷ്ടപ്പെട്ട നായകനെ 'ശ്രീരാമനായി ചിത്രീകരിച്ചിരിക്കുന്നു. ബന്ധുക്കളെല്ലാം കൂടി ചമച്ച കള്ളക്കഥയിൽ അയാൾക്ക് ഭാര്യ നഷ്ടപ്പെട്ടു, കൂടാതെ അനുജനെയും. നായകന്റെ മാനസിക നിലതെറ്റിക്കൊണ്ടിരിക്കുന്ന സന്ദർഭത്തിൽ അയാൾ പാടുന്ന ഗാനമായിട്ടാണ് ഇത് ചിത്രീകരിച്ചിരിക്കുന്നത്. ഇത്തരത്തിൽ ആധുനികമായ കുടുംബകഥകൾ പറയുമ്പോഴും രാമായണബിംബങ്ങൾ മലയാളസിനിമയിൽ, ഗാനരംഗങ്ങളിൽ വ്യത്യസ്തമായ നിരവധി സൗന്ദര്യ അർത്ഥതലങ്ങളോടെ കടന്നുവരുന്നതായിട്ടാണ് കാണേണ്ടത്.

വിവരസാങ്കേതികവിദ്യയുടേയും ഡിജിറ്റൽ സാങ്കേതികതയുടേയും വർത്തമാന പരിസരത്ത് രാമായണം എന്ന പുരാണം നവീന സൗന്ദര്യാനുഭൂതി പ്രസരിപ്പിച്ചുകൊണ്ട് വന്നുകൊണ്ടിരിക്കുകയാണ്. പൂമ്പാറ്റ, ബാലരമ, ബാലമംഗളം, അമർചിത്രകഥകൾ എന്നിവയിലൂടെ ബാലമനസ്സുകളിലേക്ക് പണ്ടുകാലത്ത് രാമായണം കടന്നുചെന്നിരുന്നു. എന്നാലിന്ന് അനിമേഷൻ സിനിമ, കാർട്ടൂൺ സിനിമ, സ്മാർട്ട് - ഫോൺഗെയിം എന്നിവയിലൂടെയാണ് കുട്ടികളിലേക്ക് രാമായണം ചെയ്യുന്നത്. രാമായണ - ദ ലജന്റ് ഓഫ് പ്രിൻസ് രാമാ (1992) എന്നത് ഒരു ജപ്പാൻ അനിമേഷൻ സിനിമയാണ്. ഇത് ഹിന്ദി, ഇംഗ്ലീഷ് എന്നീ ഭാഷകളിൽ ഡബ്ബ് ചെയ്ത് വന്നിട്ടുണ്ട്. 'ഓപ്പാറ ജാവ' (2008) എന്ന ഇന്തോനേഷ്യൻ - ആസ്ട്രിയൻ സിനിമയിൽ സീതയാണ് കേന്ദ്രം. രാമനും രാവണനുമെല്ലാം ഇതിൽ കടന്നുവരുന്നുണ്ട്. സംഗീതപ്രധാനമായ ഈ സിനിമ രാമായണത്തെ അടിസ്ഥാനമാക്കിയാണ് മുന്നോട്ടു പോകുന്നത്. മറ്റ് വിദേശഭാഷകളിലും രാമസങ്കല്പത്തിന്റെ വൈവിധ്യങ്ങൾ ആവിഷ്ക്കരിക്കപ്പെട്ടിട്ടുണ്ടെന്നാണ് ഇതിൽ നിന്ന് മനസ്സിലാക്കാവുന്നത്.

ലവകുശ - ദ വാരിയർ ട്വിൻസ് (2010) എന്ന അനിമേഷൻ സിനിമ ഉത്തരകാണ്ഡത്തെ അടിസ്ഥാനപ്പെടുത്തിയാണ് മുന്നോട്ടുപോകുന്നത്. കുട്ടികളെ രസിപ്പിക്കുന്ന വിധത്തിലുള്ള നിരവധി രംഗങ്ങളാണ് ഈ അനിമേഷൻ സിനിമയിലുൾപ്പെടുത്തിയിരിക്കുന്നത്. ലവകുശന്മാരുടെ വാൽമീകി ആശ്രമജീവിതം, അശ്വമേധയാഗം, ലക്ഷ്മണനുമായുള്ള യുദ്ധം, രാമ സമാഗമം, അയോദ്ധ്യയിൽ ചെല്ലുന്നത് എന്നിങ്ങനെയുള്ള നിരവധി മുഹൂർത്തങ്ങളാണ് ഈ അനിമേഷൻ സിനിമയിലുള്ളത്. 'രാമായണ- ദ എപിക്' (2000) എന്ന സിനിമ ആഗോള സിനിമ

കുത്തകക്കാരായ വാർണർ ബ്രദേഴ്സ് നിർമ്മിച്ച അനിമേഷനാണ്. യാക്-ദ ജെയിന്റ് കിംഗ് എന്ന തായ് അനിമേഷൻ സിനിമയും കുട്ടികളെ രസിപ്പിക്കുന്ന വിധത്തിലാണ് ചിത്രീകരിച്ചിരിക്കുന്നത്. ഹനുമാൻ (2005/ഹിന്ദി) എന്ന അനിമേഷൻ സിനിമ കുട്ടികളെ രാമഭക്തിയിലേക്ക് കൊണ്ടുപോകുന്നു. ഹനുമാന്റെ വികൃതികളിലൂടെ കുട്ടികളെ രസിപ്പിച്ച് മുന്നോട്ടു നീങ്ങുന്ന അനിമേഷൻ സിനിമയാണിത്. 'മഹായോദ്ധാ രാമ' എന്ന അനിമേഷൻ സിനിമ രാവണനെ കേന്ദ്രമാക്കിയുള്ളതാണ്. കറുപ്പ് - വെളുപ്പ്, തിന്മ-നന്മ എന്നിങ്ങനെയുള്ള വിരുദ്ധ ദ്വന്ദത്തിലൂന്നിയുള്ള ആവിഷ്ക്കാരമാണ് ഈ സിനിമ. കോമഡി, ത്രില്ലർ, വയലൻസ് എന്നിവ ചേർത്തു കൊണ്ടുള്ള രാമഭക്തി ആഖ്യാനങ്ങളാണ് ഈ അനിമേഷൻ സിനിമകളെന്നും പറയാം.

സ്മാർട്ട് ഫോണുകളിൽ ഗെയിം ആപ്പുകളായി രാമായണം കടന്നു വരുന്നുണ്ട്. രാമൻ, രാവണൻ, ഹനുമാൻ എന്നിവരെയെല്ലാം കുട്ടികളുടെ കളികൂട്ടുകാരാകുന്നു. ഇവിടെയും നന്മ-തിന്മകളുടെ ആവിഷ്ക്കാരമാണ് നടക്കുന്നത്. ഇത്തരം ഗെയിമുകൾ രാമനെ ശ്രേഷ്ഠനും നല്ലവനുമാക്കുന്നു. അക്രമാസക്തമായ വാസന കുട്ടികളിൽ ഉണ്ടാക്കുവാനാണ് ഇത്തരം ഗെയിമുകൾ ശ്രമിക്കുന്നതെന്ന് പറയാം. ഒരാളുടെ നിഗ്രഹം വഴി തന്റെ വിജയം ഉറപ്പാക്കാമെന്ന ആശയം ഇത്തരം കളികൾ നിർമ്മിക്കുന്നു. രാം-ദ റിവഞ്ച്, രാം- ദ യോദ്ധ, ഹനുമാൻ-ദ അൾട്ടിമേറ്റ് ഗെയിം, ഡിസ്കവർ രാമായൺ, ലോർഡ് ഓഫ് ത്രോൺസ്, രാമായണ 3 ഡി: സെവൻത് അവതാർ, രാമ: ഗാർഡിയൻ ഓഫ് ദ ഫ്ളിയം, രാമായൺ വാർസ്: ദ ഓഷൻലീപ്, രാമായണ-കിൽ രാവൺ എന്നിങ്ങനെ നിരവധി ഗെയിം ആപ്പുകൾ ഇന്ന് ലഭ്യമാണ്. 'രാം - ദ യോദ്ധ എന്ന ഗെയിമിൽ കാണുന്നത് രാമന്റെ അമ്പേറ്റ് അസുരന്റെ ശരീരത്തിൽ നിന്ന് രക്തം ചീറ്റികൊല്ലപ്പെടുന്നതാണ്. ഇങ്ങനെ കൊന്ന് കൊന്ന് മുന്നോട്ടുപോകുമ്പോൾ നിധിപ്പെട്ടിയും സ്വന്തമാക്കാം എന്നതും ഈ ഗെയിമിന്റെ രീതിയാണ്. മറ്റുള്ളവരെ കൊന്ന് ധനം സമ്പാദിക്കുന്നവനെയാണ് ഈ ഗെയിം മുന്നോട്ടുപോകുവാൻ അവസരം കൊടുക്കുന്നത്. അതായത് രാമൻ എന്ന ബിംബം ഇത്തരം ഗെയിമിൽ എത്തുമ്പോൾ വയലൻസിലൂടെ ധനം സമ്പാദിക്കുന്ന സ്വഭാവമുണ്ടാക്കുന്ന വ്യക്തികളെ നിർമ്മിക്കുവാനുള്ള ശ്രമമാണ് നടത്തുന്നതെന്ന് പറയാം. രാമായണത്തിലെ രാമസങ്കല്പത്തിലുള്ള ഏറ്റവും പുതിയ വേർഷൻ ഇതാണെന്നും പറയാം. ഓരോ കാലത്തും ഓരോ മാധ്യമത്തിനനുസരിച്ചും രാമസങ്കല്പം മാറുകയാണെന്നും പറയാം. കറുത്തവരായി, രാക്ഷസരായി വന്ന് കൊല്ലപ്പെടുന്നവർ പൊതുവെ കീഴാളരാണെന്ന ദലിത് വിമർശനം ഗെയിമുകളുമായി ബന്ധപ്പെട്ട് ഉന്നയിക്കുന്നുണ്ട്. രാമാനന്ദ് സാഗറിന്റെ 'രാമായണം' സീരിയൽ (1987-88) ഇന്ത്യയിൽ രാമഭക്തിരാഷ്ട്രീയം വ്യാപകമാക്കിയതിൽ പ്രധാനപ്പെട്ടതാണ്. വാല്മീകിയുടെ രാമായണം, തുളസിദാസിന്റെ രാമചരിതമാനസം എന്നീ കൃതികളെ അടിസ്ഥാനമാക്കിയാണ് ഈ സീരിയൽ നിർമ്മിക്കപ്പെട്ടത്. അരവിന്ദ് രാജഗോപാൽ 'പൊളി

റ്റിക്സ് ആഫ്റ്റർ ടെലിവിഷൻ'[4] എന്ന ഗ്രന്ഥത്തിൽ ഈ സീരിയൽ ഇന്ത്യയിൽ ഉണ്ടാക്കിയ നവഹൈന്ദവരാഷ്ട്രീയത്തെ കുറിച്ച് വിശദീകരിക്കുന്നുണ്ട്. ബി.ജെ. പി.യുടെ ഇന്ത്യയിലെ രാഷ്ട്രീയ മുന്നേറ്റത്തിന് രാമഭക്തിപ്രമേയമായ ഈ സീരിയൽ കാരണമായെന്ന് അദ്ദേഹം നിരീക്ഷിക്കുന്നു.

ചുരുക്കത്തിൽ 'രാമസങ്കല്പം' പലകാലങ്ങളിൽ വ്യത്യസ്തമായ നിരവധി സൗന്ദര്യ- രാഷ്ട്രീയ തലങ്ങൾ പേറുന്നവയാണെന്ന് കാണാം. ബ്രിട്ടീഷ് കോളനീകരണത്തിനെതിരെ സംസാരിക്കുന്ന രാമായണസന്ദർഭങ്ങൾ സ്വാതന്ത്ര്യ പൂർവ്വ സിനിമകളിൽ ആവിഷ്കരിച്ചിരുന്നു. ഹൈന്ദവ പാരമ്പര്യത്തേയും ദേശീയതയേയും ആദ്യകാലരാമ സങ്കല്പത്തിനുശേഷമുള്ള രാമസിനിമകളിൽ ദൈവരാജ്യത്തിലെ പ്രജകൾക്ക് ആധുനിക ദേശ-രാഷ്ട്രസമൂഹത്തിലെ പൗരന്മാരുമായിട്ടാണ് താദാത്മ്യം വരുന്നത്. ഇന്ത്യൻ ദേശീയതയെ ഇവിടെ ഹൈന്ദവദേശീയതയായി ചുരുക്കുവാനുള്ള ശ്രമമാണ് ഈ രാമസിനിമകൾ ശ്രമിച്ചതെന്ന് പറയാം. വ്യത്യസ്തമായ രാമനെ അവതരിപ്പിച്ച സിനിമയിൽ പോലും വരേണ്യ, ദലിത് വിരുദ്ധ രാഷ്ട്രീയം സൂക്ഷ്മാർത്ഥത്തിൽ ഉൾക്കൊണ്ടിരുന്നുവെന്നും നിരീക്ഷിക്കാവുന്നതാണ്. രാമായണം സീരിയൽ നവഹൈന്ദവ അധികാര രാഷ്ട്രീയത്തിനും അതിന്റെ വളർച്ചയ്ക്കും വഴിതെളിയിക്കുകയായിരുന്നുവെന്ന് ഇന്നു വ്യക്തമായി തിരിച്ചറിഞ്ഞ് കഴിഞ്ഞിരിക്കുന്നു. അനിമേഷൻ, ഗെയിം പോലെയുള്ള രാമായണങ്ങളും ഹൈന്ദവ ഭക്തിയ്ക്കും കീഴാളർക്കെതിരെയുള്ള അക്രമങ്ങൾക്കുമുള്ള സൗന്ദര്യ- ആശയങ്ങളാണ് നിർമ്മിച്ചുകൊണ്ടിരിക്കുന്നത്.

1. രാമസ്വാമി പെരിയോർ.ഇ.വി., 1994, 'പെരിയോർ ഇ.വി. രാമസ്വാമിയുടെ തെരഞ്ഞെടുത്ത കൃതികൾ - ഭാഗം 3, ഡൽഹി: ഇന്ത്യൻ എതിസ്റ്റ് പബ്ലിഷേഴ്സ്.

2. ഡോ. പി.എസ്. രാധാകൃഷ്ണൻ, 2010, ചരിത്രവും ചലചിത്രവും: ദേശ്യ ഭാവനയുടെ ഹർഷമൂല്യങ്ങൾ, കേരള ഭാഷാ ഇൻസ്റ്റിറ്റ്യൂട്ട്, തിരുവനന്തപുരം.

3. ഡോ.രാജേഷ് എം.ആർ, 2016, മലയാള സിനിമ: അനുവർത്തനത്തിന്റെ സംസ്കാരപഠനം, ചിന്ത പബ്ലിഷേഴ്സ്, തിരുവനന്തപുരം

4. Rajagopal, Arvind, 2001, Politics after Television-Hindu Nationalism and the Reshaping of the public in India, Cambridge, Cambridge Univeresity Press.

ഒ.എൻ.വി. കുറുപ്പിന്റെ കവിതകളിലെ രാമസങ്കല്പം
(സരയൂവിലേക്ക് എന്ന കവിതയെ ആസ്പദമാക്കിയുള്ള പഠനം)

ഡോ. ഷാജു വർഗീസ്

ഇതിഹാസങ്ങളെ വ്യത്യസ്തപരിപ്രേക്ഷ്യങ്ങളിൽ ആവിഷ്കരിക്കുക എന്നത് ലോകസാഹിത്യത്തിന്റെ തനതുസ്വഭാവങ്ങളിൽ ഒന്നാണ്. മഹാഭാരതവും രാമായണവും ഇലിയഡും ഒഡീസിയും എഴുത്തുകാർക്ക് നിത്യപ്രചോദനവും വിഷയസാമഗ്രികളുടെ ഒഴിയാത്ത ആവനാഴിയുമാണ്. ക്ലാസിക് ഗ്രന്ഥങ്ങളായ മഹാഭാരതവും രാമായണവും ഇന്ത്യൻ സാഹിത്യത്തിൽ പ്രഗാഢമായ സ്വാധീനം ചെലുത്തുകയും ഇവയെ അധികരിച്ച് അനവധി കലാരൂപങ്ങൾ സൃഷ്ടിക്കപ്പെടുകയും ചെയ്തിട്ടുണ്ട്. മലയാളഭാഷയുടെ ചരിത്രവും ഇതിഹാസ സ്വാധീനത്തിൽനിന്ന് വിമുക്തമല്ല. മലയാളഭാഷയുടെ ഏറ്റവും പ്രാചീനകൃതിയായി കണക്കാക്കപ്പെടുന്ന രാമചരിതവും പഴമയിലെ പ്രൗഢഗംഭീരകൃതികളായ അയ്യമ്പിള്ളി ആശാന്റെ രാമകഥപ്പാട്ടും, കണ്ണശ്ശന്റെ രാമായണവും എഴുത്തച്ഛന്റെ അദ്ധ്യാത്മരാമായണവും രാമായണമെന്ന ഇതിഹാസത്തെ ഉപജീവിച്ച് സൃഷ്ടിക്കപ്പെട്ടവയാണ്. കുമാരനാശാന്റെ ചിന്താവിഷ്ടയായ സീത എന്ന ഖണ്ഡകാവ്യം രാമായണത്തിലെ സീതാമൗനത്തിന്റെ നിഗൂഢപ്രകോപനങ്ങളെ അവതരിപ്പിക്കുന്ന അനിതരസാധാരണമായ കാവ്യമാണ്. സീതായന സങ്കല്പത്തിൽ അധിഷ്ഠിതമായ രാമായണവായനയ്ക്ക് ഉത്തമ ഉദാഹരണമാണ് ഈ കൃതി.

ഭാരതത്തിന്റെ ആത്മീയമിത്തുകളെ കവിതയിൽ ആവിഷ്കരിക്കുന്നതിൽ അന്യാദൃശമായ കൈവഴക്കം കാണിച്ചിട്ടുള്ള കവിയാണ് ഒ.എൻ.വി. കുറുപ്പ്. ജ്ഞാനപീഠപുരസ്കർത്താവായ അദ്ദേഹം ഇന്ത്യൻസാഹിത്യപാരമ്പര്യത്തിലെ കരുത്തുള്ള കണ്ണിയാണ്. ഭാരതത്തിന്റെ സാഹിത്യമണ്ഡലങ്ങളിലെ ചരിത്രമുഹൂർത്തങ്ങളേയും മിഴിവുറ്റകൃതികളെയും കവിതയിൽ സന്നിവേശിപ്പിച്ച കാവ്യാനുഭാവനാണ് അദ്ദേഹം. ഇന്ത്യൻ സംസ്കാരത്തിലെ ഉജ്ജ്വലകാവ്യസ്രഷ്ടാക്കളായ വാല്മീകിയേയും വ്യാസനെയും ഭാസനെയും കാളിദാസനെയും തന്റെ കൃതികളിലൂടെ പുനർജ്ജനിപ്പിക്കുവാൻ ഒ.എൻ.വി.യ്ക്ക് കഴിഞ്ഞിട്ടുണ്ട്. കർഷകനും കലാകാരനും രാജപ്രമുഖനും അനുഭവിക്കുന്ന വ്യത്യസ്തജീവിതങ്ങളിലെ അടിയടരുകൾക്ക് കാതലായ വൈഭിന്ന്യമില്ലെന്നും, ആത്യന്തികമായി മനുഷ്യന്റെ അടിസ്ഥാന വികാരം അവരെ ഒന്നാക്കിനിർത്തുന്നുവെന്നും ഒ.എൻ.വി.യ്ക്ക് ബോധ്യമുണ്ട്. മനുഷ്യൻ നില്ക്കുന്ന മണ്ണും അവൻ സ്വപ്നം കാണുന്ന വിണ്ണും അനുനിമിഷം നിറംമാറുന്ന ഒന്നാണെന്നും അതിനാൽത്തന്നെ മനുഷ്യമനസ്സ് ദുർബലമാണെന്നും അത് ക്ഷമിക്കത്തക്കതാണെന്നുമുള്ള വ്യാഖ്യാനങ്ങളാൽ നിർണ്ണീത

മാണ് ഒ.എൻ.വി.കുറുപ്പിന്റെ കവിത. ഇതിഹാസപുരുഷനായ രാമനെപ്പോലും ഈ സങ്കല്പത്തിൽനിന്ന് വിച്ഛേദിച്ചുമാറ്റാൻ കവിക്ക് താല്പര്യമില്ല.

വാഴ്ത്തിടാം രാജ്യമുപേക്ഷിച്ച രാമനെ
കാട്ടിലലഞ്ഞോരാ രാജകുമാരനെ!
വാഴ്ത്തുവാനാകുമോ, രാജധർമ്മം ചൊല്ലി
സാധ്വിയാം പത്നിയെ കാട്ടിൽ ത്യജിച്ചോനെ
(ആത്മഗീതങ്ങൾ-2011)

ഒരു സന്ദിഗ്ദ്ധഘട്ടത്തിൽ രാജ്യം ഉപേക്ഷിക്കാൻ തയ്യാറായ രാമനെ വാഴ്ത്തിപ്പാടാൻ മനസ്സുകാണിക്കുമ്പോഴും സീതാപരിത്യാഗം ചെയ്ത രാമനെ പ്രതിപക്ഷസ്ഥാനീയനായി വിമർശം ചൊരിയാൻ കവി ധീരതകാട്ടുന്നതാണ് ഉദ്ധൃതകാവ്യഭാഗം.

രാമമനസ്സിന്റെ അഗാധതയിൽ ദമനം ചെയ്ത വികാരങ്ങൾക്ക് കാവ്യഭാഷ്യം ചമച്ചിരിക്കുന്ന ഒ.എൻ.വി.കുറുപ്പിന്റെ കവിതയാണ് സരയുവിലേക്ക്. ആത്മഹനനത്തിനായി സരയൂനദിയുടെ ആഴങ്ങളിലേക്ക് നടന്നടുക്കുമ്പോൾ സീതാദുഃഖത്തിന്റെ ദഹിക്കാത്ത അഗ്നിയിൽ വെന്തുരുകുന്ന രാമഹൃദയത്തെയാണ് ഇക്കവിത പ്രത്യക്ഷീകരിക്കുന്നത്. ഇവിടെ രാമൻ, സാധാരണമനുഷ്യമനസ്സിന്റെ ഉടമയാണ്. മണ്ണിൽതൊട്ടുനിന്ന്, നഗ്നപാദനായി സരയൂഹ്രദത്തിന്നഗാധയിലേയ്ക്ക് എന്നെന്നേയ്ക്കുമായി നിമജ്ജനം ചെയ്യാൻ കൊതിക്കുന്ന രാമനാണ് ഇവിടുത്തെ രാമൻ. സീതാപരിത്യാഗിയായ രാമൻ പകൽ ആരംഭിക്കുന്നതിനുമുമ്പേ മരണം സ്വയംവരിക്കാനാണ് സരയൂനദിക്കരയിലേക്ക് ചെന്നെത്തുന്നത്. അന്ധരായ മാതാപിതാക്കളുടെ മകനായ മുനികുമാരനെ അമ്പെയ്തുവീഴ്ത്തിയതിന് സ്വന്തം പിതാവ് കൊടുംശാപം ഏറ്റുവാങ്ങിയ സരയൂനദിക്കരതന്നെയാണ് ജീവിതഹനനത്തിനായി രാമൻ തെരെഞ്ഞെടുത്തതും.

അയി, സരയൂ, കൈക്കൊൾക
നിൻ, സ്വച്ഛശാന്തമാം
ആത്മഹ്രദത്തിന്നഗാധതയിലെന്നെയും!

എന്ന പ്രാർത്ഥനയോടെയാണ് രാമൻ നദിക്കരയിൽ ആത്മഹത്യക്കായി എത്തുന്നത്. പുലർകാലത്തെ സൗമ്യമായ പ്രകൃതിയെപ്പോലും ആസ്വദിക്കാൻ മനസ്സില്ലാത്തവിധം കുറ്റബോധത്താൽ പരിനിഷ്ഠതനാക്കപ്പെട്ട മനസ്സിന്റെ ഉടമയാണ് ഇവിടുത്തെ രാമൻ. നിരപരാധിയായ ഭാര്യയെ ഉപേക്ഷിച്ചതിന്, സീത തന്നെയും ഉപേക്ഷിച്ച് പൊരിവെയിലിൽ വീണ തീർത്ഥകണം കണക്കെ ഭൂഗർഭത്തിലേക്ക് താണുപോയത് രാമന്റെ ആത്മാവിൽ ആയിരം വ്രണങ്ങൾ സൃഷ്ടിച്ചു. പുറംലോകം പ്രാർത്ഥിക്കുന്ന ശ്രീരാമനെവിടെ, സീതയെ പരിത്യജിച്ച സാധാരണ രാമനെവിടെ എന്ന ചോദ്യം ആയിരം ശരങ്ങളായ് രാമഹൃദയത്തിൽ തറഞ്ഞു. കാട്ടിൽ ഉപേക്ഷിച്ച സീതയുടെ രോദനം കാതിൽ അലതല്ലുന്നത് സരയൂ

തീരത്തെ വനവൃക്ഷങ്ങളിൽ തട്ടി തന്റെ കാതുകളിൽ മുഴങ്ങുന്നതുപോലെ രാമന് തോന്നി. ശത്രുരാജാക്കന്മാരെ തോല്പിച്ച് കാലപുരിക്ക് അയയ്ക്കുന്നവനും കനിവിന്റെ നറുനിലാവുമായ രഘുരാമനെ ജപിക്കുകയും പ്രാർത്ഥിക്കുകയും ചെയ്യുന്ന ജനശബ്ദങ്ങൾക്കുമേൽ സീതാഹൃദയരോദനം ശക്തമായി നിപതിക്കുന്നത് രാമൻ അറിയുന്നു. യാതൊരു ഉപേക്ഷയും കൂടാതെ പതിനാലുവർഷം ആതങ്കഹർഷങ്ങൾ പങ്കിടാൻ മനസ്സുകാണിച്ചവളെ മറ്റൊരുദിനം നിഷ്കരുണം കാട്ടിൽത്യജിച്ചപ്പോൾ, നറുനിലാവിന്റെ വെളിച്ചംപോലും അസ്തമിച്ചുപോയത് രാമൻ ഓർക്കുന്നു. ശത്രുശരങ്ങളേക്കാൾ ഘോരമായ ആത്മക്ഷതങ്ങൾ സഹിക്കാൻ തനിക്കിനി കഴിയുകയില്ല എന്നബോധ്യം കാട്ടുകടന്നലായി രാമഹൃദയത്തെ ആക്രമിക്കുന്നു. പശ്ചാത്താപവിവശനായ രാമന് ഇനി അഭയം സരയൂഹൃദയം മാത്രമാണെന്ന തിരിച്ചറിവ് ഒരളവോളം സംതൃപ്തിദായകവുമായിരുന്നു. സീതയുടെ ജീവൻ പൊട്ടിപ്പിളർന്ന് രോദനം ഹൃദയാന്തരത്തിൽ ഉൾക്കടമായ ആവേശത്തിൽ വന്നലയ്ക്കുന്നത് ഊതിക്കെടുത്താൻ ശ്രമിക്കുമ്പോൾ അത് പലപ്പോഴും ആളിക്കത്തുകയാണ് ചെയ്യുന്നത്. ശൈവചാപം തൊടുത്ത് കരുത്തുകാണിച്ച രാമൻ, സീതാദുഃഖശാപഭാരത്താൽ തളർന്നവനാണ്.

"നിഴലാട്ടമായദൃശ്യാംഗുലീചാലിതം
നിന്നുതുള്ളും പാവനനിഴലായിരുന്നു ഞാൻ"

എന്ന വരികളിൽ ഉദ്ഭുതമാകുന്നത് മനുഷ്യജീവിതത്തിന്റെ അന്തർഗതമാണ്. വിധിയുടെ വിരൽകൊണ്ട് അരങ്ങേറുന്ന തോൽപ്പാവക്കൂത്തിലെ കഥാപാത്രങ്ങൾ മാത്രമാണ് മനുഷ്യൻ എന്ന ലോകതത്ത്വത്തെ ഈ വരികളിൽ ദൃശ്യവത്കരിക്കുന്നു. നിഗൂഢാർത്ഥദ്യോതകമായി കൈകേയിക്ക് ലഭിച്ച വരംകൊണ്ട് രാമന്റെ ജീവിതംതന്നെ ഗതിമാറിപ്പോയ കഥ ഇവിടെ ധ്വനിപ്പിച്ചിരിക്കുന്നു. ഇന്ദ്രലോകത്തെ യുദ്ധത്തിൽ തേർചക്രം ഊരിപ്പോകാതിരിക്കാൻ അച്ഛനെ സഹായിച്ച ചെറിയമ്മയുടെ വിരലുകളാൽ നിയന്ത്രിതമായ നാടകത്തിലെ പാവനിഴൽ മാത്രമായിരുന്നു രാമൻ എന്ന ധ്വനനം ഈ വരികളെ ഉദാത്തമാക്കിയിരിക്കുന്നു.

ഇനിമുതൽ അന്യർ ഈണം പകരുന്ന പാട്ടിനൊത്ത് ആടാൻ രാമന് താല്പര്യമില്ല. പശ്ചാത്താപത്തിന്റെ ശരവേഗംകൊണ്ട് സ്വന്തം ഈണം രചിച്ച് അതിന്റെ താളത്തിൽ നൃത്തംചെയ്യാൻ ആഗ്രഹിക്കുന്ന രാമൻ, മരണത്തിനുമുൻപ് അയോധ്യയോട് യാത്രചോദിക്കുന്നു. രാമമനസ്സിന്റെ തീവ്രവേദനയ്ക്ക് അതോടെ അയവുവരുന്നത് കാണാം.

പെട്ടെന്ന് ഒരുനിമിഷം ആദികവിയുടെ ഓർമ്മകൾക്കുമുന്നിൽ ദണ്ഡനമസ്കാരം ചെയ്യാൻ മുതിരുകയാണ് രാമൻ. മൃത്യുവിന് മുന്നിൽ കീഴടങ്ങുന്നതിനുമുൻപ് ആദിഗുരുവിന് പ്രണാമം അർപ്പിക്കുകയാണിവിടെ

"പരദുഃഖമെന്നും സ്വദുഃഖമായ് കൈക്കൊണ്ടു
പാടിയ ഹേ, പാവനാത്മൻ! നമിപ്പു ഞാൻ!"

അരചൻ കാട്ടിലുപേക്ഷിച്ച സ്ത്രീക്കും കുഞ്ഞുങ്ങൾക്കും അഭയമേകിയ അങ്ങ് ധീരനാണ് എന്നും രാജാക്കന്മാർ ഭീരുക്കളാണെന്നും പറയാനുള്ള ആർജ്ജവമാണ് ശ്രീരാമനുള്ളത്. ഗുരുവിൽനിന്ന് ചൊല്ലിപ്പഠിച്ച മഹാകാവ്യം ലവകുശന്മാർ ആലപിക്കുമ്പോൾ ശത്രുവിനേറ്റ രാമബാണത്തേക്കാൾ മൂർച്ചയോടെ അത് ഹൃദയത്തിൽ തറച്ചതായി ആദികവിയോട് ഏറ്റുപറയുകയാണ് രാമനിവിടെ. സ്ത്രീ പൂർണ്ണതയിൽ എത്തിച്ചേരുന്ന ദോഹദകാലത്ത്, മാതൃത്വം എന്ന മഹാനിയോഗം സഫലീകരിക്കുന്ന മുഹൂർത്തത്തിൽ, ഭർത്താവിന്റെ സ്നേഹപരിലാളനകൾ ലഭിക്കേണ്ട സമയത്ത്, അവളെ കാട്ടിൽ ഉപേക്ഷിച്ച രാമൻ സ്വയം മരണശിക്ഷയ്ക്ക് യോഗ്യൻ തന്നെയാണ്. സീതയെ പരിചരിച്ച വാല്മീകി മഹർഷിയുടെ പരമ്പര സരയൂപോലെ അനാദികാലം ഒഴുകട്ടെ എന്ന പ്രാർത്ഥനകൂടി ഋഷിവംശത്തിനായി രാമൻ നൽകുന്നു.

മൃത്യുവിന്റെ കയങ്ങളിലേക്ക് സ്വയം നിപതിക്കാനുള്ള ഓരോ ചുവടുവെയ്പിലും ജീവിതത്തിന്റെ സാകല്യാവസ്ഥ മുഴുവനും രാമഹൃദയത്തിൽ ഒരു മഞ്ഞുതുള്ളിപോലെ പ്രതിഫലിക്കുന്നത് കാണാം. ഇതുവരെ ജീവിതത്തിൽ താൻ അനുഭവിച്ച കാഹളധ്വനികളും വന്ദിഗീതങ്ങളും കേൾക്കാൻ തന്റെ കാതുകൾക്കിനി ഭാഗ്യമില്ല. മുദ്രമോതിരത്തേയും രാജകീയപ്രൗഢിപേറുന്ന രത്നഖചിതമായ പട്ടുവസ്ത്രങ്ങളേയും രാമൻ ഉപേക്ഷിക്കുന്നു. മൃതശരീരത്തിലെന്നപോലെ വെള്ളയുടുക്കുകയും മോതിരവിരലിൽ മരണബിംബമായ കറുകവളയം ധരിക്കുകയും ചെയ്യുന്നു രാമൻ. പശ്ചാത്താപത്താൽ ആളിക്കത്തുന്ന ഹൃദയാഗ്നിയിൽ നിന്നെടുത്ത ഒരു കൊള്ളി അന്ത്യയാത്രയ്ക്കുള്ള വഴിവിളക്കായി മുന്നിൽ ജ്വലിക്കട്ടെയെന്ന് രാമൻ ആഗ്രഹിക്കുകയും ചെയ്യുന്നുണ്ട്.

അന്ധരായ മാതാപിതാക്കളുടെ ഏകമകനായ ശ്രാവണന്റെ ആത്മാവ് വിലയം പ്രാപിച്ച അതേ സരയുവിന്റെ കയങ്ങളിലാണ് അയോധ്യവാണ രാമന്റെ ഇനിയുള്ള ഹർഷജീവിതം എന്ന പ്രഖ്യാപനവുമായി ശ്രീരാമൻ മരണത്തെ സ്വയം വരിക്കുന്നു.

> "സമയമായ് സരയു കൈക്കൊൾകെന്നെ! നിന്നെയാ
> സാഗരമായിരം കൈകളാലെന്നപോൽ
> ഇനിയെന്റെ ജീവന്റെ മുക്തിഹർഷങ്ങൾ നിൻ
> നീരവ ഗൗരവമാർന്ന കയങ്ങളിൽ."

അങ്ങനെ അനുജനായ ലക്ഷ്മണന്റെ വാക്കുകൾ അറംപറ്റിയതുപോലെ, സ്വബോധത്തെ തന്നെ ഇല്ലായ്മചെയ്തുകൊണ്ട് രാമൻ സരയുവിൽ ആത്മഹത്യ ചെയ്യുന്നു.

> "സർവ്വേ ക്ഷയന്താ നിചയാഃ
> പതനാന്താഃ സമുച്ഛ്രയാഃ
> സംയോഗോ വിപ്രയോഗാന്ത
> മരണാന്തം ച ജീവിതം."

ജ്യേഷ്ഠാ! ലോകത്തിന്റെ സ്വഭാവം ഇതാണ്. ഒന്നുചേർന്നതെല്ലാം ഭിന്നിച്ചുപോകും. മേലോട്ടുയർന്നത് താണ് നിലംപൊത്തും. ഒരുമിച്ചുകഴിയുന്നവർ ഓർക്കാപ്പുറത്ത് തമ്മിൽപിരിയും ഓരോ ജീവിതവും മരണത്തിൽ അവസാനിക്കും.

ഒ.എൻ.വി.കുറുപ്പ് രാമന്റെ മനസ്സിൽ ദമനം ചെയ്ത ദുഃഖത്തെയാണ് കവിതയിൽ പ്രകാശമാനമാക്കുന്നത്. മനസ്സിന്റെ കയങ്ങളിൽ നിദ്രാവസ്ഥയിൽ കിടന്നിരുന്ന കുറ്റബോധത്തെ, പശ്ചാത്താപമനസ്സിന്റെ പ്രതിഫലനമാക്കിമാറ്റാൻ കവി ശ്രമിക്കുന്നു. രാമനെ ശ്രീരാമനാക്കുന്ന ശ്രീത്വമായിരുന്നു സീത. യുഗാന്തരസംസ്കൃതിയുടെ ഉഴവുചാലിൽനിന്ന് ജനകപുണ്യം ദത്തെടുത്ത മുത്തായിരുന്നു സീത. ക്ഷമയുടേയും സഹനത്തിന്റേയും സാന്ദ്രരൂപിണിയായ ഭൂമിമാതാവിന്റെ മകൾ. നിരപരാധിയായ ഭാര്യയെ സംശയിക്കുകയും നിരാലംബയാക്കുകയും ചെയ്ത രാമന്റെ ദുഃഖം, ആത്മഹത്യയ്ക്കുമുമ്പ്, ഒരു പെരുമഴയായ് പെയ്തൊഴിയുന്നത് ഈ കവിതയിൽ കാണാം. സരയൂ നദി ഒരേസമയം ജീവിതത്തിന്റെയും മരണത്തിന്റെയും പ്രതീകമായിത്തീരുകയാണിവിടെ.

പാഠഭേദങ്ങളിലെ രാമവായന

ഡോ. ബിൻസി ഡൊമിനിക്ക്

അനേകവായനകളിലേക്കു നയിക്കുന്ന, പാഠബഹുലതയും ബഹുസ്വരതയും കൊണ്ട് സമ്പുഷ്ടമായ പാടിപ്പഴകിയ പാരമ്പര്യത്തിന്റെ തുടർച്ചയായ രാമസങ്കൽപമാണ് രാമായണത്തിന് വേറിട്ട വായനകൾ നൽകുന്നത്. അവതാരപുരുഷനായ ഇതിഹാസകഥാപാത്രമെന്ന നിലയിൽനിന്നും വ്യത്യസ്തമായാണ് ഇത്തരം വാമൊഴികളിൽ രാമനെ അടയാളപ്പെടുത്തുന്നത്. ബെൽജിയംകാരനായ കാമിൽ ബുൽക്കെ മുന്നൂറോളം രാമായണം പല രാജ്യങ്ങളിൽ നിന്ന് കണ്ടെത്തിയിട്ടുണ്ട്. ഇൻഡോനേഷ്യൻ രാമായണം, ടിബറ്റൻ രാമായണം, ഖോത്താനി രാമായണം, തായ്ല് രാമായണം, ഫിലിപ്പൈൻ രാമായണം, ജപ്പാൻ രാമായണം തുടങ്ങിയവ ഇവയിൽ ചിലതാണ്. വാമൊഴിയായും വരമൊഴിയായും പ്രചാരത്തിലുള്ള രാമായണപാഠങ്ങൾ ബുദ്ധ-ജൈന-മുസ്ലീം മതവിഭാഗങ്ങൾ തുടങ്ങി ആദിവാസി-കീഴാളവിഭാഗത്തിന്റെ സംസ്കാരവുമായിവരെ ബന്ധമുള്ളവയാണ്. ഭക്തിസാഹിത്യത്തിലെ പൂജനീയനായ, പുരുഷോത്തമനായ രാജാവിനെ ഇതിലൊന്നും കാണാനായില്ലെന്നുവരും. രാമായണകഥാചരിത്രത്തിന്റെ ആധികാരികചരിത്രരേഖയെന്നോണം കുറിക്കപ്പെട്ട സച്ചിദാനന്ദന്റെ സാറായണങ്ങളിൽ രാമായണത്തെ ഒരു മഹാപാരമ്പര്യത്തിന്റെ തുടർച്ചയായാണ് കാഴ്ചപ്പെടുത്തുന്നത്. രാമായണം ഒരൊറ്റ ചരിത്രമുഹൂർത്തമായല്ല, ഒട്ടേറെ പാഠഭേദങ്ങളുള്ള ചരിത്രസംഭവമാണെന്ന് റോമില ഥാപ്പറുടെ വാക്കുകൾ ഉദ്ധരിച്ച് സച്ചിദാനന്ദൻ രേഖപ്പെടുത്തുന്നുണ്ട്.

ധർമച്യുതിയിലാഴ്ന്ന ഒരു ജനസമൂഹത്തെ സാംസ്കാരികമായി നവീകരിക്കുക എന്ന ലക്ഷ്യത്തിന്റെ ഭാഗമായി രചിക്കപ്പെട്ട തുളസീദാസ രാമായണം, അദ്ധ്യാത്മരാമായണം പോലുള്ള രചനകൾ രാമായണത്തെ ഭക്തിസാഹിത്യം എന്ന ചെറുചെപ്പിൽ ഒതുക്കുകയായിരുന്നു. വിഷ്ണുവിന്റെ അവതാരമായ ശ്രീരാമനാണ് ഇവിടെ കഥാപുരുഷൻ. ഈശ്വരന്റെ ചെയ്തികൾക്ക് ഉദ്ദേശ്യലക്ഷ്യങ്ങളുണ്ടാകും. അവതാരധർമം നിറവേറ്റുന്നതിനിടയ്ക്കുള്ള കാര്യകാരണങ്ങൾക്ക് അവിടെ പ്രസക്തിയില്ല. ധർമമെന്ന പദത്തിന് മഹാഭാരതം നൽകുന്ന നിർവചനം ഇവിടെ സ്മർത്തവ്യമാണ്. ധാരണാത് ധർമമിത്യാഹുഃ ധർമോധാരയതി പ്രജാ (പ്രപഞ്ചത്തിന്റെ സുസ്ഥിരമായ നിലനിൽപിന് ആധാരമായതെന്തോ അതാണ് ധർമം). സർവചരാചരങ്ങളുടേയും ആത്യന്തിക നന്മയ്ക്കു വേണ്ടി നിലകൊള്ളുന്ന ധർമപാലകനായി രാമനെ നോക്കിക്കാണുന്ന ഭക്തിനിർഭരമായ രാമായണവായനകളാണ് ഈ രചനകൾ.

ദൈവപരിവേഷം കൊടുക്കാതെ മനുഷ്യപക്ഷത്തുനിലയുറപ്പിച്ചുകൊണ്ട് പുരുഷോത്തമനെന്നു കേൾവികേട്ട രാമനെ വിമർശനാത്മകമായി വിലയിരുത്തുന്ന രാമായണപാഠങ്ങളായ കുട്ടികൃഷ്ണമാരാരുടെ വാത്മീകിയുടെ രാമൻ, കുമാരനാശാന്റെ ചിന്താവിഷ്ടയായ സീത, സാറാ ജോസഫിന്റെ പുതുരാമായണം തുടങ്ങിയവയിലെ രാമനെയാണ് ഈ ലേഖനത്തിൽ ചർച്ചയ്ക്ക് വിഷയമാക്കുന്നത്. മൂലരാമായണത്തിൽ നാരദൻ അവതരിപ്പിക്കുന്ന ഉത്തമപുരുഷൻ എന്ന സങ്കൽപനത്തിന്റെ യാഥാർഥ്യം ചോദ്യം ചെയ്യുന്ന രചനകളാണിവ. ധർമപരിപാലനം എന്ന ലക്ഷ്യത്തിനപ്പുറം രാമായണത്തെ അടയാളപ്പെടുത്തുന്ന വാമൊഴിപാരമ്പര്യത്തിന്റെ തുടർച്ചയെന്നോണമാണ് ഇവ വായിച്ചെടുക്കേണ്ടത്. രാമായണവായനയുടെ ബഹുസ്വരത അവയിൽ കാണാം. കുട്ടികൃഷ്ണമാരാരും കുമാരനാശാനും അവതരിപ്പിച്ച മാതൃകകളുടെ ചുവടുപിടിച്ചുള്ള ചോദ്യംചെയ്യൽ സംസ്കാരമാണ് സാറാജോസഫും പിന്തുടരുന്നത്.

ഭക്ത്യാധിക്യത്താൽ എഴുത്തച്ഛൻ കണ്ട കാഴ്ചയിൽ നിന്നും ഭിന്നമാണ് കുട്ടികൃഷ്ണമാരാരുടെ രാമായണവിലയിരുത്തൽ. വാത്മീകിരാമായണത്തിലെ രാമന്റെ വ്യക്തിജീവിതത്തിലെ പരാജയം തുറന്നവതരിപ്പിക്കുകയായിരുന്നു വാത്മീകിയുടെ രാമനിൽ. വൈയക്തികവികാരങ്ങളിൽനിന്ന് മോചനം നേടിയവനാകണം രാജാവെന്നപക്ഷംപോലും രാമന്റെ പ്രവൃത്തികളുടെ സാധൂകരണമാകുന്നില്ല. രാജ്യത്തോടും രാജാവിനോടുമുള്ള കർത്തവ്യത്തിനു തുല്യമാണ് ഭാര്യ, അമ്മ തുടങ്ങിയ സ്ത്രീജനങ്ങളോടുണ്ടാവേണ്ടത്. അവിടെയാണ് രാമൻ പരിതാപാർഹമാംവിധം താഴ്നിലകൈക്കൊള്ളുന്നത്. അച്ഛന്റെ ആജ്ഞ നിറവേറ്റുമ്പോഴുണ്ടാകുന്ന വിശാലമനസ്കതയും നിർവികാരതയും സീതയുടെ കാര്യത്തിലുണ്ടാകുന്നില്ല എന്നത് മാരാരും ആശാനും സാറാജോസഫും ആവർത്തിച്ച് ഓർമിപ്പിക്കുന്നു.

സീതയും ഊർമിളയും കൗസല്യയും ശൂർപ്പണഖയുമൊക്കെ അധികാരവർഗത്തിന്റെ ഇരകളാണ്. ആധിപത്യവ്യവസ്ഥയാൽ അരികുവത്കരിക്കപ്പെട്ടവർ. രാജനീതി നടപ്പിലാക്കപ്പെടുന്നതിന്റെ ഭാഗമായി നീതിനിഷേധിക്കപ്പെട്ടവരിൽ പ്രധാനി സീതയാണ്. രാജകുമാരിയായിരുന്നിട്ടുപോലും ആധിപത്യവർഗത്തിന്റെ യാതൊരുവിധ ഇളവുകളും ലഭിക്കാതെ പോയവൾ.

മൂലരാമായണത്തിലും വാത്മീകിരാമായണത്തിലും അദ്ധ്യാത്മരാമായണത്തിലും സംശയാലുവിന്റെ പരിതാപകരമായ ചിത്രം തന്നെയാണ് രാമന് നൽകിയിരിക്കുന്നത്. രാവണന്റെ കൊട്ടാരത്തിൽ കഴിയേണ്ടിവന്നു എന്നതിന് വധശിക്ഷതന്നെയാണ് ഉചിതമെന്നതിൽ രാമനു സംശയമേതുമുണ്ടായിരുന്നില്ല. രാക്ഷസിമാർപോലും പരിഹസിക്കുന്ന അവസ്ഥയിലേക്ക് തരംതാഴുന്ന രാമനെ ഇവിടെ കാണാം.

"രാവണപെരുമാള്ടെ പൂങ്കാവനത്തില്
അഴ്തും പയന്നും നാള് കഴിച്ചേന്

കനലാഴി കൂട്ടി അതില്
ചാടാൻ പറഞ്ഞു!" (തായ്കുലം പുറം 336).

വിഭീഷണന്റെ സ്ത്രീകൾ അവളെ കൈകളിൽ താങ്ങി. ഇതടിയങ്ങൾ കീഴാളരുടെ നീതിനടത്തിപ്പല്ല. ജേതാവിന്റെ കല്പനയാണ്. കണ്ണീരൊഴുക്കാനാവാതെ പൊള്ളുന്ന കണ്ണുകളിൽ മുലപ്പാലിറ്റിച്ച് അവർ അവളെ ആശ്വസിപ്പിച്ചു (അശോക 2010:306).

സംസ്കാരശൂന്യരാക്കി മാറ്റിനിർത്തിയ രാക്ഷസിമാർക്കുപോലും സീതയെ തിരിച്ചറിയാനായപ്പോഴും ഭർത്താവിന്റെ കണ്ണിൽമാത്രം അവൾ നേത്രരോഗിക്കു ദീപംകണക്കെ അഹിതയാകുന്നതിന്റെ പിന്നിൽ രാമന്റെ ചിന്തകളിലെ സങ്കുചിതത്വം വ്യക്തമാണ്. ഒന്നല്ല രണ്ട്വണയാണ് രാമന്റെ ഉള്ളിലെ സംശയരോഗി അതിക്രൂരമായവിധത്തിൽ സീതയെ മരണത്തിനു വിട്ടുകൊടുക്കുന്നത്. രണ്ടും രാജ്യ(സ്വ)യശസ്സിനുവേണ്ടിയും. രാമന്റെ സീതാപരിത്യാഗത്തിന്റെ അർഥശൂന്യത തിരിച്ചറിഞ്ഞാണ് വാത്മീകി ബ്രഹ്മദേവനെക്കൊണ്ട് ഇപ്രകാരം പറയിപ്പിക്കുന്നത്.

"ലോകമൊട്ടുക്കു സൃഷ്ടിപ്പോൻ, ശ്രേഷ്ഠൻ, ജ്ഞാനിവരൻ
എന്തുകൊണ്ടാണുപേക്ഷിപ്പൂ തീയ്യിൽച്ചാടുന്ന സീതയെ" (വാത്മീകിയുടെ രാമൻ).

രാജ്യലക്ഷ്മിക്കുവേണ്ടി സാക്ഷാൽ ലക്ഷ്മിയെ ഉപേക്ഷിച്ചതിന്റെ അനൗചിത്യമാണ് ഇവിടെ ചോദ്യം ചെയ്യപ്പെടുന്നത്.

ആശാൻ ചിന്താവിഷ്ടയായ സീതയിൽ ഒരുപടികൂടികടന്ന് സീതയെക്കൊണ്ടുതന്നെ രാമനെ വിമർശിപ്പിക്കുകയാണ്.

"പുനരെങ്ങനെ നിന്ദ്യയായി ഞാൻ
മനുവംശഗർവമാർന്ന നാൾ (96)
അപകല്മഷ ശിക്ഷയേറ്റു ഞാൻ
നൃപനിപ്പാപമൊഴിച്ചതെങ്ങനേ(106)"

അശോകയിൽ സാറാജോസഫ് സംശയഗ്രസ്തന്റെ പരിതാർഹമായ അവസ്ഥയിൽ രാമനെ അവതരിപ്പിക്കുന്നതു നോക്കുക. "തന്റെ അധീനത്തിലിരിക്കുന്ന അതിസുന്ദരിയായ നിന്നെ അവനെത്രനാൾ കണ്ടു സഹിച്ചിരിക്കും." "നീയാകട്ടെ എന്റെ മുന്നിൽ ചാരിത്ര്യത്തിനു സംശയം നേരിട്ടവളായി നിൽക്കുന്നു" (അശോക പുറം 309). "സ്ത്രീത്വത്തിനു നേരെയുള്ള രാമലക്ഷ്മണന്മാരുടെ പെരുമാറ്റം സംസ്കാരഹീനരെന്നു മാറ്റിനിർത്തിയ രാക്ഷസന്മാർക്കുപോലും അഹിതമാണ്." "തായ്മേനി തരിശാക്കാൻ രാവണപെരുമാള് വാളെടുത്തിട്ടില്യ. പെണ്ണിന്റെ വടിവും കോലോം കെട്ത്തി ഇന്റെ കുലത്തിലാരും വീരനായിട്ടില്യ" (തായ്കുലം പുറം 332).

ലക്ഷ്മണൻ മൂക്കും മുലയും അരിഞ്ഞുതള്ളിയ മറ്റൊരു രാക്ഷസിയായ അയോ

മുഖിയും തായ്കുലത്തിൽ വിമർശനവുമായി കടന്നു വരുന്നുണ്ട്. രാക്ഷസകുലത്തിന്റെ, മാതൃത്വത്തിന്റെ പ്രതീകമായ ശൂർപ്പണഖയും അയോമുഖിയും പുരുഷാധികാരത്തിന്റെ ഇരകളാണ്. സ്തന്യഛേദനത്തിലൂടെ സ്ത്രീത്വത്തെ മാത്രമല്ല അവർ അവഹേളിക്കുന്നത്, വംശത്തെക്കൂടിയാണ്. അത്തരം തിരിച്ചറിവുപോലും സംസ്കാരചിത്തരെന്ന് അഭിമാനിക്കുന്നവർക്കുണ്ടാകുന്നില്ല. കുലീനസ്ത്രീയുടെ സംരക്ഷണത്തിനായി കീഴാളസ്ത്രീയുടെ സ്ത്രൈണാവയവങ്ങൾ അറുത്തുകളയുന്നതു പോലുള്ള പ്രവൃത്തികളുടെ നീതിബോധമാണിവിടെ ചോദ്യം ചെയ്യപ്പെടുന്നത്.

ദശരഥന്റെ ആജ്ഞയനുസരിച്ച് പുറപ്പെടുന്ന ഭർത്താവിനെ അനുഗമിക്കുമ്പോഴും രാവണന്റെ കൊട്ടാരത്തിൽ അചഞ്ചലയായി നിലകൊള്ളുമ്പോഴും ലക്ഷ്മണനൊരുക്കുന്ന ചിതയ്ക്കുമുന്നിൽ ആത്മസംയമനത്തോടെ നിൽക്കുമ്പോഴും ഒടുവിൽ നിറവയറുമായി മരണമുഖത്തേയ്ക്കു വലിച്ചെറിയപ്പെട്ടപ്പോഴും ആത്മധൈര്യം ചോർന്നു പോകാതെ സ്ഥിതപ്രജ്ഞയായിതന്നെയാണ് സീത കാണപ്പെട്ടത്. യാതൊരുവിധ വിചാരണയും കൂടാതെ രണ്ടുതവണ ഉപേക്ഷിച്ച രാമന്റെ വീണ്ടുമുള്ള ക്ഷണം നിരസിക്കുന്നതിലാണ് സീതയുടെ വ്യക്തിപ്രഭാവം മഹത്തരമാകുന്നത്. ഈയവസരങ്ങളിലെല്ലാം അത്രമാത്രം മഹത്വം ആദികവിപോലും രാമന് നൽകുന്നുണ്ടോയെന്ന് സംശയമാണ്. അച്ഛനെ അനുസരിക്കുന്ന രാമൻ അമ്മമാരുടേയൊ സീതയുടേയൊ മറ്റു സ്ത്രീജനങ്ങളുടേയൊ വികാരങ്ങളെ മാനിക്കുന്നുണ്ടോ? ഒരാളുടെ സംസ്കാരസമ്പന്നത അയാൾക്ക് സ്ത്രീകളോടുള്ള പെരുമാറ്റത്തിന്റെ അടിസ്ഥാനത്തിൽ നിർണ്ണയിക്കുന്ന പാരമ്പര്യമാണ് ഭാരതത്തിന്റേത്.

രാവണന്റെ രാജധാനിയിൽ കഴിഞ്ഞ സീതയെ വിശ്വസിക്കാനുള്ള ഹൃദയവിശാലതപോലുമില്ലാത്ത രാമന്റെ മാനസികവ്യാപാരത്തെ സാറാജോസഫ് അവതരിപ്പിക്കുന്നതുനോക്കുക.

"ഏറെ നെയ്യൊഴിച്ച് ആളിക്കത്തുന്ന അഗ്നിപോലെ ജേതാവിന്റെ രോഷം ആളിക്കത്തി! കളങ്കപ്പെടുത്തപ്പെട്ടവൾ. ദുഷിച്ച നോക്കിനാൽ നോക്കപ്പെട്ടവൾ. പരാജിതന്റെ മടിത്തട്ടിലിരുന്നവൾ. അവന്റെ വീട്ടിൽ അന്തിയുറങ്ങിയവൾ" (അശോക പുറം 308).

മാരാർ കുറിച്ചതിങ്ങനെ -

> "ഗാത്രസ്പർശം വശക്കേടാലല്ലോ പറ്റീ മമ പ്രഭോ;
> അതെന്റെയിച്ഛയാലല്ലാ; കുറ്റം ദൈവത്തിനാണതിൽ,
> എനിക്കധീനമെൻ ചിത്തമിതോ നില്പൂ വാങ്കലേ"

യാതൊരു കുറ്റവിചാരണയും കൂടാതെ പലതവണ ഉപേക്ഷിച്ച രാമനെപ്പറ്റിയുള്ള സീതയുടെ ഉൾമനസ്സിലെ വിചാരണ കുമാരനാശാൻ വർണിക്കുന്നതു നോക്കുക-

“നെടുനാൾ വിപിനത്തിൽ വാഴുവാ-
നിടയായ് ഞങ്ങളെന്റെ കുറ്റമോ?
പടുരാക്ഷസ ചക്രവർത്തിയെ-
ന്നുടൽ മോഹിച്ചതു ഞാൻ പിഴച്ചതോ”

അഗ്നിപരീക്ഷ നടത്തിയതിനുശേഷവും സീതയെ വീണ്ടും ഉപേക്ഷിച്ചതിനു രാജനീതി എന്നതായിരുന്നു ന്യായീകരണം. അപ്പോൾ ആ രാജനീതിക്ക് പൂർണഗർഭിണിയായ സീതയും അർഹയല്ലേ എന്ന ചോദ്യം ഉത്തരമില്ലാതെയവശേഷിക്കുന്നു.

പുതുരാമായണത്തിലെ ഗോത്രപാരമ്പര്യം പാരിസ്ഥിതിക സ്ത്രീസങ്കൽപനത്തിന്റെ, മാതൃസംസ്കൃതിയുടെ പിന്തുടർച്ചയാണ്. അശോകയിലെ സീതയെ പ്രകൃതിയുടെ പ്രതിരൂപമായിത്തന്നെ അവതരിപ്പിച്ചിരിക്കുന്നതു നോക്കുക–

“ഞാൻ സീത. അഗ്നിയെ ശമിപ്പിക്കാൻ കെല്പാർന്ന മണ്ണ്! അനാദികാലമായി മണ്ണിനുമീതെ വർഷിക്കപ്പെട്ടുകൊണ്ടിരിക്കുന്ന മഴകളെ ഉദരത്തിൽ പേറുന്നവൾ. വരുംകാലമഴകളുടെ മാറ്റമില്ലാത്ത നിനവിൽ മനസ്സൂന്നിയവൾ. മഴയും വിത്തും ഏറ്റുവാങ്ങി അഗ്നിയോടു ചേർത്ത് ജീവന്റെ കുളിരാർന്ന പച്ച വിരിക്കേണ്ടവൾ” (2010:311)

ശൂർപ്പണഖയേയും പ്രകൃതിയുടെ മകളായിത്തന്നെയാണ് തായ്കുലത്തിൽ അവതരിപ്പിച്ചിരിക്കുന്നത്. “ഏറെ വിരഹത്തിനുശേഷം ഓടിയെത്തുന്ന അവളെ മാറിലമർത്താൻ കൈവിടർത്തി നിന്ന പഞ്ചവടിയുടെ ഗന്ധങ്ങൾ അവളുടെ ക്രോധത്തിന്റെ എരിതീയിൽ എണ്ണയായിപ്പടർന്നു. കാട്ടുവള്ളികളിൽ പകർന്നാടിയാടി ശൂർപ്പണഖ പഞ്ചവടിയുടെ മാറിൽവന്നുവീണു.” (2010:334).

പ്രകൃതിയുടേയും സ്ത്രീയുടേയും തന്മയീഭാവം തിരിച്ചറിഞ്ഞ പുരുഷൻ അവളെ അന്യവത്കരിക്കുന്നത് ഈകഥകളിലുടനീളം കാണാം. പ്രകൃതിയുടെ പ്രതിരൂപമായ സ്ത്രീയെ അപമാനിക്കുകവഴി രാമൻ പ്രകൃതിയുടെ ശത്രുവായിട്ടാണ് ചിത്രീകരിക്കപ്പെടുന്നത്. ആത്മീയ- ഭൗതീകതലങ്ങളിൽ പാതിവ്രത്യമാഹാത്മ്യത്തിനുണ്ടായേക്കാവുന്ന ഫലപ്രാപ്തി ബോധ്യപ്പെടുത്താനുള്ള മാതൃകകളായാണ് ഈ കഥാപാത്രങ്ങളെ രൂപപ്പെടുത്തിയിരിക്കുന്നത്. രാമനാൽ അകാരണമായി ഉപേക്ഷിക്കപ്പെട്ട സീതയെ സർവ്വംസഹയെന്നും പതിവ്രതാരത്നമെന്നും പ്രകീർത്തിക്കപ്പെട്ടതിന്റെ മനഃശാസ്ത്രം സാമാന്യബുദ്ധികൊണ്ടുതന്നെ മനസ്സിലാക്കാവുന്നതേയുള്ളൂ.

വീണ്ടുമൊരുക്ഷണം സ്വീകരിക്കുകയില്ലെന്ന സീതയുടെ ഇച്ഛാശക്തിയിലാണ് രാമൻ അടിയറവു പറഞ്ഞുപോകുന്നത്. രാജ്യലക്ഷ്മിക്കുവേണ്ടിയുള്ള പരക്കംപാച്ചിലും അതോടെയവസാനിക്കുന്നു. സഹനത്തിന്റേയും പാതിവ്രത്യത്തിന്റേയും മാതൃകയായി സീതയെ ഒതുക്കാനുള്ള ആധിപത്യവർഗത്തിന്റെ

ശ്രമത്തിനിടയിലും സ്ഥിതപ്രജ്ഞയുടേയും ആത്മവീര്യത്തിന്റേയും പ്രതിച്ഛായക്കാണ് പ്രാമുഖ്യം ലഭിച്ചത്. മിത്തിന്റെ പുനരെഴുത്തിലൂടെ സ്ത്രീയുടെ പുനരുജ്ജീവനമെന്ന ചിന്തയുടെ വ്യാപനവും സാധ്യമാക്കുന്നു. ആദിബോധങ്ങളുടെ ഉണർച്ചയുടെ പ്രതീകമായ സ്ത്രീ -കീഴാളവർഗത്തിന്റെ നീതിവ്യവസ്ഥയ്ക്ക് പ്രാധാന്യം ലഭിക്കുന്നതും രാമായണപാഠഭേദങ്ങളുടെ മാത്രം സവിശേഷതയാണ്. ആധിപത്യമൂല്യങ്ങളെ നിലനിർത്തുന്ന രാമായണപാഠങ്ങളിൽ നിന്നു വേറിട്ട വായനയാണ് പുതുരാമായണവായനകൾ നൽകുന്നത്.

സഹായകഗ്രന്ഥങ്ങൾ

കുട്ടികൃഷ്ണമാരാർ, രാജാങ്കണം മാരാർ സാഹിത്യപ്രകാശം, കോഴിക്കോട്, 1978

സാറാജോസഫ്, സാറാജോസഫിന്റെ സമ്പൂർണ കഥകൾ, കറന്റ് ബുക്സ് തൃശൂർ, 2010

ചിന്താവിഷ്ടയായ സീത, കുമാരനാശാൻ,

വയനാടൻ ഗോത്രസമൂഹത്തിലെ രാമകഥാഖ്യാനങ്ങൾ

ഡോ. കെ. രമേശൻ

രാമായണങ്ങൾ പലതും കവി വര-
രാമോദത്തോടെ പറഞ്ഞുകേൾപ്പുണ്ടുഞാൻ
ജാനകിയോടു കൂടാതെ രഘുവരൻ
കാനന വാസത്തിനെന്നു പോയിട്ടുള്ളൂ
- എഴുത്തച്ഛൻ.

ഒരു ജനതയുടെ സംസ്കാരം ഏകശിലാത്മകമെന്ന് നിർവ്വചിക്കാൻ കഴിയില്ല. പൊതു സംസ്കാരമെന്ന് മുദ്രകുത്തുന്ന സാംസ്കാരികഘടകങ്ങൾ പലപ്പോഴും യാഥാർത്ഥ്യത്തിൽ നിന്ന് അകന്നു നിൽക്കുന്ന കെട്ടുകാഴ്ചകൾ മാത്രമായിരിക്കും. പൊതു സംസ്കൃതിയെന്ന സങ്കൽപ്പത്തിന് കരുത്തു പകരുന്നത് ലഘുസംസ്കൃതികളാണ്. ജനതയുടെ ജീവിതക്രമത്തിന് താളം നൽകുന്ന ലഘുസംസ്കൃതികളാണ് യാഥാർത്ഥ്യം. അതുകൊണ്ടുതന്നെ അവയെ നിരാകരിച്ചുകൊണ്ടുള്ള സംസ്കാരപഠനങ്ങൾ വെറും പൊള്ളയായ കാഴ്ചകളുടെ ശേഖരണം മാത്രമായിരിക്കും. ഒരു ജനതയുടെ ജീവിതത്തെ ക്രമപ്പെടുത്തുന്നതിൽ ഭൗതിക, സാമൂഹിക, വാങ്മയസംസ്കാരങ്ങൾക്ക് പ്രധാന പങ്കുണ്ട്. ഭൗതിക സംസ്കാരം വളരെ പെട്ടെന്ന് മാറ്റങ്ങൾക്ക് വിധേയമാവുന്നവയാണ്. എന്നാൽ സാമൂഹിക സംസ്കാരവും വാങ്മയസംസ്കാരവും വളരെ പതുക്കെ മാത്രമേ മാറ്റങ്ങൾക്ക് വിധേയമാവാറുള്ളൂ. വാങ്മയസംസ്കാരം ബഹുസ്വരസാന്നിധ്യം കൊണ്ടാണ് വ്യതിരിക്തമാകുന്നത്. കാഴ്ചപ്പാടുകളുടെ രാഷ്ട്രീയം നിഴലിക്കുന്ന ജീവിതക്കാഴ്ചകൾ അടയാളപ്പെടുത്തിയ കൃതികൾ അസംഖ്യം അനുഭവലോകങ്ങളെയാണ് അനാവരണം ചെയ്യുന്നത്. വാമൊഴിയും വരമൊഴിയും ചിതറിക്കിടക്കുന്ന കൃതികളിൽ അനുഭവങ്ങളും സങ്കൽപ്പങ്ങളും കൂടിച്ചേർന്ന് നിറഞ്ഞുനിൽക്കുന്ന വാങ്മയലോകം സംസ്കാരത്തിന്റെ തിരുശേഷിപ്പുകൾ തന്നെയാണ്.

ചില കൃതികൾ ജനതയെ ഒന്നടങ്കം വ്യാമുഗ്ധരാക്കി അതിന്റെ ദർശനദീപ്തികൊണ്ട് അസാധാരണ പരിവേഷം സൃഷ്ടിക്കാറുണ്ട്. അത്തരം കൃതികളിൽ ഏറെ ശ്രദ്ധേയമാണ് രാമായണം. രാമായണപാഠങ്ങളുടെ അസംഖ്യം രൂപങ്ങൾ വാമൊഴിയായും വരമൊഴിയായും നമ്മുടെ മുന്നിലുണ്ട്. പാട്ടുകളായും കഥകളായും നാടകങ്ങളായും ചമ്പുക്കളായും പലതരം രൂപങ്ങളിൽ രാമായണ ജീവിതപരിസരം പകർത്തിവെച്ചിട്ടുണ്ട്. വാല്മീകിരാമായണമെന്ന

സംസ്കൃതകൃതി കേന്ദ്രവും പ്രാദേശിക രാമായണങ്ങൾ തർജ്ജമകൾ എന്ന നിലയിൽ അതിനെ ഉപജീവിച്ചുള്ളവയും എന്ന രീതിയിലുള്ള പ്രാമാണിക വീക്ഷണത്തിൽപ്പെടുത്തിയാണ് പലപ്പോഴും രാമായണപാഠങ്ങളെ വിലയിരുത്തുന്നത്. വാല്മീകി രാമായണത്തിന്റെ പാഠഭേദങ്ങളോ ഉപജീവന/അനുകൽപ്പന മാതൃകകളായോ മാത്രമായി പ്രാദേശിക രാമായണങ്ങളെ കാണുന്നത് ശരിയായ വിലയിരുത്തലിന്റെ അടിസ്ഥാനത്തിലാണോ എന്നന്വേഷിക്കേണ്ടതായുണ്ട്. വാമൊഴി ഭേദങ്ങളിൽ ഉടലെടുത്ത അസംഖ്യം രാമായണങ്ങൾ അതത് പ്രദേശത്തിന്റെ ജീവിതവും സംസ്കാരവും ഒപ്പിയെടുത്താണ് നിലകൊള്ളുന്നത്. അതിനാൽ ഇത്തരം വാമൊഴി വരമൊഴി പ്രാദേശിക രാമായണങ്ങൾക്ക് സ്വതന്ത്രമായ രൂപഭാവങ്ങൾ ഉണ്ട്.

ഭാരതത്തിൽ മാത്രം ഒതുങ്ങി നിൽക്കുന്നതല്ല രാമായണാഖ്യാനം. തെക്കു കിഴക്കനേഷ്യൻ രാജ്യങ്ങളിൽ രാമായണ കഥകളുടെ വ്യത്യസ്ത ഭാഷ്യങ്ങൾ കാണാൻ കഴിയും. കഥാപാത്രങ്ങൾ മാത്രമേ മാറാതുള്ളൂ. കഥകൾ വ്യത്യസ്ത പന്ഥാവിലൂടെ സഞ്ചരിക്കുന്നതാണ് അവയുടെ പ്രത്യേകത. ഭാരതത്തിന്റെ രാമായണാഖ്യാനങ്ങൾ നിലകൊള്ളുന്നതുതന്നെ അവരുടെ വ്യതിരിക്തതകൊണ്ടാണ്. രാമായണത്തിന്റെ ഏറ്റവും വലിയ പ്രത്യേകത രാമായണത്തിന്റെ ബഹുസ്വരാഖ്യാനമാണ്. രാമായണകഥയുടെ ഏകശിലാത്മകരൂപം നിർമ്മിച്ചെടുക്കാൻ അസാധ്യമാകുന്ന രീതിയിലാണ് രാമായണ കഥാരൂപങ്ങൾ ചിതറിക്കിടക്കുന്നത്. വാമൊഴി വരമൊഴി രൂപങ്ങൾ മാത്രമല്ല ദൃശ്യകലാരൂപങ്ങളും രാമായണത്തിന്റെ പലമ പ്രഖ്യാപനം ചെയ്യുന്നവയാണ്. അപ്പോൾ ഏതായിരിക്കാം ശരിയായ രാമായണ പാഠം? അത്തരമൊരു ചോദ്യത്തിന് പ്രസക്തിയില്ല. ഓരോ രാമായണവും ഓരോ പാഠങ്ങൾ തന്നെയാണ്. ഓരോ പാഠവും യഥാർത്ഥ പാഠവുമല്ല. രാമായണത്തിന്റെ ഓരോ ആഖ്യാനവും പുന:കഥനം മാത്രമല്ല സ്വതന്ത്രരൂപം കൂടിയാണെന്നുകൂടി തിരിച്ചറിയേണ്ടതുണ്ട്.

രാമായണത്തിന്റെ വാമൊഴി രൂപങ്ങൾ മിക്കവയും നിലകൊള്ളുന്നത് നാടോടി ജനസമൂഹങ്ങളിലാണ്. തലമുറകളിൽ നിന്ന് കൈമാറ്റം ചെയ്ത് വാമൊഴിയിലൂടെ മാത്രം പ്രചരിക്കുന്ന രാമായണ കഥകൾ അതത് ജനതയുടെ സംസ്കൃതിയുമായി ചേർന്നാണ് നിൽക്കുന്നത്. നാടോടി രാമായണങ്ങളിൽ രാമായണ കഥാപാത്രങ്ങൾക്ക് ദൈവിക പരിവേഷം കുറവാണ്. വയനാട് ഗോത്രസംസ്കൃതിയാൽ സമ്പന്നമായ ഇടമാണ്. വയനാട്ടിലെ ഓരോ ഗോത്ര സമൂഹവും ജീവിത രീതികൊണ്ടും സാംസ്കാരികക്രിയകൾ കൊണ്ടും ഭാഷകൊണ്ടും വേഷം കൊണ്ടും വ്യത്യസ്തരാണ്. എന്നാൽ എല്ലാ ഗോത്രവിഭാഗങ്ങളിലും രാമായണ കഥകൾ ഇല്ല. വയനാട്ടിലെ ഏറ്റവുംവലിയ ഗോത്രവിഭാഗമായ പണിയരിൽ രാമകഥകളേ ഇല്ല. അടിയർ, കാട്ടുനായ്കർ തുടങ്ങിയ ഗോത്രവിഭാഗങ്ങളിലും ഇത്തരം കഥകളോ ഗാനങ്ങളോ ഇല്ലെന്നത് ശ്രദ്ധേയമാണ്. എന്നാൽ മുള്ളുക്കുറുമർ, കനലാടികൾ എന്നീ വിഭാഗങ്ങളുടെ പാട്ടുകളിലും മിത്തുകളിലും രാമാ

യണകഥാംശങ്ങൾ നിറഞ്ഞു നിൽക്കുന്നുണ്ട്. കോൽക്കളിപ്പാട്ടുകളിലും കാവൽപ്പാട്ടുകളിലുമാണ് രാമായണ കഥാരംഗങ്ങൾ കടന്നുവരുന്നത്.

രാമായണകഥകളുമായി ബന്ധപ്പെടുത്തി അസംഖ്യം പ്രദേശങ്ങൾ അടയാളപ്പെടുത്താറുണ്ട്. അത്തരം രാമായണകഥാപരിസരം ഉൾപ്പെടുന്ന ഇടങ്ങൾ തെക്കേവയനാട്ടിൽ കാണാം. സീതാ പരിത്യാഗവുമായി ബന്ധപ്പെട്ട കഥകൾ ചേർത്തുകൊണ്ടാണ് ആ സ്ഥലങ്ങൾക്ക് നാമകരണം നടന്നിരിക്കുന്നത്. രാമനാൽ പരിത്യജിക്കപ്പെട്ട സീത കേണിരുന്ന സ്ഥലമാണ് കേണിച്ചിറ. ചിറയ്ക്കരികിൽ വിലപിച്ചിരുന്ന സീതയെ വാല്മീകി തന്റെ ആശ്രമത്തിലേക്ക് കൂട്ടിക്കൊണ്ടുപോകുന്ന വഴിയിലുള്ള ഇടമാണ് ഇരുളം. ആ സ്ഥലത്ത് എത്തിയപ്പോൾ രാത്രിയായതിനാലാണ് ഇരുളം എന്ന പേര് നൽകിയത്. ഒടുവിൽ പർണശാല സ്ഥിതി ചെയ്യുന്ന പുൽപ്പള്ളിക്കടുത്ത സ്ഥലമായ ആശ്രമക്കൊല്ലിയിൽ എത്തുന്നു. ഇപ്പോഴും വാല്മീകിയുടെ ആശ്രമം എന്ന നിലയിൽ അവിടം പരിപാലിക്കുന്നുണ്ട്. ആശ്രമക്കൊല്ലിയിൽ ഒഴുകുന്ന അരുവിക്ക് മഞ്ഞനിറം വരാൻ കാരണം സീത മഞ്ഞൾ തേച്ചു കുളിച്ച ജലം ഒഴുകിയതിനാലെന്ന് വിശ്വസിച്ചുപോരുന്നു. തൊട്ടടുത്ത ചെറിയ കുന്നുകൾ ശിശുമലയും സീതാമടിയുമാണ്. ലവകുശന്മാർ ഉല്ലസിച്ചു നടന്ന ശിശുമല ഇന്ന് ശശിമല എന്നപേരിലാണറിയപ്പെടുന്നത്. അവിടെയുള്ള ഒരു പ്രത്യേകതരം വള്ളിച്ചെടിയുടെ ഇലകൾ പൊട്ടിച്ചാൽ പാൽനിറമൊഴുകും. പണ്ട് ഈ ഇലകളിൽ ലവകുശന്മാർ പാൽ കുടിച്ചതിനാലാണ് ഇപ്പോഴും പാൽനിറമുള്ള ദ്രാവകമൊഴുകുന്നതെന്ന് കരുതുന്നു. സീതാമടിയെന്ന ചെറിയമല ഇന്ന് സീതാമൗണ്ട് എന്ന പേരിലാണ് അറിയപ്പെടുന്നത്. പുൽപ്പള്ളിയിലെ പ്രമുഖ ആരാധനാകേന്ദ്രം സീതാലവകുശ ക്ഷേത്രമാണ്. സീതാലവകുശ ക്ഷേത്രത്തിൽ നിന്ന് ഒരു കിലോമീറ്റർ അകലെയുള്ള കാവാണ് ചേടാറ്റിൻ കാവ്. ജഡയറ്റകാവാണ് ചേടാറ്റിൻകാവായി മാറിയത്. സീത ഭൂമിക്കടിയിലേക്ക് അന്തർദ്ധാനം ചെയ്തുവെന്നു വിശ്വസിക്കുന്ന ഇടമാണിത്. ഭൂമിക്കടിയിലേക്ക് മറയുന്ന സീതയുടെ മുടി മാത്രമേ രാമന് കിട്ടിയുള്ളൂ. കിട്ടിയ മുടിയിഴകൾ വലിച്ചെറിഞ്ഞ സ്ഥലമാണ് മാനിവയൽ. മുടികൾ മാനിപ്പുല്ലുകളായി വളർന്നുവന്നു. മിനുസമുള്ള നേർത്ത പുല്ലാണ് മാനിപ്പുല്ലുകൾ. ഇങ്ങനെ സീതാപരിത്യാഗവുമായി ബന്ധപ്പെട്ട അസംഖ്യം കഥകൾ വയനാടൻ ഗോത്രജനത സൂക്ഷിക്കുന്നുണ്ട്.

തെക്കേ വയനാട്ടിലെ പ്രമുഖ ഗോത്രവിഭാഗക്കാരാണ് മുള്ളുക്കുറുമരും കളനാടികളും. മുള്ളുക്കുറുമർ വേടരാജാക്കൻമാരാണെന്നാണ് മിത്തുകൾ വ്യക്തമാക്കുന്നത്. ത്രേതായുഗത്തിൽ രാമനും സീതയ്ക്കും തുണയായി നിന്ന കാട്ടുവിഭാഗമാണ് മുള്ളുക്കുറുമരെന്ന് കഥകൾ സൂചിപ്പിക്കുന്നുണ്ട്. യുദ്ധസമയത്ത് രാമന് ആയുധസഹായം നൽകിയതും മുള്ളുക്കുറുമരത്രേ. പുൽപ്പള്ളി സീതാലവകുശക്ഷേത്രം, ചേടാറ്റിൻകാവ് എന്നിവയാണ് ഇവരുടെ പ്രധാന ആരാധനാലയങ്ങൾ. കർക്കിടകം പതിനാല് രാവണവധമെന്ന പേരിലാണ് മുള്ളുക്കുറുമർ

ആചരിച്ചുവരുന്നത്. ഇവരുടെ ദൈവപ്പുരയിൽ എല്ലാവരും ഒത്തുചേരുകയും ചടങ്ങുകൾക്ക് ശേഷം ഭക്ഷണം കഴിച്ച് പിരിയുകയും ചെയ്യുന്നു. ഒരു പ്രദേശത്തെ ആരാധനകൾക്കുവേണ്ടി കെട്ടിയുണ്ടാക്കിയ ഇടമാണ് ദൈവപ്പുര. വിവാഹം മറ്റു പ്രധാന ചടങ്ങുകൾ ഒക്കെ നടത്തുന്നത് ദൈവപ്പുരയിൽവച്ചാണ്. കർക്കിടകം പതിനാലിലെ സദ്യയ്ക്ക് ഞണ്ടുകറിയും കോഴിക്കറിയും വേണം. ഞണ്ട് കബന്ധനെയും കോഴി രാവണനെയും പ്രതിനിധീകരിക്കുന്നു. പൂവൻകോഴിയുടെ ശിരസ്സിലെ പൂവ് പത്തു ശിരസ്സായി കരുതി പ്രത്യേകം മുറിച്ചെടുക്കാറുണ്ട്. അതുപോലെ കാക്കയെ തൊട്ടാൽ ഏഴുതവണ കുളിക്കണമെന്നാണ് മുള്ളുക്കുറുമർ കരുതുന്നത്. വനവാസകാലത്ത് സീതയും രാമനും വിശ്രമിക്കുന്ന നേരത്ത് കാക്ക സീതയുടെ മുലക്കണ്ണ് കൊത്തിക്കൊണ്ടുപോയി. രാമൻ അമ്പെയ്തപ്പോൾ കാക്കയുടെ കണ്ണിലാണ് തറച്ചത്. അതുകൊണ്ടാണ് കാക്ക ചെരിഞ്ഞുനോക്കുന്നത്രേ. സീതയെ ഉപദ്രവിച്ച ജീവിയായതിനാലാണ് കാക്കയെ തൊട്ടാൽ കുളിക്കേണമെന്നരീതി കൊണ്ടുവന്നത്.

മുള്ളുക്കുറുമരുടെയും കളനാടികളുടെയും പാട്ടുകളിൽ രാമായണ കഥാഭാഗങ്ങൾ ചിതറിക്കിടക്കുന്നതു കാണാവുന്നതാണ്. ആദിമാധ്യാന്തപൊരുത്തമുള്ള രാമായണ പാഠങ്ങൾ പാട്ടുകളിലില്ല. രാമായണ കഥകളുടെ ശകലിത ചിത്രങ്ങളാണ് പാട്ടുകളിൽ നിന്ന് കണ്ടെടുക്കാൻ കഴിയുക. മുള്ളുക്കുറുമരുടെ പ്രധാനപ്പെട്ട കലാരൂപമാണ് വട്ടക്കളി. വൃത്താകൃതിയിൽ ചുവടുവെച്ച് നർത്തനമാടുന്ന ഈ കലാരൂപത്തിൽ പുരുഷൻമാർ മാത്രമേ പങ്കെടുക്കാറുള്ളൂ. ആഘോഷങ്ങളിലെല്ലാം ഒഴിച്ചുകൂടാനാവാത്ത വട്ടക്കളിയുടെ കൂടെ പാടുന്ന പാട്ടുകളിൽ രാമായണ കഥാംശമുള്ള അനവധി ഭാഗങ്ങളുണ്ട്. ദൈർഘ്യം കുറഞ്ഞ വരികളിലാണ് കഥ പാടിപ്പോവുന്നത്. വിശ്വാമിത്രന്റെ കൂടെപ്പോവുന്ന രാമലക്ഷ്മണന്മാർ, സീതാസ്വയംവരം, പരശുരാമനോട് ഏറ്റുമുട്ടുന്നത്, വനത്തിലേക്ക് വരാൻ ശാഠ്യം പിടിക്കുന്ന സീതയെ വിലക്കുന്നത്, മാരീചൻ മാനായി വന്നത്, ബാലികഥ, ജഡായു മോക്ഷം, ത്രിജഡയെ കണ്ടുമുട്ടുന്നത്, ഹനുമാനും ലങ്കാലക്ഷ്മിയും തമ്മിലുള്ള സംവാദം, സീതാഹനുമദ് സമാഗമം, ഹനുമാൻ രാവണസഭയിൽ, ഇന്ദ്രജിത്തിന്റെ പടപ്പുറപ്പാടും മരണവും, മണ്ഡോദരീ വിലാപം, സീതയെ വീണ്ടെടുക്കൽ എന്നിവയാണ് പ്രധാനപ്പെട്ട വട്ടക്കളിപ്പാട്ടുകൾ. വട്ടക്കളിപോലെ പ്രധാനപ്പെട്ട വിനോദകലയാണ് കോൽക്കളി. കോൽക്കളിപ്പാട്ടുകളിൽ ഒരു വിഭാഗം രാമായണകഥാഗാനങ്ങളാണ്. താടകാവധം, ശൂർപ്പണഖയുടെ മോഹിനീവേഷം, ബാലി-താര കഥകൾ, ഹനുമാൻ രാവണനുമായി തർക്കിക്കുന്നത് എന്നിവ പ്രധാനപ്പെട്ട കോൽക്കളിപ്പാട്ടുകളാണ്. ഗ്രാമീണവിഷയങ്ങളും മഹാഭാരത കഥകളും അടങ്ങിയ വട്ടക്കളി, കോൽക്കളിപാട്ടുകളുടെ കൂടെ ആലപിച്ചു വരുന്നവയാണ് രാമായണകഥാഗാനങ്ങൾ.

മലർബാണമേറ്റതിനാൽ വിലാസവതിയായ ശൂർപ്പണഖയെ അതിമനോഹരമായാണ് ചിത്രീകരിച്ചിരിക്കുന്നത്-

“ചന്തമൊത്തൊരു നെറ്റിതന്നിൽചാന്തുകൊണ്ടൊരു കുറിതൊട്ട്
കണ്ണെഴുതികാതിനോളം കണ്ണാടി നോക്കി
പത്തുശെപ്പാരമ്പിൻ മുത്തുമുത്തു കാതിൽതോടകളും
കൊഞ്ചികൊഞ്ചി രാഘവനുടെ മുമ്പിലിരുന്നാൾ
ആടി ഓടി നടക്കയും കുളിർമുലകുലുങ്ങയും”

കൊഞ്ചികൊഞ്ചി രാഘവനുടെ മുമ്പിലിരുന്നാൾ - ഗ്രാമീണ യുവതി ചമഞ്ഞൊരുങ്ങുന്ന ചേലിൽ തന്നെയാണ് ശൂർപ്പണഖയുടെ ചമയം. ശൃംഗാരഭാവം മുറ്റിനിൽക്കുന്നതാണീ ഭാഗം.

നാടോടിജീവിതത്തിൽ സാധാരണക്കാർ കലഹിക്കുമ്പോൾ സംസാരിക്കുന്ന ഭാഷയാണ് ഹനുമാന്റെയും രാവണന്റെയും തർക്കത്തിൽ കാണുന്നത്. തനി നാടൻ പദാവലികൾ കൊണ്ട് കൊരുത്ത ഈ ഭാഗം നോക്കുക.

“കൊണ്ടുവന്ന് വെക്കടോ കൊടുക്കാരാമനിന്നെടോ
കട്ടശീതയെങ്ങെടോ കവർന്നശീതയെങ്ങെടോ
ഊക്ക്വീരിയമെന്തെടോ മുഖം കറുത്തതെന്തെടോ
കണ്ണുനട്ടതെന്തെടോ നീ കാലം വഴുകിയതെന്തെടോ”

കലാരൂപത്തിന്റെ ചടുലതാളത്തിനൊത്താണ് പാട്ടുകളും ഘടിപ്പിച്ചിരിക്കുന്നതെന്ന് ഈ ഭാഗം കാണുമ്പോൾ ബോധ്യമാവുന്നുണ്ട്.

സീതാസ്വയംവര വേളയിൽ വില്ലൊടിക്കുന്നതും രാജാക്കന്മാരുടെ പ്രതികരണവും കാച്ചിക്കുറുക്കിയ വാക്കുകളിൽ ചേർത്തെടുത്തിട്ടുണ്ട്-

“വില്ലുമുറിച്ചുഞെടുഞെടെ രാഘവൻ
ഞെട്ടിനല്ലാരും രാജാക്കൻമാരും
അപ്പോൾ ജനങ്ങള് നിന്ന് പറഞ്ഞിത്
ഇക്കന്നിയെതന്നെ ഇവന്കൊടുക്കണം”

കാട്ടിലേക്ക് കൂടെവരാൻ തയ്യാറെടുക്കുന്ന സീതയെ വിലക്കുന്ന രാമന്റെ ഭാഷ ഗ്രാമീണ പദാവലികളാൽ സമൃദ്ധമാണ്-

“പോരേണ്ട പോരേണ്ട സീതെ നീയ്
കള്ളൻ വരവുണ്ട് വിഷ്യരുണ്ട്
കാട്ടാനയുണ്ട് കരടിയുണ്ട്
കായും കനിയുമേ ഉണ്ണാനുള്ളു
ചോലനീർ വെള്ളമേ കുടിപ്പാനുള്ളൂ
ആടയുടുപ്പാൻ മരത്തുകലും
മുടിപ്പുതപ്പാൻ പുലിത്തുകലും
നിദ്രയ്ക്കാ പാറ കിടപ്പാനുള്ളൂ”

ഹനുമാനും ലങ്കാലക്ഷ്മിയും തമ്മിലുള്ള സംവാദത്തിൽ കുറേക്കൂടി ഗ്രാമീണ ശൈലി കാണാവുന്നതാണ്-

"യെന്താണേ ബന്താണേ പെണ്ണാണേ നീയാണേ
എന്തൊരു കാവൽ നീ കാക്കുന്നണേ
കാക്കുന്നതാരാണ് കാവൽ വെച്ചതാരാണ്
ചൊല്ലേണേ നീയണേ പെണ്ണണേ നീ
പെണ്ണുങ്ങൾ കാക്കുന്ന കാവലിതാരാണ്"

മുള്ളുക്കുറുമരുടെ രാമായണ കഥാഗാനങ്ങൾ പരിശോധിക്കുമ്പോൾ വാല്മീകി രാമായണ കഥാഘടനയിൽ നിന്ന് വ്യത്യാസമൊന്നുമില്ല. രാമായണ കഥയെ ഗോത്രജീവിത പരിസരത്തിലേക്ക് ചേർത്തുവക്കാൻ കഴിഞ്ഞിട്ടുണ്ട്. സീതയെ രാവണൻ കൊണ്ടുവന്നിരുത്തിയത് ചെമ്പകമരച്ചുവട്ടിലാണെന്ന് ചില പാട്ടുകളിൽ കാണാം-

"ചമ്പകവൻമരം വലിയൊരു വൻമരം
വൻമരം കീഴില് കൊണ്ടിരുത്തിസീതയെ
പൂങ്കാവനം ചടുതി പൊടിച്ചേതെയ്തെയ്
ചമ്പകവൻമരമേറി കൊമ്പുകളൊടിച്ചേ തെയ്തെയ്"

എന്നിങ്ങനെ പാട്ടുകളിൽ ശിംശപാവൃക്ഷത്തിനു പകരം ചെമ്പകമരമാണ് ചേർത്തിരിക്കുന്നത്. ജഡായു സമ്പാതി കഥയുടെ പശ്ചാത്തലം പുൽപ്പള്ളിയിലെ ജഡയറ്റ കാവാണ്.

"ചേടാറ്റും കാവു നല്ല ഉരത്തവനോം
അവ്വാനത്തില് രണ്ടു പക്ഷികളുണ്ടായി" - എന്നിങ്ങനെയാണ് ജഡയറ്റകാവ് പശ്ചാത്തലമാവുന്ന പാട്ട് ആരംഭിക്കുന്നത്.

തെക്കേവയനാട്ടിലെ ഗോത്രവിഭാഗമായ കളനാടികളുടെ കോൽക്കളിപ്പാട്ടുകളിലും കാവൽപ്പാട്ടുകളിലും രാമായണകഥാംശങ്ങൾ കണ്ടെടുക്കാൻ കഴിയും. കാവൽമാടങ്ങളിൽ ഉറക്കമിളയ്ക്കാതിരുന്നെങ്കിൽ മാത്രമേ വിളകളെ വന്യമൃഗങ്ങളിൽ നിന്ന് രക്ഷിക്കാൻ പറ്റൂ. ഉറക്കം വരാതിരിക്കാനായി പാടുന്ന ഗാനങ്ങളാണ് കാവൽപാട്ടുകൾ. തൊട്ടടുത്ത കാവൽമാടത്തിലെ വ്യക്തിയോട് ചോദ്യരൂപത്തിലാണ് പാട്ടുകൾ തൊടുത്തുവിടുക. ഉത്തരവും പാട്ടിലായിരിക്കും. അത്തരം പാട്ടുകളിൽ രാമായണ കഥാംശങ്ങൾ കടന്നുവരുന്നുണ്ട്.

ചില പാട്ടുകൾ നോക്കുക:

"രാമനും തമ്പി സീതയുമായി വനത്തിൽ വസിച്ച കാലം
രാക്ഷസനായ മാരീചൻ പൊന്മാനായി ഗമിച്ചേ
....
അങ്ങനെയുള്ള മാനിനെയെയ്തുകൊന്നിതുരാമദേവൻ

ലക്ഷ്മണായെന്നു വായ്മുറയിട്ടകാരണം ചൊൽവേൻ
ഭദ്രമായുള്ള ലങ്കാനഗരിയെങ്ങനെയുള്ളൂ പണ്ട്
പത്തു തലയുണ്ടാമതിനും കാരണമെന്ത് രാവണന്?
ഉത്തമസീതതന്നെ ദശാസ്യൻ കട്ടദിവസമേത്?
ഉന്നതനായ മാരുതി ലങ്കപുക്കറ്റ ദിവസമേത്?
അക്ഷരം കണ്ട ബുദ്ധിമാനെങ്കിൽ ഇനിയും
ചൊൽവതോ താൻ....."

ഇങ്ങനെ ചോദ്യോത്തരരീതിയിൽ കടന്നുവരുന്നതാണ് രാമായണ കഥാംശങ്ങൾ. വിനോദ കലാരൂപമായ കോൽക്കളിപ്പാട്ടിലും വട്ടക്കളിപ്പാട്ടിലും രാമായണകഥ സംഗ്രഹിച്ച് ആവിഷ്കരിച്ചിട്ടുണ്ട്.

മുള്ളുക്കുറുമരുടെയും കളനാടികളുടെയും രാമായണ പാട്ടുകൾ പരിശോധിക്കുമ്പോൾ തെളിയുന്നത് പൂർണ്ണമായ രാമായണ പാഠങ്ങൾ ഇവർക്കില്ല എന്നതാണ്. മാത്രവുമല്ല അനുഷ്ഠാനേതര ഗാനങ്ങളായാണ് അവ ഉപയോഗിക്കുന്നത്. കോൽക്കളിയുടെയും വട്ടക്കളിയുടെയും രീതിക്കനുസരിച്ചാണ് പാട്ടുകൾ കെട്ടിയിരിക്കുന്നത്. കളിയുടെ വ്യത്യസ്ത ചുവടുകൾക്കും താളത്തിനും യോജിക്കുന്ന രീതിയിലാണ് പാട്ടുകളുടെ ഘടന. മാത്രവുമല്ല രാമായണ കഥാഗാനങ്ങൾമാത്രമല്ല വട്ടക്കളിയ്ക്കും കോൽക്കളിയ്ക്കും ഉപയോഗിക്കുന്നത്. മഹാഭാരതകഥാഗാനങ്ങളും ഗ്രാമീണ വിഷയങ്ങൾ കടന്നുവരുന്ന ഗാനങ്ങളും ഇടകലർത്തിയാണ് കലാരൂപങ്ങൾ അവതരിപ്പിക്കുക. അതുകൊണ്ട് പൂർണ്ണമായ രാമായണകഥാഗാനത്തിന് പ്രസക്തിയില്ല. ഇവരുടെ ഗാനങ്ങളും പുരാവൃത്തങ്ങളും പരിശോധിക്കുമ്പോൾ രാമായണ കഥയിൽ സീതാ പരിത്യാഗം മുതലുള്ള കഥകൾക്കാണ് ഏറെയും പ്രാധാന്യം എന്നുകാണാം.

വയനാട്ടിലെ ഇതര ഗോത്രവിഭാഗങ്ങളിലൊന്നും രാമായണ, മഹാഭാരത കഥാഗാനങ്ങൾ ഇല്ല. എങ്ങനെയായിരിക്കാം മുള്ളുക്കുറുമരുടെയും കളനാടികളുടെയും ഗാനങ്ങളിൽ രാമായണകഥാഗാനങ്ങൾ കടന്നുവന്നത്? മുള്ളുക്കുറുമരുടെ ഉല്പത്തി പുരാണത്തിൽ ക്ഷത്രിയനായ കുമ്പളരാജാവിന്റെ അടിമകളായി മാറിയ വേടരാജവംശജരായ ഒരു വിഭാഗം മുള്ളുക്കുറുമർ കുമ്പളരാജാവിന്റെ ദാസനായിത്തീർന്നു. എന്നാൽ ഒരു വിഭാഗം ഊരിലേക്ക് കൈത്തൊഴിലുമായി ഇറങ്ങിത്തിരിച്ചു. അവർ ഊരാളിക്കുറുമരെന്ന് അറിയപ്പെട്ടു. മറ്റൊരു വിഭാഗം കാട്ടിലേക്ക് പലായനം ചെയ്തതിനാൽ തേൻകുറുമരെന്ന് വിളിക്കപ്പെട്ടു. ഊരാളിക്കുറുമർക്കും തേൻകുറുമർക്കും രാമായണ മഹാഭാരത കഥാഗാനങ്ങൾ ഇല്ല. തങ്ങളെ കീഴ്പ്പെടുത്തിയ കുമ്പളരാജാക്കന്മാരിൽനിന്ന് ലഭിച്ചതാവണം മുള്ളുക്കുറുമർക്ക് രാമായണ മഹാഭാരതഗാനങ്ങൾ. കിട്ടിയവ സമർത്ഥമായി തങ്ങളുടെ വിനോദങ്ങൾക്ക് വേണ്ടി മാറ്റിയെടുക്കുവാൻ അവർക്കു കഴിഞ്ഞു. ഗോത്രതാളത്തിന്റെ വൃത്തത്തിനകത്തേക്ക് മനോഹരമായി ചേർത്തെടുത്തവയാണ് ഈ ഗാനങ്ങൾ. കളനാടികൾ മുള്ളുക്കുറുമരുമായി ഏറെ അടുപ്പ

മുള്ള ജനതയാണ്. വാസസ്ഥാനവും മുള്ളുക്കുറുമരുടെ അടുത്തുതന്നെയാണ്. മുള്ളുക്കുറുമരിൽനിന്ന് പകർന്നുകിട്ടിയതാവാം കളനാടികളുടെ രാമായണ മഹാഭാരത കഥാഗാനങ്ങൾ. ചില ഗാനങ്ങൾ രണ്ടു വിഭാഗവും ഉപയോഗിക്കുന്നത് ഒരേ ശീലിലുള്ളവയാണ്. പല രൂപത്തിലും ഭാവത്തിലും പരന്നൊഴുകുന്ന രാമായണ കഥകളുടെ വിശാല ലോകത്തിൽ ഗോത്രരാമായണകഥാശീലുകൾക്കും പ്രാധാന്യമുണ്ട്. രാമായണ കഥാഗാനങ്ങളുടെ പഠനത്തിൽ അവയും ഉൾപ്പെടുത്തേണ്ടത് അത്യാവശ്യമാണ്. എങ്കിലേ രാമായണ പഠനങ്ങൾക്ക് പൂർണ്ണത ലഭ്യമാവൂ.

സഹായക ഗ്രന്ഥങ്ങൾ

1. എ.കെ. രാമാനുജൻ (വിവ. പി.എൻ.ഗോപീകൃഷ്ണൻ), 300 രാമായണങ്ങൾ, ഇൻസൈറ്റ് പബ്ലിക്ക, കോഴിക്കോട്, 2015.
2. എ.എസ്. പ്രശാന്ത്കൃഷ്ണൻ (ഡോ.) ഒഴിച്ചുനിർത്തപ്പെട്ടവർ, കേരള ഭാഷാ ഇൻസ്റ്റിറ്റ്യൂട്ട്, തിരുവനന്തപുരം, 2013.
3. മനു ജോസ്, മുള്ളുക്കുറുമ്പരുടെ കളിപ്പാട്ടുകൾ, ആദിവാസി മുന്നേറ്റ സംഘം, ഗൂഡല്ലൂർ, 2001.
4. എം.വി. വിഷ്ണു നമ്പൂതിരി (ഡോ.) നാടൻപാട്ടുകൾ വാല്യം മൂന്ന്, കരള ഫോക്‌ലോർ അക്കാദമി, കണ്ണൂർ, 2004.
5. എം.ആർ. പങ്കജാക്ഷൻ, വയനാട്ടിലെ ആദിവാസികളുടെ പാട്ടുകൾ, കേരള സാഹിത്യ അക്കാദമി, തൃശ്ശൂർ, 1989.
6. മനോജ് മാതിരപ്പള്ളി, കേരളത്തിലെ ആദിവാസികൾ കലയും, സംസ്കാരവും, ഡി.സി. ബുക്സ്, കോട്ടയം, 2013.
7. എം.ജി. അജയൻ, ഗോത്രതാളം, വെറ്റ്കോസ്, സുൽത്താൻ ബത്തേരി, 2009.

കേരളീയതന്ത്രശാസ്ത്രവും ശ്രീരാമസങ്കല്പവും

- ഡോ. നെത്തല്ലൂർ ഹരികൃഷ്ണൻ

ഭാരതീയ സംസ്കാരത്തിന്റെ ഭാഗമാണ് തന്ത്രശാസ്ത്രം. ക്ഷേത്രങ്ങളെ നിലനിർത്തുന്നതിൽ ഈ ശാസ്ത്രത്തിന് വളരെ പങ്കുണ്ട്. ഉപാസനയുടെ ഭാഗമായിട്ടാണ് തന്ത്രശാസ്ത്രം ഭാരതത്തിൽ നിലയുറപ്പിച്ചത്. ചരിത്രാതീതകാലം മുതൽ പ്രസക്തിയോടെ തന്ത്രശാസ്ത്രം നിലനിന്നിരുന്നു. ദേശത്തിന്റേയും, വംശീയതയുടെയും അംശങ്ങൾ സ്വാംശീകരിച്ച് പരിവർത്തന വിധേയമായി വിശാലദർശനത്തെ സ്വീകരിച്ചാണ് തന്ത്രശാഖ വികസിച്ചത്. വിശ്വാസത്തിനുപരിയായി ക്രമീകൃതമായ അനുഷ്ഠാനം വഴി ജൈവപ്രകൃതിയുമായുള്ള മനുഷ്യന്റെ സമരസപ്പെടൽ തന്ത്രശാസ്ത്രത്തിന്റെ അടിത്തറയാണ്. ശൈവഗോത്ര സങ്കൽപ്പത്തിൽ നിന്നും ഉരുത്തിരിഞ്ഞ താന്ത്രികത, അമ്മ ദേവതാരാധനയിലൂടെ പുഷ്ടിപ്പെട്ടു. ആര്യമതത്തിന്റെയും വൈദിക സംസ്കാരത്തിന്റെയും വികാസത്തിന് മുമ്പു തന്നെ ദ്രാവിഡ സംസ്കൃതിയിൽ തന്ത്രം ബാഹ്യാഡംബരങ്ങളെ ത്യജിച്ച് സ്വത്വനിർണ്ണയ വിധേയത്വത്തോടെ വികസിച്ചു. ഗോത്രവർഗ്ഗത്തിന്റെ ചേഷ്ടാസംവേദനത്തിലും, ആശയപ്രകടനാത്മകമായ ശബ്ദസൂചകങ്ങളുടെ നിർമ്മിതിയിലും താന്ത്രികാംശങ്ങളുടെ പ്രഥമഘടന രൂപലാവണ്യത്തോടെ ചേർന്നിരുന്നു. തന്ത്രം കുലത്തൊഴിലായി സ്വീകരിച്ചവരാണ് തന്ത്രിമാർ. ക്ഷേത്രത്തിലെ അനുഷ്ഠാനങ്ങളിലെയും ആരാധനയിലെയും അന്തിമവാക്ക് ഇദ്ദേഹത്തിന്റേതാണ്. വിഗ്രഹത്തിൽ സ്വന്തം ചൈതന്യത്തെ ആവാഹിച്ച് പ്രതിഷ്ഠിക്കുന്നതുകൊണ്ട്, പിതൃസ്ഥാനമാണ് തന്ത്രിക്കുള്ളതെന്ന് പറയപ്പെടുന്നു.

ശാരീരിക ധർമ്മങ്ങളെ പ്രതിപാദിക്കുന്ന ശാസ്ത്രമായതുകൊണ്ട് തനു എന്ന വാക്കിൽ നിന്ന് തന്ത്രശബ്ദമുണ്ടായി. ഒപ്പം തന്നെ മന്ത്രങ്ങളുടെ സംഗീതാത്മകതയാൽ തന്ത്രിയെന്ന ശബ്ദവാചിയിൽ നിന്നും തന്ത്രമുണ്ടായി എന്നും പറയപ്പെടുന്നു. തന്ത്രങ്ങൾ അറുപത്തിനാലാണെന്നും അവ രചിച്ചത് അത്രേയ മുനിയാണെന്നും വിശ്വസിക്കുന്നു. ഭാരതത്തിൽ ശ്രുതി, സ്മൃതി, പുരാണം ഇവയ്ക്കുശേഷം നാലാം സ്ഥാനമാണ് തന്ത്രത്തിനുള്ളത്.

ആചാരരീതിയിൽ വ്യത്യസ്തമാണ് തന്ത്രശാസ്ത്രം. വേദാചാരം, വൈഷ്ണവാചാരം, ശൈവാചാരം, ദക്ഷിണാചാരം എന്ന് നാലു പ്രധാന ആചാരക്രമങ്ങൾ ഇതിൽ വിധിച്ചിരിക്കുന്നു. കേരളീയം, കാശ്മീരി, വിലാസം, ഗൗഡം എന്ന് നാലു തരം തന്ത്രങ്ങളാണ് ഭാരതത്തിലുള്ളത്. ആദ്യകാലത്ത് പഞ്ചോപാസനകളായി തന്ത്രശാസ്ത്രം തിരിഞ്ഞു. വിഷ്ണു, ശിവൻ, ശക്തി, സൂര്യൻ, ഗണപതി എന്നീ അഞ്ചു ദേവതകളെ മുൻനിർത്തിയായിരുന്നു അത്. പിന്നീടിത്

വൈഷ്ണവം, ശൈവം, ശാക്തേയം എന്നീ പ്രധാന മേഖലകളിലേക്ക് കേന്ദ്രീകരിച്ചു. പൂജ എന്ന പ്രക്രിയയിലൂടെയാണ് തന്ത്രശാസ്ത്രം പ്രധാനമായും നിലനിൽക്കുന്നത്. ഒരു വിശിഷ്ടാതിഥിയെ ക്ഷണിച്ചുവരുത്തി സൽക്കരിച്ച് യാത്രയാക്കുന്ന സമ്പ്രദായത്തിന്റെ ആധിദൈവികമായ ആവിഷ്ക്കാരമാണ് ദേവപൂജ. ഇതിന്റെ ഉത്ഭവം ദ്വാപരയുഗത്തിലാണെന്ന് പറയപ്പെടുന്നു. പഞ്ചമഹായജ്ഞത്തിന്റെ ഹോമരൂപത്തിലുള്ള വേദയജ്ഞമാണ് വിഗ്രഹാരാധനയായി രൂപാന്തരപ്പെട്ടത്.

തന്ത്രകൗമുദി, ശക്തിസംഗമതന്ത്രം, രുദ്രയാമളതന്ത്രം, ബ്രഹ്മയാമളതന്ത്രം, കാളികാതന്ത്രം, കുളാർണവതന്ത്രം, മഹാനിർവാണതന്ത്രം, തന്ത്രതത്ത്വം, തന്ത്രസമുച്ചയം, ശേഷസമുച്ചയം, കുഴിക്കാട്ടുപച്ച എന്നിവയാണ് പ്രധാനപ്പെട്ട തന്ത്രഗ്രന്ഥങ്ങൾ. സൃഷ്ടി, പ്രളയം, ആരാധന, സാധനകൾ, ക്രിയകൾ, സിദ്ധികൾ, ധ്യാനം തുടങ്ങിയവ ഇവയിൽ പ്രതിപാദിക്കുന്നു. ദേവിഭാഗവതം, മത്സ്യപുരാണം തുടങ്ങിയ ഗ്രന്ഥങ്ങളിൽ വേദത്തിന്റെ ഭാഗമായിട്ടാണ് തന്ത്രത്തെ കരുതുന്നത്.

സാത്ത്വികം, രാജസം, താമസം എന്നീ മൂന്നു വിഭാഗങ്ങളിലായി തന്ത്രശാസ്ത്രം തിരിഞ്ഞിട്ടുണ്ട്. വാമചാരങ്ങൾ എന്നിറയപ്പെടുന്ന ക്രിയകൾ താമസസ്വഭാവമുള്ളതായിരിക്കും. ഇത് ചെയ്യുന്നവരെ, കാപാലികർ, കാലമുഖന്മാർ, പാശുപതന്മാർ. ഭാണ്ഡികേരന്മാർ, ദിംഗബരന്മാർ, ആഘോരന്മാർ, ചിനാചാരന്മാർ, കൗളാചാരന്മാർ എന്നിങ്ങനെയുള്ള പേരുകളിൽ വിളിക്കുന്നു. അവർ പഞ്ചമകാര പൂജ പ്രധാന ഘടകമായി അംഗീകരിക്കുന്നു. മദ്യം, മാംസം, മത്സ്യം, മുദ്ര, മൈഥുനം എന്നിവയാണ് പഞ്ച മ കാരങ്ങൾ. ഈക്രിയകളെല്ലാം തന്നെ കാലദേശവ്യത്യാസമനുസരിച്ച് പരിണാമപ്പെട്ടിരിക്കുന്നു. ശിവൻ, പാർവ്വതിയ്ക്ക് ഉപദേശിച്ചു കൊടുത്ത തന്ത്രം, ആഗമം എന്നും പാർവ്വതി ശിവന് വിവരിച്ചു നൽകുന്ന തന്ത്രം നിഗമം എന്നും അറിയപ്പെടുന്നു.

ബി.സി. 5000നും 3000നു ഇടയിൽ തന്ത്രത്തിന് വർദ്ധിച്ച തോതിൽ പ്രചാരമുണ്ടായി. ഗോത്രവിശ്വാസഗതിയിൽ പ്രകൃതിശക്തികളോടുള്ള ആദിമജനതയുടെ സമീപനത്തിന്റെ വൈവിദ്ധ്യതയിൽ ഉടലെടുത്ത വൈചിത്ര്യതകൾ താന്ത്രിക ഘടനയുടെ സങ്കൽപ്പബോധത്തിന്റെ അകപ്പൊരുളുകളായി വർത്തിക്കുന്നു. വ്യഷ്ടി ബോധവിശ്വാസങ്ങൾക്കുപരിയായി പഞ്ചഭൂതാത്മകമായ പ്രപഞ്ചനിർണ്ണയത്തെക്കുറിച്ചുള്ള വ്യാകുലതകളിൽ രൂഢമായ ചിന്താശക്തി ആരാധനയിലേക്കും, അതുവഴി ആത്മീയതയിലേക്കും ഗോത്രസംസ്കൃതിയെ എത്തിച്ചു.

ജലം, ഭൂമി, ആകാശം, വായു, അഗ്നി എന്ന പഞ്ചഭൂതഘടനയെ, അതിന്റെ ദൈവിക പരിവേഷത്തിനു പുറത്തുള്ള കണ്ടെത്തലുകളായി സമീപിക്കുകയായിരുന്നു ആദ്യം. പിന്നീട് ജലത്തെ, വ്യഷ്ടി എന്ന പ്രകൃതി യാഥാർത്ഥ്യവുമായി ബന്ധപ്പെടുത്തി, അനിയന്ത്രിതമായ സങ്കൽപ്പസാന്നിദ്ധ്യമാക്കി ആദരിച്ചു.

ഇതിനൊപ്പം തന്നെ, ഭൂമി, ആകാശം, വായു തുടങ്ങിയ ഘടകങ്ങളെ അമാനുഷികമായ ചൈതന്യവിശേഷങ്ങളായി കണ്ടെത്താനും ജീവിതയാഥാർത്ഥ്യങ്ങളുമായി അവയെ ബന്ധപ്പെടുത്തുവാനും തുടങ്ങി. ഇതിൽ അഗ്നിയെ ആദ്യം വിഹ്വലതയോടെ സമീപിക്കുകയും, ക്രിയകളിലൂടെ ആചരിക്കുകയും ചെയ്തു. തന്ത്രശാഖ അതിന്റെ ദർശന വിശേഷങ്ങളുമായി ചേർക്കപ്പെട്ടപ്പോൾ തത്ത്വവാദവും, ദർശന ചിന്തയും അഗ്നിയിലൂടെ രൂഢഭാവത്തിൽ ചേർക്കപ്പെടുന്നത് വേദകാലത്തെ പോലെ, സമീപകാലത്തും ഏക പ്രാധാന്യത്തോടെ നിലനിൽക്കുന്നുണ്ട്. ഇങ്ങനെ ഓരോ പ്രകൃതി പ്രതിഭാസങ്ങളോടുമുള്ള ഭയം പിന്നീട് ആരാധനഘടകങ്ങളായി തന്ത്രശാസ്ത്രത്തിൽ വിവരിക്കപ്പെട്ടിരുന്നു.

പാരസ്പര്യ വ്യാവഹാരിക ബന്ധങ്ങളെ യോജിപ്പിക്കുന്നതിന് വേണ്ടി പ്രകൃത്യാ ഉരുത്തിരിഞ്ഞു വന്ന അംഗചലനങ്ങൾ പരിവർത്തനപ്പെട്ട് തന്ത്രശാസ്ത്ര പ്രത്യേകതകളായ മുദ്രകളായി മാറി. മുഷ്ടി, അംഗുലിക്രിയകൾ തുടങ്ങിയവ പിന്നീട് ഉപേക്ഷിക്കാൻ സാധിക്കാത്ത താന്ത്രിക പ്രതീകങ്ങളായി പരിണമിച്ചു. ഇതിനൊപ്പം ആശയവിനിമയ സംവിധാനങ്ങളായിരുന്ന ശബ്ദ സന്നിവേശങ്ങൾ മന്ത്രോപരി പ്രധാനങ്ങളായ ബീജശക്തികളായി മാറി. ഇവ ബീജമന്ത്രങ്ങളായി ഘടനവത്കരിച്ച്, അവയ്ക്ക് മന്ത്രപ്രധാനങ്ങളായ ദേവതാവസ്ഥകളുമായി ചാർച്ചയുണ്ടായി. ഹ്രീം, ക്ലീം, സൗം, ശ്രീ തുടങ്ങിയ നിരവധി ബീജാക്ഷരങ്ങൾ തന്ത്രശാഖയിലുണ്ട്.

തന്ത്രശാസ്ത്രത്തിൽ ദേവതാവസ്ഥകളുടെ ദ്വന്ദ പരികല്പനകളിലൂടെ, (പ്രകൃതി/പുരുഷൻ, ദേവൻ/ ദേവി) അഭൗമബോധത്തെ വ്യാഖ്യാനിക്കുകയും, അവയ്ക്ക് വിശ്വാസ വ്യാകരണം സൃഷ്ടിക്കുകയും ചെയ്തു. ഇത് വ്യഷ്ടി-സമഷ്ടി ബോധത്തിലുപരിയായി ലിംഗഭിന്നതയിൽ വിലീനമാവുകയും, അതിൽ ആത്മബോധനത്തിന്റെ സംഭൂതി തത്ത്വങ്ങൾ ചേർത്ത് വെച്ച് സൗന്ദര്യാത്മകതയുടേതായ നിഷ്ടകൾ രചിക്കുകയും ചെയ്തു. അങ്ങനെയാണ് തന്ത്രശാസ്ത്രം ക്രമീകൃതമായ അനുഷ്ഠാന ഘടനയായി പുനർനിർണ്ണയിക്കപ്പെട്ടത്.

ആദ്യ ശൈവഗോത്രസങ്കൽപ്പവും, ശാക്തേയ ആരാധനാ ചിന്തയും ചേർന്ന് ഒരു ദ്രാവിഡ താന്ത്രികത ഉരുത്തിരിഞ്ഞു. പ്രബലമായ വൈദിക സംസ്കൃതിയിൽ ഋക്കുകളിൽ വിവരിക്കുന്ന ശിവ സങ്കൽപ്പത്തിന്റെ ആദിമ പ്രഭാവം ശൈവഗോത്രീയതയിൽ വിലയിച്ചിട്ടുണ്ട്. ഇത് ശൈവ-ശാക്തേയ ദ്വന്ദ പരികൽപ്പനയിലൂടെ വികാസം പ്രാപിച്ചു. സ്ത്രീ - പുരുഷ/പ്രകൃതി - പുരുഷ ഘടനയുടെ യോജ്യതയിൽ പ്രപഞ്ചത്തിന്റെ പ്രഥമഘടന ഊർജ്ജപ്പെടുന്നുവെന്ന കണ്ടെത്തലിലൂടെയാണ് ആദിമ താന്ത്രികത വികസിതമായത്. ഇതുകൊണ്ട് തന്നെയാണ് മന്ത്രദീക്ഷാ ചടങ്ങിന് സ്ത്രീ - പുരുഷഭേദം കൽപ്പിക്കാതിരുന്നതും.

സ്ത്രീ - പുരുഷ ബന്ധത്തിന്റെ പാരമ്യതയിലാണ് ലോകത്തിന്റെ നിലനിൽപ്പ് എന്ന വാസ്തവികത, തന്ത്രത്തിന്റെ സൂക്ഷ്മാംശത്തിൽ ചേർന്നിരുന്നു.

അതുവഴി ജൈവ സവിശേഷതയുമായി സമരസപ്പെടുത്തി പ്രകൃതിയുമായി ചാർച്ച വരുത്തുകയുമാണ് ആദിമ താന്ത്രികർ ചെയ്തത്. ഈ ദ്വന്ദ പരികൽപ്പന മന്ത്രോച്ചാരണം മുതൽ ഉപാസനാനിഷ്ഠമായ ആചരണവിധികളിലും, സാധനയിലും, അനുഭൂതിനിഷ്ഠവുമായ പര്യാലോചനകളിലും നിലനിന്നിരുന്നു. മൂർത്തി എന്ന അഭിസംബോധന ആവാഹനാ വിധികളിൽ സ്ത്രീ - പുരുഷഭേദങ്ങൾക്കൊരുപോലെ ഉപയോഗിക്കുന്നു. ദേവത, എന്ന പദവും ഇതേ ഉദ്ദേശത്തിലുപയോഗിക്കുന്നു. ശക്തി സ്ത്രീലിംഗവാചിയും ശിവൻ പുല്ലിംഗ ശബ്ദവുമാണ്. ബ്രഹ്മത്തിന്റെ വ്യഷ്ടി പരിഗണനയിൽ ലിംഗഭേദം കൽപ്പിച്ച് മാനുഷിക പരികൽപ്പനയിലെ നൈസർഗ്ഗികതയിലേക്ക് എത്തുന്നതു വഴി ജൈവപരമായ സൂക്ഷ്മബന്ധവും മാനവീകരണവും തന്ത്രശാസ്ത്രം എടുത്തു കാട്ടുന്നുണ്ട്. തന്ത്രശാസ്ത്രത്തിന്റെ ആചരണവിധികളിലും ക്രിയാമാർഗ്ഗങ്ങളിലും ഈ ബോധനം ഉൾച്ചേർന്നിരിക്കുന്നു.

ആര്യ കേന്ദ്രീകൃതമായ വൈദിക സംസ്കാരം സമൂഹത്തിന്റെ അടിത്തട്ടിലേക്ക് ഇറങ്ങിച്ചെല്ലാതിരുന്ന്, ശുദ്ധാശുദ്ധങ്ങൾ നിർവ്വചിച്ചു. ഇത് തന്ത്രത്തിന് ബഹുജനപങ്കാളിത്തം ലഭിക്കാതിരിക്കാൻകാരണമായി. വൈദികതയിലുള്ള ആചരണവിധിയിൽ തന്ത്രശാസ്ത്രത്തിലും നിലനിൽക്കുന്നുണ്ട്.

വൈദികീ താന്ത്രികീചൈവ
ദ്വിവിധാ ശ്രുതിരീതിത (കല്ലുകഭട്ടൻ)

വൈദികമെന്നും താന്ത്രികമെന്നും ശ്രുതി രണ്ടുവിധമുണ്ടെന്ന് കല്ലുകഭട്ടൻ പറയുന്നു. തന്ത്രം യഥാർത്ഥത്തിൽ തത്ത്വജ്ഞാനം മൂർത്തീ രൂപത്തിൽ (അഥവാ അവസ്ഥാഭേദത്തിലൊ, സഗുണഭാവത്തിലൊ) ആക്കിയതാണെന്നും, ആദ്ധ്യാത്മിക കാര്യങ്ങൾ മനസ്സിലാക്കുവാൻ എല്ലാ മന്ത്രങ്ങളിലും തന്ത്രഭാഗത്തിന്റെ ആവശ്യമുണ്ടെന്നും സ്വാമി വിവേകാനന്ദൻ പറയുന്നുണ്ട്. (വിവേകാനന്ദ സാഹിത്യ സർവ്വസ്വം)

ആദിമ ദ്രാവിഡ സങ്കൽപ്പത്തിലെ താന്ത്രികതയിൽ, പിന്നീട് ആര്യതാന്ത്രിക സങ്കൽപ്പം കുടിയേറുകയും താന്ത്രികത ആര്യ വിഭാഗത്തിന്റെ മാത്രമെന്ന പൊതുധാരണ മനഃപൂർവ്വം ഉയരുകയും ചെയ്തു. അങ്ങനെയാണ് താന്ത്രിക മതം വരേണ്യ വിഭാഗത്തിന്റേതെന്ന സങ്കൽപ്പം ഉടലെടുത്തത്. എന്നാൽ പിന്നീട് താന്ത്രിക മതത്തിന്റെ വികാസത്തിലൂടെ ബ്രാഹ്മണ കേന്ദ്രീകൃതം മാത്രമല്ല തന്ത്രമെന്ന ചിന്ത ഈ ശാസ്ത്രത്തിന് പൊതു ഇടങ്ങളിൽ തക്കതായ സ്ഥാനം നൽകി. ഏതു വിഭാഗത്തിൽപ്പെട്ടവർക്കും താന്ത്രിക വിദ്യ അഭ്യസിക്കാമെന്നും, അത് ജീവിതത്തിൽ ഔദ്യോഗികതയ്ക്കും, ധിഷണോത്ക്കർഷത്തിനും പര്യാപ്തമാണെന്നുള്ള ധാരണ സ്ഥിരപ്പെട്ടു. ഏതൊരാൾക്കും തന്ത്രം അഭ്യസിക്കാമെന്ന അറിവിലേക്ക് ഇത് സമൂഹത്തെ എത്തിച്ചു. സങ്കൽപ്പ ശാസ്ത്രമെന്ന പൊതുധാരണയുണ്ടെങ്കിലും മാനവിക മൂല്ല്യങ്ങൾക്കും ജീവിതചര്യകൾക്കും സമൂഹ സംബന്ധി

യായ മറ്റ് ഘടകങ്ങൾക്കും പഠനങ്ങൾക്കും തന്ത്രശാസ്ത്രം ഏറെ സഹായിക്കുന്നുവെന്ന വിശാല വീക്ഷണത്തിലാണ് ഈ ശാസ്ത്രത്തെ ആധുനികർ സമീപിക്കുന്നത്. സൗന്ദര്യലഹരി വ്യാഖ്യാനത്തിൽ കാമബീജത്തെ ധ്യാനിച്ച് സൂക്ഷ്മദർശനം സാധ്യമാക്കണമെന്ന് പറയുന്നു. കാമശക്തപദം ഇഷ്ടം അഥവാ താത്പര്യാർത്ഥ വാചിയാണ്. രതി താന്ത്രികത തന്ത്രത്തിന്റെ ഒരു ഭാഗമായി നിലനിൽക്കുന്നുമുണ്ട്. ഇത് വ്യക്തിയിൽ തന്നെയുള്ള സ്ത്രൈണ പുരുഷബോധത്തെ ഏകീകൃതാവസ്ഥയിൽ ലയിപ്പിക്കുകയെന്ന തത്ത്വത്തിൽ സ്ഥിതി ചെയ്യുന്നു. സ്വത്വ/കേന്ദ്രീകൃതവും മൂല്ല്യവത്തും, വ്യക്തിനിഷ്ഠാപൂർണ്ണവുമായ സ്വഭാവ ഘടന വേർതിരിച്ചെടുക്കുന്നതിനുള്ള വഴി കൂടിയാണ്.

തന്ത്രശാസ്ത്രം പലപ്പോഴായി വിവിധ ശാസ്ത്രശാഖകളുമായി ചേർന്ന് പരിവർത്തനവിധേയമാവുകയും, അതിൽ നവീനമായ ആശയങ്ങൾ ചേരുകയും ചെയ്തു. ദർശനങ്ങളും, സംസ്ക്കാരങ്ങളും സ്വീകരിച്ച് സ്വയം മാറാൻ തന്ത്രത്തിന് കഴിയുന്നു. പ്രാകൃതമായ ചുറ്റുപാടിൽ രൂഢമാക്കപ്പെട്ട ദ്രാവിഡ താന്ത്രികത പിന്നീട് സംസ്ക്കരിക്കപ്പെടുന്നതായി താന്ത്രിക ചരിത്രം പരിശോധിച്ചാൽ മനസ്സിലാക്കാം. വൈദിക മതത്തിലെ ചില ബാഹ്യാംശങ്ങളെ സ്വാംശീകരിച്ചതിനാലും, സാധാരണക്കാർക്ക് സമീപിക്കുന്നതിന് സാങ്കേതികതടസ്സങ്ങൾ നിലനിന്നിരുന്നതിനാലും വരേണ്യ വിഭാഗത്തിലേക്ക് തന്ത്രമതം ഒതുങ്ങിയിരുന്നു. ഭയം/ ശുദ്ധം/ വർഗ്ഗം/ ലിംഗം/ നിലനിൽപ്പ് തുടങ്ങി നിരവധി ഘടകങ്ങൾ സാധാരണക്കാർക്കും തന്ത്രശാസ്ത്രത്തിനുമിടയിൽ നിലനിന്നിരുന്നു. ഇത് താന്ത്രികമായ ആചരണങ്ങളുമായി തുറന്ന സമീപനം നടത്തുവാൻ തടസ്സമായി നിന്നു. എന്നാൽ നിഷ്ഠാപൂർണ്ണതയാണ് തന്ത്രത്തിന് അധികാരിയെ (കർമ്മത്തിന് യോഗ്യത) നിർണ്ണയിക്കുന്നതെന്ന ധാരണ സമകാലികതയിൽ ഏറെ ചർച്ച ചെയ്യപ്പെടുന്നുണ്ട്.

താന്ത്രികപാഠങ്ങളിലെ ശ്രീരാമൻ

വൈഷ്ണവതാന്ത്രികആചരണങ്ങളിൽ ഉൾപ്പെടുത്തിയാണ് 'ശ്രീരാമ'നെ പ്രധാന ദേവതയായി സങ്കല്പിച്ചുകൊണ്ടുള്ള താന്ത്രികാനുഷ്ഠാനങ്ങൾ നടത്തുന്നത്. ധ്യാനഭേദംകൊണ്ട് മൂലമന്ത്രത്തിനും ചില വ്യത്യാസങ്ങൾ കണ്ടു വരുന്നു. പ്രാചീന താന്ത്രികഗ്രന്ഥമായ 'ശാരദാതിലക'ത്തിൽ ശ്രീരാമസങ്കല്പത്തിലുള്ള മൂർത്തീപൂജാകാര്യങ്ങൾ കണ്ടു വരുന്നുണ്ട്. 'രാം രാമായ നമഃ എന്ന മൂലമന്ത്രം ജപിച്ചുകൊണ്ടുള്ള തുടർതാന്ത്രികക്രിയകളാണ് ഇതിൽ പ്രധാനമായും ചേർത്തിരിക്കുന്നത്. 'ഷഡക്ഷരിമന്ത്ര'മെന്ന പേരിലുള്ള മന്ത്രം പുരുഷാർത്ഥങ്ങളായ ധർമ്മാർത്ഥകാമമോക്ഷങ്ങളെ പ്രദാനം ചെയ്യുന്നതാണെന്ന് ആദ്യമേ തന്നെ വ്യക്തമാക്കുന്നു. പ്രസ്തുത മന്ത്രത്തിന്റെ ഋഷി ബ്രഹ്മാവും ഛന്ദസ്സ് ഗായത്രിയും ദേവതാ രാക്ഷസമർദ്ദനസ്വഭാവത്തിലുള്ള രാമനുമാണ്. താന്ത്രികക്രിയകൾക്കെല്ലാം മന്ത്രജപം ആരംഭിക്കുന്നതിനു മുന്നോടിയായി മൃഗമുദ്രകൊണ്ട് ശിരസ്, നാസിക, ഹൃദയം എന്നീ സ്ഥാനങ്ങളെ സ്പർശിച്ച് ആചരിക്കേണ്ട ക്രിയയാണ് 'ഋഷ്യാദി'

എന്ന് ചുരുക്കത്തിൽ പറയുന്ന സാങ്കേതിക വാക്ക്. മന്ത്രം സൃഷ്ടിച്ച ദ്രഷ്ടാവിനെ ഗുരുത്വസങ്കല്പത്തിൽ ആദരിക്കുന്ന സൂക്ഷ്മതന്ത്രമാണിത്. ശിരസ്: സൃഷ്ടി-ബോധം-> ഋഷി/ നാസിക: പ്രാണൻ - ഭാവം -> ഛന്ദസ്/ ഹൃദയം: സങ്കല്പം - ധ്യാനം -> ദേവത എന്നിങ്ങനെ അനുക്രമമായി വികസിക്കുന്ന ജ്ഞാനവിചാരമാണ് ഋഷ്യാദിയിൽ ചേർത്തിരിക്കുന്നത്. ഇതിൽ ദേവതയുമായി അടുത്തിരിക്കുന്നത് ധ്യാനമാണ്. മൂലമന്ത്രത്തിന്റെ ഘടനയും ഭാവവും ധ്യാനത്തിൽ വ്യക്തമാക്കുന്ന ദേവതയുടെ രൂപത്തെ അടിസ്ഥാനമാക്കിയുള്ളതായി രിക്കും. തന്ത്രശാസ്ത്രാർത്ഥത്തിൽ 'ധ്യാന'മെന്നതുകൊണ്ട് നിർദ്ദിഷ്ടദേവതയുടെ സ്വഭാവസ്വരൂപത്തെ അംഗപ്രത്യംഗങ്ങളോടെ വർണ്ണിക്കുന്ന ശ്ലോകത്തിന്റെ ഉച്ചാരണവും വിചാരവുമാണ്. ശ്ലോകവർണ്ണനയിലെ ദേവതാരൂപത്തെ മനനം ചെയ്തുവേണം ധ്യാനം ആചരിക്കാൻ-

> "കാലാം ഭോധരകാന്തി കാന്തമനിശം വീരസനാധ്യാസിതം
> മുദ്രാം ജ്ഞാനമയിം ദധാനമപരംഹസ്താംബുജം ജാനുനി
> സീതാം പാർശ്വഗതാം സരോരുഹകരാം വിദ്യുന്നിഭാം രാഘവം
> പശ്യന്തീം മുകുടാംഗദാദി വിവിധാകല്പോജ്ജ്വലാംഗം ഭജേ"
> (ലക്ഷ്മണദേശികേന്ദ്രൻ: 2010:446)

സീതാസമേതനായിരിക്കുന്ന ശ്രീരാമസങ്കല്പത്തിലുള്ള ധ്യാനമാണിത്. ശാരദാതിലകത്തിൽ പതിനഞ്ചാം പടലത്തിൽ 'വിഷ്ണുവിധാന'ത്തിലാണ് ശ്രീരാമന്റെ താന്ത്രികാചാരണവും ഉപാസനയും ചേർത്തിരിക്കുന്നത്. വിഷ്ണുവിന്റെ അഷ്ടാക്ഷരമന്ത്രം, ദ്വാദശാക്ഷരമന്ത്രം, ലക്ഷ്മീവാസുദേവമന്ത്രം, ദധിവാമനമന്ത്രം, ഹയഗ്രീവഗോപാലമന്ത്രം എന്നിവയ്ക്ക് ശേഷമാണ് രാമമന്ത്രം വരുന്നത്. ഈ മന്ത്രം പന്ത്രണ്ടുലക്ഷം തവണ ജപിക്കണമെന്നും തുടർന്ന് വൈഷ്ണവ അഗ്നി പീഠം നിർമ്മിച്ച് ഹോമം നടത്തണമെന്നും വിശദീകരിക്കുന്നു. 'ശ്രീരാമ പാർശ്വഗത'യായ സീതയ്ക്ക് പ്രാധാന്യത്തോടുകൂടിയുള്ള താന്ത്രികാചരണവും ഇതിനൊപ്പമുണ്ട്. ഹനുമാൻ, സുഗ്രീവൻ, വിഭീഷണൻ, ലക്ഷ്മണൻ, അംഗദൻ, ശത്രുഘ്നൻ, ജാംബവാൻ, ജയന്തൻ, വിജയൻ, സുരാഷ്ട്രൻ, രാഷ്ട്രവർദ്ധനൻ, ആകോപൻ, ധർമ്മപാലൻ, സുമന്ത്രർ എന്നിവരെ ശ്രീരാമപൂജയ്ക്കൊപ്പം ഉൾപ്പെടുത്തണമെന്നുകൂടി ശാരദാതിലകം വ്യക്തമാക്കുന്നു. രാമമന്ത്രത്തിന്റെ ജപം കൊണ്ട് ലഭിക്കുന്ന ഈ ജന്മത്തിലെ ഫലങ്ങൾ കൂടി തുടർന്ന് വിവരിക്കുന്നു. രാമമന്ത്രസിദ്ധി വന്ന ഉപാസകൻ രാമമന്ത്രജപത്താൽ ജലം പാനം ചെയ്താൽ ഒരു സംവത്സരത്തിനകം കവിത്വസിദ്ധിയും അന്നം ഭക്ഷിച്ചാൽ ആരോഗ്യസമൃദ്ധിയും ലഭിക്കുമെന്നാണ് ഫലഗണനയിൽ പറയുന്നത്. ഇതേ മൂലമന്ത്രത്തിന്റെ 'യന്ത്രവിധിയും ശാരദാതിലകം വിശദമാക്കുന്നുണ്ട്. ഷഡ്കോണം/വൃത്തം/ അഷ്ടദളം/ രണ്ടു വീഥി/വൃത്തം എന്ന പ്രകാരങ്ങളിലുള്ള യന്ത്ര നിർമ്മിതിയാണ് 'ശ്രീരാമയന്ത്ര'ത്തിന്റെ രചനയ്ക്ക് ഉപയോഗിക്കുന്നത്.

വർണ്ണനപ്രധാനങ്ങളായ 'മാലാമന്ത്ര'ങ്ങൾ തന്ത്രശാസ്ത്രത്തിന്റെ ഉപാസനാക്രമത്തിൽ വിവരിക്കുന്നുണ്ട്. ശ്രീരാമനും മാലാമന്ത്രം വിധിച്ചിട്ടുണ്ട്. "ഓം നമോ ഭഗവതേ രഘുനന്ദനായ രക്ഷോഘ്ന വിഷദായ മധുരപ്രസന്നവദനായ അമിത തേജസേ ബാലായ രാമായ വിഷ്ണുവേ നമഃ" എന്ന മന്ത്രമാണ് ശ്രീരാമന്റെ മാലാമന്ത്രമായി ഉപയോഗിക്കുന്നത്. 'ഹും ജാനകീവല്ലഭായ സ്വാഹ' എന്ന മന്ത്രം ശ്രീരാമന്റെ 'ദശാക്ഷരിമന്ത്ര'മായി ആചരിച്ചു വരുന്നു. കേരളീയ തന്ത്രാചരണത്തിൽ മറ്റു ചില ശ്രീരാമമന്ത്രങ്ങൾ കൂടി ഉൾപ്പെടുത്തിയിട്ടുണ്ട്. വീരരാമസങ്കല്പത്തിലുള്ള രാമപൂജയിൽ ബാണവും കോദണ്ഡവും ധരിച്ച ജടാമുകുടധാരിയായ ദേവനെ സങ്കല്പിച്ചാണ് അനുഷ്ഠാനങ്ങൾ നടത്തുന്നത്. 'ജാമദഗ്നിദർപ്പഹരനായ' ശ്രീരാമമന്ത്രത്തിന്റെ സ്രഷ്ടാവ് ബ്രഹ്മാവാണ്. ത്രിഷ്ടുപ്ഛന്ദസ്സിലാണിതിന്റെ രചന. മഹാവിഷ്ണുവിന്റെ താന്ത്രികാചരണത്തിലെ ഭൂഷണസങ്കല്പങ്ങളെല്ലാം ജാമാദഗ്നിദർപ്പഹരനിലും സന്നിവേശിപ്പിച്ചിരിക്കുന്നു. മകുടം, മകരകുണ്ഡലം, വനമാല, ശ്രീവത്സം, ശ്രീകൗസ്തുഭം, ശ്രീ പുഷ്ടി, വൈനതേയൻ എന്നീ വൈഷ്ണവഭൂഷണങ്ങൾ ഇവിടെ ആചരിക്കപ്പെടുന്നു. ഭരദ്വാജഋഷി ദർശിച്ച രാമഭദ്രമന്ത്രം അനുഷ്ടുപ്പ് വൃത്തത്തിലുള്ളതാണ്. രത്നകിരീടം, മകുടം, മണികുണ്ഡലം, കേയൂരഹാരം, അംഗദം, കങ്കണം, കടകം, മണികുണ്ഡലം, കേയൂരഹാരം, അംഗദം, കങ്കണം, കടകം, രത്നാഗുലീയം, രത്നകാഞ്ചി, മണിനൂപുരം എന്നിങ്ങനെയുള്ള ഭൂഷണത്തോടുകൂടി സീതാസഹിതനായ രാമനെയാണ് താന്ത്രികവിധിയിലൂടെ ആചരിക്കുന്നത്. മറ്റൊരു രാമഭദ്രസങ്കല്പത്തിലുള്ള മന്ത്രത്തിന്റെ ഛന്ദസ്സ് 'വിരാട്ടാ'ണ്. ഇവിടെ ജ്ഞാനമുദ്ര, ജാനുന്യസ്തകരം എന്നിവ ആയുധത്തിന്റെ വകഭേദമായി തീരുന്നു. 'സീതാപതി മന്ത്ര' പ്രകാരമുള്ള പൂജയിൽ ശ്രീരാമനൊപ്പം സീതയ്ക്കും തുല്യമായ പ്രാധാന്യം ലഭിക്കുന്നുണ്ട്. ലക്ഷ്മീനാരായണപൂജ, ഉമാമഹേശ്വരപൂജ, ലക്ഷ്മീനരസിംഹപൂജ എന്നിങ്ങനെ അതാത് ദേവന്മാരുടെ ശക്തിഭാവങ്ങളായി ദേവിമാരുടെ സാമീപ്യത്തോടെയുള്ള അനുഷ്ഠാനവിധികൾ ഭാരതീയ തന്ത്രത്തിൽ മിക്കപ്പോഴും കണ്ടു വരുന്നു. വൈഷ്ണവഭക്തിപ്രസ്ഥാന ത്തിന്റെ പ്രചാരണത്തോടു കൂടിയാണ് ശ്രീരാമതന്ത്രത്തിന്റേയും പ്രചരണം വർധിച്ചത്. മിക്കപ്പോഴും രാമസാന്നിധ്യഉപാസനകളിൽ സീതയ്ക്കും ലക്ഷ്മണനും ഹനുമാനും പ്രാധാന്യം നൽകിവരുന്നുണ്ട്. വ്യത്യസ്തമായ നിവേദ്യങ്ങൾ, പുഷ്ങ്ങൾ, സൂക്തങ്ങൾ എന്നിവയും രാമപൂജയിൽ ഉപയോഗിക്കുന്നു.

എഴുത്തച്ഛന്റെ രാമായണഭക്തിയുടെ പ്രചാരവും സ്വാധീനവും വർധിച്ചതോടെ കേരളത്തിൽ രാമായണപാരായണവും മാസാചരണവും രൂപപ്പെട്ടു. കേരളീയ ക്ഷേത്രങ്ങളിൽ വൈഷ്ണവപ്രതിഷ്ഠയുള്ള ശ്രീരാമക്ഷേത്രങ്ങളാണ് കൂടുതലായും കണ്ടുവരുന്നത്. ബിംബം ചതുർബാഹുവായ വിഷ്ണുവായി നിർമ്മിക്കപ്പെടുകയും ആചരണമോ വിശ്വസികളുടെ സമീപനമൊ, ശ്രീരാമസങ്കല്പത്തിൽ ആരോപിക്കപ്പെടുകയും ചെയ്യുന്ന രീതി ഇവിടെ പൊതുവെ കണ്ടുവരുന്നു. 'ഈശാ

നശിവഗുരുദേവപദ്ധതി'യെന്ന (12-ാം നൂറ്റാണ്ട്) തന്ത്രഗ്രന്ഥത്തിൽ ശ്രീരാമസങ്കല്പത്തിലുള്ള താന്ത്രികവിധികൾ ചേർത്തിട്ടില്ലെന്ന് പ്രത്യേകം ശ്രദ്ധിക്കേണ്ടതാണ്. എന്നാൽ ശങ്കരാചാര്യരുടെ സമകാലികനായി എട്ടാം നൂറ്റാണ്ടിൽ ജീവിച്ചിരുന്നുവെന്ന് വിശ്വസിക്കുന്ന ശാരദാതിലകകാരൻ ലക്ഷ്മണദേശീകേന്ദ്രൻ ശ്രീരാമതന്ത്രങ്ങളെ നേരത്തെ സൂചിപ്പിച്ചതുപോലെ ഉൾക്കൊള്ളിച്ചിട്ടുണ്ടെന്നത് തന്ത്രശാസ്ത്രത്തിന്റെ രൂപപ്പെടലിന്റെ ആദ്യഘട്ടത്തിലുള്ള രാമപ്രതിനിധാനത്തിന്റെ പ്രത്യേകതയായി മനസ്സിലാക്കാം. രാമസങ്കല്പം വിഷ്ണുവിന്റെ തന്ത്രാചരണത്തിലേക്ക് പരിണമിച്ചിരിക്കാം. കൂടാതെ ദക്ഷിണേന്ത്യയിൽ ശൈവ-വൈഷ്ണവ സമന്വയമായ ശാസ്തേയ ഭക്തിപ്രസ്ഥാനത്തിന്റേയും ശൈവ-ശാക്തേയ സമന്വയമായ സ്കാന്ദേയ ഭക്തിപ്രസ്ഥാനത്തിന്റെയും പ്രചാരത്തിലൂടെ പ്രധാനപ്പെട്ട വൈഷ്ണവാവതാര മൂർത്തിയായ ശ്രീരാമന്റെ തന്ത്രാചരണത്തിന് പ്രാധാന്യം കുറഞ്ഞിരുന്നു. ഭാഗവത ഭക്തിയോടെ ശ്രീകൃഷ്ണസങ്കല്പത്തിലുള്ള വിധികൾക്ക് പ്രത്യേകം പരിഗണന ലഭിച്ചെങ്കിലും ബഹുഭൂരിപക്ഷം ശ്രീകൃഷ്ണ ക്ഷേത്രങ്ങളും (അഥവാ ശ്രീകൃഷ്ണ ക്ഷേത്രമെന്ന പേരിലറിയപ്പെടുന്നവ) മഹാവിഷ്ണുവിന്റെ ബിംബവും മൂലമന്ത്രവും ധ്യാനവും ഉപയോഗിക്കുന്നത് തന്നെയായിരിക്കും. എന്നാൽ ഈ രീതി പൂർണ്ണമായും ശരിയല്ലെന്ന് കേരളീയ താന്ത്രിക ഗവേഷകർ അവകാശപ്പെടുന്നു. ഒരു ബിംബത്തിൽ അന്യദേവന്റെ (ഒരേ മൂർത്തിയുടെ ഭേദമോ, അവതാരമോ ആണെങ്കിലും) മന്ത്രം ഉപയോഗിക്കുന്നതും തന്ത്രാചരണം ചെയ്യുന്നതും 'അന്യമന്ത്രയജനദോഷ'ത്തിന് കാരണമാകുമെന്ന് പറയുന്നു. 'അന്യമന്ത്രയജനമെന്ന വചനത്തിന്റെ അർത്ഥകല്പനയിൽ' പ്രബലമായ പക്ഷാന്തരമുണ്ട്. 'അന്വേഷാം മന്ത്രമൂർത്തീനാം മന്ത്രൈര്യജനാം' എന്നും അന്യേഷാം പൂജകാനാം മന്ത്രൈര്യജനം." (നാരായണൻ നമ്പൂതിരി, കക്കാട്, 2018:8). എങ്കിലും മിക്കപ്പോഴും കൃഷ്ണൻ, രാമൻ, നരസിംഹം എന്നീ മൂർത്തികളെ വൈഷ്ണവസങ്കല്പത്തിൽ ഏകമായി താന്ത്രികവിധികളിലൂടെ ആചരിച്ചു വരുന്ന രീതി പൊതുവിൽ കണ്ടു വരുന്നു. അതുകൊണ്ട് ശ്രീരാമഖ്യാതിവന്ന ക്ഷേത്രങ്ങളും ചതുർബാഹു വിഷ്ണുവിന്റെ സ്വരൂപത്തോടുകൂടിയ ബിംബത്തിലൂടെയുള്ള താന്ത്രികക്രിയകൾ നിലനിർത്തിപ്പോരുന്നുണ്ട്.

കുറിപ്പുകൾ

1. കാളമേഘത്തിന്റെ കാന്തിവിതറുന്ന ശോഭയോടും കടകകങ്കണാദി വിവിധ ഭൂഷണങ്ങളും അണിഞ്ഞ് രാജോചിതമായ കിരീടവും ചൂടി വലതുകൈയ്യാൽ ജ്ഞാനമുദ്രയും ഇടതുകൈമുട്ടിലും താങ്ങി മിന്നൽക്കൊടിയുടെ ശോഭയോടെ വിളങ്ങുന്നതും ഒരു കൈയ്യിൽ താമരയും ധരിച്ച് ശ്രീരാമദേവനെത്തന്നെ നോക്കി ഇടതുഭാഗം അലങ്കരിക്കുന്ന സീതാദേവി സമേതനായി വീരാസനത്തിൽ ഇരിക്കുന്നതായ ശ്രീരാമദേവനെ ധ്യാനിക്കുന്നു. (ലക്ഷ്മണദേശികേന്ദ്രൻ, 2006:446)

2. വിവിധ ശാസ്ത്രങ്ങളിൽ സംസ്കൃതത്തിൽ രചിക്കപ്പെട്ട കൃതികൾക്ക് മലയാളത്തിലും മണിപ്രവാളത്തിലുമുണ്ടായ പരിഭാഷകൾ, കേരളചരിത്രത്തിലുണ്ടായ സംലയന പ്രക്രിയയെയാണ് സൂചിപ്പിക്കുന്നത്. തന്ത്രശാസ്ത്രത്തിൽ കുഴിക്കാട്ട് മഹേശ്വരൻ ഭട്ടതിരിപ്പാട് രചിച്ച കുഴിക്കാട്ട് പച്ചയും പുടയൂർ ഇല്ലത്ത് വാസുദേവൻ രചിച്ച മണിപ്രവാള ഭാഷയിലുള്ള പുടയൂർഭാഷയും പ്രകാശിക്കപ്പെട്ടു. വൈദികവാങ്മയം ചെലുത്തിയ പ്രഭാവത്തെ, കേരളത്തിലെ ബ്രാഹ്മണീകരണ-സംസ്കരികരണ പ്രക്രിയകളുമായി ചേർത്ത് വായിക്കേണ്ടതുണ്ട്. (രാമൻകുട്ടി, പി. വി.(ഡോ), 2006:80 വേദങ്ങളും അന്തർവൈജ്ഞാനികപഠനങ്ങളും. തൃശൂർ : കേരള സാഹിത്യഅക്കാദമി)

ഗ്രന്ഥസൂചി

1. ലക്ഷ്മണദേശികേന്ദ്രൻ, 2006. ശാരദാതിലകം. തൃശൂർ: സമ്രാട്ട് പബ്ലിക്കേഷൻസ്.
2. മധുസൂദനസരസ്വതി, 1993. ഭക്തിരസായനം. തിരുവനന്തപുരം: കേരള ഭാഷാ ഇൻസ്റ്റിറ്റ്യൂട്ട്.
3. ഉണ്ണികൃഷ്ണൻ നായർ, പി. 2002, തിരുപ്പുലിയൂർ ഗ്രന്ഥവരി. കോട്ടയം: സ്കൂൾ ഓഫ് സോഷ്യൽ സയൻസ് പ്രസിദ്ധീകരണവിഭാഗം. എം.ജി. യൂണിവേഴ്സിറ്റി
4. നാരായണൻ നമ്പൂതിരി, കക്കാട് 2016. സപരിവാരാം പൂജകൾ. തൃശ്ശൂർ: പഞ്ചാംഗം പുസ്തകശാല.
5. Pierre Grimal, 1989. World Mythodology, London: The Hamlyn Publishing Group Ltd.
6. Unni N. B. 2006. Thantra Literature of Kerala. Delhi: New Bharatiya Book Crporation.
7. Cotteral Arathur. 1986. World mythodology, New York: Oxford University Press.
8. John Woodroffe. 1960. Principles Tantra: Ganesh and Co. Madras

സാറാജോസഫിന്റെ നോവലിലെ രാമൻ

(ഊരുകാവലിനെ ആധാരമാക്കിയുള്ള പഠനം)

സൗമ്യ ജോസ്

രാമായണത്തെ ആസ്പദമാക്കി സാറാജോസഫ് എഴുതിയ നോവലാണ് ഊരുകാവൽ.രാമായണത്തിന്റെ വ്യത്യസ്തമാർന്നൊരു വായനയാണ് ഈ നോവൽ. രാമനാൽ വധിക്കപ്പെട്ട കിഷ്കിന്ധയിലെ രാജാവാണ് ബാലി.ബാലിയുടെയും താരയുടെയും മകനാണ് അംഗദൻ.നോവലിലെ കേന്ദ്രകഥാപാത്രം അംഗദനാണ്. വാത്മികി ഉന്നതസ്ഥാനത്ത് കുടിയിരുത്തിയ ശ്രീരാമനെ നോവലിൽ അംഗദൻ ആദിയോടന്തം ചോദ്യം ചെയ്യുന്നു. ശക്തനായ ഭരണാധികാരി കൊല്ലപ്പെടുന്നതോടെ അനാഥമാക്കപ്പെട്ട കിഷ്കിന്ധത്തിലാണ് നോവലിന്റെ കഥ നടക്കുന്നത്. ഭർത്താവ് നഷ്ടമായ ഭാര്യയും പിതാവ് നഷ്ടമായ മകനും രാജാവ് നഷ്ടമായ രാജ്യവും ഒരുപോലെ ദുരന്തത്തിനിരയാകുന്നു. ജ്യേഷ്ഠനായ ബാലിയെകൊന്ന് അനുജനായ സുഗ്രീവനെ രാജാവാക്കുന്നു,സീതാന്വേഷണത്തിന് സഹായിക്കണമെന്ന കരാറോടെ. മദ്യപനും സ്ത്രീലമ്പടനുമായ സുഗ്രീവൻ രാജ്യം തന്നെ വൈദേശികശക്തിയ്ക്കു മുമ്പിൽ അടിയറവുവയ്ക്കുന്നു.അതോടെ സീതാന്വേഷണവുമായി അനുബന്ധിച്ച് കിഷ്കിന്ധം മുഴുവനും ചൂഷണംചെയ്യപ്പെടുന്നു.രാമൻ അംഗദനെ തന്റെ ദൂതനായി ലങ്കയിലേക്കയക്കുന്നു. തുടർന്നുള്ള രാമ-രാവണ യുദ്ധത്തിൽ രാവണൻ കൊല്ലപ്പെട്ടു.സീതയെ രക്ഷിച്ച രാമൻ അവളിൽ ദോഷാരോപണം നടത്തുന്നു. അഗ്നിപ്രവേശത്തിന് സീതയെ വിധേയയാക്കുന്നു.ലക്ഷക്കണക്കിന് ആളുകളെ കൊന്നൊടുക്കിയത് ഇതിനായിരുന്നോ എന്ന് സീത രാമനോട് ചോദിക്കുന്നു. ഈ വിധിന്യായം കാണാനാവാതെ മനംനൊന്ത് അംഗദൻ മറയുന്നതോടെ നോവൽ അവസാനിക്കുന്നു.

'വാനര! കാമവശഗതനായി അനുജന്റെ ഭാര്യയിൽ രമിച്ച നിനക്ക് വധം മാത്രമാണ് ശിക്ഷ' ആസന്നമരണനായ ബാലിയോട് രാമൻ പറഞ്ഞു. കിഷ്കിന്ധക്കാർക്ക് അതിന്റെ യുക്തി മനസ്സിലായില്ല. ഒന്നിൽക്കൂടുതൽ ഭാര്യമാർ കിഷ്കിന്ധയിലെ പുരുഷന്മാർക്ക് അനുവദനീയമാണ്. നാടുകടത്തപ്പെട്ടയാളുടെ ഭാര്യയെ (സുഗ്രീവന്റെ ഭാര്യ രുമ) സംരക്ഷിക്കുക എന്നത് രാജധർമ്മമാണ്. അത് കിഷ്കിന്ധത്തിന്റെ നാട്ടുനടപ്പാണ്.രാജ്യത്തിന്റെ നടപ്പുക്രമങ്ങൾ പാലിച്ചതിന്റെ പേരിലാണ് ബാലിയെ രാമൻ വധിക്കുന്നത്.ബാലിയെക്കൊന്നുവെന്ന വാർത്ത പരന്നതും നഗരത്തിൽ പൊട്ടിപ്പുറപ്പെട്ട അരക്ഷിതാവസ്ഥ ഭയങ്കരമായിരുന്നു. തെരുവുകൾ കത്തിപ്പുകയാൻ തുടങ്ങി.മരങ്ങൾ നിന്നു കത്തി.സ്ത്രീകളും കുട്ടികളും ആക്രമിക്കപ്പെട്ടു. ബാലിയുടെയും സുഗ്രീവന്റെയും ആളുകൾ തമ്മിൽ ഏറ്റുമുട്ടി.

രാമന്റെ നീതി രാമന്റെ നാട്ടിൽ.ഇത് ബാലിദേശം. ഇവിടെ ഇവിടുത്തെ നീതിയും കീഴ്‌വഴക്കവും മതി. ഒളിച്ചുനിന്ന് കൊല്ലുന്ന ചതി ഞങ്ങൾക്കു വേണ്ട എന്ന് ബാലിപക്ഷക്കാർ പറയുമ്പോൾ, "കിഷ്കിന്ധത്തെ രക്ഷിക്കാൻ രാമനേ കഴിയൂ. രാമനാണ് ശരി. രാമനീതിയാണ് ശരി." എന്ന് സുഗ്രീവപക്ഷക്കാരും പറയുന്നു.

ശക്തനായ ഭരണാധികാരി വാണിരുന്ന കിഷ്കിന്ധയിൽ അരാജകത്വവും അസന്തുഷ്ടിയും സൃഷ്ടിക്കാൻ മാത്രമേ രാമന്റെ നീതിക്കു കഴിഞ്ഞുള്ളൂവെന്ന് നോവലിസ്റ്റ് അവകാശപ്പെടുന്നു. ശക്തരായ ബാലിയെയും രാവണനെയും തകർക്കുന്നതിന് ഒരേ തന്ത്രമാണ് രാമൻ ഉപയോഗിക്കുന്നത്. രാജാവിനെക്കൊന്ന് പകരക്കാരനെ തനിക്ക് വിധേയനാക്കുന്നു.ഭയപ്പെടുത്തി വിധേയനാക്കുന്ന രാമന്റെ നീതിയോട് അംഗദന് നീരസമുണ്ട്.

ബാലിയുടെ കൊല കിഷ്കിന്ധത്തിന് എത്ര അനിവാര്യമായിരുന്നു എന്ന് സുഗ്രീവപക്ഷം ജനങ്ങളെ ബോധിപ്പിക്കാൻ ശ്രമിക്കുന്നു. അതിന് അവരുപയോഗിക്കുന്ന പണ്ഡിതഭാഷയാണ് താരയെ അത്ഭുതപ്പെടുത്തിയത്.വാഗ്മിയായ മാരുതി കിഷ്കിന്ധത്തിന്റെ ഭാഷയല്ല, രാമന്റെ ഭാഷയാണ് ഉപയോഗിച്ചത്. ഭാഷയിലൂടെ കിഷ്കിന്ധത്തിനുനേരെ അധിനിവേശം പ്രയോഗിക്കുന്ന രാമന്റെ തന്ത്രമാണിവിടെ വെളിവാകുന്നത്. ആയുധംകൊണ്ട് ഭയപ്പെടുത്തിയതിനുശേഷം താൻ ചെയ്ത തെറ്റിനെ ന്യായീകരിക്കാൻ പണ്ഡിതഭാഷ ഉപയോഗിക്കുകയാണ് രാമൻ.

പുതിയ ശരികൾക്കുവേണ്ടി പഴയ ശരികളെ ചിലപ്പോൾ കൊല്ലേണ്ടിവരും. വാലി ശരിയല്ലെന്നാണോ? കിഷ്കിന്ധത്തിലെ യുവാക്കൾ ചോദിച്ചു. കാലഹരണപ്പെട്ട ഒരു ശരിയാണ് ബാലി. കാലഹരണപ്പെട്ട ശരികൾ തിന്മകളാണ്.തിന്മയെ കൊല്ലുകയാണ് രാമൻ ചെയ്തത് .

ബാലി തിന്മയാണെന്ന് കിഷ്കിന്ധക്കാർക്ക് ഒരിക്കലും വിശ്വസിക്കാൻ കഴിയില്ല.അയാൾക്ക് പുതിയ അറിവില്ലായിരിക്കാം. അദ്ദേഹം ഗോത്രനീതികളുടെ നടത്തിപ്പിൽ കടുംപിടുത്തക്കാരനായിരിക്കാം. എന്നാൽ കിഷ്കിന്ധം നിർമ്മിച്ചെടുത്ത ബാലി തിന്മയല്ല.

"വിരഹവേദന എന്തെന്ന് നല്ലപോലെ അറിഞ്ഞുകൊണ്ടിരിക്കുന്നവനാണല്ലോ താങ്കൾ? ഞാൻ കൂടെയില്ലെങ്കിൽ എന്റെ ബാലിക്ക് സന്തോഷമോ സമാധാനമോ കാണില്ല.ഏതു ബാണം കൊണ്ട് താങ്കൾ എന്റെ പ്രിയപ്പെട്ടവന്റെ നെഞ്ചു പിളർത്തിയോ അതേ ബാണം കൊണ്ട് എന്നെയും കൊന്നുതരിക. ബാലിയോടൊപ്പമല്ലാതെ എനിക്കും സുഖമോ സന്തോഷമോ ഉണ്ടാകില്ല." എന്ന് താര പറയുമ്പോൾ രാമന്റെ മറുപടി വിചിത്രമാണ്.

"എല്ലാത്തിനും കാരണം വിധിയാണ്. വിധി നിശ്ചയിക്കുന്നു. നമ്മൾ അനുഭവിക്കുന്നു.ധർമ്മവും സ്വത്തും സുഖവും കൈവരുത്തുന്നത് വിധിയാണ്.

ദു:ഖവും അപ്രകാരം തന്നെ.കരഞ്ഞതുകൊണ്ടോ അപലപിച്ചതുകൊണ്ടോ വിധിയെ ജയിക്കാനാവില്ല. വിധിതന്നെയാണ് എപ്പോഴും ജയിക്കുക. ബാലിയുടെ വിധിയാണ് അയാൾ അനുഭവിച്ചത്. സകല ചരാചരങ്ങളും സ്വന്തം വിധിക്കു കീഴടങ്ങേണ്ടവരാണ് "ചെയ്ത തെറ്റിനെ ന്യായീകരിക്കാനും മറ്റുള്ളവരുടെ കണ്ണിൽ പൊടിയിടാനും രാമൻ കണ്ടെത്തിയ കുറുക്കുവഴിയാണ് ഈ വിധിനിയമം. ഏതൊരു ജനതയേയും അടിച്ചമർത്താനുള്ള പ്രധാന ആയുധം അവരുടെ ഭാഷ തകർക്കുക എന്നതാണ്.ഭാഷയുടെ തകർച്ചയിലൂടെ വിശ്വാസവും പാരമ്പര്യവും തകരും.ഭാഷയും വിശ്വാസവും പാരമ്പര്യവും നഷ്ടപ്പെട്ട ഒരു ജനത ദുർബ്ബലരാണ്.തങ്ങൾ ദുർബ്ബലരാണെന്ന ധാരണ ഉണ്ടായാൽ തന്നെ അധീശത്വം ഏതാണ്ട് പൂർണ്ണമായി.അധിനിവേശശക്തികൾ എന്നും തങ്ങളുടെ അധീശത്വം ഉറപ്പിച്ചത് ഈ തന്ത്രപ്രയോഗത്തിലൂടെയാണ്.കിഷ്കിന്ധത്തെ സംബന്ധിച്ചിടത്തോളം രാമലക്ഷ്മണന്മാർ അധിനിവേശശക്തികളാണ്.

"വാനരാ! ഒരു മനുഷ്യനെന്ന നിലയിൽ എനിക്ക് നിന്നെക്കൊല്ലാൻ അധികാരമുണ്ട് . അമ്പരപ്പോടെ ബാലി രാമനെ തുറിച്ചുനോക്കി." രാമൻ തുടർന്നു; "മനുഷ്യർ ചതിക്കുഴികളുണ്ടാക്കിയും വലകൾ കെട്ടിയും കെണികൾ വെച്ചും പലജാതി മൃഗങ്ങളെ പിടിക്കുന്നു.മൃഗങ്ങൾ, അവ പേടിച്ചോടുന്നവയായാലും വെറികൊണ്ട് ചീറിവരുന്നവയായാലും വെറുതെ ഒതുങ്ങിക്കിടക്കുന്നവയായാലും മനുഷ്യർ അവറ്റയെ കൊല്ലുന്നു. ധർമ്മിഷ്ഠരായ രാജാക്കന്മാരാകട്ടെ വിനോദത്തിനായി മൃഗങ്ങളെ വേട്ടയാടിപ്പിടിക്കുന്നു. ഇതിലൊന്നും ഒരു ദോഷവും ഞാൻ കാണുന്നില്ല. ഇനി ഞാൻ പറയാൻ പോകുന്നതുകേട്ട് നീ കോപിക്കരുത്. എന്നെ സംബന്ധിച്ചിടത്തോളം നീ വാനരൻ തന്നെയാണ്. നീ യുദ്ധത്തിൽ എതിർക്കുന്നവനായാലും വേണ്ടില്ല, എതിർക്കാത്തവനായാലും വേണ്ടില്ല, മൃഗമാണെന്ന ഒറ്റക്കാരണത്താൽ എനിക്ക് നിന്നെ കൊല്ലാം. ഞാൻ പശ്ചാത്തപിക്കുന്നില്ല."

തന്നോടുമാത്രമല്ലാതെ ഈ പ്രപഞ്ചത്തിൽ മറ്റൊന്നിനോടും ആത്മബന്ധമോ കടപ്പാടോ ഇല്ലെന്ന് രാമന്റെ ഓരോ പ്രവർത്തിയും വിളിച്ചുപറയുന്നു. വരേണ്യഭാഷയിലൂടെ നിസ്സംഗനായി സംസാരിക്കുന്ന രാമന്റെ ഓരോ വാക്കിലും കൃത്യമായ രാഷ്ട്രീയം പ്രകടമാണ്. തന്റെ ഇഷ്ടങ്ങൾക്കും സംതൃപ്തിക്കും വേണ്ടിമാത്രം മറ്റുള്ളവരെ ഉപയോഗിക്കുക എന്ന നിഗൂഢ ലക്ഷ്യം അദ്ദേഹത്തിന്റെ ഓരോ ചുവടിലും പ്രതിഫലിക്കുന്നു. അതിനുത്തമോദാഹരണമാണ്, രാവണനോട് യുദ്ധം ചെയ്യാൻ കിഷ്കിന്ധയിലെ പാവപ്പെട്ട ജനങ്ങളെ ഉപയോഗിക്കുന്നത്. രാമനെന്ന ഒരൊറ്റ വ്യക്തിയുടെ ആഗ്രഹപൂർത്തീകരണത്തിലേയ്ക്ക് ഒരു രാജ്യത്തെ മുഴുവൻ വലിച്ചിഴയ്ക്കുന്നു അയാളും സംഘവും.

"യുദ്ധം ദേശത്തെ സംബന്ധിക്കുന്ന മഹത്തായ കാര്യമല്ല. അംഗദൻ പറഞ്ഞു. ഈ യുദ്ധം കിഷ്ക്കിന്ധക്കാരുടെമേൽ അടിച്ചേല്പിച്ചതാണ്. ഇത് നമ്മുടെ ക്ഷേമത്തിനുള്ളതല്ല."

രാവണനോട് യുദ്ധം ചെയ്യുന്നതിൽ പലർക്കും എതിർപ്പുണ്ട്. കാരണം ബാലിയുടെ സുഹൃത്തായിരുന്നു രാവണൻ.ലങ്ക ഒരിക്കലും കിഷ്കിന്ധത്തിന്റെ ശത്രുവല്ല. മിത്രരാജ്യത്തെ ആക്രമിക്കുന്ന സ്വഭാവം കിഷ്കിന്ധർക്കില്ല. അതുമാത്രമല്ല, ഒരു യുദ്ധത്തിന്റെ ഭവിഷത്തുക്കൾ എന്തെന്ന് തിരിച്ചറിയുന്നവരാണ് ബാലിയുടെ ജനങ്ങൾ. യുദ്ധത്തിന്റെ ഏറ്റവും വലിയ ഇരകൾ സ്ത്രീകളും കുട്ടികളുമാണ്.അച്ഛനില്ലാത്ത മക്കളേയും വിധവകളേയും സൃഷ്ടിക്കുന്നതാണ് യുദ്ധം. പട്ടിണിയും മാറാവ്യാധിയും അവർക്ക് കൂടപ്പിറപ്പുകളായി മാറുന്നു.രാമരാവണ യുദ്ധത്തിലും ഇത് ആവർത്തിക്കപ്പെടുമെന്ന് അംഗദനറിയാം.അവസാനശ്രമമെന്ന നിലയിൽ ഇതൊഴിവാക്കിക്കൂടെ എന്നയാൾ രാമലക്ഷ്മണന്മാരോട് ചോദിക്കുന്നു. അവരുടെ മുമ്പിൽ അയാൾ നാണംകെട്ടതല്ലാതെ മറ്റൊന്നും ഉണ്ടായില്ല. കൂടാതെ രാമന്റെ പ്രീതിയാണ് കിഷ്കിന്ധത്തിന് അനിവാര്യം എന്ന് പറയിപ്പിക്കാൻ തക്ക ബുദ്ധികൂർമ്മതയും രാമൻ കാട്ടുന്നു.

“ജ്യേഷ്ഠ! ഇത്രയ്ക്ക് ദു:ഖമെന്തിന്? നമ്മൾ കാര്യസാധ്യത്തിന്റെ തൊട്ടരികിലെത്തിയില്ലേ” എന്ന് ലക്ഷ്മണൻ പറയുമ്പോൾ രാമന്റെ മറുപടി അതിശയകരമാണ്. “അവൾ അകന്നിരിക്കുന്നതിൽ എനിക്ക് ദു:ഖമില്ല. അപഹരിക്കപ്പെട്ടതിലുമല്ല, ദു:ഖം.പാഴായ്ക്കടന്നുപോവുകയാണവളുടെ യൗവനം...വയ്യ! താങ്ങുവാൻ.”

സീതയ്ക്ക് അനുഭവപ്പെടുന്ന ഏകാന്തതയോ മാനസിക ശാരീരിക ഉപദ്രവമോ ഒന്നും രാമനെ വേദനിപ്പിക്കുന്നില്ല. മറിച്ച് സീതയുടെ യൗവ്വനം പാഴായിപ്പോകുന്നുവെന്ന് വിചാരിച്ചാണ് അയാൾക്ക് ആധി.സീതയുടെ വ്യക്തിത്വത്തിനോ സ്ത്രീത്വത്തിനോ രാമൻ വിലകല്പിച്ചിട്ടില്ല. സീത രാമന് വെറും ശരീരം മാത്രമായിരുന്നുവെന്ന് ഈ വാക്കുകൾ സാക്ഷ്യപ്പെടുത്തുന്നു.

“ഈ യുദ്ധം ഒഴിവാക്കാൻ ഒരു മാർഗ്ഗവുമുണ്ടായിരുന്നില്ലേ? അംഗദൻ ചോദിച്ചു.എനിക്കീ നാശം ഉൾക്കൊള്ളാനാവുന്നില്ല” രാമനോ രാവണനോ ചാകുന്നതുവരെ തുടരാനിരിക്കുന്ന ഒരു യുദ്ധം. ലങ്കയും കിഷ്കിന്ധവും തെക്കുദേശങ്ങളും വനങ്ങളും പുഴകളുമെല്ലാം നശിച്ചാലും രണ്ടിലൊരാൾക്ക് വിജയമുണ്ടാകുന്നതുവരെ തുടരുന്ന യുദ്ധം. കടലിൽ ചിറ കെട്ടുക,അത്ഭുതകരം തന്നെ.അതൊരു യുദ്ധത്തിനുവേണ്ടിയാണെന്നത് അക്രമവും.

പ്രകൃതിയുടെ സ്വാഭാവികാവസ്ഥയെ തകിടം മറിച്ചുകൊണ്ടാണ് കടലിൽ ചിറകെട്ടുന്നത്.പണിയെടുക്കുന്ന കിഷ്കിന്ധരുടെ ആയുസ്സിന് യാതൊരു വിലയുമില്ല. ആയിരക്കണക്കിന് വാനരന്മാർ പട്ടിണിയും രോഗവും മൂലം ചത്തൊടുങ്ങി. യാത്രയിൽ രോഗബാധിതരായവരെ വഴിയിലുപേക്ഷിക്കാൻ രാമനും അനുയായികളും ആജ്ഞ കൊടുക്കുന്നു.പത്തുവയസ്സിനു മുകളിലുള്ള കിഷ്കിന്ധയിലെ എല്ലാ പുരുഷപ്രജകളും സീതാന്വേഷണത്തിനായി നിർബന്ധിക്കപ്പെട്ടു. തന്റെ പിതാവിന്റെ ഘാതകർക്കുവേണ്ടി അടിമപ്പണി ചെയ്യേണ്ട ദുര്യോഗം

യുവരാജാവായ അംഗദനുണ്ടായി. മാത്രമല്ല ലങ്കയിലേക്ക് ദൂതനായി അയക്കുന്നതും അംഗദനെത്തന്നെയാണ്. രാവണന്റെ സുഹൃത്തായിരുന്ന ബാലിയുടെ മകനെത്തന്നെ രാമൻ ദൂതിനായി തെരഞ്ഞെടുത്തതിനോട് സംഘത്തിൽ എതിർപ്പുണ്ടാക്കി.അതിനെയെല്ലാം തട്ടിമാറ്റി തന്റെ തീരുമാനത്തിൽ രാമൻ ഉറച്ചുനിൽക്കുന്നു.

മൈഥിലി! രാവണൻ നിന്നെ അപഹരിച്ചത് ദൈവം വരുത്തിവച്ച വിനയാകാം. അതുമൂലം ധർമ്മനിഷ്ഠയുള്ളവനായ എനിക്ക് ദുഷ്പേരുണ്ടായി. അത് മാറ്റിയെടുക്കാൻ ഞാൻ ചെയ്യേണ്ടതെന്തോ അത് ചെയ്തുകഴിഞ്ഞു.ദൈവം വരുത്തിവച്ച വിനയെ ഞാൻ പൗരുഷംകൊണ്ട് തിരുത്തി. എന്റെ പൗരുഷം തെളിയിക്കാൻ വേണ്ടിയാണ് ഞാൻ യുദ്ധം ചെയ്തത്.അല്ലാതെ നിന്നെ വീണ്ടെടുക്കാൻ വേണ്ടിയല്ല. അത് സാധ്യവുമല്ല. പഴയ സീതയല്ല,ചാരിത്ര്യസംശയം ബാധിച്ച് എന്റെ മുമ്പിൽ നിൽക്കുന്ന നീ. രാവണന്റെ ദുഷിച്ച നോക്കും വാക്കും സ്പർശവും മെയ്യിലേറ്റവളാണ് നീ.നിന്നെ ഞാനെങ്ങനെ തിരിച്ചെടുക്കും? നീ എന്റെ മുന്നിൽ നിൽക്കുന്നതുപോലും എനിക്കിപ്പോൾ അസഹ്യമാണ്. നേത്രരോഗി വിളക്കിനെ എന്നപോലെ നിന്റെ ദർശനം ഒഴിവാക്കാൻ ഞാൻ ആഗ്രഹിക്കുന്നു. എനിക്കും നിനക്കും തമ്മിൽ ഇനി ഒന്നുമില്ല.നിനക്ക് എവിടെ വേണമെങ്കിലും പോകാം. ആരോടൊപ്പം വേണമെങ്കിലും കഴിയാം. ലക്ഷ്മണന്റെ കൂടെയോ ഭരതന്റെ കൂടെയോ കഴിയാം.അതല്ലെങ്കിൽ മാന്യസുഹൃത്ത് സുഗ്രീവന്റെ കൂടെ കഴിയാം. അതല്ല, ഇവിടെ ലങ്കയിൽ കഴിയാനാണ് താല്പര്യമെങ്കിൽ വിഭീഷണനോടൊപ്പം കഴിയാം .

ആരും ഒരിക്കലും കേൾക്കാനാഗ്രഹിക്കാത്ത അധാർമ്മിക വാക്കുകളാണ് രാമനിൽ നിന്നുണ്ടാകുന്നത്. ലക്ഷക്കണക്കിന് ജീവനുകൾ നശിപ്പിച്ച് രണ്ടു രാജ്യങ്ങൾ ദുരിതപൂർണ്ണമാക്കി രാമൻ സീതയെ മോചിപ്പിച്ചു.എന്നാൽ അയാൾ അവളോടു പറയുന്നു; ഞാൻ നിന്നെയല്ല എന്റെ യശസ്സിനെയാണ് ആഗ്രഹിച്ചതെന്ന്. രാമൻ എന്ന വ്യക്തിയുടെ യശസ്സ് തെളിയിക്കാൻ രണ്ടു രാജ്യങ്ങൾ തകരണമായിരുന്നോ? സ്വന്തം പൗരുഷം തെളിയിക്കാൻ ഇത്രയേറെ ജീവജാലങ്ങളെ നശിപ്പിക്കണമായിരുന്നോ എന്ന സീതയുടെ ചോദ്യം ഇന്നും മുഴങ്ങുന്നു.

സ്വന്തം ശരീരത്തെയും കീർത്തിയെയും മാത്രം അതിരറ്റ് സ്നേഹിക്കുന്ന,ആത്മരതി വച്ചുപുലർത്തുന്ന രാമന്റെ ധാർമ്മികതയെ അംഗദനിലൂടെയും സീതയിലൂടെയും സാറാജോസഫ് ചോദ്യം ചെയ്യുന്നു. ധാർമ്മികനെന്നും ശ്രേഷ്ഠനെന്നും കൊണ്ടാടപ്പെട്ട രാമന്റെ അസ്തിത്വത്തിൽ ഉൾച്ചേർന്നിരിക്കുന്ന അധാർമ്മികതയും ആത്മരതിയും വെളിച്ചത്തുകൊണ്ടുവരികയാണ് ഊരുകാവലിൽ.വ്യക്തിജീവിതത്തിലും സാമൂഹികജീവിതത്തിലും പരാജയപ്പെട്ട അംഗദന്റെ ആശങ്കകളും അസന്തുലിതമായ പരിതോവസ്ഥകളുമാണ് നോവലിന്റെ ഗതി നിയന്ത്രിക്കുന്നത്.ശ്രീരാമപക്ഷം കൊണ്ടാടുന്ന നീതിയും കർമ്മഫലവും വിധിന്യായവുമെല്ലാം വിചാരണയ്ക്ക് വിധേയമാകുകയാണ് ഊരുകാവലിൽ.

സഹായകഗ്രന്ഥങ്ങൾ

1. സാറാ ജോസഫ്, ഊര് കാവൽ,കറന്റ് ബുക്സ്, തൃശൂർ,മൂന്നാം പതിപ്പ്, ജൂൺ 2009.

2. ബാലകൃഷ്ണപിള്ള എ, കേസരിയുടെ സാഹിത്യവിമർശനങ്ങൾ, എൻ. ബി.എസ്, 2001.

ആത്മബോധത്തിന്റെ രാമനാമങ്ങൾ

സിമി കെ. വിജയൻ

ഇതിഹാസവും സമൂഹവും

സംസ്ക്കാരത്തിന്റെ നിരന്തരമായ ചലനങ്ങളിൽ വിഭിന്ന രൂപങ്ങളാർന്ന് നിലനിൽക്കുന്നവയാണ് ഇതിഹാസങ്ങൾ. അനിതരസാധാരണമായ കരുതലുകൾ കൊണ്ട് അവ മനുഷ്യജീവിതത്തെ വ്യാഖ്യാനിക്കുന്നു; ചിലപ്പോഴെങ്കിലും സ്വയം ഉടച്ചു വാർക്കപ്പെടുന്നു. കലാ സാംസ്ക്കാരിക മണ്ഡലങ്ങളിൽ ജനസാമാന്യത്തിനൊപ്പം സാന്നിദ്ധ്യമറിയിക്കുന്നു. രണ്ടായിരത്തിൽപരം വർഷങ്ങൾക്കപ്പുറം രചിക്കപ്പെട്ടുവെന്ന് കരുതുന്ന രാമായണ, മഹാഭാരത ഇതിഹാസങ്ങൾ ഭാരതത്തിന്റെ സാമൂഹിക സാംസ്ക്കാരിക ജീവിതത്തിൽ സൃഷ്ടിക്കുന്ന സ്വാധീനം തർക്കമറ്റതാണ്. മഹാഭാരതത്തിൽ നിന്നും വ്യത്യസ്തമായി വൈവിദ്ധ്യമാർന്ന ആഖ്യാനതലംകൊണ്ട് രാമായണം വേറിട്ട് നിൽക്കുന്നു. കാലത്തിനും ദേശത്തിനും ദേശവാസികൾക്കും വഴങ്ങുന്ന രീതിയിൽ രാമായണം പുതുരൂപങ്ങളാർജ്ജിക്കുന്നത് പതിവാണ്.

മറ്റേതൊരു പുരാണകൃതികളേയുമെന്നപോലെ കാലം, കർത്താവ്, ഭാഷ എന്നിവയെ അടിസ്ഥാനമാക്കി വിലയിരുത്തപ്പെടുന്ന സ്വഭാവം ഇതിഹാസങ്ങളുടെ കാര്യത്തിലുമുണ്ട്. ആരാധനയ്ക്കും വിശ്വാസങ്ങൾക്കും അപ്പുറമായി അവയെ നാം സമീപിക്കുവാൻ തുടങ്ങിയിട്ട് അധിക കാലമായിട്ടില്ല. പിൽക്കാലത്ത് അനേകം അർത്ഥങ്ങളുടെയും സൂചനകളുടെയും പ്രവചനങ്ങളുടെയും അക്ഷയപാത്രമായി അവ വ്യാഖ്യാനിക്കപ്പെട്ടു. മിത്തുകൾക്ക് അവ വറ്റാത്ത ഉറവകളായി. ജീവിതത്തെ സമഗ്രമായും സത്യസന്ധമായും വ്യാഖ്യാനിക്കുവാൻ കാലാകാലങ്ങളായി ഇവ നമ്മോടൊപ്പമുണ്ട്. വ്യക്തിബോധ്യങ്ങളെ, ദേശ്യബോധ്യങ്ങളെ വിലയിരുത്തുവാനും വ്യാഖ്യാനിക്കുവാനും അവയ്ക്ക് സാധിച്ചുവെന്നതിൽ തർക്കമില്ല.

രാമായണത്തെയും മഹാഭാരതത്തെയും അനുവാചകർ സ്വീകരിച്ചത് രണ്ടുതരത്തിലാണ്. ശാഖോപശാഖകളായി പടർന്ന് പന്തലിച്ച മഹാഭാരതത്തിന്റെ ഗാംഭീര്യത്തിനപ്പുറമായി ഒരു സവിശേഷ കാവ്യമായി, നിത്യപാരായണത്തിനനുയോജ്യമായ ഒരു പുണ്യഗ്രന്ഥമായാണ് രാമായണം സ്വീകരിക്കപ്പെട്ടത്. അതുകൊണ്ടുതന്നെയാകണം രാമായണത്തിലെ മുഖ്യകഥാപാത്രങ്ങളെല്ലാം തന്നെ ദൈവികാംശം മുറ്റി നിൽക്കുന്നവരായി മാറിയതും. ശ്രീരാമനും, സീതയും, ഹനുമാനും, ലക്ഷ്മണനും, ഭരതനുമെല്ലാം ആരാധനാമൂർത്തികളായി മാറിയത് ഈ പശ്ചാത്തലത്തിലാണ്.

ഒരു കാൽപ്പനിക കാവ്യം മാത്രമായ രാമായണത്തെ വിമർശനാത്മകമായി സമീപിക്കേണ്ടതില്ല എന്ന വാദം നിലനിൽക്കെത്തന്നെ രാമായണം പലതരത്തിൽ വ്യാഖ്യാനിക്കപ്പെട്ടു. പ്രത്യേകിച്ചും ഉത്തമനായ മാതൃകാപുരുഷനായി അവതരിപ്പിക്കപ്പെട്ട ശ്രീരാമന്റെ ചെയ്തികൾ കാലാകാലങ്ങളിൽ ചോദ്യം ചെയ്യപ്പെട്ടു. ഭവഭൂതിയുടെ ഉത്തരരാമചരിതത്തിൽ ലവകുശ്ൻമാരും ഭൂമിദേവിയും സീത തന്നെയും വിഭിന്ന സന്ദർഭങ്ങളിൽ രാമനെ ചോദ്യം ചെയ്യുന്നുണ്ട്.

രാമായണത്തെ, ആദികാവ്യത്തെ, അതിന്റെ കാവ്യഗുണങ്ങളെ പരിഗണിക്കുമ്പോഴും അത് കാലത്തോട് പുലർത്തേണ്ടുന്ന നീതിയെക്കുറിച്ച് നാം ചിന്തിച്ചു. എന്താണ് കവിത എന്ന ചോദ്യത്തിന് പാശ്ചാത്യരും പൗരസ്ത്യരുമായ അനേകം പേർ ഉത്തരം നൽകിയിട്ടുണ്ട്. കവിയുടെ ബോധപൂർവ്വവും അബോധപൂർവ്വവുമായ ചിന്തകൾ കവിതയിലേക്ക് കടന്നുവരും എന്നതിന് രണ്ടുപക്ഷത്തിനവകാശമില്ല. അവതരിപ്പിക്കപ്പെടുന്ന കഥാപാത്രങ്ങൾ ചോദ്യം ചെയ്യപ്പെടുന്നതിന്റെ സാധുതയും ന്യായീകരിക്കപ്പെടേണ്ടതാണ്. നിരവധി രാമായണ പഠനങ്ങൾ കഥാപാത്രപഠനങ്ങളായി മാറുന്നതിന് നിരവധി ഉദാഹരണങ്ങളുണ്ട്. ഭാരതീയ സാഹിത്യത്തിൽ പാശ്ചാത്യപണ്ഡിതന്മാർ നടത്തിയ വിശദമായ പഠനങ്ങളാണ് ഇതിഹാസങ്ങളെ വിമർശനാത്മകമായി സമീപിക്കുവാൻ കാരണമായതെന്ന വസ്തുത അംഗീകരിക്കപ്പെട്ടതാണ്.

ഭാഷയിൽ കുട്ടിക്കൃഷ്ണമാരാർ, ലളിതാംബിക അന്തർജ്ജനം, ജോസഫ് മുണ്ടശ്ശേരി, പി.കെ.ബാലകൃഷ്ണൻ, പി.ഗീത, എം.തോമസ് മാത്യു, വി.എസ്.ശർമ്മ, എസ്.ഗുപ്തൻനായർ, സുകുമാർ അഴീക്കോട് തുടങ്ങി നിരവധിപേരാണ് ഇത്തരത്തിൽ ആഴമേറിയ പഠനങ്ങൾ നടത്തിയത്. സ്ത്രീപക്ഷ ചിന്തകൾ, ദളിത് ചിന്തകൾ, ദാർശനിക ചിന്തകൾ എന്നിവയുടെയൊക്കെ അടിസ്ഥാനത്തിൽ പലകാലങ്ങളിൽ രാമായണം വായിക്കപ്പെട്ടു. മാറിവരുന്ന സാമൂഹ്യ സങ്കൽപ്പങ്ങൾക്കും പ്രത്യയശാസ്ത്രങ്ങൾക്കുമായി അവ ഏറെ വ്യാഖ്യാനിക്കപ്പെട്ടു. ഏറ്റവുമധികം ചർച്ചചെയ്യപ്പെട്ടത് സ്വാഭാവികമായും ഉത്തമപുരുഷനായി ചൂണ്ടിക്കാണിക്കപ്പെട്ട രാമന്റെ ചെയ്തികളാണ്. രാമായണത്തിന്റെ രാഷ്ട്രീയം കഥാപാത്രങ്ങളെ മുൻനിർത്തി പലതരത്തിൽ അപഗ്രഥിക്കപ്പെട്ടു.

ഈ പശ്ചാത്തലത്തിൽ നിന്നുകൊണ്ട് വ്യത്യസ്ത കാലങ്ങളിൽ, രചിക്കപ്പെട്ട രണ്ടു പ്രമുഖ കവികളുടെ കവിതകളാണ് ഇവിടെ പരിശോധിക്കുന്നത്. പി.കുഞ്ഞിരാമൻ നായരുടെ ശ്രീരാമചരിതം, കൽപ്പറ്റ നാരായണന്റെ ഇരുട്ടിലേക്കയച്ച അസ്ത്രം എന്നീ രണ്ടു കവിതകളുടെ ഉള്ളടക്കമാണ് ചർച്ച ചെയ്യുന്നത്.

മഹാകവി പി. കുഞ്ഞിരാമൻനായരുടെ ശ്രീരാമചരിതം

1933 ൽ പ്രസിദ്ധീകരിക്കപ്പെട്ട ശ്രീരാമചരിതം പേര് സൂചിപ്പിക്കുന്നതുപോലെ തന്നെ ശ്രീരാമന്റെ ചരിതത്തെ ആറു സർഗ്ഗങ്ങളായി അവതരിപ്പി

ക്കുന്നു. രാമായണത്തിലെ കാണ്ഡവിഭജനത്തെ പിൻതുടരുംവിധമാണ് സർഗ്ഗങ്ങൾ ഒരുക്കിയിട്ടുള്ളതെങ്കിലും ഉത്തരകാണ്ഡം ഒഴിവാക്കിയിരിക്കുന്നു. (ഉത്തരകാണ്ഡഭാഗം പിന്നീട് കൂട്ടിച്ചേർത്ത താണെന്ന പ്രബലവാദം നിലനിൽക്കുന്നുണ്ട്.) രാമായണത്തിലെ ബാലകാണ്ഡം, അയോദ്ധ്യാകാണ്ഡം തുടങ്ങി യുദ്ധകാണ്ഡത്തിൽ അവസാനിക്കുന്ന ഭാഗങ്ങൾ ഒന്നാം സർഗ്ഗം, രണ്ടാം സർഗ്ഗം എന്നിങ്ങനെ ആറ് സർഗ്ഗങ്ങളിലായി പി. അവതരിപ്പിക്കുന്നു. ആദികവിയുടെ തൂലിക തുണയായി ഉണ്ടാകണമെന്ന അപേക്ഷയുമായി ആരംഭിക്കുന്ന കവിത കാളിദാസനേയും എഴുത്തച്ഛനെയും സ്മരിക്കുകയും അനുഗ്രഹാശ്ശിസ്സുകൾ തേടുകയും ചെയ്യുന്നു. ദശരഥരാജാവ് ഭരിച്ചിരുന്ന രാജ്യത്തെ സൗഖ്യജീവിതത്തെക്കുറിച്ച് വിശദമായി തന്നെ കവി പ്രതിപാദിക്കുന്നുണ്ട്.

പുരാണകൃതികളിലെ വർണ്ണനകളെ അനുസ്മരിപ്പിക്കും വിധമാണ് പി.യുടെ അയോദ്ധ്യാ വർണ്ണന കടന്നുപോകുന്നത് : രാമന്റെ ജനനത്തെ കവി വർണ്ണിക്കുന്നത് ശ്രദ്ധിക്കുക–

“വിധിഹുത പരിപൂതഹോമധൂമം
ഝടിതിയുയർന്നു മഹേന്ദ്രനെ ക്ഷണിപ്പാൻ
ദശരഥപുരുപുണ്യസൗരഭത്തെ
ജഗതി വിതച്ചു ചരിച്ചു സാന്ധ്യപാതം”

തുടർന്നുവരുന്ന ഒൻപതോളം ശ്ലോകങ്ങളിലായി രാമന്റെ ജനനത്തെക്കുറിച്ച് കവി നടത്തുന്ന വർണ്ണന ഏതൊരു ഭക്തികാവ്യത്തോടും കിടപിടിക്കുംവിധമാണ്–

“ദശരഥമഹിക്കു ഭാഗ്യമുണ്ടായ്
ബ്ഭരത മഹിക്കൊരു രാമനെക്കൊടുപ്പാൻ

ശുഭനവമി, സുകർക്കാഖ്യാലഗ്നം
ശുഭദപുനർവസു; പുച്ചപഞ്ചഗോളം
ശുഭസമയമിതിൽ ക്ഷിതീന്ദ്രപത്നി
ക്കുരുതര ചാരുശരീരനുണ്ണിയുണ്ടായ്”

ഭക്തി ഭാവാവിഷ്ക്കാരത്തിലും പ്രകൃതിവർണ്ണനയിലും പി.യുടെ കവിതകൾ എന്നും മുന്നിലാണല്ലോ? അതിനനുകൂലമായ ഒരു പരിസരമാണ് ഈ ഭാഗത്തിലുള്ളത്. ശക്തിയും ബുദ്ധിയുമുറ്റ് വളരുന്ന രാമബാലകനെ വർണ്ണിക്കുമ്പോൾ പോലും രാമഭക്തി വെളിപ്പെടുന്ന നിരവധി സന്ദർഭങ്ങൾ കവിതയിലുണ്ട്. തുടർന്ന് നടക്കുന്ന താടകാവധം, മാരീചനുമായുള്ള യുദ്ധം, അഹല്ല്യാമോക്ഷം എന്നിങ്ങനെയുള്ള പ്രധാന സംഭവങ്ങളെല്ലാം തന്നെ കവി പരാമർശിക്കുന്നുണ്ട്. പരശുരാമനോടുള്ള വാഗ്വാദം, സീതാസ്വയംവരം എന്നിവയോടെ ഒന്നാം സർഗ്ഗം അവസാനിക്കുന്നു. ഇവിടെല്ലാം തന്നെ ഭൂമിയിൽ ഉത്തമപുരുഷനായി അവതരിപ്പിക്കപ്പെട്ട ശ്രീരാമന്റെ ഗുണഗണങ്ങൾ

വർണ്ണിക്കേണ്ടിവരുമ്പോൾ കവി വാചാലനാകുന്നതും കഥാഗതിയുടെ തുടർച്ചയ്ക്കുവേണ്ടി സംഭവങ്ങൾ പരാമർശിക്കുന്നിടത്ത് ഏറ്റം ചുരുക്കി അവ അവതരിപ്പിക്കുന്നതും ശ്രദ്ധിക്കേണ്ടതാണ്.

രണ്ടാം സർഗ്ഗത്തിൽ–

"നേരിന്റെ പൊൻകൂറ പറന്നു; മൈത്രി
തളിർത്തു നിൽക്കുന്നിതു പാരിലെങ്ങും
അയോദ്ധ്യയിൽ പൗരജനങ്ങൾ കണ്ടു"

സ്വപ്നത്തിലാസ്സുന്ദര രാമരാജ്യം ! എന്നിങ്ങനെ അയോധ്യയുടെ അനിഷേധ്യ നായകനായി രാമനെ അവതരിപ്പിക്കുന്നു. അയോദ്ധ്യയുടെ ഭൂമിയും ആകാശവും ശ്രീരാമ പട്ടാഭിഷേകത്തിനൊരുങ്ങുന്നതിന്റെ മനോഹരചിത്രമാണി വിടെ അവതരിപ്പിക്കുന്നത്.

അഭിഷേകവിഘ്നത്തെ തുടർന്ന് കൈകേയിയുടെ നേർക്ക് ദശരഥൻ നടത്തുന്ന ഭർത്സനം ഇങ്ങനെയാണ്–

"രണ്ടാളുമാത്രം മമ പത്നിമാരായ്
നീയിന്നുതൊട്ടെന്നുടെ പത്നിയല്ല
വേശ്യാപ്രസക്തൻ മനുവംശനീ ഞാൻ
ഹാ, പാംസുലേ, നിന്നുടെ ദുഷ്ടവൃത്ത്യാ"

എന്നിങ്ങനെ തുടരുന്നു ദശരഥന്റെ വാക്കുകൾ. കൈകേയിയുടെ വാക്കുകൾ കേൾക്കുന്ന മാത്രയിൽ തളർന്നുപോകുന്ന, പരിതപിക്കുന്ന ദശരഥനെ കണ്ടു പരിചയിച്ച അനുവാചകർക്ക് ഇത് പുതിയ അനുഭവമാണ്. ദശരഥനെ മാറ്റി നിറുത്തി കവിയുതിർക്കുന്ന ഭർത്സനമാണിതെന്ന് തോന്നിപ്പോകും വിധമാണ് വാക്കുകൾ പ്രയോഗിക്കപ്പെടുന്നത്.

പിതാവിന്റെ ആജ്ഞശിരസ്സാവഹിച്ച രാമനോടുള്ള കവിയുടെ ആദരം പ്രകടമാകുന്നത് ഇങ്ങനെയാണ്–

"സത്യം ജഗത്തിന്നു വെളിച്ചമല്ലോ
സത്യം മഹൽജ്ജീവിതതന്തുവല്ലോ
സത്യം മതത്തിന്റെ വികാസമല്ലോ
സത്യം പ്രപഞ്ചത്തിനുമീശനല്ലോ! "

സംയമനം പാലിച്ച്, ധർമ്മം പുലർത്തുന്ന രാമനെ അവതരിപ്പിക്കുന്നിട ത്തൊക്കെയും കവി വാചാലനാകുന്നുണ്ട്.

മൂന്നാം സർഗ്ഗത്തിലെ ദണ്ഡകാവനപ്രവേശത്തിനും തുടർന്നുള്ള ഭാഗങ്ങളിലും കാണുന്ന രാമന്റെ വിവരണവും യഥാർത്ഥത്തിൽ രാമൻ എന്ന അവതാരത്തിന്റെ വർണ്ണനയാണ്. വനത്തിൽ രാക്ഷസന്മാരോട് എതിരിട്ട് അവരെ

നശിപ്പിക്കുമ്പോൾ സീത പ്രണയപൂർവ്വം രാമനോട് അവിടെ നടക്കുന്ന അഹിംസകളുടെ പൊരുളിനെക്കുറിച്ച് ചോദിക്കുന്നുണ്ട്-

"സ്മിതം ചേന്നോരു പിൽപ്പാട്
രാമചന്ദ്രനിതോതിനാൽ
രാമൻ ശസ്ത്രം ധരിച്ചില്ല
ധരിച്ച ക്ഷത്രിയാങ്കുരം"

എന്നാണ് അതിന് ശ്രീരാമൻ മറുപടി നൽകുന്നത്. ആശ്രമ ജീവിതത്തിനിടയിൽ രാമൻ നടത്തുന്ന ഹത്യകൾക്കുള്ള ന്യായീകരണമാണിത്. ശൂർപ്പണഖയുടെ വരവും അതിനെത്തുടർന്നുണ്ടാകുന്ന രാക്ഷസന്മരോടുള്ള ഏറ്റുമുട്ടലും വിവരിക്കുന്നിടത്ത് രാമനെ വർണ്ണിക്കുന്നതിങ്ങനെയാണ്-

"എത്രയെണ്ണം രാക്ഷസന്മാ -
രത്ര രാമശരങ്ങളും
എത്രയ്ക്കുണ്ടോ രാക്ഷസന്മാ -
രത്രയ്ക്കുണ്ടായി രാമനും!"

അവതാരപുരുഷന്റെ അത്ഭുതഭാവഭേദമാണിവിടെ കാണുന്നത്.

നാലാം സർഗ്ഗത്തിൽ സീതാപഹാരത്തിന് ശേഷവും രാമന്റെ ചിന്ത ഇങ്ങനെയാണ്-

"മഹി കാക്കുവതിനനന്തശക്തനാ-
യുലകിൽ ക്ഷത്രിയനായ് പിറന്ന ഞാൻ
ഒരു പെണ്ണിനെ നോക്കുവാനുമി -
ന്നിവനാണായ്ക്കഴിയാതെ വന്നുപോയ്!"

രാജ്യവും ദാരവും നഷ്ടപ്പെട്ട രാമൻ പച്ചയായ മനുഷ്യനായി ചിത്രീകരിക്കപ്പെടുന്ന ഇതുപോലുള്ള അപൂർവ്വം സന്ദർഭങ്ങളും കവിതയിൽ കടന്നുവരുന്നുണ്ട്.

"അല,യാഴിയെയാഴിയാക്കിടും
വെയിൽ വൃക്ഷത്തിനെ വൃക്ഷമാക്കിടും
പല ദു:ഖവിപത്തലയ്ക്കിലേ
നരനൊട്ടൊന്നു മനുഷ്യനായിടു!"

എന്ന് ലക്ഷമണന് ഉപദേശം നൽകുന്നതും ശ്രീരാമൻ തന്നെയാണ്.

ബാലിവധത്തിന് ശേഷം കവി ധർമ്മാധർമ്മങ്ങളെപ്പറ്റി തീരെ ചെറുതല്ലാത്ത ചിന്തകൾ തന്നെ നൽകുന്നുണ്ട്-

"അഭിഷേക പയസ്സു നൽകി നീ
സഹജൻ തന്നുടൽ വാർത്ത ചെന്നിണം

തവ ബന്ധുവിനിക്കുരങ്ങുതൻ
തലയോടാൽ മുടിചൂടി രാമ നീ
കലഹപ്രിയരാം കുരങ്ങുകൾ
കലഹിച്ചീടുവതല്ല പാതകം
അവരെച്ചിരവൈരിയാക്കി വീ-
ട്ടൊരു നിൻ ധർമ്മമതീവ പാതകം
വലിയോരുടെ പാതകത്തിനു
ണ്ടൊരുപേരോമന, പണ്ടു നാൾ മുതൽ
നൃപധർമ്മ, മതേ, മഹാകവി -
പ്പിഴവാൽ, പ്പിഴവല്ലയേതുമേ"

എന്നിങ്ങനെ പോകുന്നു ആ ചിന്തകൾ. സാമാന്യ ജനങ്ങളുടെ മനസ്സിലുണ്ടായേക്കാവുന്ന ധർമ്മഭീതിയെ ഇല്ലാതാക്കുവാൻ ശ്രമിക്കുന്നത് കവി തന്നെയാണ്.

"മനുവംശമതിൽപ്പിറന്നവൻ
കരുതിപ്പോയി, മനുഷ്യനെന്നു ഞാൻ
സതിമാരെയറുത്തുതിന്നുമീ
യസരുനെന്തിന്ന് രാമനെന്ന പേർ"

എന്ന താരാവിലാപത്തിലും, കൂർത്ത ശരത്തിലും രാമന്റെ ഹൃത്തടം വേദനിച്ചുവെന്ന് കവി സൂചിപ്പിക്കുന്നുണ്ട്. ഒഴിച്ചുകൂടാനാവാത്ത കർമ്മമെന്നോണം രാമൻ അതേറ്റെടുക്കുന്നതായി കവി പറയുന്നുമുണ്ട്.

ആറാം സർഗ്ഗത്തിൽ രാമ രാവണ യുദ്ധവും തുടർന്നുള്ള സംഭവ വികാസങ്ങളും വിസ്തരിച്ച് വിവരിക്കുമ്പോൾ സീതയുടെ ചാരിത്ര പരീക്ഷയെക്കുറിച്ച് പറയുന്നത് ഇത്രമാത്രം.

"കൽപ്പിച്ചുപോലും ശ്രീരാമൻ
സീതയെപ്പൂതയാക്കുവാൻ
ഞെട്ടിപ്പോയ്, ഭഗവാൻ
ചാരിത്രത്തീയടുക്കയാൽ"

ഇതിലെ ന്യായന്യായങ്ങളെക്കുറിച്ച് പരാമർശിക്കുവാൻ കവി മുതിരുന്നില്ല എന്ന് ശ്രദ്ധിക്കേണ്ടതാണ്. അയോദ്ധ്യയിലേക്കുള്ള പ്രവേശവും തുടർന്നുള്ള ജീവിതവും തുടർന്നുണ്ടാകുന്ന സീതാപരിത്യാഗവും കവി വർണ്ണിച്ചു പോകുന്നതിങ്ങനെയാണ്-

"മറിഞ്ഞുപോയ് കാറ്റി -
ലിന്നാ പ്പൊന്നോടു സർവ്വവു
ആ ദിവ്യനാടകത്തിന്റെ
തിരവീണ് കഴിഞ്ഞുപോയ്"

അനന്തര സംഭവങ്ങളുടെ ഉള്ളറകളിലേക്ക് കടക്കാതെ രാമന്റെ ഗുണഗണങ്ങളെക്കുറിച്ച് ബോദ്ധ്യപ്പെടുത്തി കവി പിൻവാങ്ങുകയാണ് ചെയ്യുന്നത്-

"ആ സത്യനിഷ്ഠ യാ ത്യാഗ
നിരതത്ത്വാദി സദ്ഗുണം
പുരാണത്തിൻ നുണകളായ്
ത്തീർന്ന, നൂറ്റാണ്ട് വന്നുപോയ്
നമ്മൾതൻ പൂർവ്വരേതൊന്നു
വിരലാൽപ്പൊക്കി പണ്ടുനാൾ
അശക്തരായ് തീർന്നു നമ്മൾ
കരൾകൊണ്ടതു പൊക്കുവാൻ!"

എന്ന് രാമന്റെ സത്യനീതി ധർമ്മങ്ങൾ ചോദ്യം ചെയ്യുന്ന നൂറ്റാണ്ടിനെക്കുറിച്ച് ആകുലപ്പെട്ടുകൊണ്ട് കവി അവസാനിപ്പിക്കുന്നു. ആർഷ സംസ്ക്കാരത്തിന്റെ കൊടുമുടിയിൽ ശുഭ്രസാന്നിദ്ധ്യമായ് തെളിഞ്ഞുനിൽക്കുന്ന ശ്രീരാമപുരാണത്തെ മനസ്സാ ഏറ്റുവാങ്ങിയാണ് കവി പിന്മാറുന്നത്.

നിരവധി ചോദ്യങ്ങളുയർന്ന് വന്നേക്കാവുന്ന സന്ദർഭങ്ങളെ ഒഴിവാക്കി നിറുത്തി ചുരുക്കം ചില വരികളിൽ ഈ വക ധാരണകൾ ഒഴിവാക്കേണ്ടതാണെന്നും അത് മനശക്തിയില്ലാത്ത അശക്തരായ ജനതയുടെ ലക്ഷണമായി മാത്രം കാണേണ്ടതാണെന്നുമുള്ള സൂചനയാണ് കവി നൽകുന്നത്.

ഇങ്ങനെ ഒരു സാധാരണക്കാരനായ വായനക്കാരന്റെയുള്ളിൽ ശ്രീരാമന് നേർക്ക് ചോദ്യങ്ങളുയരുന്ന അനേകം സന്ദർഭങ്ങളെ താർക്കികന്റെ കൂർമ്മബുദ്ധിയോടെ മറികടക്കുവാൻ പി.കുഞ്ഞിരാമൻ നായർ ശ്രമിക്കുന്നത് കാണാം. മാതാപിതാക്കളുടെ വാക്കുകളെ ശിരസ്സാവഹിക്കുന്ന പുത്രനായി, ലക്ഷ്മണന്റെ പ്രിയ സോദരനായി, സീതയുടെ സംരക്ഷണത്തിൽ ജാഗരൂകനാകുന്ന പ്രിയനായി പെരുമാറുന്ന സന്ദർഭങ്ങളിലെല്ലാം കവി വാചാലനാകുന്നു. അയോദ്ധ്യയിലും കൊടും കാടിലും ഇണങ്ങി നിൽക്കുന്ന രാമന്റെ രൂപവർണ്ണനയിൽ ഉയർന്ന് നിൽക്കുന്നത് അതിമാനുഷ ഭാവം തന്നെയാണ്-

"തപസ്സിന്റെ മണിച്ചട്ട -
യിട്ടേതസ്ത്രവുമേൻഷവൻ
പാരിൽത്തന്നിലും തന്നെ -
പാരിലു കണ്ടുകൊൾവൻ"

എന്നിങ്ങനെ ആ ഭാവം ഇടയ്ക്കിടെ തുറന്നുകാട്ടുകയും ചെയ്യുന്നു. പിന്നീട് വളരെയധികം വിമർശനങ്ങളുയർന്ന ബാലിവധമെന്ന അതീവപാതകത്തെ നൃപനർമ്മംകൊണ്ടു സാധൂകരിക്കുന്നതും അവിടെ മഹാകവിയ്ക്ക് നായക ഭാവത്തിന്റെ സൃഷ്ടിയിൽ പിഴവൊന്നും വന്നിട്ടില്ലായെന്ന് കവി ആവർത്തിക്കുന്നതും പരാമർശിച്ചുവല്ലോ? തുടർന്ന് ഈ ബാലി വധത്തിന്റെ പേരിൽ

രാമനിൽ ആരോപിതമായേക്കാവുന്ന കളങ്കമെന്തെങ്കിലും ബാക്കിയുണ്ടെങ്കിൽ അത് താരയുടെ ക്രൂരഭർത്സനമേറ്റുവാങ്ങി രാമൻ വിലപിച്ച് സാന്ത്വനമേകുന്ന തായും ആ ഭർത്സനങ്ങൾ രാമന്റെ ഹൃദയത്തിൽ മുറിവുകളുണ്ടാക്കിയതായും പരാമർശിച്ച് രാമന്റെ നിലപാടുകളെ ന്യായീകരിക്കുന്നു.

സമകാലിക ജീവിതവുമായി താരതമ്യപ്പെടുത്തുമ്പോൾ മനുഷ്യജീവിതം ഇന്നോളം സങ്കീർണ്ണമല്ലാതിരുന്ന കാലത്ത് ജീവിച്ചിരുന്ന കവിയായിരുന്നു പി.കുഞ്ഞിരാമൻനായർ. ഭൂമിയുടെ വസന്തത്തിലും ജീവിതത്തിന്റെ കാമനകളിലും ആകർഷിക്കപ്പെട്ട്, ആ സൗന്ദര്യാധിഭാവങ്ങളിലും പൈതൃകത്തിലും അങ്ങേയറ്റം മുഴുകി ആ ലോകത്തെ കവിതയിൽ പകർത്തിയ കവിയായിരുന്നു അദ്ദേഹം. ആർഷ സംസ്ക്കാരത്തിലും ആ സംസ്ക്കാരത്തിന്റെ കണ്ണികളിലും ഏറെ പുളകിതനായ ഒരു കവി. അവയൊക്കെ നഷ്ടപ്പെടുമോ എന്ന ഭീതിയിൽ അതിന്റെ സൗന്ദര്യാത്മകതയെ പ്രണയിച്ച് അത് ചേർത്തും പേർത്തും പാടി അമരനായ ആ കവി തന്റെ കാവ്യാത്മകമായ പോരാട്ടത്തിൽ ശ്രീരാമനെ അവതാരഭാഗമാക്കി മാറ്റി. ഭക്ത കവിയെന്ന വിശേഷണവും ഭാരത പൈതൃക സംരക്ഷകൻ എന്ന വിശേഷണവും അന്വർത്ഥമാക്കിയാണ് കവി പി. കുഞ്ഞിരാമൻ നായർ ശ്രീരാമചരിതം രചിച്ചതെന്ന് വ്യക്തം.

ഇരുട്ടിലേക്കയച്ച അസ്ത്രം - കൽപ്പറ്റ നാരായണൻ.

മാറുന്ന ഭാരതത്തിന്റെ ചുറ്റുപാടുകൾ കണ്ടറിഞ്ഞ അനുഭവവുമായി കൽപ്പറ്റ നാരായണൻ എന്ന കവി രാമന്റെ യാത്രകളെ, രാമായണത്തെ വിലയിരുത്തുന്ന ഇരുട്ടിലേക്കയച്ച അസ്ത്രം എന്ന കവിതകൂടി അനുബന്ധ പ്പെടുത്തി പരിശോധിച്ചു നോക്കാം. വിലക്കുകയോ ശിക്ഷിക്കുകയോ ചെയ്യാനാകാത്തവന്റെ ഭാഷയിലുള്ള ശാപോക്തിയാണ് ആദിശ്ലോകം (കവിതയുടെ ജീവചരിത്രം കൽപ്പറ്റ നാരായണൻ) എന്ന കാഴ്ചപ്പാടുമായാണ് അദ്ദേഹം രാമായണത്തെ സമീപിക്കുന്നത്. പി.യുടെ കവിതയുമായി താരതമ്യം ചെയ്യുമ്പോൾ എണ്ണത്തിൽ തീരെക്കുറഞ്ഞ വരികളിൽ പൂർത്തിയാക്കപ്പെട്ട ഒരു കവിതയാണത്. അന്ധമായി തൊടുത്തുവിട്ട ഒരു അമ്പിന്റെ പ്രയാണമായാണ് അത് രാമായണത്തെ കാണുന്നത്. വ്യക്തികളുടേയോ ഉപസംഭവങ്ങളുടേയോ പരന്നുപറച്ചിൽ ഇല്ലാതെയാണ് ആ അസ്ത്രം സഞ്ചരിക്കുന്നത്.

"ഇരുളിൽ
മുരുടപുഴയിൽത്താഴ്ത്തി
വെള്ളമെടുക്കുകയായിരുന്ന
മുനികുമാരനെ അത് മുറിച്ചുകടന്നു
അന്ധരായ അച്ഛനമ്മമാരെ
ആദ്യം പച്ചയ്ക്കും
പിന്നെ മുറപ്രകാരം ചിതയിൽ വെച്ചും
അത് ദഹിപ്പിച്ചു എന്നിങ്ങനെ അതിന്റെ യാത്രയുടെ തുടക്കവും.

ഇന്നും ഇരുട്ടിലൂടെ
അതതിന്റെ ഗതി തുടരുന്നു
വീഴും മുൻപേ ഗാന്ധി
ആ അസ്ത്രം തിരിച്ചറിഞ്ഞു
റാം റാം"

എന്നിങ്ങനെ അവസാനിക്കുന്നു ആ കവിത. ഈ യാത്രയ്ക്കിടയിൽ കാണാതെ പോയ അഥവാ കണ്ടില്ല എന്ന് നടിച്ച അധാർമ്മികതയെ ബന്ധിപ്പിച്ചുകൊണ്ടാണ് എന്നോ തൊടുത്ത അസ്ത്രം അതിന്റെ യാത്ര തുടരുന്നത്. താടകയുടെയും, ശൂർപ്പണഖയുടെയും വേദനകൾ, രാമാ ഞാൻ നിനക്കെന്തു പിഴച്ചു വെന്ന ബാലിയുടെ നിസ്സഹായത, അനുവാചകന് നൽകുന്നത് രാമബാണത്തിന്റെ യാത്രയിലെ അനീതി ചിന്തകളാണ്. ദശരഥനെ പിൻതുടരുന്ന ശാപം അതിന്റെ അസ്ത്രമുന തലമുറകൾക്ക് ശേഷവും പിന്തുടരുന്നതിന്റെ കാഴ്ചയാണ് കവിത പകർന്നു നൽകുന്നത്.

"പിന്നിലൂടെ വന്ന അസ്ത്രത്തിൽ
തുളഞ്ഞുപോയ ജീവിതവും മടിയിൽ വച്ച്
സീത കാട്ടിൽ തനിച്ചിരുന്നു."

എന്ന് കവി പകർത്തുമ്പോൾ കഴിഞ്ഞുപോയ ഒരു സീതാപരിത്യാഗം മാത്രമല്ല നമുക്ക് മുമ്പിൽ നിറഞ്ഞു നിൽക്കുന്നത്. അപരിഹാര്യമായ ഒരു വിധിയുടെ പാപബോധം അതിലുണ്ട്.

രാമായണത്തിന്റെ പ്രചാരത്തിനു തുളസീദാസിനെപ്പോലെ, മഹാരാഷ്ട്രയിൽ രാമദാസിനെപ്പോലെ നീണ്ട പാരമ്പര്യങ്ങളുണ്ടെന്നും അതിന്റെ ഇങ്ങേത്തലയ്ക്കൽ ദിനവും രണ്ടു തവണയെങ്കിലും തന്റെ പ്രാർത്ഥനകളിൽ രാമശബ്ദം കലർത്തിയ ഗാന്ധിയുണ്ടെന്നും കണ്ടെത്തിയ പണ്ഡിതന്മാരുണ്ട്. ഡോ. എച്ച്.ഡി. ഡങ്കാലിയയെപ്പോലുള്ളവർ അത് പരാമർശിച്ചിട്ടുമുണ്ട്. (രാമായണ പാഠങ്ങൾ, ഡോ. എച്ച്.ഡി. ഡങ്കാലിയ, മൈത്രേയൻ, (വിവർത്തനം).

ഗാന്ധിയുടെ റാം റാം എന്ന പ്രാർത്ഥനയുടെ പൊരുൾ ഓർമ്മിപ്പിക്കുന്നത് കളങ്കമില്ലാത്ത ഭക്തി മാത്രമല്ല, മറിച്ച് പരമ്പരകളിലൂടെ അന്ധമായി പായുന്ന ഹിംസയുടെ അമ്പുകളെക്കുറിച്ചാണ്. സമകാലിക ഭാരത പരിസരങ്ങൾ കവിയിലുണർത്തുന്നത് രാമായണത്തിന്റെ ഭക്തിപൂരിതമായ ധാർമ്മിക ചിന്തകളല്ല അതിൽ നിന്നും ആരംഭിക്കുന്ന അധാർമ്മികതയുടെ, ഹിംസയുടെ ആകുലതയാണ് എന്ന് സ്പഷ്ടമാണ്.

ഈ രണ്ടു കവിതകളും നൽകുന്നത് രണ്ടു കവികൾ അവരുടെ ആത്മബോധങ്ങളിൽ നിന്നും സൃഷ്ടിച്ച ഒരേ വ്യക്തിയുടെ രണ്ടു ഭാവങ്ങളാണ്. രണ്ടു കാലങ്ങളിൽ രണ്ട് പരിസരങ്ങളിൽ സൃഷ്ടിക്കപ്പെട്ട ഈ രണ്ടു കൃതികളും നൽകുന്നത് സ്വയം ബോധ്യപ്പെടലിന്റേതായ അർത്ഥങ്ങളാണ് എന്ന് വ്യക്തം.

ആധാരഗ്രന്ഥങ്ങൾ

1. അയ്യപ്പപണിക്കർ കെ - ആഖ്യാനകല, കേരള സർവ്വകലാശാല 1992.

2. കാമിൽ ബുൽക്കെ - അഭയദേവ് (വിവ.) രാമകഥ. തൃശ്ശൂർ, കേരള സാഹിത്യ അക്കാദമി 1978.

3. കൽപ്പറ്റ നാരായണൻ - കവിതയുടെ ജീവചരിത്രം, മാതൃഭൂമി, 2015.

4. കുട്ടിക്കൃഷ്ണമാരാർ - തെരഞ്ഞെടുത്ത പ്രബന്ധങ്ങൾ

5. ജോസഫ് മുണ്ടശ്ശേരി - അന്തരീക്ഷം, തൃശ്ശൂർ 1985

6. തോമസ് മാത്യു എം. - മരുഭൂമിയിൽ വിളിച്ചു പറയുന്നവന്റെ ശബ്ദം.

7. വർമ്മാജി - രാമായണത്തിന്റെ സ്വാധീനം മലയാളത്തിൽ 1998.

രാമകാവ്യനായകൻ രാമൻ

(രാമകഥപ്പാട്ടിലെ രാമസങ്കൽപ്പം)

പവിത്ര എം.വി

ഭാരതീയരുടെ ബോധമണ്ഡലത്തെ നിർണ്ണയിക്കുകയും സ്വാധീനിക്കുകയും ചെയ്ത ആദിപ്രരൂപബിംബങ്ങളിലൊന്നാണ് 'ശ്രീരാമൻ'. ആദർശങ്ങളുടെയും ആശയങ്ങളുടെയും മൂർത്തരൂപങ്ങളാണ് ഓരോ ആദിപ്രരൂപവും. ആദികവി വിരചിതമായ 'രാമായണം' രാമന്റെ അയനമാണ്. (യാത്രയാണ്).

ദശരഥൻ എന്ന അയോദ്ധ്യാനരേശന്റെ പുത്രനായി മനുഷ്യാവതാരമെടുത്ത്, അധർമ്മോച്ചാടനാർത്ഥം അനേകം അസുരനിഗ്രഹം നടത്തിയ സീതാപതി ശ്രീരാമന്റെ യാത്രയാണ് രാമായണസംഗ്രഹം. ഏക പത്നീവ്രതത്തിന്റെയും ധർമ്മ സത്യാദി ആദർശങ്ങളുടെയും മൂർത്തീരൂപമാണ് ശ്രീരാമൻ. പലരുടെയും നിരീക്ഷണങ്ങളെ മുഖവിലയ്ക്കെടുക്കുമ്പോൾ പല ഭാഷകളിലായി എഴുതപ്പെട്ടിട്ടുള്ള രാമകഥ വരമൊഴിയായി പ്രചരിയ്ക്കപ്പെട്ടിരുന്നതാകാം, അതും വാത്മീകി രാമായണത്തിന് മുമ്പേ തന്നെ. രാമനെ മനുഷ്യനായി ചിത്രീകരിച്ചതാണ് രാമായണത്തിന്റെ മഹത്വമെന്ന് മഹാകവി ടാഗോറും നിരീക്ഷിക്കുന്നു.

പൂർണ്ണ രൂപത്തിൽ മലയാളത്തിൽ ആദ്യമായി എഴുതപ്പെട്ട രാമകഥയാണ് അയ്യപ്പിള്ളി ആശാന്റെ 'രാമകഥപ്പാട്ട്.' 'ചന്ദ്രവളയം' എന്ന വാദ്യോപകരണത്തിൽ താളംപിടിച്ച് പാടിയിരുന്നതിനാലാണ് ഗ്രന്ഥകർത്താവ് രാമകാവ്യം എന്ന അഭിസംബോധന ചെയ്തിരുന്നിട്ടും രാമകഥപ്പാട്ട് എന്ന പേരിൽ പ്രസ്തുത കൃതി പ്രസിദ്ധി നേടിയത്. ദക്ഷിണേന്ത്യയിലെ ഇതര രാമകഥകളെല്ലാം ഭക്തിയെ മുൻനിർത്തിയാണെന്നിരിക്കെ, വാത്മീകി രാമായണത്തെ പിൻപറ്റിയുള്ള മനുഷ്യകഥാനുഗായിയാണ് ആശാന്റെ രാമകാവ്യം. പാതാളരാവണകഥ പോലുള്ള ചെറിയ മാറ്റങ്ങൾ വാത്മീകി രാമായണത്തിന്റെ തനിയാവർത്തനം എന്നതിനപ്പുറം മൗലികത രാമകഥാപ്പാട്ടിന് നേടിക്കൊടുക്കുന്നു. ലീലാതിലകം പറഞ്ഞുവെയ്ക്കുന്ന പാട്ടിന്റെ ലക്ഷണങ്ങളിൽ ഒതുങ്ങി നിൽക്കുന്നതല്ല രാമകഥപ്പാട്ട് എന്നതും ഒരു സവിശേഷതയാണ്. നിരണംകൃതികൾക്കും അദ്ധ്യാത്മരാമായണത്തിനും ഇടയ്ക്കാണ് പ്രസ്തുതകൃതിയുടെ ഏകദേശ കാലഗണന.

താടകാവധത്തിനായി പുറപ്പെടുന്നതോടെയാണ് പ്രസ്തുതകൃതി രാമകേന്ദ്രിതമായി മാറുന്നത്. മലയാളത്തിലെ ആധികാരിക രാമകാവ്യമായ തുഞ്ചത്തെഴുത്തച്ഛന്റെ അദ്ധ്യാത്മരാമായണത്തിൽ തീർത്തും ദൈവസങ്കൽപ്പമായ രാമനെയാണ് കാണാനാവുക. പരബ്രഹ്മത്തിന്റെ പര്യായമായി വിളങ്ങുന്ന എഴുത്തച്ഛന്റെ രാമൻ മനുഷ്യനായി ജീവിക്കുമ്പോഴും ആ പരബ്രഹ്മമായിത്തന്നെ നില

കൊള്ളുന്നു. എന്നാൽ ആശാന്റെ രാമകഥപ്പാട്ടിലെ രാമൻ സാധാരണക്കാരനായ ഒരു മനുഷ്യനാണ്. വാത്മീകിരാമായണത്തിനോടേറ്റവും അടുത്തുനിൽക്കുന്ന രാമ സങ്കൽപ്പവും ആശാന്റേതാണ്. ഭൂതഭാവിവർത്തമാനങ്ങളെ അതിമാനുഷികതയുടെ പരിവേഷങ്ങളേതുംകൂടാതെ നേരിടുന്ന രാമൻ. രാമകഥകളിലെ അതിമാനു ഷികതയുടെ പ്രധാനകാരണം, കഥയിലെ ദൈവസങ്കൽപ്പങ്ങളുടെ കടന്നുവര വും, അത്യതിശയോക്തി നിറഞ്ഞ ആഖ്യാനവുമാണ്. എന്നാൽ രാമകഥപ്പാട്ടിൽ പ്രത്യക്ഷത്തിൽ ഭഗവത്സാന്നിദ്ധ്യം കാണാനാവില്ല. ശ്രീരാമാദികളുടെ ഉത്ഭവ ത്തിന്റെ കാരണത്തെ വിശദീകരിക്കുന്ന ഭാഗത്തും, അത്ഭുതകരമായ കഥാസ ന്ദർഭങ്ങളിൽ രചയിതാവിനാൽ ആരോപിക്കപ്പെടുന്ന ദൈവീക സാന്നിദ്ധ്യമുള്ള ഭാഗങ്ങളിലും മാത്രമേയുള്ളൂ. ശ്രീരാമൻ വിഷ്ണു ഭഗവാന്റെ അവതാരമാണെന്ന് പറഞ്ഞു വെയ്ക്കുന്നതു തന്നെ വളരെ യുക്തിസഹമായിട്ടാണ്. രാവണനിഗ്രഹ ത്തിനായി പിറന്നതാകയാലുള്ളതിനേക്കാൾ ശ്രേഷ്ഠത അദ്ദേഹത്തിന്റെ ഓരോ പ്രവൃത്തിയിലുമുണ്ട്. രാമനെ അയോദ്ധ്യാനരേശനായി അഭിഷേകം ചെയ്യുന്നതി നായുള്ള ദശരഥന്റെയും മന്ത്രിപ്രവരന്മാരുടെയും ചർച്ചയിൽ-

"തരൈതനിലറം വളർക്കും
ചങ്കണികരന്മേലാരെ
കരുതിനർപ്പലരും നേശാ
കമലലോചനൻമേൽ വൈത്താർ" (1)

"കടൽ മലള്ളടവളർ പുകഴ്നിരുപകല
തിലകനിലനിശയമുളവായ്(2)

"കടലതിലനതിനവും പടുക്ക
കാവലനനന്തമേൽ പള്ളികൊള്ളും
കൈലേശനർസുരപതി വിധി സൂര്യൻ
കലമകൾ തിരുമകളും
ഇടയിൽ തുമ്മുരുനാരദർ യക്ഷർ കിന്നരരിന
മുരുകും സഭയിനിൽ...." (1)

ഈ ഭാഗത്ത് വൈഷ്ണവരൂപമായ ശ്രീരാമനെ സുമന്ത്രർ പുകഴ്ത്തു ന്നത് രാമന്റെ ഗുണങ്ങളെ മുൻനിർത്തിയാണ്. യുദ്ധവീര്യത്തിലും ജ്ഞാനത്തിലും ധർമ്മത്തിലും പോന്നവനായ രാമനെയാണവർ കാണുന്നത്. ഈ അവസരത്തിൽ വൈഷ്ണ സങ്കൽപ്പവുമായി ശ്രേഷ്ഠതയാൽ താദാത്മ്യം പ്രാപിക്കുന്ന രാമൻ എന്ന മനുഷ്യനെയാണ് കാണാനാവുക. മാത്രമല്ല തദവസരത്തിൽ രാമനിലൂടെ ദൈവീകവും, മാനുഷീകവും രാജാവിന്റേതുമായ സങ്കൽപ്പങ്ങൾ സമരസപ്പെടു ന്നതായും കാണാം.

ശേഷം, രാമലക്ഷ്മണാദികളുടെ ശ്രേഷ്ഠത പ്രകടമാകുന്ന മറ്റൊരവ സരം കിഷ്കിന്ധാകാണ്ഡത്തിലെ ഹനുമത്സംവാദമാണ്. ത്രിമൂർത്തികളിലൊരു വനോ ഇന്ദ്രനോ ആണ് ഇവർ എന്ന് ഹനുമാൻ ശങ്കിക്കുന്നതാണ് അവസരം.

അത്രമേൽ ശ്രേഷ്ഠരാണിവർ എന്ന് അവതരിപ്പിക്കുന്നതിനപ്പുറം, ദൈവീകതയുടേയോ അതിവൈകാരികതയുടെയോ അംശങ്ങൾ ഇവിടെയും കാണാനില്ല. (പുറം 580)

വാത്മീകി വിരചിതമായ മൂലകൃതിയിലെ മനുഷ്യസങ്കൽപ്പത്തെ മുൻനിർത്തി അവതരിപ്പിക്കുമ്പോഴും, പ്രേക്ഷകതാൽപര്യത്തെ കണക്കിലെടുത്തുകൊണ്ടാകാം ഭഗവാന്റെ വിശ്വരൂപത്തെ രാമസങ്കൽപ്പത്തിലേയ്ക്ക് സന്നിവേശം ചെയ്യുവാനുള്ളൊരു ശ്രമം സാന്ദർഭികമായി യുദ്ധകാണ്ഡത്തിലെ 'ശ്രീരാമമഹത്വ' മെന്ന ഭാഗത്ത് കാണാനാകും. (പുറം 566-71). രാമൻ എന്ന മനുഷ്യന്റെ കഥ വായിക്കുമ്പോൾ മുഴച്ചിരിക്കുന്ന ഒരു ഭാഗം കൂടിയാണിത്. അസുരനിഗ്രഹത്തിനായി പോർക്കളത്തിലേയ്ക്കിറങ്ങുന്ന രാമന്റെ യഥാർത്ഥ വിശ്വനാഥരൂപം കണ്ട് ശത്രുക്കൾ പരിഭ്രമിക്കുന്നതാണ് കഥാസന്ദർഭം.

> "വളന്തുമുടുകിച്ചെല്ല മന്നൻ ചെറുതുതല്ല
> വാനംപൂമിതൊട്ടും കാലുംകയ്യും പൂമി
> അളന്തദേവൻ വിഷ്ണു അമലൻ ചമർക്കളത്തിൽ
> അഖിലപൂരണമായ് ചിലയുമേന്തി നിക്ക
> ഒരുവൻ തനിയേ വാറാൻ"   (2)

മേൽപ്പറഞ്ഞ അതിമാനുഷികതയെ സാധൂകരിച്ച് വീണ്ടും മാനുഷികതയിലേയ്ക്ക് ഒതുക്കുന്ന ഇതേ പാട്ടിന്റെ അവസാന ഭാഗവും ശ്രദ്ധേയമാണ്-

> "വിഷ്ണുവൊന്നല്ല വില്ലിയൊന്നല്ല വേലായിരവെള്ളമെന്റനർ
> വില്ലിയും പലതുണ്ടു പോരിനു വെളിയിൽ വന്നു പിറന്തിതേ" (2)

അതിമാനുഷികമായവതരിപ്പിച്ച രാമനെ വൈഷ്ണവാവതാരങ്ങളിൽ ഒന്നുമാത്രമായി, കേവല മനുഷ്യനാക്കി വീണ്ടും മാറ്റുന്നു.

സാന്ദർഭികമായ ഇത്തരം അതിമാനുഷിക വിശേഷങ്ങൾ മറ്റ് കഥാപാത്രങ്ങളാൽ ആരോപിക്കപ്പെടുമ്പോഴും കേവലം ഒരു മനുഷ്യനായി മാത്രം നിലകൊള്ളുന്നു എന്നതാണ് രാമകഥാപ്പാട്ടിലെ രാമന്റെ ഏറ്റവും വലിയ സവിശേഷത. ദക്ഷിണേന്ത്യൻ രാമകഥകളുടെ ഏറ്റവും വലിയ പ്രത്യേകത വീരരസമായതിനാൽത്തന്നെയാകണം രാമചരിതകാരൻ (12-ാം നൂറ്റാണ്ട്) യുദ്ധകാണ്ഡത്തെ മാത്രം അവതരിപ്പിച്ചത്. രാമകഥാപ്പാട്ടിൽ ബാലകാണ്ഡം മുതൽ യുദ്ധകാണ്ഡം വരെയുള്ള ഭാഗങ്ങളാണ് ഉള്ളതെന്നിരിക്കിലും (ലഭ്യമായത്) കൃതിയുടെ പകുതിയിലധിക ഭാഗവും യുദ്ധകാണ്ഡമാണ്. കൃതിയുടെ ശില്പഘടന മാത്രമല്ല രാമകഥാപ്പാട്ടിലെ രാമസങ്കൽപ്പവും വീരരസപ്രധാനമാണ്.

അനായാസേന വീരകൃത്യങ്ങൾ ചെയ്യുന്ന ഒരു വീര പുരുഷനായാണ് ആശാൻ രാമനെ അവതരിപ്പിക്കുന്നത്. രാമൻ സീതാസ്വയംവരത്തിൽ പങ്കെടുക്കുന്ന ഭാഗത്ത്

"വിൽവലിക്കയുടൻ താനശന്തതില്ലെ
കരനാടി കണ്ടുതില്ലെ - കവിൾ
ബിംബി അതരമുറക്കവില്ലെ
ശിരസ്സും വിറുത്തതില്ലെ - തിൺ
ഭുജത്തിൽ നരമ്പു തുടിത്തതില്ലെ
നെടുമൂച്ചടക്കമില്ലെ - നീല
മാലുടലെങ്കും വീശത്തുതില്ലെ
നടതാൻ പൂതത്തുമില്ലെ - നമ
ശങ്കരരേ! നാമൊരുനാളും
ഇതേപ്പോലെ വിൽവലിയെ - യേഴു
പാരിലും കണ്ടതില്ലെന്ന് മാരോർ
സ്തുതിത്താരി രാഘവനെ - ചുറ്റും
കൂടി മകിഴ്ന്തിടമായവനും" (3)

ശാരീരികമോ മാനസികമോ ആയ യാതൊരു സംഘർഷങ്ങളും കൂടാതെ. സാധാരണക്കാരായ അനേകം ഭൃത്യരാൽ ചുമക്കപ്പെട്ട ത്രയംബകത്തെ ശ്രീരാമൻ ഖണ്ഡിക്കുകയാണ്.

രാമസങ്കൽപ്പമെന്നതിനെ മാറ്റി നിർത്തി ദ്രാവിഡനായി മാത്രം നിൽക്കുന്ന രാമനെ ആശാൻ നമുക്ക് കാണിച്ചുതരുന്ന ഒട്ടനവധി സന്ദർഭങ്ങൾ പ്രസ്തുത കൃതിയിലൂടെ കടന്നുപോകുമ്പോൾ നമ്മുടെ ശ്രദ്ധയിൽപ്പെടും. ആര്യനായ രാമന്റെ ദ്രാവിഡഭാവത്തെ ഭംഗിയായി ആശാൻ പറഞ്ഞുവയ്ക്കുന്നുണ്ട്-

''എടുത്ത പൊരുൾ വാഴിത്തുവൈത്തിടും താതനേ,
എന്തനുള്ള പൊരുളിസമാം കാനകം" (4)

വനവാസത്തിനു പുറപ്പെടവെ വിലപ്പെട്ട വസ്തുക്കൾ സമ്മാനമായി എടുത്തു വയ്ക്കുന്ന ദശരഥനോട് രാമൻ പറയുകയാണ് കാട് തന്നെ എനിക്കുള്ള പൊരുൾ എന്ന്. ദ്രവീഡിയ സങ്കൽപ്പത്തിന്റെ ആധാരം തന്നെ വനത്തെയും പ്രകൃതിയെയും കുറിച്ചുള്ള ഈ തിരിച്ചറിവാണ്. ആര്യനായ രാമനെ ദ്രാവിഡവൽക്കരിച്ചവതരിപ്പിച്ചു എന്നത് രാമകഥാപ്പാട്ടിനെ സംബന്ധിച്ചിടത്തോളം പല പണ്ഡിതന്മാരും ശരിവയ്ക്കുന്ന ഒരു നിഗമനമാണ്.

മാനുഷിക പരിവേഷം നിറയുന്ന രാമൻ സീതാവിയോഗത്തിലും ലക്ഷ്മണവിയോഗത്തിലും തീവ്രവൈകാരികതയോടെയാണ് പ്രതികരിക്കുന്നത്-

"തീയവനിനതുപെണ്ണെ
ആരുമില്ലാത നേരം
കട്ടവനങ്കിരിക്കെ
ചേരുമോയിനതു കീർത്തി
ദിനകരകുലത്തിനുക്കെക്കെ (5)

വീരവും, വൈകാരികവും മാനുഷികവുമാർന്ന പൂർണ്ണവും ഉദാത്തവുമായ രാമകഥാപ്പാട്ടിലെ രാമസങ്കൽപ്പം തെളിയിക്കുന്ന വരികളാണിത്.

(1) പുറം: 357 അയോദ്ധ്യാകാണ്ഡം, രാമകഥാപ്പാട്ട് വാല്യം - 1

(2) പുറം: 27 യുദ്ധകാണ്ഡം, രാമകഥാപ്പാട്ട് വാല്യം - 2

തന്റെ ഭാര്യയെ തട്ടിക്കൊണ്ടുപോയ രാവണനോട് പകവീട്ടി, തന്റെ എല്ലാമെല്ലാമായ സീതയെ വീണ്ടെടുക്കാൻ വെമ്പുന്ന പച്ച മനുഷ്യനായ രാമനാണ്, ദ്രാവിഡ യോദ്ധാവായ രാമൻ.

തുടർന്നിങ്ങോട്ട് യുദ്ധകാണ്ഡത്തിൽ രാമന്റെ യുദ്ധവീര്യത്തോടൊപ്പം വികാരപ്രധാനമായ സന്ദർഭങ്ങളും ആശാൻ അവതരിപ്പിക്കുന്നു. രാമൻ ദൈവമായവതരിച്ച എഴുത്തിലെല്ലാം ത്രികാലജ്ഞാനം അദ്ദേഹത്തിനുണ്ട്. രാമകഥപ്പാട്ടിലെ മനുഷ്യനായ രാമൻ ആനുഷിംഗകവും ആകസ്മികവുമായി ജീവിതത്തെ നേരിടുന്നതിനാലാകാം വൈകാരികമായി പ്രതികരിച്ചതും.

രാമന്റെ ഉദാത്തതയെ അത്യതിശയോക്തിയോടെ അവതരിച്ചപ്പോൾ ചോദ്യം ചെയ്യപ്പെട്ട ചില സന്ദർഭങ്ങൾ ആണ് ശൂർപ്പണഖാവധവും, ബാലിവധവും, സീതാ നിരാസവും. സകലതുമറിയുന്ന രാമന്റെ പ്രതികരണങ്ങളാണ് മേൽപ്പറഞ്ഞ സന്ദർഭങ്ങളിൽ ചോദ്യം ചെയ്യപ്പെടുന്നത്. എന്നാൽ മനുഷ്യനായ രാമന്റെ പ്രതികരണം യുക്തിഭദ്രമാണ്. ശൂർപ്പണഖാവധത്തിൽ, കാമാന്ധമായി സീതയെ ഹനിക്കാൻ ചാടിവീണ ശൂർപ്പണഖയെ വധിക്കുവാനാണ് രാമൻ ലക്ഷ്മണനോട് പറയുന്നത്.

"പൊരുന്തവെ ഉരക്കലുറ്റാൻ
പോക്കിടു വിനക്കളെന്റേന്റേ" (6)

ബാലീവധത്തിനുശേഷം സീതാപഹരണത്തിൽ ദുഃഖിതനായ താൻ തെറ്റു ചെയ്തുപോയി എന്ന ബോധത്തോടുകൂടിയാണ് രാമൻ നിൽക്കുന്നത്-

"എണ്ണമുറ്റ രാഘവനും
ഇതുമൊരനിയായമാന
മനസ്സിലൂന്നി നിൻ്റവെവെ" (7)

സീതയെ തിരികെ നേടാൻ സുഗ്രീവസഖ്യം ആവശ്യമാണന്നതിനപ്പുറം ചിന്തിക്കാൻ മനുഷ്യനായ രാഘവന് കഴിയാതെ പോയി.

സീതാനിരാസവേളയിൽ, വിരഹാർത്തനായി താനിരിക്കെ സകലചമയങ്ങളോടുമണഞ്ഞ മൈഥിലിയെ കണ്ട്, മനുഷ്യസഹജമായ സംശയത്തോടെയാണ് രാഘവൻ പ്രതികരിക്കുന്നത്-

"പണ്ടരശേ നീയെന്നെ
വരുന്തിയോയിരുന്തായന്ത

കണ്ടകൻതനൈപ്പുണന്ത
കളവുകൾ കണ്ടേനുന്തൻ
തണ്ടലർമുറത്തിലെന്റാൻ"(8)

രഘുവംശതിലകവും ആര്യ ശ്രേഷ്ഠനുമായ വൈഷ്ണവാവതാരത്തെ, പച്ചയായ മനുഷ്യനായാണ് അയ്യപ്പിള്ളി ആശാൻ അവതരിപ്പിക്കുന്നതെന്ന് വ്യക്തം. രാമകഥപ്പാട്ടെന്ന് അറിയപ്പെട്ട രാമകാവ്യത്തിലെ രാമസങ്കൽപ്പത്തെ അന്നത്തെ സമൂഹത്തിന്റെ താൽപര്യങ്ങളുടെയും ആദർശങ്ങളുടെയും മൂർത്തരൂപമായി വ്യാഖ്യാനിക്കാവുന്നതാണ്. കാരണം, ഓരോ സാഹിത്യവും അതതു കാലത്തിന്റെ നേർഛായയാണ്. ആയതിനാൽത്തന്നെ സാഹസതൽപരരായിരുന്ന ദ്രാവിഡ സമൂഹത്തിന്റെ രാമസങ്കൽപ്പം വീരരസപ്രധാനമാണ്. അതിമാനുഷ ദൈവിക പരിവേഷങ്ങളെക്കാൾ വൈകാരികവും വ്യക്തതയാർന്നതുമായ രാമസങ്കൽപ്പമാണ് രാമകഥാപ്പാട്ടിലേത്.

(1) പുറം: 257, (2) പുറം: 258 (3) പുറം: 259 അയോദ്ധ്യാകാണ്ഡം, രാമകഥാപ്പാട്ട് വാല്യം - 1

(2) പുറം: 569, (2) പുറം: 571 യുദ്ധകാണ്ഡം, രാമകഥാപ്പാട്ട് വാല്യം - 2

(3) പുറം: 219-220 ബാലകാണ്ഡം, രാമകഥാപ്പാട്ട് വാല്യം - 1

(4) പുറം: 357 അയോദ്ധ്യാകാണ്ഡം, രാമകഥാപ്പാട്ട് വാല്യം - 1

(5) പുറം: 27 യുദ്ധകാണ്ഡം, രാമകഥാപ്പാട്ട് വാല്യം - 2

(6) പുറം: 534 ആരണ്യകാണ്ഡം, രാമകഥാപ്പാട്ട് വാല്യം - 1

(7) പുറം: 599-600 കിഷ്കിന്ധാകാണ്ഡം, രാമകഥാപ്പാട്ട് വാല്യം - 1

(8) പുറം: 705 യുദ്ധകാണ്ഡം, രാമകഥാപ്പാട്ട് വാല്യം - 2

ഗ്രന്ഥസൂചി

1) അയ്യപ്പിള്ളി ആശാൻ - രാമകഥപ്പാട്ട്
(സമ്പാദനം, പി.കെ. നാരായണപിള്ള) വാല്യം - 1
നാഷണൽ ബുക്ക് സ്റ്റാൾ - കോട്ടയം - 1970

2) അയ്യപ്പിള്ളി ആശാൻ -രാമകഥപ്പാട്ട്
(സമ്പാദനം, പി.കെ. നാരായണപിള്ള) വാല്യം - 2
നാഷണൽ ബുക്ക് സ്റ്റാൾ - കോട്ടയം - 1970

(3) കൃഷ്ണപിള്ള. എൻ - കൈരളിയുടെ കഥ
ഡി.സി. ബുക്ക്സ് - കോട്ടയം - 1958

4) പരമേശ്വര അയ്യർ എസ്സ്. ഉള്ളൂർ - കേരളസാഹിത്യചരിത്രം - ഭാഗം - 1
ഡിപ്പാർട്ട്മെന്റ് ഓഫ് പബ്ലിക്കേഷൻസ്, യൂണിവേഴ്സിറ്റി ഓഫ് കേരള
തിരുവനന്തപുരം - 1990

5) ബാലകൃഷ്ണൻ കൽപറ്റ - മലയാളസാഹിത്യചരിത്രം-
കേരള ഭാഷാ ഇൻസ്റ്റിറ്റ്യൂട്ട്, തിരുവനന്തപുരം - 2000

രാമസങ്കല്പത്തിന്റെ പുനർ വായനകൾ : വിജയലക്ഷ്മിയുടേയും വി ടി ജയദേവന്റെയും കവിതകളിൽ

ജയശ്രീ എസ്

ഇതിഹാസങ്ങളുടെയും പുരാണങ്ങളുടേയും പുനർവായന ഉത്തരാധുനിക കാലഘട്ടത്തിലും പ്രത്യക്ഷവും പരോക്ഷവുമായി കൃതികളിൽ നിന്ന് ഓരോ വായനക്കാരനും വായിച്ച് എടുക്കാം. ഭാരതത്തിന്റെയും കേരളത്തിന്റെയും സമുഹബോധമനസ്സിൽ അവ രൂഢമൂലമായി പ്രതിഷ്ഠിക്കപ്പെട്ടിരിക്കുന്നു എന്നത് തന്നെ ആണ് അതിന്റെ പ്രധാന കാരണം. ആദികാവ്യമായ രാമായണവും അതിന്റെ ബഹുസ്വരമായ അനവധി പാഠങ്ങളും മലയാള സാഹിത്യത്തിന് എന്നും പ്രചോദനം നൽകിയിട്ടുണ്ട്. മലയാള കാവ്യധാരയും ഇതിനു ഒരു അപവാദമല്ല. ക്ലാസിക്കൽ, നിയോക്ലാസിക്കൽ, ആധുനിക, ആധുനികോത്തര, കവിതകളിൽ എല്ലാം രാമകഥ പല മട്ടിൽ പാടിയും പറഞ്ഞും പോകുന്നതായി കാണാം. രാമനെ വീര പുരുഷനായി വാഴ്ത്തിപാടിയകാലത്തിനിപ്പുറം മാറി വന്ന സൂക്ഷ്മ രാഷ്ട്രീയത്തിന്റെ ഏടുകളിലൂടെ ഉള്ള നോട്ടങ്ങൾ സ്ത്രീവാദത്തിന്റെയും ഹരിതവാദത്തിന്റെയും നിലപാടുകളിൽ നിന്ന് കൊണ്ട് ആയത് തികച്ചും സ്വാഭാവികമാണ് താനും. "സീതയുമായി സാത്മ്യം പ്രാപിക്കുക എന്നതിന് അർത്ഥം ആസ്വാദക ചേതസ്സിൽ നിലീനമായ സീതാത്വത്തിന്റെ സ്ത്രൈണ ചേതനയുടെ ഉണർച്ചയാണ് എന്ന ചിന്താപദ്ധതി ഭാരതീയാലങ്കാരശാസ്ത്രത്തിൽ പണ്ടേ രൂഢമൂലമായിട്ടുണ്ട്." (2009:897) ഡോ. എം. ലീലാവതി നിരീക്ഷിക്കുന്നത് ശ്രദ്ധേയമാണ്. ഈ സാഹചര്യത്തിലാണ് സ്ത്രൈണവും പ്രകൃത്യാധിഷ്ഠിതവുമായ നേട്ടങ്ങൾ എപ്രകാരം ആണെന്ന് വി ടി ജയദേവന്റെ ഹരിതരാമായണം, വിജയലക്ഷ്മിയുടെ കൗസല്യം, ശ്രീരാവണൻ, മരണാനന്തരം തുടങ്ങിയ കവിതകളെ മുൻനിർത്തി നടത്തുന്നത് പ്രസക്തമാകുന്നത്.

ഹരിതരാമായണത്തിലെ ഹരിത-സ്ത്രീ കല്പനകൾ

കാറ്റിൽ ഏകാന്തനായുലാത്തവേ
ഉള്ളിലെ രതിസുഷമകൾ ഉണർത്തുന്ന
കുടമുല്ലപ്പൂവിന്റെ സുഗന്ധവുമായി
അവൾ വന്നു;
ആ ഇരുണ്ട വനം
സ്ത്രീ ശരീരം
പൂണ്ടെത്തിയതുപോലെ."

വികാരവതിയായ സ്ത്രീയെ അതിന്റെ തനിമയിൽ തിരിച്ചറിയുന്നവനായി കാട്ടിൽ കഴിയുന്ന രാമൻ മാറുന്ന സന്ദർഭമാണ് കവി ഇവിടെ ഓർമ്മിപ്പിക്കുന്നത്. എന്നാൽ അതെ സമയം തന്നെ വനാന്തരങ്ങളിലെ തണ്ണീർ ചോലകളിൽ വർഷങ്ങളോളം ഒഴുകിയിട്ടും നിന്നിൽ രാജമനയുടെ ജന്മാന്തര മൂർച്ചകൾ മിനുസപ്പെട്ടിരുന്നില്ലെന്നോ? എന്ന മറുചോദ്യം ഉന്നയിക്കേണ്ടിവരുന്നുണ്ട്. യുദ്ധവും ജയവും ശത്രുസംഹാരവും രാമനിലെ രാജാവിനെയും ക്ഷത്രിയകുലാഹന്തയെയും തോറ്റിയുണർത്തുകയായിരുന്നോ എന്ന ചോദ്യത്തിൽ വനത്തിൽ ആയിരുന്ന രാമന്റെ നിസ്വത തകിടം മറിയുന്നതായി കാണാം. കാട്ടിൽ എല്ലാം രാമന്റേതു ആയിരിക്കുമ്പോഴും ഒന്നും അയാളിൽ അധികാരത്താലോ പ്രിയതയാലോ തടഞ്ഞു വെച്ചിരുന്നില്ല. എന്നാൽ നഗരത്തിൽ എത്തുന്നതോടെ അയാൾ രാജാവും പുരുഷനും ആയി മാറുന്നു. സ്വരാജ്യത്തെക്കുറിച്ചും അതിർത്തികളെക്കുറിച്ചും മാത്രം ചിന്തിച്ചു തുടങ്ങുകയും ചെയ്യുന്നു. അതുകൊണ്ടാണ് സീതയുടെ പാതിവ്രത്യം ഒരു വ്യാകുലചിന്തയായി മാറുകയും അഗ്നിപരീക്ഷയ്ക്കായി തീക്കുണ്ഡം ഒരുക്കി സീതയെ അതിലേക്ക് വലിച്ച് എറിയുന്നതും. അപ്പോൾ രാമൻ കൈകേയിയോട് പറഞ്ഞ വാക്കുകൾ ചേരാതെ വരുന്നു. തനിക്ക് അയോധ്യയുടെ തിരക്ക് പിടിച്ച വാണിഭപ്പുരകളെ ഇഷ്ടമേ അല്ല. കാടാണിഷ്ടം. വിശ്വാമിത്രൻ കെടുത്തികളഞ്ഞ ബാല്യത്തെ തിരിച്ചു പിടിക്കാനായി വിശ്വാമിത്രന് കാണാൻ കഴിയാതിരുന്ന കിളികളുടെയും നനഞ്ഞ മണ്ണിന്റേയും പൂക്കളുടെയും പയസ്വിനികളായ നീരൊഴുക്കുകളുടേയും കാട്ടിൽ പോകാൻ ആഗ്രഹിച്ചിരുന്ന രാമൻ. ആരാണിനി തന്നെ അയോധ്യയിൽ നിന്ന് കാട്ടിലേക്ക് മോചിപ്പിക്കുക എന്ന് ആരാഞ്ഞ രാമന്റെ വാക്കുകൾക്ക് ഇവിടെ ബലം നഷ്ടപ്പെടുന്നു.

കൈകേയി: എല്ലാവരും തന്നെ കൃതഘ്ന എന്ന് വിളിക്കട്ടെ എന്ന് പറഞ്ഞു കൊണ്ട്, കാലം കൈകേയിയെ അഭ്യസൂയയുടെ സ്ത്രീരൂപം എന്ന് വിധിക്കാൻ വിട്ടു കൊടുത്തുകൊണ്ട് രാമന് വേണ്ടി നിറഞ്ഞ സ്നേഹത്തോടെ, വാത്സല്യത്തോടെ അമ്മ നിന്നെ കാട്ടിലേക്ക് മോചിപ്പിക്കും എന്ന് കൈകേയി ആണ ഇടുന്നു. ഭൂമാതാവിന്റെ നനഞ്ഞ മടിത്തട്ടിലേക്ക്, അവസാനമില്ലാത്ത ആരണ്യകണങ്ങളിലേക്ക്, ജീവിതത്തിന്റെ അനന്ത വിഹായസ്സിലേക്ക്, ഞാനീ സ്വർണ്ണ പഞ്ജരത്തിന്റെ മണിവാതിൽ ഒരുനാൾ ആരും അറിയാതെ തുറന്നു വയ്ക്കും എന്നാണു കൈകേയി രാമനോട് പറയുന്നത്. എന്നാൽ രാജധർമ്മത്തിന്റെ പടർന്നു പെരുകുന്ന പാഠങ്ങളിലൂടെ ഏതു കൊടിയ ഹിംസയെയും ധർമ്മഹിതവും ദൈവഹിതവും ആക്കാനുള്ള ധിഷ്ണാവൈഭവത്തിലേക്കാണ് രാമൻ കടന്നു പോകുന്നത് എന്ന് മാത്രം. പിന്നീട് ഒരിക്കലും ഈ ആഗ്രഹനിവർത്തിയുടെ കൃതജ്ഞത രാമൻ പ്രകടിപ്പിക്കുന്നതേയില്ല എന്നും ശ്രദ്ധിക്കേണ്ടതുണ്ട്, പിന്നീട് ഒരിക്കലും കൈകേയി കഥയിൽ കടന്നു വരുന്നതേയില്ല താനും,

ജിതേന്ദ്രിയൻ, ജിതക്രോധൻ, ജിതക്കാമൻ എന്നീ വിശേഷങ്ങൾ രാമന് ചാർത്തി കിട്ടുന്നുണ്ട്. എന്നാൽ കുലധർമ്മ പ്രകാരം തലയരിഞ്ഞോ നെഞ്ചുപി

ഉർത്തിയോ കൊല ചെയ്തു വീഴ്ത്തുക എന്നത് മാത്രമായി മാറുന്നുണ്ട് അയാളുടെ ലക്ഷ്യം. അങ്ങനെ ആണ് അയാൾ ഏതു രാജപാതയുടെയും വഴിവിളക്ക് ആയി മാറുന്നത്. മൂർച്ചപ്പെടുത്തിയ ഒരു അമ്പു മാത്രമായി അയാളുടെ ജീവിതം ചുരുങ്ങി പോകുന്നതാണ് വി ടി ജയദേവൻ നമുക്ക് കാണിച്ചു തരുന്നത്. ഒരു ചെറു പക്ഷിയുടെ കൂജനം കേൾക്കാൻ കഴിയാതായ രാമനെ നോക്കി പരിതപിക്കുന്ന കവി.

അതേസമയം സീതയാകട്ടെ കാട്ടിലേക്ക് എത്തുന്നതോടെ കൊട്ടാരത്തിൽ സർവ്വാഭരണ വിഭൂഷിതയായിരുന്ന സീതയേ ആയിരുന്നില്ല. കാട്ടിലെ കൂട്ടുകുടിലിലെ സീത ആയിരുന്നു അവൾ അപ്പോൾ. പുല്ലിനോടും പുഴുക്കളോടും ചെറുകിളികളോടും എന്തിനു വേദനകളോട് പോലും കൂട്ട് കൂടിയ സീത. അവൾ ഭർത്താവിനെയും സഹോദരനെയും കൂട്ടി മാതൃഗൃഹത്തിലേക്ക് തിരിച്ചെത്തിയ നാട്ടു വധുവിനെ പോലെ ഉത്സാഹി ആയിരുന്നു. എന്റെ ജന്മഗൃഹം എത്രമേൽ മോഹനമാണല്ലോ എന്ന് ഓരോ ഇളക്കത്തിലും അവൾ പറയുന്നതായി കവിക്ക് അനുഭവപ്പെടുന്നത് കാണാം. (2010:44) ഭൂമിയുടെ മകളാണ് സീത എന്ന ആദികവിയുടെ കല്പനയിൽ മാത്രം ഒതുങ്ങി നിൽക്കുന്നതല്ല ഈ പാരമ്പര്യം. സ്ത്രീയും പ്രകൃതിയും അത്രമേൽ ഇഴ ചേർന്ന് നിൽക്കുന്ന ഹരിതസ്ത്രീവാദത്തിന്റെ പ്രത്യക്ഷീകരണം കൂടിയായി മാറുന്നു ഇത്. സ്ത്രീ പ്രകൃതിയിൽ നിന്ന് ഭിന്ന അല്ലെന്നും അധികാരം കയ്യാളുന്ന പുരുഷൻ ഒരേസമയം സ്ത്രീയുടെയും പ്രകൃതിയുടെയും എതിർ പക്ഷത്തായി മാറുന്നു എന്ന അവബോധം കൂടി ഇത് നൽകുന്നുണ്ട്.

ശൂർപ്പണഖ : എന്തോ കാരണത്താൽ ശൂർപ്പണഖയുടെ കറുത്ത സൗന്ദര്യത്തിനു നേരെ രാമൻ മോഹത്തോടെ നോക്കി നിൽക്കുന്നുണ്ട്. ധർമ്മാധർമ്മ വിചിന്തനങ്ങൾക്ക് അതീതനായി, കൊടുങ്കാറ്റിന്റെ ചിറകുകൾ കൊണ്ട് പിഴുതെടുത്ത് ഉലച്ചു അട്ടഹസിക്കുന്ന ഒരുവനായി കൂർത്ത പല്ലുകളും നഖങ്ങളും പരന്ന കാലടികളുമായി ഒരു വന്യപുരുഷനായി രാമൻ മാറുന്നതും തന്നിൽ ആരോപിതമായ വൈഷ്ണവജന്മ സാധനകളെ, മൃദുലസൗകുമാര്യങ്ങളെ അയാൾ അതിവർത്തിക്കുന്നതായും കവി വർണ്ണിക്കുന്നുണ്ട് (2010: 48)

താടക: സ്ത്രീഹൃദയത്തിനു ഉന്മാദം ഉണർത്തുന്ന മോഹനമായ ഭംഗി കണ്ട് ആസ്വദിച്ചു നിൽക്കുന്ന താടകയെ ആണ് വയലാർ രാമവർമ്മ താടക എന്ന ദ്രാവിഡ രാജകുമാരി എന്ന കവിതയിൽ വർണ്ണിക്കുന്നതെങ്കിൽ രാമബാണം ഏറ്റു നിലംപതിച്ച താടകയുടെ മരണരോദനം പോലും ഇല്ലാത്ത ആന്തരികവിസ്ഫോടനാലാപനത്തിനു മുന്നിൽ അന്തം വിട്ടു നിന്ന് പോകുകയാണ് രാമൻ.

അമ്പിൽ ഞാൻ ഏറ്റാനുള്ള കൈക്കരുത്തിൽ സീതയെ വേട്ട ഒരു ക്ഷത്രിയൻ മാത്രമായി രാമൻ ചുരുങ്ങി പോകുന്ന സന്ദർഭത്തിൽ ആണ് രാമാ, മിഥ്യയുടെ സേവകൻ ആയി തീരുമ്പോൾ അങ്ങ് സ്വയം ഇരുട്ടിനെ നെയ്തു കൂട്ടുകയായിരുന്നുവോ? കാലത്തോട് ശ്രീരാമകഥയ്ക്ക് എന്താണ് ബോധിപ്പിക്കാൻ

ഉള്ളത്? ഈ വഴിയേ പോരിക എന്നോ? വഴി മാറി നടക്കുക എന്നോ? (2010:73) എന്ന് കവി ചോദിക്കുന്നത്. ശൂദ്രനും ക്ഷത്രിയനും ബ്രാഹ്മണനും എല്ലാം ജീവിത ലക്ഷ്യങ്ങൾ വേറെ വേറെ ആണോ? എങ്കിൽ ഈ ലക്ഷ്യങ്ങൾ ആരുടെ സങ്കല്പ മാണ് എന്ന് തുടരുന്ന കവിയുടെ ചോദ്യമുന വ്യവസ്ഥിതിയെ അന്ധമായി അംഗീ കരിച്ച രാമനുള്ള താക്കീതായി മാറുന്നു. ആ വ്യവസ്ഥിതിയോടുള്ള ചോദ്യം ചെയ്യലിൽ തന്നെ ആണ് ഈ ദൈവങ്ങളൊക്കെ ഇത്രയ്ക്ക് കൊതിയന്മാരോ ഇന്നാർക്കും സംശയം തോന്നി പോകുന്ന നീട്ടി പിടിച്ച മന്ത്രാലാപനങ്ങൾ എന്നും കവി പറഞ്ഞു പോകുന്നത്. അത് കൊണ്ട് തന്നെ ആണ് ശംബുകൻ കഥയി ലേക്ക് കടന്നു വരുമ്പോൾ ജ്ഞാനത്തെ ആവാഹിച്ച കറുത്ത മണ്ണായിരുന്നു ശംബൂ കൻ എന്ന് കവി ഉറക്കെ പറയുന്നത്. നീയാം നാഗരികകാമനയെ ഉൾക്കൊള്ളു വാൻ, നിന്റെ അധിനിവേശത്തെ ഉൾക്കൊള്ളുവാൻ എനിക്ക് തെല്ലും മുറിപ്പെ ടേണ്ടി വന്നില്ല. അത്രമേൽ മൃദുവായിരുന്നു എന്റെ പ്രതിജ്ഞ എന്ന് ശംബൂകനെ കൊണ്ട് ശ്രീരാമനോട് പറയിക്കുക കൂടി ചെയ്യുന്നുണ്ട് കവി.

അതുകൊണ്ട് തന്നെ ആണ് ഏതു മായികാസ്ത്രമുനയാലാണ് നീയി ത്രയധികം അസംബന്ധങ്ങളുടെ വൈതാളികൻ ആയിത്തീർന്നതെന്നും എനി ക്കറിയണമായിരുന്നു (2010 :78) എന്ന് കവി ആവശ്യപ്പെടുന്നതും. വീണ്ടും സീത യിലേക്ക് തിരിച്ച് വരുന്ന കവി അവളെ സമാശ്വസിപ്പിക്കുന്നു. രാമൻ ആരുടെയോ സങ്കല്പത്തിലുള്ള ജീവിതം ആയിരുന്നു ജീവിച്ചത് എന്നും നീ നനഞ്ഞ മണ്ണ് പോലെ എല്ലാ സ്വപ്നങ്ങളെയും എല്ലാ മിഥ്യകളെയും നനവും വളവും നൽകി നേരിന്റെ പുതുമുകുളങ്ങളാക്കി പരിവർത്തിപ്പിക്കുന്ന ജീവനുള്ള ഭൂമി തന്നെ ആയി രുന്നു എന്നും ധരിപ്പിക്കുന്നത്. ക്ഷത്രിയന്റെ കൈത്തഴമ്പുകൾക്ക് ഇടയിലൂടെ തളിരുപോലെ മൃദുവായ ഒരു ശരീരം പടർന്നു കയറിയത് പോലെ ആയിരുന്നു നീ എന്ന് സീതയെ തിരിച്ചറിയിക്കാൻ കവി ശ്രമിക്കുന്നു.

ഹരിതരാമായണത്തിന്റെ ശോകകാണ്ഡവും പ്രവ്രജ്യകാണ്ഡവും ആര ണ്യകാണ്ഡവും ഉത്തരകാണ്ഡവും കഴിഞ്ഞ് മോക്ഷകാണ്ഡത്തിൽ എത്തിച്ചേരു മ്പോൾ രാമൻ തന്നിലേക്ക് ഉണരുകയാണ്. നഗരങ്ങളെക്കടന്നു, ആചാരനടത്ത ത്തിന്റെ മിനുത്ത പാതകളെ കടന്ന്, വയൽ നിലങ്ങളെ കടന്ന്, ജാതിമര്യാദക ളുടെ അർത്ഥശാസ്ത്രങ്ങളെ കടന്ന്, ശാപഭയങ്ങളെക്കടന്ന്, അവതാരകഥയുടെ ഔചിത്യങ്ങളെ കടന്ന്, എന്തിൽ നിന്നോ കുതറി അകലുന്ന ഒരു വെറും വന്യ മൃഗം പോലെ രാമൻ ഓടുകയും മറ്റു എല്ലാ മുഖങ്ങളെയും വിട്ടു സീതയുടെ ഒറ്റ ഒരു മുഖം സ്വാംശീകരിക്കുകയും ചെയ്തുകൊണ്ട് ഉടഞ്ഞു ചിതറുന്ന ഒറ്റ മേഘം പോലെ രാമൻ അവളിലേക്ക് പെയ്യുമ്പോൾ മോക്ഷകാണ്ഡവും പൂർത്തിയാ കുന്നു.

അവസാനത്തെ അഭയവും ശാശ്വതമൂല്യവും സ്ത്രീയിലും പ്രകൃതി യിലും തന്നെ ആണ് എന്ന് തിരിച്ചറിയുകയാണിവിടെ. അവഗണിക്കാൻ കഴി

യാത്ത സാന്നിദ്ധ്യമായി ജീവൽ പ്രതീകമായി മണ്ണും പെണ്ണും മാറുമ്പോൾ പുതിയ ഒരു ബോധം വായനക്കാരിൽ ഉടലെടുക്കുന്നു. രാമരാജ്യത്തിനുള്ള മുറവിളികൾ പെണ്ണരശുനാടല്ലാതെയും ഹരിതസമ്പദ്വ്യവസ്ഥയുടെ നിരാസത്തിലും ആയി രിക്കണം എന്ന അലിഖിത നിയമങ്ങൾ നിഷ്പ്രഭമാക്കുകയും, അധികാരിയായ പുരുഷൻ അന്നും ഇന്നും എന്നും കാണിക്കുന്ന പ്രകൃതി വിരുദ്ധതയുടെയും സ്ത്രീവിരുദ്ധതയുടെയും മേലുള്ള അന്ത്യശാസനം കൂടിയായി വന്നു ഭവിക്കു ന്നു.

വിജയലക്ഷ്മിയുടെ പ്രതിരോധം

പാരമ്പര്യ ചിന്തകളെ ഗൗനിക്കാതെ അവയിൽ അന്തർലീനമായിരിക്കുന്ന യാഥാസ്ഥിതിക മൂല്യങ്ങളോട് കലഹിച്ചു കൊണ്ട് അവയെ ചുറ്റും കാണുന്ന കാഴ്ചകളോടും അനുഭവിച്ചു തീർത്ത സത്യങ്ങളോടും ഉയർത്തുന്ന എഴുത്തുകാ രിയാണ് വിജയലക്ഷ്മി. ആൺ ബോധം നിർമ്മിച്ച് വച്ച ചതുരക്കള്ളികളിൽ നിന്ന് പുറത്ത് കടക്കാനും ആ സ്വാതന്ത്ര്യം ആഘോഷിക്കാനും ഉള്ള ത്വര വിജയ ലക്ഷ്മിയിലെ കവയിത്രി പ്രകടമാക്കുന്നു. എഴുതി എഴുതി തെളിഞ്ഞ് ഇരുത്തം വന്ന ശൈലിയോടെ മൃഗശിക്ഷകനിലൂടെ, തച്ചന്റെ മകനിലൂടെ മലയാള കാവ്യ നഭസ്സിലേക്ക് കടന്നു വന്ന അവർ പെൺമനസ്സിന്റെ ഉദാത്ത ഭാവങ്ങളുടെ ചിത്രീ കരണത്തിൽ മാത്രമല്ല ജൈവിക മൗലികത കൊണ്ട് കൂടിയാണ് വ്യതിരിക്ത യായി തീർന്നത്.

കൗസല്യ

വ്യവസ്ഥിതിക്ക് ഒത്ത് ചിന്തിക്കുകയും പ്രവർത്തിക്കുകയും ചെയ്യേണ്ടി വരുന്ന സ്ത്രീ മനസ്സിന്റെ ആവിഷ്ക്കാരമാണ് കൗസല്യ എന്ന കവിത-

"അർച്ചിതാ തസ്യ കൗസല്യ
പ്രിയ കേകേയ വംശജ"

എന്ന ശ്ലോക ശകലത്തെ മുൻനിർത്തി സ്ത്രൈണ കാമനകളെ നിരാകരിക്കുന്ന ദശരഥൻ കൗസല്യയെ മാതൃ പരിവേഷത്തോടെ മാത്രം കാണുമ്പോൾ-

"പിന്നെയും നിശീഥത്തിൽ അങ്ങ് ചൊല്ലുന്നു, ചില്ലി-
വില്ലുകൾ കുലയ്ക്കുന്ന കാമപത്നിയെ പറ്റി" (2010:15)

എന്ന് തുടങ്ങുന്ന കവിത സപത്നീ സമ്പ്രദായത്തിൽ സ്ത്രീകൾ അനു ഭവിക്കുന്ന വേദനകളെ അടക്കം ചെയ്യുന്നു. ഭർത്താവ് തന്നിൽ മാതൃഭാവം മാത്രം കാണുന്ന അവസ്ഥയിൽ അവളുടെ കരൾ നാരുനാരായി നരയ്ക്കുകയാണ്. 'മന്നവ മറന്നാലും എന്ന് മനസാ പ്രതികരിക്കുന്നു എങ്കിലും നിലനിൽക്കുന്ന സാമ്പ്രദാ യിക വ്യവസ്ഥയിൽ ധർമ്മാദരങ്ങളുടെ ധർമ്മ ഭാരം ഓർത്ത് അവൾ മൗനിയായി മാറുന്നു-

രാമന്നമ്മയാകുവാനല്ലോ വന്നു ഞാൻ
മറ്റെന്തുണ്ട് ഈ മഹിഷിക്ക് അധികാരം"

എന്ന ചോദ്യത്തിൽ എല്ലാ അധികാരങ്ങളും അറിഞ്ഞു പരിത്യജിക്കുന്നതിന്റെ നഷ്ടബോധം ഉണ്ട്. ഇത് ദശരഥന്റെ മാത്രം കഥയല്ല മറിച്ച് ദാശരഥിയുടെ കൂടി കഥയായി നാളെ മാറും എന്ന് അമ്മ ആന്തലോടെ തിരിച്ചറിയുന്നുണ്ട്. തലമുറ കൾ നീളുന്ന പുരുഷാധിപത്യത്തോടുള്ള മൗനം നിറഞ്ഞ വിയോജിപ്പ് പ്രകടിപ്പി ക്കാൻ മാത്രം കഴിയുന്ന നിസ്സഹായവസ്ഥയിലേക്ക് കൗസല്യ പതിക്കുന്നതായി വിജയലക്ഷ്മി ചിത്രീകരിക്കുന്നു.

ശ്രീരാവണൻ

കാലങ്ങളായി തുടർന്ന് പോരുന്ന നായക പ്രതി നായക സങ്കല്പങ്ങളെ അട്ടിമറിച്ചു കൊണ്ട് രാവണനെ കേന്ദ്ര കഥാപാത്രമാക്കി രജോഗുണങ്ങളുടെ മൂർത്തീ ഭാവമായി അവതരിപ്പിക്കുന്ന നാടകമാണ് സി.എൻ ശ്രീകണ്ഠൻ നായ രുടെ ലങ്കാലക്ഷ്മി. വേദന തിങ്ങുന്ന ഇരുട്ടിന്റെ മഹാനാടകമായി രാമായണത്തെ പരിവർത്തിപ്പിക്കുമ്പോൾ ഇരുട്ടിലെ കളിക്കാരൻ ആയി രാമനും മാറുന്നു. രക്ഷോ ഗണങ്ങളുടെ രാജസഭാതലം ആയി ലങ്കാപുരിയെ വർണ്ണിക്കുമ്പോൾ അയോദ്ധ്യ നിശബ്ദവും ശൂന്യവും ആയി മാറുകയും ചെയ്യുമല്ലോ. രാമഗത് ഉഗ്ര സർപ്പാ കാരം ആളുന്ന മട്ടിൽ നീതമായി വീണ പാടുമ്പോൾ ആശര വംശ സിംഹാസന ത്തിൽ വാഴുന്ന രാവണൻതന്നുടൽ ഒന്ന് പിടഞ്ഞ് മനോഹരമായ സ്ത്രീത്വമായി മാറുന്നു. രാവണനിലെ ഈ സ്ത്രൈണത ഇല്ലാതാകുന്നിടത്ത് രാമനും രാവ ണനും വ്യത്യസ്തരാകുന്നു. ജീവനായികയായ മണ്ഡോദരിയെ പറ്റി എടുത്തു പറഞ്ഞുകൊണ്ട് അവൾക്ക് യാതൊന്നും സംഭവിക്കാൻ രാവണൻ ഇട വരുത്തു ന്നില്ല എന്ന് ഓർമ്മിപ്പിക്കുക കൂടിയാണ് കവയിത്രി. ഒളിയമ്പുകൾക്കും ചതിപ്ര യോഗങ്ങൾക്കും നിൽക്കാതെ എല്ലാം പരിത്യജിക്കുന്നവൻ ആയി മാറുമ്പോൾ രാവണൻ സ്ത്രീജിതൻ അല്ല ശ്രീജിത്താണ് ആണ് എന്ന വാക്യം കൂടി ആണ് അന്വർദ്ധം ആകുന്നത്.

മരണാനന്തം

പ്രത്യക്ഷത്തിൽ രാമകഥയോട് വലിയ സാമ്യങ്ങളോ സുചിതങ്ങളോ ഇല്ലെങ്കിൽ കൂടി ആശാന്റെ ചിന്താവിഷ്ടയായ സീതയിൽ സീത നടത്തുന്ന യാത്രാമൊഴിക്ക് സമാനമായ പ്രമേയം ആണ് ഈ കവിത ചർച്ച ചെയ്യുന്നത്. അത്ഭുത സുന്ദര പ്രപഞ്ചത്തെ കുതൂഹലത്തോടെ നോക്കി നിൽക്കുന്ന ഒരുവൾ ഇത് വെറും നിഴൽ നൃത്തം ആണെന്നും ഇതിനു അപ്പുറം നീലിമ കാളും വനാ ന്തരങ്ങൾ ആണെന്നും തിരിച്ചറിയുന്നു. കൊട്ടാരത്തിന്റെ പടിവിട്ട ഇറങ്ങേണ്ടി വന്ന ഒരുവളെ പോലെ ജാനു മാറുന്നു. അവൾ മറ്റൊരു സീത ആകുന്നു. ഊരിന്റെ നെഞ്ചിൽ നിന്ന് ഊറുന്ന വാക്കുകൾ ആണ് അവളിലൂടെ മുഴങ്ങുന്നത്. സ്ത്രീനി ന്ദനവും ശൂദ്രനിന്ദനവും ഉൾപ്പെട്ട സാമൂഹ്യ വ്യവസ്ഥിതിയെ ആണ് ചിന്താവി

ഷ്ടയായ സീതയിലെ സീത വിമർശിക്കുന്നത്. സീതയുടെ ചിന്തയിലുള്ള കലാപം രാമന്റെ നയങ്ങൾക്ക് മാത്രം എതിരായിട്ട് ഉള്ളതല്ല. പുരുഷാധീശത്വ ഘടനയോട് കൂടി സമൂഹത്തിന്റെ മൂല്യസങ്കൽപ്പങ്ങൾക്ക് എതിരായിട്ടുള്ളതാണ്. ധർമ്മ മൂല്യങ്ങളുടെ നിയമാകശക്തിയായ ബഹുജനം അവകാശങ്ങൾക്ക് എതിരായി അലറി വിളിക്കുന്ന അക്രമാസക്തമായ ജനക്കൂട്ടം ആയി മാറുന്നുണ്ട്.

"സ്ത്രീകളെ ആരോർക്കുന്നു
ഞങ്ങൾക്ക് വേണം രാജ്യം
കൊയ്ത്തു തീർക്കുവാനുണ്ട്
കോട്ടകൾ, മിനാരങ്ങൾ.
ഞങ്ങൾക്ക് തകർക്കാനേ
ദേവ:ഗേഹങ്ങൾ അതേ
കല്ലുകൾ, പടുക്കാനും
അഴിച്ചു നിരത്താനും."

വെള്ള വസ്ത്രത്താൽ മുടി പൊതിഞ്ഞ സന്യാസിനിക്ക് മാത്രമാണ് ഇരുട്ടിൽ ദുഃഖമേ വെളിച്ചം താൻ. പരിശുദ്ധമാണ് പ്രേമം തന്നെയാണ് മഹാശക്തി എന്ന് തിരിച്ചറിയുവാൻ കഴിയുന്നുള്ളൂ. ആ വൃദ്ധ കാനനവാസം പൂർത്തിയാക്കി അന്തർധാനത്തിനു തൊട്ട് മുൻപുള്ള സീത ആയിരിക്കണം. രാജാവും നഗരപാലകന്മാരും നിത്യവും പ്രവർത്തിക്കുന്ന രാമരാജ്യം പോലും അടിസ്ഥാന പ്രശ്നങ്ങളിൽ നിന്ന് വിമുക്തമാവുന്നില്ല എന്ന ഓർമ്മപ്പെടുത്തൽ ആണ് നടത്തുന്നത്. ഈ അടിസ്ഥാന പ്രശ്നങ്ങളിൽ നിന്നുള്ള മോചനം ആകട്ടെ സ്ത്രീയെയും ഭൂമിയെയും പരിഗണിച്ചു കൊണ്ട് മാത്രമേ സാധ്യം ആവുകയുള്ളൂ താനും.

ഫെമിനിസം എന്ന ആശയത്തെയും അതെ തുടർന്ന് വന്ന എക്കോളജിക്കൽ ഫെമിനിസത്തെയും പല്ലും നഖവും കൊണ്ട് എതിർത്തു തോൽപ്പിക്കാൻ ശ്രമിച്ചുകൊണ്ടിരിക്കുന്ന ഒരു ലോകത്താണ് നാം ജീവിച്ചുകൊണ്ടിരിക്കുന്നത്. സ്ത്രീവാദവും ഹരിതസ്ത്രീവാദവും അത്രമേൽ പഴി കേൾക്കുന്നുണ്ട് ഇന്ന്. എന്നാൽ ആണിനെ ധിക്കരിക്കാൻ ഉള്ള ശീലം പെണ്ണിൽ വളർത്തി എടുക്കണം എന്ന് ചിന്തിക്കാൻ പെണ്ണിനെ പ്രേരിപ്പിച്ചത് ചിരകാലമായി അവർക്ക് സഹിക്കേണ്ടി വന്ന പീഡനങ്ങളും അഭിമാനഹാനികളും ആണ്. പുരുഷധികൃതി എന്നത് സ്ത്രീയുടെ സ്വത്വ അന്വേഷണത്തിന്റെയും സമത്വ അവബോധത്തിന്റെയും ഉൽപ്പന്നമായി തീരുന്നതു ഇങ്ങനെ ഒക്കെ ആണ്. ഇത്രകാലം ഞങ്ങളെ ഭരിച്ചില്ലേ? ഇനി കുറച്ച് ഞങ്ങളും ഭരിക്കട്ടെ എന്ന് വാക്ക് കൊണ്ടും നീക്കം കൊണ്ടും പുരുഷന്റെ മുഖം അടച്ചു അടി കൊടുക്കുന്ന സ്ത്രീ എന്ന പ്രതിഭാസത്തെ യാഥാർത്ഥ്യം ആക്കി തീർക്കുന്നത് അവന്റെ ബുദ്ധിശൂന്യതയും ഭാവനാശൂന്യതയുമാണ്. സ്നേഹം എന്ന മാനുഷിക വികാരം ഏറ്റവും വിശുദ്ധം ആകുന്നതു തുല്യത അംഗീകരിക്കുമ്പോഴാണ്. സ്നേഹമുള്ളിടത്ത് ആധിപത്യ ഭാവം ഇല്ല. ആധിപത്യ

വിധേയതാ മുദ്രകൾ മാഞ്ഞു പോകുന്നിടത്ത് മാനുഷികത മാത്രമേ ഉണ്ടാവൂ.

ശ്രീരാമൻ എന്ന ചരിത്ര പുരുഷൻ ഇത്തരം വിശകലനങ്ങളിൽ പ്രതിസ്ഥാനത്ത് നിൽക്കുന്നു. കാലത്തിന്റെ ഗതാനുഗതികത്വം ബാധിച്ച ഒരാൾ മാത്രം ആയിരിക്കണം രാമൻ. എങ്കിലും വാഴ്ത്തി പാടുന്ന ധീരോദാത്തൻ എന്ന് വിശേഷിപ്പിക്കുന്ന ഒരു നായകനിൽ ഇത്തരം കലാംഗങ്ങൾ കണ്ടില്ല എന്ന് നടിക്കുന്നത് സമകാലിക ലോകത്തോട് ചെയ്യുന്ന ഏറ്റവും വലിയ അനീതി തന്നെ ആണ്. ഇതിനാൽ തന്നെ ആണ് ഇത്തരം വായനയ്ക്ക് പ്രസക്തി ഉണ്ടാകുന്നതും. ഇനിയുള്ള കാലം ഹരിത അവബോധവും ലിംഗ അവബോധവും ആവശ്യപ്പെടുന്ന ഒരു കാലഘട്ടം ആണെന്ന് ഇത്തരം കൃതികൾ അടിവരയിടുന്നു എന്ന് പറയാം.

ഗ്രന്ഥസൂചി

ജയദേവൻ വി.ടി - 2010, ഹരിത രാമായണം, ഡി സി ബുക്സ്, കോട്ടയം

ലീലാവതി എം. - 2009 ഭാരതസ്ത്രീ, ഗുരുവായൂർ ദേവസ്വം, ഗുരുവായൂർ

ലീലാവതി എം. - 2012. നലകാന്തം, സാഹിത്യപ്രവർത്തക സഹകരണ സംഘം, കോട്ടയം

വിജയലക്ഷ്മി, - 2001, ഹിമസമാധി, ഡി.സി. ബുക്സ്, കോട്ടയം

വിജയലക്ഷ്മി, 2- 010, വിജയലക്ഷ്മിയുടെ കവിതകൾ, ഡി.സി. ബുക്സ്, കോട്ടയം

ഷീബാ ദിവാകരൻ, - 2014, പെൺ കവിത മലയാളത്തിൽ, കേരള ഭാഷാ ഇൻസ്റ്റിറ്റ്യൂട്ട്, തിരുവനന്തപുരം

പഴയ പൊരുൾ പുതിയ കാലം

(ആധുനികോത്തര രാമസങ്കല്പം 'പുതുരാമായണത്തിൽ')

ഹരികൃഷ്ണൻ കെ. എസ്

വരമൊഴി പെറ്റും വാമൊഴി പോറ്റിയും പാഠാന്തരങ്ങളിലൂടെ വ്യാപരിച്ച ഏക ഗ്രന്ഥം വാല്മീകി രാമായണം മാത്രമാണ്. വാല്മീകിയിൽ നിന്നും സോഷ്യൽ മീഡിയ വരെയെത്തി നിൽക്കുന്ന രാമകഥയ്ക്ക് വിവിധ വംശ, വർഗ്ഗ, സ്ഥല കാലങ്ങളിൽ പല ഭേദങ്ങൾ ഉണ്ടാകുന്നു. പക്ഷേ ഈ രാമായണ കഥകളുടെയെല്ലാം സമഗ്ര ലക്ഷ്യമെന്നത് ധർമ്മസംസ്ഥാപനമാണ്. 'രാമായണം' എന്ന പദത്തിലെ 'രാ' എന്ന ശബ്ദത്തിന് അന്ധകാരം എന്നർത്ഥം കൽപ്പിച്ചു കാണുന്നുണ്ട്. അതുകൊണ്ടു തന്നെ രാമായണം അന്ധകാരം മായണം അതായത് അജ്ഞാനം അകന്നു ജ്ഞാനമുണരണം എന്നതാണെന്ന് സാമാന്യമായിപ്പറയാം.

'എല്ലാ സത്ഗുണങ്ങളും തികഞ്ഞ, എല്ലാ മാനുഷർക്കും മാതൃകയായ ഒരു മനുഷ്യൻ ഭൂമിയിൽ ജീവിച്ചിരിപ്പുണ്ടോ' എന്ന നാരദനോടുള്ള വാല്മീകിയുടെ ചോദ്യത്തിനുത്തരമായി ഇക്ഷ്വാകു പരമ്പരയിൽപ്പെട്ട ശ്രീരാമന്റെ ചരിത്രം നാരദമഹർഷി പറഞ്ഞു കൊടുക്കുന്നു. ഈ കഥയാണ് രാമായണമായി പരിണമിച്ചത്. ഈ കൃതിയെ പിൻപറ്റി ദക്ഷിണേന്ത്യയിൽ അനവധി 'രാമൻ' മാരുണ്ടായി. ഈ ബഹുത്വം ഇവിടെ മാത്രമല്ല മറുനാടുകളിലും കാണുന്നുണ്ട്. അതായത് രാമായണം ബൃഹത്തായ പാരമ്പര്യമാണ്. മലയാള സാഹിത്യത്തെ സംബന്ധിച്ചിടത്തോളം രാമായണങ്ങളുടെ ഒരു ഉപപാരമ്പര്യം തന്നെ നമുക്ക് കാണാൻ കഴിയും. ശ്രീരാമന്റെ 'രാമചരിതം', നിരണം കവികളുടെ കണ്ണശ്ശരാമായണം, അയ്യപ്പിള്ളി ആശാന്റെ രാമകഥപ്പാട്ട്, എഴുത്തച്ഛന്റെ അദ്ധ്യാത്മരാമായണം കിളിപ്പാട്ട് എന്നിങ്ങനെ രാമാവിഷ്കാരങ്ങൾ അനവധിയാണ്. ആർ എസ് വർമാജിയുടെ പട്ടികയിൽ 190 ലധികം സ്വതന്ത്രകൃതികളും 19 പരിഭാഷകളും 24 ഗദ്യങ്ങളും മലയാളത്തിൽ നിന്നുൾപ്പെടുന്നുണ്ട്.

ഒരു ശരാശരി കേരളീയ ജീവിതം സാഹിത്യത്തിൽ നിന്നും ഭിന്നമല്ലായെന്നിരിക്കെ രാമൻ മലയാള സാഹിത്യത്തിൽ എങ്ങനെ പ്രത്യക്ഷപ്പെടുന്നു എന്ന് പ്രസക്തമാണ്. ആ രാമസങ്കല്പം അവന്റെ ജീവിതത്തെ നിയന്ത്രിക്കുന്ന ഒരു ഘടകമായി മാറുന്നുണ്ട്. അതിനുദാഹരണങ്ങൾ നിത്യജീവിതത്തിൽ സുലഭമാണല്ലോ.. സന്ധ്യ 'നാമ' ജപവും കർക്കിടകത്തിലെ രാമായണപാരായണവുമെല്ലാം ഉള്ളിൽ പതിഞ്ഞ 'രാമസങ്കല്പത്തി' ന്റെ ക്രിയാത്മകമായ ഇടപെടലുകൾ തന്നെയാണ്.

പൂർവ്വ 'രാമ' പാരമ്പര്യം

മലയാള സാഹിത്യത്തിലെ രാമസങ്കല്പത്തെക്കുറിച്ചുള്ള ചിന്തകളാദ്യം ചെന്നെത്തുന്നത് പ്രാചീന-മധ്യകാല രചനകളിലേക്കാണ്. വാൽമീകി രാമായണത്തിൽ ശ്രീരാമൻ വിഷ്ണുവിന്റെ അവതാരമാണെന്ന് വെളിവാക്കപ്പെടുന്നില്ല. ശ്രീരാമന് വലിയ ദിവ്യത്വമൊന്നും കൽപ്പിക്കുന്നില്ലെങ്കിലും ഒരു സിദ്ധപുരുഷനായി കണക്കാക്കുന്നു. ഒരു യഥാർത്ഥമനുഷ്യൻ എങ്ങനെയായിരിക്കണമെന്ന് കാണിച്ചു തരികയാണ് ശ്രീരാമനിലൂടെ വാൽമീകി. വാൽമികിയുടെ ശ്രീരാമൻ പുരുഷോത്തമനും ധർമവിഗ്രഹനുമാണ്. 'രാമോ വിഗ്രഹ വാൻ ധർമ്മ:' എന്നാണ് വാൽമീകി പറയുന്നത്. 'ധർമ്മ സ്വരൂപൻ' അതായത് ധർമ്മപാതയിൽ നിന്ന് അണുവിടപോലും ചലിക്കാത്തവൻ എന്നർത്ഥം സാധാരണ മനുഷ്യർക്ക് ഉണ്ടാകുന്ന സുഖദുഃഖങ്ങളും മാനസിക വിക്ഷോഭങ്ങളും രാമനെയും ബാധിക്കുന്നതായി കാണിക്കുന്നു.

മലയാളത്തിലെ പ്രാചീന കൃതിയായ ചീരാമന്റെ 'രാമചരിതത്തിലും' രാമനെ ധർമ്മപുരുഷനായി തന്നെയാണ് കാണുന്നത്. മാത്രമല്ല യുദ്ധകാണ്ഡത്തിനു പ്രാധാന്യം നൽകി രചിച്ച ഈ കൃതിയിൽ രാമൻ വില്ലാളി വീരനാണ്. രാക്ഷസകുലത്തെ നശിപ്പിച്ച് ധർമ്മം സ്ഥാപിക്കുന്നവനാണ്. കണ്ണശ്ശരാമായണത്തിലും രാമചന്ദ്രബിംബത്തിന് കോട്ടം സംഭവിക്കുന്നില്ല. ഇവയെ സമഗ്രമായി വ്യവഹരിക്കുമ്പോൾ ധർമ്മാധർമ്മങ്ങളുടെ കലഹവും ധർമ്മത്തിന്റെ വിജയവുമാണ് രാമായണം എന്ന് പറയാനാകും. എന്നാൽ ഇവരിൽ നിന്നെല്ലാം വ്യത്യസ്തമായി രാമനെ അടയാളപ്പെടുത്തിയത് എഴുത്തച്ഛനാണ്. മഹർഷി രാമാനന്ദൻ രചിച്ചിട്ടുള്ള അദ്ധ്യാത്മരാമായണം മൂലത്തെ അനുകരിച്ച് തയ്യാറാക്കിയ കിളിപ്പാട്ടിൽ 'രാമൻ' വിഷ്ണുവിന്റെ അവതാരമാണ്. രാമനവിടെ മനുഷ്യനല്ല ദൈവമാണ്. അവിടെ മനുഷ്യത്വമല്ല ദൈവികത്വമാണ് മുന്നിട്ട് നിൽക്കുന്നത്. പാവപ്പെട്ട സാധാരണക്കാരനായ ജീവന്മാർക്ക് ശ്രീരാമഭക്തിയിലൂടെ പരമപദം ലഭിക്കാൻ വേണ്ടിയാണ് താൻ രാമായണം ചമയ്ക്കുന്നതെന്ന് എഴുത്തച്ഛൻ ആമുഖമായി സൂചിപ്പിച്ചിട്ടുണ്ട്. മറ്റ് രാമായണങ്ങളിലും മൂലത്തിലുമില്ലാത്ത നിരവധി സാരോപദേശങ്ങളും കൂട്ടിച്ചേർത്തിട്ടുമുണ്ട്. അക്കാലത്തെ വൈദേശികാധിപത്യത്തിലും നാട്ടുരാജ്യങ്ങൾ തമ്മിലുള്ള കിടമത്സരങ്ങളിലുംപെട്ടുപോയ സംസ്ക്കാരത്തെ പരിഷ്കരിച്ചെടുക്കാനാണ് അദ്ദേഹം ശ്രീരാമനിലൂടെ ശ്രമിച്ചത്. 'ഭക്തിയിലൂടെ മുക്തി' എന്നത് തന്നെയാണ് അതിന്റെ കാതൽ. എഴുത്തച്ഛൻ തന്റെ കിളിപ്പാട്ടിൽ തുടങ്ങിവച്ച ആ ദൈവീകമായ രാമസങ്കല്പവും ശ്രീരാമ ഭക്തിയും ഇന്നും അനസ്യൂതം തുടരുന്നു. തുടർന്ന് മലയാളത്തിൽ കടന്നുവന്ന രാമചന്ദ്ര വിലാസങ്ങളൊക്കെയും മേൽപ്പറഞ്ഞവയെ ദൃഢീകരിക്കുകയായിരുന്നു. ദൈവമായ രാമനോട് ചോദ്യങ്ങളില്ല അതുകൊണ്ട് തന്നെ ഉത്തരങ്ങളും.

പുതുകാലത്ത് കാഴ്ചപ്പാടുകൊണ്ട് സവിശേഷമായ ഒരിടം സ്വന്തമാകുന്നുണ്ട് ആധുനികോത്തര രചനകളിൽ. ഇക്കാല രചനകളിൽ അരികുവത്ക്കരിക്കപ്പെട്ടവന്റെയും അധസ്ഥിതന്റെയും സ്വരങ്ങൾ ഉയർന്നു കേട്ടു, പച്ചയും പെണ്ണും കീഴാളരുമെല്ലാം അവരവരുടെ സ്ഥാനങ്ങൾ അടയാളപ്പെടുത്തുക മാത്രമല്ല അവരുടെ വീക്ഷണങ്ങളെ കൂടുതൽ ശക്തമാക്കുകയും ചെയ്യുന്നു.

നാരദനോടുള്ള വാല്മീകി മഹർഷിയുടെ ചോദ്യത്തിന്റെ ഉത്തരം രാമനായിരുന്നുവെങ്കിൽ അതിനെ പുനർമൂല്യനിർണ്ണയം ചെയ്യുകയാണ് ഉത്തരാധുനികത. സ്വന്തം നീതി ബോധത്തെക്കൊണ്ട് രാമായണത്തെ വിചാരണ ചെയ്യുമ്പോൾ 'രാമൻ' എന്ന ധർമ്മസങ്കല്പം മറ്റുപലതായ് മാറുന്നു. അങ്ങനെ പുതുരാമായണങ്ങൾ ഉടലെടുക്കുന്നു. പക്ഷേ ഇത്തരം ആധുനികോത്തര വിചാരണയ്ക്കു മുൻപു തന്നെ 1919 ൽ ചിന്താവിഷ്ടയായ സീത എന്ന ആശാൻകൃതിയിൽ സീതയിലൂടെ ആശാൻ നിലനിന്നുപോന്നിരുന്ന രാമസങ്കല്പത്തെ ചോദ്യം ചെയ്യുകയുണ്ടായി. ഇരുപതാം നൂറ്റാണ്ടിന്റെ ആദ്യശതകത്തിലെ ആ സീതായനം ചരിത്രത്തിലെ വലിയൊരു മുഴക്കം തന്നെയാണ്. "ചിന്താവിഷ്ടമെന്ന വാക്കിൽ രാജത്വത്തോട്, പുരുഷാധിപത്യത്തോട്, പ്രഭുത്വത്തോട്, കീഴാളസ്ഥാനത്തുനിന്ന് ഒരു സ്ത്രീ ചോദിച്ച ചോദ്യങ്ങൾ മുഴുവൻ ഊറിക്കിടപ്പുണ്ട്. (ഡോ. സുനിൽ പി. ഇളയിടം, 2014:44)

"പടുരാക്ഷസചക്രവർത്തിയെ
ന്നുടൽമോഹിച്ചതെന്റെ കുറ്റമോ?"

എന്ന ചോദ്യമാണ് സീത ചോദിക്കുന്നത്. അഭിമാനിയും പാതിവ്രത്യത്തിന്റെ പര്യായമായിരുന്നതുമായ സീത ആ രാജാവിനോടും ആ രാജ്യത്തോടും സ്വാതന്ത്ര്യം പ്രഖ്യാപിക്കുക മാത്രമായിരുന്നില്ല. രാമൻ തന്നോട് ചെയ്തത് ധർമ്മമാണോ എന്നും ശംബുകവധം അധർമ്മല്ലായിരുന്നോയെന്നും ചോദിക്കുന്നു. ഇവിടെ രാമൻ മറ്റൊന്നായിത്തീരുന്നു.

കഴിഞ്ഞ നൂറ്റാണ്ടിലൊക്കെയും ഇത്തരം ചോദ്യം ചെയ്യപ്പെടലുകളിലൂടെയാണ് രാമായണം ചലനാത്മകമായിക്കണ്ടത്. സി.എൻ. ശ്രീകണ്ഠൻ നായരുടെ രാമായണ നാടകത്രയവും ഇത്തരം ചോദ്യം ചെയ്യലുകളിൽ നിന്നുളവാകുന്നതാണ്. ഈ ശ്രേണിയിൽപ്പെടുന്ന ചോദ്യായനമാണ് സാറാജോസഫിന്റെ 'പുതുരാമായണം.' 'ഗുണവാനും വീര്യവാനുമായ ആ ഒരാൾ രാമനാണോ' എന്ന ചോദ്യം സീതയും ശംബൂകനും ശൂർപ്പണഖയും പ്രകൃതിയും ചോദിച്ചു തുടങ്ങുമ്പോൾ സാറാജോസഫിന്റെ രാമൻ നമ്മിലൊരുവൻ മാത്രമായി ചുരുങ്ങുന്നു. വാല്മീകിയുടെ ഉത്തമപുരുഷനായ രാമൻ മറ്റെവിടെയോപ്പോയ് മറയുന്നു.

സാറായണങ്ങളിലെ രാമസങ്കല്പം

പ്രതി രാമായണങ്ങളുടെ പട്ടികയിൽത്തന്നെ തികച്ചും വ്യത്യസ്തത നേടുന്നതാണ് സാറാജോസഫിന്റെ പുതുരാമായണം. പൂർണ്ണമായതിനെ അപൂർണ്ണമാക്കാനും അപൂർണ്ണമായതിനെ പൂർണ്ണമാക്കാനുമുള്ള മനുഷ്യന്റെ സിദ്ധി സാറാജോസഫിന്റെ പുതു രാമായണത്തിൽ തെളിയുന്നുണ്ട്. വാല്മീകി രാമായണം കഥാകാരിയുടെ കാഴ്ചപ്പാടിൽ അപൂർണ്ണമാണ്. ഇടയ്ക്കെവിടെയോ മറവി വന്നതുപോലെ-

> "മറവികൾക്കുമേൽ ഓർമ്മയുടെ
> കലാപമുണ്ടാകണം."

എന്ന കവികാവ്യം സാധൂകരിക്കും വിധം വാല്മീകിയുടെ മറവിയെ അരികുകഥാപാത്രങ്ങളുടെ ഓർമകൊണ്ട് കഥാകാരി പൂരിപ്പിക്കുമ്പോൾ രാമകഥയിൽ രാമന്റെ സ്ഥാനം വ്യത്യസ്ഥമാകുകയും രാമായണം കലാപഭൂമിയാകുകയും ചെയ്യുന്നുണ്ട്. പുതുരാമായണത്തിലെ 'ഭൂമിരാക്ഷസം' എന്ന കഥ പറഞ്ഞുതുടങ്ങുന്നത് ആണധികാരത്തിന്റെ അഹന്തയിൽ നിന്നാണ്. മണ്ണും പെണ്ണും ജീവന്റെ ഉത്പാദകരും പരിപാലകരും എന്ന നിലയ്ക്ക് സ്യദശരാണ്. എന്നാൽ സ്ത്രീയേയും പ്രകൃതിയേയും ഉപയോഗിക്കാനുള്ള ഉപകരണങ്ങളായി പുരുഷാധിപത്യ ഘടനം വീക്ഷിക്കുന്നു. ശുക്രാചാര്യരുടെ മകളായ അരജയെ ബലാത്സംഗം ചെയ്ത ഇക്ഷ്വാകുവിന്റെ നൂറാമത്തെ പുത്രനായ ദണ്ഡകന്റെ പാരമ്പര്യത്തിൽപെട്ടതാണ് രാമൻ എന്ന് നമ്മെ ഓർമ്മിപ്പിച്ചുകൊണ്ടാണ് സാറാജോസഫ് തന്റെ ബാലകാണ്ഡം ചമയ്ക്കുന്നത്. അതായത് സൂര്യവംശത്തിന് ശ്രീരാമൻ കണ്ടയത്ര ധർമ്മനിഷ്ഠയില്ലായെന്നു ഉറപ്പിച്ചെടുക്കുന്നു. ഇത് രാമന്റെ കുലപാരമ്പര്യബോധത്തെ ചോദ്യം ചെയ്യുന്ന ഒന്നാണ്.

കാന്താരതാരകത്തിലെ സീതാരാമന്മാർ രണ്ടു വിഭാഗങ്ങൾക്കുവേണ്ടി വാദിക്കുന്നവരാണ്. വാല്മീകിയുടെ രാമനും സാറയുടെ സീതയും ആര്യാ-ഗോത്രവർഗ്ഗ ജീവിതങ്ങൾക്കുവേണ്ടി വാദിച്ചുകൊണ്ടേയിരിക്കുന്നു. സദാ ശത്രുനാശന വ്യഗ്രതയുള്ള രാമനായിട്ടാണ് കാന്താരതാരകത്തിന്റെ പൂമുഖത്തു രാമൻ പ്രത്യക്ഷപ്പെടുന്നത്. "പെറ്റുകിടക്കുന്നവൾ കുഞ്ഞതിനെയെന്നപോലെ കോദണ്ഡത്തെ ഉടലിനോട് ചേർത്ത് പിടിച്ചിരിക്കുന്നു. ഉറക്കത്തിലും അതിന്റെ തണ്ടിൽ കഠിനമായി പിടിച്ചു മുറുക്കിയിട്ടുണ്ട്" (സാറാ ജോസഫ്, 38, 2016)

സീത ആദ്യം മുതൽക്കുതന്നെ ദണ്ഡകാരണ്യത്തിലേക്കുള്ള യാത്ര ഇഷ്ടപ്പെട്ടിരുന്നില്ല. കാട് കാണാനല്ലല്ലോ മറിച്ച് മഹർഷിമാരുടെ ആവശ്യപ്രകാരം രാക്ഷസന്മാരെ കൊന്നൊടുക്കാനല്ലേ ദണ്ഡകാരണ്യത്തിലേയ്ക്ക് പോകുന്നത് എന്നാണ് സീതയുടെ ചോദ്യം. പക്ഷേ ക്ഷത്രീയ ധർമ്മം അതിനു സമ്മതിക്കുന്നില്ല. അഗസ്ത്യ മഹർഷിയുടെ വാക്കുകൾ കേട്ട രാമന്റെ വാക്കുകൾ സീത എതിർക്കുകയാണ്.

‘ആ രാക്ഷസകുലത്തെ ഞാൻ പൊറുപ്പിക്കില്ല”

“ഒരു കാരണവുമില്ലാതെ രാക്ഷസന്മാരുടെ വാസസ്ഥലങ്ങളിൽ കടന്നു ചെന്ന് അവരെ കൊന്നൊടുക്കുന്നതിലെ നീതിയെന്താണ്?” (സാറാജോസഫ്, 42:2016) എന്നാണ് സീത ചോദിക്കുന്നത്. അത് സനാതന ധർമ്മാണെന്നും ദണ്ഡ കാരണ്യത്തിൽ രാക്ഷസന്മാർ തടസ്സമാണെന്നും രാമൻ പറയുന്നുണ്ട്. യഥാർത്ഥ ത്തിൽ അവർ ധർമ്മത്തിനെതിരാണോ എന്ന് സമൂഹത്തിനോട് ചോദിക്കുകയാണ് സീത. വനത്തിനു വനത്തിന്റെ ധർമ്മവും നീതിയുമുണ്ട്. അയോധ്യദേശത്തിലെ ധർമ്മനീതിക്കനുസരിച്ച് അമ്പും വില്ലും കൊണ്ട് വനത്തിലെ കാര്യങ്ങൾ തീരുമാ നിക്കുന്നത് ഹിംസയാണ്.

“സനാതന ധർമ്മം പവിത്രമാണ്. അത് ഭൂമി മുഴുവൻ പടരണം. അതെന്റെ കടമയാണ്. ബ്രാഹ്മണർക്ക് കൊടുത്ത വാക്ക് ഞാൻ തെറ്റിക്കില്ല.” “ഞാൻ ആയുധമോഹിയല്ല ധർമ്മമോഹിയാണ്. ധർമ്മം പുലരണം” എന്ന് രാമൻ പറഞ്ഞുകൊണ്ടിരിക്കുമ്പോൾ ‘ആരുടെ ധർമ്മം പുലരണം’ എന്ന ചോദ്യമാ യിരിക്കും സീത ചോദിക്കുകയെന്നോർത്ത് ലക്ഷ്മണൻ മിണ്ടാതെ നടന്നു.

ഇവിടെ പ്രത്യക്ഷപ്പെടുന്ന രാമൻ ക്ഷത്രീയധർമ്മം മാത്രം നടപ്പാക്കു ന്നവനാണ്. വർണബലത്തെ നീതീകരിക്കുന്നവാണ്. ആധുനികോത്തര വായന യിൽ ‘രാക്ഷസവംശം’ ആദിവാസി-ദളിത് ജീവികളെ പ്രതിനിധീകരിക്കുമ്പോൾ അവരുടെ മൂല്യങ്ങളെ/ അവകാശങ്ങളെ ഇല്ലായ്മ ചെയ്യുന്ന ആര്യ സംസ്കാര ത്തിന്റെ വക്താവാണ് ശ്രീരാമൻ. രാമൻ പ്രതിനിധാനം ചെയ്യുന്ന മർദ്ദക സദാചാ രക്രമത്തിന്റെ പരാജിതരായ ഇരകളാണ് ‘കാടിന്റെ രാക്ഷസവംശം.’

‘ഞാൻ യുദ്ധ മോഹിയുമല്ല, അതെ സമയം എന്റെ മേലും നമ്മുടെ കുലത്തിന്റെ മേലും രാവണൻ പതിപ്പിച്ച കളങ്കം മായ്ച്ചുകളയാൻ യുദ്ധം നടന്നേ പറ്റൂ.” എന്ന് രാമൻ ആവർത്തിക്കുമ്പോൾ ദണ്ഡകന്റെ ദുസ്വഭാവം മൂലം ‘മധു മന്തം’ വരെ നശിച്ചുപോയ ആ പാരമ്പര്യത്തിലാണോ രാമൻ അഭിമാനം കണ്ടെ ത്തുന്നതെന്ന ചോദ്യം വീണ്ടും കഥാകാരി ആവർത്തിക്കുന്നു. ഈ ചോദ്യം തുടർക്കഥകളിലും ശക്തമായി കാണാവുന്നതാണ്.

ഒരു പ്രയോഗപ്രവേശത്തിൽ ബാലിയുടെ മകൻ അംഗദനിലൂടെ കഥാ കാരി രാമനെ ശക്തമായി ചോദ്യം ചെയ്യുകയാണ്. ബാലിക്ക് വേണമെങ്കിൽ സുഗ്രീവനെ കൊല്ലാമായിരുന്നു. പക്ഷേ എപ്പോഴും ശകാരിച്ചു വിട്ടതേയുള്ളൂ. പോടാ പോയിത്തുലയ്! എവിടെയെങ്കിലും പോ! ബാലി കല്പിക്കാറുണ്ടായിരു ന്നു. രാമനെക്കൊണ്ട് ബാലിയെ ചതിച്ചുകൊല്ലാൻ സുഗ്രീവന് ന്യായങ്ങളൊന്നും ഉണ്ടായിരുന്നില്ലായെന്ന് അംഗദൻ അഭിപ്രായപ്പെടുന്നു.

കാമാർത്തനായി സഹോദരന്റെ ഭാര്യയോട് വേഴ്ച ചെയ്തതിനു നിന്നെ കൊല്ലുന്നു എന്നാണ് രാമൻ ബാലിയോട് പറഞ്ഞത്. രാമന്റെ കൂട്ടർക്ക് അത്

തെറ്റായതുകൊണ്ട് ബാലിയുടെ കൂട്ടർക്ക് അത് തെറ്റാവണമെന്നുള്ളത് എന്ത് നീതിയാണെന്ന് അംഗദൻ ആരായുന്നുണ്ട്.

"നമ്മളെന്തിന് അയാളുടെ വംശക്കാരെപോലെയാകണം?"

അംഗദൻ മാരുതിയമ്മാവനോട് സംശയം ചോദിച്ചു.

'അവരുടെ നീതിശാസ്ത്രം നമ്മളെന്തിന് പിന്തുടരണം?"

"നമുക്ക് നമ്മുടെ കീഴ്വഴക്കങ്ങളും നീതിബോധവുമില്ലേ?"

അതിന് മാരുതിയമ്മാവൻ പറഞ്ഞ മറുപടി അംഗദനെ അമ്പരപ്പിച്ചു.

"നമ്മുടേത് പ്രാകൃതമായ നീതിയാണ്. നമ്മൾ അനാചാരം ചെയ്യുന്നവരാണ്. ബാലി ചെയ്തത് കടുത്ത അനാചാരമാണ്."

(സാറാ ജോസഫ്, 47, 2006)

ബാലി ചെയ്തത് തെറ്റാണെങ്കിൽ സുഗ്രീവൻ ചെയ്തതും തെറ്റ് തന്നെയാണ് രാമന്റെ നീതിയനുസരിച്ച് രാമൻ സുഗ്രീവനെ വധിക്കേണ്ടതാണ്. ജ്യേഷ്ഠന്റെ ഭാര്യയെ മാതാവിനെപ്പോലെ കണക്കാക്കണമെന്നല്ലേ രാമന്റെ ധർമ്മം എന്നും കാര്യസിദ്ധിക്കായി രാമൻ സുഗ്രീവനെ കൂട്ടുപിടിച്ചതാണെന്നും ഇതിൽ നീതിയുടെ പ്രശ്നമില്ലായെന്നു അംഗദൻ പറയുമ്പോൾ 'രാമൻ' അവിടെ സാർത്ഥ താല്പര്യങ്ങൾക്കു വേണ്ടി നീതിയെ വളച്ചൊടിക്കുന്ന ഒരു ബിംബമായി മാറുന്നു. ഗോത്രചിഹ്നമായ 'വാനര' ത്തിന്റെ പേരിൽ വാനരന്മാർ എന്ന് വിളിക്കപ്പെടുന്നതിൽ ബാലി അഭിമാനിച്ചിരുന്നു. എന്നാലവരുടെ ആചാരങ്ങൾ അനാചാരങ്ങളാണെന്നും ആ കീഴ്വഴക്കങ്ങൾ തെറ്റുകളാണെന്നും പറഞ്ഞവിടെ അമ്പും വില്ലുമുപയോഗിച്ച് പുതിയ നീതി നടപ്പാക്കുമ്പോൾ നഷ്ടപ്പെടുന്നത് ഗോത്രപാരമ്പര്യം തന്നെയാണ്.

"അവർക്കിടയിൽ നിന്നു തന്നെ അവർക്കെതിരായി പറയാനുള്ളവരെ തിരഞ്ഞെടുക്കുന്നു.ഒറ്റുകാരെയും ചാരന്മാരേയും കണ്ടെത്തുന്നു." (സാറ ജോസഫ്, 48, 2006) കഥാകാരിയുടെ ഈ വാക്കുകളിലൂടെ, രാമൻ സമകാല രാഷ്ട്രീയ നേതാക്കളുടെ മുൻഗാമിയാണെന്ന് സമൂഹത്തോട് വിളിച്ചു പറയുന്നു. അശോകയിലെ സംഭവങ്ങൾ നടക്കുന്നത് രാവണന്റെ പരാജയം കഴിഞ്ഞ് സിംഹാസനാരോഹണത്തിനൊരുങ്ങുന്ന ദുഃഖ കലുഷിതമായ ലങ്കയിലാണ്. 'യുദ്ധം' വിതച്ച സർവ്വനാശം സീതയെ തളർത്തുന്നു. കൂടാതെ ഭ്രാതൃവഞ്ചകനായ വിഭീഷണനെ സീത വെറുക്കുന്നു. തല കുളിച്ച് ഈറൻ വസ്ത്രങ്ങളുമായി ശുദ്ധികലശത്തിനെത്താൻ വിഭീഷണൻ പറയുമ്പോൾ 'അസ്നാതാ ദ്രഷ്ടുമിച്ചാമി ഭർത്താരം' (കുളിക്കാത്തവളായിത്തന്നെ ഭർത്താവിനെകാണാൻ ഞാൻ ആഗ്രഹിക്കുന്നു) എന്ന് ആവർത്തിച്ച് പറയുന്ന സീത സമുദ്രസ്നാനമല്ല, അഗ്നിസ്നാനമാണ് ഒഴിവാക്കാനാഗ്രഹിക്കുന്നത്.

“ഏറെ നെയ്യൊഴിച്ച് ആളിക്കത്തുന്ന അഗ്നിപോലെ ജേതാവിന്റെ ക്രോധം ആളിക്കത്തി കളങ്കപ്പെട്ടവൾ, ദുഷിച്ച നോക്കിനാൽ നോക്കപ്പെട്ടവൾ, പരാജിതന്റെ മടിത്തട്ടിലിരുന്നവൾ. അവന്റെ വീട്ടിൽ അന്തിയുറങ്ങിയവൾ” (സാറ ജോസഫ്, 54, 2006) സീതാപഹരണം സീതയുടെ കുറ്റമല്ല. സീതയുടെ അഭിമാനത്തിന് ഭംഗം സംഭവിച്ചിട്ടുമില്ല. സീതയുടെ വിശുദ്ധിയിൽ സംശയമുണ്ടായിരുന്ന രാമൻ എന്തിനു ലങ്കവരെ വന്നു എന്ന ചോദ്യമിവിടെ പ്രസക്തമാണ്. അതിനുത്തരം രാമൻ നൽകുന്നുമുണ്ട്. “നിന്നെ വീണ്ടെടുക്കാനല്ല ഞാൻ ഈ യുദ്ധം ജിയച്ചത്. എന്റെ മേലും എന്റെ കുലത്തിന്റെ മേലും പതിച്ച അപമാനത്തെ...” (സാറ ജോസഫ്, 55:2006) ഇവിടെ സാറടീച്ചർ നേരത്തെ സൂചിപ്പിച്ച ‘ക്ഷത്രീയ ബോധം’ രാമനിൽ പ്രവർത്തിക്കുന്നുണ്ട്. തുടർന്ന് രാമൻ സീതയോട് പറയുന്ന വാക്കുകൾ ഇങ്ങനെയാണ്. “തന്റെ അധീനത്തിൽ ഇരിക്കുന്ന അതിസുന്ദരിയായ നിന്നെ അവനെത്ര നാൾ കണ്ടു സഹിച്ചിരിക്കും?”

‘നീയാകട്ടെ എന്റെ മുന്നിൽ ചാരിത്ര്യത്തിനു സംശയം നേരിട്ടവളായ് നിൽക്കുന്നു. നേത്രരോഗിക്ക് ദീപം പോലെ നീ എനിക്ക് അഹിതയായിരിക്കുന്നു. എനിക്കിനി നിന്നോട് യാതൊന്നുമില്ല. അതിനാൽ വിടവാങ്ങിക്കൊണ്ട് ഈ 10 ദിക്കുകളിൽ ഏതിലെങ്കിലും ചെന്ന് പറ്റിക്കൊള്ളുക.” (സാറ ജോസഫ്, 55, 2006)

‘’നിനക്ക് ലക്ഷ്മണന്റെ കൂടെയോ ഭരതന്റെ കൂടെയോ വിഭീഷണന്റെ കൂടെയോ കഴിയാം.” (സാറ ജോസഫ്, 56, 2006)

ഇത്തരത്തിൽ രാമൻ സീതയെ അധിക്ഷേപിക്കുന്നു. ഇത് സീതയെ മാത്രം അധിക്ഷേപിക്കുന്ന ഒന്നല്ല. മറിച്ച് ലോകത്തിലെ സർവ്വ സ്ത്രീകളെയും അധിക്ഷേപിക്കുന്ന ഒന്നാണ്. പിഴച്ച സ്ത്രീ എന്ന സങ്കൽപം കൊണ്ട് മുഴുവൻ നാരീകുലത്തെ അതുപോലെ ഗണിക്കരുതെന്നു സീത. പീഡിപ്പിക്കപ്പെട്ടത് ചീത്തയായിപ്പോകുന്ന അഥവാ പീഡനത്തിൽ നിന്നും രക്ഷപെട്ടാലും കന്യകാത്വം നഷ്ടപ്പെട്ടു പോകുന്ന സ്ത്രീ പിഴയാണ്. ഭർത്താവിന് അവളെ അധിക്ഷേപിക്കാം, ആരുടെ കൂടെ വേണമെങ്കിലും പോകാൻ അനുവാദം കൊടുക്കാം.. പക്ഷേ ആണിന്റെ കുലീനത്വമോ കന്യാപുരുഷത്വമോ നഷ്ടപ്പെടില്ല. അതാണ് ആൺകോയ്മയുടെ അടിത്തറ. ഈ വീക്ഷണത്തോട് യോജിക്കുന്ന ജനതയും ഇത്തരം സ്ത്രീകളെ ദുർവ്യഖ്യാനത്തിനു വിധിക്കുന്നു. ഈ പാരമ്പര്യം രാമായണത്തിലും പ്രവർത്തിക്കുന്നു എന്ന് സാറടീച്ചർ ഈ ലോകത്തോട് വിളിച്ചു പറയുന്നു,.

‘സീതയ്ക്കുചുറ്റും അഗ്നി ആളിപ്പടർന്നു. പിന്നെ കാച്ചിയെടുത്ത മണ്ണ് വിത്തും മഴയും കാത്ത വിശുദ്ധമായി തെളിഞ്ഞു കിടന്നു’ എന്ന് പറയുമ്പോൾ സീതയും പ്രകൃതിയും ഒന്നായിത്തീരുന്നു. ഇവിടെ പ്രകടമാകുന്ന രാമന്റെ സ്വത്വം യജമാനന്റെതാണ്.

"മര്യാദപുരുഷോത്തമൻ' എന്ന രാമന്റെ പ്രതിച്ഛായ ഇവിടെ തകിടം മറിയുന്നു. രാമന്റെ 'മര്യാദ' പുരുഷന്റേതാണ്. ആര്യ-ക്ഷത്രീയ-യജമാനന്റേതാണെന്നും നീതിയും അനീതിയും, യുദ്ധവും സമാധാനവും സ്നേഹവും അധികാരവും ഈ വൈരുധ്യങ്ങൾ തന്നെയാണ് അശോകയിലും പ്രവർത്തിക്കുന്നത് എന്നും സച്ചിദാനന്ദൻ ആമുഖ പഠനത്തിൽ അഭിപ്രായപ്പെടുന്നുണ്ട്. ഇത്രയും ദുർവിധി കടന്നെത്തിയ സീതയെ 'രാമൻ' പിന്നീട് ഉപേക്ഷിക്കുന്നുണ്ടല്ലോ. ക്ഷത്രീയ ധർമ്മമാണ്/ രാജ നീതിയാണ്. രാമജീവിതത്തിൽ പ്രഥമം എന്ന് വ്യാഖ്യാനിക്കുമ്പോൾ അതിന് സാധുതയുണ്ട്. പക്ഷേ ഭാര്യയാണെന്ന പരിഗണന വീട്ട് തന്റെ പ്രജയായ് ഗണിക്കുമ്പോൾ നിരപരാധിയായ പ്രജയുടെ സംരക്ഷണം രാജനീതിയല്ലേയെന്ന ചോദ്യം ഈ കഥകളിലൂടെ സാറാ ജോസഫ് വായനക്കാരിൽ ഉളവാക്കുന്നുണ്ട്.

സീതാപഹരണത്തിന്റെ മുഖ്യകാരണമായ ശൂർപ്പണഖയുടെ അംഗവിഛേദത്തെ പുതിയ മാനങ്ങളിൽ നിന്നുകൊണ്ട് അടയാളപ്പെടുത്തുകയാണ്. 'തായ്കുലത്തിലൂടെ' സാറാജോസഫ്. തായ്കുലത്തിലെ ശൂർപ്പണഖയുടെ 'മുലകൾ' ഒരു രൂപകമായി മാറുന്നുണ്ട്. സ്ത്രീത്വത്തെയും മാതൃത്വത്തെയും ഒരുമിച്ച് പ്രതിനിധാനം ചെയ്യുന്ന ഒന്ന്.

"അവര് ഇന്റെ മൊലപാലിന്റെ വേര് കള് അറുത്തിട്ടത്.
ഇന്റെ കുലത്തിന്റേം നിണത്തിന്റേം വേര് കള്" (സാറ ജോസഫ്, 58, 2006)

അനേകം വംശമുറകളെ പാലൂട്ടിയ തന്റെ മുലകളെ ഓർത്തുകൊണ്ട് തന്നിലെ സ്ത്രീ മാതൃത്വങ്ങൾക്കെതിരെ വാളോങ്ങിയവർക്കു മാപ്പു കൊടുക്കാൻ അവൾക്കാകുന്നില്ല. ഇത്തരത്തിലൊരു പ്രവൃത്തി ഒരിക്കലും രാവണൻ ചെയ്യുകയില്ല. 'നാരീപൂജ വ്രതമാക്കിയ രാമ ലക്ഷ്ണന്മാർ ഇങ്ങനെ ചെയ്തത് ധർമ്മമോ എന്നൊരു ചോദ്യം ഉയരുന്നുണ്ട്. തായ്കുലത്തിലെ ശൂർപ്പണഖ സ്ത്രീത്വത്തിന്റെയും മാതൃത്വത്തിന്റെയും പ്രതിരൂപം മാത്രമല്ല അവൾ വനചാരിയും വൃക്ഷപ്രേമിയും മൃഗ സ്നേഹിയുമായ ഒരു ആദിവാസിയായാണ് രംഗത്തു പ്രത്യക്ഷപ്പെടുന്നത്. തുടർന്നുള്ള വാമൊഴിവഴക്കങ്ങളിൽ രാവണൻ ആദിവാസി മൂപ്പനായും ശൂർപ്പണഖ മേലാളരുടെ ക്രൂരവിനോദത്തിന് വിധേയയായി വൈധവ്യവും അവമതിയും ഏറ്റ് വാങ്ങുന്ന ഒരാദിവാസിപെണ്ണായും മാറുന്നുണ്ട് എന്ന് സച്ചിദാനന്ദൻ അഭിപ്രായപ്പെടുന്നുണ്ട്. തായ്കുലത്തിലെ രാഷ്ട്രീയം സമതലങ്ങളിലെ നാഗരികരായ മേലാളരും പാർശ്വസ്ഥരാക്കപ്പെട്ട ആദിവാസികളും തമ്മിലുള്ള ഏറ്റുമുട്ടലിന്റെ കൂടി രാഷ്ട്രീയമാണ്. (സാറ ജോസഫ്, 26, 2006)

ഇവിടെ രാമൻ സവർണ്ണ ബോധത്തിന്റെ പ്രതിനിധിയാണ്. ഈ രാമൻ സീതയെ അഗ്നി പ്രവേശനം ചെയ്യിക്കുന്നു എന്ന വാർത്തയറിഞ്ഞ ശൂർപ്പണഖ പൊട്ടിച്ചിരിക്കുന്നു. നിറം, വംശം, വർഗ്ഗം, ലിംഗം എന്നീ മാനങ്ങളുൾക്കൊള്ളുന്ന

പ്രതികാരത്തിന്റെ അമൂർത്താവിഷ്കാരമാണ് ആ ചിരി.

'കഥയില്ലാത്തത്' എന്ന കഥയിൽ ശംബൂകന്റെ വധത്തെ ചോദ്യം ചെയ്യുന്നത് ശംബൂകന്റെ പിൻഗാമികളാണ്. വാല്മീകിയും വനവാസകാലത്തു സീത പ്രസവിച്ച ലവകുശന്മാരും ശംബൂകന്റെ മകനും മകളും, രാമൻ ശംബൂകനെ കൊന്നത് ഒരു ബ്രാഹ്മണനെ പുനർജീവിപ്പിക്കാനാണല്ലോ, ആ ഉണ്ണിയും ഒത്തുകൂടുന്നു. ഈ അഞ്ചുകുട്ടികളുടെ നൈമിശാരണ്യാടനവും സംഗമവും പരാജിതരുടെ ചരിത്രമാണ് എഴുതുന്നത്. ഈ അഞ്ചുകുട്ടികളുടെയും അവസ്ഥ ഒരൊറ്റ ദുരന്തമായി മാറുമ്പോൾ അതിനു പിന്നിൽ ഒരൊറ്റയാൾ മാത്രമാണ്.

"മരണത്തിന്റെ കടം കൊലകൊണ്ട് വീട്ടുന്നതാണോ യുഗധർമ്മം?" എന്ന് ശംബൂകപുത്രി ചോദിക്കുന്നു.

"ശിശുവിനുപകരം ശിശു എന്നുകരുതി അവർക്ക് എന്നെക്കൊന്ന് ബ്രാഹ്മണശിശുവിനെ ജീവിപ്പിക്കാമായിരുന്നില്ലേ?" (സാറ ജോസഫ്, 78, 2016)

എന്നും തങ്ങളുടെ കഥയെഴുതാത്ത എഴുത്താളരോട് കാലുവെന്ത ശംബൂകപുത്രൻ ചോദിക്കുന്നു. ആ കുട്ടികളെ കൊല്ലാതെ വൃദ്ധനായ ആ ശംബൂകനെ കൊന്നത് അധർമ്മമാണെന്ന് അവർ ഉറക്കെപ്പറയുന്നു. ശംബൂകനെ കൊന്നിട്ടാണ് തനിക്ക് പ്രാണൻ തിരിച്ചുകിട്ടിയതെന്ന് ഭീകരമായ അറിവും അത് സൃഷ്ടിക്കുന്ന പാപബോധവും മരണം വരെ പേറാൻ ആ ഉണ്ണിയും വിധിക്കപ്പെടുന്നു.

"ശ്രീരാമൻ വാളെടുത്ത് തലകീഴായി കിടക്കുന്ന ശംബൂകനെ കൊല്ലാൻ നോക്കുകയാണ്. അപ്പോൾ പറയുന്നുണ്ട്, ധർമ്മം അനുഷ്ഠിക്കാൻ പോകുന്ന രാമന്റെ കൈയ്യിലെ വാൾ എന്തുകൊണ്ടാണ് വിറയ്ക്കുന്നതെന്ന്. അത് വളരെ പ്രധാനപ്പെട്ട ഒരു ചോദ്യമാണ്. ജഡ്ജി ഒരാളെ മരണംവരെ തൂക്കിക്കൊല്ലുക എന്ന് വിധിക്കുമ്പോൾ എന്തുകൊണ്ടാണ് വിറയ്ക്കുന്നത്, അപ്പോൾ ധർമ്മത്തിന് ഒരു സംശയം വന്നിരിക്കുന്നു എന്നാണ് അതിനർത്ഥം. ഞാൻ ചെയ്യുന്നത് ശരിയാണോ എന്ന സംശയം ജഡ്ജിക്ക് വന്നാൽ അദ്ദേഹത്തിന്റെ പേന വിറയ്ക്കും. രാമന്റെ വാൾ വിറയ്ക്കും. ഉത്തരരാമചരിതത്തിലെ ഈ ഭാഗം ഒരു ധർമ്മസംശയം ആ കാലഘട്ടത്തിൽ ഉണ്ടായിട്ടുണ്ട് എന്ന് തെളിയിക്കുന്നു. (എം.എൻ വിജയൻ, 68-69, 2007)

ബ്രാഹ്മണൻ തീരുമാനിക്കുകയും ക്ഷത്രിയൻ നിറവേറ്റുകയും ബാക്കിയുള്ള ആളുകൾ സഹിക്കുകയും ചെയ്യുന്ന ഒരു വ്യവസ്ഥ. ക്ഷത്രിയ രാജാവായിരുന്നു വിശ്വാമിത്രൻ, വസിഷ്ഠമഹർഷിയോട് കലഹിക്കുകയും ജയിപ്പാൻ പ്രയാസമെന്നു കണ്ടപ്പോൾ, തനിക്കും വസിഷ്ഠനെപ്പോലെയാകണമെന്നു വിചാരിച്ച് അനേകവർഷം ഘോരതപസ്സനുഷ്ഠിക്കുകയും അങ്ങനെ ഒരു പുതിയ സ്വർഗ്ഗം

സൃഷ്ടിക്കാനുള്ള ദിവ്യതേജസ്സുപോലും സമ്പാദിച്ചു. പക്ഷേ, സ്രഷ്ടാവ് ആ തപോധനനെ രാജർഷിയെന്നേ അനുഗ്രഹിച്ചുള്ളൂ. വാല്മീകിരാമായണം ബാലകാണ്ഡത്തിലാണ് വസിഷ്ഠനും വിശ്വാമിത്രനും ഉരച്ചുനോക്കുന്ന കഥയുള്ളത്. ക്ഷത്രിയജാതനായ വിശ്വാമിത്രൻ യജ്ഞയജമാനനായതിനാൽ ദേവന്മാർ ഹവിസ്സു സ്വീകരിക്കാൻ കൂട്ടാക്കിയില്ല. വസിഷ്ഠൻ ബ്രാഹ്മണമനും വിശ്വാമിത്രൻ ക്ഷത്രിയനുമാണ്. ബ്രാഹ്മണനും ക്ഷത്രിയനും തമ്മിൽ ഒരംഗുലത്തിന്റെ വ്യത്യാസമേയുള്ളൂ. അത്ര അടുത്തു നിൽക്കുന്ന ക്ഷത്രിയൻ ബ്രാഹ്മണനാകാൻ ശ്രിച്ചിട്ടുണ്ടായ പാടാണിത്. ആ സ്ഥിതിക്ക് എത്രയോ ദണ്ഡ് അകലെ കിടക്കുന്ന മറ്റു ജാതിക്കാർ ബ്രാഹ്മണ്യത്തിനു ശ്രമിച്ചാലുള്ള കഥ എന്തായിരിക്കും. ഈ വ്യവസ്ഥയിൽ ഉൾപ്പെട്ടിരുന്ന രാജാവാണ് രാമനും. ഈ വർണബോധം രാമനിലും ശക്തമാണെന്ന് എം.എൻ വിജയൻ അഭിപ്രായപ്പെടുന്നുണ്ട്. ദശരഥന്റെ കാലത്തുള്ള ഉദാരതയിൽ നിന്നും രാമരാജ്യഭരണം പിറകോട്ടായിപ്പോയെന്നും കഥയിൽ ശംബൂകവധം അടയാളപ്പെടുത്തുന്നു.

മന:ശാസ്ത്ര നിർമ്മിതികളിൽ പ്രധാനമായ ആദിരൂപങ്ങളിൽ ബുദ്ധനെപ്പോലെയോ, ശിവനെപ്പോലെയോ രാമൻ കടന്നുവരുന്നില്ല. സമാധാനം, ദയ, കാരുണ്യം ഇവ ബുദ്ധനിലൂടെയും 'കുടുംബം' എന്ന സങ്കൽപം ശിവനിലൂടെയും കടന്നുപോകുമ്പോൾ 'രാമൻ' എന്തുകൊണ്ട് ഒഴിവാക്കപ്പെടുന്നു എന്ന ചോദ്യത്തിന്റെ ഉത്തരം ചെന്നെത്തുന്നത് ഇത്തരം ആധുനികോത്തര വായനകളിലാണ്. അവ നിർമ്മിച്ചെടുക്കുന്ന വിവിധ രാമവേഷങ്ങളിൽ (ആര്യ-ക്ഷത്രീയ-യജമാനൻ) അദ്ദേഹം ധർമ്മപിഴവുള്ള സാധാരണ മനുഷ്യനായിത്തീരുന്നു. ഇത്തരം ചോദ്യം ചെയ്യപ്പെടലുകളുണ്ടെങ്കിലും 'രാമൻ' ഇന്നും ദൈവിക പരിവേഷത്തോടുകൂടിയാണ് നിലകൊള്ളുന്നത്. ശപിക്കപ്പെട്ട 'ഉത്തരകാണ്ഡം' നമ്മുടെ രാമായണ വായനകൾക്കപ്പുറമാകയാൽ എഴുത്തച്ഛന്റെ രാമൻ തന്നെയാണ് ഇന്നും ശരാശരി മലയാളിയുടെ റോൾ മോഡൽ. രാമന്റെ മൂലരൂപത്തിൽ നിന്നും പിരിയുന്ന പാതകളുടെ കൂട്ടത്തിൽ അവർ ഗാന്ധി ചെയ്തതുപോലെ രാമന്റെ അർത്ഥത്തെ സർവാശ്ലേഷിയായ, അമൂർത്തമായി വികസിപ്പിച്ചെടുക്കുന്നു. കബീർ പറയുന്നതുപോലെ

"രാമനിൽ ആമഗ്നനാവുക, അവിടെ ഹിന്ദുക്കളില്ല, തുർക്കികളുമില്ല.,.." സർവ്വരെയും അഭിരമിപ്പിക്കുന്ന 'ഒറ്റയാൾ' മാത്രം. അതിനെ ഇനിയും അറിയാം... അടയാളപ്പെടുത്താം... പുതുരാമായണങ്ങൾ ചമയ്ക്കാം...

ഗ്രന്ഥസൂചി

1. കുമാരനാശാൻ എൻ – 1960 – കുമാരനാശാന്റെ പദ്യകൃതികൾ വാല്യം 1– ശാരദ ബുക്സ് ഡിപ്പോ, തോന്നയ്ക്കൽ
2. കൃഷ്ണപിള്ള എൻ – 1958 – കൈരളിയുടെ കഥ ഡി സി ബുക്സ്, കോട്ടയം
3. പുന്നൂസ് എം.എ (ഡോ) മിനി ആലീസ് (ഡോ) 2014 – സമകാലിക മല യാള കവിത – വിദ്ധ്വാൻ പി ജി നായർ സ്മാരക ഗവേഷണ കേന്ദ്രം, ആലുവ
4. ലീലാവതി എം. (ഡോ) 2015 – ഇതിഹാസത്തിന്റെ ഇതളുകൾ (അവ താരിക) മാതൃഭൂമി ബുക്സ്, കോട്ടയം
5. വിജയൻ എം.എൻ – 2007 – എഴുത്തും പ്രത്യയശാസ്ത്രവും
6. സുകുമാരൻ കുമ്മിൾ (പ്രൊഫ:) 2006 – കണ്ണശ്ശരാമായണം (വ്യാഖ്യാ നം) – അഗസ്ത്യ പബ്ലിക്കേഷൻസ്, അഞ്ചൽ
7. സുകുമാരൻ കുമ്മിൾ (പ്രൊഫ:) 2006 – രാമചരിതം (വ്യാഖ്യാനം) – അഗസ്ത്യ പബ്ലിക്കേഷൻസ്, അഞ്ചൽ
8. സാറാ ജോസഫ് – 2006 – പുതുരാമായണം രാമായണകഥകൾ വീണ്ടും പറയുമ്പോൾ – കറന്റ് ബുക്സ്, തൃശ്ശൂർ

ഇന്റർനെറ്റ്

1. കാരശ്ശേരി എം.എൻ – രാമായണത്തിന്റെ ഭിന്നഭാവങ്ങൾ – 2017 –www.navamalayali.com
2. അദ്ധ്യാത്മരാമായണം – 2015 – www.janmabhumidaily.com

രാമൻ അവതാരപുരുഷൻ

അഖിൽ വിശ്വം

മനുഷ്യാനുഭവങ്ങളുടെ ആഴമേറിയ വിശകലനങ്ങളാണ് ഇതിഹാസങ്ങൾ. കാലാതിവർത്തിയായ അനുഭൂതികളെ അപഗ്രഥിച്ചുകൊണ്ട് എഴുതപ്പെട്ട ഭാഷാസ്വരൂപങ്ങളാണിവ. ഭാരതീയ ഇതിഹാസ പൈതൃകത്തിൽ സുപ്രധാനമാണ് രാമായണം. രാജനീതി, വ്യക്തിബന്ധങ്ങൾ, അധികാരം തുടങ്ങിയ ആശയങ്ങളെ ദാർശനികമായും കേവല മനുഷ്യന്റെ യുക്തിയിലും രാമായണം ചർച്ച ചെയ്യുന്നു. ഈ ഇതിഹാസ കാവ്യത്തിലെ കേന്ദ്രകഥാപാത്രം ശ്രീരാമനാണ്. രാമകഥപറയുന്ന ഈ കാവ്യത്തെ പലതരം വീക്ഷണകോണുകളിലൂടെ ചർച്ച ചെയ്യപ്പെട്ടിട്ടുണ്ട്. അതിൽ ആദ്ധ്യാത്മിക ചിന്തകളെ മുൻനിർത്തിയുള്ള വിലയിരുത്തൽ പ്രബലമായ ഒരു ശാഖയാണ്. രാമനെന്ന കഥാപാത്രത്തിന്റെ ഈശ്വരാംശവും, ദൈവീകതയുമാണിവിടെമുഖ്യം. ഈയൊരു കാഴ്ചപ്പാടിലുള്ള രാമായണ പഠനമാണ് പ്രബന്ധം. കേരളത്തിന്റെ സാംസ്കാരികമായ അന്തരീക്ഷത്തെ ഭക്തിമയമാക്കിയ ഒരു മഹത് കാവ്യമാണ് എഴുത്തച്ഛന്റെ അദ്ധ്യാത്മരാമായണം. കേരളത്തിൽ രാമനെ അവതാരപുരുഷനായിട്ടാണ് ഒട്ടനവധി കവികൾ കാണുന്നത്. അതിൽ പ്രധാനം എഴുത്തച്ഛനാണ്. വാല്മീകി രാമായണം ആദർശവാനായ ഒരു ഉത്തമ മനുഷ്യനായി രാമനെ ചിത്രീകരിക്കുമ്പോൾ അദ്ധ്യാത്മരാമായണം രാമനെ സാക്ഷാൽ ഈശ്വരനായി ചിത്രീകരിക്കുന്നു. എഴുത്തച്ഛന്റെ അദ്ധ്യാത്മ രാമായണത്തിലെ രാമനെയാണിവിടെ പഠനവിധേയമാക്കുന്നത്. രാമനിലെ ദൈവികസങ്കല്പത്തെ അദ്ധ്യാത്മരാമായണത്തിലെ ചില കഥാസന്ദർഭങ്ങളെ മുൻനിർത്തിയാണ് അന്വേഷണം ക്രമപ്പെടുത്തിയിരിക്കുന്നത്.

ബാലകാണ്ഡം – വിശ്വാമിത്രാഗമനം

ബാലനായിരുന്ന രാമന്റെ സഹായം തേടി ഒരിക്കൽ വിശ്വാമിത്രൻ ദശരഥന്റെ അടുക്കൽ എത്തി. രാക്ഷസന്മാരുടെ ഉപദ്രവം ഇല്ലാതാക്കി തങ്ങളുടെ യജ്ഞത്തെ കാത്തുരക്ഷിക്കാൻ രാമനെ വിട്ടുതരണമെന്ന് വിശ്വാമിത്രൻ ദശരഥനോട് പറയുന്നു. പുത്രവാത്സല്യവും, രാമന്റെ ബാല്യാവസ്ഥയും ഓർത്ത് ദശരഥൻ അതിന് വിസ്സമ്മതം പ്രകടിപ്പിക്കുന്നു. ഈ അവസരത്തിൽ വസിഷ്ഠ മഹർഷി ദശരഥനോട് പറയുന്ന വാക്കുകൾ ശ്രദ്ധേയമാണ്: "രാമൻ കേവലം ഒരു മനുഷ്യപുത്രനല്ല. രാവണാദികളായ രാക്ഷസരെ കൊന്ന് ധർമ്മരക്ഷക്കായി അവതരിച്ച സാക്ഷാൽ ശ്രീരാമനാണ്"–

"സങ്കടമുണ്ടാകേണ്ട സന്തതം ധരപതേ!
മാനുഷനല്ല രാമൻ മാനവശിഖാമണേ!"

"പത്മലോചനൻ ഭൂമി ഭാരത്തെക്കളവാനായി
നിന്നുടെ തനയനായിക്കൗസല്യാദേവി തന്നിൽ
വന്നവതരിച്ചിതു വൈകുണ്ഠനാരായണൻ."

ബാലകാണ്ഠത്തിലെ വിശ്വാമിത്രാഗമനം എന്ന ഭാഗത്തിലെ വസിഷ്ഠ മഹർഷിയുടെ വാക്കുകളാണിത്. ശ്രീരാമൻ ഈശ്വരാവതാരമാണെന്ന സത്യത്തെ സ്വന്തം പിതാവിനു ബോദ്ധ്യപ്പെടുത്തി കൊടുക്കുന്ന സന്ദർഭമാണിത്. രാമനിലെ പുത്ര ഭാവത്തെയല്ല ദൈവിക ഭാവത്തെയാണ് ഉൾക്കൊള്ളേണ്ടത് എന്ന് ഉദ്ഘോഷിക്കുകയാണിവിടെ.

ബാലകാണ്ഡം – അഹല്യാശാപമോക്ഷം

ശ്രീരാമന്റെ ഈശ്വരഭാവത്തെ തുറന്നു കാട്ടുന്ന രാമായണത്തിലെ മറ്റൊരു ഭാഗമാണ് അഹല്യാശാപമോക്ഷം. ഇന്ദ്രൻ ഗൗതമ വേഷം കെട്ടി അഹല്യയെ പ്രാപിക്കുന്നു. ഇതറിഞ്ഞ ഗൗതമൻ അഹല്യ കല്ലായി തീരട്ടെ എന്ന് ശപിക്കുന്നു. ശ്രീരാമന്റെ പാദസ്പർശമേൽക്കുമ്പോൾ പഴയപോലെ അഹല്യയായി മാറുമെന്ന് ശാപമോചന വാക്കും കൊടുക്കുന്നു. വർഷങ്ങൾക്ക് ശേഷം ശ്രീരാമന്റെ പാദസ്പർശമേറ്റ് അഹല്യ ശിലാരൂപം വിട്ട് അഹല്യാ ദേവിയായിമാറുന്നു.

"ശാപനാശകനായൊരു ദേവൻ തന്നെ-
ച്ചാപബാണങ്ങളോടും പീതമാം വസ്ത്രത്തോടും
ശ്രീവത്സവക്ഷസ്സോടും സുസ്മിത വക്ത്രത്തോടും
ശ്രീ വാസാംബുജദളസന്നിഭനേത്രത്തോടും
വാസവനീലമണി സങ്കാശഗാത്രത്തോടും
വാസവാദ്യമരൗഘവന്ദിത പാദത്തോടും
പത്തുദിക്കിലുമൊക്കെ നിറഞ്ഞ കാന്തിയോടും
ഭക്തവത്സലൻ തന്നെക്കാണായിതഹല്യയ്ക്കും"

ശാപമോക്ഷം നൽകിയ ഭഗവാൻശ്രീരാമനെ പത്തുദിക്കിലും നിറഞ്ഞ കാന്തിയോടെയാണ് അഹല്യ കാണുന്നത്. ശാപമോക്ഷം കിട്ടിയ അഹല്യ വർദ്ധിച്ച ആനന്ദത്താൽ സന്തോഷാശ്രുക്കളോടെ രാമനെ അർഘ്യാദികൾകൊണ്ട് പൂജിച്ച് പ്രദക്ഷിണം ചെയ്ത് കാൽക്കൽ വീണ് നമസ്കരിച്ച് ഭക്ത്യാദരവോടെ സ്തുതിക്കുന്നു:-

"ഇത്ഥമാത്മനി ചിന്തിച്ചുത്ഥാനം ചെയ്തു ഭക്ത്യാ
സത്വരമർഘ്യാദികൾകൊണ്ടു പൂജിച്ചീടിനാൻ
സന്തോഷാശ്രുക്കളൊഴുകിടും നേത്രങ്ങളോടും
സന്താപം തീർന്നു ദണ്ഡനമസ്ക്കാരവും ചെയ്താൾ
അദ്വയനായൊരനാദ്യ സ്വരൂപനെക്കണ്ടു
സദ്യോജാതാനന്ദാബ്ധിമഗ്നയായ് സ്തുതി ചെയ്താൾ"

ബാലകാണ്ഠത്തിലെ അഹല്യാശാപമോക്ഷം എന്ന ഭാഗത്തിലെ ഭക്തി നിർഭരമായ വരികളാണിത്. അനുഗ്രഹദായകനായ ഭഗവത് സ്വരുമായി രാമൻ പ്രതിഷ്ഠിക്കപ്പെടുന്ന ഭക്ത്യാദരമായ ഒരു കാഴ്ചയാണ് അഹല്യാശാപമോക്ഷ കഥയിലൂടെ ദർശിക്കുന്നത്.

ബാലകാണ്ഡം - പരശുരാമ സ്തുതി

പരശുരാമന്റെ അഹങ്കാരം തീർത്ത് അനുഗ്രഹ ദായകനായ ഭഗവാനായി മാറുന്ന ശ്രീരാമനെ രാമായണത്തിൽ ദർശിക്കാം. ബാലകാണ്ഡത്തിലാണിത് പ്രതി പാദിക്കുന്നത്. ദശരഥപുത്രന്മാരുടെ വിവാഹം കഴിഞ്ഞ് അവർ പത്നീ സമേതം അയോദ്ധ്യയിലേക്ക് വരുമ്പോൾ പരശുരാമൻ മാർഗ്ഗമദ്ധ്യേ രോഷാകുലനായി നിൽക്കുന്നു. ശൈവചാപം രാമൻ ഖണ്ഡിച്ചു എന്നറിഞ്ഞ് അസഹ്യനായി ക്ഷോഭി ക്കുന്നു. തന്റെ കയ്യിലുള്ള വില്ല് എടുത്ത് പ്രയോഗിക്കാൻ പറ്റുമോ എന്ന് പരശു രാമൻ വെല്ലുവിളിക്കുന്നു. ശ്രീരാമൻ കടന്ന് വന്ന് നിഷ്പ്രയാസം വില്ല് കുലയ്ക്കു ന്നു. ഈ കാഴ്ചകണ്ട് പരശുരാമൻ അത്ഭുതപ്പെടുകയും രാമൻ ശ്രീനാരായണനാ ണെന്ന് തിരിച്ചറിയുകയും ചെയ്തു. തന്റെ മുന്നിൽ നിൽക്കുന്നത് ഭഗവാൻ ശ്രീരാ മചന്ദ്രനാണെന്നും ബ്രഹ്മമുഖ്യന്മാർക്കുപോലും കാണാൻ സാധിക്കാതിരുന്ന ഈ നിർമ്മലമായ രൂപം തനിക്ക് കാണാൻ സാധിച്ചതുമൂലം താൻ കൃതാർത്ഥനായ് മാറി എന്ന് ശ്രീരാമനെ സ്തുതിച്ച് പ്രദക്ഷിണം ചെയ്ത് സാഷ്ടാംഗംവീണ് നമ സ്ക്കരിക്കുന്നു. തന്റെ അഹംഭാവം എല്ലാം ശമിച്ച് പരിപൂർണ്ണഭക്തിയോടെയാണ് പരശുരാമൻ ഭഗവാൻ ശ്രീരാമനെ സ്തുതിക്കുന്നത്. പരശുരാമസ്തുതിയിൽ ഇത് വിശദമായി പറയുന്നുണ്ട്:

"സാക്ഷാൽ ശ്രീനാരായണൻ താനല്ലോ ഭവാൻ
ജഗത്സാക്ഷിയായീടും വിഷ്ണു ഭഗവാൻ ജഗന്മയൻ
ബ്രഹ്മ മുഖ്യന്മാരാലും കണ്ടുകിട്ടീടാതൊരു
നിർമ്മലമായ രൂപം കാണായ് വന്നതുമൂലം
ധന്യനായ് കൃതാർത്ഥനായ് സ്വസ്ഥനായ് വന്നേല്ലോ
നിന്നുടെ രൂപമുള്ളിൽ സന്തതം വസിക്കേണം"

മനുഷ്യനിലെ ദുഷ്പ്രവണതകളെ ഇല്ലാതാക്കുന്ന ദൈവികചൈതന്യമായി രാമൻ നിലകൊള്ളുകയാണിവിടെ.

അയോദ്ധ്യാകാണ്ഡം - രാമസീതാതത്ത്വം

രാമൻ ഒരു അവതാര പുരുഷനാണെന്നു പ്രസ്താവിക്കുന്ന അദ്ധ്യാത്മ രാമായണത്തിലെ പ്രധാന കഥാഭാഗമാണ് അയോദ്ധ്യാകാണ്ഡത്തിലെ 'രാമസീ താതത്ത്വം'. വാമദേവൻ രാമസീതാതത്ത്വം പ്രസ്താവിക്കുന്ന ഭക്തിമയമായ കഥാ സന്ദർഭമാണിത്. രാമൻ വനവാസത്തിനു പുറപ്പെടുന്ന സമയത്ത് രാമനെ പിരി യുന്നതോർത്ത് സങ്കടപ്പെടുന്ന അവിടുത്തെ പൗരജനങ്ങളോടു വാമദേവൻ രാമ സീതാതത്ത്വം അരുൾ ചെയ്യുന്നു.

"രാമനാകുന്നതു സാക്ഷാൽ മഹാവിഷ്ണു
താമരസാക്ഷനാമാദിനാരായണൻ"

രാമൻ സാക്ഷാൽ മഹാവിഷ്ണുവാണ്. ആദിനാരായണനാണ് രാമൻ. വാമദേവന്റെ ഈ വാക്കുകളിലൂടെ രാമൻ ഒരു ഭഗവത് സ്വരൂപമാണെന്ന ബോധം ജനങ്ങളിലേക്കെത്തുന്നു.

അയോദ്ധ്യാകാണ്ഡം - പാദുകപൂജ

സഹോദര സ്നേഹംപോലും ഭക്തിയുടെ പാരമ്യതയിലേക്ക് കടക്കുന്ന കാഴ്ച രാമായണത്തിൽ കാണാൻ സാധിക്കുന്നു. ഭരതന്റെ സഹോദരസ്നേഹം ഭക്തിയിലേക്ക് മാറുന്ന കഥാസന്ദർഭം രാമന്റെ ദൈവികതയെ ഉയർത്തിക്കാട്ടുന്ന പ്രധാന ഉപാധിയാണ്. അയോദ്ധ്യാരാജാവായി സ്ഥാനമേറ്റ ഭരതൻ തന്റെ ജ്യേഷ്ഠ നായ രാമന്റെ പാദുകങ്ങളെ വാങ്ങി ഭക്തിയോടെ ശിരസിൽ വച്ച് കൊണ്ട് വന്ന് സിംഹാസനത്തിൽ വച്ച് നിത്യേന നമസ്കരിച്ച് എല്ലാ രാജ്യവൃത്താന്തങ്ങളും രാമനോടെന്നപോലെ പാദുകങ്ങളെ അറിയിച്ചിരുന്നു. ഇവിടെ ഭരതൻ രാമനെ തന്റെ ജ്യേഷ്ഠനായല്ല ഈശ്വര രൂപമായാണ് കാണുന്നത്. പാദുകങ്ങൾ പൂജിക്ക പ്പെടുന്നതുവഴി ഭക്തിയുടെ, ദൈവീകതയുടെ മൂർത്തിമദ് ഭാവമായി ശ്രീരാമൻ പ്രതിഷ്ഠിക്കപ്പെടുന്നു. ഈ ഭാഗത്തെ ഭക്തിമയമായ ചിലവരികൾ ഇങ്ങനെയാണ്:

"പാദുകം വച്ചു സിംഹാസനേ രാഘവ-
പാദങ്ങളെന്നു സങ്കല്പിച്ചു സാദരം
ഗന്ധപുഷ്പാദ്യങ്ങൾക്കൊണ്ടു പൂജിച്ചുകൊ-
ണ്ടന്തികേ സേവിച്ചു നിന്നാരിരുവരും."

ആരണ്യകാണ്ഡം-ജടായുസദ്ഗതി

ആരണ്യകാണ്ഡത്തിലെ "ജടായു സദ്ഗതി' എന്ന കഥാസന്ദർഭം രാമന്റെ ഈശ്വ രഭാവത്തിന്റെ മറ്റൊരു പ്രധാന അവതരണമാണ്. ശ്രീരാമാനുഗ്രഹത്താൽ വിഷ്ണു പദം പൂകി പുണ്യവാനായി തീരാൻ സാധിച്ച പ്രധാന കഥാപാത്രമായിരുന്നു ജടായു. രാവണ പ്രഹരത്താൽ ചിറകറ്റ് മരണാസന്നനായി കിടന്നിരുന്ന ജടായു വിനെ രാമൻ വാത്സല്യത്തോട് കൂടി ദേഹത്ത് തടവി മരണത്തിലേക്ക് യാത്രയാ ക്കി. ശരീരത്തെ ദഹിപ്പിച്ചു. ഗംഗയിൽ പോയി തിലോദകവും നടത്തി. ഭഗവദനു ഗ്രഹവും, ഭഗവദ് ദർശനത്തോടും കൂടി ശരീരം വിട്ട ജടായു വിഷ്ണു പാർഷദ ന്മാരോട് കൂടി ആകാശത്തിൽ വന്ന് നിന്ന് ഭഗവാന്റെ കീർത്തികളെ വാഴ്ത്തി സ്തുതിച്ചു. ഭഗവദനുഗ്രഹത്തോടെ വൈകുണ്ഡലോകം പൂകുകയും ചെയ്തു. മരണാസന്നനായ ജടായുവിന്റെ വാക്കുകളിങ്ങനെയാണ്:

"നല്ലതുവരുവാനായനുഗ്രഹിക്കേണം
നിന്തിരുവടിതന്നെക്കണ്ടുകണ്ടിരിക്കവെ
ബന്ധമറ്റീടുംവണ്ണം മരിപ്പാനവകാശം

വന്നതു ഭവൽകൃപാപാത്രമാകയാലഹം
പുണ്യപുരുഷ! പുരുഷോത്തമ! ദയാനിധേ!
നിന്തിരുവടി സാക്ഷാൽ ശ്രീ മഹാവിഷ്ണുപരാ-
നന്ദാത്മാപരമാത്മാമായാമാനുഷരൂപി
സന്തതമന്തർഭാഗേ വസിച്ചീടുക വേണം
നിന്തിരുമേനി ഘനശ്യാമളമഭിരാമം
അന്ത്യകാലത്തിങ്കലീവണ്ണം കാണായമൂലം
ബന്ധവുമറ്റുമുക്തനായേൻ ഞാനെന്നു നൂനം"

രാമന്റെ കരസ്പർശം ജീവനെ പരമ പദത്തിങ്കലെത്തിക്കുന്നു. രാമൻ എന്ന ഈശ്വര സാക്ഷാത്കാരം ജടായുവിലൂടെ കൂടുതൽ മഹത്വവൽക്കരിക്കപ്പെടുന്ന കാഴ്ചയാണിവിടെ കാണാൻ സാധിക്കുന്നത്.

രാക്ഷസപ്രമുഖനായ മാരീചനേപ്പോലും തപസ്വിയാക്കി മാറ്റിയ അവതാര പുരുഷനാണ് ശ്രീരാമൻ. താൻ ഇനി ഒരു ജീവിയേയും ഉപദ്രവിക്കില്ല എന്ന് രാമന് മുന്നിൽ ശപഥം ചെയ്ത് തപസ്വിയായി മാറി മരീചൻ. രാക്ഷസനെപ്പോലും യോഗിയാക്കി മാറ്റുന്ന ദൈവികശക്തിയായ് ശ്രീരാമൻ മാറുകയാണിവിടെ.

ആരണ്യകാണ്ഡം – ശബര്യാശ്രമപ്രവേശം

രാമായണത്തിലെ മറ്റൊരു പ്രധാന കഥാസന്ദർഭമാണ് രാമന്റെ 'ശബര്യാശ്രമ പ്രവേശം.' ശബരി എന്ന ശ്രീരാമഭക്തയെക്കുറിച്ചാണിവിടെ പറയുന്നത്. ദണ്ഡകാരണ്യത്തിലെ ഒരു ആശ്രമത്തിലാണ് ശബരി ജീവിക്കുന്നത്. രാമൻ ദണ്ഡകാരണ്യത്തിൽ എത്തിയെന്നറിഞ്ഞപ്പം മുതൽ ഭഗവാൻ ശ്രീരാമനെ ദർശിക്കുന്നതിനായി ഒരോ ദിവസവും കാത്തിരിക്കുന്ന ഏകാകിനിയാണ് ശബരി. ഓരോ ദിവസവും ഭഗവാൻ തന്റെ ആശ്രമത്തിൽ വരുമെന്ന് പ്രതീക്ഷിച്ച് ഭഗവാന് വേണ്ട സൽക്കാരങ്ങൾ ഒരുക്കിവച്ച് കാത്തിരുന്നു ശബരി. ഒരു ദിവസം രാമൻ ശബര്യാശ്രമത്തിലെത്തി. ശബരി രാമനെ ഭക്തിയോടുകൂടി പ്രദക്ഷിണം ചെയ്ത് വണങ്ങി പാദപൂജ ചെയ്യുന്നു. രാമനെ വളരെ സന്തോഷത്തോടെ സൽക്കരിക്കുന്നു. താൻ കഴിച്ച് രുചിനോക്കിയ പഴങ്ങളെപ്പോലും ശബരി ഭഗവാന് നിവേദിച്ചു. ശബരി പ്രാകൃത ആയിരുന്നു. താൻ കഴിച്ചത് മറ്റൊരാൾക്കു കൊടുക്കരുതെന്ന് അവൾക്കറിയില്ലായിരുന്നു. മധുരമുള്ള പഴം ഭഗവാന് കൊടുക്കണം അതിനാൽ മധുരമുള്ള പഴം ഏതാണെന്നറിയാനാണ് അവൾ അത് കടിച്ചു നോക്കിയത്. ഇവൾ കടിച്ച് എച്ചിലാക്കിയ പഴം ഭഗവാൻ ഒരു നീരസവും കൂടാതെ ആസ്വദിച്ച് കഴിച്ചു. ആ ദിവസം മുഴുവൻ ശ്രീരാമൻ ശബരിയുടെ ആശ്രമത്തിൽ കഴിയുകയും ചെയ്തു. ഭഗവാൻ ശ്രീരാമനെ നേരിൽ കണ്ട് ശബരി ഭക്തിയോടെ രാമനോട് പറയുകയാണ്:

"നിന്തിരുവടിയുടെ വരവും പാർത്തു പാർത്തു
നിന്തിരുവടിയേയും ധ്യാനിച്ചു വസിച്ചു ഞാൻ
ശ്രീപാദം കണ്ടുകൊൾവാൻ മൽഗുരുഭൂതന്മാരാം
താപസന്മാർക്കുപ്പോലും യോഗം വന്നീലയല്ലോ

ജ്ഞാനമില്ലാതെ ഹീനജാതിയിലുള്ള മൂഢ
ഞാനിതിനൊട്ടുമധികാരിണിയല്ലല്ലോ
വാങ്ങ് മനോവിഷയമല്ലാതൊരു ഭവദ്രൂപം
കാണ്മാനവകാശം വന്നതു മഹാഭാഗ്യം
തൃക്കഴലിണകൂപ്പിസ്തുതിച്ചുകൊൾവാനുമി-
ങ്ങുൾക്കമലത്തിലറിയപ്പോകാ ദയാനിധേ!"

ശ്രീരാമപദം കണ്ട് തൊഴാൻ ഗുരുഭൂതന്മാരായ താപസ്സന്മാർക്ക് പോലും സാധിക്കുന്നില്ല. ഈ ഹീനജാതിയിൽപ്പെട്ട തനിക്ക് ആ ദിവ്യരൂപം ദർശിക്കാൻ സാധിച്ചതു മഹാഭാഗ്യമെന്നാണ് ശബരി പറയുന്നത്. ഭക്തിക്ക് മുൻപിൽ ജാതിയോ, വർണ്ണമോ ഒന്നും പ്രശ്നമല്ല എന്ന് ശബരിയുടെ നിഷ്കളങ്ക ഭക്തിയിലൂടെ രാമൻ ലോകത്തിന് മനസ്സിലാക്കിക്കൊടുക്കുന്നു. നിസ്വാർത്ഥവും നിഷ്കളങ്കവുമായ സമർപ്പണമായി ശബരിയുടെ ഭക്തിയെ രാമൻ അംഗീകരിക്കുന്നതിലൂടെ വെളിപ്പെടുന്നത് ശ്രീരാമനിലെ ഈശ്വര ചൈതന്യം തന്നെയാണ്.

മനുഷ്യന്റെ സാംസ്കാരിക മണ്ഡലത്തിൽ ഭക്തിയുടെ വസന്തം വിരിയിക്കുവാൻ എഴുത്തച്ഛന്റെ അദ്ധ്യാത്മരാമായണത്തിന് സാധിച്ചു. രാമനെ ഈശ്വരസങ്കല്പത്തിൽ പ്രതിഷ്ഠിക്കുന്ന മഹത്തായ കാവ്യമാണ് അദ്ധ്യാത്മരാമായണം. ഈ പ്രബന്ധത്തിൽ സൂചിപ്പിച്ച കഥാസന്ദർഭങ്ങളിലൂടെ കടന്നുപോകുമ്പോൾ എഴുത്തച്ഛൻ രാമനെ ഒരു അവതാരപുരുഷനായിട്ടാണ് പ്രതിഷ്ഠിച്ചിരിക്കുന്നതെന്ന് വ്യക്തമാകുന്നു. രാമായണം മനുഷ്യനെ ദൈവികതയിലേക്ക് ഉയർത്തുന്നു. മനുഷ്യൻ ഈശ്വരനിലേക്കെത്തപ്പെടണം. മനുഷ്യൻ ഈശ്വരനെപ്പോലെയായിത്തീരണം ഇതാണ് രാമായണം സാദ്ധ്യമാക്കുന്നത്. സുഹൃത്തായും, വിധേയനായും, ശത്രുവുമായൊക്ക പ്രാണന് ഈശ്വരനോട് അടുക്കുവാൻ കഴിയുമെന്ന് രാമായണം വ്യക്തമാക്കുന്നു. ശ്രീരാമൻ ഇത്തരത്തിലും ഈശ്വരനിലേക്ക് ഉയർത്തപ്പെടുന്നു. ഉത്തമപുരുഷനിലപ്പുറം രാമനിലെ ദൈവിക ചൈതന്യത്തെ തുറന്നു കാട്ടുന്ന മഹത്ഗ്രന്ഥമാണ് രാമായണം. ശ്രീനാരായണൻ തന്നെയാണ് രാമൻ എന്ന് ഉദ്ഘോഷിക്കുകയാണിവിടെ.

ഗ്രന്ഥസൂചി

തുഞ്ചത്ത് എഴുത്തച്ഛൻ 2014 അദ്ധ്യാത്മരാമായണം, (കിളിപ്പാട്ട്) സ്വാമി ചിന്മയാനന്ദസരസ്വതി (സംശോധനം) ഗുരുവായൂർ: ഗുരുവായൂർ ദേവസ്വം - പ്രസിദ്ധീകരണം

എഴുത്തച്ഛൻ കെ.എൻ 1968 എഴുത്തച്ഛന്റെ അദ്ധ്യാത്മരാമായണം ഒരു പഠനം, തൃശ്ശൂർ: കറന്റ് ബുക്സ്

എഴുത്തച്ഛൻ കെ.എൻ 1955 തുഞ്ചത്തെഴുത്തച്ഛൻ, കോട്ടയം : എൻ.ബി.എസ്സ്

ജോർജ്ജ് കെ.എം. 1958 സാഹിത്യചരിത്രം പ്രസ്ഥാനങ്ങളിലൂടെ, കോട്ടയം: ഡി.സി. ബുക്സ്

കണ്ണശ്ശരാമായണത്തിലെ രാമസങ്കല്പം

ശാന്തിനി എസ്. എൽ

രാമകഥയുടെ ജനകീയതയും സ്വീകാര്യതയും

ജീവിതത്തെക്കുറിച്ചുള്ള ബോധ്യങ്ങളെ പ്രകാശിപ്പിക്കുവാനും അതു വഴി ഭാരതീയ ജീവിതബോധത്തെ സുഭദ്രമാക്കുവാനുമാണ് ആദ്യകാല കാവ്യങ്ങൾ ശ്രദ്ധ പതിപ്പിച്ചിട്ടുള്ളത്. ഇപ്രകാരം ആവിർഭവിച്ച വാങ്മയങ്ങളിൽ സർവ്വോത്തമമായി പരിലസിക്കുന്നതാണ് ആദികാവ്യമായ രാമായണം. ഭാരതീയ ഭാഷകളിൽ രാമായണം പോലെ പ്രചാരം നേടിയ മറ്റൊരു കൃതിയില്ല. രാമന്റെ ചരിതത്തെ മനുഷ്യന്റെ ചരിത്രമാക്കി മാറ്റിയതാണ് രാമായണത്തിന്റെ ശ്രേഷ്ഠതയ്ക്ക് നിദാനമായി ഭവിച്ചത്. മലയാള സാഹിത്യത്തിലും രാമകഥയുടെ പരിസ്ഫുരണങ്ങൾ കാണാം. കേരളത്തിലെ രാമായണകഥയുടെ ജനകീയതയ്ക്ക് നിദർശനങ്ങളാണ് അതിനെ പുരസ്കരിച്ചുണ്ടായ രാമകഥാഖ്യാന കാവ്യങ്ങൾ. മലയാളത്തിലെ ഏറ്റവും പ്രാചീനമായ രാമകഥാകാവ്യം ചീരാമന്റെ രാമചരിതമാണ്, എന്നാണ് പൊതുവെ പറയുന്നത്. പെരുമാൾ തിരുമൊഴിയിൽ നിന്നാണെന്ന മറ്റൊരഭിപ്രായമുണ്ട്. "പെരുമാൾ തിരുമൊഴി' യുടെ അവസാനത്തെ മുന്നു പത്തുകൾ രാമായണ കഥാഖ്യാനങ്ങളാണ്. 'ശ്രീരാമായണച്ചുരുക്കം' എന്ന അവസാനത്തെ പത്തിൽ രാമായണ കഥ മുഴുവൻ കുലശേഖരൻ സംഗ്രഹിക്കുന്നുണ്ട്. നിരണത്ത് രാമപ്പണിക്കരുടെ കണ്ണശ്ശ രാമായണം, പുനം നമ്പൂതിരിയുടെ ഭാഷാ രാമായണം ചമ്പു, അയ്യപ്പിള്ളി ആശാന്റെ രാമകഥപ്പാട്ട്, എഴുത്തച്ഛന്റെ അദ്ധ്യാത്മ രാമായണം കിളിപ്പാട്ട്, കേരളവർമ്മ രാമായണം എന്നിവ മലയാളത്തിലെ ശ്രദ്ധേയമായ രാമകഥാകാവ്യങ്ങളിൽ ഉൾപ്പെടുന്നു. കണ്ണശ്ശരാമായണം എന്ന പേരിൽ പ്രചാരമാർജിച്ച നിരണത്തു രാമപ്പണിക്കരുടെ രാമായണം, വാൽമീകി രാമായണത്തിന്റെ സ്വതന്ത്രസാക്ഷേപമാണ്. പ്രസ്തുത കാവ്യത്തിലെ രാമസങ്കല്പത്തെ നിർദ്ധാരണം ചെയ്യാനുള്ള ശ്രമമാണ് ഈ പ്രബന്ധം.

നിരണം കവികളും കണ്ണശ്ശ രാമായണവും

കൊല്ലവർഷം 575 നും 675 നും ഇടയിൽ കേരളത്തിലെ തിരുവല്ല താലൂക്കിൽപ്പെട്ട 'നിരണം' എന്ന ദേശത്ത് താമസിച്ച് കാവ്യരചന നടത്തിയിരുന്ന കവികളെയാണ് നിരണം കവികൾ/ കണ്ണശ്ശകവികൾ എന്ന് പറയുന്നത്. പ്രധാനമായും നിരണത്ത് മാധവപ്പണിക്കർ, നിരണത്ത് ശങ്കരപ്പണിക്കർ, നിരണത്ത് രാമപ്പണിക്കർ എന്നിവരെയാണ് നിരണം കവികളായി പരിഗണിക്കുന്നത്. രാമായണ-ഭാരത-ഭാഗവതാദികൾ സംസ്കൃതാനഭിജ്ഞർക്ക് പ്രാപ്യമാക്കി

കൊടുക്കുക എന്ന യജ്ഞം കൈക്കൊണ്ട നിരണം കവികൾ വിഷ്ണുഭക്തി പ്രചാരത്തിലെന്നപോലെ, സംസ്കൃത ഭാഷാപ്രചരണത്തിലേക്കും സഹായക മായിത്തീർന്നു. നിരണം കവികളിൽ രാമപ്പണിക്കരുടെ കൃതികളെ കണ്ണശ്ശരാമാ യണം, കണ്ണശ്ശഭാരതം, കണ്ണശ്ശഭാഗവതം എന്നിങ്ങനെയാണ് പറഞ്ഞു വരുന്നത്.

കേരളത്തിലെ രാമസങ്കല്പത്തിന് മലയാള സാഹിത്യവുമായി നാഭീ-നാള ബന്ധമുണ്ട്. സംസ്കൃത കാവ്യേതിഹാസ പുരാണങ്ങളെ മലയാളികൾക്ക് ചിരപരിചയമാക്കിയത് രാമായണത്തെ അധികരിച്ച് മലയാളത്തിലുണ്ടായ കാവ്യ ങ്ങളിലൂടെയാണ്. ഇത്തരത്തിൽ മലയാളത്തിലുണ്ടായ മഹത്തായ യജ്ഞമാണ് കണ്ണശ്ശ രാമായണം. നിരണത്ത് രാമപ്പണിക്കരാണ് ഇതിന്റെ രചയിതാവ്. 'വിശി ഷ്ടവും വിശ്വകർഷവുമായ പ്രബന്ധ' മെന്നാണ് ഉള്ളൂർ കണ്ണശ്ശ രാമായണത്തെ പ്രശംസിച്ചത്. കണ്ണശ്ശരാമായണത്തിൽ വാൽമീകി രാമായണത്തിലെന്നപോലെ ഏഴു കാണ്ഡങ്ങളുണ്ട്. ഏഴ് കാണ്ഡങ്ങളിലും കൂടി 3059 പാട്ടുകളുണ്ട്.

കണ്ണശ്ശ രാമായണത്തിന്റെ ഉപോദ്ഘാതത്തിൽ നിരണം രാമൻ തന്റെ കാവ്യരചനയുടെ ഉദ്ദേശ്യം വെളിപ്പെടുത്തിയിരിക്കുന്നത് ചുവടെ ചേർക്കും വിധ മാണ്–

"മന്ദ പ്രജ്ഞന്മാർക്കറിവാനായ് മനുകൂല
തിലകനുടെ വൃത്താന്തമി-
തന്ധൻ ഞാൻ കേവലമെങ്കിലു, മൊട്ടായ
പ്രകാരം ചൊല്ക തുനിഞ്ഞേൻ."2

താൻ രചിക്കുന്ന കാവ്യം പണ്ഡിതന്മാർക്കും പ്രതിഭാശാലികൾക്കും വേണ്ടിയുള്ളതല്ലെന്നും, മന്ദപ്രജ്ഞരന്മാർക്കു വേണ്ടിയുള്ളതാണെന്നും കവി പറ യുന്നു. ഇതിഹാസ പുരാണാദികളുമായി സംവദിക്കുവാൻ ഇടം ലഭിക്കാതിരുന്ന സാമാന്യ ജനങ്ങൾക്കു വേണ്ടിയാണ് അദ്ദേഹം കാവ്യരചന നടത്തിയത്. ഇതി ലൂടെ മനുഷ്യരെ ധാർമ്മിക ബോധത്തിലേക്ക് കൊണ്ടുവരണമെന്ന് കണ്ണശ്ശൻ ആഗ്രഹിച്ചു. ഇത്, മനുവംശാധീശനായ രാമന്റെ വൃത്താന്തത്തെ ആവിഷ്കരിക്കു ന്നതിലൂടെ സാധ്യമാകുമെന്ന് അദ്ദേഹം കരുതി. ഈ പ്രയത്ന സാഫല്യതയാണ് "കണ്ണശ്ശ രാമായണം അനിതരസാധാരണമാം വിധം കൈരളീസാഹിത്യത്തിൽ പ്രശോഭിച്ചു പോരുന്നു. *3 എന്ന വിദ്വാൻ കെ.ഇ. നാരായണപിള്ളയുടെ പ്രശം സയിൽ പ്രതിഫലിക്കുന്നത്.

കണ്ണശ്ശരാമായണത്തിന്റെ സംശോധിത സംസ്കരണവും പഠനവും നട ത്തിയ ഡോ. പുതുശ്ശേരി രാമചന്ദ്രൻ ഇപ്രകാരം പറയുന്നു. "മൂല്യപ്രതിഷ്ഠാ പനം മുൻനിർത്തി രചിച്ച ഒരു സോദ്ദേശ്യകാവ്യമാണ് കണ്ണശ്ശ രാമായണം. തത്ത്വ ചിന്താവിഷ്കരണത്താൽ കാവ്യശരീരത്തെ കലുഷമാക്കാൻ കവി തെല്ലും ശ്രമി ച്ചിട്ടില്ല. വാൽമീകിയുടെ ചുവടുപിടിച്ച് സ്വതന്ത്രമായൊരു ധ്വനികാവ്യം രചിക്കു കയാൽ അദ്ധ്യാത്മരാമായണത്തെപ്പോലൊരു ഭക്തി കാവ്യമല്ല കണ്ണശ്ശ രാമായ

ണം. ധ്വനികാവ്യ രചനയിലൂടെ ആദി കവിയുടെ ആദർശ പുരുഷനെ അവതരിപ്പിച്ച് കേരളീയ സഹൃദയലോകത്തിന് നഷ്ടപ്പെട്ട ധാർമ്മിക മൂല്യങ്ങൾ പുനഃപ്രതിഷ്ഠിക്കുകയായിരുന്നു കണ്ണശ്ശന്റെ ലക്ഷ്യം"*4

വാൽമീകി മുന്നോട്ടുവച്ച ആദർശ പുരുഷ സങ്കല്പമാണ് കണ്ണശ്ശനും തന്റെ 'രാമ' സങ്കല്പത്തിലൂടെ പുനരവതരിപ്പിക്കുന്നത്. ബാലകാണ്ഡത്തിൽ രാമാവതാരത്തെ കണ്ണശ്ശൻ ഇപ്രകാരം അവതരിപ്പിക്കുന്നു-

"ഭുവി ധർമ്മ വിരോധമൊഴിപ്പാൻ വന്തുള-
നായാ, നരചനു സന്തതിയായേയഖില
ജഗത്പതി നാരായണനും
നാരായണനവതാരം ചെയ്താന്നലമൊടു
കൗസല്യാ സുതനായേ:
ഈരേഴുലകിൽ നിറന്നാൻ പുനരവനീടിയ
രാമമഹാനാമത്താൽ"*5

'രാമ'നാമത്തിൽ നരസന്തതിയായി പിറന്ന ഈശ്വര കഥാപാത്രത്തിലുടനീളം മനുഷ്യഭാവത്തെ പകരാനാണ് കണ്ണശ്ശൻ കാവ്യത്തിലൂടനീളം ശ്രമിച്ചിരിക്കുന്നതെന്ന് കാണാം. രാമനിലെ ഈശ്വരതയെ കണ്ടറിഞ്ഞ് സായൂജ്യം കൊള്ളുമ്പോഴും ഭക്തിയുടെ ആവേശം കൊണ്ട് രാമന്റെ മനുഷ്യപ്രഭാവത്തെ നിഷ്പ്രഭമാക്കാൻ കണ്ണശ്ശൻ ശ്രമിക്കുന്നില്ല. കേരളീയർക്ക് ഭക്തിയോടുള്ള ആഭിമുഖ്യമാണ് രാമന്റെ ഈശ്വരപ്രഭാവത്തെ സ്ഥാപിക്കാൻ പല കാവ്യകർത്താക്കൾക്കും പ്രചോദനമായിട്ടുള്ളത്. എഴുത്തച്ഛനും മറ്റും ഇതിനുദാഹരണമാണ്. ഭക്തിയിലൂടെയുള്ള നവോത്ഥാനമാണല്ലോ അദ്ദേഹത്തിന്റേത്. എന്നാൽ കണ്ണശ്ശൻ ഈ പ്രേരണയെ മറികടക്കുന്നതിൽ വിജയിച്ചിരിക്കുന്നുവെന്നു തന്നെ പറയാം.

രാമനെപ്പറ്റിയുള്ള കണ്ണശ്ശ സങ്കല്പം യുദ്ധകാണ്ഡത്തിലെ പാട്ടിൽ തന്നെ അനാവൃതമാക്കപ്പെടുന്നുണ്ട്.

"ആരണകാരണമാ, യറിവാനരുതാ-
യഴിയാവടിവാ, യൊരുനാളും
പൂരണനായ പുമാനഖിലത്തിനു
ഭൂതിവരുംപടി മായയിനാലേ
പാരിൽ മനോഹരനാളുളെനായ
പ്പരൻ പുരുഷൻ ശ്രീരാമൻ തിരുവടി"*6

ബ്രഹ്മാവിന്റെ അപേക്ഷയനുസരിച്ച് അവതാരം പൂണ്ട് പരമപുരുഷനായ നാരായണനാണ് രാമനെന്നും മറ്റുമുള്ള തിരിച്ചറിവ് പരശുരാമന് ഉണ്ടാകുന്നുണ്ട്. ആദികാവ്യനായകനായ 'രാമനെ'ക്കുറിച്ചുള്ള നിരണത്ത് രാമപ്പണിക്കരുടെ സങ്കല്പവും ഇതു തന്നെയാണ്. പരൻപുരുഷനും, രാജാവും കൂടിയായ രാമനെയാണ് കണ്ണശ്ശകവി തന്റെ കാവ്യത്തിലൂടെ അവതരിപ്പിക്കുന്നത്. അതിനാൽത്തന്നെ ഭക്തി

യുടെ മൂശയിലിട്ടുള്ള യാന്ത്രികമായ സൃഷ്ടിയല്ല, മറിച്ച് മനുഷ്യസഹജമായ വികാര-വിചാര-ദൗർബല്യങ്ങളുള്ള രാമസങ്കല്പമാണ് കണ്ണശ്ശൻ മുന്നോട്ടു വച്ചത്. കൃതജ്ഞതാനിർഭരത, വാത്സല്യം, കോപം, ഇത്യാദികളായ മാനുഷിക ഭാവങ്ങളെല്ലാം രാമനിലൂടെ അദ്ദേഹം പ്രതിഫലിപ്പിക്കുന്നു.

ശ്രീരാമൻ, സീതയെ കണ്ടെത്തിയ വിവരം അറിയിച്ച ഹനുമാനെ അഭിനന്ദിക്കുന്ന ഭാഗത്ത്, വാത്സല്യ നിസ്സഹായ ഭാവങ്ങൾ പ്രത്യക്ഷപ്പെടുന്നുണ്ട്. ഹനുമാനെ കൃതജ്ഞതാ നിർഭരമായ വാക്കുകളാൽ പൊതിഞ്ഞിട്ട് ഇപ്രകാരം കൂടി രാമൻ പറയുന്നുണ്ട്.

"അഖില ഗുണാകര! നീയിച്ചെയ്തതി
നാമോ പ്രത്യുപകാരം ചെയ്‌വാൻ" (യുദ്ധകാണ്ഡം - 4)

പച്ച മനുഷ്യന്റെ നിസ്സഹായാവസ്ഥ പോലൊന്ന് ഇവിടെ സ്ഫുരിക്കുന്നുണ്ട്. വാക്കുകൾക്കതീതമായ നന്ദി പ്രകാശനത്തിനായി മനുഷ്യരായ നാമും ഇത്തരം ചിന്തകളിലേക്ക് വഴുതി വീഴാറുണ്ട്. അമാനുഷികമായ ശേഷികളുള്ള, രാജ്യത്തിൽ നിന്നു പുറത്താക്കപ്പെട്ടവനെങ്കിലും ഖ്യാതി നേടിയ, രാജാവായ കഥാപാത്രമാണ് രാമൻ. അതിലുപരി ഈശ്വരാവതാരവുമാണ്. ഇങ്ങനെയുള്ള രാമനിൽ മനുഷ്യസ്വഭാവത്തിന്റെ ചാഞ്ചല്യവും, നൈർമ്മല്യവും ഈ ഘട്ടത്തിൽ നിറയപ്പെടുന്നുണ്ട്. കണ്ണശ്ശന്റെ രാമൻ പറയുന്ന പ്രസ്തുത വാക്യങ്ങളിൽ മാനുഷികമായ സകല ഭാവത്തിന്റെയും ഓളം വെട്ടലുണ്ട്. അതിനാൽ തന്നെ ഡോ. പുതുശ്ശേരി രാമചന്ദ്രൻ കണ്ണശ്ശ രാമായണത്തിന്റെ അവതാരികയിൽപ്പറയുന്ന കാര്യം ഇവിടെ സംഗതമാണ്. "കണ്ണശ്ശനിൽ മാനുഷിക മൂല്യങ്ങളുടെ പുനഃപ്രതിഷ്ഠക്കുള്ള ബോധപൂർവ്വമായ ശ്രമം ദർശിക്കുന്നു. അവതാരപുരുഷനായ രാമനെ അധികാരപ്രമത്തനായ നാടുവാഴിയെപ്പോലെ ചിത്രീകരിക്കാൻ കണ്ണശ്ശന് ഒരിക്കലും സാധിക്കില്ല." മാനുഷിക ഭാവങ്ങളുള്ള മാതൃകാ പുരുഷനാണ് കണ്ണശ്ശകൃതിയിലെ രാമസങ്കല്പം മുന്നോട്ടു വയ്ക്കുന്നതെന്നാണ് ഇപ്പറഞ്ഞതിലെ വിവക്ഷ.

വാത്സല്യം പോലെ തന്നെ രാമന്റെ രൗദ്രവും കവി ആവിഷ്ക്കരിക്കുന്നതായി കാണാം-

"കൊണ്ടിഹവാ സൗമിത്ര! ചാപം കൊടിയ ശരങ്ങളെയും! വഴിപോവതി-
നിണ്ടലിയറ്റിയ കാരണമാഴിയെയെയ്തുവറട്ടുവനിപ്പൊഴുതേ
ഞാൻ പണ്ടു കുഴിച്ചിതു തന്നെ വളർത്തവൾ നമ്മുടെ പൂർവ്വന്മാർ ചിലർ പാരായ്-
കണ്ടു പൊറുക്കാമോ, ധിക്കാരം കാട്ടുവതതി ദുർബ്ബലരായുള്ളോർ"
(യുദ്ധകാണ്ഡം - 147)

സമുദ്രലംഘനത്തിനു മുൻപ് ശ്രീരാമൻ വരുണനോട് ക്ഷോഭിക്കുന്ന രംഗമാണിത്. മറ്റൊന്ന് സീതയുടെ വിവരം അറിയിക്കാത്തതിൽ വനസ്പതികളോടും ദിക്പാലകരോടും രാമൻ ക്ഷോഭിക്കുന്നതാണ്–

"കണ്ടാലഴിയ ജാനകി തന്നെക്കാട്ടായ്കിൽപ്പൊടിയാക്കുവനിപ്പോ
ഴുണ്ടാകിയ വൃക്ഷാദികളോടുമുടൻ മമ ദിവ്യാസ്ത്രങ്ങളിവറ്റാൽ"

(ആരണ്യകാണ്ഡം - 244)

തന്റെ പ്രിയഭാജനമായ സീതയെ കാട്ടിത്തന്നില്ലെങ്കിൽ ഇപ്പോൾ തന്നെ വൃക്ഷാദികളെയെല്ലാം ദിവ്യാസ്ത്രങ്ങളാൽ നശിപ്പിക്കുമെന്നാണ് വിരഹകോപിതനായ രാമന്റെ വാക്കുകൾ–

"മാർഗ്ഗവിരോധികളെപ്പീഡിപ്പിച്ചതുമറവഴി നില്പവരെപ്പൊലിപ്പൊ-
നായ്ക്കനിവോടരുളരാകിയ ദേവേന്ദ്രാദികളും ജാനകിയുടെ രൂപം
നോക്കിയുപേക്ഷിച്ചും, രതിനാലൊരുനൊടിയിൽ മഹാസ്ത്രത്താലി
നിയില്ലാ-
താക്കുവനഖില ജഗത്തിനെയും ഞാനറിക സൗമിത്ര നീയെന്നാൽ"

(ആരണ്യകാണ്ഡം - 247)

എന്ന് ആരണ്യകാണ്ഡത്തിലെ 247-ാം പാട്ടിൽ പറയുന്നു. ഇത് ദിക്പാലകരോടുള്ള കോപമാണ് വെളിപ്പെടുത്തുന്നത്. ഈ രൗദ്രം കലർന്ന ഭാവങ്ങൾ കടന്നുവരുന്നത് പ്രിയ സഖീ വിരഹത്തിൽ നിന്നുണ്ടായ സങ്കടത്താലാണ്. നഷ്ടങ്ങൾ സഹിക്ക വയ്യാതാകുമ്പോൾ ചുറ്റുമുള്ളതിനോട് കോപിക്കുകയെന്നതും മനുഷ്യസഹജമാണല്ലോ.

കിഷ്കിന്ധാ കാണ്ഡത്തിലെ രാമവിലാപവും രാമന്റെ മനുഷ്യസ്വഭാവത്തിന് നിദർശനമായി ചൂണ്ടിക്കാട്ടാം–

"ജാനകി നാടുപിരിഞ്ഞുഴലും മധുജാധമനാമെന്നോടെ കൂടെ
ക്കാനനമെയ്തിയ ഭാമിനി! നിൻമെയ്കാണുവതേതൊരു-
നാളിനിയും ഞാൻ?
ഊനമില്ലാത വസന്തവിലാസമിതുള്ളിലെനിക്കു ചൂടിന്റിനു
നിന്നുടെയാനന ചന്ദ്രവിയാഗമമിയന്റതിനാലോ-കേവലമിന്റഴിവു
റ്റേൻ"

(കിഷ്കിന്ധകാണ്ഡം - 5 രാമവിലാപം)

ഈശ്വരന് മനുഷ്യസഹജമായ ദൗർബല്യങ്ങൾ വർജ്യമാണ് എന്നാണ് പറയുന്നത്. അതിനാൽ കാവ്യരചയിതാക്കൾ അവതാര പുരുഷന്മാരുടെ മാനുഷികാംശമെല്ലാം മരവിപ്പിച്ച് ഉദ്ദിഷ്ടമായ വാർപ്പുകളിൽ കഥാപാത്രങ്ങളെ വാർത്തെടുക്കുകയാണ് ചെയ്യുന്നത്. ഈശ്വരൻ മനുഷ്യാവതാരം ചെയ്തുവെന്ന വസ്തു

തപോലും ഭക്തിപാരവശ്യത്തിൽ പലരും മറക്കുന്നു. എന്നാൽ ഇത്തരം വിസ്മൃതിയിൽ അകപ്പെടുന്നില്ലെന്ന് കണ്ണശ്ശന്റെ 'രാമ' സങ്കല്പത്തെ കൂടുതൽ ഉത്കൃഷ്ടമാക്കുന്നുണ്ട്.

കണ്ണശ്ശരാമായണത്തിൽ ബാലകാണ്ഡം മുതൽ ഉത്തരകാണ്ഡം വരെ പരിശോധിച്ചാൽ പതിനഞ്ചോളം ഭക്തിതലങ്ങളേ ഉള്ളുവെന്ന് ഡോ. ബി. ബാലാനന്ദൻ തേക്കുംമൂട് അവകാശപ്പെടുന്നുണ്ട്. *7 പരംപുരുഷനും രാജാവും കൂടിയായ രാമന് ഉചിതമായ ചില വിശേഷണങ്ങൾ, മൂലകൃതിയിൽ നിന്ന് ഭിന്നമായ രാമഭക്തി, കീർത്തന ഭാഗങ്ങളിൽ ആത്മാർത്ഥത കൊണ്ടുണ്ടാകുന്ന പ്രസാദം - തുടങ്ങിയവ മാത്രമേ ഭക്തികാര്യത്തിൽ കണ്ണശ്ശ രാമായണത്തിൽ ചൂണ്ടിക്കാണിക്കാനുള്ളൂ. അതിനാൽ തന്നെ കഥാനായകാവിഷ്കാരത്തിലൂടെയുള്ള രാമസങ്കല്പ നിർമ്മിതിയിൽ അതിഭാവുകത്വത്തിന്റെ പിടിയിൽ കണ്ണശ്ശൻ അകപ്പെട്ടിട്ടില്ല. അവതാരമൂർത്തിയാണെങ്കിൽ പോലും വാല്മീകിയെപ്പോലെ പച്ച മനുഷ്യൻ തന്നെയാണ് കണ്ണശ്ശന്റെ 'രാമൻ'. അതിനാൽ മനുഷ്യന്റെ ദുർബലതയും, മര്യാദയും, കൃതജ്ഞതയും, രോഷവുമൊക്കെ രാമനിലൂടെ ആവിഷ്കരിക്കാൻ കണ്ണശ്ശനു കഴിഞ്ഞു. അങ്ങനെ കേരളത്തിലെ രാമസങ്കല്പത്തെ ഈശ്വരസങ്കല്പത്തിലുള്ള ആ ധർമ്മണ്യത്തിൽ നിന്ന് അടർത്തി മാറ്റി - ഈ ലോകത്തിലെ മനുഷ്യസങ്കല്പത്തിന്റെ ഉന്നതിയിലേക്കുയർത്തുവാൻ കണ്ണശ്ശന് കഴിഞ്ഞിട്ടുണ്ട് എന്ന് തീർച്ചപ്പെടുത്തുന്നു. ഇതിനാൽ കണ്ണശ്ശ രാമായണത്തിലെ 'രാമസങ്കല്പം' കേരളത്തിലെ രാമസങ്കല്പങ്ങൾക്കിടയിൽ അനന്യശോഭയോടെ എന്നും വിരാജിക്കുക തന്നെ ചെയ്യും.

കണ്ണശ്ശ രാമായണം എന്തുകൊണ്ട് പ്രസക്തമാകുന്നു?

കണ്ണശ്ശ രാമായണത്തിൽ 'രാമ' കഥാപാത്രത്തിന്റെ സൃഷ്ടി മനുഷ്യാനുരൂപമായ ഭാവങ്ങളോടെയാണെന്ന് കണ്ടു കഴിഞ്ഞു. ഇതുകൊണ്ട് ഈ കാവ്യം എങ്ങനെ സാമൂഹിക പ്രസക്തി നേടുന്നു എന്നതാണ് ഇനി പ്രതിപാദിക്കുന്നത്. രാമൻ സകല വികാര-വിചാരങ്ങളോടുകൂടിയ കഥാപാത്രമാണ്. ശരിതന്നെ. കേരള സമൂഹത്തെ അത് എത്തരത്തിൽ സ്വാധീനിക്കുന്നു. അഥവാ, അത് കേരളത്തിലെ സമൂഹസങ്കല്പങ്ങളുമായി എത്രത്തോളം തദാത്മ്യം പ്രാപിക്കുന്നുവെന്നും നിർദ്ധാരണം ചെയ്യേണ്ടിയിരിക്കുന്നു.

മനുഷ്യന് എപ്പോഴും അനുകരണ വാസന ഉണ്ടെന്നത് പ്രസിദ്ധമാണല്ലോ. എന്നാൽ ചില യാഥാർത്ഥ്യങ്ങളോട് അവസരോചിതമായി പരാങ്മുഖത്വവും കാണിക്കും. ഈ 'യാഥാർത്ഥ്യ' മെന്ന് ഇപ്പോൾ വിവക്ഷിക്കുന്നത് ഉത്തമമെന്ന് അറിയാമെങ്കിലും അതിലേക്ക് എത്തിച്ചേരാൻ കഴിയില്ലെന്ന സന്ദേഹത്തെയാണ്. ഇത് സ്ഥിതിവ്യവസ്ഥിതിയെയും, നിലനിൽക്കുന്ന സാമൂഹിക ക്രമത്തെയുമെല്ലാം ആധാരമാക്കിയാകും രൂപപ്പെടുക. എങ്കിലും ഈശ്വരീയമാണ് അഥവാ ഭക്ത്യാദി കാര്യങ്ങളെ ദൂരെനിന്ന് പാവനതയോടെ നോക്കിക്കാണുവാനും അവയെ

ശ്രേഷ്ഠമെന്ന് ഉദ്ഘോഷിക്കാനുമാണ് സമൂഹത്തിനിഷ്ടം. കാര്യത്തോട് അടുക്കുമ്പോൾ ഈ ഈശ്വരീയതയിൽ അധിഷ്ഠിതമായ ഉദ്ബോധങ്ങൾ മനഃപൂർവ്വം തന്നെ വിസ്മൃതിയാലാഴും. ഈശ്വരനെ ഒരിക്കലും അനുകരിക്കാൻ കഴിയില്ലെന്ന അവബോധ ബോധവും (that is a social construction) ഈശ്വരൻ നമ്മിൽ നിന്നും ഉയർന്നു നിൽക്കുന്നുവെന്ന ചിന്തയുമെല്ലാം ഇതിന്റെ ചില വശങ്ങളാണ്. എന്നാൽ മനുഷ്യാനുഭവത്തിലെ സംഭവങ്ങൾ മനുഷ്യരായ നമ്മെ ആഴത്തിൽ സ്വാധീനിക്കും. അപ്പോൾ ഉണ്ടാകുന്ന മാനുഷിക പ്രതികരണങ്ങൾ എന്തുതന്നെയായാലും നാം അനുകരിക്കുകയും ന്യായീകരിക്കുകയും ചെയ്യും. അതായത് മനുഷ്യന് ഈശ്വരനെ അനുകരിക്കാനുള്ള പ്രവണയതല്ല, മറിച്ച് പച്ചയായ മനുഷ്യനെ പിന്തുടരാനുള്ള പ്രവണതയാണുള്ളത്, ഈ ഈശ്വര-മനുഷ്യ ദ്വന്ദ്വങ്ങൾ തമ്മിലുള്ള അദൃശ്യമായ ഒരതിർത്തി നിർണ്ണായകവും, സുപ്രധാനവുമാണ്. നാം ഈശ്വരത്വത്തെ മഹത്വവൽക്കരിക്കുമ്പോഴും ഉദ്ഘോഷിക്കുമ്പോഴും അതേ സമയം തന്നെ മാനുഷികതയെ പുൽകാനുള്ള വെമ്പലിലാണ്. ഒന്നിനോട് ഒരേ സമയം അനുഭാവവും, അതേ സമയം പരാങ്മുഖതയും കാണിക്കുന്നതിലെ വൈരുധ്യം പ്രസക്തമാണ്.

കണ്ണശ്ശ രാമായണവുമായി തട്ടിച്ചു നോക്കിയാൽ, 'രാമ' കഥാപാത്രത്തിൽ പച്ചയായ മനുഷ്യസങ്കല്പത്തെ ആവിഷ്ക്കരിക്കുന്നതിലൂടെ സമൂഹത്തിനു മുന്നിലേക്ക് മനുഷ്യ മാതൃകയെത്തന്നെയാണ് കവി വച്ചു നീട്ടുന്നത്. അല്ലാതെ, ഈശ്വര മാതൃകയെയല്ല. മനുഷ്യന് അനുകരിക്കാവുന്ന, പിന്തുടരാവുന്ന അവനെ പരാങ്മുഖതയിലേക്ക് പിൻവലിക്കാത്ത യാഥാർത്ഥ്യവുമായാണ് കണ്ണശ്ശ കവിയുടെ രാമസങ്കല്പം സമൂഹത്തെ കൂട്ടിച്ചേർക്കാൻ ശ്രമിക്കുന്നത്. അതുകൊണ്ട് തന്നെ ആ മാതൃകാ പുരുഷന്റെ പിന്നാലെ പോകുകയെന്നത് മനുഷ്യസാധ്യമാണെന്ന ധാരണ കൂടിയാണ് കണ്ണശ്ശൻ 'രാമ' സങ്കല്പത്തിലൂടെ ആവിഷ്ക്കരിക്കുന്നതും സംവേദനം ചെയ്യുന്നതും.

കണ്ണശ്ശന്റെ രാമായണം എഴുത്തച്ഛന് വഴികാട്ടിയായിരുന്നെങ്കിലും അതിന് അദ്ധ്യാത്മരാമായണം കിളിപ്പാട്ടിനെ അപേക്ഷിച്ച് പ്രചാരത്തിൽ ഇടിവുണ്ടായിരുന്നതായി കാണാം, ഇത് എന്തുകൊണ്ടെന്ന് ചോദ്യവും ഉണ്ടാകാം. സാന്ദർഭികമായ മനുഷ്യചോദനകൾ തന്നെയാണ് സൂക്ഷ്മമായി ഇവിടെ പ്രവർത്തിക്കുന്നത്. എഴുത്തച്ഛൻ ഭക്തിയെയാണ് രാമകഥയിലൂടെ അവതരിപ്പിക്കാൻ ശ്രമിച്ചത്. ആ ഒരു ബിന്ദുവിലേക്ക് സമൂഹചിന്തയെ മാറ്റി പ്രതിഷ്ഠിക്കുന്നതിലൂടെ സാമൂഹിക നവോത്ഥാനം ലക്ഷ്യം വച്ചു. അന്ന് സമൂഹത്തിൽ നിലനിന്ന കലുഷിതമായ അന്തരീക്ഷമാണ് ഇതിന് ഒരു പ്രേരകമായത്. അതുകൊണ്ടു തന്നെ ആ 'സവിശേഷ' സന്ദർഭത്തിൽ ആ കാവ്യത്തിന് പ്രാധാന്യം ലഭിച്ചു. ഇത്തരത്തിലുള്ള അന്തരീക്ഷം കണ്ണശ്ശ രചനയുടെ പിന്നിൽ പ്രവർത്തിച്ചിരുന്നില്ല. അതുകൊണ്ടു തന്നെ സാന്ദർഭികതയെന്ന സ്വാധീനം കണ്ണശ്ശനെ ബാധിച്ചില്ല. ഇപ്രകാരമുള്ള ഒരു 'മൗലികത' കണ്ണശ്ശന്റെ രാമസങ്കല്പത്തെ ഇന്നും സാധാരണ സമൂഹ

അന്തരീക്ഷത്തിൽ പ്രസക്തമാക്കി നിർത്തുന്നു എന്നതാണ് വാസ്തവം.

1* കണ്ണശ്ശരാമായണം (ബാലകാണ്ഡം) (വ്യാഖ്യാനം: പുതുശ്ശേരി രാമചന്ദ്രൻ നാഷണൽ ബുക്ക്സ്റ്റാൾ, കോട്ടയം, 1967 – പുറം: 14)

2* കണ്ണശ്ശരാമായണം (ബാലകാണ്ഡം) – വ്യാഖ്യാനം: പുതുശ്ശേരി രാമചന്ദ്രൻ, നാഷണൽ ബുക്സ് സ്റ്റാൾ, കോട്ടയം, 1967 പുറം : 86

3* കണ്ണശ്ശന്മാരും എഴുത്തച്ഛനും – വിദ്വാൻ കെ.ഇ. നാരായണപിള്ള, വി. വി. ബുക്ക് ഡിപ്പോ, പുറ – 59).

4* കണ്ണശ്ശരാമായണം (ബാലകാണ്ഡം) – വ്യാഖ്യാനം: പുതുശ്ശേരി രാമചന്ദ്രൻ, നാഷണൽ ബുക്സ് സ്റ്റാൾ, കോട്ടയം, 1967 പുറം : 9

5* കണ്ണശ്ശരാമായണം (ബാലകാണ്ഡം) –

6* കണ്ണശ്ശരാമായണം, പ്രഗതി പബ്ലിക്കേഷൻസ്, തിരുവനന്തപുരം, 1993 പുറം – 324

7* കണ്ണശ്ശരാമായണവും, അദ്ധ്യാത്മരാമായണം കിളിപ്പാട്ടും – താരതമ്യാത്മക പഠനം – ഡോ. ബി. ബാലാനന്ദൻ, തേക്കുംമൂട്, സൗപർണ്ണിക പബ്ലിക്കേഷൻ, 2013 ഡിസംബർ, പുറം. 340

ഗ്രന്ഥസൂചി

1. നാരായണ പിള്ള. കെ.ഇ. കണ്ണശ്ശന്മാരും എഴുത്തച്ഛനും, വി.വി. ബുക്ക് ഡിപ്പോ, 1938
2. ബാലാനന്ദൻ തേക്കുംമൂട്, ബി, കണ്ണശ്ശരാമായണവും അദ്ധ്യാത്മരാമായണം കിളിപ്പാട്ടും – താരതമ്യാത്മക പഠനം, സൗപർണ്ണിക പബ്ലിക്കേഷൻസ്, തിരുവനന്തപുരം, ഡിസംബർ 2013.
3. രാമചന്ദ്രൻ പുതുശ്ശേരി – കണ്ണശ്ശരാമായണം (ബാലകാണ്ഡം – വ്യാഖ്യാനം) നാഷണൽ ബുക്സ് സ്റ്റാൾ, കോട്ടയം, 1967.
4. രാമചന്ദ്രൻ പുതുശ്ശേരി – കണ്ണശ്ശരാമായണം (കിഷ്കിന്ധാകാണ്ഡം –വ്യാഖ്യാനം) നാഷണൽ ബുക്സ് സ്റ്റാൾ, കോട്ടയം, 1984
5. രാമചന്ദ്രൻ പുതുശ്ശേരി – കണ്ണശ്ശരാമായണം (യുദ്ധകാണ്ഡം – ഉപോദ്ഘാതം) നാഷണൽ ബുക്സ് സ്റ്റാൾ, കോട്ടയം, 1981.
6. കണ്ണശ്ശരാമായണം, പ്രഗതി പബ്ലിക്കേഷൻസ്, തിരുവനന്തപുരം, 1993.

രാമകഥയുടെ വർത്തമാനകാല പരിപ്രേക്ഷ്യം

ഇ. പി. ജ്യോതി

ഭാരതത്തിലുടനീളം പ്രചരിച്ചുകൊണ്ടിരിക്കുന്ന ഒന്നാണ് രാമകഥ. ഓരോ എഴുത്തുകാരേയും കഥ സ്വാധീനിക്കുന്ന രീതി വ്യത്യസ്തമായിരിക്കാം. ഓരോ വ്യക്തിയും, കുടുംബവും, സമൂഹവും സ്വാധീനിക്കപ്പെടുന്നത് വ്യത്യസ്ത തലങ്ങളിലാണ്. അഭിരുചിയും, കാഴ്ചപ്പാടും, മനോഭാവവും, ജീവിത പരിചയവും, സാമൂഹിക സാഹചര്യവും അവിടെ നിർണ്ണായകമായേക്കാം. എന്തായിരുന്നാലും പരിഭാഷകളിലൂടെ ലോകമെങ്ങും പ്രചരിച്ചുകൊണ്ടിരിക്കുന്നു രാമകഥ.

ഇപ്പോളിപ്പാരിലാരാണ് ഗുണവാ, നാരു വീര്യവാൻ ?
മര്യാദക്കാരനാരാ, രുസർവഭൂതത്തിനും ഹിതൻ ?
ആരു വിദ്വാൻ, ത്രാണിയുള്ളോ, നാരൊരാൾ പ്രിയദർശൻ ?
ആരസൂയോജഡിതൻ ശ്രീമാ, നാർ കോപം വെന്നൊരാത്മവാൻ ?
ആരിൽ ഭയം സുരന്മാർക്കും പേരും പോരിൽച്ചൊടിക്കവേ?
ഇതു കേൾപ്പാൻ കൊതിപ്പൂത്താൻ, കൗതുകകൈ പെരുത്തുള്ളമേ;

ഈ ചോദ്യത്തിന് 'രാമൻ' എന്നായിരുന്നു നാരദന്റെ മറുപടി. വാല്മീകി രാമായണമോ, ആധ്യാത്മരാമായണം മൂലമോ, അധ്യാത്മ രാമായണം കിളിപ്പാട്ടോ ആയിക്കൊള്ളട്ടെ ധർമ്മവും ശാസ്ത്രവും നീതിയും ചോദ്യം ചെയ്യപ്പെടുമ്പോഴും രാമനുൾപ്പെടെയുള്ള കഥാപാത്രങ്ങൾ സൂക്ഷ്മനിരീക്ഷണത്തിനും വിശകലനത്തിനും ഹേതുവാകുന്നുണ്ട്.

ഭാരതത്തിലുടനീളം പ്രചരിച്ചതും, പ്രചരിച്ചുകൊണ്ടിരിക്കുന്നതുമാണ് രാമകഥ. ഭാരതീയ സംസ്കാരത്തിന്റെ വളർച്ചയിൽ രാമകഥയ്ക്കുള്ള സ്വാധീനം ചെറുതല്ല. അഗസ്ത്യ രാമായണം, വസിഷ്ഠരാമായണം, അധ്യാത്മരാമായണം, അദ്ഭുതരാമായണം, കമ്പരാമായണം തുടങ്ങി നിരവധി രാമായണങ്ങൾ സംസ്കൃത ഭാഷയിൽ തന്നെ എഴുതപ്പെട്ടിട്ടുണ്ട്. എന്നാൽ കേരളത്തിലാകട്ടെ ഏറ്റവും പ്രചാരത്തിലുള്ളത് തുഞ്ചത്തെഴുത്തച്ഛന്റെ അധ്യാത്മരാമായണം കിളിപ്പാട്ടാണ്. കാലദേശഭേദമില്ലാതെ സമൂഹത്തിന്റെ സർവ്വമണ്ഡലങ്ങളെയും രാമകഥ സ്വാധീനിച്ചു എന്നതിനു മുഖ്യതെളിവാണ് പിന്നീടുവന്ന സൃഷ്ടികൾ. കലയായാലും സാഹിത്യമായാലും രാമകഥയെ ഉൾക്കൊണ്ടുവെന്നതാണ് യാഥാർത്ഥ്യം.

മഹാവിഷ്ണുവിന്റെ അവതാരമായാണ് വാല്മീകി മഹർഷി ശ്രീരാമനെ അവതരിപ്പിച്ചിട്ടുള്ളതെങ്കിലും മനുഷ്യന്റേതായ സർവ്വഗുണങ്ങളും ദോഷങ്ങളുമുള്ളയാളാണ് വാല്മീകിയുടെ ശ്രീരാമൻ. "ഗുണദോഷ സമ്മിശ്രമായ മനുഷ്യ

സ്വഭാവമാവിഷ്കരിച്ച് മനുഷ്യ ജീവിതത്തിന്റെ പൂർണ്ണചിത്രം വരച്ചുകാട്ടാൻ വാല്മീകി നടത്തിയ പരിശ്രമമാണ് മഹത്ത്വം. മനുഷ്യകഥാനുഗായികളായതു കൊണ്ടാണ് വാല്മീകിയും രാമായണവും ഇന്നും ജനഹൃദയങ്ങളിൽ അവരുടെ സ്ഥാനമലങ്കരിക്കുന്നത്." (മഹേശ്വരൻനായർ. കെ, രാമകഥാസാഹിത്യം മലയാള കഥയിൽ, തുഞ്ചൻ പ്രബന്ധങ്ങൾ, എ.ഡി എസ്. ഗുപ്തൻ നായർ, കേരള സാഹിത്യ അക്കാദമി, പു. 272). രാമൻ മാത്രമല്ല രാമായണത്തിലെ നിരവധി കഥാപാത്രങ്ങൾ സമൂഹത്തിൽ സ്വാധീനം ചെലുത്തിയിട്ടുണ്ട്. നൃത്തരൂപത്തിലും, സംഗീതത്തിലും, നാടകങ്ങളിലും, നോവൽ, കഥ, കവിത തുടങ്ങിയവയിലെല്ലാം രാമായണ കഥാപാത്രങ്ങൾ നിറഞ്ഞാടി. രാമായണകഥയെയും, കഥാപാത്രങ്ങളെയും ആസ്പദമാക്കി, നിരവധി ലേഖനങ്ങളും പഠനങ്ങളും രംഗത്തു വന്നു. ഇതെല്ലാം തന്നെ രാമായണം സമൂഹത്തിലുണ്ടാക്കിയ അനുരണനങ്ങളെയാണ് വെളിപ്പെടുത്തുന്നത്.

രാമചരിതം

കിട്ടിയ വിവരങ്ങൾ വെച്ച് ഏറ്റവും പഴക്കമുള്ള മലയാള കാവ്യമായാണ് രാമചരിതം അറിയപ്പെടുന്നത്. രാമായണത്തിലെ യുദ്ധകാണ്ഡം പ്രധാന ഇതിവൃത്തമാക്കി എഴുതപ്പെട്ട രാമചരിതം അതിന്റെ മാഹാത്മ്യം കൂടി വെളിപ്പെടുത്തുന്നുണ്ട്. ക്രിസ്തു വർഷം പതിമൂന്നാം നൂറ്റാണ്ടാണ് രാമചരിതത്തിന്റെ കാലമായി പൊതുവെ അംഗീകരിക്കപ്പെട്ടിട്ടുള്ളത്. നിരവധി പാട്ടുകൾ ലീലാതിലകത്തിനു മുമ്പ് രചിക്കപ്പെട്ടിട്ടുണ്ട്. പാട്ടിന്റെ ലക്ഷണത്തെ വിശദീകരിക്കുകയാണ് ലീലാതിലകക്കാരൻ ചെയ്യുന്നത്. രാമചരിതത്തെ വിശദീകരിക്കേണ്ടത് ലീലാതിലകകാരന്റെ ബാധ്യതയല്ല. പതിമൂന്നാം നൂറ്റാണ്ടിന്റെ പൂർവ്വാർദ്ധത്തിലായിരിക്കണം രാമചരിതം രചിക്കപ്പെട്ടത് എന്നുവേണം കരുതാൻ. എന്തായിരുന്നാലും ഭക്തി പ്രചരിപ്പിക്കുന്നതിൽ രാമചരിതം വിജയിച്ചു എന്ന് നിസ്തർക്കം പറയാം.

രാമകഥാപ്പാട്ട്

രാമകഥ പരിശോധിച്ചാൽ അതീവ ശ്രദ്ധയാകർഷിക്കുന്നതാണ് മലയാളത്തിൽ അയ്യപ്പിള്ളി ആശാൻ രചിച്ച രാമകഥപ്പാട്ട്. ഡോ. പി.കെ. നാരായണപ്പിള്ള കൃതിയുടെ പൂർണ്ണമായ കയ്യെഴുത്തുപ്രതി കണ്ടെടുക്കുകയും 'ഭാഷാപരിമളം' എന്ന വ്യാഖ്യാനത്തോടുകൂടി രണ്ടു ഭാഗങ്ങളായി പ്രസിദ്ധപ്പെടുത്തുകയും ചെയ്തിട്ടുണ്ട്. യുദ്ധ വർണ്ണനയാണ് പ്രധാന ഇതിവൃത്തം. 'ചന്ദ്രവളയം' എന്ന സംഗീതോപകരണം ഉപയോഗിച്ച് തിരുവനന്തപുരത്ത് പത്മനാഭസ്വാമി ക്ഷേത്രത്തിൽ രാമകഥപ്പാട്ട് ആലപിച്ചു പോന്നിരുന്നു. ശ്രീരാമനെ ഉത്തമമനുഷ്യനായാണ് രാമകഥാപ്പാട്ടുകാരൻ അവതരിപ്പിച്ചിട്ടുള്ളത്. രാമകഥപ്പാട്ടിന്റെ കാലത്തെക്കുറിച്ച് വിവിധാഭിപ്രായങ്ങളുണ്ടെങ്കിലും ക്രിസ്തുവർഷം ആയിരത്തി നാനൂറിനടുത്താണ് രചിക്കപ്പെട്ടതെന്ന ഡോ. പി. കെ. നാരായണപിള്ളയുടെ വാദമാണ് പൊതുവെ അംഗീകരിക്കപ്പെട്ടിട്ടുള്ളത്. അയ്യപ്പിള്ളി ആശാൻ മലയാളത്തിലെ ഹോമർ

ആണെന്നും രാമകഥാപ്പാട്ട് ജനകീയകാവ്യമാണെന്നുമുള്ള ഡോ. പി.കെ. നാരായണപ്പിള്ളയുടെ വാദത്തോട് കെ. മഹേശ്വരൻ നായർ യോജിക്കുന്നു. രാമകഥാപ്പാട്ടിൽ രാമന്റെ മനുഷ്യാംശത്തിനാണ് കൂടുതൽ പ്രാധാന്യം നൽകിയിരിക്കുന്നത്. ശ്രോതാക്കളുടെ ആചാര്യമര്യാദകളും മറ്റും സൂചിപ്പിച്ചും ചിത്രീകരിച്ചും അവരുടേതായ ഒരു സാംസ്കാരികാന്തരീക്ഷം ഈ കൃതിയിൽ പലയിടത്തും വരുത്തിയിട്ടുണ്ട്. (പി.കെ നാരായണപ്പിള്ള, രാമകഥപ്പാട്ട്, 1970, പു. 62) വാല്മീകിരാമായണത്തെ മനോധർമ്മത്തോടെ ഭാവാനുരൂപമായി തർജ്ജമ ചെയ്തിട്ടുള്ളതാണ് രാമകാവ്യം അഥവാ രാമകഥാപ്പാട്ട് എന്ന് ഡോ. കല്പറ്റ ബാലകൃഷ്ണൻ അഭിപ്രായപ്പെടുന്നു. (മലയാളസാഹിത്യചരിത്രം, പു. 23)

കണ്ണശ്ശരാമായണം

കൊല്ലം അറുനൂറാമാണ്ടോടെ രചിക്കപ്പെട്ടു എന്നു കരുതുന്ന കണ്ണശ്ശരാമായണത്തിന് കാവ്യഭംഗികൊണ്ട് പ്രാചീന മലയാള സാഹിത്യശാഖയിൽ ഉൽക്കൃഷ്ടമായ സ്ഥാനമാണുള്ളത്. 'കാച്ചിക്കുറുക്കിയ വാല്മീകിരാമായണമാണ് കണ്ണശ്ശരാമായണം എന്നാണ് ഡോ. പുതുശ്ശേരി രാമചന്ദ്രൻ അദ്ദേഹത്തിന്റെ പ്രബന്ധത്തിൽ രേഖപ്പെടുത്തിവെച്ചിട്ടുള്ളത്. നിർമ്മലമായ ഭക്തി പ്രചരിപ്പിക്കുക എന്ന ലക്ഷ്യത്തോടെ രചിക്കപ്പെട്ട ഈ കൃതിയിൽ രാമന് ദൈവികപരിവേഷമാണുള്ളത്. കണ്ണശ്ശരാമായണത്തിന്റെ രചനയിലൂടെ കേരളീയ സമൂഹത്തെ ശുദ്ധീകരിച്ചെടുക്കുകയാണ് രാമപ്പണിക്കർ ചെയ്തത്. ഭക്തിയുടെയും കവിത്വത്തിന്റെയും ഉൽക്കൃഷ്ട മാതൃകയായ കണ്ണശ്ശരാമായണത്തിൽ മൂവായിരത്തി അൻപത്തൊൻപത് ശീലുകളാണുള്ളത്.

ഇടിയാകുന്ന മിഴാവൊലിയാലുടനേവർക്കും
പരിതാപം കളവാൻ ചൂടരേറും മിന്നൽപ്പുണരാകിയ
തൂയവിളക്ക് കൊളുത്തി വിശേഷാൽ
വടിവേലും വരിവണ്ടുകൾ പാട, മയൂരാദികൾ മകിഴ്വെയ്തും വണ്ണം
നടനാകിയ കാർകാലം വന്നൊരു നാടകമാടും പൊലിവിതു പാരായ്

(കിഷ്കിന്ധാകാണ്ഡം)

"വൃത്തവൈചിത്ര്യമില്ലാതെ തന്നെ പാട്ടിന്റെ വെട്ടിത്തിരിയലുകൾ കണ്ണശ്ശകൃതികളിൽ അനുഭവപ്പെടുന്നുണ്ട്. രാമകഥാഖ്യാനങ്ങളിൽ കണ്ണശ്ശരാമായണം ദേശഭാവങ്ങളുടെ അന്തരീക്ഷം ഏറെ നിലനിർത്തുന്നുണ്ട്." (ഡോ. കല്പറ്റ ബാലകൃഷ്ണൻ, മലയാളസാഹിത്യചരിത്രം, പു. 29)

രാമായണം ചമ്പു

ഭാഷാ ചമ്പുക്കളിൽ വെച്ച് ഏറ്റവും ഉൽക്കൃഷ്ടവും പുനത്തിന്റെ കൃതികളിൽ ഏറ്റവും പ്രധാനപ്പെട്ടതും രാമായണം ചമ്പുവാണ്. ഇതിൽ ഭാഷാപദങ്ങളും സംസ്കൃതപദങ്ങളും സമ്മേളിക്കുന്നു. രാവണോത്ഭവം മുതൽ രാമന്റെ

സ്വർഗ്ഗാരോഹണം വരെയുള്ള കഥയെ ഇരുപത് പ്രബന്ധങ്ങളാക്കി വിഭജിച്ചാണ് ചിട്ടപ്പെടുത്തിയിരിക്കുന്നത്. കേരളീയ ജീവിത സന്ദർഭങ്ങളിൽ നിന്നുകൊണ്ടാണ് രാമായണം ചമ്പു ചരിച്ചിരിക്കുന്നത്. ധീരനായ രാമനെയാണ് ഈ കൃതിയിൽ അവതരിപ്പിച്ചിരിക്കുന്നത്.

അധ്യാത്മരാമായണം കിളിപ്പാട്ട്

സാമൂഹികപരിഷ്കരണം കാലഘട്ടത്തിന്റെ ആവശ്യമായി വന്നപ്പോൾ അതിനേറ്റവും അനുയോജ്യമായ മാർഗ്ഗം ഭക്തിയാണെന്നു മനസ്സിലാക്കിയ എഴുത്തച്ഛൻ അധ്യാത്മരാമായണം കിളിപ്പാട്ടിൽ ശ്രീരാമനെ ദൈവമായി അവതരിപ്പിച്ചതിൽ അതിശയോക്തിയില്ല. "വാല്മീകിയുടെ ശ്രീരാമൻ ഉത്തമമനുഷ്യനും അധ്യാത്മരാമായണത്തിലെ ശ്രീരാമൻ ദൈവവുമാണെങ്കിൽ എഴുത്തച്ഛന്റെ അധ്യാത്മരാമായണം കിളിപ്പാട്ടിലെ ശ്രീരാമൻ ഉത്തമമനുഷ്യനായ ദൈവമാണ്. ശ്രീരാമനെന്ന മനുഷ്യനിലൂടെ ശ്രീരാമനെന്ന ഈശ്വരനെ നാമറിയുന്നു എന്നതാണ് വസ്തുത. അങ്ങനെ ഒരു സവിശേഷ വ്യക്തിത്വം ഉള്ളതുകൊണ്ടാവാം എഴുത്തച്ഛന്റെ ശ്രീരാമൻ നമ്മോടേറ്റവും അടുത്തു നിൽക്കുന്നത്" എന്ന് മഹേശ്വരൻ നായർ അഭിപ്രായപ്പെടുന്നു. ('രാമകഥാസാഹിത്യം മലയാളത്തിൽ', തുഞ്ചൻ പ്രബന്ധങ്ങൾ, എസ്. ഗുപ്തൻ നായർ, പു. 286) വിഷയാസക്തരാവുന്നതും, പരസ്ത്രീസംഗമം തങ്ങളുടെ അവകാശവുമാണെന്ന് വിശ്വസിച്ച വരേണ്യവർഗ്ഗത്തിന്റെ അധികാരവ്യവസ്ഥക്കെതിരെ തന്റെ ഭക്തിയെ പടവാളാക്കിക്കൊണ്ട് രാമരാജ്യവർണ്ണനയിലൂടെ എഴുത്തച്ഛൻ പ്രതികരിച്ചു–

എല്ലാവനുമുണ്ടനുകമ്പ മാനസേ
നല്ലതൊഴിഞ്ഞൊരു ചിന്തയില്ലാർക്കുമേ
നോക്കുമാറില്ലാരുമേ പരദാരത്തെ-
യോർക്കയുമില്ല പരദ്രവ്യമാരുമേ
ഇന്ദ്രിയനിഗ്രഹമെല്ലാവനുമുണ്ടു
നിന്ദയുമില്ല പരസ്പരമാർക്കുമേ
നന്ദനന്മാരെ പിതാവുരക്ഷിക്കുന്ന
വണ്ണം പ്രജകളെ രക്ഷിച്ചു രാഘവൻ

സാമൂഹികോന്നമനത്തിനാവും വിധം എഴുത്തച്ഛൻ പ്രതികരിക്കുന്നുണ്ട്. എഴുത്തച്ഛനെന്ന ഭക്തന്റെ ആത്മാവിഷ്കാരമാണ് അധ്യാത്മരാമായണം കിളിപ്പാട്ട്. "ക്ഷണപ്രഭാചഞ്ചലമായ ഭോഗങ്ങൾ, പാമ്പിൻവായിലെ തവള ഭക്ഷണമെന്ന പോലെ കാലത്തിന്റെ വായിൽപ്പെട്ട മനുഷ്യൻ അന്വേഷിച്ചു നടക്കുന്നതിലെ ദുരന്തവും അജ്ഞാനവും വിധിബോധവും സ്വന്തം കാലത്തെ പഠിപ്പിച്ചതിനാലാണ് അദ്ദേഹം കാലത്തിന്റെ ആചാര്യനായത് എന്ന് കല്പറ്റ ബാലകൃഷ്ണൻ അഭിപ്രായപ്പെടുന്നു (മലയാള സാഹിത്യചരിത്രം. പു. 64). തികഞ്ഞ ആത്മീയാവബോധത്തോടെയാണ് എഴുത്തച്ഛൻ അധ്യാത്മരാമായണം കിളിപ്പാട്ടിന്റെ രചന നിർവ്വഹിച്ചത്.

കഥകളി

വർത്താമാനകാല ലോകം ഇരുകൈകളും നീട്ടി സ്വീകരിച്ച കലാരൂപ മാണ് കഥകളി. രാമകഥ പ്രധാനവിഷയമായതുകൊണ്ട് രാമനാട്ടം എന്നായിരുന്നു കഥകളി അറിയപ്പെട്ടിരുന്നത്. മലയാളത്തിൽ നിരവധി ആട്ടകഥകൾ രാമകഥ വിഷയമാക്കിയിട്ടുണ്ട്. കൊട്ടാരത്തിൽ ശങ്കുണ്ണിയുടെ 'ശ്രീരാമാവതാരം, 'സീതാ വിവാഹം, പന്നിശ്ശേരിതാണുപ്പിള്ളയുടെ 'പാദുക പട്ടാഭിഷേകം' പുണർതം തിരു നാളിന്റെ 'സീതാവിജയം' എന്നിവ ചില ഉദാഹരണങ്ങളാണ്. മഹാകവി വള്ള ത്തോളിന്റെ 'ഔഷധാഹരണം' ആട്ടക്കഥയും ഏറെ ശ്രദ്ധേയമാണ്.

തുള്ളൽ സാഹിത്യം

ഏറ്റവും ലളിതമായ കാവ്യശൈലി ഉപയോഗിച്ച് സാധാരണ ജനതയ്ക്കു മനസ്സിലാകുന്ന വിധത്തിൽ അധികാരവർഗ്ഗത്തിന്റെ വടംവലിയ്ക്കും സമൂഹത്തിന്റെ അധഃപതനത്തിനും എതിരായി നൂതനമായൊരു കവനകലാശില്പം തന്നെ കുഞ്ചൻനമ്പ്യാർ പരിചയപ്പെടുത്തി. അതായിരുന്നു തുള്ളൽ. നമ്പ്യാരുടെ തുള്ളൽ കൃതികൾ രാമകഥയെ കേരളീയ സമൂഹസഞ്ചയത്തിനിടയിൽ ഉറപ്പിക്കാൻ സഹാ യിച്ചു. പുരാണങ്ങളെ സമകാലികമാക്കിയ കവിയാണ് നമ്പ്യാർ. സമകാലിക സമൂ ഹവുമായി പൊരുത്തപ്പെടുത്തിക്കൊണ്ടാണ് അദ്ദേഹം രചന നിർവ്വഹിച്ചത്. സീതാ സ്വയംവരം, അഹല്യാമോക്ഷം, ഐരാവണവധം, കുംഭകർണ്ണവധം, ലങ്കാമർദ്ദ നം, രാവണോദ്ഭവം തുടങ്ങി നിരവധി തുള്ളൽ കൃതികൾ കുഞ്ചൻ നമ്പ്യാരുടേ തായിട്ടുണ്ട്. അതതു കാലഘട്ടത്തോടു സംവദിക്കുന്നവയായിരുന്നു നമ്പ്യാർ കൃതി കൾ. നമ്പ്യാരുടെ രാമനും സീതയുമെല്ലാം വായനക്കാർക്ക് സുപരിചിതങ്ങളായി രുന്നു. ഹാസ്യത്തിലൂടെ കഥകളവതരിപ്പിച്ചതുവഴി നമ്പ്യാരുടെ കഥാപാത്രങ്ങൾ വായനക്കാരുടെ മനസ്സിൽ ചിരപ്രതിഷ്ഠ നേടുകയായിരുന്നു.

കുഞ്ചൻനമ്പ്യാർക്കു ശേഷം കോട്ടയം കേരളവർമ്മ രചിച്ച 'സീതാവി വാഹം തുള്ളൽ', 'അയോദ്ധ്യാകാണ്ഡം തുള്ളൽ', നാലപ്പാട്ടു നാരായണമേനോന്റെ 'ദൈവഗതി ഓട്ടൻതുള്ളൽ' എന്നിവയെല്ലാം തന്നെ രാമായണകഥയെ ആസ്പ ദമാക്കി രചിക്കപ്പെട്ടവയാണ്. ശ്രീരാമന്റെ ഭരണകാലത്ത് അദ്ദേഹം ന്യായവിധി നടത്തുന്നതാണ് 'ദൈവഗതി'യുടെ ഇതിവൃത്തം. കാലത്തിനനുയോജ്യമായ രീതി യിൽ കഥാപാത്രങ്ങളെ സമൂഹവുമായി സംവദിപ്പിക്കുന്നതിൽ നമ്പ്യാർ ശ്രദ്ധാ ലുവായിരുന്നു. അതത് കാലത്തെ സാമൂഹിക സന്ദർഭങ്ങൾക്കിണങ്ങുന്ന വിധ ത്തിൽ കഥാപാത്രങ്ങളെ അവതരിപ്പിക്കുമ്പോൾ ഓരോ വായനക്കാരനും കാഴ്ച ക്കാരനും തങ്ങളുടെ ജീവിത പരിസരത്തിൽ നിന്നും കഥാപാത്രങ്ങളെ വിശക ലനം ചെയ്യാനും വീക്ഷിക്കാനും സാധിക്കുന്നു. ഏത് ജനവിഭാഗത്തെയും സ്വാധീ നിക്കാൻ പോന്ന വാക്ചാതുരി നമ്പ്യാരുടെ പ്രത്യേകതയായിരുന്നു. ശ്രീരാമക ഥയ്ക്ക് കേരളത്തിൽ പ്രചാരമുണ്ടായതിൽ വ്യക്തമായ സ്വാധീനമാണ് നമ്പ്യാർകൃ തികൾക്കുള്ളത്.

നാടൻ കലകളുമായി ബന്ധപ്പെട്ട നിരവധി പാട്ടുകളിൽ രാമകഥ പ്രധാന വിഷയമായിട്ടുണ്ട്. രാമായണം കുറത്തിപ്പാട്ട്, സീതാവിലാപം അമ്മാനപ്പാട്ട്, പുത്രകാമേഷ്ടിപ്പാട്ട്, രാമായണം വഞ്ചിപ്പാട്ട് തുടങ്ങിയവയും ബാലിവധം കിളിപ്പാട്ട്, സീതാദുഃഖം കിളിപ്പാട്ട്, അഗ്നിപ്രവേശം കിളിപ്പാട്ട്, ശ്രീരാമാശ്വമേധം കിളിപ്പാട്ട് തുടങ്ങിയ പാട്ടുകൃതികളിലും രഘുസംഭവം തിരുവാതിരപ്പാട്ട്, രാമായണം പാന, തോരണയുദ്ധം പാന, സുന്ദരകാണ്ഡം പാന, രാമായണം ഗാഥ എന്നിവയെല്ലാം തന്നെ രാമകഥ വിഷയമായിട്ടുള്ളതാണ്.

മലയാളത്തിലെ ആദ്യത്തെ സ്വതന്ത്ര മഹാകാവ്യമെന്ന് അറിയപ്പെടുന്ന മഹാകവി അഴകത്ത് പത്മനാഭക്കുറുപ്പ് രചിച്ച 'രാമചന്ദ്രവിലാസം, കാളിദാസന്റെ 'രഘുവംശം, വടക്കുംകൂർരാജരാജവർമ്മയുടെ 'രാഘവാഭ്യുദയം മഹാകാവ്യം', 'രഘു വീരവിജയം, കണ്ണമ്പുഴ കൃഷ്ണവാര്യരുടെ 'രഘുവീരചരിതം മഹാകാവ്യം, കന്നിയൂർ കെ.കെ. കുട്ടമത്ത് രചിച്ച 'ഊർമ്മിള' എന്നീ മഹാകാവ്യങ്ങളെല്ലാം തന്നെ രാമകഥ വിഷയമാക്കി എഴുതപ്പെട്ടിട്ടുള്ളവയാണ്.

നാടകം

നാടക സാഹിത്യശാഖയിൽ കേരളവർമ്മ വലിയകോയിത്തമ്പുരാന്റെ 'കാളിദാസശാകുന്തളം മലയാള വിവർത്തനം' (മലയാള സാഹിത്യത്തിൽ നാടകപ്രസ്ഥാനമാരംഭിക്കുന്നത് ഈ കൃതിയോടുകൂടിയാണ്), രാമഭദ്രദീക്ഷിതയുടെ 'ജാനകീപരിണയം, ചാത്തുക്കുട്ടി മന്നാടിയാരുടെ "ഉത്തമരാമചരിതം പരിഭാഷ, കേരളീയ സംസ്കൃത കവിയായ ശക്തിഭദ്രന്റെ 'ആശ്ചര്യചൂഡാമണി, ഭവഭൂതിയുടെ 'മഹാവീരചരിതം, ഭാസന്റെ അഭിഷേകനാടകത്തിന് വള്ളത്തോളിന്റെ വിവർത്തനം, ഭാസ്കര കവിയുടെ 'നൃത്തരാഘവ' ത്തിന് വള്ളത്തോളിന്റെ പരിഭാഷ, ദിങ്നാഗാവാര്യരുടെ 'കുന്ദമാല' യ്ക്ക് എം.ആർ. വേലുപ്പിള്ളി ശാസ്ത്രിയുടെ വിവർത്തനം 'വിരഹവിരാമം, മഹാകവി കൊടുങ്ങല്ലൂരിന്റെ 'സീതാസ്വയംവരം, പള്ളത്തുരാമന്റെ 'രാവണ പുത്രൻ', സർദാർ കെ.എം. പണിക്കരുടെ 'മണ്ഡോദരി, ഇ.വി. കൃഷ്ണപിള്ളയുടെ 'ശ്രീരാമരാജാഭിഷേകം, കെ. രാമകൃഷ്ണപ്പിള്ളയുടെ ഭരതൻ', 'രാവണൻ', വിദ്വാൻ പി.എ. ശങ്കരൻനമ്പൂതിരിയുടെ ചെറുനാടകം 'കുശാഭിഷേകം, വാഴക്കുന്നം വാസുദേവൻ നമ്പൂതിരിയുടെ 'വാല്മീകിയും വ്യാസനും, മൂർക്കോത്തു കുമാരന്റെ 'ഒരു മാഹാത്മ്യം അഥവാ കൂനിയുടെ കുസൃതി, ജി. യുടെ 'സന്ധ്യ', സി.എൻ. ശ്രീകണ്ഠൻനായരുടെ 'കാഞ്ചനസീത, 'രാമായണ നാടകത്രയം, ആറ്റുപുരത്തു ഗോവിന്ദപ്പിള്ളച്ചട്ടമ്പിയുടെ 'ഭാഷാരാമായണം നാടകം' തുടങ്ങിയ നാടകങ്ങളെല്ലാം കേരളീയ പരിസരത്ത് രാമകഥയുടെ പ്രചാരത്തിന് കളമൊരുക്കി.

കൃതിയേതായാലും രാമകഥ വിഷയമാക്കിയിട്ടുള്ളവ കേരളത്തിന്റെ സാമൂഹിക ജീവിതത്തെ സ്വാധീനിച്ചിട്ടുണ്ട്. ഉത്തമചിന്ത ഉത്തമസംസ്കാരത്തെ സൃഷ്ടിക്കുന്നു. ഉന്നതമായ ചിന്ത വ്യക്തിത്വത്തെ ഉൽക്കൃഷ്ടമാക്കിയെടുക്കുന്നു.

സീത എന്ന കഥാപാത്രത്തിന്റെ ആത്മൗന്നത്യം പ്രകാശിപ്പിക്കുന്നു കുമാരനാശാന്റെ ചിന്താവിഷ്ടയായ സീതയിൽ-

"സഹജാലരാഗമേ! മനോ-
ഗുഹയേലു സ്ഫുടതാരമാണു നീ
മഹനീയമതാണു മാറിലു-
ന്മഹമാത്മാവാണിയുന്ന ഭൂഷണം" (121)

അനുരാഗത്തെയും വിവാഹത്തെയും പരിപാവനമായാണ് സീത കാണുന്നത്. ആശാന്റെ സീതയുടെ വീക്ഷണത്തിൽ ഭോഗം കൊണ്ടല്ല ത്യാഗം കൊണ്ടാണ് മനുഷ്യൻ അമരനാകുന്നത്. അതാണ് ജീവിതം. ശ്രീരാമൻ അനുഷ്ഠിക്കുന്ന നീതി അംഗീകരിക്കപ്പെടുന്നില്ലെങ്കിൽ കൂടി രാമന്റെ ത്യാഗത്തെ സീത അംഗീകരിക്കുന്നു. സ്വന്തം ഇച്ഛയ്ക്കനുസരിച്ച് പ്രവർത്തിക്കുവാൻ രാജാക്കന്മാരെ രാജനീതി അനുവദിക്കില്ല. ഉപേക്ഷിച്ചെങ്കിലും ഇപ്പോഴും രാമൻ തന്നെ സ്നേഹിക്കുകയും ബഹുമാനിക്കുകയും ചെയ്യുന്നു എന്ന് സീത ഉറച്ചു വിശ്വസിക്കുന്നു.

രാമകഥ വർത്തമാനകാല സാഹിത്യത്തിൽ

നോവൽശാഖയിൽ കെ. സുരേന്ദ്രന്റെ 'സീതായനം, ഗോപാൽ. ജി യുടെ 'കോസലവധു, പ്രസന്ന ബാലകൃഷ്ണന്റെ 'സുമിത്ര, കൃഷ്ണകുമാരിയുടെ 'കുന്തി' എന്നിവയിലെല്ലാം രാമായണകഥയാണ് വിഷയമായിട്ടുള്ളത്.

വിജയലക്ഷ്മിയുടെ 'മൃഗശിക്ഷകൻ' എന്ന കവിതയിലും എം.വി. ഗിരിജയുടെ 'പ്രണയം ഒരാൽബം' എന്ന കവിതാസമാഹാരത്തിലും രാമായണകഥയാണ് ഇതിവൃത്തം.

കവിത, നോവൽ, നാടകം തുടങ്ങിയ സാഹിത്യകൃതികളിലും ഗദ്യസാഹിത്യത്തിലും രാമായണകഥയുടെ സ്വാധീനം വലുതാണ്.

ഗദ്യരചനയിൽ ലളിതാംബിക അന്തർജനത്തിന്റെ 'സീത മുതൽ സത്യവതിവരെ, എം. മുകുന്ദന്റെ 'എഴുത്തച്ഛന്റെ രാമായണവും മറ്റു രാമായണങ്ങളും, ഡോ. എം. ലീലാവതിയുടെ 'ഭാരതസ്ത്രീകൾ', പി. വിജയകുമാരിയമ്മയുടെ 'ഇതിഹാസപുത്രിമാർ', മള്ളിയൂർ ശങ്കരൻ നമ്പൂതിരിയുടെ 'രാമകഥാമാധുരി, ഡോ. സുകുമാർ അഴീക്കോടിന്റെ 'ആശാന്റെ സീതാകാവ്യം, എ.കെ.ബി. നായരുടെ 'രാമായണത്തിലെ അവിസ്മരണീയ കഥാപാത്രങ്ങൾ', വി.വി. ഗോവിന്ദൻനായരുടെ 'സീതാകാവ്യ ചർച്ച', എഴുത്തച്ഛൻ കൃതികളെക്കുറിച്ച് നടത്തപ്പെട്ടിട്ടുള്ള വിവിധ പഠനങ്ങൾ എന്നിവയെല്ലാം തന്നെ കേരളത്തിൽ രാമകഥയുടെ പ്രചാരത്തിന് വഴിയൊരുക്കിയവയാണ്.

രാജാറാംമോഹൻ റായുടെ കാലത്ത് സതി നിർത്തലാക്കിയതിനു ശേഷം നല്ലസ്ത്രീമുന്നേറ്റമാണ് ഉണ്ടായത്. "ആയിരം രാമന്മാർ ഉണ്ടാകാം എന്നാൽ ഒരേയൊരു സീതയേ ഉള്ളൂ" എന്ന സ്വാമി വിവേകാനന്ദന്റെ വാക്കുകൾ സാമൂഹിക

പരിഷ്കരണത്തിൽ സ്ത്രീകളുടെ പങ്ക് എന്താണെന്ന് വിളിച്ചോതുന്നു. ദ്വിജേന്ദ്ര ലാൽ റായുടെ 'സീതാനിർവാസ്' എന്ന നാടകം ബംഗാളിൽ ജ്വലിച്ചു നിൽക്കുന്ന കാലത്താണ് കുമാരനാശാൻ ബംഗാളിൽ എത്തുന്നത്. ഈ നാടകം ആശാനെ സ്വാധീനിച്ചു. ഈ നാടകത്തിന്റെ സ്വാധീനവും ബംഗാളിലെ സ്ത്രീമുന്നേറ്റത്തിൽ നിന്നുണ്ടായ സ്വാധീനവുമാണ് ആശാനെക്കൊണ്ട് ചിന്താവിഷ്ടയായ സീത എഴുതിച്ചത്. സ്വാമി സിദ്ധാനന്ദയുടെ 'ആദികവിയുടെ ആദർശപുരുഷൻ', സ്വാമി സത്യാനന്ദയുടെ 'രാമായണദർശനം' എന്നിവയെല്ലാം തന്നെ ഉൽക്കൃഷ്ടകൃതികളായി വാഴ്ത്തപ്പെടുന്നു.

രാമകഥയുടെ പ്രചാരം രണ്ടുവിധത്തിലാകാം. ഒന്നുകിൽ ശ്രീരാമനോടുള്ള ഭക്തി, അല്ലെങ്കിൽ സാഹിത്യകൃതിയുടെ സ്വാധീനം. കോട്ടയം കേരളവർമ്മയുടെ രാമായണം കിളിപ്പാട്ടിൽ–

സുരാസുരന്മാരുമൊരുമിച്ചു വന്നു
പരിഭവിച്ചാലും ഭയമവനില്ല
ഒരുത്തരെക്കുറിച്ചവമാനമില്ല
ഒരുത്തരെക്കുറിച്ചസൂയയുമില്ല,
പരാക്രമംകൊണ്ടു ശതക്രതുതുല്യൻ
വരനയംകൊണ്ടു ബൃഹസ്പതി തുല്യൻ
ക്ഷമാഗുണം കൊണ്ടു ക്ഷമാസദൃശനാം
ക്ഷമയല്ലോ വേണ്ടൂ, ബലമുണ്ടാകിലും

ഭക്തിയേക്കാൾ കാവ്യത്തിന്റെ മനോഹാരിതയും വശ്യതയുമാണ് കേരളവർമ്മയുടെ രാമായണംകിളിപ്പാട്ടിന്റെ പ്രഖ്യാതിക്ക് സഹായമായത്.

കാളിദാസന്റെ രഘുവംശത്തിൽ പത്തുമുതൽ പതിനാലുവരെയുള്ള സർഗ്ഗങ്ങൾ രാമായണകഥയാണ് അവതരിപ്പിക്കുന്നത്. സർഗ്ഗങ്ങളെല്ലാംതന്നെ കാവ്യകുശലതയാൽ പ്രഖ്യാതമാണ്. സീതാപരിത്യാഗത്തിനുശേഷം സീത ലക്ഷ്മണനോടു പറയുന്ന വാക്കുകൾ സ്ത്രീത്വത്തിന്റെ ശക്തമായ പ്രതികരണമാണ്. സീതാപരിത്യാഗമാകട്ടെ വാല്മീകിരാമായണത്തെയാണ് പിന്തുടരുന്നത്. "വാല്മീകി ആ അവസരത്തിൽ വഹിക്കുന്ന ക്രിയാത്മകായ പങ്ക് കലാകാരനും സമൂഹവും തമ്മിലുള്ള ബന്ധം എന്തായിരിക്കണം എന്നതിന്റെ നല്ലൊരു ഉദാഹരണമാണ്." (ഡോ. എൻ.വി.പി. ഉണ്ണിത്തിരി, കാളിദാസകൃതികൾ ഒരു പഠനം, മാതൃഭൂമി ബുക്സ്, പു. 58).

കേരളീയ പരിസരത്തിൽ സമൂഹത്തിന്റെ ബോധമനസ്സിൽ ഏതുവിധത്തിലാണ് ശ്രീരാമൻ സ്വാധീനിച്ചത് എന്നതിന് ഉത്തമ ഉദാഹരണങ്ങളാണ് രാമപ്രതിഷ്ഠയുള്ള ക്ഷേത്രങ്ങൾ. ഉത്തരകേരളത്തിൽ തിരുവങ്ങാടുള്ള ശ്രീരാമക്ഷേത്രം. ഖരാന്തകനായ രാമനാണ് ഈ ക്ഷേത്രത്തിലെ പ്രതിഷ്ഠ. സീതാന്വേഷണം നടത്തുന്ന രാമന്റെ പ്രതിഷ്ഠയുള്ള പാലക്കാട് കരിമ്പുഴ ശ്രീരാമസ്വാമിക്ഷേത്രം,

കണ്ണൂർ ചെറുതാഴത്തുള്ള ശ്രീരാമ സ്വാമീക്ഷേത്രം, ശ്രീരാമൻ ഹനുമദ്ദൂത് കേൾക്കുന്ന മട്ടിൽ പ്രതിഷ്ഠിക്കപ്പെട്ട തിരൂരിനടുത്തുള്ള ആലത്തിയൂർ ശ്രീരാമ ക്ഷേത്രം, യോഗീശ്വരനായ ശ്രീരാമന്റെ പ്രതിഷ്ഠയുള്ള എറണാകുളത്ത് തലക്കു ളത്തൂർ ശ്രീരാമക്ഷേത്രം, തൃപ്രയാറുള്ള നാലമ്പലം, കടവല്ലൂരുള്ള ശ്രീരാമസ്വാ മിക്ഷേത്രം, കോട്ടയം രാമപുരത്തുള്ള ശ്രീരാമസ്വാമിക്ഷേത്രം എന്നിവയെല്ലാം തന്നെ സംസ്കാരത്തിന്റെ നാരായവേരുകളാണ്.

രാമായണകഥയുടെ കാലികപ്രസക്തിയ്ക്ക് ഏറ്റവും വലിയ തെളിവു കളാണ് രാമായണകഥയെയും കഥാപാത്രങ്ങളെയും ആസ്പദമാക്കിയുള്ള പഠ നങ്ങളും ലേഖനങ്ങളും സാഹിത്യസൃഷ്ടികളും. കുത്തഴിഞ്ഞുകിടന്നിരുന്ന സമൂ ഹത്തെ ഉദ്ധരിക്കുന്ന എന്ന ലക്ഷ്യത്തോടെ ഭക്തിപ്രസ്ഥാനത്തെ എഴുത്തച്ഛനട ക്കമുള്ളവർ ഉപയോഗപ്പെടുത്തുകയായിരുന്നു. അതത് കാലത്തോട് സംവദിക്കുന്നു എന്നുള്ളതുതന്നെയാണ് രാമായണകഥയുടെ കാലികപ്രസക്തിയ്ക്ക് കാരണം. രാമായണകഥയെയും കഥാപാത്രങ്ങളെയും സംബന്ധിച്ച് ധാരാളം പഠനങ്ങൾ ഇനിയും നടത്തേണ്ടതുണ്ട്.

സഹായക ഗ്രന്ഥങ്ങൾ

1. കല്പറ്റ ബാലകൃഷ്ണൻ, മലയാളസാഹിത്യചരിത്രം, കേരളഭാഷാ ഇൻസ്റ്റിറ്റ്യൂട്ട്, തിരുവനന്തപുരം, ഡിസംബർ 2005 (ജനുവരി 2000)
2. പന്മന രാമചന്ദ്രൻനായർ (എഡി), തുഞ്ചൻ പഠനങ്ങൾ, പി.കെ പരമേ ശ്വരൻ നായരൻ സ്മാരക ട്രസ്റ്റ്, തിരുവനന്തപുരം, നവംബർ 2012
3. ഗുപ്തൻനായർ എസ്. (എഡി) തുഞ്ചൻ പ്രബന്ധങ്ങൾ, കേരളസാഹിത്യ അക്കാദമി, തൃശ്ശൂർ, 1985
4. ലീലാവതി എം. ഭാരതസ്ത്രീകൾ, ഗുരുവായൂർ ദേവസ്വം, ഗുരുവായൂർ, 2015 (2009)
5. ഗോവിന്ദൻനായർ വി.വി, സീതാകാവ്യ ചർച്ച, മാരാർ സാഹിത്യപ്രകാ ശം, മാർച്ച് 1996 (1987 ഫെബ്രുവരി)
6. പരമേശ്വരൻ നായർ. പി.കെ. മലയാളസാഹിത്യ ചരിത്രം, കേന്ദ്ര സാഹിത്യ അക്കാദമി, ന്യൂഡൽഹി, 2014 (1958)
7. മുകുന്ദൻ. എൻ എഴുത്തച്ഛന്റെ രാമായണവും, മറ്റ് രാമായണങ്ങളും, പൂർണ പബ്ലിക്കേഷൻ, കോഴിക്കോട്, ഒക്ടോബർ 2005
8. സുകുമാർ അഴീക്കോട്, ആശാന്റെ സീതാകാവ്യം, ലിപി പബ്ലിക്കേഷൻ, കോഴിക്കോട്, ജൂലായ് 2012 (2004)

9. മള്ളിയൂർ ശങ്കരൻനമ്പൂതിരി, രാമകഥാമാധുരി, ഡി.സി. ബുക്സ്, ആഗസ്ത് 2011 (ജൂൺ 2003)

10. കുമാരനാശാൻ, ചിന്താവിഷ്ടയായ സീത, 1993

11. എരുമേലി, മലയാളസാഹിത്യം കാലഘട്ടങ്ങളിലൂടെ, കറന്റ് ബുക്സ്, ഡിസംബർ 2010 (1966)

12. ഉണ്ണിത്തിരി. എൻ.വി.പി, കാളിദാസകൃതികൾ ഒരു പഠനം, മാതൃഭൂമി ബുക്സ്, കോഴിക്കോട്, ഡിസംബർ 2013

‘രാമസങ്കല്പം’ മാരാരിൽ നിന്ന്

ജോസ്ന ജെ എസ്,

വേടന്റെ അമ്പേറ്റ് ഏകാകിയായ കിളിയുടെ വിരഹദുഃഖശ്രവണത്തിൽ നിന്നും വിരചിതമായതാണ് ആദികാവ്യമായി പരക്കെ അംഗീകരിക്കപ്പെടുന്ന വാല്മീകി ‘രാമായണം’. ഭാരത മണ്ണിൽ വാമൊഴി, വരമൊഴിയായി ഭേദമെന്ന നിരവധി ഉപകഥകളും പാഠഭേദങ്ങളും കൂട്ടിച്ചേർത്തും ഒഴിവാക്കിയും രാമായണ കഥ ഇന്നും തലമുറ കൈമാറി നിലനിൽക്കുന്നു. പ്രവരസേനൻ, ഏകനാഥൻ, തുളസീദാസ്, കൃത്തിവാസ്, കമ്പർ തുടങ്ങി നിരവധി കവികൾ വ്യത്യസ്ത പാഠങ്ങൾ ‘രാമായണ’ ത്തിന് നൽകി.

എന്നാൽ മലയാളിയെ സംബന്ധിച്ചിടത്തോളം വാല്മീകിയുടെ ആദി രാമായണവും രാമാനന്ദന്റെ അദ്ധ്യാത്മരാമായണവുമാണ് കൂടുതൽ പ്രസക്തം. തുടർന്ന് വന്ന വള്ളത്തോളിന്റെ അനുഗതവിവർത്തനം വാല്മീകി രാമായണത്തെയും എഴുത്തച്ഛന്റെ സ്വതന്ത്ര വിവർത്തനത്തിലൂടെ അദ്ധ്യാത്മരാമായണവും കേരളക്കരയിൽ രാമസങ്കൽപ്പം ജനപ്രിയമാക്കി. എഴുത്തച്ഛന്റെ കിളിപ്പാട്ടിന് മലയാളിയുടെ മനസ്സിൽ നിത്യജീവിതം തന്നെ നേടിയെടുക്കാൻ കഴിഞ്ഞു. ഭക്തിപ്രസ്ഥാനം രാമനെ ആര്യവൽക്കരിച്ചു. അങ്ങനെ എഴുത്തച്ഛന്റെ അദ്ധ്യാത്മരാമായണം കിളിപ്പാട്ടിൽ ശ്രീരാമൻ വിഷ്ണുവിന്റെ അവതാര പുരുഷനായി മാറി. മനുഷ്യസാമാന്യത്തിന്റെ പരിമിതികൾ ഒന്നും ഏശാത്ത കേവല ചൈതന്യമായി രാമസങ്കല്പം മലയാളി മനസ്സിൽ ഇടം നേടി. കെടുതിയുടെ കർക്കിടകം അങ്ങനെ രാമകഥകളിൽ വിശുദ്ധമായി.

എന്നാൽ, എന്തുകൊണ്ട് ഇത്രയേറെ വ്യാഖ്യാനങ്ങൾ രാമായണത്തിനുണ്ടായി...? എല്ലാ മാനുഷിക ഗുണദോഷങ്ങളുടെയും സങ്കലനമായി വാല്മീകി, അവതരിപ്പിച്ച രാമൻ എന്ന കഥാപാത്രം...! രാമനും സീതയും തുല്യപ്രധാന നായക-നായിക ആയിരുന്ന വാല്മീകി രാമായണം എങ്ങനെ രാമകേന്ദ്രിത രാമായണമായി ചുരുക്കപ്പെട്ടു....? മനുഷ്യനായി ജനിച്ച്, മനുഷ്യനായി ജീവിച്ച്, മനുഷ്യനായി തന്നെ മരിച്ച ‘രാമൻ’ എന്ന കഥാപാത്രത്തെ വാല്മീകി, രാമായണത്തിൽ അവതരിപ്പിച്ചു. അവിടെ നിന്നും രാമൻ എഴുത്തച്ഛന്റെ രചനയിലൂടെ വിഷ്ണു അവതാരമായി പരിണമിച്ചപ്പോൾ, വായനക്കാരിലും കേരള മനസ്സിലുമുണ്ടാക്കിയ ചലനങ്ങൾക്ക് അപ്പുറം ‘വാല്മീകിയുടെ രാമനെ’ കണ്ടെടുക്കുകയാണ് കുട്ടികൃഷ്ണമാരാർ.

എഴുതിയ ഓരോ വാക്യവും തീരാത്ത ചർച്ചയ്ക്ക് ഇടം നൽകി. സാഹിത്യലോകത്തിൽ വ്യക്തിമുദ്ര പതിപ്പിച്ച ശ്രേഷ്ഠ പ്രതിഭയാണ്, കുട്ടികൃഷ്ണമാ

രാർ. ആ വിമർശന കുതുകിയുടെ യുക്തികുശലതാ മെയ്‌വഴക്കം അവതരിപ്പിക്കപ്പെടുന്ന പഠനമാണ് 'വാല്മീകിയുടെ രാമൻ' 'ആരുള്ളൂ ഗുണവാനും ധീരനും സത്യപരായണനുമായി ഈ ലോകത്തിൽ എന്ന അന്വേഷണത്തിന്; എല്ലാ ഗുണങ്ങളും ഒരു മനുഷ്യനിൽ സമ്മേളിക്കുകയെന്നത് അസംഭവ്യമാണ്. എന്നാൽ ഏറെ ഗുണങ്ങൾ ഒത്തുചേർന്ന മനുഷ്യൻ ദശരഥ മഹാരാജാവിന്റെ മൂത്തപുത്രൻ രാമനാണെന്ന നാരദ മുനിയുടെ വചനത്തെ തുടർന്ന് വാല്മീകിയാൽ വിരചിതമായ കാവ്യം, 'രാമായണം. അവിടെ മനുഷ്യഭാവന മനുഷ്യത്വത്തിന്റെ ശ്രേഷ്ഠഭാവങ്ങളായി സങ്കല്പിച്ച് ഗുണദോഷങ്ങളെല്ലാം പൂർണ്ണരൂപത്തിൽ ഒരുമിച്ച് ചേർന്ന തേജോമയമായ പുരുഷാകാരമാണ് 'രാമൻ'. വാല്മീകി ചൊല്ലിത്തന്നത്, ഒരു വീരപുരുഷന്റെ കഥയാണ്. അത് തികഞ്ഞൊരു ജീവിത വിമർശനം കൂടിയാണ്. സ്വാർത്ഥത, അധികാരദാഹം, കാപട്യം, വഞ്ചന, കാമമോഹം, ദുശങ്ക മുതലായ തിന്മകൾ ഉൾക്കൊള്ളുന്ന ഒളിസങ്കേതമാണ് വാല്മീകിയുടെ രാമമനസ്സ്. ഇത്തരം തിന്മകളുടെ കൂടാരമായ രാമചിത്തം ഒടുവിൽ വിഷാദരോഗത്തിലെരിഞ്ഞ് 'വാല്മീകി രാമായണം' ഒരു ദുരന്ത കാവ്യമെന്ന് പറയേണ്ടിവരും.

അങ്ങനെ വാല്മീകിയുടെ രാമൻ ആദർശ പുരുഷനോ ഉത്തമപുരുഷനോ അല്ല... അതിന് അപ്പുറം മനുഷ്യനാണ്. കാവ്യാവസാനം, മര്യാദപുരുഷോത്തമനല്ലാത്ത രാമനെ കാണാം. 'സീതയോടു വേണമെങ്കിൽ ലക്ഷ്മണന്റെ കൂടെ പാർത്തോളൂ, ഭരതന്റെ കൂടെ പാർത്തോളൂ, തന്റെയൊപ്പം പാർക്കേണ്ട' എന്നൊക്കെ പറയുകയും, തുടർന്ന് വീണ്ടും വർദ്ധിക്കുന്ന സംശയരോഗത്താൽ സീതയെ ഉപേക്ഷിക്കുന്ന രാമൻ...! വനവാസത്തിനിടയിൽ ശൂർപ്പണഖയോട് ഉള്ള രാമസമീപനം...   ! ഇവ രാമഹൃദയ വിചാരത്തെ ധ്വനിപ്പിക്കുന്നു.

ഇങ്ങനെ പച്ചയായ മനുഷ്യനായി 'വാല്മീകിയുടെ രാമൻ', നമുക്ക് മുന്നിൽ നിൽക്കുന്നു. എന്നാൽ കാലങ്ങൾക്കിപ്പുറവും മലയാളി മനസ്സിലെ രാമസങ്കല്പം ഭക്തിയുടേതാണ്. അതിനു കാരണം, ഹൃദയം നിറഞ്ഞ ഭക്തിയും തെളിവുറ്റ ആത്മജ്ഞാനവും അചഞ്ചലമായ ധർമ്മബോധവുമുള്ള എഴുത്തച്ഛന്റെ 'അദ്ധ്യാത്മരാമായണം' തന്നെയാണ്. ദക്ഷിണേന്ത്യൻ ഭക്തിപ്രസ്ഥാനത്തിന്റെ സ്വാധീനം വീരപുരുഷ സങ്കൽപ്പത്തിലേക്ക് രാമനെ കുടിയേറ്റി. സമൂഹത്തിൽ നിലനിന്നു പോന്നിരുന്ന ബഹുഭാര്യാത്വം തുടങ്ങിയ സമൂഹിക കുറവുകളെ ദൈവീകമായ ആദർശപുരുഷനിലൂടെ നവീകരിക്കുകയെന്നതായിരുന്നിരിക്കാം ഈ പരിണാമോദ്ദേശം. അങ്ങനെ വിമർശനാതീത ഭക്തിയുടെ നിറവിൽ തിളങ്ങുന്ന 'രാമൻ' കേരള മനസ്സിൽ ഇടം നേടി. അതിൽ കൂടുതൽ ഉള്ളതെല്ലാം ശാപപൂർത്തീകരണമോ ഈശ്വര ഹിതമോ മാത്രമാണ്. വിഷ്ണുവിന്റെ അവതാരമായ ശ്രീരാമൻ ധർമ്മിഷ്ഠനായി വിളങ്ങുന്നു. സീത-രാമ സമന്വയമായി വിളങ്ങിനിന്ന് വാല്മീകി രാമായണത്തിൽ നിന്നും ശ്രീരാമകേന്ദ്രിത രാമകഥ പ്രചാരം നേടി. അതുമൂലം അനുരഞ്ജനം അസാദ്ധ്യമായ വിരുദ്ധ ധ്രുവങ്ങളിലേക്ക് രണ്ടു കൃതികളും സഞ്ചരിച്ചു.

എഴുത്തച്ഛന്റെ ദിവ്യത്വം നിറഞ്ഞ ആദർശപുരുഷ സങ്കൽപ്പം ഭാരതീയ ഭക്തിപ്രസ്ഥാനത്തിന്റെ ചുവട് പിടിച്ചപ്പോൾ, സാഹിത്യത്തിൽ നിന്നും 'ശ്രീരാമ സങ്കൽപ്പം' കേരള സംസ്കാരത്തിൽ ഇടം നേടി. വാല്മീകി രാമായണത്തിലെ യുക്തിയും അദ്ധ്യാത്മരാമായണത്തിലെ ഭക്തിയും തമ്മിലുള്ള ആശയകലഹം സാംസ്കാരിക മണ്ഡലത്തിൽ നവചിന്തകൾക്ക് കളമൊരുക്കി. 'വാല്മീകിയുടെ രാമൻ' എന്ന പഠനത്തിൽ യുക്തിക്ക് പ്രാമാണ്യമുള്ള വിശകലനരീതി സ്വീക രിച്ചും ധർമ്മനീതിയുടെയും മന:ശാസ്ത്രത്തിന്റെയും കാഴ്ചപ്പാടുകൾ അവലം ബമാക്കിക്കൊണ്ട് 'രാമൻ' എന്ന പാത്ര സൃഷ്ടിയെ വിലയിരുത്തുകയായിരുന്നു കുട്ടികൃഷ്ണമാരാർ. ചാർത്തിക്കിട്ടിയ പരിവേഷങ്ങൾ അഴിച്ചുകളഞ്ഞ് മനുഷ്യ നായ രാമനെ 'വാല്മീകിയുടെ രാമനെ' മാരാർ വീണ്ടെടുക്കുന്നു.

ഇന്നും രാമായണ പരിഭാഷകളും പുതുരാമായണ കഥകളും രൂപപ്പെടു ന്നു. കാരണം, അനുവാചകരിൽ ധർമ്മാധർമ്മങ്ങളെപ്പറ്റിയുള്ള ചർച്ച തുടർന്നു കൊണ്ടേയിരിക്കുന്നു. ഒരുപക്ഷേ, വീണ്ടെടുത്ത സീതയുമായി രാമൻ അനാദി യായി സസന്തോഷം വാണു എന്നു ചൊല്ലി 'രാമായണം' അവസാനിച്ചിരുന്നു വെങ്കിൽ, ശുഭപര്യവസായി ആയി മാറുന്ന രാമായണം വായിച്ചു മടക്കിവെച്ചു കഴിഞ്ഞാൽ പിന്നെ ഒരിക്കലും തിരിഞ്ഞു നോക്കേണ്ടതില്ലാത്ത ഒരു വിവാദമു ക്തമായ പുസ്തകമായി മാറുമായിരുന്നു. എന്നാൽ പുതുമയുള്ള വ്യാഖ്യാനങ്ങൾ കണ്ടെത്താനുള്ള ഇടം വാല്മീകി തന്റെ രാമായണത്തിൽ നൽകുന്നു. ബാലിവ ധം, ശംബൂകവധം എന്നിവയും ഇതിന് ഉദാഹരണമാണ്. ഇങ്ങനെ ധർമ്മാധർമ്മ ങ്ങൾ തമ്മിലും യുക്തിയും ഭക്തിയും തമ്മിലും ഉള്ള ആശയസംവാദങ്ങൾക്ക് രാമായണം ഇടം നൽകുന്നു.

വൈവിധ്യങ്ങൾ നിറഞ്ഞ ഭാരത സംസ്കാരത്തിലേക്ക് ശ്രീരാമ സങ്കല്പം കടന്നുവന്നപ്പോൾ ഉണ്ടായ ആശയ സംഘട്ടനങ്ങൾ കാലാന്തരത്തിൽ ദേശത്തിന്റെ സാംസ്കാരിക മനസ്സിനെ സ്വാധീനിക്കാൻ ആരംഭിച്ചു. അങ്ങനെ ആര്യപരിവേഷധാരിയായി മാറിയ ശ്രീരാമ സങ്കൽപ്പത്തെ ഭൂരിപക്ഷ മതവീക്ഷണം കടംകൊണ്ടു. പതിയെ, സാഹിത്യം സംസ്കാരത്തിലേക്കും സംസ്കാരം ചരിത്ര ത്തിലേക്കും മുതലെടുപ്പ് നടത്തി. ആര്യവൽക്കരണ കാലത്ത് ക്ഷേത്രകേന്ദ്രിത മായ കേരള ജനതയെ മതാധിപത്യം നിയന്ത്രിച്ചപ്പോൾ ക്ഷേത്രങ്ങൾ പണാധിപ ത്യത്തിന്റെ കേന്ദ്രങ്ങളായി മാറി. അവിടെ അധികാരവർഗ്ഗം 'ശ്രീപത്മനാഭദാസ ന്മാർ' ആയിത്തീർന്നു. മത-സാംസ്കാരിക-ഭരണ ഏകീകരണത്തിന്റെ ഫലമാണ് തിരുവിതാംകൂറിന്റെ / കേരളത്തിന്റെ സാംസ്കാരിക സാമ്പത്തിക ചരിത്രം. മത വൽക്കരിക്കപ്പെട്ട ശ്രീരാമസങ്കൽപ്പം, ഭൂരിപക്ഷത്തെ ഏകീകരിക്കുകയും, ന്യൂന പക്ഷത്തെ നിയന്ത്രിക്കുകയും ചെയ്യുന്ന മാന്ത്രികദണ്ഡ് ആയിത്തീർന്നു. ഇന്ന് തീവ്രമതവികാരത്തിന്റെയും സാമുദായിക സംഘടനകളുടേയും വളർച്ചയെ ഈ പരിവർത്തനങ്ങൾ ത്വരിതപ്പെടുത്തി. മനുഷ്യനായ രാമൻ ശ്രീരാമനായി മാറു

കയും അതുവഴി മതവും അധികാരവും കൈകോർക്കുകയും ചെയ്യുമ്പോൾ നഷ്ടമാകുന്നത് വൈവിധ്യങ്ങൾ കൊണ്ട് ഉണ്ടായിരുന്ന സാംസ്കാരിക പൈതൃകമാണ്. യുക്തിയും ഭക്തിയും കൊണ്ട് തീർത്ത ശ്രീരാമ സങ്കൽപ്പത്തിന്റെ നവപാതകൾ ഇനി എങ്ങോട്ട്....?

ഗ്രന്ഥസൂചി

1. അപ്പൻ കെ.പി. - സാംസ്കാരിക വകുപ്പ്, കേരള സർക്കാർ - 1994
2. കുട്ടികൃഷ്ണമാരാർ -രാജാങ്കണം-സാഹിത്യപ്രവർത്തക സഹകരണ സംഘം, നാഷണൽ ബുക്സ് സ്റ്റാൾ, കോട്ടയം
3. കൃഷ്ണപിള്ള എൻ. - കൈരളിയുടെ കഥ - ഡി.സി. ബുക്സ്, കോട്ടയം - 1958
4. തോമസ് മാത്യു - മാരാർ ലാവണ്യാനുഭവത്തിന്റെ യുക്തിശില്പം - കേരള സാഹിത്യ അക്കാദമി, തൃശൂർ - 2006
5. രാധാകൃഷ്ണൻ പി.എസ്. - കുട്ടികൃഷ്ണമാരാർ - കേരള സാഹിത്യ അക്കാദമി, തൃശൂർ - 2010

പൂരക്കളിയും തീയ്യരുടെ സാമൂഹിക സ്വത്വ നിർമ്മിതിയും

അഭിജിത്ത് എ

ആമുഖം

ഉത്തര കേരളത്തിലെ അനുഷ്ഠാന നർത്തനങ്ങളിൽ തെയ്യാട്ടം കഴിഞ്ഞാൽ എടുത്തു പറയാവുന്ന പ്രമുഖ കലാനിർവ്വഹണാണ് പൂരക്കളി. വിവിധ സമുദായങ്ങളുടെ വിശേഷിച്ചും തീയ സമുദായത്തിന്റെ കലാപൈതൃകമായ ഈ കളി, കൂട്ടായ്മയുടെ ശക്തിസൗന്ദര്യം വെളിപ്പെടുത്തുന്നതിനോടൊപ്പം കായികവും ധിഷണാപരവും കലാപരവുമായ വൈദഗ്ധ്യത്തിന്റെ പ്രകടനവേദിയായി നിലകൊള്ളുകയും ചെയ്യുന്നു. ഗതകാലസംസ്കൃതിയുടെ ശോഭായമാനമായ ഒരു മുഖമാണിതെങ്കിലും വർത്തമാന കാലജീവിതത്തെ ആവേശഭരിതവും ഉന്മേഷപൂർണ്ണവും ആക്കാൻ ഈ കലാരൂപത്തിന് സാധിച്ചിട്ടുണ്ട്.

പൂരക്കളി ചടങ്ങെന്ന നിലവിട്ട് ദേശീയോത്സവമായി വികസിച്ചത് തീയ്യരുടെ കാവുകളിലാണ്. സമുദായത്തിന്റെ വൈജ്ഞാനിക രൂപീകരണത്തിൽ പൂരക്കളിക്ക് സുപ്രധാനമായ പങ്കുണ്ട്. തീയ്യരുടെ സാമൂഹികസ്വത്വനിർമ്മിതിയിൽ പൂരക്കളിയുടെ പങ്കാണ് ഇവിടെ പറയാൻ ഉദ്ദേശിക്കുന്നത്. സാമൂഹിക ഘടനയെ ആസ്പദമാക്കി വികാരങ്ങളെ നിയന്ത്രിക്കുകയും നിലനിർത്തുകയും ഒരു തലമുറയിൽ നിന്നും മറ്റൊന്നിലേക്ക് കൈമാറ്റം ചെയ്യുകയും ചെയ്യുന്നവയാണ് അനുഷ്ഠാന കലകൾ. അതുകൊണ്ട് തന്നെ ഇവിടെ അനുഷ്ഠാന മനോഭാവ (Ritual attitude) പഠനത്തിന് പ്രസക്തിയുണ്ട്.

പൂരക്കളിയെക്കുറിച്ചുള്ള പഠനത്തിൽ പാട്ടുകൾക്ക് പ്രസക്തമായ സ്ഥാനമുണ്ട്. സവിശേഷമായ അഞ്ച് തരം പാട്ടുകൾ ആധാരമാക്കിയുള്ള പഠനമാണ് ഇവിടെ ഉദ്ദേശിക്കുന്നത്. രാമായണം പാട്ട്, അങ്കം പാട്ട്, ഗണപതിപ്പാട്ട്, ആണ്ടും പള്ളും, ചായിൽപ്പാട്ട് എന്നിവയാണ് പഠനത്തിനായി ഉപയോഗിക്കുന്നത്. സാഹിത്യ പരമായും ഭാഷാപരമായും മൂല്യമേറെയുള്ളവയാണിത്. ഈ പാട്ടുകളിലെ ഭാഷാപരവും രൂപപരവും ആയ സവിശേഷതകളെ പഠിക്കുകയും അവ ഉത്തര കേരളത്തിലെ തീയ്യ സമുദായത്തിന്റെ സാമൂഹികസ്വത്വ നിർമ്മിതിയിൽ എപ്രകാരം ഇടപെടുന്നു എന്നത് കണ്ടെത്താനും ശ്രമിക്കുന്നു.

1. സാമൂഹികപശ്ചാത്തലം

കേരളത്തിന്റെ സാംസ്കാരിക ചരിത്രത്തിലെ മിക്കവയും പോലെ തന്നെ

പൂരക്കളിയുടെയും ഉല്പത്തി, വികാസം, പരിണാമം എന്നിവയെക്കുറിച്ച് ആധി കാരിക വസ്തുതകൾ നൽകുന്ന രേഖകൾ ഒന്നും തന്നെയില്ല. എന്നിരുന്നാലും കിട്ടിയ തെളിവുകളുടെ അടിസ്ഥാനത്തിൽ സംഘകാലത്താണ് ഈ കല ഉടലെ ടുത്തത് എന്ന് ചരിത്രകാരന്മാർ ചൂണ്ടിക്കാട്ടുന്നുണ്ട്. വിജ്ഞാനവും വിനോദവും ഭക്തിയും ഒരേ സമയം പ്രദാനം ചെയ്യാൻ സാധിക്കുന്ന കലയാണ് പൂരക്കളി. പൂരക്കളിയുടെ അനുബന്ധകലയായ മുത്തുകളിയിൽ വേദാന്തം, തർക്കം, വ്യാക രണം, കാവ്യം, നാടകം, അലങ്കാരം, ഛന്ദസ്സ്, യോഗം, ശില്പം, ജ്യോതിഷം, ഇതിഹാസം, പുരാണം, നാട്യശാസ്ത്രം തൊട്ടുള്ള നിരവധി വിഷയങ്ങൾ ചർച്ച ചെയ്യുന്നു. നിരക്ഷരരായ ഒരു സമൂഹത്തിന് ഇതിലൂടെ ലഭിക്കുന്ന അറിവിന്റെ ലോകം വളരെ വലുതാണ്. മറുത്തുകളിക്കായ് നല്ല അറിവ് പണിക്കന്മാർ സ്വായ ത്തമാക്കണം. ഇത് സമുദായത്തിലും സമൂഹത്തിലും പണിക്കന്മാർക്ക് ഔന്നത്യം കല്പിക്കാൻ തക്കവണ്ണം ഉതകുന്ന ഒന്നായിരുന്നു.

വിവിധ സംസ്കാരങ്ങളുടെ സദംശങ്ങൾ പൂരക്കളിയിൽ ലയിച്ചിട്ടുണ്ട്. സംഘകാലത്തെ ശൈവ-വൈഷ്ണവ മതങ്ങളുടെ പാരമ്പര്യം പൂരക്കളിയിൽ കാണാം. അനുഷ്ഠാനങ്ങൾ സാമൂഹ്യജീവിതത്തിന്റെ അഭേദ്യഘടകങ്ങളാണ് എന്ന് സമൂഹവിജ്ഞാനീയം നിരീക്ഷിച്ചിട്ടുണ്ട്. അമൂർത്തമായ മതചിന്തകളുടെ മൂർത്ത മായ രൂപമാണ് അനുഷ്ഠാനങ്ങളിലൂടെ പ്രകാശിപ്പിക്കപ്പെടുന്നത് (1999:54). പൂര ക്കളി നടത്തപ്പെടുന്ന ഇടങ്ങൾ എല്ലാം തന്നെ അവർണ്ണസ്ഥാനങ്ങളാണ്. അവർണ്ണ സ്ഥാനങ്ങളായ അര, കോട്ടം, കാവ്, മുണ്ട്യ, കഴകം എന്നീ സ്ഥാനങ്ങളിലാണ് പൂരക്കളി അവതരിപ്പിക്കുന്നത്. പ്രത്യേകം തയ്യാറാക്കിയ പന്തലിലാണ് പൂരക്കളി അരങ്ങേറുക. ഇത് ദേവതാസ്ഥാനങ്ങൾക്ക് പുറത്ത് ഒരുക്കുകയാണ് ചെയ്യുന്നത്. ഇത് സമുദായത്തിന്റെ കടമ എന്ന നിലയിലാണ് അനുഷ്ഠിക്കപ്പെടുന്നത്. ഇത്തരം അനുഷ്ഠാനങ്ങൾ കടമകളിലൂടെയും അവകാശങ്ങളിലൂടെയും സമൂഹത്തിലെ അംഗങ്ങളെ ഒരു കേന്ദ്രത്തിലേക്ക് (സ്ഥാനങ്ങളിലേക്ക്) ആകർഷിക്കുകയും പര സ്പരം അടുക്കാൻ അവസരം സൃഷ്ടിക്കുകയും ചെയ്യുന്നു. ഒരളവോളം സാമൂ ഹികമായ ഉച്ചനീചത്വങ്ങളെ താത്ക്കാലികമായെങ്കിലും വിസ്മരിക്കാൻ ഇത്തരം കലാ രൂപങ്ങൾക്ക് സാധിച്ചിട്ടുണ്ട്.

2. പൂരക്കളിപ്പാട്ടുകൾ

പൂരക്കളിയിൽ പതിനെട്ട് വർണ്ണങ്ങളാണുള്ളത്. രാമായണം, ഗണപതിപ്പാട്ട്, കാമൻപാട്ട്, ഇരട്ടരാമായണം, അങ്കം, പട, ചായൽ, നല്ലുപ്പാട്ട്, ശിവശക്തി യോഗി നാടകങ്ങൾ എന്നിവയൊക്കെ പൂരക്കളിയുടെ അവാന്തര വിഭാഗങ്ങളാണ്. മന്മഥ പൂജയായാണ് പൂരക്കളി വിശ്വസിക്കപ്പെടുന്നത്. അതുകൊണ്ട് തന്നെ ശിവൻ ശപിച്ച് ഭസ്മമാക്കിയ കാമദേവന്റെ പുനർജീവനത്തിന് മാർഗ്ഗം നിർദ്ദേശിച്ച മഹാ വിഷ്ണുവിനെ സ്തുതിച്ചുകൊണ്ടാണ് എല്ലാ പൂരക്കളിപ്പാട്ടുകളും ആരംഭിക്കു ന്നത്.

"നാരായണ! നാരായണ!
വാസുദേവ കൈതൊഴുന്നേൻ
വന്ദേ ഗജാസ്യം ഗണേശം
വന്ദിക്കുന്നേൻ നിന്നെ നാവിൽ"

അനുഷ്ടുപ്പ് പ്രാസത്തിലാണ് ഈ വരികൾ പൂവാളി രാഗത്തിലാണ് ഇത് പാടുന്നത്. 'ഇന്ന് പൂരക്കളിയിൽ പ്രചാരത്തിലിരിക്കുന്ന എല്ലാ പാട്ടുകളും രചിച്ചിട്ടുള്ളത് സംസ്കൃത പണ്ഡിതാഗ്രേസരന്മാരായ എഴുത്തച്ഛന്മാരും പൂരക്കളി പണിക്കന്മാരുമാണ് 92006:103)

പൂരക്കളിപ്പാട്ടുകൾ പരിശോധിക്കുമ്പോൾ കൂടുതലായും മണിപ്രവാളത്തോട് അടുത്തു നിൽക്കുന്നതായി കാണാം. അഞ്ചാം നിറത്തിൽ മഹാഭാരതയുദ്ധം വിവരിക്കുന്ന ഭാഗം.

"പോർത്തലവന്മാരാം. ഭീഷ്മരും ദ്രോണരും
ചണ്ഡഭാനുസുതൻ കർണ്ണനും ശല്യരും
ചാർന്നു ചേർന്നുള്ള ഭൂപാല പ്രവരരും
ചേർന്നവർ ശ്രാദ്ധദേവാലയേ സംഗരേ"

ഇവിടെ അവസാന വരിയിലെ 'ശ്രാദ്ധദേവാലയേ സംഗരേ' എന്നത് പൂർണ്ണമായും സംസ്കൃത പദമാണ്. ആര്യദ്രാവിഡ സംഗമത്തിനുശേഷം ആര്യഭാഷയായ സംസ്കൃതം പൂരക്കളിയെ സ്വാധീനിച്ചു എന്നു അനുമാനിക്കാം. എന്നാൽ ശുദ്ധമലയാളത്തിലുള്ള പൂരക്കളിപ്പാട്ടുകളും രചിക്കപ്പെട്ടിട്ടുണ്ട്. സംസ്കൃതത്തിന്റെ അതിപ്രസരം ഇല്ലാത്ത രചനകൾ നടത്തിയിരുന്ന വ്യക്തികൾ ആയിരുന്നു മമ്പലം തെക്കേ തലയ്ക്കൽ രാമൻ പണിക്കരും അദ്ദേഹത്തിന്റെ ഗുരുനാഥൻ ആയ മമ്പലം കണ്ണൻ ഗുരുക്കളും. നാടൻ ശീലുകളിൽ വരികൾ നോക്കാം-

"തത്തേ നിർമ്മലചിത്തേ നൽചിത്തേ ചൊല്ലുന്നേൻ
അത്യാമോദമെടുത്തിരുന്നു മടുത്തുകയും വണ്ണം
ചേലേറും കഥ നാലലിൽ ചൊല്ലുക ബാലേ വൈകാതെ
പാടുന്നു മയിലാടുന്നു വിളയാടുന്നു കാമൻ"

ഇവിടെ എഴുത്തച്ഛൻ രചനയ്ക്കായ് ഉപയോഗിച്ച ശുദ്ധ മലയാളത്തിന്റെ സാന്നിദ്ധ്യം കാണാൻ സാധിക്കുന്നുണ്ട്. കാമന്റെ കഥയാണ് ഇവിടെ വിവരിക്കപ്പെടുന്നത്.

പാട്ടുകളുടെ പുരാവൃത്തം ഭൂരിപക്ഷവും രാമായണം, മഹാഭാരതം, ഭാഗവതാദി പുരാണ ഗ്രന്ഥങ്ങളിലെ കഥാ മുഹൂർത്തങ്ങളെ ആസ്പദമാക്കിയിട്ടുള്ളതാണ്. പൂമാല ദേവിയെക്കുറിച്ചും പാലന്തായിക്കണ്ണനെക്കുറിച്ചും പാട്ടുകൾ ഉണ്ടായിട്ടുണ്ട്. അങ്കം, പട, ചായൽ തുടങ്ങിയ പൂരക്കളിപാട്ടുകളിൽ ചരിത്ര വസ്തുതകളും മറ്റും കഥാബീജമായി സ്വീകരിക്കപ്പെട്ടിട്ടുണ്ട്. ലോകമഹായുദ്ധം, ഇന്ത്യാ

വിഭജനം, സ്വാതന്ത്ര്യസമരം തുടങ്ങിയവ പട, ചായൽ തുടങ്ങിയ പാട്ടുകളിൽ വിവരിക്കുന്നുണ്ട്. സാമൂഹ്യ പ്രശ്നങ്ങളും കാലക്രമേണ ഉണ്ടാകുന്ന സംഭവവികാസങ്ങളും കൂട്ടിച്ചേർത്ത് വികസിപ്പിക്കപ്പെട്ടുകൊണ്ടിരിക്കുകയാണ് പൂരക്കളിപ്പാട്ടുകൾ.

3. പൂരക്കളിപാട്ടുകൾ, ഭാഷയും രൂപസംവിധാനവും

പൂരക്കളിപാട്ടുകൾ പല കാലങ്ങളിലായി ഉണ്ടാക്കപ്പെട്ടവയാണ്. നൂറ്റാണ്ടുകളുടെ പഴക്കം അവകാശപ്പെടാവുന്നവയാണ് മിക്കപാട്ടുകളും. അതു കൊണ്ടു തന്നെ മലയാള ഭാഷയുടെ ഉല്പത്തിവികാസങ്ങളെക്കുറിച്ച് പഠിക്കാൻ പ്രയോജനപ്പെടുന്നവയാണ് പൂരക്കളിപ്പാട്ടുകൾ ആദ്യകാലത്തുണ്ടായ പാട്ടുകളിൽ തമിഴിന്റെയും പിന്നീടുണ്ടായ പാട്ടുകളിൽ സംസ്കൃതത്തിന്റെയും അതിപ്രസരം കാണാം. അതേ സമയം ഇത്തരം സംക്രമണങ്ങൾക്കൊന്നും വിധേയമാകാതെ ശുദ്ധമലയാള ഗാനങ്ങളും കാണാൻ സാധിക്കും. 'വടക്കേ മലയാളത്തിൽ പദ്യകാവ്യങ്ങളിൽ തമിഴ് പദങ്ങൾ അധികമായി ഉപയോഗിച്ചു പോന്നിരുന്നതിനും അത് ക്രമേണ കുറഞ്ഞു കൊണ്ടുവന്നതിനും ഒടുവിൽ നവീനമലയാളത്തിൽ പദ്യങ്ങൾ രചിച്ചതിനും ഉദാഹരണങ്ങൾ ഇത്ര വ്യക്തമായി മറ്റ് യാതൊരു പദ്യകൃതിയിലും കാണാൻ സാധിക്കില്ല എന്ന് മൂർക്കോത്ത് കുമാരൻ പൂരക്കളിപ്പാട്ടുകളെ ഉദ്ധരിച്ച് പറയുന്നുണ്ട്. (1998:179). ഭാഷാ ശാസ്ത്രപരമായി ശ്രദ്ധിക്കേണ്ട നിരവധികാര്യങ്ങൾ പൂരക്കളിപ്പാട്ടുകളിൽ കാണാൻ കഴിയുന്നുണ്ട്.

അവയിൽ ചിലത് ഇവയാണ്.

1. താലവ്യാദേശം വരാത്ത രൂപങ്ങളും പഴക്കമേറിയ പൂരക്കളിപ്പാട്ടുകളിൽ അടങ്ങിയിട്ടുണ്ട്. അടിത്തു, ധരിത്തു, പിടിത്തു, ഉരെത്തു, വിതൈത്തു എന്നിവ അത്തരത്തിലുള്ളവയാണ്.

2. അടത്താൻ, അടലുറ്റാൻ കനിവൂറ്റാൻ, ചൊരിന്താർ, പൂകണ്ണാർ, പൂണ്ടേൻ, കണ്ടേൻ, പൂക്കേൻ, വരന്ദൻ, വസിച്ചാർ, ചെന്നാർ, നിന്നാർ, പോയാർ എന്നിങ്ങനെ പുരുഷപ്രത്യയം ചേർന്ന രൂപങ്ങൾ നിരവധിയുണ്ട്.

3. പൂരക്കളിപ്പാട്ടുകളിൽ മധ്യകാല മലയാളത്തിൽ കാണുന്നതു പോലുള്ള 'കൾ' എന്ന ബഹുവചന പ്രത്യയത്തിന്റെ സവിശേഷ പ്രയോഗം കാണാം.

4. അങ്കി (അഗ്നി), അണ്ണൻ (ജ്യേഷ്ഠൻ), ഉറുതി (അറിവ്), കഴനി (വയൽ) ചുരുതി (പ്രശസ്തി), ചരം (ശരം), രാശി (സ്നേഹം), തുയൽ (ദുഃഖം), തികപ്പ് (അഹങ്കാരം), പത്തി (ഭക്തി), പത്തർ (ഭക്തർ), പൂകണ്ണു (സുതിച്ച്), വേന്തർകോൻ (ദേവേന്ദ്രൻ), പുനൽ (വെള്ളം) തുടങ്ങിയ പ്രാക്തപദങ്ങൾ പൂരക്കളിപ്പാട്ടുകളിൽ സ്ഥാനം പിടിച്ചിട്ടുണ്ട്.

ഇവ കൂടാതെ വർണ്ണ വികാരങ്ങളും ശ്രദ്ധേയമാണ്. പാട്ടുകളിൽ ശ്രദ്ധിച്ചാൽ മനസ്സിലാകും.

1. അവന (അവനെ), നിന്ന (നിന്നെ), തന്ന (തന്നെ), ആര (ആരെ), (കാളെകളെ), കൊമ്പനെ (കൊമ്പനെ) എന്നീ പദങ്ങളിൽ മാറിയിട്ടുണ്ട്.

2. ദുർലഭം ഏകാരമായിത്തീർന്നിട്ടുണ്ട്.

   ഉദാ. ജെനം, ദെശ, ജെയിക്ക

3. 'യ' കാരത്തിന പകരം 'ക' കാരം പ്രയോഗിച്ചിട്ടുള്ളതും എടുത്തു പറയാവുന്ന സവിശേഷതയാണ്.

   ഉദാ. 1 രണ്ടാകി നിന്ന ശിവശക്തി വാഴ്ക

   2. കരങ്ങളുമുളവതാകി

4. വടക്കൻപാട്ട് കഥകളിലും മറ്റും കാണുന്നതുപോലെ പൂരക്കളിപ്പാട്ടുകളിൽ ഉത്തരകേരളത്തിലെ പ്രാദേശിക പദങ്ങൾ സുലഭമായി പ്രയോഗിച്ചു കാണുന്നില്ല. എങ്കിലും ചില പദങ്ങൾ കാണാൻ സാധിക്കും.

   ഉദാ. മീൻ പിടിക്കുക (മത്സ്യബന്ധനം നടത്തുക)

   കൊച്ച (കൊറ്റിപ്പക്ഷി)

   ഊടുപാടായി (മുഴുവനായി)

   തൊപ്പൻ (ധാരാളം)

4. പ്രമേയം

പൂരക്കളിപ്പാട്ടുകളിൽ ലഘുഗാനങ്ങളും കഥാഗാനങ്ങളുമുണ്ട്. പൂരക്കളിപ്പാട്ടുകളിൽ നല്ലൊരു ഭാഗവും ഇതിഹാസപുരാണകഥാവലംബികളാണ്. വൻകളിക്ക് രാമായണം പാട്ടും ഭാരതംപാട്ടും ഉപയോഗിക്കുന്നു. പൂരമാലയിൽ ഇതിഹാസപുരാണ കഥാവലംബികളായ ലഘുകാവ്യങ്ങളാണ് കാണാൻ സാധിക്കുക. ശ്രീകൃഷ്ണചരിതങ്ങളാണ് ഇവിടെ കൂടുതൽ പ്രമേയവൽക്കരിക്കപ്പെട്ടത്. ദേവകീ വിവാഹം, കൃഷ്ണാവതാരം, പൂതനാമോക്ഷം, ശകടാസുരവധം, കാളിയമർദ്ദനം, രാസക്രീഢ, ഗോപികാവസ്ത്രാപഹരണം തുടങ്ങിയ കഥകളെ ആസ്പദമാക്കി പൂരമാലയിൽ നിരവധി പാട്ടുകളുണ്ട്. പൂമാലഭഗവതിയുടെയും പുതിയ ഭഗവതിയുടെയും പാട്ടുകൾ പൂരമാലയിൽ ദുർലഭമാക്കിയിട്ടാണെങ്കിലും ഉണ്ട്.

അങ്കം, പടം, എന്നിവയ്ക്കുപാടുന്ന പാട്ടുകളിൽ ഐതിഹ്യാധിഷ്ഠിതമോ ചരിത്രപരമോ ആയ കഥാപാട്ടുകൾ കാണാം. അവ വീരചരിതങ്ങൾ കൂടിയാണ്. അങ്കം പാട്ടുകളിൽ നാട്ടു രാജ്യങ്ങൾ തമ്മിലുള്ള യുദ്ധഭാഗങ്ങൾ കാണാം.

അങ്കം പാട്ടിൽ 'അടവും തടവും' വിവരിച്ചിരിക്കുന്നത് നോക്കുക.

'ഗോത്രവാരിയും വൃതാ സുജം പൊരുതപോൽ
മഹിഷാസുരനോട് മഹിഷാന്തതിപണ്ട്

പൊരുതപോലെ യുദ്ധം പൊരുതാനിരുവരും
രാമരാവണയുദ്ധസാമ്യമെന്നതി ചിലർ

മലയാള ഭാഷയിൽ ചടുലമായ വരികളും ചുവടുകളുമാണ് ഇവിടെ കാണാൻ സധിക്കുക. യുദ്ധവർണ്ണന അങ്കം പാട്ടുകളുടെ സവിശേഷതയാണ്.

ശൈവകഥകളുടെ പശ്ചാത്തലത്തിൽ ഉണ്ടായ പാട്ടുകളാണ് പൂരക്കളി പ്പാട്ടുകളിൽ പ്രധാന ഭാഗം. ശിവ-ശക്തികളുടെ അറുപത്തിനാല് കുത്തുകളെ സംബന്ധിച്ച് പാട്ടുകളും യോഗിചരിതവും പുരാവൃത്തങ്ങളളാണ്. വേദാന്തം, യോഗ ശാസ്ത്രം തുടങ്ങിയവയിലേക്ക് വെളിച്ചം വീഴുന്ന പാട്ടുകളും ഉണ്ട്. ഈ വരിക ളിൽ തെളിയുന്നത് ഷഡാധാര സങ്കല്പമാണ്-

'ആറുണ്ടുമാടം പിന്നാറുമുണ്ടെ
അമ്പൊടു മേൽക്കുമേൽ തമ്പുരാനും
ആയതിൻമീതെ വാസനില
മാങ്ങാതർക്കനഗ്നിതിങ്കൾ വാഴും
മാടങ്ങൾ മൂന്നതിൽ വേറെയുണ്ടേ"

ചായൽപ്പാടുകളിൽ ലോകമഹായുദ്ധം, ഇന്ത്യാവിഭജനം, സ്വാതന്ത്ര്യസ മരം എന്നിവ പ്രമേയമാവുന്നുണ്ട്. ഈ വരികളിൽ ഇന്ത്യ വിഭജനം വിവരിക്കുന്നു ണ്ട്-

'ജിന്നാസഹേബാം മുഹമ്മദിയാം മന്നൻ
എട്ടോഹരിയിലൊരോഹിരി ഇന്ത്യയെ
വിട്ടുതരണമെന്നോതിയതുമൂലം
നാടുനശിപ്പിക്കാൻ ജാതിവഴക്കാക്കി
പശ്ചിമ പാക്കിസ്ഥാനിലൊരു ഭാഗവും
പൂർവ്വ ബംഗാളത്തിൽ മറ്റൊരു ഭാഗവും
വിട്ടുകൊടുത്തിതു ഗാന്ധിജി ജിന്നയ്ക്കായ്'

ആണ്ടും പള്ളും പട്ടുകളിൽ കൃഷിയും പ്രകൃതിയും പ്രമേയമാകുന്നു.

'കാലമങ്ങ് പുലർന്ന് കന്നിമാസമായി
ചേലൊത്ത നെല്ലുകൊയ്തെടുത്തു കൊടുവാൾ
മേലാളിസ്ഥാനമെഴുന്തിയൂരിന്ന്
കാങ്ങാണിപ്പൊഴുതുവെച്ചു സമ്മതത്താൽ
ഭംഗിയോടെ പള്ളിമാരും കുളിച്ചുവന്നു.'

കാർഷിക സംസ്കൃതിയുടെ സമ്പന്നത പൂരക്കളിപ്പാട്ടുകൾക്ക് പ്രമേയ

മായതിന് ഉദാഹരണമാണ് 'ആണ്ടും പള്ളും'. ഇത്തരത്തിൽ നാനാവിധങ്ങളായ കാര്യങ്ങൾ പൂരക്കളി പാട്ടുകൾക്ക് പ്രമേയമായിട്ടുണ്ട്.

5. സാഹിത്യാംശം

പൂരക്കളിപ്പാട്ടുകളിലെ സാഹിത്യാംശം പരിശോധിച്ചാൽ സർഗ്ഗാത്മകത കൊണ്ടും അലങ്കാരപ്പൊലിമകൊണ്ടും സമ്പന്നമാണ് എന്ന് പറയാൻ സാധിക്കില്ല. എന്നാൽ അവിടവിടെയായി അലങ്കാരത്തിന്റെ നുറുങ്ങുകളും ഭാവനയുടെ അങ്കുരങ്ങളും കാണാനും സാധിക്കും. പൂരക്കളിപ്പാട്ടുകളിൽ ലക്ഷണമൊത്ത അലങ്കാരങ്ങൾ കാണാവുന്നതാണ്. അവയിൽ മിക്കതിനും സംസ്കൃത സാഹിത്യത്തോടാണ് ബന്ധം. ബോധപൂർവ്വമുള്ള വൈയക്തിക രചനകളാകകൊണ്ട് പണ്ഡിതന്മാരായ കവികൾ, അലങ്കാരങ്ങളുടെയും പ്രാസങ്ങളുടെയും കാര്യത്തിലും ക്ലാസിക് പാരമ്പര്യത്തിന്റെ വഴിയിലൂടെ തന്നെയാണ് സഞ്ചരിച്ചിട്ടുള്ളത് എന്ന് കെ.കെ. കരുണാകരൻ ചൂണ്ടിക്കാട്ടുന്നുണ്ട്. (1999:161)

ചില ഉദാഹരണങ്ങൾ-

'വാരണം ചെയ്തീടണമെന്ന ദുരിതവാരിധിത-
ന്നിലിളകിവന്നചിക്കുന്ന തിരകളെനിയതവുമഖിലേശാ....'

രൂപകമാണ് ഇവിടെ കാണാൻ സാധിക്കുക. അതുപോലെ തന്നെ ഉപമാലങ്കാരം വരുന്ന പാട്ടുകളും ഉണ്ട്. ഇവ ഇതിനുദാഹരണമാണ്.

1. 'വരികവാരിധി തരംവരും തിരതരമിദം
   വഴിയെനിക്കിതമോടെ പിഴയൊഴിച്ചരുൾകവേ.'

2. 'അലയതിൽ തിരകണക്കെ കവി കഥകൾ
   കവിതകൾ പൊഴിയിക്കെന്നിൽ'

ശബ്ദാർത്ഥങ്ങൾ സന്നിവേശിപ്പിക്കുന്നതിലും രചയിതാക്കൾ ശ്രദ്ധിച്ചിട്ടുണ്ട്. രാമായണം പോലുള്ള നീണ്ടകളികൾക്കുപയോഗിക്കുന്ന ഇതിഹാസ ഗാനങ്ങളിൽ ദ്വിതീയാക്ഷരപ്രാസം കാണാൻ കഴിയും. ചടുതലയും ആകർഷകത്വവും ആവോളമുള്ള വരിയും പൂരക്കളിപ്പാട്ടുകളിൽ അടങ്ങിയിട്ടുണ്ട്. ഈ വരികൾ അവയ്ക്കുദാഹരണമാണ്-

'മലർശരവില്ലിൻ ചതുരത വെല്ലും
പുരികമിളതും പൊഴുതു നമിക്കും
ത്രിഭുവന ലോകേ തരളവിലോകേ
മദഗളകുംഭീ പ്രകടിത കമ്പീ'

ഇത്തരത്തിൽ പൂരക്കളിപ്പാട്ടുകൾ എല്ലാത്തിലും തന്നെ പ്രതിഭാധനരായ കവികളുടെ കൈയ്യൊപ്പ് കാണാൻ സാധിക്കും. സംസ്കൃതത്തിൽ സാഹിത്യത്തിലും സംസ്കാരത്തിലും അത് പ്രതിഫലിച്ചു. അതുകൊണ്ട് തന്നെ എല്ലാ വിഭാഗം

ജനങ്ങളെയും ഒരേ സമയം സ്വാധീനിക്കാൻ പൂരക്കളിപ്പാട്ടുകൾക്ക് സാധിച്ചു.

6. അമ്മദൈവസങ്കല്പം

ആര്യദ്രാവിഡ സമ്പർക്കം മൂലം ദേവിപൂജ പല ജാതിക്കാരുടെ ഇടയിലും പല രൂപത്തിലായിത്തീർന്നു. കേരളത്തിലെ രാജവംശങ്ങൾ അമ്മയെ പരദേവതയായി പൂജിച്ചിരുന്നു. 'ചിറയ്ക്കൽ രാജാവിന് തിരുവാർക്കാടമ്മ (മാടായിക്കാവ്) കോട്ടയം രാജാവിന് ശ്രീപോർക്കലി (മുഴക്കുന്ന് ക്ഷേത്രം), കടത്തനാട്ട് രാജാവിന് ലോകനാർക്കാവിലമ്മ, സാമൂതിരിക്ക് തിരുവളയനാട്ടു കാവിലമ്മ, വള്ളുവക്കോനാതിരിക്ക് തിരുമാന്ധാം കുന്നിലമ്മ, കൊച്ചിരാജാവിന് പഴയന്നൂർ ഭഗവതി, തിരുവിതാംകൂർ രാജാവിന് ആറ്റിങ്ങൽ ഭഗവതി എന്നിവയായിരുന്നു പരദേവതകൾ (1959:1) തീയ്യമ്മാർക്കിടയിൽ ചീർമ്മയും (ശ്രീകുറുംബ) ഗിരിവർഗ്ഗക്കാർക്കിടയിൽ നീലിയും ആരാധനാദേവതകളായിരുന്നു. പാമ്പും അമ്മ ദൈവവും ദ്രാവിഡ സംസ്കാരത്തിന്റെ ഭാഗമാണ് (1999:14) എന്ന നിരീക്ഷണം ഉണ്ടായിട്ടുണ്ട്. അമ്മ ദൈവം ദ്രാവിഡരുടെ സവിശേഷ സങ്കല്പമായിരുന്നുവെന്ന നിഗമനവും ഉണ്ടായിട്ടുണ്ട്.

കോലത്തുനാട്ടിലെ തീയ്യക്കാവുകളിലെ അമ്മദൈവങ്ങൾ പ്രാദേശിക ദേവതകളാണ്. അമ്മദൈവങ്ങൾക്ക് കളിയാട്ടവും വടക്കേ വാതിലും പൂമാലിക ദേവിക്ക് പൂരമാലയും പൂരവേലയും എന്ന സങ്കല്പമാണുള്ളത്. പ്രാദേശികമായ ഈ അമ്മദൈവങ്ങൾ എല്ലാം തന്നെ കന്യകമാരാണെന്ന വസ്തുത കൂടി പരിശോധിക്കുമ്പോൾ പൂരക്കളിയിലെ കാമപൂജയുടെ പ്രസക്തി മനസ്സിലാക്കാം. പൂരവേലയുടെ കാലം വസന്തം ആയത് കൊണ്ട് തന്നെ രസപ്രദാനം ആണ് ഉദ്ദേശിക്കുന്നത് എന്ന് അനുമാനിക്കാം. പ്രാചീനദശയിലെ കാവുകളിലും മറ്റും മനുഷ്യസ്വഭാവത്തിൽ സ്ഥായിയായി നിലനിന്നു വന്ന കാമവികാരത്തിനിണങ്ങുന്ന ആരാധനാ സമ്പ്രദായങ്ങളുടെ സാംഗത്യം ചിന്തിക്കേണ്ടതുണ്ട് എന്ന് കെ.കെ. കരുണാകരൻ സൂചിപ്പിക്കുന്നുണ്ട്. (1999:15) മതസങ്കല്പങ്ങൾക്കും വിഷയ വികാരത്തിനും അഭേദ്യമായ ബന്ധമുണ്ട്.

സംഘകാല കൃതിയായ ചിലപ്പതികാരത്തിലെ കണ്ണകി കഥയുമായും പൂരക്കളിക്ക് ബന്ധമുണ്ട്. അങ്ങനെ പരിശോധിച്ചാൽ കണ്ണകി കേരളത്തിൽ ആരാധനാമൂർത്തി ആണെന്ന് കാണാം. അമ്മദൈവ സങ്കല്പം സംഘസംസ്കാരത്തിന്റെ ഭാഗമായിരുന്നു. ഈ സംസ്കാരമാകാം പിൽക്കാലത്ത് ഉത്തരമലബാറിലെ തീയ്യർ പിന്തുടർന്നത്.

ഉപസംഹാരം

'പൂരക്കളിയും തീയ്യരുടെ സാമൂഹിക സ്വത്വനിർമ്മിതിയും' എന്ന പ്രബന്ധരചയുടെ ഭാഗമായി നിരീക്ഷണങ്ങളുടെ ക്രോഡീകരിച്ച നിഗമനങ്ങളാണ് ചുവടെ ചേർത്തിരിക്കുന്നത്.

ഉത്തരകേരളത്തിലെ ആര്യദ്രാവിഡ സംഗമത്തിന്റെ പ്രത്യക്ഷ ഉദാഹരണമാണ് പൂരക്കളി. സംഘ സംസ്കാരത്തിന്റെ തിരുശേഷിപ്പാണിത്. സംഘകാലത്തെ 'കുരവൈക്കൂത്ത' എന്ന കലാരൂപമാണ് പൂരക്കളി എന്നുള്ളത് സംഘസംസ്കാരവുമായി പൂരക്കളിയുടെ ബന്ധത്തെ കൂടുതൽ ബലപ്പെടുത്തുന്നതാണ്. ആദ്യകാലത്തെ പാട്ടുകൾ പാട്ടുസാഹിത്യത്തോടും പിന്നീട് മണിപ്രവാളത്തോടും ബന്ധപ്പെടുന്നുണ്ട്. ശുദ്ധമലയാളത്തിലും പാട്ടുകൾ രചിക്കപ്പെട്ടിട്ടുണ്ട്. വൈദികമതത്തിന്റെ സ്വാധീനം പൂരക്കളിയുടെ ആചാരങ്ങളിൽ പ്രകടമാണ്. ആര്യാധിനിവേശം കേരളത്തിലെ സംസ്കാരത്തെ എന്ന പോലെ പൂരക്കളിയെയും സ്വാധീനിച്ചിട്ടുണ്ട്.

മറുത്തുകളിയിലൂടെ തീയ്യർ അവരുടെ വൈജ്ഞാനികലോകത്തെ വിപുലപ്പെടുത്തി. ഇതുവഴി അവർണ്ണരായിരുന്ന തീയ്യർക്ക് ഉത്തരകേരളത്തിൽ സവിശേഷമായ സ്ഥാനം കൈവന്നു. അറിവ് ഉപരിവർഗ്ഗത്തിന് മാത്രമായിരുന്ന ഒരു കാലത്ത് സംസ്കാരത്തെതന്നെ മാധ്യമമാക്കി സാമുദായിക സ്വത്വം രൂപപ്പെടുത്തുകയാണ് പൂരക്കളിയിലൂടെ തീയ്യർ ചെയ്തത്.

അധികാരഘടന പൂരക്കളിയുടെ വളർച്ചയെ ബാധിച്ചിട്ടുണ്ട്. കല എന്ന നിലയിൽ ഏറെ മേന്മ അവകാശപ്പെടാനില്ലെങ്കിലും വിനോദമെന്ന നിലയിൽ ചരിത്രപരവും സാമൂഹ്യവുമായ ഉദ്ദേശലക്ഷ്യങ്ങളെ ഇണക്കിച്ചേർക്കുന്നതിലും വൈജ്ഞാനികാംശം സന്നിവേശിപ്പിക്കുന്നതിലും പൂരക്കളി വിജയിച്ചിട്ടുണ്ട്.

നൂററാണ്ടുകളുടെ പഴക്കം അവകാശപ്പെടുന്നവയാണ് എന്നതിൽ മലയാളഭാഷയുടെ ഉല്പത്തി, വികാസങ്ങളെക്കുറിച്ചുള്ള പഠനത്തിന് ഉതകുന്നവയാണ് പൂരക്കളിപ്പാട്ടുകൾ. വടക്കൻപ്പാട്ടുകളിലും മറ്റും കാണുന്നതുപോലെ പൂരക്കളിപ്പാട്ടുകളിൽ ഉത്തരകേരളത്തിലെ പ്രാദേശിക പദങ്ങൾ ഉപയോഗിച്ച് കാണുന്നില്ല. പിൽക്കാലത്ത് ഉണ്ടായ ആര്യദ്രാവിഡ സംഗമത്തിന്റെ സ്വാധീനമാകാം ഇതിന് കാരണം. പാട്ട് കൃതിയായ രാമചരിത്രത്തെ പൂരക്കളിയുമായി ബന്ധപ്പെടുത്താവുന്നതാണ്. രാമചരിത്രത്തിന്റെ ഭാഷയും പ്രമേയവും പൂരക്കളിപ്പാട്ടുകളിലേതിനോട് സമാനമാണ്. മാത്രമല്ല പൂരക്കളി വേരുറച്ചിടത്താണ് രാമചരിതകാരന്റെയും സ്വദേശം എന്ന സൂചനകൾ രാമചരിത്രത്തിന് പൂരക്കളിയോടുള്ള ബന്ധത്തിന് തെളിവാണ്.

ഗ്രന്ഥസൂചി

1. അച്യുതമേനോൻ ചേലനാട്ട്, – 1959 'കേരളത്തിലെ കാളിസേവ, മദ്രാസ് യൂണിവേഴ്സിറ്റി
2. അച്യുതമേനോൻ ചേലനാട്ട്, – 1956 'വടക്കൻപാട്ടുകൾ', മദ്രാസ് യൂണിവേഴ്സിറ്റി
3. ആന്റണി സി.എൽ – 1969 'ഭാഷാപഠനങ്ങൾ,, എൻ.ബി. എസ്സ്. കോട്ടയം

4. പരമേശ്വരയ്യർ എസ്. ഉള്ളൂർ – 1967 'കേരളസാഹിത്യചരിത്രം ഒന്നാം ഭാഗം', കേരളയൂണിവേഴ്സിറ്റി

5. കുഞ്ഞൻപിള്ള പി.എൻ –1970 'കേരളചരിത്രത്തിലെ ഇരുളടഞ്ഞ ഏടുകൾ' എൻ.ബി.എസ്സ്. കോട്ടയം

6. കൃഷ്ണൻ.എൻ.ആർ – 1967, 'ഈഴവർ അന്നും ഇന്നു, സീനാ പബ്ലി ക്കേഷൻസ്', എങ്ങണ്ടിയൂർ

7. ചന്തേര സി.എം.എസ് – 1973 'കണ്ണകിയും ചീർമ്മക്കാവും' എൻ. ബി,എസ്സ് കോട്ടയം

8. ചന്തേര സി.എം.എസ് – 1970 'പൂരക്കളി' പി.കെ. ബ്രദേഴ്സ്, കോഴി ക്കോട്

9. പണിക്കർ കെ.കെ. – 1979 'പൂരക്കളി' പയ്യന്നൂർ പബ്ലിക്കേഷൻസ്, പയ്യ ന്നൂർ

10. ദാമു ടി – 2004, 'ലങ്കാപർവ്വം', ഡി.സി. ബുക്സ്, കോട്ടയം

11. ബാലകൃഷ്ണൻ നായർ ചിറക്കൽ – 1970 'കേരളഭാഷാഗാനങ്ങൾ', കേര ളസാഹിത്യ അക്കാദമി, തൃശ്ശൂർ

12. ബാലകൃഷ്ണകുറുപ്പ് കെ. – 2000 'കോഴിക്കോടിന്റെ ചരിത്രം മിത്തും യാഥാർത്ഥ്യങ്ങളും, മാതൃഭൂമി ബുക്സ്, കോഴിക്കോട്

13. കരുണാകരൻ കെ.കെ. – 1999, 'പൂരക്കളി, സാംസ്കാരിക പ്രസിദ്ധീക രണ വകുപ്പ്, കേരളസർക്കാർ

14. രാഘവൻ പയ്യനാട് – 1979 ''തെയ്യവും തോറ്റവും' എൻ.ബി.എസ്സ്, കോട്ടയം

15. വിഷ്ണു നമ്പൂതിരി എം.വി – 1998 'പൂരക്കളി' കറന്റ് ബുക്സ്, തൃശ്ശൂർ

16. വിഷ്ണു നമ്പൂതിരി എം.വി (ജനറൽ എഡി) 'ജീവിതവും സംസ്കാ രവും' കേരളഫോക്‌ലോർ അക്കാദമി

17. രാഘവവാരിയർ, രാജൻഗുരുക്കൾ – 2002, 'കലിയനും കൂട്ടരും, നാഷ ണൽ ബുക്സ്റ്റാൾ, കോട്ടയം

18. സുകുമാർ അഴീക്കോട് – 1979, 'പൂരക്കളിയുടെ അലതാരി' പയ്യന്നൂർ പബ്ലിക്കേഷൻ, പയ്യന്നൂർ

19. ദാമോദരപണിക്കർ പി (എഡി) – 2006 'പൂരക്കളിയും മറുത്തുകളിയും' കേരളപൂരക്കളികലാ അക്കാദമി

ആനുകാലിക ലേഖനങ്ങൾ

20. ബാലൻ എം. 'അത്യുത്തരകേരളത്തിലെ തീയ്യർ (ലേഖനം)

21. ഉണിത്തിരി എൻ.വി.പി. - 'കൂടിയാട്ടവും പൂരക്കളിയും (ലേഖനം)

22. കുടമത്ത് എ ശ്രീധരൻ, 2012 – പൂരക്കളി ഒരു പാഠഭേദം, 2012, ഫോക്‌ലോർ പഠനങ്ങൾ ഫോക്‌ലോർഅക്കാദമി

23. രാഘവൻ പയ്യനാട്, 1980, Myth and Message - 4 Myth and Message - 4 Structural Approach Paper presented in All India Folklore Seminar, Mysore.

കാലം പുനർനിർമ്മിക്കുന്ന രാമായണം: 'വാല്മീകിയുടെ രാമ'നെ ആസ്പദമാക്കി ഒരന്വേഷണം

സിംപ്ൾ എ. ഇസെഡ്

കാലദേശഭേദമെന്യേ വാമൊഴിയെന്നോ വരമൊഴിയെന്നോ, വ്യത്യാസമില്ലാതെ ഭാരതത്തിലെങ്ങും പ്രചുരപ്രചാരം നേടിയ മഹത്തായ ഇതിഹാസ കാവ്യമാണ് രാമായണം. ജാതിമതഭേദമെന്യേ ഭാരതത്തിന്റെ സാംസ്കാരിക ജീവിതത്തിൽ രാമകഥ ചെലുത്തിയ സ്വാധീനം നിസ്തർക്കമാണ്. നിരവധി പാഠങ്ങളും പാഠാന്തരങ്ങളും രാമകഥയുടെ സവിശേഷതയാണ്. രാമായണപാഠങ്ങൾ ഓരോന്നും പരിശോധിച്ചാൽ വ്യക്തമാകുന്ന വസ്തുത ഓരോ കാലഘട്ടത്തിലെ ജനതയും തങ്ങളുടെ ആവശ്യങ്ങൾ പ്രതിഫലിപ്പിക്കുന്നതിനും നിറവേറ്റുന്നതിനും വേണ്ടി രാമകഥയെ പുനർനിർമ്മിച്ചുകൊണ്ടിരുന്നു എന്നാണ്. ഈ പുനർവായനകളുടെ പഠനം അന്നു നിലനിന്നിരുന്ന സമൂഹികാന്തരീക്ഷത്തെ മനസ്സിലാക്കാൻ ഉതകുന്നു. രാമായണാഖ്യാനങ്ങളുടെ ചരിത്രപരതാപഠനത്തിന് നിതാന്തമായി നിലകൊള്ളുന്നത് ഈ വസ്തുതയാണ്. സാഹിത്യമേഖലയിൽ വന്നു ചേർന്ന മാറ്റങ്ങളോരോന്നും അതതുകാലങ്ങളിൽ രചിക്കപ്പെട്ട രാമായണപാഠങ്ങളിൽ നിന്ന് വായിച്ചെടുക്കാം. സാഹിത്യതലത്തിൽ മാത്രമല്ല; സാംസ്കാരിക രാഷ്ട്രീയതലങ്ങളിലും രാമായണപാഠങ്ങൾ മാറ്റത്തിന്റെ കണ്ണാടിയായി വർത്തിച്ചു.

സാഹിത്യത്തിന്റെ മിക്ക ശാഖകളിലും രാമായണത്തിന്റെ പുനർവായനകൾ നടന്നിട്ടുണ്ട്. വിമർശനസാഹിത്യത്തിലെ ശക്തമായ രാമായണപുനർവായനയാണ് കുട്ടികൃഷ്ണമാരാരുടെ 'വാല്മീകിയുടെ രാമൻ'. തീർത്തും യഥാസ്ഥിതികനായി ജീവിച്ച മാരാർ അന്നു നിലനിന്നിരുന്ന നവോത്ഥാനകാല സംഘടനകളുടെ ആശയങ്ങളെ മിക്കപ്പോഴും എതിർത്തുപോന്നു. ജീവത്സാഹിത്യ-പുരോഗമനസാഹിത്യ പ്രസ്ഥാനങ്ങളോടുള്ള മാരാരുടെ വിയോജിപ്പ് പ്രസിദ്ധമാണ്. എങ്കിലും മാരാരുടെ എഴുത്ത് സമകാലിക സാമൂഹിക സാംസ്കാരിക ജീവിതത്തോടു ചേർന്നു നിന്നു. നവോത്ഥാനപരമായിരുന്നു അദ്ദേഹത്തിന്റെ എഴുത്ത് എന്നത് ശ്രദ്ധിക്കപ്പെടേണ്ടതാണ്. 'വാത്മീകിയുടെ രാമൻ' അതിനുദാഹരണമാണ്. എഴുത്തിനെ നിർണ്ണയിക്കുന്നതിൽ കാലത്തിന് പങ്കുണ്ട് എന്ന് ഇത് തെളിയിക്കുന്നു. 'വാത്മീകിയുടെ രാമ'നിലെ ചരിത്രപരത അന്വേഷിക്കുകയാണ് ഈ പഠനത്തിലൂടെ ചെയ്യുന്നത്.

'വാത്മീകിയുടെ രാമൻ'

യുക്തിഭദ്രമായ രചനാശില്പം കൊണ്ട് ശ്രദ്ധേയമാണ് 'വാല്മീകിയുടെ

രാമൻ' എന്ന നിരൂപണ കൃതി. ആഗക്തികനായ കുട്ടികൃഷ്ണമാരാർ രാമായണത്തെ തന്നെ യുക്തിയധിഷ്ഠിത വിമർശനത്തിന് വിധേയമാക്കുക വഴി ഒന്നും വിമർശനാതീതമല്ല എന്ന് സ്ഥാപിക്കുക കൂടിയാണ് ചെയ്തത്. മാരാർ ജീവിച്ചിരുന്ന കാലഘട്ടത്തിന്റേതായ ചിന്താധാരകളുടെ സ്വാധീനം അദ്ദേഹത്തിന്റെ എഴുത്തിൽ പ്രതിഫലിച്ചു നിൽക്കുന്നതായി കാണാം. "ഉറച്ചുപോയ ആശയങ്ങളെയെല്ലാം ചോദ്യം ചെയ്തിരുന്ന കാലമാണത്. യുക്തിവാദം ഒരാവേശമായി പടർന്നിരുന്ന കാലം"[1] തികഞ്ഞ ആസ്തികനായിരുന്നിട്ടും രാമായണം പോലെ ഭക്തിയധിഷ്ഠിതമായി മാറിയ ഒരു കാവ്യത്തെ യുക്തിയധിഷ്ഠിതമായി വിമർശിക്കാൻ മാരാർക്ക് കഴിഞ്ഞത് ആ കാലഘട്ടത്തിന്റേതായ സാഹിത്യ സങ്കൽപങ്ങൾ അദ്ദേഹത്തെ സ്വാധീനിച്ചിരുന്നു എന്നതിന് തെളിവാണ്.

കാലം ആവശ്യപ്പെടുന്ന പുനർവായന

യുക്തിഭദ്രമായി വാല്മീകിയുടെ രാമനെ വിമർശിച്ചു എന്നതു മാത്രമല്ല മാരാരുടെ നിരൂപണത്തിന്റെ സവിശേഷത; അതൊരു പുനർവായന കൂടിയായിരുന്നു. വാല്മീകിയുടെ രാമായണത്തെ അതുവരെ ആരും വായിച്ചിരിക്കാൻ സാധ്യതയില്ലാത്ത രീതിയിൽ അദ്ദേഹം പുനർവായിച്ചു. ഈ പുനർവായനയ്ക്കു അദ്ദേഹത്തെ പ്രേരിപ്പിച്ചതും അന്നത്തെ സാഹിത്യസമീപന മനോഭാവങ്ങളായിരുന്നു എന്നു വേണം കരുതാൻ. "ഇതിഹാസത്തെ പുനർവായിക്കുന്ന സന്ദർഭങ്ങൾ നമ്മുടെ ഗദ്യസാഹിത്യത്തിൽ പ്രബലമാവുന്നത് ഇരുപതാം നൂറ്റാണ്ടോടെയാണ്."2 'വാല്മീകിയുടെ രാമൻ' രചിക്കപ്പെടുന്നത് 1940-ൽ ആണ്. പുനർവായനകൾ പ്രബലമായ ഇരുപതാം നൂറ്റാണ്ടിന്റെ മധ്യഘട്ടത്തോട് അടുക്കുമ്പോഴാണ് വാല്മീകിയുടെ രാമായണത്തെ പുനർവായിക്കാൻ മാരാർ സധൈര്യം മുന്നോട്ടുവരുന്നത് എന്ന് കാണാനാകും. കാലത്തിന്റെ സ്പന്ദനങ്ങൾ ചിന്തകളെ സ്വാധീനിക്കാതിരിക്കില്ല എന്നതിനു നിതാന്തമാണ് മാരാരുടെ രാമായണപുനർവായന.

ഭക്തകവികളാൽ നിർമ്മിക്കപ്പെട്ട ദൈവീകപരിവേഷത്തിൽ നിന്ന് വിഭിന്നമായി മാനുഷികപരിവേഷം രാമനു നൽകി എന്നത് സാംസ്കാരിക തലത്തിൽ നവോത്ഥാനപരമായി ഉണ്ടായ മാറ്റങ്ങളുടെ പ്രതിഫലനം കൂടിയാണ്. ദൈവകേന്ദ്രീകൃതമായ വ്യവസ്ഥയിൽ നിന്ന് മനുഷ്യകേന്ദ്രീകൃതമായ വ്യവസ്ഥയിലേക്ക് കടന്നുവരേണ്ടതിന്റെ ആവശ്യം ശക്തമായിരുന്ന കാലഘട്ടത്തിലായിരുന്നു ഈ നിരൂപണം രചിക്കപ്പെട്ടത്. നവോത്ഥാനകാല പ്രസ്ഥാനങ്ങളെല്ലാം മനുഷ്യകേന്ദ്രീകൃതമായ വ്യവസ്ഥിതിയെ സ്വപ്നം കണ്ടു. രാമകഥ കാലാനുസൃതമായി വ്യാഖ്യാനിക്കപ്പെടേണ്ടതാണെന്ന് മാരാർ വിശ്വസിച്ചു. അദ്ദേഹം പറയുന്നു: 'നമുക്ക് രാമനെ ഒരു മനുഷ്യൻ മാത്രമായെണ്ണുകയും ആ നിലയ്ക്ക് അദ്ദേഹത്തിൽ വെളിപ്പെട്ട മാനുഷികതത്വങ്ങളെ നിരൂപണം ചെയ്കയുമാവാമെന്നു സ്പഷ്ടമാണ്. വളരെ വളരെ നൂറ്റാണ്ടുകളായി ഭാരതീയരുടെ ജീവിതത്തിലെങ്ങും ഉൾച്ചേർന്നു

കിടക്കുന്ന രാമചരിതത്തെ ആ വിധത്തിൽ ഒരു നിരൂപണം ചെയ്യുന്നത് ആവശ്യമാണുതാനും."3 ഒരോ സാഹിത്യകൃതിയും സംവദിക്കുന്നതും സംവദിക്കേണ്ടതും അതതു കാലത്തെ ജനതയോടാകുന്നു എന്ന വസ്തുത ഈ വാക്കുകളിൽ സ്ഫുരിക്കുന്നു.

'റിയലിസ' ത്തോടുള്ള ചായ്‌വ്

അക്കാലത്ത് പ്രചുരപ്രചാരം നേടിയ 'റിയലിസം' എന്ന ആശയത്തെ പ്രത്യക്ഷത്തിൽ എതിർക്കുന്ന മാരാരുടെ രചനകളിലും റിയലിസത്തിന്റെ സവിശേഷതകൾ കടന്നുവരുന്നു. 'വാല്മീകിയുടെ രാമൻ' എന്ന കൃതി റിയലിസത്തിന്റെ സവിശേഷതയായ മാനവികതയോടു കൂടുതൽ അടുത്തു നിൽക്കുന്നതായി കാണാം. ദേവലോകത്തു നിന്ന് മാനവലോകത്തിലേക്ക് രാമനെ ഇറക്കിക്കൊണ്ടുവരികയാണ് മാരാർ ചെയ്തത്. അതായത് രാമസങ്കല്പങ്ങളെയെല്ലാം പൊളിച്ചെഴുതി വെറും മനുഷ്യൻ മാത്രമായ രാമനെ വായനക്കാരനു മുന്നിൽ മാരാർ കൊണ്ടു നിർത്തി. പച്ചയായ ജീവിതയാഥാർത്ഥ്യങ്ങളാണ് വാല്മീകിയുടെ രാമായണം ആവിഷ്കരിക്കുന്നത് എന്ന് മാരാരുടെ നിരൂപണം തെളിയിക്കുന്നു. മനുഷ്യജന്യമായ എല്ലാ വികാരവിക്ഷോഭങ്ങളും വാല്മീകിയുടെ രാമനിൽ ഉള്ളതായി മാരാർ നിരീക്ഷിക്കുന്നുണ്ട്. വനവാസം വിധിച്ചതിനുശേഷം വനത്തിൽ അവർ തനിച്ചായപ്പോൾ രാമൻ ലക്ഷ്മണനോടു പറയുന്ന വാക്കുകളിൽ മനുഷ്യസഹജമായ ഈർഷ്യ, അസൂയ, അമർഷം തുടങ്ങിയവയെല്ലാം ഉൾക്കൊണ്ടിട്ടുള്ളതായി മാരാർ ഉദാഹരണസഹിതം തെളിയിക്കുന്നു. "കൈകേയിയുടെ നേർക്ക് ഈർഷ്യ, ദശരഥൻ ദുഃഖിക്കുന്നതിൽ ആശ്വാസം, ഭരതന്റെ നേർക്ക് അസൂയ എന്നിവയെല്ലാം ഇതിൽ വേണ്ടുവോളം സ്പഷ്ടമാണല്ലോ. ഇതു തൽക്കാലത്തെ അവസ്ഥാവിപര്യയത്തിലുണ്ടായ ചിത്തവിക്രിയ മാത്രമല്ല; രാമന്റെ ഹൃദയത്തിൽ എന്നെന്നും നിലനിന്ന അമർഷമാണെന്ന് അനന്തരഭാഗങ്ങൾ തെളിയിക്കുകയും ചെയ്യുന്നു."4 എന്നിങ്ങനെ അയോദ്ധ്യാകാണ്ഡത്തിലെ വരികൾ ഉദ്ധരിച്ച് മാരാർ സമർത്ഥിച്ചു പോരുന്നു. ദൈവിക പരിവേഷത്തിന് ഒട്ടും ചേരാത്ത മാനസികഭാവങ്ങൾ രാമനിൽ കണ്ടെത്തുക വഴി വാല്മീകിയുടെ രാമന് മാരാർ മാനുഷികപരിവേഷം നൽകി. ഏതൊരു മനുഷ്യനിലും കണ്ടുവരുന്ന കളങ്കങ്ങൾ മാരാർ വാല്മീകിയുടെ രാമനിലും കണ്ടെത്തുന്നു. ഇങ്ങനെ മാരാർ രാമായണേതിഹാസത്തെ ആധുനിക റിയലിസത്തിന്റെ മാനവികതയുമായി ചേർത്തു വായിച്ചു.

അധികാര വിമർശനം

"രാമചരിതത്തിന്റെ രഹസ്യം സീതാപരിത്യാഗമുൾപ്പടെ രാജ്യലോഭം - പ്രാഭവേച്ഛ എന്നതിൽ അടങ്ങിയിരിക്കുന്നു."5 എന്ന് വാല്മീകിയുടെ രാമനിലൂടെ മാരാർ സമർത്ഥിക്കുന്നു. രാമന്റെ രാജ്യലോഭത്തെ 'ഉൽകൃഷ്ടമായ രാജ്യലോഭം' എന്നാണ് മാരാർ വിശേഷിപ്പിക്കുന്നത്. അദ്ദേഹം പറയുന്നു: "അച്ഛനെ തടവിലിട്ടു ജ്യേഷ്ഠാനുജന്മാരെ കൊലപ്പെടുത്തി സാമ്രാജ്യം കയ്യടക്കിയ അറംഗസീബിന്റെ രാജ്യ

ലോഭമല്ല, രാമന്റെ രാജ്യലോഭം. അറംഗസീബ് രാജ്യലോഭത്തിന്റെ ഏതറ്റത്തു നിൽക്കുന്നുവോ അതിനെതിരായ അങ്ങേയറ്റത്തത്രെ രാമന്റെ നില്പ്. നമുക്ക് വേണമെങ്കിൽ അതിനെ ഉൽകൃഷ്ടമായ രാജ്യലോഭം എന്നു വിളിക്കാം."6 'ഉല്കൃഷ്ടരാജ്യലോഭം' എന്ന പദത്തിനു പിന്നിൽ തെല്ലൊരു പരിഹാസചുവ നിരീക്ഷിക്കാം. സമകാലിക രാഷ്ട്രീയ പ്രവണതകളെ മുന്നിൽ കണ്ടുകൊണ്ട് അവയെ വിമർശിക്കുകയായിരുന്നിരിക്കണം 'ഉൽകൃഷ്ട രാജ്യലോഭം' എന്ന പദപ്രയോഗം കൊണ്ട് മാരാർ ഉദ്ദേശിച്ചത്. രാജ്യത്തിനും അധികാരത്തിനും വേണ്ടിയുള്ള തന്ത്രങ്ങൾ പയറ്റുന്ന മനുഷ്യരെ എല്ലാ കാലത്തും ഏതൊരു സമൂഹത്തിലും കാണാവുന്നതാണ്. ജനപ്രീതി സമ്പാദിച്ച് രാജ്യലക്ഷ്മിയെ കയ്യാളുക വഴി അവരുടെ തെറ്റുകൾ ചോദ്യം ചെയ്യാൻപോലും അനുവാദമില്ലാത്ത വിധത്തിൽ ന്യായീകരിക്കപ്പെടുന്നു. രാമന്റെ കാര്യത്തിലും സംഭവിച്ചത് മറ്റൊന്നല്ല. ഈ വസ്തുത പ്രശ്നവിധേയമാക്കുക വഴി മാരാർ സംവദിക്കുന്നത് സമകാലിക സമൂഹത്തിലെ അധികാരമോഹം പേറുന്ന വ്യക്തികളോടും പ്രസ്ഥാനങ്ങളോടും തന്നെയാണെന്നു വേണം മനസ്സിലാക്കാൻ.

സ്ത്രീപക്ഷ സമീപനം

പുരുഷന്റെ നിയന്ത്രണത്തിൻ കീഴിൽ കഴിയേണ്ടവളും അവന്റെ ആഗ്രഹപൂർത്തീകരണത്തിനുവേണ്ടി സർവ്വം സഹിക്കേണ്ടവളുമാണ് സ്ത്രീ എന്ന ധാരണ നിലനിൽക്കുന്ന സമൂഹത്തിൽ സ്ത്രീനീതിക്കുവേണ്ടി വാദിക്കുന്ന മാരാരെ 'വാല്മീകിയുടെ രാമ' നിൽ കാണാനാകും. ശൂർപ്പണഖയോടും സീതയോടും രാമൻ കാണിച്ച നീതികേടിനെ മാരാർ ചൂണ്ടിക്കാണിക്കുന്നു. രാമനെ വേൾക്കണമെന്ന ആഗ്രഹവുമായി വന്ന ശൂർപ്പണഖയെ കള്ളം പറഞ്ഞ് അവിടെ പിടിച്ചുനിർത്തുന്നത് അവളെ കുറച്ചുനേരം അവിടെയിട്ടു വട്ടം തിരിക്കുവാനും അവളുടെ ഭാവഭേദവിലാസങ്ങൾ കാണുവാനുമുള്ള കൗതുകം തോന്നിയിട്ടാണെന്ന് മാരാർ അഭിപ്രായപ്പെടുന്നു. (പു. 34). ശൂർപ്പണഖ കുറേക്കൂടി ക്ഷമയോടും വൈദഗ്ദ്ധ്യത്തോടും കൂടിയാണ് പെരുമാറിയിരുന്നതെങ്കിൽ എന്താണ് സംഭവിക്കുക എന്ന് ഈശ്വരനറിയാം എന്നുകൂടെ മാരാർ പറഞ്ഞുവെക്കുന്നു. (പു. 35). പുരുഷന്റെ കാമപൂർത്തിക്കു ബലിയാടാകേണ്ടിവരുന്ന സ്ത്രീ സമൂഹത്തെയാണ് ശൂർപ്പണഖയിലൂടെ മാരാർ പ്രതിനിധാനം ചെയ്യാൻ ശ്രമിക്കുന്നത്.

പുരുഷാധിപത്യ സമൂഹത്തിൽ അവഗണിക്കപ്പെട്ടുപോകുന്ന സ്ത്രീജീവിതങ്ങളുടെ പ്രതിനിധിയാണ് സീത. രാജ്യലക്ഷ്മിയെ പരിലാളിച്ച് അതിന്റെ പ്രഭാവം ആസ്വദിക്കുന്നതിൽ സീത ഒരു കരടായി കിടക്കുന്നു എന്നു വന്നപ്പോൾ അദ്ദേഹം അവളെ എടുത്തു ദൂരെ വലിച്ചെറിഞ്ഞു (പു. 38) എന്നാണ് സീതാപരിത്യാഗത്തെക്കുറിച്ച് മാരാർ എഴുതുന്നത്. ഭാര്യയെന്ന നിലയിൽ പോയിട്ട് പ്രജ

യെന്ന നിലയിൽ പോലും ലഭിക്കേണ്ട നീതിയോ പരിഗണനയോ സ്ത്രീ ആയതുകൊണ്ട് സീതക്കു ലഭിക്കാതെ പോകുന്നു. അവളുടെ കുറ്റം എന്തെന്നു അവളെ ബോധ്യപ്പെടുത്താതെയും വിചാരണ ചെയ്യാതെയും വഞ്ചനാപൂർവ്വം ഉപേക്ഷിക്കുന്നു. സീത തന്റെ ഭാര്യയാണെന്നും ഭാര്യയോട് എങ്ങനെ പെരുമാറാനും ഭർത്താവിന് അധികാരമുണ്ട് എന്നുമുള്ള പുരുഷാധികാരത്തെ നിശിതമായി മാരാർ ഇവിടെ ചോദ്യം ചെയ്യുന്നതായി സാറാ ജോസഫ് നിരീക്ഷിക്കുന്നുണ്ട്.7 ഹനിക്കപ്പെടുന്ന സ്ത്രീ-സ്വാതന്ത്ര്യത്തിന്റെ ഇരയാണ് ഇവിടെ സീത. നീതിമാനായ രാജാവിൽ നിന്നുതന്നെ നീതി നിഷേധിക്കപ്പെട്ട സ്ത്രീ കഥാപാത്രങ്ങളെ ചൂണ്ടിക്കാണിക്കുക വഴി എല്ലാ കാലത്തും സ്ത്രീകൾ അനുഭവിക്കേണ്ടി വന്നിട്ടുള്ള അവഗണനകളെയാണ് മാരാർ ചോദ്യം ചെയ്യുന്നത്. ലോകത്തെല്ലായിടത്തും ഹനിക്കപ്പെട്ടുകൊണ്ടിരിക്കുന്ന സ്ത്രീ സ്വാതന്ത്ര്യത്തിനും നീതിക്കും വേണ്ടിയാണ് മാരാർ ഇവിടെ വാദിക്കുന്നത്. സ്ത്രീപക്ഷ സമീപനം പുലർത്തുന്നതാണ് മാരാരുടെ ഈ നിരൂപണം എന്ന് നിസ്സംശയം പറയാം.

പ്രചാരണ ദൗത്യം

സമൂഹവുമായി സംവദിക്കാനുള്ള മാർഗ്ഗമെന്ന നിലയിലാണ് ഓരോ സാഹിത്യകൃതിയും രചിക്കപ്പെടുന്നത്. ആശയപ്രചാരണത്തിന് സാഹിത്യകൃതിയെ പ്രയോജനപ്പെടുത്തണമെന്ന ആവശ്യം നവോത്ഥാനകാല പ്രസ്ഥാനങ്ങൾ മുന്നോട്ടു വെച്ചു. മാരാർക്ക് ഇതിനോടു വിയോജിപ്പുണ്ടായിരുന്നു എന്നത് വസ്തുതയാണ്. എന്നാൽ രാമായണം പ്രചാരണവേലയ്ക്കു വേണ്ടി രചിക്കപ്പെട്ടതാണെന്ന് മാരാർ സമ്മതിക്കുന്നു. വ്യക്തമായ ഉദ്ദേശ്യം രാമായണരചനയ്ക്കു പിന്നിൽ കവിക്കുണ്ടായിരുന്നതായി മാരാർ കണ്ടെത്തുന്നു. രാമനുവേണ്ടി എന്നതിനേക്കാൾ സീതയുടെ നിർദ്ദോഷതയേയും പരിശുദ്ധിയേയും തെളിയിക്കുന്നതിനുവേണ്ടിയാണ് ആ മഹാകവി രാമായണം എഴുതിയത് എന്ന് മാരാർ അഭിപ്രായപ്പെടുന്നു. സീതയുടെ നിർദ്ദോഷതയേയും പരിശുദ്ധിയേയും തെളിയിക്കുക എന്നത് കവിയുടെ ആവശ്യമായിരുന്നു. ഈ ആവശ്യം നിറവേറ്റുന്നതിനുവേണ്ടി ആദികവി രാമായണം എഴുതുകയും അതുവഴി സീതയുടെ ശീലശുദ്ധി ജനങ്ങളിലെത്തിക്കുകയും ചെയ്തു. മാരാർ എഴുതുന്നു: "വാല്മീകി മഹത്തരമായ ആ ഇതിഹാസം രചിച്ചതിനുശേഷം അതു പാടുവാൻ സ്വശിഷ്യരായ രാമപുത്രന്മാരെ പഠിപ്പിച്ച് രാമാശ്വമേധകാലത്ത് അയോധ്യയിൽ ചെന്നു നഗരത്തിലെങ്ങും രാമന്റെ കൊട്ടാരത്തിന്റെ മുമ്പിലും മറ്റും പാടി നടക്കുവാൻ ഏല്പിച്ച് അവരെ അയച്ചുവെന്നും അങ്ങിനെ കേട്ടറിഞ്ഞതിന്റെ ഫലമായിട്ടാണ് രാമൻ സീതാ പുനർസ്വീകരണത്തിനു സന്നദ്ധനായതെന്നും മറ്റും ഉത്തരകാണ്ഡത്തിൽ പറയുന്നുണ്ടല്ലോ. അതു ശരിയാണെങ്കിൽ പരിത്യാഗത്തിനു ശേഷം താനെടുത്തു വളർത്തിയ ദത്തുപുത്രിയെപോലുള്ള ആ ചാരിത്രദേവതയുടെ മിഥ്യാപവാദം പോക്കി, അവളെ വീണ്ടും രാമനെക്കൊണ്ടു സ്വീകരിപ്പിക്കാനാണ് മുഖ്യമായി വാല്മീകി രാമായണം

രചിച്ചതെന്ന് നിർവ്വിവാദമാണ്."8 വാല്മീകി, രാമായണം രചിക്കാനുണ്ടായ കാരണം പറഞ്ഞുവെച്ചതിനുശേഷം 'പ്രചാരണ വേല' യ്ക്കു വേണ്ടിയുണ്ടായ കൃതി തന്നെയാണ് രാമായണവും എന്ന് മാരാർ സമ്മതിക്കുന്നു. സാഹിത്യം പ്രചാരണത്തിനു വേണ്ടിയുള്ളതാണ് എന്ന ജീവത്സാഹിത്യ പ്രസ്ഥാനത്തിന്റെ വാദത്തെ അംഗീകരിക്കുന്നതോടൊപ്പം അവർ കരുതുംപോലെ 'രാമനു വേണ്ടി യല്ല സീതയ്ക്കുവേണ്ടി- രാജവൈഭവത്തിനു വേണ്ടിയല്ല ശീലശുദ്ധിക്കു വേണ്ടി' എന്നു കൂടി അടിവരയിട്ടു പറയുന്നു. അത് എന്തുതന്നെ ആയാലും വാല്മീകി രാമായണം എഴുതിയത് അന്നത്തെ ജനതയോട് സംവദിക്കാനുള്ള മാർഗ്ഗമായി ട്ടാണ് എന്ന് മാരാരുടെ നിരൂപണം വായിക്കുമ്പോൾ വ്യക്തമാകുന്നു. ഓരോ സാഹിത്യകൃതിയുടേയും പരമമായ ലക്ഷ്യം സമൂഹത്തിലെ ജീർണതകൾ തുറ ന്നുകാണിച്ച് അതതുകാലത്തെ ജനതയോട് സംവദിക്കുക എന്നുള്ളതുതന്നെ യാണ്. നവോത്ഥാനകാല പ്രസ്ഥാനങ്ങൾ മുന്നോട്ടുവെച്ച ഈ ആശയം ആദികാ വ്യമായ രാമായണത്തിൽപോലും ദർശിക്കാം. അത് നമുക്ക് വെളിപ്പെടുത്തി തരുന്നത് നവോത്ഥാന പ്രസ്ഥാനങ്ങളുടെ ആശയങ്ങളെ എന്നും എതിർത്തു പോന്ന മാരാരുടെ നിരൂപണവും.

കാലത്തിന്റെ സ്വാധീനവലയത്തിൽ നിന്ന് എഴുത്തുകാരനും കൃതിക്കും മാറി നിൽക്കുക സാധ്യമല്ല എന്ന തെളിയുകയാണിവിടെ. ഓരോ സാഹിത്യകൃ തിയും സംവദിക്കേണ്ടത് മാനവരാശിയോടാകുന്നു. സമൂഹത്തെ ഒഴിച്ചു നിർത്തി കൊണ്ട് സാഹിത്യ രചന നടത്തുവാൻ ഒരു നല്ല സാഹിത്യകാരനു സാധിക്കുക യില്ല. ഓരോ നല്ല സാഹിത്യകൃതിയും അനാവരണം ചെയ്യുന്നത് ആ കാലഘട്ട ത്തിലെ ജനതയുടെ ചരിത്രമായിരിക്കും. മറ്റൊരു വിധത്തിൽ പറഞ്ഞാൽ ഓരോ കാലഘട്ടത്തിലും സാഹിത്യകൃതികൾ പുനർനിർമ്മിക്കപ്പെട്ടുകൊണ്ടിരിക്കും. കാല മാണ് മാരാരിലൂടെ വാല്മീകിയുടെ രാമായണത്തെ പുനർനിർമ്മിച്ചത്. സാഹി ത്യത്തിന്റെ ചരിത്രപരതയെ മാരാരുടെ 'വാല്മീകിയുടെ രാമൻ' എന്ന ഈ നിരൂ പണം തെളിയിച്ചു കാട്ടുന്നു.

കുറിപ്പുകൾ

1. എം. തോമസ് മാത്യു, മാരാര് ലാവണ്യാനുഭവത്തിന്റെ യുക്തിശില്പം, തൃശ്ശൂർ, കേരള സാഹിത്യ അക്കാദമി, 2006 പു. 143
2. പി.എസ്. രാധാകൃഷ്ണൻ, സാഹിത്യം ചരിത്രം സംസ്കാരം മാറുന്ന സമവാക്യങ്ങൾ. പി.എസ്. രാധാകൃഷ്ണൻ, 2005 പു. 122
3. കുട്ടികൃഷ്ണമാരാർ, 'വാല്മീകിയുടെ രാമൻ', തെരഞ്ഞെടുത്ത പ്രബ ന്ധങ്ങൾ. തൃശ്ശൂർ: കേരള സാഹിത്യ അക്കാദമി, 1990 പു. 19
4. ടി. പു. 23

5. ടി. പു. 30

6. ടി. പു. 30

7. സാറാ ജോസഫ്, 'മാരാരും സ്ത്രീവാദവും, സാഹിത്യലോകം ദ്വൈമാസിക, 25, 5 (1999), പു. 11

8. കുട്ടികൃഷ്ണമാരാർ, 'വാല്മീകിയുടെ രാമൻ', തെരഞ്ഞെടുത്ത പ്രബന്ധങ്ങൾ. തൃശ്ശൂർ: കേരള സാഹിത്യ അക്കാദമി, 19990 പു. 38

പ്രബന്ധാവതാരകർ

1. പ്രൊഫ. കെ. വനജ 9495839796
2. സി. രാധാകൃഷ്ണൻ 9846260733
3. പ്രൊഫ. എം.എൻ. കാരശ്ശേരി 9539831211
4. കെ. ജയകുമാർ ഐ.എ.എസ് 9445440085
5. ഡോ. കെ.ജി. പൗലോസ് 9846041205
6. രാഘവൻ പയ്യനാട് 9446327968
7. ഡോ. അനിൽ വള്ളത്തോൾ 9447335316
8. ഡോ. കെ.എസ്. രാധാകൃഷ്ണൻ 9447134401
9. ഡോ. പി. എസ്. രാധാകൃഷ്ണൻ 9446567097
10. ഡോ. എ.എൻ. ശ്രീധരൻ 9447314292
11. കരിവെള്ളൂർ മുരളി 9847020166
12. പ്രൊഫ. ചന്ദ്രദാസൻ 9447414200
13. പ്രൊഫ. ജയലക്ഷ്മി 9447411956
14. ശ്രീവത്സൻ ജെ. മേനോൻ 9447045120
15. സാജു തുരുത്തിൽ 9495576876
16. എം. നളിൻബാബു 9847306789
17. ശ്രീകുമാർ മുഖത്തല 812999572
18. കലാമണ്ഡലം പ്രഭാകരൻ 9447664516
19. ഡോ. രാജേഷ്. എം. ആർ 9605733752
20. ഡോ. ഷാജു വർഗീസ് 9446288647
21. ഡോ. ബിൻസി ഡൊമിനിക്ക് 9497476688
22. ഡോ. കെ. രമേശൻ 9495249189
23. ഡോ. നെത്തല്ലൂർ ഹരികൃഷ്ണൻ 9605365368
24. സൗമ്യ ജോസ് ....
25. സിമി കെ. വിജയൻ 9745853062
26. പവിത്ര എം.വി 7736388737
27. ജയശ്രീ എസ് ....
28. ഹരികൃഷ്ണൻ കെ. എസ് 9847172668
29. അഖിൽ വിശ്വം ....
30. ശാന്തിനി എസ്. എൽ 7558842130
31. ഇ. പി. ജ്യോതി 9446640103
32. ജോസ്ന ജെ എസ്, ... 8075534013
33. അഭിജിത്ത് എ ....
34. സിംപ്ൾ എ. ഇസെഡ് 8289864721
35. ഡോ. സജി ആർ. കുറുപ്പ് 9447475407
36. ആർ. ഹരി 9207006699